'द गुड अर्थ' आणि 'सन्स' या कादंबऱ्यांप्रमाणेच पर्ल एस. बक यांनी 'अ हाउस डिव्हायडेड' या कादंबरीमध्येही त्यांनी निवडलेल्या भावभावनांमध्ये अतिशय तरल, उबदार आणि तेवढाच नाजूक श्वास फुंकला आहे.

– द नेशन

बक यांचं हे विशेष यश एका स्वतंत्र अशा पातळीवरचंच आहे. चिनी समाजाच्या तीन पिढ्यांच्या आयुष्याचं एक संपूर्ण आणि अतिशय मनोवेधक असं चित्र बक यांनी आपल्यासमोर ठेवलं आहे.

– द लंडन टाइम्स

बक यांनी अनेक वाचकांसमोर चीनला जिवंत केलं आहे; परंतु त्यांचं कथासूत्र हे कोणत्याही एकाच स्थानाशी बांधून राहिलेलं नाही. कुठेही आढळणारं हे मानवतावादी कथानक आहे आणि या अखेरच्या खंडामध्ये वाचकाला हे वैश्विकत्व अधिक जाणवतं.

– कॅथलिक वर्ल्ड

'अ हाउस डिव्हायडेड' ही कादंबरी अतिशय प्रामाणिक, संपूर्ण भावभावना रेखणारी अशी आहे. तिच्यावर उधळली गेलेली स्तुतिसुमने योग्यच आहेत हे जाणवून देणारी अशी ही कादंबरी आहे.

– द न्यू रिपब्लिक

क्रांतीच्या कालखंडामध्ये सापडलेल्या चीनभोवती आणि दोन पिढ्यांमधील संघर्षाभोवती 'अ हाउस डिव्हायडेड' ही कादंबरी रचण्यात आलेली आहे. या काळावर तपशीलवार प्रकाश टाकणारी कादंबरी.

– द न्यू यॉर्क टाइम्स

'SONS' & 'A HOUSE DIVIDED' या इंग्रजी पुस्तकांचा अनुवाद

पिढी दर पिढी

'द गुड अर्थ' मालिकेतील कादंबरी

पर्ल बक

अनुवाद
भारती पांडे

मेहता पब्लिशिंग हाऊस

Email : production@mehtapublishinghouse.com

Website : www.mehtapublishinghouse.com

- *या पुस्तकातील लेखकाची मते, घटना, वर्णने ही त्या लेखकाची असून त्याच्याशी प्रकाशक सहमत असतीलच असे नाही.*

SONS & A HOUSE DIVIDED by PEARL BUCK

Copyright © 1935 by Pearl S. Buck Copyright @ renewed 1963

Translated into Marathi Language by Bharati Pande

पिढी दर पिढी / अनुवादित कादंबरी

अनुवाद : भारती पांडे

author@mehtapublishinghouse.com

मराठी अनुवादाचे व प्रकाशनाचे हक्क : मेहता पब्लिशिंग हाऊस, पुणे ३०

संस्थापक : अनिल मेहता आणि सुनील मेहता

प्रकाशक : अखिल सुनील मेहता, मेहता पब्लिशिंग हाऊस,
१९४१, सदाशिव पेठ, पुणे - ४११०३०.

मुखपृष्ठ : सतीश भावसार

प्रथमावृत्ती : मे, २०२२

P Book ISBN 9789392482694

---

* पायरेटेड पुस्तकांची खरेदी-विक्री हा कायद्याने गुन्हा आहे आणि अशा गुन्ह्याविरोधात कायदेशीर कारवाई होऊ शकते.

सन्स

वां ग लुंगचे शेवटचे क्षण आले होते. त्याच्या शेतांच्या मध्ये असलेल्या त्याच्या लहानशा अंधाऱ्या जुन्या घरामध्ये तो होता. तो तरुण असताना ज्या खोलीत झोपत होता, ज्या बिछान्यावर त्यानं त्याच्या लग्नाची पहिली रात्र घालवली होती आणि ज्या खोलीत, ज्या बिछान्यावर त्याची मुलं जन्माला आली होती त्याच खोलीत, त्याच बिछान्यावर तो झोपला होता. शहरातल्या त्या भल्या मोठ्या हवेलीतल्या एखाद्या स्वयंपाकघराएवढीच ही खोली असेल. ती हवेलीही त्याच्याच मालकीची होती. तिथे आता त्याचे मुलगे आणि त्यांचे मुलगे राहात होते; पण त्याला मात्र इथे त्याच्या स्वतःच्या शेतांमध्ये, त्याच्या वाडवडिलांच्या त्या लहानशा घरामध्येच शांत वाटत होतं. ही खोली, त्यातली ती बिनरंगाची टेबलं आणि बाकं, त्याच्या बिछान्याच्या निळ्या सुती पडद्यांमध्येच झोपणं चांगलं –मरायचं असेल तर ते इथेच!

आपली वेळ भरत आली आहे हे वांग लुंगला कळून चुकलं होतं. त्याच्या बिछान्याशेजारी उभ्या असलेल्या त्याच्या दोन मुलांकडे त्यानं बघितलं. ते त्याच्या मरणाची वाट पाहात आहेत हे त्याला जाणवलं. त्यांनी शहरामधून चांगले डॉक्टर बोलावले होते आणि ते त्यांच्या सुया, त्यांची औषधं घेऊन आलेही होते. त्यांनी खूप वेळ त्याची नाडी तपासली, त्याच्या जिभेचं निरीक्षण केलं; पण शेवटी आपलं सगळं सामान गोळा करून ते परतले होते. जाताना त्यांनी म्हटलं होतं, 'त्यांचं वय झालं आहे. त्यांचं येऊ घातलेलं मरण कुणीच परतवू शकणार नाही.'

मग आपले दोन मुलगे काहीतरी कुजबुजत असलेले वांग लुंगला ऐकू आलं. तो मरेपर्यंत ते दोघे त्या मातीच्या घरात त्याच्याबरोबर राहाण्यासाठी आले होते. त्यांना वाटत होतं की, तो अगदी गाढ झोपला आहे; पण त्याला मात्र त्यांचं बोलणं ऐकू आलं.

एकमेकांकडे गंभीरपणे बघत ते बोलत होते.

'आपल्या तिसऱ्या भावाकडे निरोप पाठवायला हवा.'

दुसरा मुलगा उत्तरला, 'होय आणि तोही ताबडतोबच- कारण तो ज्याच्याकडे नोकरी करतो तो सरदार कुठे असेल, काहीच सांगता येत नाही.'

हे ऐकल्यावर वांग लुंगची खात्री पटली की, ते त्याच्या अंत्ययात्रेची तयारी करायला लागलेत.

या परिच्छेदानं 'सन्स' या कादंबरीची सुरुवात होते.

पर्ल एस. बक या नोबेल पारितोषिक विजेत्या आणि अनेक दशकं अतिशय वाचकप्रिय ठरलेल्या लेखिकेच्या 'द गुड अर्थ, सन्स आणि द हाउस डिव्हायडेड.' या जगप्रसिद्ध कादंबरी मालिकेमधलं सन्स हे दुसरं पुस्तक.

'द गुड अर्थ'मध्ये वांग लुंग या चिनी शेतकऱ्याची कहाणी सुरू होते; ती या तीनही पुस्तकांमधून पुढे जात राहाते.

'द गुड अर्थ'ची सुरुवात होते ती वांग लुंगच्या लग्नाच्या दिवसापासून. शहरातल्या मोठ्या हवेलीमधली एक दासी-ओ-लान हिला त्याच्या वडिलांनी हवेलीच्या मालकाकडून वांग लुंगसाठी मागून घेतलं आहे. तिला आणायला तो आज जाणार आहे. ती सुंदर नाही म्हणून त्याला थोडा राग आला आहे; पण सुंदर दासी काही कामाच्या नसतात आणि बहुतेक वेळा त्या हवेलीच्या मालकांनी हाताळलेल्याही असतात हे त्याच्या वडिलांचं मत त्याला मान्य करावं लागलेलं असतं. निदान ती फाटक्या ओठांची तरी नसू दे, अशी तो देवाची प्रार्थना करतो.

साध्यासुध्या, सामान्य रूपाच्या, कष्टाळू आणि शहाण्या ओ-लानला तो घरी घेऊन येतो आणि त्यांचा संसार सुरू होतो.

जगातल्या कोणत्याही शेतीप्रधान देशामध्ये घडू शकणारी अशी ही कहाणी आहे. चांगला पाऊस, वाईट पाऊस, दुष्काळ, टोळधाड, पूर या सर्व संकटांना तोंड देत हे लोक जगताहेत. एकदा मात्र भयानक दुष्काळ पडतो. घरातलं सामानसुमान, गुरं सगळं विकून टाकावं लागतं; पण वांग लुंग गावातल्या इतर लोकांप्रमाणे आपली जमीन विकायला ठाम नकार देतो. जमीन गेली की, संपलंच सगळं! आणि हे सगळं कुटुंब पोट भरण्यासाठी शहरात येतं. कितीही कष्ट करावे लागले तरी चालेल; पण आज नाहीतर उद्या आपण आपल्या जमिनीकडे परत जायचं आहे, हे वांग लुंगच्या मनात ठाम आहे. त्या विश्वासाच्या बळावरच तो शहरात भयानक आयुष्य काढतो आहे. त्या कष्टांना अंतच नाही. जिवंत राहाण्यापुरते पैसे कमावणंही अशक्य आहे तरी त्याची आशा कायम आहे. काहीही झालं तरी पैसे साठवायचे

आणि गावाला परत जायचं हेच उद्दिष्ट तो सतत मनाशी बाळगून आहे.

त्याच वेळी शहरामध्ये क्रांतिकारकांचा उठाव होतो. वांग लुंगला क्रांती म्हणजे काय हे माहीत नाही, ती कशासाठी होते आहे हे त्याला माहीत नाही आणि कुणाविरुद्ध हे लोक काहीतरी करताहेत हेही त्याला ठाऊक नाही. ते ठाऊक करून घेण्याचीही त्याला गरज वाटत नाही. तो आपला स्वतःच्या रोजच्या जगण्याच्या धावपळीत गुंतलेला आहे; पण या दंगलीतल्या जाळपोळीमध्ये, लुटालुटीमध्ये, गर्दीमध्ये त्याच्या बायकोच्या ओ-लानच्या हाती एक घबाड लागतं. ते रत्नखचित दागदागिने आणि पैसे घेऊन ही मंडळी अतिशय आनंदानं गावी परत येतात.

इथून पुढे वांग लुंग श्रीमंत कसा होतो. जसजसा पैसा मिळत जातो, तसतसा तो अधिकाधिक जमीन खरेदी करत राहातो; पण त्याचबरोबर त्याला श्रीमंती सवयी कशा लागतात, त्याचे ओ-लानशी आणि त्याच्या मुलांशी संबंध कसे बदलत जातात, आलेल्या श्रीमंतीमुळे त्याची मुलंही कशी बदलत जातात याचं पर्ल बकनं अतिशय रोचकपणे वर्णन केलं आहे.

'द गुड अर्थ'चा शेवट- वांग लुंग अतिशय म्हातारा झाला आहे; पण आपली जमीन विकण्याची कल्पनाही तो सहन करू शकत नाही. आपल्या मुलांना तो परोपरीनं सांगत राहातो की, जमीन विकलीत की तुम्ही संपलात. त्याच्या डोळ्यांसमोर व्हांग खानदानाचा इतिहास सतत उभा असतो; पण त्याचे मुलगे त्याच्या मरणाची वाट पाहात राहातात, कारण तो मेल्याशिवाय जमिनीचा ताबा त्यांच्याकडे येणार नसतो आणि त्यांना ती विकताही येणार नसते- इथे होतो.

या त्रिवेणीमधलं दुसरं पुस्तक 'सन्स.' या पुस्तकाची सुरुवातच वांग लुंग मरणाच्या दारी आहे इथे होते. वांग लुंगच्या तीनही मुलांची ही कहाणी असली तरी त्याच्यावर चिडून घरातून निघून गेलेल्या त्याच्या तिसऱ्या मुलाची-टायगर वांगची ही खरी कथा आहे असं म्हणायला हरकत नाही. हा मुलगा का चिडून घरातून निघून जातो यामागे जी हकिकत आहे ती 'द गुड अर्थ'मध्ये येते. त्या काळातल्या चिनी जीवनावर खूप मोठा प्रकाश टाकणारी ही हकिकत आहे.

वांग लुंगची बायको-ओ-लान मरण पावल्यावर त्याची पहिली रखेली लोटस घरात असतानाही वांग लुंगला अतिशय एकटं वाटू लागतं आणि तो लोटसच्याच एका पोरसवदा दासीला- पेअर ब्लॉसमला आपल्याकडे घेतो. लोटसच्या घालूनपाडून बोलण्याला आणि तिच्या प्रमुख दासीच्या, कक्कूच्या त्रासापासून आपली सुटका करणारा हा माणूस आपला उपकारकर्ता आहे या भावनेनं पेअर ब्लॉसम जन्मभर वांग

लुंगची सेवा करत राहाते. खरंतर तरुण टायगर वांगचं आपल्यावर प्रेम आहे याची तिलाही थोडीफार कल्पना असते. तरीही या वृद्ध माणसाच्या सहवासातच तिला अधिक सुरक्षित आणि समाधानी वाटतं. वांग लुंगच्या मरणानंतरही ती त्याच लहानशा घरात वांग लुंगच्या वेड्या मुलीची काळजी घेत राहाते.

आता खरंतर वांग लुंगचं वय झालेलं असतं तरी कोणत्या तरी एका क्षणी त्याच्या सर्व ऊर्जा जागृत होतात आणि तो पेअर ब्लॉसमला आपली रखेली बनवतो. इतर कोणत्याही कारणानं नव्हे, तर पेअर ब्लॉसमच्या शरणागत वृत्तीनं, केविलवाणेपणानंही तो तिला जवळ करतो.

दैवयोग असा की, वांग लुंगचा सर्वांत धाकटा मुलगा टायगर वांग हा पेअर ब्लॉसमच्या प्रेमात पडलेला आहे. युद्धशाळेत शिक्षण घेण्याच्या आपल्या इच्छेबरोबरच त्यानं आपलं हे प्रेमही खरंतर वडिलांना सांगितलेलं आहे; पण आपल्या दासीकडे मुलानं बघावं हे वांग लुंगला पसंत पडलेलं नाही आणि आपलं प्रेम माहीत असूनही वडिलांनी तिला ठेवून घेतल्याच्या रागावर तो घर सोडून परागंदा झाला आहे. या घटनेपासून त्याचा स्त्रीजातीवरचा विश्वासच उडाल्यासारखा झाला आहे; त्यामुळे पुष्कळ वय होईपर्यंत तो लग्नाचा किंवा एखाद्या स्त्रीचा विचारही करू शकत नाही.

'सन्स' ही कादंबरी सुरू होते ती हा टायगर वडिलांच्या मृत्यूमुळे काही दिवसांसाठी परत येतो तिथे.

तरुणपणात परागंदा झालेला आपला सर्वांत धाकटा रागीट भाऊ आता स्वतःच एका पलटणीचा सरदार झालेला आहे, हे बघून त्याचे दोन मोठे भाऊ आश्चर्यचकित होतात. घर सोडून गेल्यावर त्यानं एका सरदाराकडे, त्याच्या सैन्यामध्ये नोकरी धरलेली असते आणि या वेळेपर्यंत तो खूपच वरच्या हुद्द्यापर्यंत गेलेला असतो. दोघे थोरले भाऊ त्याला थोडेसे घाबरतातच.

वांग लुंग मरण पावल्यावर एका श्रीमंत माणसाला शोभेल अशा थाटामाटानं त्याचा दफनविधी पार पाडण्यात येतो. गावातल्या एका प्रतिष्ठित व्यापाऱ्याकडून त्याच्या संपत्तीची, जमिनीची तीन भावांमध्ये वाटणीही केली जाते. वाटणी झाल्यावर ते तिघे भाऊ दूर जातानाही विचित्र रीतीने एकमेकांशी बांधले जातात.

टायगर वांग आपल्या भावांना सांगतो, 'माझ्या वाटणीची जमीन विकून टाका आणि मला रोख पैसे द्या, कारण आता मी स्वतःचंच सैन्य उभारणार आहे आणि लढाई करून पैसा कमावणार आहे. त्यासाठी माझ्या हातात प्रथम रोख पैसा हवा.' आणि यासाठी त्या दोघांकडून त्यांना शक्य असेल तेवढे पैसे त्याला उसने, कर्जाऊ म्हणून हवे असतात. शिवाय त्याला स्वतःला मुलगा नसल्याने त्या दोघांनी आपल्या मुलांपैकी एकेक मुलगा त्याला द्यावा. तो त्यांना युद्धाचं शिक्षण देऊन

तयार करेल आणि तेही त्याच्याबरोबर पैसा कमावतील असं वचन तो आपल्या दोघा भावांना देतो.

जमीनदार वांग आणि व्यापारी वांग दोघेही आपला एक एक मुलगा टायगरच्या स्वाधीन करतात. व्यापारी वांगचा देवीचे वण तोंडावर असलेला मुलगा लवकरच स्वतःचं कर्तृत्व सिद्ध करतो; पण जमीनदार वांगच्या कोवळ्या मनाच्या आणि श्रीमंती सवयी लागलेल्या भित्र्या मुलाला हे कष्टाचं सैनिकी आयुष्य जराही आवडत नसतं. एका सुट्टीमध्ये घरी गेलेला असताना तो फास लावून घेऊन आत्महत्या करतो.

जसजसे दिवस जातात तसतसे जमीनदार वांगला त्याच्या कुटुंबाची ऐषारामी रहाणी सांभाळण्यासाठी एकामागोमाग एक असे त्याच्या जमिनीचे तुकडे विकणं भाग पडतं आणि व्यापारी वांग कमीतकमी भावानं सर्वांत उत्तम असे त्याच्या जमिनीचे तुकडे स्वतःसाठी विकत घेत राहातो.

टायगर आपल्या सैनिकांना घेऊन उत्तरेकडे जातो. तिथे तिथल्या न्यायाधिकाऱ्याच्या मदतीने एक सापळा रचून लेपर्ड नावाच्या एका क्रूर सरदाराला टायगर ठार मारतो आणि लेपर्डची सर्व संपत्ती आणि भलं मोठं सैन्यही ताब्यात घेतो. तिथल्या जनतेकडून कर गोळा करून टायगर खूप श्रीमंत होतो. याबरोबरच टायगर लेपर्डच्या एका तरुण रखेलीलाही कैद करतो. काही काळ तिला कैदेत ठेवून तो तिला सोडूनही देतो. ती ज्या वेळी त्याच्याशी लग्न करून त्याच्याबरोबरच राहाण्याची इच्छा प्रगट करते, तेव्हा त्याला आश्चर्य वाटल्यावाचून राहात नाही. या वेळेपर्यंत त्यानं न्यायाधिकाऱ्याच्या कचेरीतला भ्रष्टाचारही संपवलेला असतो. आयुष्यात प्रथमच त्याला स्त्रीचा सहवास मिळतो; त्यामुळे तो संपूर्णपणे तिच्या आहारी जातो.

याच काळामध्ये दोन चिनी राज्यकर्ते यांच्यामध्ये संघर्ष सुरू होतो. आपापल्या प्रदेशांमध्ये हुकूमत गाजवणारे छोटेमोठे लुटारू सरदार या परिस्थितीचा फायदा घेऊन आपापल्या प्रदेशांमध्ये मनमानी सुरू करतात, शिवाय लहानसहान लोकही छोटेसे गट बनवून गरीब, सामान्य लोकांना लुटायला, धमकवायला सुरुवात करतात. या अराजकाचं वर्णन पर्ल बक किती साध्या, सोप्या शब्दांमध्ये करते ते बघण्यासारखं आहे.

ती लिहिते, 'मोठमोठ्या सरदारांनी युद्ध पुकारून देशाचे दोन तुकडे पाडले आहेत हे कळल्यावर सगळीकडे लढाईचं वारं सुटलं. त्या जोशामध्ये सगळीकडचे लहानसहान युद्धखोर आत्मे जागे झाले. बरोजगार असलेले किंवा ज्यांना काम करायचं नव्हतं असे, साहसाची आवड असणारे असे व आपल्या आई-वडिलांवर प्रेम नसणारे असे, जुगारी आणि असे सगळेच काही ना काही कारणाने असमाधानी असणारे सगळे पुरुष उठून या संधीचा फायदा घेऊन लुटालूट करू लागले.

‘ज्या प्रदेशात वृद्ध न्यायाधिकाऱ्याच्या नावानं टायगर वांग राज्य चालवत होता, त्या प्रदेशातही असेच काही लोक एकत्र झाले आणि त्यांनी नाव घेतलं पिवळ्या फेट्याचे लोक; कारण डोक्याला ते एक पिवळी पट्टी बांधत असत. या पिवळ्या फेट्यांनी त्या प्रदेशाला छळायला सुरुवात केली. सुरुवातीला ते हे सगळं अगदी लहान प्रमाणावर-काहीसं भीतभीतच करत होते. कुठे एखाद्या शेतकऱ्याकडून थोडं धान्य हिसकावून घे किंवा जाता जाता एखाद्या खानावळीत जाऊन जेवायचं; पण त्याचे पैसे द्यायचे नाहीत आणि खानावळीच्या मालकानं धीर करून पैसे मागितलेच तर मोठ्या आवाजात आरडाओरडा करायचा किंवा थोडेसेच पैसे द्यायचे. त्यांच्या भयानक अवताराकडे पाहून आणि त्यांच्या त्या मोठ्या आवाजाला घाबरून तो बिचारा माणूस गप्प बसायचा. गुपचूप आपला तोटा सहन करायचा; पण जसजशी त्यांची संख्या वाढू लागली तसतसे हे पिवळा फेटेवाले माजायला लागले.’

कोणत्याही देशात अराजकाला अशीच सुरुवात होते, याला इतिहास साक्षी आहे.

टायगरच्या कानावर जेव्हा या गोष्टी जातात, तेव्हा या लोकांना धडा शिकवण्याचा तो निश्चय करतो; पण त्याच्याकडे बंदुका कमी असतात. तो आपल्या व्यापारी भावाला चोरट्या मार्गानं काही बंदुका देशामध्ये आणायला सांगतो; पण त्याची बायको त्या बंदुका दुसऱ्या एका सरदाराकडे पाठवण्याचा प्रयत्न करते, तेव्हा तो सरळ तिला ठार मारतो. त्यानंतर तर स्त्रियांवरचा त्याचा विश्वास पारच उडतो.

नंतर तो दोन मुलींशी लग्न करतो. त्या दोन्ही मुली त्याच्या दोन्ही मोठ्या भावांच्या बायकांनी निवडलेल्या असतात. त्यांपैकी एक गावाकडची खेडवळ स्त्री असते तर दुसरी एका मोठ्या आणि श्रीमंत वैद्याची सुशिक्षित, औषधे जाणणारी अशी मुलगी असते.

लग्नानंतर काही दिवसांनी टायगर एका मोहिमेवर जातो. आग्नेय दिशेच्या किनारपट्टीवरील प्रदेशाच्या राजधानीवरच तो हल्ला करतो आणि तिथे राज्य करणाऱ्या सरदाराला पराभूत करतो. तिथून तो परत आपल्या मुक्कामी येतो, तेव्हा त्याच्या दोन्ही बायकांना मुलं झालेली असतात. खेडवळ बायकोला मुलगा आणि सुशिक्षित बायकोला मुलगी झालेली असते. मुलीकडे सरळ दुर्लक्ष करत टायगर वांग आपल्या मुलावर लक्ष केंद्रित करतो.

त्याच्या दोन्ही भावांबद्दल तसेच मोठ्या भावाच्या ऐदी आणि मधल्या भावाच्या गावंढळ, पैशाशिवाय दुसरं काहीही न जाणणाऱ्या मुलांबद्दल टायगरच्या मनात जी

घृणा निर्माण झालेली असते, त्यामुळे तो आपल्या स्वतःच्या मुलाला एक शूर आणि निधड्या छातीचा सरदार बनवण्याचा निश्चय करतो. आपल्यानंतर आपल्या सैन्याचं नेतृत्व त्यानं करावं ही इच्छा त्यामागे असते. टायगर सतत आपल्या मुलाला स्वतःबरोबर ठेवून त्याला सैनिकी आयुष्याची ओळख आणि सवय करून देण्याच्या प्रयत्नात असतो.

या वेळी पर्ल बक या दोन्ही कुटुंबांचं, त्यातल्या व्यक्तींचं जे काही चित्रण करते तो व्यक्तिचित्रणाचा एक मापदंडच मानावा लागेल.

काहीही कष्ट न करता केवळ आपल्या शेतावर कुळानं शेती करणाऱ्या शेतकऱ्यांविषयीचं जमीनदार वांगचं मत- 'हे गरीब लोक असेच असतात- सारख्या तक्रारीच करतात- खंड द्यायची वेळ आली की, यांचं रडगाणं आणि मागण्या सुरू' असं बोलणं- आपला, आपल्या वडिलांचा भूतकाळ विसरून त्याचं त्यांच्याशी वागणं, ऊन लागतं म्हणून खंडाची वसुली करायला मुनीमाला पाठवणं, त्याचं प्रमाणाबाहेर लठ्ठ असलेलं शरीर, त्याचे, त्याच्या मुलांचे रेशमी कपडे व नाजूकसाजूक खाण्याच्या सवयी आणि या सर्वांच्या अगदी विरुद्ध प्रकारचं व्यापारी वांग आणि त्याच्या कुटुंबाचं वागणं- पैसा हेच सर्वस्व मानून आपल्या सख्ख्या भावाकडूनही अफाट दरानं व्याजवसुली करणं, त्याच्या जमिनी कमी भावानं स्वतःच विकत घेणं या साऱ्याचं पर्ल बक तिच्या नेहमीच्या पद्धतीनं अगदी तटस्थपणे पण तपशीलवार वर्णन करते, तेव्हा ही सारी मंडळी आपल्या डोळ्यांसमोर उभी राहातात.

या भावांमधला सर्वांत धाकटा असलेल्या टायगर वांगचा मुलगा युआन मात्र यांच्याहून वेगळा आहे. या मुलाला -अगदी आपल्या आजोबांसारखा-वांग लुंगसारखा- शेती करण्यातच रस असतो, जमिनीविषयी प्रेम असतं... एवढंच नाही तर त्याला कोणत्याही प्रकारची हिंसा, लढाई, रक्तपात बघवतही नाही. वांग लुंगची मानसिकदृष्ट्या अपंग असलेली मुलगी याच वेळी मरण पावते. ती वांग लुंगच्या शेतावरच्या घरामध्ये राहात असते, पेअर ब्लॉसम तिथेच राहून तिची काळजी घेत असते. म्हणूनही युआनला त्या शेतांविषयी आपुलकी वाटत असते.

तेवढ्यात त्या प्रांतामध्ये भयानक दुष्काळ पडतो. टायगरला आपल्या सैनिकांवर फार नियंत्रण ठेवणं भाग पडतं, कारण पहिल्यापासूनच त्यानं आपल्या सैनिकांना लूटमार करणं, बायकांना त्रास देणं यांपासून दूर राहायला बजावलेलं असतं. परिस्थिती चांगली असेपर्यंत, त्याच्या नियमांचं उल्लंघन करण्याची एकाही सैनिकाची हिंमत झालेली नसते; पण या दुष्काळात ते हाताबाहेर जाणार हे टायगरला अपेक्षित असतं. त्यांचे पगार करण्यासाठी त्याला पुन्हा आपल्या भावांची मदत घ्यावी लागते.

त्याचा मुलगा युआन पंधरा वर्षांचा झाल्यावर टायगर त्याला दूरच्या सैनिकी शिक्षण देणाऱ्या शाळेमध्ये पाठवतो. चार वर्षांनंतर युआन अचानक घरी येतो, तेव्हा

टायगर आश्चर्यचकितच होतो, कारण आता युआनच्या अंगावर क्रांतिकारक सैन्याचा गणवेश असतो. त्याच्या शाळेतले शिक्षक क्रांतिकारकांना सामील झालेले असतात आणि टायगरसारख्या लढाऊ सरदारांविरुद्धच त्यांचा लढा असतो. क्रांतिकारकांच्या सैन्यामध्ये जाऊन स्वतःच्या वडिलांविरुद्ध जावं लागू नये म्हणून युआन लपतछपत शाळा सोडून घरी परत आलेला असतो.

ही सगळी गडबड शांत होईपर्यंत आपल्या आजोबांच्या जुन्या मातीच्या घरात, त्या खेड्यातल्या शेतकऱ्यांमध्ये लपून राहावं असा त्याचा विचार असतो. शेतावरच्या घरात युआनला कमालीची शांतता मिळते. पूर्वीची कविता करण्याची त्याची वृत्तीही तिथे पुन्हा जागी होते.

पण आपण आजारी असल्याचं कारण सांगून टायगर त्याला पुन्हा घरी बोलावून घेतो, तेव्हा मात्र युआन रागानं घराबाहेर पडतो आणि आपली सावत्र आई-जी आपल्या मुलीला घेऊन तिच्या शिक्षणासाठी म्हणून किनारपट्टीवरच्या एका मोठ्या आधुनिक शहरामध्ये जाऊन राहिलेली असते- तिच्याकडे जातो.

टायगरला कळून चुकतं की, आपलं स्वतःचं आणि आपल्या मुलाचं दोघांचंही आयुष्य आपण ठरवल्याप्रमाणे जाणार नाही. एवढंच नव्हे, तर आपल्या मुलाच्या मनात आपल्याविषयी, आपल्या जीवनशैलीविषयी कमालीची घृणा, तिरस्कार आहे. मग मात्र युआनला शिक्षणासाठी पैसे पाठवत राहाणं, त्यासाठी मधल्या भावाकडून कर्ज घेत राहाणं एवढंच त्याच्या हातात राहातं.

टायगर आता वयस्कर झाला आहे. त्याच्या भल्या मोठ्या हवेलीत आता तो आणि त्याचा ओठफाटक्या विश्वासू सहकारी तेवढे राहिले आहेत. पैसे नसल्यानं टायगरचं सगळं सैन्यही त्याला सोडून गेलं आहे. जुने दिवस आठवत टायगर युआनची वाट पाहात जगतो आहे.

'सन्स' मध्ये पर्ल बकनं त्या काळातल्या चिनी सामाजिक आणि राजकीय जीवनाचं जे वर्णन केलं आहे, त्यामुळे तिला तत्कालीन चिनी राज्यकर्त्यांचा रोषही सहन करावा लागला. चीनला भेट देणाऱ्या एका अमेरिकन शिष्टमंडळामध्ये तिची निवड झालेली असताना, चीन सरकारनं तिला प्रवेशपत्र देण्याचं नाकारलं होतं. अर्थात, त्यामुळे तिच्या किंवा तिच्या लेखनाच्या लोकप्रियतेमध्ये काहीच उणीव निर्माण झाली नाही...

'अ हाउस डिव्हायडेड' ही या त्रिवेणीमधली तिसरी आणि शेवटची कादंबरी. ही कादंबरी जवळजवळ संपूर्णपणे युआनच्या आयुष्याबद्दलच बोलणारी आहे.

किनारपट्टीवरच्या त्या शहरामधून त्याची मानलेली म्हणजे सावत्र आई त्याला शिक्षणासाठी परदेशी पाठवते. तिथे एका मोठ्या विद्यापीठात शेतकी शास्त्राचं शिक्षण घेऊन सहा वर्षांनंतर युआन मायदेशी परत येतो. इथे या तिसऱ्या आणि अखेरच्या कादंबरीची सुरुवात होते.

या पहिल्या दोन्ही कादंबऱ्यांमध्ये पर्ल बकनं चिनी आयुष्याचं, चिनी अराजकाचं आणि सर्वसाधारणपणे पाश्चात्त्य लोकांच्या प्रभावामुळे चिनी जीवनामध्ये घडून येत असलेल्या आर्थिक, सामाजिक आणि राजकीय बदलांचं अतिशय प्रभावी चित्रण केलेलं आहे. या पार्श्वभूमीवर 'अ हाउस डिव्हायडेड' या तिसऱ्या कादंबरीमध्ये युआनला येणारे परदेशातले अनुभव आणि त्याचा झालेला भ्रमनिरास हेही पर्ल बक अतिशय मार्मिकपणे वाचकाला सांगते.

या तीनही कादंबऱ्या मिळून तत्कालीन चीनचं एक अतिशय संपूर्ण असं मार्मिक आणि भेदक चित्र वाचकांसमोर उभं राहातं.

❖

एक

अशा रीतीने टायगर वांगचा मुलगा वांग युआन हा त्याच्या आयुष्यामध्ये प्रथमच त्याच्या आजोबांच्या-वांग लुंगच्या मातीच्या घरात पाऊल टाकता झाला.

आपल्या वडिलांशी भांडण्यासाठी वांग युआन प्रथम दक्षिणेकडून घरी आला, तेव्हा एकोणीस वर्षांचा होता. ती एक हिवाळ्याची रात्र होती. उत्तरेकडून येणाऱ्या वाऱ्यामधून अधूनमधून उडणारे बर्फाचे खडे खिडकीच्या जाळीवर आदळत होते. टायगर वांग त्याच्या भल्यामोठ्या दिवाणखान्यामध्ये एकटाच बसला होता. समोरच्या शेकोटीमधल्या जळत्या कोळशांकडे बघत बसायला त्याला नेहमीच आवडायचं, तसाच तो बसला होता. नेहमीसारखाच तो त्याचा मुलगा घरी परतला असल्याचं स्वप्न बघत होता. त्याचा मुलगा आता पुरुष झालेला आणि त्याच्या वडिलांच्या सैन्याचं नेतृत्व करायला तयार असा टायगरनं आखलेल्या पण वयाची जाणीव झाल्याबरोबर थांबल्यामुळे पार पाडू न शकलेल्या अशा अनेक मोहिमा घेऊन जाणारा आणि विजयी होऊन येणारा– त्याचा मुलगा– त्याची कोणीही वाट पाहात नसलेल्या अशा त्या रात्री वांग युआन– टायगर वांगचा मुलगा, घरी परतला.

तो येऊन आपल्या वडिलांसमोर उभा राहिला. त्याच्या अंगावरचा गणवेश आपल्या ओळखीचा नाही हे टायगरच्या लक्षात आलं. तो गणवेश क्रांतिकारकांचा होता–टायगर वांगसारख्या सर्व लढाऊ सरदारांचे शत्रू असलेले क्रांतिकारक. या गोष्टीचा अर्थ लक्षात आल्याबरोबर तो म्हातारा माणूस आपल्या स्वप्नातून जागा होऊन धडपडत खुर्चीतून उठला. आपल्याच मुलाकडे निरखून पाहात त्याचा हात नेहमी त्याच्या जवळच असणाऱ्या त्याच्या निरुंद पण धारदार तलवारीकडे गेला, जणू काही आपल्या एखाद्या शत्रूसारखा तो आपल्याच मुलालाही मारून टाकणार आहे; परंतु आयुष्यात प्रथमच त्याच्या मुलानं स्वतःच्या मनात असलेला पण

आजवर वडिलांसमोर कधीच प्रकट करू न शकलेला राग उघड करत, अंगावरचा निळा कोट फाडून स्वतःची तरुण, तुळतुळीत तपकिरी छाती उघडी करत मोठ्या तरुण आवाजात म्हटलं, 'मला माहीतच होतं-तुम्ही मला ठार मारणार आहात-तुमचा हा नेहमीचाच जुनापुराणा उपाय आहे. मारा तर मग!'

पण हे सगळं ओरडून बोलत असतानाही त्या तरुण माणसाला हे ठाऊक होतं की, आपले वडील आपल्याला मारू शकणार नाहीत. त्याच्या वडिलांचा वर उचलला गेलेला हात हळूहळू खाली आला आणि त्या हातातली तलवार हलकेच खाली जमिनीवर पडली आणि आपल्या वडिलांकडे टक लावून बघत असलेल्या त्या तरुण माणसाला आपल्या वडिलांचे ओठ थरथरत असलेले दिसले; जणू काही आता ते रडणारच आहेत-आणि त्याला त्या वृद्ध माणसानं आपल्या ओठांची थरथर थांबवण्यासाठीच जणू काही आपला हात ओठांपाशी नेलेलाही दिसला.

अशा रीतीनं दोघे बाप-लेक एकमेकांकडे रोखून बघत उभे असतानाच म्हातारा स्वामिनिष्ठ फाटक्या ओठांचा नोकर आत आला. टायगर आणि तो स्वतः दोघेही तरुण असल्यापासूनच त्यानं टायगरची सेवा केली होती. आपल्या मालकाला झोपी जाण्यापूर्वी लागणारी गरम वाइन घेऊन तो आला होता. त्याला हा तरुण माणूस दिसलाच नाही. त्याला फक्त त्याचा म्हातारा मालक तेवढा दिसला. त्याचा हादरून गेलेला चेहरा आणि त्यावरचा रागाचा आणि तो राग मावळून जात असल्याचा बदलत जाणारा भाव तेवढा दिसला आणि एक किंकाळी मारत तो झटकन पुढे धावला. हातातल्या गोलसर पेल्यामध्ये वाइन ओतत त्याने तो पेला मालकापुढे धरला. मग टायगर वांग आपल्या मुलाला विसरूनच गेला. त्यानं हातातली तलवार खाली टाकली आणि आपल्या दोन्ही थरथरत्या हातांमध्ये तो वाइनचा पेला घेतला. तो पेला ओठांशी लावत त्यानं एकामागून एक घोट घ्यायला सुरुवात केली. त्याचा स्वामिनिष्ठ नोकर हातामध्ये काशाची सुरई घेऊन रिकाम्या होत आलेल्या पेल्यामध्ये आणखी वाइन ओतायला तयारच होता. टायगर वांग पुटपुटतच होता— ''आणखी वाइन-आणखी वाइन-' आता तर तो रडणंही विसरून गेला होता.

तो तरुण माणूस तिथेच त्या दोघांकडे बघत उभा होता. ते दोन म्हातारे-दुखावला गेलेला एक-जो गरम वाइनच्या सुखासाठी लहान मुलासारखा आतुर झालेला आणि दुसरा-मालकासाठी वाइन ओतताना ज्याचा भयानक कुरूप चेहरा मालकाविषयीच्या प्रेमानं कमालीचा कोवळा झाला होता –हे तर दोन म्हातारे होते-ज्यांची मनं गरम वाइन आणि तिच्यापासून मिळणाऱ्या सुखाच्या विचारानं पुरती भरून गेलेली होती असे दोन म्हातारे– आपल्याला हे दोघे विसरून गेले आहेत हे त्या तरुण माणसाला जाणवलं. आत्तापर्यंत जोरजोरानं धडधडत असलेलं, तापलेलं त्याचं हृदय एकदम थंड झालं. त्याच्या घशात अडकून राहिलेला घट्ट आवंढा

एकाएकी वितळून गेला आणि त्याच्या डोळ्यांमधून वाहायला लागला; पण हे असे अश्रू वाहू देणं त्याला जमणार नव्हतं. नाही, युद्धकला शिकवणाऱ्या शाळेमध्ये शिकलेला कठीणपणा त्याच्या अंगात थोडाफार मुरला होता, तोच आत्ता त्याच्या उपयोगाला आला. खाली वाकून त्यानं स्वतः जमिनीवर फेकलेला पट्टा उचलला आणि एक शब्दही न बोलता तो ताठपणाने शेजारच्या खोलीत निघून गेला. लहान असताना तो याच खोलीत बसून आपल्या तरुण शिक्षकाकडून धडे गिरवत असे. तो शिक्षकच नंतर युद्धकला शिकवणाऱ्या शाळेमध्ये त्याचा अधिकारी झाला होता. खोलीतल्या अंधारातच त्यानं चाचपडून त्याच्या अभ्यासाचं टेबल आणि खुर्ची शोधली आणि तो खुर्चीवर बसला. आता त्यानं त्याचं शरीर ढिलं पडू दिलं, कारण त्याच्या हृदयालाच धक्का बसला होता.

आत्ता कुठे त्याच्या लक्षात येत होतं की, त्यानं स्वतःच्या वडिलांविषयी मनात इतकी प्रचंड भीती बाळगण्याचं काहीच कारण नव्हतं –नाही–किंवा त्यांच्याविषयी एवढं प्रचंड प्रेमही मनात साठवून ठेवायला नको होतं. – या म्हाताऱ्या माणसासाठी त्यानं आपले मित्र सोडले होते; आपलं ध्येयही सोडलं होतं. पुनःपुन्हा आणि आणखी एकदा वांग युआनला त्यानं आत्ता बघितलेले आपले वडील नजरेसमोर दिसत होते. तसेच त्या भल्या थोरल्या दालनात वाइन पीत बसलेले –आता तो एका नव्याच दृष्टीनं वडिलांकडे पाहत होता. हेच आपले वडील आहेत–टायगर वांग-यावर त्याचा विश्वासच बसत नव्हता. युआन आजवर कायमच वडिलांना घाबरत आला होता आणि तरीही अगदी स्वतःच्या मनाविरुद्ध तो वडिलांवर प्रेमही करतच होता. त्या प्रेमातही एक अप्रत्यक्ष अशी बंडखोरीची भावना असायचीच. टायगरचा अचानक फुटणारा राग, त्याच्या डरकाळ्या आणि त्याच्या नेहमी हाताजवळच असणारी त्याची निरुंद, चमकती तलवार उपसण्याची त्याची रीत या सर्वांचं कमालीचं भय युआनच्या मनात दाटलेलं होतं. त्याच्या एकाकी बालपणामध्ये युआनला अनेकदा रात्री जाग यायची-त्याला स्वप्न पडलेलं असायचं की, काहीतरी कारणानं त्याचे वडील त्याच्यावर रागावले आहेत. खरं म्हणजे त्याला ही अशी भीती वाटण्याचं काहीच कारण नव्हतं, कारण टायगर वांग आपल्या मुलावर फार काळ रागावू शकतच नसे. युआननं टायगरला इतरांवर खूप रागावलेलं किंवा रागाचा आव आणलेलं खूपच वेळा पाहिलेलं होतं, कारण टायगर आपल्या रागाचा उपयोग त्याच्या सैनिकांवर वचक ठेवण्यासाठी एखाद्या शस्त्रासारखा करत असे. रात्रीच्या अंधारात तो लहान मुलगा थरथर कापत आपल्या बिछान्यात पांघरुणाखाली पडून राहात असे. वडिलांचे विस्फारलेले गोल गरगरीत डोळे आणि रागानं बोलत असताना हलत राहाणाऱ्या त्याच्या काळ्याभोर मिशा युआनला सतत नजरेसमोर दिसत राहायच्या. टायगरच्या सैनिकांमध्ये हळू आवाजात बोललं जायचं–'टायगरच्या

मिशांना हात न घालणंच फायद्याचं ठरेल.'

एवढा सगळा राग असूनही टायगरचं फक्त आपल्या मुलावर कमालीचं प्रेम होतं आणि हे मुलालाही माहीत होतं. युआनला हे माहीत होतं आणि त्याची भयंकर धास्तीही त्याच्या मनात होती, कारण हे प्रेम टायगरच्या संतापासारखंच होतं-तापट, चिडखोर –त्या लहान मुलाला त्या प्रेमाचं फार मोठं ओझंच झालेलं होतं. याचं एक कारण असं होतं की, टायगरच्या घरात त्याच्या हृदयातली ही आग शांत करणारं कुणी बाईमाणूस नव्हतं. इतर सरदार युद्धावरून परत आल्यावर निवृत्त जीवनामध्ये, त्यांच्या आयुष्यामध्ये गंमत आणण्यासाठी एखादी बाई जवळ करत असत; पण टायगर वांगनं असं काहीही केलं नव्हतं. तो तर स्वतःच्या बायकांकडेही जात नसे. त्याच्या बायकांपैकी एक एका वैद्याची एकुलती एक मुलगी होती आणि म्हणून तिला वडिलांकडून भरपूर संपत्तीही मिळालेली होती. ती केव्हाच आपल्या मुलीला घेऊन समुद्रकिनाऱ्यावरच्या एका मोठ्या शहरात जाऊन राहिली होती. तिला टायगरपासून ही एकच मुलगी झाली होती. त्या मुलीला परदेशी शिक्षण देण्याच्या हेतूनं तिनं हे पाऊल उचललं होतं. म्हणून युआनला त्याचे वडील हेच सर्वस्व होते. प्रेम-भीती सगळंच! हे प्रेम आणि भीतीचं मिश्रण त्याला अदृश्यपणे जखडून ठेवत होतं. या दोन भावनांमध्ये तो बंदिवानच होता. त्याचं मन आणि हृदय त्याच्या वडिलांचं त्याच्या एकट्यावर केंद्रित असलेलं प्रचंड प्रेम आणि वडिलांबद्दल त्याच्या मनात असलेली तेवढीच प्रचंड भीती या दोन्ही या बेड्यांनी घट्ट बांधून टाकलेलं होतं.

टायगरला हे माहीत नसलं तरी त्यानं आपल्या मुलाला असं घट्ट बांधून घेतलं होतं.

या बंधनाची फार प्रखर अशी जाणीव युआनला झाली ती त्याच्या युद्धशाळेमध्ये त्याच्या मित्रांनी त्यांच्या प्रशिक्षक नेत्यासमोर या नव्या थोर उद्देशासाठी वाहून घेण्याची शपथ घेतली तेव्हा.

आपल्या देशाचं सरकार ताब्यात घेऊ, तिथे बसलेल्या दुर्बळ माणसाला खाली खेचू, आजवर क्रूर अशा सरदारांच्या आणि परदेशी शत्रूंच्या मर्जीनुसार जगावं लागलेल्या सामान्य माणसाच्या भल्यासाठी कार्य करू आणि आपला हा देश पुन्हा एकदा महान बनवू अशी ती शपथ होती.

त्या तासाभरामध्ये एकामागोमाग एक तरुण पुढे येत होता आणि ती शपथ घेत स्वतःचं आयुष्य वाहून टाकत होता, तेव्हा युआन एकदम मागे झाला होता. हे त्याचे सगळे साथी ही शपथ घेत होते ती त्याच्या वडिलांसारख्या क्रूर सरदारांचा निःपात करण्यासाठीच तर होती. त्या वेळी त्याच्या वडिलांबद्दलची भीती आणि प्रेम वर उफाळून आलं आणि तो मागे सरला होता. खरंतर त्याचं हृदय त्याच्या

मित्रांबरोबरच होतं. सामान्य जनतेनं सोसलेल्या अगणित हालअपेष्टांचं स्पष्ट दुःखद चित्र त्याच्या डोळ्यांसमोर उभं राहिलं. आपण कष्टानं पिकवलेलं सारं धान्य त्याच्या वडिलांच्या घोडेस्वारांच्या घोड्यांच्या टापांखाली धुळीत मिळताना बघितलं की, त्या शेतकऱ्यांच्या चेहऱ्यावर उमटणारे भाव त्याला स्वच्छ आठवत होते. एखाद्या खेड्यातल्या बुजुर्गाकडे टायगर जेव्हा सभ्यतेने पण ठामपणे धान्याच्या किंवा चांदीच्या स्वरूपातला कर भरण्याची मागणी करायचा, तेव्हा त्या बुजुर्गाच्या चेहऱ्यावर उमटणारे असहाय रागाचे आणि भीतीचे भाव युआनला चांगले आठवत होते. जमिनीवर पसरलेले मृतदेह आपले वडील आणि त्यांचे सैनिक यांच्या दृष्टीने किती क्षुल्लक असायचे, हेही त्याला आठवत होतं.

अनेक पूर आणि दुष्काळही त्याला चांगले आठवत होते. अशाच एका पुराच्या वेळी तो आपल्या वडिलांबरोबर, एका बांधाशी गेला होता. जिकडेतिकडे पाणीच पाणी होतं. त्या बांधावर शेकडो भुकेल्या, हडकुळ्या झालेल्या बायका-पुरुषांची गर्दी होती. त्या गर्दीनं टायगरवर आणि त्याच्या मौल्यवान मुलावर हल्ला करू नये म्हणून टायगरचे सैनिक अधिकच क्रूरपणे वागत होते. होय, युआनला या आणि इतरही अनेक गोष्टी अगदी स्वच्छ आठवत होत्या. या गोष्टी बघताना त्याच्या अंगावर उठलेले शहारेही त्याला चांगले आठवत होते. आपण अशा एका सरदाराचा मुलगा आहोत याची वाटलेली लाजही आठवत होती. आपल्या मित्रांसमवेत उभं असतानाही त्याला स्वतःचा तिटकारा वाटला होता. स्वतःच्या वडिलांच्या विरोधात अशी शपथ घेता येणार नाही याची जाणीव होऊन हळूच मागे हटतानाही त्याला स्वतःचा तिटकाराच वाटला होता. या ध्येयासाठी ती शपथ घ्यायला हवी असं मनापासून वाटत असूनही त्यानं पाय मागे घेतला होता.

आपल्या लहानपणच्या खोलीतल्या अंधारामध्ये एकटाच बसलेला असताना युआनला त्यानं त्याच्या वडिलांसाठी केलेला हा त्याग आठवला आणि त्या क्षणी त्याला हे सगळं व्यर्थ वाटायला लागलं. हा त्याग आपण केला नसता तरच बरं झालं असतं, कारण आपल्या वडिलांना ते कळत नाही आणि त्याची काही किंमतही नाही, या म्हाताऱ्या माणसासाठी युआन त्याचे समवयस्क मित्र आणि त्यांची मैत्री सोडून आला होता आणि टायगरला त्याची काय पर्वा होती? आयुष्यभर आपल्यावर अन्यायच होत आला आहे, आपल्याला कुणी कधी समजूनच घेतलं नाही असं युआनला वाटायला लागलं आणि मग त्याला एकदम त्याच्या वडिलांनी त्याला दुखावल्याचे अनेक बारीकसारीक प्रसंगही स्वच्छ आठवायला लागले. टायगरचे सैनिक तलवारबाजीचा सराव करत असताना टायगर कसा जबरदस्तीने आपल्याला तो बघायला घेऊन जायचा, आपण पुस्तक वाचत असलो तरी, ते पुस्तक हातून

खाली ठेवावंसं वाटत नसलं तरी- भीक मागायला आलेल्या माणसांवर त्याच्या वडिलांनी झाडलेल्या गोळ्या– सगळ्या सगळ्या नकोशा गोष्टी त्याला आठवायला लागल्या. दात-ओठ आवळून युआन पुटपुटायला लागला, "त्यांनी माझ्यावर कधीच प्रेम केलेलं नाही-त्यांना फक्त असं वाटतंय की, त्यांचं माझ्यावर फार प्रेम आहे आणि त्यांना सर्वांत प्रिय असलेली अशी एकुलती एक वस्तू म्हणजे मी आहे आणि तरीही मला मनापासून काय करावंसं वाटतं ते त्यांनी कधीही विचारलं नाही- जर कधी विचारलं असेलच तर ते फक्त मला हवी असलेली गोष्ट त्यांच्या मनात नसेल तर तिला 'नाही' म्हणण्यापुरतंच! –म्हणूनच तर मला जेव्हा काहीही मागायचं असेल, तेव्हा त्यांना काय हवंय - काय आवडेल याचा विचार करूनच मागावं लागलेलं आहे. मला कसलंही स्वातंत्र्य मिळालंच नाही कधी–'

मग युआनला त्याच्या मित्रांची आठवण झाली. त्यांच्या मनात आता आपल्याबद्दल केवढा तिरस्कार भरून राहिला असेल? आता स्वतःचा देश महान बनवण्याच्या कार्यामध्ये त्याला कधीही त्यांची साथ देता येणार नाही असा विचार मनात आल्याबरोबर तो बंडखोरपणे पुटपुटला, 'मला तर त्या युद्धशास्त्र शिकवणाऱ्या शाळेत जायचंच नव्हतं खरं म्हणजे; पण त्यांनीच मला जबरदस्तीनं पाठवलं - नाहीतर कुठेच जायचं नाही म्हणाले.'

हा कडवटपणा आणि एकाकीपणा युआनच्या मनात दाटून भरून आला. त्यानं त्या अंधाऱ्या खोलीत आवंढे गिळत, पापण्या फडफडवत, बंडखोरीचे विचार मनात घोळवत, एखाद्या दुखावलेल्या लहान मुलासारखं पुटपुटायला सुरुवात केली, 'मी एखादा क्रांतिकारक झालो असतो तरी माझ्या वडिलांना काही फरक पडला नसता– त्यांना समजलंही नसतं आणि त्यांना काही वाटलंही नसतं-मी माझ्या नेत्याच्या मागे निघूनच जायला हवं होतं– आहे कोण माझं इथे आता– कोणीही नाही–'

असा युआन एकटा बसला आहे. अगदी एकाकी, अगदी दुःखी-आणि त्याच्याजवळ कुणी आलंही नाही. उरलेल्या संबंध रात्रीमध्ये एखादा नोकरही त्याला काय हवं - नको बघायला त्याच्याजवळ फिरकला नाही. घरातल्या सगळ्याना चांगलंच माहीत होतं की, त्यांचा मालक टायगर वांग आपल्या मुलावर संतापलेला आहे, कारण या दोघांचं भांडण चाललेलं असताना दारं-खिडक्यांना कान आणि डोळे फुटलेले असायचे, तेव्हा आता मुलाचं सांत्वन करून वडिलांचा संताप स्वतःवर ओढवून घेण्याची कोणाचीच तयारी नव्हती. युआनकडे कुणीही लक्षच न देण्याची ही पहिलीवहिली वेळ होती; त्यामुळे तर त्याला अधिकच एकाकी वाटायला लागलं.

दिवा लावण्यासाठी काहीतरी शोधण्याचा प्रयत्नही न करता किंवा एखाद्या नोकराला हाकही न मारता तो तसाच बसून राहिला. डेस्कवर हात ठेवून त्यानं त्यावर डोकं टेकलं आणि दुःखाच्या लाटा जशा येतील तशा स्वतःवर वाहू देत तो

तसाच बसून राहिला आणि तरीही अखेरीस त्याला झोप लागलीच, कारण तो खूप दमला होता आणि खूप तरुणही होताच.

त्याला जाग आली, तेव्हा किंचितसं फटफटलं होतं. त्यानं झटकन मान उचलून आजूबाजूला बघितलं. मग त्याला आठवलं की, त्याचं त्याच्या वडिलांशी भांडण झालंय. तो सारा कडवटपणा अजूनही अंगात भरून राहिलाय हेही त्याला जाणवलं. तसाच उठून तो बाहेरच्या दरवाजाशी गेला. पहाटेच्या अंधूक उजेडात राखाडी रंगाचं दिसणारं बाहेरचं अंगण अगदी शांत, निश्चल असं होतं. वारा अगदी पडला होता. रात्रभरात पडलेलं बर्फ वितळून गेलं होतं. बाहेरच्या दाराशी एक पहारेकरी उबेसाठी अंगाचं मुटकुळं करून झोपला होता. आगंतुक चोरांना घाबरवण्यासाठी वाजवायचा त्याचा पोकळ बांबू आणि काडी तिथेच जमिनीवर ठेवलेली होती. झोपेत त्याचं तोंड उघडं आणि सैल पडलेलं होतं आणि त्याचे वेडेवाकडे दात दिसत होते. युआनला फार किळसवाणे वाटले. खरं म्हणजे तो चांगला माणूस आहे हेही त्याला माहीत होतं. युआन लहानपणापासून त्या माणसाला ओळखत होता; त्या बालवयाला काही फार दिवस झाले नव्हते. युआननं रस्त्यावरच्या जत्रांमध्ये कितीतरी वेळा त्याच्याकडे खाऊ आणि खेळणीही मागितली होती; पण आत्ता मात्र त्याच्या नजरेला एक म्हातारा विद्रूप माणूस दिसत होता-ज्याला आपल्या तरुण मालकाच्या सुख-दुःखाशी काही देणंघेणं नव्हतं. होय, युआनचं इथलं सारं आयुष्य अगदी फुकटच गेलं होतं - हे जाणवल्याबरोबर त्याच्या मनात बंडाची एक भलीमोठी लाट उसळली. हे बंड काही नवं नव्हतं... तो आणि त्याचे वडील यांच्यामध्ये जे एक गुप्त युद्ध सतत चालू होतं ते युद्धच आता फुटून सामोरं आलं होतं. ही भावना एवढी कधी आणि कशी वाढली हे युआनला कळलंच नव्हतं.

लहान वयामध्ये त्याच्या शिक्षकानं त्याला बंडाविषयी सांगितलं होतं, देशाचा भविष्यकाळ बदलून टाकण्याविषयी सांगितलं होतं, त्या गुरुजींनी युआनला नीटच पढवलं होतं. त्याचं बालहृदय त्या महान, शूर, सुंदर शब्दांनी उचंबळून आलं होतं. असं असलं तरीही जेव्हा त्याचे शिक्षक आवाज खाली आणून अगदी कळकळीने त्याला सांगायचे, 'एक दिवस हे सारं सैन्य तुझं होईल, तेव्हा तू ते सैन्य तुझ्या देशाच्या भल्यासाठीच वापरलं पाहिजेस, कारण आता आपल्याला हे युद्धखोर सरदार नको आहेत.'

अशा रीतीने टायगर वांगच्या अपरोक्ष हा त्याचा पगारी नोकर त्याच्या विरुद्ध त्याच्याच मुलाला हळूहळू भडकवण्याचं काम करत होता. ते लहान मूल असहायपणे आपल्या गुरूच्या चमकत्या डोळ्यांकडे पाहात, त्याचा उत्साही आवाज ऐकत, मनातून हलून जात, दुःखी होत राही. मनात स्वच्छ उमटलेले शब्द उघडपणे बोलण्याची त्याची छातीच नव्हती; 'पण माझे वडीलच असे युद्धखोर सरदार आहेत

ना.’ ते लहान मूल सबंध बालपणामध्ये अगदी गुप्तपणे असं दोन दिशांना खेचलं जात होतं आणि ही गोष्ट कुणालाही उमगली नव्हती; त्यामुळेच युआन त्याच्या वयापेक्षा अधिक गंभीर, जड हृदयी आणि अबोल झाला होता. त्याचं त्याच्या वडिलांवर प्रेम असलं तरी त्यांच्याबद्दल अभिमान वाटणं काही शक्य नव्हतं.

म्हणूनच या फिकट पहाटेला युआन कमालीचा थकून गेला होता. इतकी वर्षं स्वतःशीच चाललेल्या या लढाईनं त्याची सारी ताकद नष्ट करून टाकली होती. या लढाईपासून, त्याला माहीत असलेल्या प्रत्येक लढाईपासून, प्रत्येक ध्येयापासून दूर पळून जावंसं वाटत होतं; पण जाणार तरी कुठे? त्याच्या वडिलांच्या प्रेमानं त्याला या चार भिंतींच्या आत इतकं सुरक्षित, इतकं बांधून ठेवलं होतं की, त्याला ना कुणी मित्र होते, ना जाण्यासारखी एखादी जागा होती.

आणि अचानक त्याला या सर्व लढाईच्या आणि लढाईसंबंधीच्या काळात त्यानं आजवर पाहिलेली सर्वांत शांत जागा आठवली. लहानपणापासून तिथेच तर होता की तो. त्याचे आजोबा वांग लुंग ज्या जुन्या, लहानशा मातीच्या घरात पूर्वी राहायचे ते घर– वांग लुंग श्रीमंत होऊन, नवं घराणं स्थापन करून आपल्या शेतीपासून दूर गेला आणि मग ‘श्रीमंत वांग लुंग’ म्हणून ओळखला जायला लागला त्याआधी त्याला जेव्हा ‘शेतकरी वांग लुंग’ म्हटलं जात होतं, तेव्हाचं त्याचं घर. ते मातीचं घर पण अजून त्या खेड्याच्या सीमेपाशी उभं होतं. त्याच्या तीनही बाजूंना शांत अशी शेतं होती. युआनला आठवलं, तिथून जवळच एका लहानशा उंचवट्यावर त्याच्या पूर्वजांच्या -वांग लुंग आणि इतरांच्या कबरी होत्या. हे सारं युआनला माहीत होतं, कारण लहानपणी एकदा-दोनदा किंवा अधिक वेळाही असेल, त्याचे वडील त्यांच्या दोन थोरल्या भावांना भेटण्यासाठी गेले होते, त्यांच्याबरोबर युआनही गेला होता. हे दोघेही भाऊ त्या खेड्याजवळच्या मोठ्या शहरामध्ये राहात होते-जमीनदार वांग आणि व्यापारी वांग.

आता–तिथे-त्या जुन्या लहानशा मातीच्या घरात सगळं शांत असेल-युआननं मनात म्हटलं-मला तिथे एकट्याला राहाता येईल, कारण त्या घरात राहाणारी एक गंभीर चेहऱ्याची शांत अशी बाई संन्यास घेऊन तिथून निघून गेल्यानंतर त्याच्या वडिलांनी एका म्हाताऱ्या भाडेकरूला तिथे राहाण्यास परवानगी दिली होती. युआननं तिला एकदा दोन विचित्र अशा मुलांसमवेत बघितलं होतं. त्यांच्यापैकी एक पांढऱ्या केसांची वेडी होती आणि दुसरा एक कुबडा–ती वेडी मरून गेली आणि तो कुबडा म्हणजे त्याच्या मोठ्या काकांचा तिसरा मुलगा. तोही नंतर साधू झाला होता.

त्याला आठवलं, त्या गंभीर चेहऱ्याच्या बाईला प्रथम पाहिलं, तेव्हाही त्याला ती संन्यासिनी असावी असंच वाटलं होतं, कारण कोणाही पुरुषाकडे पाहायचं नाही असा तिचा संकल्प असल्यासारखं तिनं त्याला पाहून तोंड फिरवलं होतं. छातीवरून

आडवे पट्टे घेतलेले तिचे कपडेही राखाडी रंगाचे होते- तिनं मुंडण केलं नव्हतं एवढंच काय ते. तिचा चेहरा एखाद्या संन्यासिनीसारखाच होता एवढं मात्र खरं- अगदी फिकट-मावळत्या चंद्रासारखा. लहानशा हाडांवर ताणल्यासारखी बसलेली नाजूक त्वचा आणि जवळ गेल्यावर त्या त्वचेवरच्या केसासारख्या बारीक सुरकुत्या दिसेपर्यंत ती अगदी तरुण असावी असं वाटावं असं रूप.

पण आता तीही गेली होती. त्या दोन जुन्या म्हाताऱ्या भाडेकरूंखेरीज आता कुणीच तिथे नव्हतं. आता तो तिथे जाऊन राहू शकत होता.

युआन मागे वळला. कुठे जायचं ते आता निश्चित झालं होतं आणि आता त्याला इथून निघून जाण्याची घाई झाली होती. आता त्याला इथून जायचंच होतं; पण प्रथम त्याला अगदी नकोसा असणारा तो गणवेश काढून टाकायला हवा होता. एक कातडी पेटी उघडून त्यातून तो पूर्वी वापरत असलेले काही पायघोळ अंगरखे त्यानं बाहेर काढले. त्यांपैकी मेंढीच्या कातड्याचा एक अंगरखा, कापडी बूट आणि पांढरीशुभ्र अंतर्वस्त्रं त्यानं निवडली. घाईनं आणि मोठ्या आनंदानं त्यानं ती वस्त्रं अंगावर चढवली. मग अगदी हलकेच, आवाज न करता त्यानं आपला घोडा बाहेर काढला आणि उजळत जाणाऱ्या अंगणातून बंदुकीवर डोकं ठेवून निवांत झोपलेल्या पहारेकऱ्याच्या अंगावरून युआन बाहेर पडला. अंगणाचं दार तसंच अर्धवट उघडं टाकून त्यानं घोड्यावर मांड टाकली.

थोडा वेळ प्रवास केल्यावर वांग युआन रस्ते आणि गल्ल्याआळ्या मागे टाकत उघड्या शेतांकडे आला. दूरच्या टेकडीमागून प्रकाशाच्या विलक्षण झोतामागून सूर्य वर येत होता. एकदमच तो एखाद्या राजाच्या रुबाबात लालभडक रंगात न्हाऊन पूर्ण वर आला आणि सरत्या हिवाळ्याच्या थंडगार हवेत स्वच्छ असा दिसू लागला. ते दृश्य इतकं सुंदर होतं की, त्याच्या प्रभावाने काही कळण्याच्या आतच युआन आपली दुःखी मनःस्थितीही क्षणभर विसरून गेला आणि त्याला एकदम सणकून भूक लागली.

तो रस्त्याशेजारच्या एका खाणावळीत थांबला. खानावळीच्या मातीच्या भिंतीमधल्या ठेंगण्या दरवाजातून धुराबरोबर भूक खवळून टाकणारे वास दरवळत होते. युआननं भाताची गरमागरम पेज, एक खारवलेला मासा आणि भरपूर तीळ लावलेली एक जाडजूड भाकरी एवढं खाणं विकत घेतलं. सोबत एक भलं मोठं तपकिरी भांडं भरून चहा होताच. सगळ्या खाण्याचा फन्ना उडवल्यावर त्यानं चहाही संपवला. खळखळून तोंड धुतलं. मग जांभया देत तोंड धूत आणि केस विंचरत बसलेल्या खाणावळवाल्याला पैसे देऊन तो पुन्हा घोड्यावर स्वार झाला. या वेळेपर्यंत गव्हाच्या कोवळ्या लोंब्यांवरच्या बर्फगार दवावर आणि त्या खेड्यातल्या झोपड्यांच्या

शाकारलेल्या छपरांवर सूर्याचं ऊन चमकायला लागलं होतं.

अशा सुंदर सकाळच्या वेळी युआनसारख्या तरुणाला असं वाटणं अगदी साहजिक होतं की, आपलं आयुष्यसुद्धा तितकंसं वाईट नाही. त्याला थोडी उभारी आली. सभोवती पसरलेल्या शेतीवाड्यांकडे बघताना त्याला स्वतःचंच एक मत आठवलं– तो नेहमीच म्हणत आला होता की, जिथे भरपूर झाडंझुडं आहेत, शेतं भातं आहेत, कुठूनतरी वाहत्या पाण्याचा आवाज येतो आहे अशा एखाद्या ठिकाणी राहायला मला खूप आवडेल आणि मग त्याच्या मनात आलं, 'आता आपण बहुधा तेच करू. कुणाला माझी काही पर्वाच नाही तर मग मी माझ्या मनाला येईल तसं वागायला मोकळाच आहे.' ही एक लहानशी आशा त्याच्या मनात नुकतीच उमलायला लागली होती आणि मग त्याच्याही लक्षात येण्याच्या आधीच त्याच्या मनात अनेक शब्द - अनेक ओळी तयार होऊ लागल्या आणि तो स्वतःचे सगळे त्रास विसरूनच गेला.

याचं कारण असं होतं की, लहानपणी युआनला कविता रचण्याचं वेड होतं. हे त्याला कळून आलं होतं. तो पंख्यांवर किंवा त्याच्या राहत्या खोलीच्या पांढऱ्याशुभ्र भिंतींवर लहान लहान नाजूकशा ओळी लिहून काढत असे. त्याचे गुरुजी नेहमीच त्याच्या या कवितांची टिंगल करत असत, कारण युआन नेहमीच भावुक गोष्टींविषयी लिहीत असे म्हणजे पानगळीच्या दिवसांत वाहत्या पाण्यावर पडणारी पानं किंवा एखाद्या तळ्यामध्ये पडलेलं विलोच्या हिरव्या कोवळ्या पालवीचं प्रतिबिंब किंवा पांढऱ्याशुभ्र धुक्यातून दिसणारा पीच वृक्षाचा गुलाबी मोहोर किंवा नव्यानं नांगरलेल्या जमिनीचे कुरळे कुरळे वाफे आणि अशाच कोवळ्या गोष्टी. तो कधीच युद्ध किंवा शौर्य अशा बाबींविषयी लिहीत नसे. खरं म्हणजे एका युद्धखोर सरदाराचा मुलगा म्हणून त्याच्याकडून अशाच गोष्टींची अपेक्षा होती. एकदा त्याच्या दोस्तांनी त्याला क्रांतिकारक गीत लिहायला भागच पाडलं आणि नाइलाजानं त्यानं ते लिहिलंही होतं; पण त्यांच्या दृष्टीनं ते गीत फारच सौम्य होतं, कारण त्या गीतामध्ये विजयाऐवजी मृत्यूविषयीच लिहिलेलं होतं. दोस्तांना आपलं गीत आवडलं नाही याचा युआनला खूपच त्रास झाला होता. मला जे सुचलं ते लिहिलं असं काहीतरी पुटपुटून त्यानं पुन्हा कधीही तसं गीत लिहिण्याचा प्रयत्न केला नव्हता. वरून तो कितीही साधा, सौम्य दिसत असला तरी त्याच्या आत एक हट्टीपणा होता आणि एक छुपा मनस्वीपणाही दडला होता. या घटनेनंतर त्यानं स्वतःच्या कविता स्वतःपाशीच ठेवायला सुरुवात केली.

आता आयुष्यात पहिल्यांदाच युआन अगदी एकटा होता आणि कुणाच्याही ताब्यात नव्हता. हे त्याला खूपच छान वाटत होतं. शिवाय तो हा असा त्याला आवडणाऱ्या प्रदेशात एकटाच घोड्यावरून जात होता हेही एक कारण होतंच!

त्याला कळण्याच्या आधीच त्याच्या मनातल्या उदासीची धार कमी कमी होत गेली. त्याचं तारुण्य उसळी मारून वर आलं. त्याला स्वतःचं तरुण - ताकदवान शरीर स्पष्ट जाणवलं; त्याच्या नाकात घुसणारी हवा अगदी थंड आणि स्वच्छ होती. थोड्याच वेळात तो त्याच्या मनात हलकेच स्पष्ट आकार घेणाऱ्या ओळींबद्दल त्याला वाटणाऱ्या नवलाशिवाय बाकी सगळं विसरूनच गेला. त्यानं त्या ओळींना अजिबात घाई केली नाही. तो आता आजूबाजूला पसरलेल्या निरभ्र आकाशाच्या पार्श्वभूमीवर हळूहळू स्पष्ट दिसायला लागलेल्या उजाड टेकड्यांकडे पाहत पुढे जात राहिला - अशा स्वच्छ आकाशाच्या पार्श्वभूमीवर स्पष्ट दिसणाऱ्या टेकडीसारख्या स्पष्ट ओळी समोर येण्याची वाट पाहत राहिला.

हा सुंदर एकाकी दिवस असाच जात राहिला, जाता जाता युआनला शांत करत राहिला-युद्ध -दोस्त, भीती, प्रेम सगळं विसरायला लावत राहिला. रात्र पडल्यावर तो रस्त्यातल्याच एका खाणावळीत राहिला. खाणावळीचा म्हातारा मालक एकटाच होता आणि त्याच्याहून वयाने थोडी लहान असलेली त्याची दुसरी बायको आपल्या संथ आयुष्यात कसलीही हालचाल होत नाही म्हणून म्हाताऱ्या नवऱ्यासह आनंदात जगत होती. त्या रात्री तिथे युआन एकटाच पाहुणा होता. त्या जोडप्यानं त्याचं चांगलं स्वागत केलं, खाणावळवाल्याच्या बायकोनं त्याला डुकराच्या मसालेदार खिम्याचं पुरण भरलेले छोटे छोटे पाव खायला दिले. जेवण झाल्यावर युआन थोडा चहा प्यायला आणि त्याच्यासाठी तयार केलेल्या बिछान्यावर जाऊन पडला, तेव्हा तो अगदी छानसा दमला होता. अगदी झोप लागण्यापूर्वी एक-दोनदा त्याला त्याच्या वडिलांशी झालेल्या भांडणाची आठवण झाली खरी; पण तीही तो लवकरच विसरून गेला, कारण सूर्य मावळण्याच्या आधीच त्याची कविता त्याला स्वप्नात दिसली होती. अगदी तशीच त्याच्या मनात अवतरली-अगदी त्याच्या मनात होती तशीच निर्माण झालेली-सुघड अशा चार ओळी-प्रत्येक शब्द स्फटिकासारखा स्वच्छ आणि मग त्याला शांत झोप लागली...

असे तीन स्वच्छंद दिवस गेले. प्रत्येक दिवस आधीच्या दिवसापेक्षा चांगला होता. टेकड्यांवर, दऱ्या-खोऱ्यांमध्ये काचेच्या चुऱ्यासारख्या पसरलेल्या हिवाळ्यातल्या सूर्यप्रकाशानं भरलेला होता. युआन आपल्या पूर्वजांच्या खेड्यामध्ये पोहोचला, तेव्हा त्याच्या मनावरच्या जखमा बऱ्या झाल्या होत्याच आणि मनात एक पुसटशी आशाही जागली होती. भर माध्यान्ही तो त्या लहानशा खेड्यात शिरला. तो निरुंद रस्ता, आजूबाजूची शाकारलेल्या छपरांची मातीची घरं-सगळी मिळून जेमतेम दहा किंवा बारा-बस! मोठ्या उत्सुकतेनं तो आजूबाजूला बघत पुढे जात होता. रस्त्याच्या आजूबाजूला असलेल्या झोपड्यांच्या दरवाजांमध्ये काही पुरुष, त्यांची बायका-मुलं

उभी होती किंवा उंबरठ्यावर उकिडवी बसून पेज आणि भाकरी खात होती. युआनला ही सगळी माणसं चांगली आहेत, आपले मित्र आहेत असं वाटायला लागलं आणि त्याच्या मनात त्या सर्वांविषयी एक आपुलकी निर्माण झाल्याचा त्याला भास झाला. सैन्यातल्या त्याच्या अधिकाऱ्यानं अनेक वेळा सामान्य माणसाबद्दल, त्याच्या दुःखांबद्दल ओरडून - रडून सांगितलं होतं, तीच ही सामान्य माणसं होती.

पण त्या साऱ्यांच्या नजरेत मात्र युआनविषयी शंका होती आणि भयमिश्रित आश्चर्यही होतं. खरी गोष्ट अशी होती की, युआनला युद्धाचा मनापासून तिटकारा असला तरी त्याच्याही नकळत तो अजूनही एखाद्या सैनिकासारखाच दिसत होता. त्याच्या मनात काहीही असलं तरी युआनच्या वडिलांनी त्याचं शरीर उंचनिंच आणि बळकट बनवलं होतं, शिवाय त्याची घोड्यावर बसण्याची पद्धतही एखाद्या सैनिकी अधिकाऱ्यासारखी ताठ आणि रुबाबदार होती; एखाद्या शेतकऱ्यासारखी ढिल्ली आणि मरगळलेली नव्हती.

म्हणून हे सारे लोक आता युआनकडे साशंक नजरेनं बघत होते. तो कोण आहे हे त्यांना माहीत नव्हतं आणि मग अनोळखी इसमाविषयी नेहमीच वाटत आलेल्या भीतीनं ते युआनकडे पाहत होते. त्या खेड्यातली लहानशी पोरं हातात भाकरीचे तुकडे घेऊन त्याच्या घोड्यामागे पळत होती. तो कुठे जातो आहे हे बघण्यात त्यांना मोठाच रस होता. जेव्हा तो त्याच्या ओळखीच्या त्या मातीच्या घराजवळ आला, तेव्हा ती सगळी मुलं त्याच्या भोवती घोळका करून उभी राहिली. हातातल्या भाकरीचा चावा घेत, एकमेकाला ढकलत, नाकं पुसत, ती सगळी मुलं त्याच्याकडे टक लावून बघत उभी राहिली. हे असं बघत उभं राहाण्याचा कंटाळा आल्यावर एक एक करून ती सारी मुलं धावतच आपापल्या घराकडे निघाली. हा तगडा काळा तरुण आपल्या भल्या थोरल्या लाल घोड्यावरून उतरला तो थेट वांगच्या घरासमोर. तिथं उतरून त्यानं आपला घोडा जवळच्या विलो वृक्षाला बांधला आणि तो त्या घरात शिरलासुद्धा! पण तो इतका उंच आहे आणि त्या घराचं दार इतकं बुटकं आहे की, आत जाताना त्याला खाली वाकूनच जावं लागलं. ही बातमी त्यांना आपल्या घरातल्या मोठ्या माणसांना द्यायलाच हवी होती. ती पोरं या साऱ्या बातम्या मोठ्या आवाजात सांगत सुटलीत, हे युआनला ऐकू येत होतंच. अशा पोरखेळांचं युआनला काहीच सोयरसुतक नव्हतं; पण गावातली मोठी माणसं मात्र या बातम्या ऐकून अधिकच काळजीत पडली आणि मग त्या उंच तगड्या काळ्या तरुणामुळे आपल्यावर काही अरिष्ट तर येणार नाही, या विचाराने वांगच्या त्या मातीच्या घराकडे कुणीसुद्धा फिरकलं नाही. शेवटी युआन त्यांना अनोळखीच होता ना!

अशा रीतीनं युआन शेतीवाडीवरच राहाणाऱ्या आपल्या पूर्वजांच्या घरामध्ये एखाद्या परक्या माणसासारखा शिरला. माजघरात जाऊन त्यानं सगळीकडे नजर

फिरवली. त्या घरात भाडेकरू म्हणून राहाणारं म्हातारं जोडपं त्याच्या येण्याचा आवाज ऐकून स्वयंपाकघरातून बाहेर माजघरात आलं. तो कोण आहे हे त्यांनाही माहीत नव्हतंच आणि त्यामुळेच त्यांना त्याची भीती वाटायला लागली. त्यांचे भेदरलेले चेहरे पाहून युआन किंचित हसला आणि म्हणाला, 'माझी भीती वाटायचं काहीच कारण नाही. मी सरदार वांगचा ज्याला टायगर म्हणतात त्याचा मुलगा आहे -माझे आजोबा वांग लुंग- इथे राहायचे, त्यांचा तिसरा मुलगा म्हणजे माझे वडील.'

त्या म्हाताऱ्या जोडप्याची भीती जावी म्हणून त्यानं त्यांना हे सगळं सांगितलं होतं तसाच इथे येण्याचा त्याचा अधिकारही त्यानं स्पष्ट केला होता; पण त्यांची भीती काही गेली नाही. अधिकच भेदरून जाऊन त्यांनी एकमेकांकडे पाहिलं, त्यांच्या तोंडातला भाकरीचा घास एकदम कोरडा पडला. मग म्हातारीनं हातातला भाकरीचा तुकडा हलकेच टेबलावर ठेवला आणि पालथ्या हातानं तोंड पुसलं. म्हाताऱ्यानं घास चावणं थांबवलं आणि तो पुढे येऊन थरथर कापत युआनसमोर वाकून आपल्या म्हाताऱ्या चिरकलेल्या आवाजात म्हणाला, "महाराज, माननीय, आम्ही तुमची काय सेवा करू? तुम्हाला आमच्याकडून काय हवं आहे?'

किंचित हसत युआन तिथल्याच एका बाकावर बसला आणि मान हलवून मोकळेपणानं म्हणाला, 'मला तुमच्याकडून काहीसुद्धा नको आहे. फक्त मला काही दिवस या माझ्या पूर्वजांच्या घरामध्ये राहाण्याची इच्छा आहे. मी कदाचित कायमचाही राहीन इथे-काही सांगता येत नाही-एक गमतीची गोष्ट अशी आहे की, मला जमीन, झाडं, पाणी या सर्वांबद्दल कमालीची ओढ आहे-ती का आणि कशी ते माहीत नाही, कारण मला त्यातलं काहीसुद्धा येत नाही-तशी शेतावरच्या आयुष्याचीही मला काही कल्पना नाही; पण मला काही दिवस कुठेतरी लपून राहायचं आहे आणि इथेच लपून राहावं असं मला वाटतं.'

हे सगळं तो बोलला, कारण या म्हाताऱ्या जोडप्याविषयी त्यानं चांगलंच ऐकलं होतं, त्याला त्यांच्यापासून कसलीही भीती नव्हती आणि त्यांना थोडा धीर द्यावा असं त्याला वाटत होतं; पण त्यांना धीर आलाच नाही. त्यांनी पुन्हा एकमेकांकडे पाहिलं. मग त्या म्हाताऱ्यानंही हातातला भाकरीचा तुकडा टेबलावर ठेवला. त्याचा सुरकुतलेला चेहरा काळजीनं काळवंडला होता. दाढीचे उरलेसुरले पांढरे केसही थरथरत होते. तो म्हणाला, "महाराज, लपण्यासाठी ही जागा काही फारशी चांगली नाही. इथे आजूबाजूला तुमचं नाव, तुमचं घर अगदी प्रसिद्ध आहे– महाराज, मला क्षमा करा, कारण मी एक अडाणी गावंढळ माणूस आहे; तुमच्यासारख्यांशी कसं बोलावं तेही मला कळत नाही पण –तुमचे माननीय वडील या भागात फारसे लोकप्रिय नाहीत– ते सरदार आहेत-लढाया करतात–आणि तुमचे काकाही फारसे लोकप्रिय नाहीत.' क्षणभर थांबून म्हाताऱ्यानं इकडेतिकडे बघितलं

आणि तो युआनच्या अगदी कानात कुजबुजला, ''महाराज, तुमच्या मोठ्या काकांचा तर इथले लोक भयंकर द्वेष करतात. इतका की, ती दोघंही घाबरून गेली आणि आपल्या मुलांना घेऊन कोणत्यातरी किनारपट्टीच्या शहरामध्ये कायमची राहायला लागली. तिथे परदेशी सैनिकांचा बंदोबस्त असतो म्हणे! आणि जेव्हा तुमचे दुसरे काका भाडेवसुलीसाठी येतात, ते मुळी शहरातल्या भाडोत्री सैनिकांना घेऊनच. दिवस फार वाईट आलेत, शेतकऱ्यांनी इतकं सहन केलंय आजवर-लढाया, करवसुली- की, आता ते सगळे अगदी घायकुतीला आलेत–महाराज, आम्ही लोकांनी पुढच्या दहा वर्षांचा करही भरलाय आजच, तेव्हा माझ्या तरुण जनरल, ही जागा तुम्हाला लपायला काही योग्य नाही.'

म्हातारीनं आपले सुरकुतलेले खरखरीत हात कमरेच्या ठिगळं लावलेल्या निळ्या एप्रनमध्ये गुंडाळत म्हटलं, 'खरंच आहे महाराज- ही जागा, खरंच योग्य नाही लपायला.'

आणि मग ते म्हातारं जोडपं तो इथे राहण्याचा बेत बदलेल, अशा आशेनं साशंक चेहऱ्यांनी त्याच्याकडे बघत तसंच उभं राहिलं.

पण युआनला त्यांचं बोलणं काही खरं वाटलं नाही. स्वतंत्र झाल्याने त्याला फार आनंद झाला होता. हे सारं पाहून चमकत्या दिवसामुळे तो इतका खूश झाला होता की, कोणत्याही परिस्थितीत तो इथे राहिलाच असता. त्याच आनंदानं तो हसून उद्‌गारला, 'तरी मी इथेच राहणार आहे. तुम्ही फार त्रास घेऊ नका. तुम्ही जे खाता ते मलाही द्या-थोडे दिवस तरी मी इथे राहतोच.'

तो त्या साध्या खोलीत शांतपणे बसून राहिला. भिंतीशी टेकून ठेवलेली नांगर वगैरे शेतीची हत्यारं, आढ्यापासून लोंबकळणाऱ्या कांदे आणि मिरीच्या माळा, एखाद-दुसरी सुकवलेली कोंबडीसुद्धा – हे सारं त्याला इतकं नवं होतं की, ते पाहून त्याला खूपच बरं वाटत होतं.

अचानक त्याला खूप भूक लागली. त्या म्हाताऱ्या जोडप्याच्या हातातली लसणीच्या कांडीवर गुंडाळलेली भाकरी त्याला एकदम फार हवीशी वाटू लागली. तो उद्‌गारला, 'मला भूक लागलीय. मला काहीतरी खायला दे गं आई.'

ती म्हातारी बाई कळवळून म्हणाली, 'महाराज, पण माझ्याकडे तुमच्यासारख्या मोठ्या व्यक्तीला देण्यासारखं काहीच नाही हो, आमच्या चार कोंबड्यांपैकी एखादी मी कापू शकेन आणि ही गरिबाची भाकरी-गव्हाची पोळीसुद्धा नाही.'

'चालेल-मला चालेल' युआन मनापासून म्हणाला, 'मला इथलं सगळंच आवडलं आहे.'

अखेरीस मनातला संशय तसाच बाकी होता तरीही तिनं एक ताजी भाकरी लसणीच्या कांडीभोवती गुंडाळून त्याच्यासमोर ठेवली; पण तेवढ्यानं तिचं स्वतःचंच समाधान झालं नाही म्हणून मग तिनं जपून ठेवलेला साठवणीतला एक खारवलेला

मासा काढला आणि तोंडी लावणं म्हणून त्याला वाढला. त्यानं ते सगळं मनापासून खाल्लं. ते साधं जेवण त्यानं आजवर खाल्लेल्या अनेक जेवणांपेक्षाही त्याला अधिक चवदार, अधिक चांगलं वाटलं आणि याचं कारण एवढंच होतं की, हे जेवण करताना तो अगदी स्वतंत्र होता.

जेवण झालं आणि त्याला एकदम दमल्यासारखं झालं... तोपर्यंत त्याला ही दमणूक जाणवलीच नव्हती. उठून उभं राहात त्यानं विचारलं, 'एखादा बिछाना आहे का? थोडा वेळ झोपतो आता मी.'

म्हातारा उत्तरला, 'इथे एक खोली आहे - ती आम्ही फारशी वापरत नाही. त्या खोलीत तुमचे आजोबा राहात असत आणि ते गेल्यावर त्यांची तिसरी पत्नी– आम्हा सर्वांना त्या बाईसाहेब फार प्रिय होत्या - अतिशय सात्त्विक तर इतक्या की, अखेरीस तर त्या साध्वी झाल्या. त्या खोलीत एक बिछाना आहे तिथे तुम्ही विश्रांती घेऊ शकाल.'

त्यानं बाजूचं एक लाकडी दार उघडलं. आत एक लहानशी अंधारी खोली होती. तिला खिडकीच्या जागी एक लहानसं चौकोनी भोक होतं आणि त्यावर पांढरा कागद चिकटवलेला होता. एक शांत, रिकामी खोली. आत जाऊन त्यानं दार लावून घेतलं. आजवरच्या त्याच्या संरक्षित आयुष्यात तो प्रथमच एकटा झोपणार होता हे त्याला जाणवलं. हा एकाकीपण त्याला खूप छान वाटत होता.

त्या अंधाऱ्या मातीच्या भिंतींच्या खोलीत एकटाच उभा असताना त्याला अचानक एक विचित्र गोष्ट जाणवली की, एक मजबूत असं प्राचीन आयुष्य अजूनही तिथे राहातं आहे. नवलानं त्यानं आजूबाजूला नजर टाकली. साऱ्या आयुष्यात त्यानं इतकी साधी खोली पाहिली नव्हती. तागाच्या दोऱ्यांचा पडदा असलेला एक बिछाना, एक बिनरंगी टेबल आणि एक बाक... मातीची चोपलेली जमीन बिछान्याशेजारी आणि दाराजवळ पावलांनी खणलेले खड्डे. खोलीत त्याच्याखेरीज दुसरं कुणीही नव्हतं तरी आपल्याजवळच एक साधासुधा पण ताकदवान आत्मा फिरतो आहे असा त्याला भास झाला. त्याला हा आत्मा ओळखता येत नव्हता आणि मग अचानक तो तिथून नाहीसाच झाला. युआनला त्या दुसऱ्या अस्तित्वाचा भास होणं संपून गेलं आणि पुन्हा एकदा तो अगदी एकटा राहिला. त्याला थोडं हसू आलं. तो इतका दमला होता की, आता क्षणार्धात त्याला झोप लागणार होती, त्याचे डोळे आपोआप मिटायलाही लागले होते. तो त्या जुन्या खेडवळ प्रशस्त बिछान्याजवळ गेला आणि पडदे सरकवून त्यानं बिछान्यावर अंग टाकलं. आतल्या भिंतीशी त्याला एक निळ्या फुलांची वाकळ गुंडाळलेली सापडली ती अंगावर घेताघेताच त्याला गाढ झोप लागली. त्या शांत - निवांत प्राचीन घरात त्याला शांतता लाभली होती.

युआनला जाग आली, तेव्हा रात्र झाली होती. अंधारातच तो उठून बसला आणि बिछान्याचे पडदे दूर करून त्यानं त्या अंधाऱ्या खोलीत निरखून पाहिलं, भिंतीमधला तो फिकट उजेडाचा चौकोनही नाहीसा झाला होता. सगळीकडे एक कोवळा निःशब्द शांतपणा होता. तो पुन्हा आडवा झाला. आज प्रथमच एकटा झोपल्यानं आणि एकटाच उठल्यानं त्याला कमालीची विश्रांती मिळाल्यासारखं वाटत होतं. तो जागा होण्याची वाट पाहात कोणीही नोकर शेजारी उभा नव्हता हेही त्याला सुखावत होतं. आता थोडा वेळतरी तो दुसऱ्या कशाचाही विचारसुद्धा करणार नव्हता-फक्त ही छानशी शांतता-सगळीकडे भरून राहिलेली. कुठेही कसलाही आवाज नव्हता, झोपेत कूस बदलताना एखाद्या पहारेकऱ्याचं कण्हणं, अंगणाच्या फरशीवर वाजणाऱ्या घोड्याच्या टापा, अचानक उपसल्या गेलेल्या तलवारीच्या म्यानाचा खरखराट-काहीच नाही-कसलाच आवाज नाही. या मोहक शांततेशिवाय दुसरं काहीही नाही.

पण एकदम कसलातरी आवाज आला. त्या शांततेमधूनच युआनला तो आवाज ऐकू आला. मधल्या खोलीत काही माणसं होती. कुजबुजत इकडेतिकडे फिरत होती. तो कुशीवर वळला आणि त्यानं मोडकळीला आलेल्या, रंग उडालेल्या दाराच्या फटीतून बाहेर पाहिलं. दार हलकेच उघडलं गेलं-अगदी किंचितच-आणि मग थोडं आणखी उघडलं गेलं. मेणबत्तीच्या उजेडाची एक तिरीप आत आली आणि त्यामध्ये त्याला एक डोकं दिसलं. मग ते डोकं मागे गेलं आणि दुसरं एक तिथे आलं, त्या डोक्याखाली आणखीही डोकी उमटली. मग युआन बिछान्यावर थोडासा हलला त्याबरोबर बिछाना करकरला आणि लगेच एका हातानं ते दार अगदी हलकेच पण तातडीनं ओढून घेतलं आणि खोली पुन्हा एकदा अंधारात बुडून गेली.

पण आता त्याला झोप लागणं शक्यच नव्हतं. विचार करत तो तसाच पडून राहिला. त्याच्या वडिलांना त्याच्या या लपण्याच्या जागेचा पत्ता एवढ्यातच लागला असेल का आणि त्याला परत आणण्यासाठी त्यांनी माणसं पाठवली असतील का हा विचार पुनःपुन्हा त्याच्या मनात येत होता. तसं असेल तर मग मी उठणारच नाही, त्यानं ठरवून टाकलं; पण तसंच काही न करता पडून राहणंही त्याला जमेनासं झालं. त्याच्या मनातला हा प्रश्न त्याला स्वस्थ बसू देणं शक्य नव्हतं. एकदम त्याला त्याच्या घोड्याची आठवण आली. इथे पोहोचल्यावर त्यानं त्याला खळ्यात बांधून ठेवलं होतं आणि म्हातारबाबांना त्याला खायला-प्यायला द्यायला सांगायचंही तो विसरून गेला होता. आता तो अजूनही तसाच आपली वाट बघत उभा असेल हे आठवताच तो ताडकन उठला. सर्वसामान्य पुरुषांपेक्षा तो अशा बाबतीत थोडा अधिक हळवा होता. खोली आता थंड झाली होती. त्यानं त्याचा लोकरी कातड्याचा कोट अंगाभोवती लपेटून घेतला. बूट शोधून पावलं त्यात खुपसली. भिंतीशी

चाचपडत त्यानं खोलीचं दार गाठलं आणि तो दुसऱ्या खोलीत गेला.

त्या खोलीत दिवा लावलेला होता. दहा-बारा म्हातारे-तरुण शेतकरी तिथे जमलेले होते. त्याला बघताच ते सगळे उठून उभे राहिले. सगळेच त्याच्याकडे निरखून बघत होते. आश्चर्यचकित होऊन त्यानंही त्या सर्वांकडे नीट पाहिलं तर त्याला ते म्हातारबाबा सोडून एकही चेहरा ओळखीचा दिसला नाही. मग त्यांच्यापैकी सर्वांत वयस्कर शेतकरी पुढे आला. त्याचा चेहरा शांत होता. त्यानं निळे कपडे घातले होते. त्याच्या पांढऱ्या केसांची अजूनही जुन्या पद्धतीनं वेणी घातलेली होती; ती त्याच्या पाठीवर लोंबत होती. त्यानं युआनला लवून नमस्कार करत म्हटलं, 'आम्ही सगळे- या खेड्यातले बुजुर्ग आपलं स्वागत करायला आलो आहोत.'

युआननंही लवून त्या नमस्काराचा स्वीकार करत त्यांना बसायला सांगितलं. त्या रिकाम्या टेबलाशी असलेली सर्वांत मानाची खुर्ची त्याच्यासाठी मोकळी ठेवण्यात आली होती, तिच्यावर तोही बसला. काही क्षण शांततेत गेले. मग त्या म्हाताऱ्या पुढाऱ्यानं हळूच विचारलं, "आपले माननीय वडील केव्हा येणार आहेत?'

युआननं साधं उत्तर दिलं, 'ते येणार नाहीत. मी काही दिवस इथे एकटा राहाण्यासाठी आलोय.'

हे ऐकून सगळेजण एकमेकांकडे पाहायला लागले. त्यांचे चेहरे उतरले होते. मग पुन्हा एकदा तो म्हातारा थोडा खाकरला आणि बोलायला लागला, 'महाराज, आम्ही या खेड्यातले सगळे लोक अगदी गरीब आहोत. आधीच पुरते नागवले गेलेलो आहोत. महाराज, आपले मोठे काका त्या दूरच्या किनाऱ्यावरील शहरात राहायला गेल्यापासून त्यांचा खर्च वाढला आहे आणि म्हणून आम्हाला परवडत नसतानाही आमच्याकडून जबरदस्तीनं खूपच जास्तीचं भाडं वसूल केलं जातं. मग इथल्या सरदाराचा कर भरावा लागतो आणि लुटेऱ्यांना आमच्या खेड्यापासून दूर राहाण्यासाठी हप्ता द्यावा लागतो आणि मग आमचं पोट भरेल एवढंही आमच्याकडे शिल्लक राहात नाही. तरीही तुमची काय मागणी आहे ते सांगा, आम्ही कसंही करून ती पुरी करू मग तुम्ही दुसरीकडे कुठेतरी जाऊन राहा आणि आम्हाला या दुःखातून सोडवा.' हा माणूस सगळ्यांचा मुखिया होता हे उघड दिसत होतं.

युआन सगळ्यांकडे आश्चर्यानं पाहायलाच लागला. थोड्या रागानंच तो उत्तरला, 'मी माझ्या आजोबांच्या घरी येऊन राहिलो तर मला हे असलं बोलणं ऐकून घ्यावं लागावं हे आश्चर्यच आहे. मला तुमच्याकडून काहीही नकोय.' क्षणभर त्यांच्या प्रामाणिक, गोंधळलेल्या चेहऱ्यांकडे पाहून तो म्हणाला, 'तुमच्यावर पूर्ण विश्वास ठेवून सगळं खरं सांगून टाकणंच योग्य ठरेल. तिकडे दक्षिणेकडे गडबड सुरू झाली आहे आणि ती उत्तरेकडच्या युद्धखोर सरदारांविरुद्ध सरकतेय. मी, माझ्या वडिलांच्या विरुद्ध शस्त्र उचलू शकत नाही. नाही - हे क्रांतिकारक माझे मित्र

असले तरी नाही - म्हणून मी एका रात्री तिथून निसटलो आणि माझ्या सैनिकांसह घरी परतलो. माझा गणवेश बघून माझे वडील संतापले आणि आमचं भांडण झालं. मला वाटलं थोडे दिवस इथे आश्रय घ्यावा. माझा वरिष्ठ अधिकारीही माझ्यावर इतका संतापला असेल की, तो मला शोधून मला ठार मारेल म्हणून लपायला मी इथे आलोय.'

युआननं सर्वांच्या गंभीर चेहऱ्यांकडे एक नजर टाकत पुढे अगदी अजिजीनं म्हटलं, 'पण मी फक्त आश्रय घेण्यासाठी इथे आलेलो नाही. मी आलो कारण खेड्यातल्या शांततेची मला फार आवड आहे. माझ्या वडिलांनी मला सैनिक बनवलं; पण मला रक्त सांडणं, खून करणं आवडत नाही, बंदुकीच्या दारूचा घाण वास आणि सैन्याचा तो गडबडगोंधळ मला अगदी आवडत नाही. लहान असताना एकदा मी माझ्या वडिलांबरोबर इथे आलो होतो. इथे मी एक स्त्री आणि दोन विलक्षण मुलं पाहिलेली मला आठवताहेत; तेव्हाही मला त्यांचा हेवा वाटला होता. मी माझ्या मित्रांबरोबर युद्धाचं शिक्षण देणाऱ्या शाळेत राहात होतो, तेव्हाही मला या जागेची आठवण येतच होती. कधीतरी मी इथे येऊन राहीन असं मला वाटायचं. मला तर तुमचाही हेवा वाटतोय, कारण तुम्ही इथे या खेड्यामध्ये राहाताहात, तुमची घरं इथे आहेत.'

त्याच्या या बोलण्यावरसुद्धा सर्वांनी पुन्हा एकमेकांकडे पाहिलं. आपल्या या अशा खडतर आयुष्याचा कुणाला हेवा वाटू शकेल हे त्याना कळतच नव्हतं. आता तर त्यांना या उत्सुकतेनं आणि मोकळेपणानं स्पष्ट बोलणाऱ्या तरुण माणसाचा अधिकच संशय येऊ लागला- त्याला म्हणे मातीच्या घरात राहायचं होतं. त्यांना चांगलं माहीत होतं- तो आजवर कसा ऐषारामात राहात आला आहे, कारण त्याचे काका, त्याचे चुलतभाऊ कसे राहतात हे त्यांना पक्कं ठाऊक होतं. - तो एक काका दूर देशातल्या किनारपट्टीवरील शहरात एखाद्या राजासारखा राहात होता आणि आता त्यांचा मालक असलेला व्यापारी वांग तर त्याच्या सावकारीवरच इतका प्रचंड श्रीमंत झालेला होता. त्या दोघांविषयी या सर्व लोकांच्या मनात कमालीची चीड होती; पण त्यांच्या श्रीमंतीचा हेवाही मनात होता. म्हणूनच आता ते या तरुण माणसाकडेही काहीशा चिडीनं आणि थोड्या भीतीनंच बघत होते. अगदी मनाच्या गाभ्यात त्यांना वाटत होतं की, हा खोटं बोलतोय. चांगलं घर मिळण्यासारखं असतानाही मातीच्या घरात राहाण्याची इच्छा बाळगणारा कोणीही माणूस सबंध जगामध्ये असू शकेल, यावर त्यांचा विश्वास बसणं शक्यच नव्हतं.

मग ते सगळे उठले, युआनही उठून उभा राहिला. आपण असं उभं राहायला हवं की नको हे काही त्याला उलगडत नव्हतं, कारण त्याच्या काही वरिष्ठांखेरीज दुसऱ्या कोणासाठीही त्याला कधीच उठून उभं राहावं लागलं नव्हतं. या साध्या

ठिगळं लावलेल्या सुती कपड्यांतल्या सामान्य माणसांशी कसं वागावं हे त्याला कळत नव्हतं. तरीही कसंतरी करून त्यांना खूश करण्याची त्याची इच्छा होती म्हणून तो उठून उभा राहिला. त्या सर्वांनी त्याला लवून नमस्कार केला आणि रीतीप्रमाणे एक-दोन शब्द बोलून त्यांनी त्याचा निरोप घेतला. जातानाही त्यांच्या चेहऱ्यांवर त्यांच्या मनातली शंका अगदी स्पष्ट दिसत होती.

मग घरात फक्त म्हातारबाबा आणि त्यांची बायको अशी दोघंच उरली. दोघंही युआनकडे आतुरतेनं बघत होते. काही वेळानं म्हातारबाबांनी पुन्हा युआनची समजूत घालायला सुरुवात केली. 'महाराज, तुम्ही इथे खरोखर कशासाठी आला आहात ते आम्हाला एकदा सांगून टाका म्हणजे पुढच्या संकटांना तोंड देण्याची आम्हाला तयारी करता येईल. तुमचे वडील कोणत्या लढाईचे बेत आखताहेत? त्यांनी तुम्हाला इथे हेरगिरी करायलाच पाठवलंय ना? आम्हा गरिबांवर दया करा महाराज, आमचं जगणं फक्त देवाच्या, या लढाऊ सरदारांच्या, श्रीमंत माणसांच्या आणि अशाच सर्वशक्तिमान दुष्ट लोकांच्या मर्जीवरच अवलंबून आहे.'

आता त्यांच्या भीतीचं खरं कारण युआनला कळून आलं. 'मी हेर नाही. माझ्या वडिलांनी मला इथे पाठवलेलं नाही- मी सगळं खरं खरं सांगितलं- अगदी खरं!'

तरीही त्या म्हाताऱ्या जोडप्याचा त्याच्यावर विश्वास बसला नाहीच. एक निःश्वास टाकत म्हातारबाबा वळले. म्हातारबाई तशाच केविलवाण्या उभ्या राहिल्या. आता पुढे काय करावं हे युआनला सुचेनासं झालं. काहीसं चिडून तो काहीतरी बोलणार तेवढ्यात त्याला आपल्या घोड्याची आठवण झाली. त्यानं विचारलं, 'माझा घोडा? मी विसरलोच–'

'मी त्याला स्वयंपाकघराच्या मागे नेलंय, महाराज,' म्हातारबाबा उत्तरले, 'त्याला थोडे सुकवलेले चणे आणि गवत घातलंय खायला–पाणीही दिलंय विहिरीतून काढून–' युआननं त्याचे आभार मानले तेव्हा ते म्हणाले, 'त्यात काय एवढं? तुम्ही माझ्या जुन्या मालकांचे नातू आहात ना?' एवढं बोलतानाच ते एकदम गुडघ्यावर कोसळले आणि गयावया करत म्हणाले, 'महाराज एक काळ असा होता की, तुमचे आजोबा आमच्यापैकीच एक शेतकरी होते - आमच्यासारखेच एक-ते इथेच या खेड्यात राहायचे- आमच्यासारखेच-पण त्यांचं नशीब आमच्यापेक्षा चांगलं होतं-ते फार पुढे गेले आम्ही मात्र इथेच राहिलो–त्या गोष्टीखातर तरी खरं सांगा–तुम्ही का आला आहात इथे?'

युआननं त्या म्हाताऱ्या माणसाला थोड्या धसमुसळेपणानंच वर उचललं. आता त्याला या सगळ्याचा कंटाळा यायला लागला होता. त्यानं-एका श्रीमंत, मोठ्या माणसाच्या मुलानं काही सांगावं आणि त्यावर कुणीतरी अविश्वास दाखवावा याची त्याला सवय नव्हती. ओरडून त्यानं सांगितलं, 'मी सांगतो आहे ते खरं आहे

आणि आता मी हे पुन्हा सांगणार नाही. माझ्यामुळे तुमच्यावर काही संकट येतं का ते आता तुम्हीच पाहा.' म्हातारबाईकडे वळून तो म्हणाला, 'मला खायला आणा काहीतरी. मावशीबाई- मला भूक लागली.'

काही न बोलता त्या दोघांनी त्याला खायला आणलं. त्यानं सगळं खाल्लं; पण आदल्या रात्री त्याला ते जेवढं गोड लागलं होतं तेवढं आत्ता लागलं नाही. थोडंसं खाल्ल्यावर त्याचं पोट भरलं. काही न बोलता तो पानावरून उठला आणि पुन्हा आतल्या खोलीत जाऊन बिछान्यावर आडवा झाला. या साध्यासुध्या माणसांचा त्याला संताप आला होता; त्यामुळे त्याला लगेच झोप लागली नाही. 'मूर्ख माणसं.' तो स्वतःशीच बोलला. 'प्रामाणिक असतील पण तरी मूर्खच आहेत ते. या लहानशा खेड्यात राहिल्यानं त्यांना काहीच माहिती नाही. सगळ्यापासून दूर–' त्यांच्यासाठी लढण्यात काय अर्थ आहे असंही त्याच्या मनाला वाटून गेलं. त्यांच्यापुढे त्याला आपण खूप शहाणे आहोत असंही वाटू लागलं. आपल्या या शहाणपणाच्या उबेने त्या अंधारात आणि शांततेत त्याला लवकरच गाढ झोप लागून गेली.

युआनच्या वडिलांना त्याचा ठावठिकाणा कळायला पुरते सहा दिवस लागले. ते सहा दिवस युआनच्या साऱ्या आयुष्यातले सर्वांत सुखाचे दिवस होते. त्याला काहीही विचारायला पुन्हा कुणीही आलं नाही आणि त्या म्हाताऱ्या जोडप्यानं काही न बोलता त्याची सेवा करणं सुरू ठेवलं. त्यांच्या मनातल्या शंका युआन विसरूनच गेला. ना भूतकाळाचा ना भविष्याचा-युआन फक्त आजचा - आजच्या दिवसाचा विचार करत होता. तो ना कोणत्या शहरात गेला ना शेजारच्या मोठ्या शहरातल्या त्या मोठ्या हवेलीत राहाणाऱ्या आपल्या काकाकडे गेला-अगदी साधी भेट घेण्यासाठीही नाही. रोज अंधार पडायला लागला की, तो आपल्या बिछान्यावर पडत असे आणि रोज भल्या पहाटेच्या वेळी हिवाळ्याच्या थंडीतही फिकट सूर्यप्रकाशात उठत असे. न्याहारी करतानाही तो दरवाजातून दिसणाऱ्या हिवाळी गव्हाने फिकट हिरव्या होऊ लागलेल्या शेतांकडे बघत राहात असे. त्याच्यासमोर दूरवर शेतं पसरलेली असत. सपाट आणि गुळगुळीत, येऊ घातलेल्या वसंताच्या स्वागतासाठी जमीन तयार करण्यामध्ये गुंतलेल्या माणसांचे, बायकांचे निळे ठिपकेही त्याला कधीकधी दिसत. त्याच्या घरासमोरच्या रस्त्यावरून जा-ये करणारी माणसंही निळ्या कपड्यांतच असायची... आणि रोजच सकाळी त्याला कवितेची आठवण व्हायची... संगजिऱ्याच्या दगडातून कोरल्या गेलेल्या निरभ्र आकाशाच्या निळ्याभोर पार्श्वभूमीवर दिसणाऱ्या दूरवरच्या टेकड्यांचं सारं सौंदर्य त्याला अगदी स्वच्छ आठवू लागलं आणि आयुष्यात प्रथमच त्याला त्याच्या देशाच्या सौंदर्याची ओळख झाली.

लहानपणापासून त्यानं त्याच्या वरिष्ठाला 'माझा देश' किंवा आपला देश' हे

शब्द वापरताना ऐकलं होतं-किंवा कधीकधी अगदी मनापासून युआनशी बोलताना तो म्हणायचा, 'तुझा देश'; पण हे शब्द ऐकताना युआनच्या छातीत कधीच धडधडलं नव्हतं. खरी गोष्ट अशी होती की, युआन आपल्या वडिलांबरोबर त्या वाड्यांमध्ये अगदी सुरक्षित बंदिस्त असं आयुष्य जगला होता. त्यांचे सैनिक जिथे राहायचे, खायचे-प्यायचे, भांडणं करायचे त्या छावण्यांमध्ये तो अगदी क्वचितच जायचा. जेव्हा टायगर वांग लढाईला जायचा, तेव्हाही वांग युआन आपल्या मध्यमवयीन सौम्य शांत अशा संरक्षकांसोबतच असायचा. आपल्या तरुण मालकासमोर उगाच कसल्यातरी भाकड कथा सांगत बसायचं नाही अशी ताकीदच त्यांना दिली गेली होती; त्यामुळे युआनला जे काही दिसू शकलं असतं, त्यामध्ये हे सैनिक कायमच उभे असायचे.

आता तो रोजच त्याला हवं त्या दिशेला पाहू शकत होता. आता त्याच्या अवतीभोवती जे काही होतं ते पाहण्यापासून त्याला अडवायला कोणीही नव्हतं. तो थेट क्षितिजापर्यंत पाहू शकत होता, इथे-तिथे पसरलेली छोटी छोटी खेडी पाहू शकत होता, पार पश्चिमेकडची शहराची तटबंदीची भिंत पाहू शकत होता; स्वच्छ आकाशाच्या पार्श्वभूमीवर ती काळीभोर, करवती भिंत उठून दिसायची. हे असं रोज मनात येईल त्या दिशेला मोकळेपणानं पाहात राहिल्यावर एके दिवशी घोड्यावरून जात असताना त्याच्या मनात आलं, आता मला 'देश' म्हणजे काय ते कळायला लागलं आहे– ही शेतं, ही माती, हे आकाश, त्या फिकट ओसाड, सुंदर टेकड्या– हे सारं म्हणजे त्याचा देश होता.

मग एक नवल घडलं. युआननं घोड्यावरून जाणं सोडून दिलं. घोड्यावर बसलं की, आपण जमिनीपासून दूर जातो असं त्याला वाटायला लागलं. सुरुवातीला तो सहजपणे घोड्यावर बसूनच जात होता, कारण आजवर स्वतःचे पाय वापरावे तसा तो घोड्यावरूनच कुठेही जात आला होता; पण आता तो जिथे जिथे म्हणून जायचा, तिथे गावकरी त्याच्याकडे बघतच राहायचे. जणू त्याला ओळखलं नसावं तसे म्हणायचे, 'हा तर एखाद्या सैनिकाचा घोडा आहे. -नक्कीच- आजपर्यंत कधीच प्रामाणिकपणानं काहीही काम केलेलं नसणार त्यानं. एक-दोन दिवसांतच त्याच्या विषयीचं हे बोलणं सगळीकडे पसरलं आणि मग लोक म्हणू लागले, 'तो बघा टायगर वांगचा मुलगा आपल्या भल्या थोरल्या घोड्यावर बसून चाललाय– आजवर त्याच्या सगळ्या कुटुंबानं केलं तसंच तोही करतोय, आपल्यावर मालकी गाजवतोय– काय हवंय तरी काय त्याला? बहुतेक तो पीक किती आलंय, कसं आलंय याचा हिशेब करत असेल म्हणजे मग त्याचा बाप आणखी कोणत्या तरी लढाईसाठी आपल्यावर आणखी कर बसवू शकेल ना -' शेवटी शेवटी तर असं व्हायला लागलं की, तो कुठेही गेला तरी लोक त्याच्याकडे तिरस्कारानं बघायला आणि मान

वळवून मातीत थुंकायलाही लागले.

सुरुवातीसुरुवातीला या अशा बघण्याचा आणि थुंकण्याचा युआनला राग यायचा आणि आश्चर्यही वाटायचं, कारण हे वागणं त्याला नवीनच होतं. आजपर्यंत तो त्याच्या वडिलांखेरीज कुणालाच घाबरला नव्हता. त्याची सगळी लहान-मोठी कामं करायला अनेक नोकर धावत असायचे; पण थोड्या दिवसांनंतर हे असं का याचा तो विचार करायला लागला, तेव्हा त्याच्या लक्षात आलं की, हे लोक कमालीचे पिळले गेले होते. का - कसे हे सगळं खरंतर तो त्याच्या सैनिकी शाळेमध्ये शिकला होता. मग मात्र त्याचा मूळचा साधा स्वभाव जागा झाला आणि 'थुंकू दे ना बिचाऱ्यांना- तेवढ्यानं त्यांना मोकळं मोकळं वाटत असेल तर-' असंही त्याच्या मनात यायला लागलं.

मग तो त्या विलो वृक्षाशी बांधलेला आपला घोडा सोडून चालतच जायला लागला. सुरुवातीला त्याला स्वतःच्या पायांचा वापर करून चालणं थोडं जड गेलं; पण एक-दोन दिवसांतच त्याला सवय झाली. त्यानं त्याचे नेहमीचे चामडी बूटही बाजूला ठेवले आणि सारे गावकरी वापरायचे तसल्या गवती चपला वापरायला सुरुवात केली. पावलाखाली जाणवणारी हिवाळी उन्हानं सुकलेली ती मजबूत जमीन, तिच्यावर उमटलेल्या पाऊलवाटा आणि लहानसे रस्ते हे सगळं त्याला खूप आवडायला लागलं. समोरून एखादा माणूस आला तर त्याच्या नजरेला नजर देऊन त्याच्याकडे बघणंही त्याला जमायला लागलं-जणू काही तो एका सरदाराचा मुलगा-लोकांना नकोसा असलेला, त्यांचे शिव्याशाप घेणारा असा मुलगा नसून त्या गावात आलेला एखादा अनोळखी असावा.

त्या थोड्या दिवसांत युआन स्वतःच्या देशावर आजवर कधी वाटलं नव्हतं एवढं प्रेम करायला शिकला. अगदी एकटा आणि अगदी मोकळा-स्वतंत्र असल्यानं त्याची कविताही उभारी धरू लागली. मनात येतानाच पूर्ण शब्दरूप घेऊन चमकत्या रूपात कागदावर उतरवायला तयार अशीच निर्माण व्हायला लागली. एखादी कल्पना किंवा विचार स्पष्ट करण्यासाठी त्याला आता शब्द शोधावा लागत नव्हता. मनात जे काही उमलत होतं ते तसंच लिहून काढता येत होतं. त्या मातीच्या घरात एकही कागद किंवा एकही पुस्तक नव्हतं. एक जुनीपुराणी लेखणी तेवढी त्याला सापडली. बहुधा त्याच्या आजोबांनी ती एखाद्या जमिनीच्या व्यवहारावर आपला शिक्का उठवण्याच्या कामासाठी विकत घेतली असावी; पण अजून ती लेखणी वापरता येण्यासारख्या स्थितीमध्ये होती. तसाच युआनला एक सुकलेला फुटका शाईचा ठोकळाही मिळाला. ती लेखणी आणि ती शाई यांच्या मदतीनं तो घराच्या मधल्या खोलीत चुना लावलेल्या पांढऱ्याशुभ्र भिंतींवर आपल्या कविता लिहून काढायला लागला. म्हातारबाबा त्याच्याकडे पाहात राहायचे. त्या भिंतीवर उमटणाऱ्या

अनोळखी शब्दांचं गारुड त्यांच्या अशिक्षित मनावर चढायचं, तशी थोडी भीतीही वाटायची. आता युआन नव्या कविता लिहायला लागला होता. निःस्तब्ध तलावाच्या काठावर वाकलेला विलो वृक्ष किंवा तरंगते ढग आणि चंदेरी पाऊस यांच्याबरोबर आताची नवी कविता त्याच्या अगदी आतमधून कोणत्या तरी सखोल अशा जागेमधून उमलत होती. शिवाय ती कविता गुळगुळीत शब्दांचीही राहिली नव्हती, कारण आता युआन त्याच्या देशाबद्दल आणि त्याच्या मनात नव्यानं निर्माण झालेल्या त्या देशाच्या प्रेमाबद्दल लिहीत होता. एके काळी त्याची कविता सुंदर, आकर्षक होती, त्याच्या मनाच्या पृष्ठभागावर उमटणाऱ्या बुडबुड्यांसारखी होती. आता ती फारशी सुंदर, गोड राहिली नव्हती; पण तिच्यामध्ये काही अर्थ गवसत होता, तो सगळाच्या सगळा समजून घ्यायला त्यालाही श्रम पडत होते. ही कविता काहीशी ओबडधोबड होती, तिची लयही काहीशी घसरलेलीच होती.

असे दिवस जात होते. मनात उसळत राहाणाऱ्या विचारांच्या सोबतीनं युआन एकटाच राहात होता. त्याच्या भविष्यात काय आहे याची त्याला काहीच कल्पना नव्हती. स्वतःचं भविष्य स्वच्छ दिसावं यासाठी त्याच्या नजरेसमोर काहीच बेत येत नव्हते. आत्ता तरी तो या खेड्यामध्ये राहाताना सुखी होता. उत्तरेकडील या भागाचं चकाकतं सौंदर्य शोषून घेत निरभ्र आणि निळ्याभोर आकाशातून खाली येताना निळसर दिसणारा सूर्याचा प्रकाश बघताना तो अगदी तृप्त होता. त्या लहानशा खेड्यातल्या लोकांना लहानशा रस्त्यांवर बसून गप्पागोष्टी करताना ऐकत राहात होता. गावातल्या लोकांबरोबर रस्त्याकडेच्या धाब्यावर बसत होता, त्यांच्यात मिसळत होता. स्वतः फार कमी बोलत होता; पण एखाद्या अनोळखी भाषेतलं बोलणं ऐकताना कानाला गोड लागावं तसं काहीसं त्याला या गप्पा ऐकताना वाटायचं. लढाईसंबंधी काहीही बोलणं चालू नसे, फक्त कुणाला मुलगा झाला, कुणाचं कुणाशी लग्न ठरलं, कुणी आपली जमीन किती किंमतीला विकली किंवा नवी घेतली, आता कोणतं पीक घ्यावं अशा प्रकारची खेड्यातली साधीसुधी चर्चा चालू असायची; त्यामुळे तो अगदी शांतपणे विश्रांती घेऊ शकत होता.

या साऱ्यामध्ये त्याला वाटणारा आनंद दिवसागणिक वाढत होता. असा तो आनंद अगदी शिखराला पोहोचला, तेव्हा त्याच्या मनात एका कवितेनं जन्म घेतला. ती लिहून झाल्यावर त्याला थोडं हलकं वाटलं. खरं पण ती कविता इतकी विलक्षण होती की, त्याचं त्यालाही नवल वाटायला लागलं. त्याचे दिवस अगदी आनंदात चालले असले तरी त्याच्या मनात जन्म घेणाऱ्या या कविता मात्र फारशा आनंदी नव्हत्या. त्यांवर खोल वेदनेची छटा चढलेली असायची. जणू काही त्याच्या आतमध्ये अशा वेदनेची एखादी खोल विहीर असावी. हे असं का असावं हे काही त्याला उलगडत नव्हतं.

तरीही तो असा कसा राहू शकणार होता? टायगरचा एकुलता एक मुलगा? सगळीकडे लोक बोलत होते, 'आजकाल एक विलक्षण असा तरुण उंचापुरा, काळा मुलगा इकडेतिकडे फिरत असतो-वेड्यासारखाच-तो टायगर वांगचा मुलगा आणि व्यापारी वांगचा पुतण्या आहे असं म्हणतात-पण अशा बड्या लोकांचा मुलगा असा कसा एकटाच फिरेल? तो वांग लुंगच्या त्या जुन्या मातीच्या घरात राहातो– नक्कीच वेड लागलं असणार त्याला–'

हे बोलणं शहरात व्यापारी वांगच्या कानापर्यंत पोहोचायला वेळ लागला नाही. त्याच्या सावकारी पेढीवरच्या एका म्हाताऱ्या मुनीमजीच्या तोंडून त्याला हे कळलं. तो रागानं उद्गारला, 'हा मुलगा निश्चितच माझ्या भावाचा मुलगा नसणार. मला तर काहीच कळलेलं नाही. शिवाय माझा भाऊ त्याच्या एकुलत्या एक मुलाला अशा रीतीनं एकटं फिरू देणं शक्य तरी आहे का? उद्याच मी एका नोकराला पाठवतो आणि माझ्या वडिलांच्या घरात कोण राहातोय ते बघून यायला सांगतो. मी कुणालाच अशी परवानगी दिलेली नाही माझ्या भावाच्या वतीनं.' हा माणूस कुणीतरी भुरटा चोर, सोंगाड्या हेर असावा अशी भीती त्याच्या मनाला चाटून गेली.

पण तो उद्या उजाडलाच नाही, कारण टायगरच्या छावणीतल्या लोकांच्या कानावरसुद्धा ही अफवा गेली होतीच. त्या दिवशी वांग युआन नेहमीसारखा उठून हातात चहा आणि भाकरीची न्याहारी घेऊन समोर पसरलेल्या शेतांकडे स्वप्नाळू नजरेने बघत उभा होता, तेव्हाच त्याला दूरवरून येणारी एक पालखी आणि तिच्याबरोबरचे शरीररक्षक दिसले. त्या पालखीच्या मागून आणखी एक पालखी येत होती. शरीररक्षकांच्या गणवेशावरूनच त्यानं ओळखलं की, हे त्याच्या वडिलांचे सैनिक आहेत. तो दरवाजातून आत गेला. त्याची भूक एकदम मरूनच गेली. त्यानं हातातली न्याहारी टेबलावर ठेवली आणि तो तसाच उभा राहिला-वाट बघत. त्याच्या मनात कडवटपणा भरून आला, 'नक्कीच हे माझे वडील असणार-काय बोलायचं त्यांच्याशी आता? आणि ते तरी काय बोलणार आहेत माझ्याशी?' एखाद्या लहान मुलासारखं त्याला शेतांमध्ये पळून जावंसं वाटलं; पण त्याला माहीत होतं की, कधी ना कधी ही भेट होणारच! जन्मभर कुठे पळता येणार होतं त्याला? तो तसाच अतिशय गोंधळून जाऊन मनातली लहानपणापासूनची भीती दडपण्याचा प्रयत्न करत उभा राहिला.

पण त्या दोन्ही पालख्या जवळ आल्या. खाली उतरल्या गेल्या, तेव्हा त्यांमधून ना त्याचे वडील उतरले ना कोणी दुसरा माणूस; उतरल्या त्या दोन स्त्रिया. एक होती त्याची आई आणि दुसरी होती तिची दासी.

आता मात्र युआन खरोखरच चक्रावून गेला. आजपर्यंत त्याची आणि त्याच्या

आईची क्वचितच भेट व्हायची. शिवाय ती घराबाहेर पडलेली तर त्याने एकदाही पाहिलेलं नव्हतं. मग आज ती इथे आली याचा अर्थ तरी काय लावायचा? या विचारातच तो तिचं स्वागत करायला सावकाश घराबाहेर आला. दासीचा आधार घेत ती त्याच्याकडे आली. पांढरेशुभ्र केस, नीटनेटके काळे कपडे, सारे दात पडल्याने खप्पड झालेले, बसलेले गाल असं तिचं स्वरूप असलं तरीही अजून तिच्या गालांवर थोडी लाली होती. तिच्या चेहऱ्यावरचे भाव काहीसे मूर्ख आणि बावळटपणाचे असले तरी ते भाव प्रेमळही होते हे नक्की! मुलगा सामोरा आल्याबरोबर ती अगदी आपल्या तारुण्यातल्या खेडवळपणानं मोठ्यानं म्हणाली–कारण मुळात ती खेड्यातलीच मुलगी होती- 'मुला, तुझ्या वडिलांनी मला पाठवलंय. ते फार आजारी आहेत, अगदी मरणाच्या दारात आहेत असं सांगायला सांगितलंय त्यांनी मला. तुला जे हवं ते तू कर; पण ते मरण्याआधी एकदा तरी त्यांना भेटायला ये, असंही त्यांनी सांगितलंय. त्यांचा निरोप आहे की, ते तुझ्यावर अजिबात रागावलेले नाहीत आणि फक्त तू परत ये.'

हे सगळं ती इतक्या मोठ्यानं बोलत होती की, ते सगळं सगळ्यांना ऐकू जात होतं, कारण एव्हाना सगळे गावकरी काय चाललंय ते बघायला तिच्या आजूबाजूला गोळा झालेले होते; पण युआनला ते कुणीही दिसले नाहीत. जे काही कानावर पडत होतं त्यानं तो कमालीचा गोंधळून गेला होता. या एवढ्या दिवसांमध्ये त्यानं स्वतःला सतत पढवलं होतं की, आपल्या मनाविरुद्ध हे घर सोडून कुठेही जायचं नाही; पण त्याचे वडील खरोखर मरणाच्या दारी असतील तर त्यांची ही विनंती नाकारता तरी कशी येईल? पण हे खरं होतं का? पण मग त्याला थोडंसं सुख देणाऱ्या वाइनचा पेला उचलण्यासाठी पुढे झालेले वडिलांचे उत्सुक पण थरथरते हात आठवले, ते खरोखरच मरणशय्येवर असतील अशी त्याला भीती वाटली. शिवाय मुलाने वडिलांच्या कोणत्याही इच्छेला नकार द्यायचा नसतो.

त्याच्या चेहऱ्यावरची साशंकता पाहून त्याच्या आईची दासी आपल्या धनिणीच्या मदतीला धावली. इकडेतिकडे आजूबाजूला जमलेल्या गावकऱ्यांकडे पाहत स्वतःचं महत्त्व वाढवत ती मोठ्यानं म्हणाली, 'होय रे माझ्या छोट्या सरदारा, हे खरं आहे. आम्ही सगळे आणि सगळे डॉक्टरसुद्धा अगदी गोंधळून गेलोत. मोठे सरदार अगदी मरायला टेकले आहेत. तुला जर त्यांना अखेरचं जिवंत बघायचं असेल तर तुला लगेचच निघायला हवं. मी सांगते, त्यांचे आता फार दिवस नाही राहिलेले-माझं बोलणं खोटं असेल तर माझ्या तोंडात किडे पडोत.' सगळे गावकरी हे सगळं बोलणं मोठ्या चवीनं ऐकत होते. टायगर मृत्युशय्येवर आहे हे ऐकून त्यांनी एकमेकांकडे अर्थपूर्ण नजरा टाकल्या.

युआनचा अजूनही या दोन्ही बायकांवर विश्वास बसत नव्हता. त्याला जबरदस्तीने

घाईघाईने घरी घेऊन जाण्यामागे त्यांच्या मनात काहीतरी गुपित आहे असं त्याला भासत होतं. त्याच्या मनातला संशय अजून गेलेला नाही हे दासीला जाणवलं. तिनं त्याच्यासमोर जमिनीवरच स्वतःला लोटून दिलं आणि त्या टणक सारवलेल्या जमिनीवर डोकं आपटत मोठ्यानं रडल्यासारखं करत ती म्हणाली, 'तुमच्या आईकडे तरी बघा छोटे सरदार, माझ्याकडे बघा. मी एक गुलाम बाई–तरी तुमच्या कशा विनवण्या करतो आहोत आम्ही–'

हे असं एक-दोनदा झाल्यावर ती उठली आणि तिनं आपले राखाडी रंगाचे सुती कपडे झटकत जमलेल्या गावकऱ्यांवर एक गर्वाची नजर टाकली. तिचं काम तिनं पार पाडलं होतं. आता ती एका बाजूला जाऊन उभी राहिली. –एका मोठ्या अभिमानी खानदानातली एक अभिमानी नोकराणी सर्वसामान्य खेडवळांपेक्षा कितीतरी वरच्या दर्जाची–युआननं तिच्याकडे लक्षच दिलं नाही. कितीही नकोसं वाटत असलं तरी आपलं कर्तव्य आपल्याला पार पाडलंच पाहिजे हे त्याला कळून चुकलं होतं. आईकडे वळत त्यानं तिला घरात येऊन बसण्याची विनंती केली. त्याप्रमाणे ती घरात आली, तेव्हा तिच्यामागून सगळी गर्दीही आत घुसली आणि दारं-खिडक्यांतून डोकावून काय घडतंय ते बघण्या-ऐकण्यासाठी उभी राहिली; पण तिनं त्या गर्दीकडे लक्षच दिलं नाही. आपल्यापेक्षा बड्या लोकांकडे असं तोंड उघडं टाकून बघत राहाणाऱ्या सामान्य माणसांची तिला सवयच होती.

मधल्या खोलीभर आश्चर्याची नजर फिरवत ती म्हणाली, 'या घरामध्ये मी पहिल्यांदाच येते आहे. लहानपणी मी या घराबद्दल खूप ऐकलंय. वांग लुंग कसा श्रीमंत झाला, मग त्यानं चहागृहातली एक मुलगी कशी विकत घेतली, तिनं काही काळ का होईना पण त्याच्यावर हुकूमत कशी गाजवली हे सगळं मी ऐकलंय लहानपणी. ती मुलगी कशी दिसायची, काय खायची, काय ल्यायची ते ऐकायला सर्वांत मजा यायची हं-या सगळ्या भागात तोंडातोंडी या गप्पा झाल्या होत्या ना-जुन्या झाल्या असल्या तरी -कारण तेव्हा तो अगदी म्हातारा झाला होता-मी अगदीच लहान होते तेव्हा-मला आठवतं, लोक म्हणायचे- त्यानं तिच्यासाठी माणकाची अंगठी विकत घेण्यास जमिनीचा एक तुकडा खुशाल विकून टाकला होता-नंतर परत घेतली म्हणा त्यानं विकत ती-मी तिला फक्त एकदाच पाहिलंय–माझ्या लग्नाच्या दिवशी-आणि देवा रे-किती लठ्ठ आणि कुरूप झाली होती ती मरायच्या आधी–ई ऽगं ऽऽबाई!'

आपल्या बोळक्या तोंडानं ती हसली आणि सगळीकडे मायेनं बघायला लागली. ती किती शांतपणे आणि प्रामाणिकपणे बोलतेय हे बघून युआनला तिला काही विचारण्याची हिंमत झाली. त्यानं तिला अगदी स्पष्टपणे विचारलं, 'आई, माझे वडील खरोखरच आजारी आहेत का?'

हा प्रश्न ऐकून तिला तिच्या खऱ्या कामाची आठवण झाली आणि दात

नसल्याने बोलताना सुटणाऱ्या सुस्काऱ्याच्या आवाजात ती उत्तरली, 'ते खरंच आजारी आहेत, माझ्या पोरा. किती आजारी आहेत ते काही मला माहीत नाही; पण ते नुसते तिथे बसून असतात, झोपायलाही जात नाहीत. नुसती वाइन पितात. काहीही खात नाहीत; त्यामुळे पिवळेधमक पडलेत. असा पिवळेपणा मी आयुष्यात पाहिलेला नाही-कुणी त्यांच्याशी एक शब्दही बोलू शकत नाही, कारण कुणी काही बोलायला गेलं की, ते खूप ओरडतात, शिव्याशाप देतात -अशा शिव्या त्यांनी याआधी कधी दिल्या नसतील अशा शिव्या- काही खाल्लं नाही तर ते काही जगत नाहीत हे नक्की.'

'होय होय-हे अगदी खरंय-खाल्लं नाही तर जगणार नाहीतच ते-' दासीनं मालकिणीच्या बोलण्याची री ओढली. मालकिणीच्या खुर्चीशेजारीच ती उभी होती. मान हलवत या दुःखमिश्रित आनंदाचा अनुभव घेत होती. मग दोघींनी एकदमच मोठा सुस्कारा सोडला आणि त्या युआनकडे टक लावून बघायला लागल्या.

थोडा वेळ विचार करून एकदम घायकुतीला येत युआन म्हणाला, 'येतो मग मी तुमच्याबरोबर. आई, एक-दोन दिवस इथे विश्रांती घ्या, दमला असाल.' वडील आजारी असतील तर आपल्याला परत जावं लागणार हे खरंतर त्याला कळून चुकलं होतं तरीही त्याला ते अजून खरं वाटत नव्हतं. सगळ्या बायका मूर्ख असतात, असं वडील म्हणतात ते खरं असावं असंही त्याला वाटू लागलं.

त्या लहानशा खोलीत आईच्या राहाण्याची वगैरे नीट व्यवस्था लावून तो थोड्या उदास मनानेच तिथून बाहेर पडला, कारण आता त्याला ती खोली त्याची स्वतःची वाटायला लागली होती. आईचं खाणं-पिणं झाल्यावर गेलेल्या सुंदर दिवसांची आठवण मनावेगळी करत, तो पुन्हा एकदा घोड्यावर स्वार झाला आणि त्यानं उत्तरेची–आणि त्याच्या वडिलांकडे जाण्याची दिशा धरली. त्या दोघी बायकांबद्दल अजूनही त्याच्या मनात शंका होतीच, कारण तो जायला निघाल्यावर त्या फारच खूश झालेल्या होत्या. त्यांचा स्वामी एवढा आजारी असतानाही त्यांचं एवढं आनंदी होणं ठीक वाटत नव्हतं.

त्याच्यापाठोपाठ त्याच्या वडिलांचे दहा-बारा सैनिकही येत होते. एकदा त्यांच्या काहीतरी गावंढळपणावर उठलेला हसण्याचा कल्लोळ ऐकून त्याला त्यांचं तिथे असणं अगदी असह्य झालं. तो रागानं त्यांच्याकडे वळला. त्या वेळी त्यांच्या घोड्याच्या टापांचा ओळखीचा खडखडाटही त्याला नकोसा वाटला; पण त्यानं जेव्हा रागानं त्यांना विचारलं, 'माझ्या पाठीमागे का येत आहात?' तेव्हा त्या सर्वांनी ठामपणे उत्तर दिलं, 'महाराज, आपल्या वडिलाच्या एकनिष्ठ सेवकाने आम्हाला तुमचं रक्षण करण्यासाठी पाठवलं आहे. खंडणीसाठी तुम्हाला कुणीतरी पळवून नेईल किंवा तुम्हाला ठार करेल अशी त्यांना भीती वाटत होती. या भागात अनेक

दरोडेखोर आहेत आणि तुम्ही एकुलता एक, अनमोल असा मुलगा आहात.'

युआननं यावर काहीच उत्तर दिलं नाही. दुःखाचा एक मोठा उसासा सोडत तो पुन्हा उत्तरेकडे वळला. आपल्याला स्वातंत्र्य मिळेल असं त्याला वाटलं तरी कसं होतं? मूर्खपणाच होता तो. त्याच्या वडिलांचा तो एकुलता एक मुलगा होता– काही इलाजच नव्हता त्याला– अगदी एकुलता एक!

जेवढे म्हणून गावकरी - शेतकरी त्याला जाताना बघत होते, त्यांच्यामध्ये त्याच्या तिथून जाण्यामुळे दुःखी झालेला असा एक माणूसही शोधून सापडला नसता. त्यांना त्याचं म्हणणं समजलंच नव्हतं आणि त्याच्यावर त्यांचा अजिबात विश्वासही बसला नव्हता. त्यांचा हा आनंद युआनला स्पष्ट दिसत होता, त्या स्वतंत्र दिवसांच्या आनंदामधला हा एक काटा त्याला टोचत होता.

स्वतःच्या मनाविरुद्ध- प्रवास करत युआन त्याच्या वडिलांच्या हवेलीच्या दारापाशी येऊन पोहोचला. त्याच्यामागेच त्याच्या वडिलांचे सैनिक होते. सबंध रस्ताभर त्यांनी त्याला एकट्याला सोडलं नव्हतं. लवकरच त्याच्या लक्षात येऊन चुकलं होतं की, ते त्याला दरोडेखोरांपासून वगैरे काही वाचवत नव्हते तर तो वाटेत कुठेतरी त्यांची नजर चुकवून पळून जाऊ नये याचीच काळजी घेत होते. कितीतरी वेळा अगदी त्याच्या तोंडावर आलं होतं-त्यांना म्हणावं-'तुम्ही घाबरू नका-मी माझ्या वडिलांपासून दूर पळून जाणार नाही. मी स्वतःच्या इच्छेनेच इथे त्यांच्याकडे येतोय.'

पण तो असं काहीही बोलला नव्हता. काहीही न बोलता काहीशा रागानेच तो त्यांच्याकडे बघत राहिला होता. शक्य तेवढ्या वेगाने घोडा दौडत तो पुढे निघून गेला होता. त्याच्या खानदानी घोड्याच्या वेगापुढे सैनिकांचे सामान्य घोडे मागे पडत होते, त्याच्या सोबत राहाण्यासाठी त्यांना स्वतःचे घोडे दामटावे लागत होते, याचा त्याला गर्व आणि आनंद वाटत होता; पण तो कसाही वागला तरी तो होता एक कैदीच, याची जाणीव त्याला मनोमन झाली होती. आज त्याच्या मनात एकही कविता उमलत नव्हती. आजूबाजूचा सुंदर प्रदेशही त्याला दिसत नव्हता.

या जबरदस्तीच्या प्रवासाच्या दुस‍ऱ्या दिवशी संध्याकाळी तो आपल्या वडिलांच्या उंबरठ्याशी पोहोचला. त्यानं घोड्यावरून उडी टाकली; पण तो एकदम इतका अंतर्बाह्य थकून गेला की, त्याच्या वडिलांच्या नेहमीच्या खोलीशी जाताना त्याची पावलं जडावली होती. वडिलांचे इतर सैनिक, नोकर कुणाच्याच चोरट्या दृष्टिक्षेपांकडे त्याचं लक्ष नव्हतं. कुणाच्या अभिवादनालाही त्यानं प्रत्युत्तर दिलं नाही.

आता रात्र झाली होती तरी त्याचे वडील त्यांच्या बिछान्यात नव्हते. तिथे आरामात बसलेल्या एका पहारेक‍ऱ्याला युआननं विचारलं, तेव्हा त्यानं उत्तर दिलं,

‘जनरलसाहेब दिवाणखान्यात आहेत.’

आता मात्र युआनला राग यायला लागला. ‘म्हणजे वडील काही फार आजारी नाहीत.’ त्याच्या मनात आलं. ‘आपल्याला घरी आणण्यासाठी केलेली ही एक युक्तीच आहे तर.’ हा राग सांभाळत वाढवायचा असं त्यानं मनाशी ठरवलं म्हणजे त्याला वडिलांची फारशी भीती वाटली नसती. शिवाय गावाकडचे सुखदायक एकान्ताचे दिवस आठवल्यानंतर तर त्याला हा राग जागृत ठेवण्यासाठी फारसे कष्टही करावे लागले नाहीत.

पण जेव्हा दिवाणखान्यात प्रवेश केल्यावर त्यानं आपल्या वडिलांकडे पाहिलं, तेव्हा त्याचा राग थोडा शांत झाला. एका नजरेतच स्वच्छ कळत होतं की, ही काही फसवणूक नाही. वाघाच्या कातड्यानं मढवलेल्या त्यांच्या जुन्या खुर्चीवर त्याचे वडील बसले होते. त्यांच्यासमोर धगधगत्या कोळशांची एक शेगडी होती. त्यांच्या अंगावर त्यांचा मेंढीच्या कातडीचा केसाळ अंगरखा होता, डोक्यावर केसाळ उंच टोपी होती तरीही ते मृतवत दिसत होते-थंडगार. जुन्या कातड्यासारखा त्यांचा चेहरा पिवळाधमक दिसत होता. खोल गेलेले डोळे अगदी कोरडे पडले होते. त्यांभोवती गडद काळी वर्तुळं उमटली होती. त्यांच्या चेहऱ्यावरचे केस खरखरीत राखाडी झाले होते. त्यांचा मुलगा आत आला, तेव्हा त्यांनी वर बघितलं खरं; पण नजर पुन्हा खाली पेटत्या कोळशांकडे वळवली. मुलाचं स्वागतही केलं नाही.

युआननं पुढे येऊन वडिलांना वाकून अभिवादन करत म्हटलं, ‘तुम्ही आजारी असल्याचं त्यांनी मला सांगितलं म्हणून मी आलो आहे.’

पण वांग टायगर पुटपुटला, ‘मी आजारी नाही. बायका उगाच काहीतरी बोलतात.’ नजर उचलून त्यानं आपल्या मुलाकडे काही पाहिलं नाही.

मग युआननं सरळच विचारलं, ‘तुम्ही आजारी आहात म्हणून मला बोलवायला पाठवलं नाहीत का?’

पुन्हा टायगर वांगनं पुटपुटत म्हटलं, ‘मी तुला बोलवायला पाठवलेलं नाही. तू कुठे आहेस असं त्यांनी मला विचारलं. मी सांगितलं, ‘त्याला हवं तिथे राहू दे.’ त्याची नजर अजूनही कोळशांवरच खिळलेली होती. उबेसाठी आता त्यानं आपले हातही पुढे केले.

या शब्दांनी कुणालाही राग आला असता. विशेषतः आजकाल आपल्या आई-वडिलांना मान न देण्याच्या या दिवसांमध्ये तर निश्चितच! युआननं आपल्या नव्या मनस्वीपणानं रागानं तिथून निघून जाण्याचं आणि स्वतःला जिथे हवं तिथे जाऊन मनाप्रमाणे वागण्याचंही ठरवलं असतं; पण त्याला आपल्या वडिलांचे ते सुकलेले फिकट झालेले-म्हातारे हात दिसले-थरथरणारे, कुठेतरी थोडीशी ऊब शोधणारे हात-तेव्हा त्याच्या तोंडून रागाचा एक शब्दही बाहेर पडू शकला नाही. कोणाही

कोवळ्या मनाच्या मुलाच्या आयुष्यात ही घडी येणारच तसंच या क्षणाला त्याच्या मनात आलं, 'माझे वडील त्यांच्या या एकाकीपणात पुन्हा एकवार लहान मूल झाले आहेत. त्यांच्याशी लहान मुलाशी वागावं तसंच वागायला हवं. ते कितीही रुसून, रागावून बोलले तरी त्यांच्याशी सौम्यपणे, न रागावताच बोलायला हवं.' त्याच्या वडिलांची ही कमजोरी युआनच्या रागाच्या मुळावरच घाव घालून गेली आणि त्याच्या डोळ्यांत अनोळखी आसवं भरून आली. त्याला धीर झाला असता तर त्यानं हात पुढे करून वडिलांना स्पर्शही केला असता; पण एक विलक्षण आणि तरीही नैसर्गिक असा संकोच त्याला आडवा आला. मग तो त्याच्या वडिलांच्या खुर्चीशेजारच्या एका खुर्चीवर थोडा तिरपा असा बसून वडिलांकडे निरखून बघायला लागला. वडील पुढे काही बोलतात का याची वाट बघत अगदी शांतपणे, सोशिकपणे बसून राहिला.

या क्षणाने दिलेलं एक स्वातंत्र्य मात्र आत्ता त्याच्यापाशी होतं. आपल्या वडिलांची वाटणारी भीती आता कायमची नाहीशी झालेली आहे, हे त्याला या क्षणी जाणवलं. या म्हाताऱ्या माणसाच्या चिडण्याचा, ओरडण्याचा, संतापलेल्या चेहऱ्याचा, खाली उतरलेल्या जाड भुवयांचा आणि स्वतःची भीती निर्माण करण्यासाठी टायगर वापरत असलेल्या सर्व क्लृप्त्यांचा आता युआनवर काहीही परिणाम होणार नव्हता, कारण युआनला सत्य दिसलं होतं. त्याचे वडील हे सर्व उपाय त्यांची शस्त्रं म्हणून वापरत होते. अजाणताच ते या सर्व युक्त्या एका ढालीसारख्या वापरत होते. एखाद्या माणसानं हातात ढाल आणि तलवार घ्यावी, ती तलवार मोठ्या आवेशानं गरागरा फिरवावी; पण कधीही ती कोणाच्याही अंगावर उतरू नये तसं काहीसं–या साऱ्या क्लृप्त्या टायगर त्याच्या हृदयावर पांघरूण घालण्यासाठी वापरत आला होता-जे हृदय पुरेसं क्रूर नव्हतं, पुरेसं कठोर नव्हतं आणि एक खराखुरा मोठा यशस्वी लढवय्या सरदार बनण्यासाठी आवश्यक तेवढं आनंदीही नव्हतं. या स्वच्छ दृष्टीच्या क्षणी युआननं आपल्या वडिलांकडे बघितलं आणि त्यांच्यावर अगदी मनापासून आणि निर्भयपणे प्रेम करायला सुरुवात केली.

आपल्या मुलामध्ये घडून आलेल्या या बदलाची टायगर वांगला काहीच कल्पना नव्हती. तो तसाच विचार करत निःशब्दपणे बसून राहिला होता. आपला मुलगा इथे आहे हेही तो विसरला असावा असं वाटत होतं. असाच खूप वेळ गेला. अखेर आपले वडील गेल्या काही दिवसांत किती पिवळे पडले आहेत, किती बारीक झाले आहेत, त्यांच्या चेहऱ्याची हाडं कशी उठून वर आली आहेत हे बघून युआन हलकेच म्हणाला, 'तुम्ही झोपायला गेलात तर बरं नाही का होणार बाबा?'

आपल्या मुलाचा आवाज पुन्हा कानावर पडल्यावर एखाद्या आजारी माणसासारखं टायगर वांगनं हलकेच वर बघितलं. आपले खोल गेलेले डोळे क्षणभर मुलावर

रोखून मग तो अगदी सावकाश एकेक शब्द कष्टानं उच्चारत म्हणाला,'एकदा मी एकशे त्र्याहत्तर माणसांना मारलं नाही–फक्त तुझ्यासाठी–खरंतर ते त्याच लायकीचे होते.' त्यानं आपला हात उचलून तोंडाजवळ नेला, जणू काही त्याला आपलं तोंड झाकायचं असावं; पण त्याचा हात स्वतःच्याच वजनानं तसाच खाली आला. तो तसाच लोंबकळत ठेवून तो म्हणाला, ''खरं आहे हे. मी त्यांना मारलं नाही, ते केवळ तुझ्यासाठी.'

'मला आनंद आहे त्याचा बाबा,' युआन म्हणाला. त्या जिवंत राहिलेल्या लोकांबद्दल फारसं प्रेम नसलं तरी ते जिवंत राहिले याचा आनंद त्याला झाला होताच; पण आपल्याला आनंदी करण्याच्या बालिश इच्छेपोटी आपल्या वडिलांनी हे आपल्याला सांगावं यामुळे त्याला भरून आलं.

'माणसांना मारलेलं मला नाही बघवत, बाबा.' तो म्हणाला.

'होय, मला माहीत आहे ते-लहानपणापासूनच तू भित्रा आहेस.' टायगर वांगनं उदासपणे उत्तर दिलं आणि तो पुन्हा कोळशांकडे नजर लावून बसून राहिला.

वडिलांना झोपायला जायला कसं पटवावं, याचा विचार पुन्हा एकदा युआनच्या मनात आला. त्याला वडिलांच्या चेहऱ्यावर दिसणारं आजारपण, खाली वळलेले, सुकलेले ओठ हे त्याला बघवत नव्हतं. तो उठून वडिलांच्या जुन्या विश्वासू माणसाकडे गेला. तो फाटक्या ओठांचा माणूस दरवाजापाशीच डुलक्या घेत उकिडवा बसला होता. युआननं त्याला विचारलं, 'तुम्ही माझ्या वडिलांना झोपायला जायला मनवू शकाल का?'

तो माणूस दचकून जागा होत धडपडत उभा राहिला आणि घोगऱ्या आवाजात म्हणाला, 'मी प्रयत्न केला नसेल का छोटे सरदार? रात्रीसुद्धा त्यांना झोपायला जायला तयार करू शकत नाही मी-ते गेले झोपायला तर तासाभरातच उठून बसतात आणि पुन्हा या खुर्चीवर येऊन बसतात-मग मीही या इथेच बसून राहातो–मला इतकी झोप आली म्हणून सांगू-झोपलो तर मेल्यासारखा झोपी जाईन बघा; पण ते तिथे बसलेले असतात ना-कायम जागे–'

मग युआन पुन्हा त्याच्या वडिलांजवळ गेला आणि त्यांची मनधरणी करत म्हणाला, 'बाबा, मी खूपच दमलोय. चला, आपण जाऊन एकाच बिछान्यावर झोपू या. मी फारच दमलोय. मी तुमच्या जवळच झोपतो, तुम्ही मला हाक मारलीत की, मी जवळच असेन-तुम्हाला कळेल-मी इथेच आहे असं.'

हे बोलणं ऐकून टायगर वांगनं थोडी हालचाल केली. जणू काही तो आता खुर्चीतून उठणार असावा अशी - पण मग पुन्हा तो मागे खुर्चीत कोसळल्यासारखा बसला आणि मान हलवत म्हणाला, 'नाही-मला जे काही बोलायचं होतं ते अजून बोलून पुरं झालेलं नाही. अजून काहीतरी सांगायचंय मला-पण काय ते काही माझ्या

लक्षात येत नाही-सगळ्या गोष्टी एकदम आठवत नाहीत मला-या माझ्या उजव्या हाताच्या दोन बोटांवर मी दोन महत्त्वाच्या गोष्टी सांगायच्या म्हणून लक्षात ठेवल्या होत्या–जा जा कुठेतरी जाऊन बस-माझे विचार पूर्ण होईपर्यंत वाट बघ.'

आता टायगरचा आवाज पूर्वीसारखा जोमानं येत होता. वडिलांचे हुकूम पाळण्याची युआनची लहानपणाची सवय एकदम जागी झाली; पण आता त्याच्या मनात एक नवाच निर्भयपणा जन्मला होता म्हणून त्याच्या कर्तव्याच्या विरुद्ध जात त्याचं मन ओरडून म्हणालं, 'हा एक कुरकुरा त्रासदायक म्हातारा तर आहे आणि मी याची मर्जी सांभाळत बसायचं.' त्याचा राग, चिडचिड त्याच्या नजरेतून दिसत होती. तो काहीतरी बोलणार एवढ्यात टायगरचा विश्वासू माणूस पुढे झाला आणि आर्जवानं म्हणाला, 'होऊ दे त्यांच्या मनासारखं छोटे सरदार, किती आजारी आहेत ते- म्हणून त्यांच्या मनाप्रमाणे वागायला हवं आपण सर्वांनी.' मग युआन स्वतःच्या मनाविरुद्ध का होईना पण पुन्हा आपल्या खुर्चीवर जाऊन बसला आणि आपल्या वडिलांकडे तशाच तिरप्या नजरेनं बघत राहिला. मनातून त्याला अशी भीतीही वाटत होती की, आजवर टायगरनं कोणताही विरोध सहन केला नव्हता; आता त्याला जर हे करावं लागलं तर न जाणो त्याची प्रकृती आणखी बिघडून जाईल; पण आता त्याची सहनशक्ती हळूहळू संपायला लागली होती हे खरं. अचानक टायगर बोलायला लागला, 'आठवलं मला-पहिली गोष्ट अशी की, तुला कुठेतरी लपवून ठेवायला हवं आहे. काल तू घरी आलास आणि मला जे सांगितलंस त्यावरून हे उघड दिसतं आहे की, तुला माझ्या शत्रूंपासून लपवून ठेवायलाच हवं.'

हे ऐकताच युआन ओरडून म्हणाला, 'पण बाबा, ही कालची गोष्ट नाही–'

टायगरनं त्याचा पूर्वीचा एक रागाचा कटाक्ष त्याच्याकडे टाकत एक टाळी वाजवत म्हटलं, 'मी काय बोलतोय ते मला कळतंय. काल नाही तर तू केव्हा आलास रे घरी? तू कालच आला आहेस घरी.'

पुन्हा एकदा तो विश्वासू माणूस टायगर आणि त्याचा मुलगा यांच्यामध्ये आला आणि विनवणीच्या स्वरात म्हणाला, 'जाऊ दे-जाऊ दे-कालच आले ते घरी.' युआन चिडला; पण मान खाली घालून गप्प राहिला. वडिलांबद्दल सुरुवातीला वाटलेली कणव आता त्याच्या मनातून एखाद्या झुळुकीसारखी नाहीशी झाली. ही एक नवलाचीच गोष्ट होती. त्याच्या वडिलांनी त्याच्याकडे टाकलेला रागाचा कटाक्ष तर त्याच्या मनात कणवेपेक्षा काही निराळीच खोल भावना निर्माण करून गेला. मनातला राग पुन्हा एकवार वर उफाळून आला, तेव्हा त्यानं स्वतःला बजावून सांगितलं, 'आता वडिलांना मुळीच घाबरायचं नाही; पण त्यासाठी आपण हट्टी व्हायलाच हवं.'

त्याचे वडीलही त्यांच्या जुन्याच हट्टीपणानं आणखी काही वेळ काही न बोलता

तसेच बसून राहिले. आपला मुलगा आपण बोलत असताना मध्ये बोललेला आपल्याला आवडलेलं नाही हे दर्शवण्यासाठी ते आणखी काही वेळ तसेच बसून राहिले. खरंतर इतर कोणत्याही कारणानं त्यांनी इतका वेळ घालवला नसता. खरी गोष्ट अशी होती की, टायगरला जे काही सांगायचं होतं ते त्याला अजिबात आवडत नव्हतं आणि म्हणून तो हा असा वेळ काढत होता. या वाट बघण्याच्या काळात युआनचा वडिलांवरचा राग आजवर कधी नव्हता एवढा वाढतच चालला होता. या माणसानं मला किती वेळा असं घाबरून गप्प बसायला लावलं आहे हे त्याला आठवू लागलं. आपल्याला न आवडणाऱ्या शस्त्रांचा अभ्यास करण्यात आपण किती तास घालवले, हेही त्याला आठवलं आणि मग आपल्या स्वातंत्र्याला अटकाव झाल्याची भावना पुन्हा एकदा त्याच्या मनात उफाळून आली. आता त्याला तो माणूस सहनच होईनासा झाला. नव्हे त्याला या दाढी न केलेल्या, स्नान न केलेल्या, वाइन आणि अन्नाचे ओघळ कपड्यांवर पडलेल्या म्हाताऱ्या माणसाची किळसच आली. निदान या क्षणी तरी त्याला आपल्या वडिलांबद्दल प्रेम वाटावं असं काहीही शिल्लक राहिलं नव्हतं.

आपल्या मुलाच्या मनात काय चाललंय त्याची जराही कल्पना नसलेला टायगर अखेरीस बोलायला लागला. त्याला सांगायचं होतं की, 'पण तू माझा एकुलता एक आणि लाडका मुलगा आहेस. तुझ्याकडून माझी दुसरी काय अपेक्षा असणार? तुझी आई प्रथमच शहाण्यासारखी बोलली आहे. ती म्हणाली, 'तुझं लग्न झालं नाही तर आपल्याला नातू कसे मिळणार?' मग मी तिला सांगितलं, 'जा आणि एक चांगली सदगुणी मुलगी शोधून काढ. ती कुणाचीही मुलगी असली तरी चालेल; पण ती सुदृढ आणि लवकर मुलं होतील अशी असली पाहिजे, कारण शेवटी सगळ्या बायका सारख्याच असतात-एकीहून दुसरी चांगली वगैरे नसतेच. अशी मुलगी शोध आणि त्याचं लग्न लावून दे.' मग ही लढाई संपेपर्यंत तो एखाद्या दूरच्या प्रदेशात जाऊन लपून राहू शकेल आणि त्याचं बीज आपल्याजवळ राहील.'

हे सगळं टायगर अगदी काळजीपूर्वक, प्रत्येक शब्द त्यानं पूर्वीच विचार करून निश्चित केला होता तो शब्द नीट उच्चारत असं बोलला. आपला मुलगा इथून जाण्यापूर्वी आपण आपलं त्याच्या बाबतीतलं कर्तव्य पार पाडायला हवं म्हणून त्यानं त्याचं थकलेलं मन, दमलेली बुद्धी एकत्र केली होती. कोणत्याही चांगल्या बापानं हे एवढं तरी नक्कीच केलं असतं आणि कोणत्याही शहाण्या मुलानं हे एवढं ऐकण्याची अपेक्षा ठेवलीच पाहिजे. कोणत्याही मुलानं त्याच्या आई-वडिलांसाठी त्यांनी त्याच्यासाठी निवडलेल्या नवरीशी लग्न केलं पाहिजे आणि तिला मूल दिलं पाहिजे. त्यानंतर त्याला हव्या त्या मुलीवर प्रेम करायला तो मोकळा आहे; पण युआन अशा प्रकारचा मुलगा नव्हता. नव्या काळाचं विष त्याच्यामध्ये पुरेपूर भरलेलं

होतं. त्याच्यामध्ये कोणत्या प्रकारच्या स्वातंत्र्याचे नवनवे हट्ट निर्माण होत होते, हे अजून त्यालाही पुरतं कळलेलं नव्हतं. वडिलांच्या मनात असलेला स्त्रियांविषयीचा तिरस्कारही त्याच्या मनात पुरेपूर भरलेला होता. हा तिरस्कार आणि त्याच्या मनातले हट्ट या सर्वांचा परिणाम म्हणजे त्याच्या मनातला राग एकदम बाहेर उसळला. होय, त्याचा आत्ताचा हा राग म्हणजे एखाद्या भरलेल्या नदीचा बांध फुटावा तसा बाहेर उसळला. त्याचं सारं आयुष्यच जणू त्याच्या या रागामध्ये एकवटून आलेलं होतं.

सुरुवातीला आपले वडील खरोखरच असं बोलले असतील, यावर त्याचा विश्वासच बसला नाही, कारण त्यानं आजवर वडिलांच्या तोंडून बायका म्हणजे मूर्ख किंवा विश्वासघातकी हेच फक्त ऐकलेलं होतं. त्यांच्यावर कधीही विश्वास ठेवू नये असंच त्याचे वडील सतत म्हणत असत; पण आता तर त्यांनी उच्चारलेले हे शब्द तिथेच होते. टायगर तसाच कोळशाकडे नजर लावून बसलेला होता. अचानक युआनला कळून चुकलं -त्याची आई आणि तिची दासी- या दोघी त्याला घरी नेण्यासाठी इतक्या आतुर का होत्या आणि त्यानं घरी जाण्याचं मान्य केल्यावर त्यांना एवढा आनंद का झाला याबद्दल युआनच्या डोक्यात आता लख्ख प्रकाश पडला. अशा बायकांना लग्नं जुळवणं, ती पार पाडणं यातच रस असतो ना!

ठीक आहे-पण तो त्यांना बळी पडणार नाही, हे नक्की. तो उडी मारूनच उठला. कधी काळी आपण आपल्या वडिलांना कमालीचे घाबरत होतो हे आता तो साफ विसरला होता. तसंच त्यांच्यावर आपलं प्रेम होतं हेही विसरला होता. तो मोठ्या आवाजात ओरडून म्हणाला, ''मी याची वाटच बघत होतो- माझ्या मित्रांनी सांगितलं होतं मला- कसं त्यांना बळजबरीनं लग्न करायला लावण्यात आलं- कितीतरीजणांनी या एकाच कारणानं घर सोडलं- मला माझ्या चांगल्या नशिबाचा संशयच यायचा; पण तुम्हीही इतरांसारखेच निघालात- इतर म्हाताऱ्या माणसांसारखेच- कायम आम्हाला बांधून घालायला तयार- आमच्या शरीरांना बांधून घालायला- जबरदस्तीनं आमची लग्नं तुमच्या पसंतीच्या बाईशी लावून देणारे तुम्ही- जबरदस्तीनं मुलं जन्माला घालायला लावता तुम्ही आम्हाला- पण मी हे करणार नाही- मी बांधून घेणार नाही स्वतःला- माझं शरीर तुमच्या आयुष्याशी बांधून घ्यायला मी अजिबात तयार नाही- मी द्वेष करतो तुमचा- आयुष्यभर मी तुमचा द्वेषच करत आलोय-'

युआनच्या तोंडातून तिरस्काराचा, रागाचा एवढा मोठा लोंढा बाहेर सोसाटत होता की, आता त्याला प्रचंड रडू यायला लागलं. त्याचा हा भयानक राग बघून तो विश्वासू माणूस भेदरून त्याच्याकडे धावला आणि त्याच्या कमरेला कव घालत तो काही बोलणार होता; पण बोलू शकलाच नाही, कारण त्याचं फाटक्या ओठांचं तोंड पार वेडंवाकडं झालं होतं. युआननं खाली या माणसाकडे पाहिलं आणि त्याचा स्वतःवरचा ताबाच सुटला. त्यानं हाताची मूठ उचलली आणि त्या म्हाताऱ्या हिडीस

चेहऱ्यावर इतक्या जोरानं आपटली की, तो माणूस खाली जमिनीवर कोसळला.

आता धडपडत टायगर उठला. नाही-त्याच्या मुलाकडे बघत तो उठला नाही- त्यानं युआनकडे तर काहीशा अनोळखी नजरेनंच पाहिलं- जणू काही त्याला ते शब्द काय आहेत ते कळलेच नसावेत- त्यानं त्याचा म्हातारा नोकर जमिनीवर पडलेला पाहिला, तेव्हा त्याला उचलायला तो पुढे आला होता.

पण युआन वळून झपाट्यानं बाहेरच निघून गेला. पुढे काय होतं आहे हे न बघता तो सगळ्या अंगणातून बाहेर गेला. त्याला त्याचा घोडा एका झाडाला बांधलेला दिसला. आश्चर्यानं त्याच्याकडे पाहणाऱ्या सैनिकांकडे लक्ष न देता तो सरळ हवेलीच्या मुख्य दरवाजातून बाहेर पडला. एका उडीत तो घोड्यावर स्वार झाला आणि त्या जागेतून बाहेर पडताना त्याच्या मनात एकच शब्द होता- आता कायमचा बाहेर.

युआन त्याच्या वडिलांच्या घरातून बाहेर पडला होता तो प्रचंड संतापून, हा संताप आता थंड व्हायलाच हवा होता नाहीतर या संतापाच्या तापानं तो मरूनच गेला असता आणि खरोखरच हा संताप शांत झाला... आता आपण काय करायचं हा विचार त्याच्या मनात उभा राहिला. एकटा तरुण मुलगा- आपल्या वडिलांपासून, आपल्या मित्रांपासून नातं तोडून टाकलेला- त्या दिवसानंच त्याला शांत व्हायला मदत केली, कारण हिवाळ्यातला तो सूर्यप्रकाश जो युआन त्या मातीच्या झोपडीत राहात असताना कधी न संपणारा वाटायचा तोच आता असा न संपणारा राहिला नव्हता. दिवस राखाडी रंगाकडे कलला होता. पूर्वेकडून येणारा वारा थंडगार आणि नकोसा वाटू लागला होता. आजूबाजूची शेतं राखाडी दिसायला लागली होती. युआनचा घोडाही प्रवासानं थकून जाऊन हळूहळू चालत होता. तोही राखाडीच दिसू लागला होता. या साऱ्या राखाडी रंगानं युआनला गुरफटून घेतलं आणि त्याचा राग शांतही केला. अगदी त्या शेतात काम करणारे, रस्त्यावरून जाणारे लोकही राखाडी झाले. ते साहजिकच होतं म्हणा- ज्या जमिनीवर ते काम करायचे, आयुष्य घालवायचे त्या जमिनीसारखंच त्यांचं दिसणं, वागणं, बोलणं होणार हे योग्यच होतं. सूर्यप्रकाशात त्यांचे चेहरे जिवंत आणि बऱ्याच वेळा आनंदीही दिसायचे. आताच्या या राखाडी आकाशाखाली त्यांचे डोळे उदास आणि ओठ मिटलेले होते. त्यांचे कपडेही जरद्या रंगाचे आणि हालचाली मंद वाटत होत्या. जमिनीवरचे - टेकड्यांवरचे काही सुंदर रंग, काहींच्या कपड्यांचा निळा रंग, एखाद्या लहान मुलाच्या कोटाचा लालचुटुक रंग, एखाद्या तरुणीची लालसर शेंदरी विजार- हे सारे रंग निवडून काढून सूर्य कसा त्यांना उठाव देत असे, ते आता अगदी फिकेफिके दिसत होते. घोड्यावर बसून या उदासवाण्या प्रदेशातून जात असताना युआनच्या

मनात आलं, ‘मी या दुःखीकष्टी प्रदेशाच्या प्रेमात पडलो तरी कसा?’ त्या वेळी तो कदाचित मागे फिरून सैन्यातल्या त्याच्या जुन्या वरिष्ठाकडेही गेला असता; पण त्याला आठवलं की, खेड्यातले गावकरीही त्याच्यावर प्रेम करत नव्हते. आज तो ज्या लोकांमधून चालला होता तेही इतके दुर्मुखलेले दिसत होते की, तो स्वतःशीच अगदी कडवटपणाने बोलला, ‘मी काय या लोकांसाठी माझं आयुष्य बरबाद करू?’ होय- आज या दिवशी त्याला अगदी सगळा प्रदेशच दुर्मुखलेला वाटत होता. हे एवढं सगळं जणू पुरेसं नव्हतं म्हणूनच की काय त्याचा घोडा लंगडायला लागला. रस्त्यातल्या एका लहानशा शहरामध्ये थांबून त्यानं बघितलं तर घोड्याच्या नालात दगड गेला होता आणि त्याची एक जखम तयार झाली होती. आता तो घोडा काही कामाचा राहिला नव्हता.

घोड्याचा पाय तपासण्यासाठी युआन खाली वाकला होता, तेवढ्यात त्याला एक मोठा धडधडणारा आवाज ऐकू आला. त्यानं वर पाहिलं तर त्याच्या शेजारूनच एक खूप धूर सोडणारी आणि भयंकर घाईत चाललेली आगगाडी दिसली; पण तिचा वेग युआनला तिच्यामध्ये बसलेली माणसं दिसणार नाहीत एवढा काही जास्त नव्हता. शिवाय तो घोड्याचा पाय तपासण्यासाठी खाली वाकलेला होता. ती माणसं अगदी मजेत, उबदार वातावरणात सुरक्षितपणे बसून इतक्या वेगानं चालली होती की, युआनला त्यांचा हेवा वाटायला लागला. त्याचा घोडा आता अगदी निकामी झाला होता आणि त्याच्यावर बसून प्रवास करणं किती हळू होईल हे त्याला जाणवलं आणि मग त्याच्या मनात एक नामी कल्पना आली, ‘मी आता या शहरात जाऊन हा घोडा विकूनच टाकतो आणि आगगाडीत बसून दूर जातो– जितकं दूर जाता येईल तेवढं दूर–’

त्या रात्री तो छोट्या शहरातल्या एका लहानशा खाणावळीत राहिला. ती खाणावळ अगदी घाणेरडी होती. तिथले किडेमकोडे त्याच्या अंगावरून फिरत होते. त्याला अजिबात झोप लागली नाही; त्यामुळे त्याने जागं राहून पुढे काय करायचं याचे बेत आखले. त्याच्याकडे थोडेफार पैसे होते, कारण त्यानं कायम पैशाचा एक पट्टा स्वतःजवळ बाळगला पाहिजे असं त्याच्या वडिलांनी त्याला बजावलेलं होतं. त्याला कधीही काही कमी पडू नये आणि पडलंच तरी त्याला आपला घोडा विकण्याची वेळ येऊ नये अशी त्यांची इच्छा होती; पण बराच वेळ विचार करूनही त्याला पुढे काय करावं, कुठे जावं ते सुचतच नव्हतं.

आता युआन काही एखादा सामान्य, अशिक्षित मुलगा नव्हता. त्याला त्याच्या समाजाची संस्कृती, इतिहास, ग्रंथ यांची माहिती होती. एवढंच नव्हे, तर पश्चिमेकडून आलेल्या नव्या पुस्तकांचीही त्याला माहिती होती. हे सगळं त्याला त्याच्या गुरुजींनी शिकवलेलं होतं. याच गुरुजींनी त्याला पश्चिमेकडची एक परकीय भाषाही अस्खलितपणे

बोलायला शिकवलं होतं. म्हणूनच तर तो अगदी असहाय आणि अशिक्षित राहिला नव्हता. त्या खानावळीच्या कठीण गादीवर कूस बदलत आपल्याजवळ असलेल्या पैशांचं काय करावं आणि आपल्या ज्ञानाचा कसा उपयोग करावा? याचाच तो विचार करत होता. आपण आपल्या सैनिकी वरिष्ठाकडे परत जावं का? असा विचारही त्याच्या मनात पुनःपुन्हा येत होता. 'मला पश्चात्ताप झाला आहे. मला क्षमा करा आणि परत घ्या.' असं तो त्याच्याकडे जाऊन म्हणू शकत होता. त्यानं त्याच्या वडिलांना सोडलं आहे आणि त्यांच्या विश्वासाच्या माणसावर हात उगारला आहे एवढं पुरेसं झालं असतं, कारण आपल्या आई-वडिलांची आज्ञा न मानणं हे त्या क्रांतिकारी सैन्याच्या दृष्टीनं निष्ठेचं फार मोठं प्रतीक मानलं जात होतं, त्यांच्यामध्ये सामील होऊन जाण्याचं ते पारपत्रच होतं म्हणायला हरकत नाही. म्हणूनच तर आपली निष्ठा दाखवण्यासाठी त्यांच्यापैकी काहीजणांनी, मुलींनी आणि मुलांनी आपल्या आई-वडिलांना ठारही मारलं होतं.

आपलं स्वागतच होईल हे माहीत असूनही युआनला या क्रांतीमध्ये सामील होऊ नये असंच वाटत होतं.

कालच्या राखाडी दिवसाची आठवण अजूनही त्याच्या मनामध्ये जागी होती आणि त्याला आणखी उदास करून टाकत होती. त्याला त्या धुळीनं भरलेल्या सामान्य लोकांचीही आठवण झाली आणि मग त्याच्या मनात असलेलं त्यांच्याविषयीचं प्रेम संपूनच गेलं. तो स्वतःशीच पुटपुटला, 'आजवरच्या आयुष्यात मला काहीही सुख मिळालं नाही. बाकीच्या तरुण माणसांना किती बारीकसारीक गोष्टींमध्ये मजा करायला मिळते, ते मला काहीच मिळालं नाही. माझं सगळं आयुष्य माझ्या वडिलांच्या प्रति असलेल्या माझ्या कर्तव्याचं पालन करण्यातच गेलं. आता या चळवळीत मी नाहीच सामील होऊ शकत.' अचानक त्याच्या मनात आलं, आजवर आपण कधीच न पाहिलेलं असं आयुष्य आपल्याला जगायला मिळायला हवं - अधिक आनंदी- अधिक हसतंखेळतं आयुष्य- त्याला वाटू लागलं, आजवर आपण कधीच हसलो-खिदळलो नाही, आपल्याला कुणी खेळगडीही मिळाले नाहीत; पण जगात कुठेतरी कामाबरोबरच मौजमजा-सुख-आनंद हेही असणारच.

खेळण्या-बागडण्याची आठवण आली, तेव्हा त्याला त्याच्या बालपणाची आठवण आली. मग त्या वेळी त्याला माहीत असलेल्या त्याच्या धाकट्या बहिणीचीही आठवण आली. ती कशी हसत असायची, आपल्या लहानशा पावलांनी इकडेतिकडे कशी दुडदुडत असायची हे त्याला आठवलं. तिच्याशी खेळताना तो किती हसायचा हेही त्याला आठवलं. ठीक आहे ना- मग तिलाच का हुडकून काढू नये? त्याची बहीण होती ती- रक्ताचं नातं होतं शेवटी त्यांचं- इतकी लांबलचक वर्षं तो त्याच्या वडिलांच्या आयुष्यामध्ये इतका गुरफटून गेला होता की, आपली म्हणावीत अशी

आणखी कुणी माणसं आहेत हेही तो विसरूनच गेला होता.

अचानक त्याची सगळीच माणसं त्याच्या डोळ्यांसमोर उभी राहिली. कितीतरी नातेवाईक होते की त्याला. त्याला त्याच्या व्यापारी वंग काकांकडे जाता येईल; त्या घरामध्ये राहाणं सुखाचं होईल असं त्याला क्षणभर वाटलं. त्याच्या नजरेसमोर त्याच्या काकूचा गोलगुबगुबीत हसरा चेहराही आला. त्याला त्याची चुलतभावंडंही आठवली; पण मग त्यानं निश्चयानं ठरवलं की, आपल्या वडिलांच्या इतक्या जवळ आता नाहीच राहायचं, कारण त्याच्या काकांनी त्याच्या वडिलांना त्याच्याबद्दल नक्कीच कळवलं असतं– नकोच ते इतक्या जवळ राहाणं–

त्या आगगाडीत बसायचं आणि दूर कुठेतरी जायचं एवढं त्यानं ठरवून टाकलं. त्याची बहीण फार दूर होती. त्या दूरवरील किनारपट्टीच्या शहरामध्ये-थोडे दिवस त्या शहरात राहावं, आपल्या बहिणीला भेटावं, त्या शहरातील मजेच्या-गमतीच्या गोष्टी बघाव्यात, आजवर नुसत्या ऐकलेल्या पण कधीच बघायला न मिळालेल्या त्या सर्व परदेशी गोष्टी स्वतः बघाव्यात - हं! असंच करावं.

आता त्याचं मन त्याला घाई करू लागलं. उजाडण्याच्या आधीच तो उडी मारून बिछान्यावरून उठला आणि खाणावळीतल्या नोकराला स्नानासाठी गरम पाणी आणायला हाक मारू लागला. सगळे कपडे काढून, त्यातले किडे-ढेकूण काढून टाकण्यासाठी त्यानं ते जोरजोरात झटकले. नोकर खोलीत आल्यावर तिथल्या घाणीबद्दल त्यानं त्यालाही चार शिव्या हासडल्या. आता तिथून बाहेर पडण्याची त्याला फारच घाई झाली होती.

युआनची घाई आणि राग बघूनच त्या नोकराला कळून चुकलं की, हा कुणी श्रीमंत माणसाचा मुलगा असला पाहिजे, कारण गरीब लोक असे शिव्या नाही ना देऊ शकत- मग त्यानं अगदी अदबीनं आणि घाईघाईनं काम करायला सुरुवात केली. पहाट होण्याच्या आधीच युआन न्याहारी आटोपून आपला लाल घोडा विकण्यासाठी बाहेरही पडला होता. त्या बिचाऱ्या जनावराला त्यानं अगदी कमी किमतीत एका खाटकाला विकून टाकलं. हे करताना आपला घोडा आता कुणाच्या तरी पोटात जाणार याचं युआनला क्षणभर वाईट वाटलं हे खरं; पण लगेचच त्यानं मन घट्ट केलं. आता त्याला घोड्याची गरजच लागणार नव्हती. तो आता कुणा युद्धखोर सरदाराचा मुलगा नव्हता. तो आता स्वतः झाला होता - वांग युआन. मनात येईल तिकडे जायला आणि मनात येईल तसं वागायला स्वतंत्र असलेला एक तरुण मुलगा. त्याच दिवशी तो त्याला किनारपट्टीवर असलेल्या मोठ्या शहराकडे नेणाऱ्या आगगाडीत बसला.

टायगरची सुशिक्षित बायको त्या दूरच्या शहरामध्ये राहायला गेली तेव्हापासून

अध्येमध्ये ती त्याला पत्र पाठवत असे. ही पत्रं वडिलांना वाचून दाखवायचं काम युआनला करावं लागायचं ही युआनच्या दृष्टीनं एक फार चांगली गोष्ट होती. जसजसं टायगरचं वय वाढत गेलं, तसतसा काहीही वाचण्याचा त्याचा उत्साहही कमीकमी होत गेला. तरुणपणी तो चांगलं वाचू शकत असला तरी वयोमानानुसार अनेक अक्षरं तो विसरून गेला होता आणि आता काहीही वाचणं त्याच्या दृष्टीनं फारसं सोपं राहिलं नव्हतं. वर्षातून दोन वेळा बाईसाहेब त्यांच्या मालकांना पत्र लिहीत असत. त्यांचं लिहिणं हे अगदी प्रौढ भाषेत असे. साहजिकच ते वाचणं थोडं अवघडच असायचं. म्हणून मग युआन ही पत्रं वडिलांना नुसती वाचूनच दाखवायचा नाही तर समजावूनही सांगायचा. आता हे सर्व आठवत असताना त्या कुठे राहायच्या हेही त्यांनी लिहिलेलं होतं ते त्याला आठवलं - अगदी सगळं - त्या राहायच्या त्या रस्त्याचं नाव, त्या प्रचंड शहराचा कोणता भाग हे सगळं - एक संपूर्ण दिवस आणि एक रात्र एवढा तो प्रवास होता. एक मोठी नदी ओलांडून, एक-दोन तलावांना वळसे घालून आणि अनेक पर्वतांना मागे टाकत, भरभराटीस आलेल्या लहान-मोठ्या शहरांना आणि सुंदर पिकलेल्या शेतांनाही मागे टाकत अखेरीस युआन त्या शहरात येऊन पोहोचला. आपल्याला कुठे जायचं आहे हे त्याला बरोबर माहीत होतं. ती जागा काही फार जवळ नव्हती म्हणून त्यानं एक रिक्षा ठरवली. भरपूर उजेडानं भरलेल्या त्या शहराच्या प्रशस्त रस्त्यांवरून जाताना तो अगदी एकटा होता. त्याचं स्वतःचं साहस अनुभवत होता. इथे त्याला कुणीच ओळखत नव्हतं म्हणून एखादा खेडवळ माणूस शहरात आल्यावर जसा सगळीकडे कुतूहलानं पाहातो, तसाच युआनही डोळे विस्फारून सगळं बघत होता.

एवढ्या मोठ्या शहरामध्ये युआन आजवर कधीच आलेला नव्हता. रस्त्याच्या दोन्ही बाजूंच्या इमारती इतक्या उंच होत्या की, एवढे सारे दिवे झळाळत असूनही आकाशामध्ये कुठेतरी अंधारात गडप झालेली त्यांची शिखरं युआनला दिसतच नव्हती; पण त्याच भव्य इमारतीच्या पायथ्याशी, जिथे युआन होता तिथे मात्र खूप उजेड होता. चक्क दिवस असावा तसे लोक इकडून-तिकडे जात येत होते. साऱ्या जगातले लोक त्याला इथे दिसत होते. अनेक रंगांचे, अनेक वंशांचे आणि अनेक प्रकारच्या रंगारूपाचे. भारतातले काळे लोक होते, शुभ्र पांढऱ्या मलमलीत आणि भरजरी, सोनेरी लालभडक कपड्यांत लपेटलेल्या त्यांच्या बायका होत्या. त्या कपड्यांमुळे त्यांचं सावळं सौंदर्य अधिकच खुलून दिसत होतं. चटपटीतपणे ये-जा करणाऱ्या लांब नाकाच्या गोऱ्या बायका आणि पुरुष सर्व सारख्या कपड्यांमध्ये दिसत होते. हाच आपला नवरा असं या बायका कसं काय ओळखत असतील- युआनच्या मनात येऊन गेलं, कारण सगळे गोरे पुरुष अगदी एकसारखेच दिसत होते- काहींचं पोट भलं मोठं होतं तर काहींना साफ टक्कल पडलेलं होतं किंवा

असंच काहीतरी; पण तेवढं सोडलं तर सगळे आपले दिसायला सारखेच आणि तरीही सर्वांत जास्त लोक होते ते मात्र त्याच्यासारखेच होते. श्रीमंत लोक मोठमोठ्या यंत्रांमधून येत होते, एखाद्या मौजमजेच्या दालनाच्या थेट दाराशी जाऊन उतरत होते. त्या यंत्रांचे किंचाळणारे कर्णे ऐकले की, युआनच्या रिक्षावाल्याला रिक्षा घेऊन रस्त्याच्या कडेला व्हावं लागत होतं. ती यंत्रं पुढे निघून जाईपर्यंत थांबून राहावं लागत होतं. जुन्या काळी राजे-महाराजे रस्त्यावरून जाताना सामान्य माणसांना जसं वागावं लागत होतं तसंच. जिथे श्रीमंत माणसं असतात, तिथे गरीब असतातच- भिकारी, अपंग, रोगानं दीन झालेले- थोडासा पैसा मिळवण्यासाठी आपापल्या कमतरता वाढवून चढवून सांगणारे- पण तो पैसा मिळेलच असं नव्हतं- श्रीमंतांच्या खिशातून गळायची ती अगदी कमी किमतीची नाणी, कारण बहुतेक वेळा या श्रीमंतांचे चेहरे - नाकं वर उचललेलीच असायची आणि डोळे काही न पाहणारे. हे सारं सुख मिळवण्याच्या त्याच्या धडपडीमध्येसुद्धा एक क्षणभर युआनला या माजोरी श्रीमंतांचा राग आला. स्वतःजवळचं थोडं तरी त्यांनी या गरिबांना द्यायला हवं असंही त्याच्या मनाला चाटून गेलं.

या सगळ्या हलत्याचालत्या गर्दीमधून, आपल्या लहानशा वाहनातून वाट काढत युआन जात होता. तेवढ्यात त्याचा रिक्षावाला एका लांबलचक भिंतीत बसवलेल्या एका दरवाजापुढे धापा टाकत थांबला. त्या भिंतीमधल्या दरवाजासारखेच अनेक दरवाजे त्या दरवाजाच्या दोन्ही बाजूंना होते. याच ठिकाणी युआनला जायचं होतं. तो रिक्षातून खाली उतरला. कबूल केलेले पैसे त्यानं रिक्षावाल्याच्या हातावर ठेवले. आता असं बघा, युआननं इथे येईपर्यंत अनेक श्रीमंत स्त्री-पुरुष बघितले होते, त्यांच्यासमोर आपले लुकडे हात पसरून, भीक मागणाऱ्या लोकांकडे दुर्लक्ष करून ते कसे पुढे निघून जात होते हेही त्यानं पाहिलं होतं. या गोष्टीचा त्याला रागही आला होता, बरं.

पण त्याच्या थकलेल्या रिक्षावाल्यानं थरथरत, धापा टाकत जेव्हा काकुळतीनं म्हटलं, 'तुम्ही दयाळू आहात साहेब, तुमच्या मनानं थोडं जास्त द्या ना.' रिक्षावाल्याच्या नजरेतून युआनचे रेशमी कपडे आणि खाऊनपिऊन सुखी असलेली शरीरयष्टी सुटली नव्हती- तेव्हा मात्र युआनला हे चुकीचं वाटलं. त्याला स्वतःला आपण श्रीमंत आहोत असं वाटतच नव्हतं आणि हे रिक्षावाले कधीच समाधानी नसतात हे तर जगजाहीर आहे. म्हणून मग तो काहीशा रागानंच म्हणाला, 'हे एवढंच ठरलं होतं ना?' एक सुस्कारा टाकत रिक्षावाला उत्तरला, 'व्हय साहेब, ठरलं होतं हेच; पण मला वाटलं, तुम्ही दयाळू मनानं काहीतरी...'

पण एव्हाना युआन त्या माणसाला विसरूनही गेला होता. दरवाजाकडे वळून त्यानं त्याला तिथे दिसलेली एक घंटा वाजवली. हे बघून रिक्षावाल्यानं पुन्हा एक

उसासा सोडला. गळ्याभोवती असलेल्या घाणेरड्या फडक्यानं आपला घामेजलेला चेहरा पुसला आणि त्याचा घाम बर्फाळ करणाऱ्या त्या बोचऱ्या हवेत दुसऱ्या भाड्याच्या शोधात तो निघूनही गेला.

दरवाजा उघडायला आलेल्या नोकरानं युआनकडे अनोळखी नजरेनं पाहिलं. तो प्रथम त्याला आतच घेत नव्हता, कारण या मोठ्या शहरामध्ये नीटनेटके कपडे घातलेले लोक दरवाजावरची घंटा वाजवायचे, आम्ही या कुटुंबाचे मित्र किंवा नातेवाईक आहोत असं सांगायचे आणि त्यांना आत घेतलं की, सरळ परदेशी बंदुका काढून लूटमार, खून किंवा जे हवं ते करायचे. कधीकधी त्यांचे सोबती घुसायचे आणि एखाद्या माणसाला किंवा लहान मुलाला खंडणीसाठी पळवून न्यायचे. म्हणून त्या नोकरानं चटकन दरवाजा लावून घेतला. युआननं ओरडून स्वतःचं नाव सांगितलं तरीही त्याला त्यानं बाहेरच थांबायला लावलं. काही वेळानं पुन्हा दरवाजा उघडला गेला आणि एक शांत गंभीर चेहऱ्याची स्थूल, पांढऱ्या केसांची स्त्री बाहेर आली. तिनं लालसर रेशमी कपडे घातले होते. युआन आणि ती दोघांनी एकमेकांकडे पाहिलं. तिचा गोल चेहरा मायाळू होता, त्यावर अजून फारशा सुरकुत्या पडलेल्या नव्हत्या. तरीही त्या चेहऱ्याला सुंदर म्हणता आलं नसतं, कारण त्यावरची रुंद जिवणी, मोठं नाक आणि दोन डोळ्यांमधली सपाट जागा. तिचे डोळे सौम्य आणि समजूतदार होते; त्यामुळे धीर येऊन युआन थोडं हसून म्हणाला, 'बाईसाहेब, मी असा न कळवता आलो म्हणून तुमची क्षमा मागायला हवी; पण मी वांग युआन-टायगरचा मुलगा- मी माझ्या वडिलांना सोडून आलोय- एकटाच-. मला तुमच्याकडून काहीसुद्धा नको आहे. फक्त आत येऊन तुम्हाला आणि माझ्या बहिणीला भेटण्याची माझी इच्छा आहे.'

तो बोलत असताना ती स्त्री त्याच्याकडे बारकाईनं बघत होती. मग अगदी सौम्यपणे ती म्हणाली, 'माझ्या नोकरानं तुझं नाव सांगितलं, तेव्हा मला खरंच वाटलं नाही. तुला पाहिलं त्याला कितीतरी दिवस होऊन गेले. मी तुला ओळखलंच नसतं; पण तू अगदी तुझ्या वडिलांसारखा दिसतोस- त्यांचा मुलगा म्हणून तुला ओळखायला काहीच कष्ट पडणार नाहीत. ये ये घरात ये- तुझंच घर समज.'

नोकराच्या चेहऱ्यावरचा संशय अजूनही तसाच कायम होता; पण बाई मात्र अगदी शांत आणि निर्विकार दिसत होत्या. त्यांना कसलंच आश्चर्य वाटलेलं नव्हतं. जणू काही आता जगात त्यांना आश्चर्यचकित करू शकेल अशी एकही गोष्ट बाकी राहिलेली नसावी. त्यांनी त्याला एका अरुंदशा खोलीत नेलं आणि नोकराला त्याच्यासाठी एक खोली तयार करायला सांगितली. खोलीमध्ये एक पलंग ठेवायला सांगितला. मग त्याचं जेवण झालं का ते विचारून बाईंनी त्याला

पाहुण्यांच्या खोलीत नेलं. 'इथे बस, आरामात बस.' असं त्याला सांगून त्याच्यासाठी आणखी काही आरामदायक गोष्टींची त्याच्या खोलीत सोय करण्यासाठी त्या तिथून गेल्या. हे सगळं आणि युआनचं स्वागतही त्यांनी इतक्या सहजपणे आणि आनंदाने केलं की, युआनला खूप बरं वाटलं. त्याच्या मनात त्यांच्याबद्दल एक आपुलकीची भावना निर्माण झाली. खूप दिवसांनंतर कुठेतरी कुणाला तरी आपण हवेसे आहोत, या भावनेनं त्याला अधिकच आनंद वाटला. त्याच्या वडिलांच्या आणि त्याच्यामध्ये जे काही घडलं होतं, त्यानंतर तो अगदी थकून गेला होता; त्यामुळे आता त्याला आपल्या घरी आल्यासारखंच वाटायला लागलं.

या पाहुण्यांच्या खोलीमध्ये तो एका आरामखुर्चीत बसून खोलीचं निरीक्षण करायला लागला. त्यानं आजवर अशी खोली कुठेही पाहिलेली नव्हती; पण त्याच्या पद्धतीप्रमाणे हे आश्चर्य किंवा उत्सुकता त्यानं स्वतःच्या गंभीर चेहऱ्यावर मात्र उमटू दिली नाही. स्वतःच्या शरीराभोवती गडद रंगाचे रेशमी कपडे गुंडाळून घेऊन तो शांतपणे बसून राहिला. काहीसं चोरून तो खोलीकडे बघत होता- हो अचानक कुणी खोलीत आलं तर त्याचं हे असं बघणं आश्चर्याचं आहे असं वाटायला नको. कोणत्याही नव्या ठिकाणी आपण नवखे किंवा संकोचलेले वाटू नये याची तो नेहमीच काळजी घेत आला होता. ती एक लहानशी चौकोनी खोली होती. अगदी स्वच्छ! इतकी की, त्या खोलीत जमिनीवर एक फुलाफुलांचा लोकरी गालिचा अंथरलेला होता, त्यावर मातीचा - धुळीचा एक कणही नव्हता. या गालिच्याच्या मध्यभागी एक टेबल होतं आणि त्या टेबलावर लाल मखमलीचं एक कापड घातलेलं होतं. या लाल कापडाच्या मध्यभागी गुलाबी कागदी फुलं ठेवलेली एक फुलदाणी होती. ती फुलं अगदी खऱ्यासारखी दिसत होती. फक्त त्यांची पानं चंदेरी होती, हिरवी नव्हती. तो बसला होता त्यासारख्या सहा खुर्च्या त्या खोलीमध्ये होत्या. अगदी मऊ आणि गुलाबी सॅटिननं मढवलेल्या. खोलीच्या खिडक्यांवर तलम पांढऱ्या कापडाचे लांब तुकडे सोडलेले होते. भिंतीवर काचेच्या चौकटीत बसवलेलं परदेशी वाटणारं एक चित्र टांगलेलं होतं. त्या चित्रामध्ये एक निळाशार पर्वत आणि तेवढाच निळाशार एक तलाव दिसत होता. पर्वतावर परदेशातल्यासारखी घरं होती, तशी घरं युआननं कधीच पाहिली नव्हती. हे सगळं अतिशय चमकदार आणि सुंदर असं होतं.

अचानक आत कुठेतरी एक घंटा वाजली. युआननं मान फिरवून दाराकडे पाहिलं. त्याला चटचट वाजणारी पावलं ऐकू आली आणि त्याबरोबरच एका मुलीचा हसण्यानं भरलेला उंच आवाजही ऐकू आला. तो कान देऊन ऐकू लागला. ती कुणाशी तरी बोलत असावी, असं त्याला वाटलं; पण कुणाचाही उत्तर देण्याचा आवाज मात्र त्याला आला नाही. शिवाय तिच्या बोलण्यातले अनेक शब्द त्याला

कळलेच नाहीत– तिच्या बोलण्याच्या लहरींमध्ये अनेक परदेशी शब्द–

'ओ, तू आहेस होय?-नाही-मी कामात नाही-ओ, मी थकलेय फार. आजकाल रात्री खूप वेळ नाचतच होते ना मी-माझी चेष्टा करतोस- माझ्यापेक्षा कितीतरी सुंदर आहे ती–हसतोस ना मला-माझ्यापेक्षा नाचतेसुद्धा जास्त चांगली ती–गोऱ्या माणसांनासुद्धा तिच्याबरोबर नाचायचं होतं–होय होय–मी त्या अमेरिकन माणसाबरोबर नाचले -खरंय-आहा-काय नाचतो रे तो-नाही नाही-मी नाही सांगणार तो काय म्हणाला ते–नाही-नाही-नाही–ठीक आहे-मग मी येईन तुझ्याबरोबर आज रात्री–दहा वाजता- जेवण आटोपेन मी आधी-.'

त्याला हास्याचा एक किणकिणता स्वरही ऐकू आला. एकदम खोलीचं दार उघडलं गेलं आणि एक मुलगी दारात उभी असलेली त्याला दिसली. तिला झुकून अभिवादन करण्यासाठी आणि तिच्याकडे सरळ पाहिलं जाऊ नये या सभ्य पद्धतीने नजर झुकवून तो उभा राहिला; पण ती एखाद्या सुंदरशा डौलदार पक्ष्यासारखी झटकन धावत पुढे येत, हात पसरत आनंदानं चीत्कारली, 'तू माझा भाऊ युआन आहेस.' तिचा मंजुळ गोड स्वर जणू हवेत तरंगत असावा असा नाजूक होता. 'माझी आई म्हणाली-तू असा अचानकच...' त्याचे दोन्ही हात पकडत ती उद्गारली, 'या लांबलचक झग्यामध्ये तू किती मागासलेला दिसतोस... असं हस्तांदोलन करायचं... आजकाल सगळे असं हस्तांदोलनच करतात...'

तिच्या लहानशा मऊ हाताचा स्पर्श त्याला जाणवला आणि तो स्पर्श सहन न होऊनच की काय किंवा थोडं लाजूनही असेल, त्यानं स्वतःचा हात मागे घेतला खरा; पण तिच्यावर खिळलेली त्याची नजर मात्र ढळली नाही. पुन्हा एकदा हसून ती एका खुर्चीच्या हातावर बसली आणि चेहरा उचलून त्याच्याकडे बघायला लागली. तो लहानसा चेहरा-अगदी सुंदर-मांजरीच्या पिल्लासारखा त्रिकोणी आकाराचा, गुबगुबीत गालांवर वळलेल्या काळ्याभोर तुळतुळीत केसांच्या त्या बटा-तरीही त्याची नजर बांधून ठेवली होती ती तिच्या डोळ्यांनी. त्यानं पाहिलेल्या डोळ्यांमध्ये सर्वांत अधिक चमकदार, सर्वांत काळेभोर आणि त्यामध्ये उमटणाऱ्या हास्याच्या आणि प्रकाशाच्या लहरी-त्यांच्याखाली तिची जिवणी-लालचुटुक, भरदार ओठांची आणि तरीही लहानशी आणि नाजूकशी.

'बस ना.' ती चीत्कारली–एखादी महाराणीच जणू!

तो अगदी काळजीपूर्वक एका खुर्चीच्या कडेवर बसला, तिच्या फार जवळ नाही. ती पुन्हा एकदा हसली.

'माझं नाव आय-लान.' तिच्या सरसरत्या हलक्या आवाजात तिनं सांगायला सुरुवात केली. 'तुला आठवते का मी? मला तू चांगलाच लक्षात आहेस. फक्त तू होतास त्यापेक्षा आता चांगला झालास–कसला किडुक, कुरूप मुलगा होतास रे

तू लहानपणी-एवढा लांबलचक चेहरा होता तुझा-पण तुला नवे कपडे घ्यायला हवेत हं-माझे सगळे भाऊ परदेशी पद्धतीचे कपडे वापरतात-छान दिसशील तू त्या कपड्यांत-केवढा उंच आहेस-तुला डान्स येतो का रे? मला नाचायला खूप आवडतं-तुला माझे इतर भाऊ माहिती आहेत का? माझ्या सर्वांत मोठ्या चुलतभावाची बायको किती छान नाचते म्हणून सांगू-'

'माझ्या म्हाताऱ्या काकांना बघायला पाहिजेस तू-त्यांनाही नाचायला खूप आवडतं; पण आता ते म्हातारे झालेत आणि लठ्ठही-म्हणून मग माझी काकू त्यांना नाचू देतच नाही. सुंदर सुंदर मुलींकडे ते बघतात ना तेव्हा काकू त्यांना कशी ओरडते ते बघायलाच हवंस तू-' पुन्हा तिचं ते अधिरं, थरथरतं हसू खोलीभर किणकिणलं.

युआननं चोरून तिच्याकडे एक नजर टाकली. त्यानं आजवर पाहिलेल्या कोणत्याही व्यक्तीपेक्षा ती अधिक बारीक होती. एखाद्या लहान मुलासारख्या तिच्या शरीराभोवती हिरव्या रेशमाचं वस्त्र कळीभोवतीचं कोवळं आवरण असावं तसं घट्ट बिलगलेलं होतं. तिच्या कानात सोन्याचे मोती जडवलेले गोलाकार होते. तोंडावर हात धरत थोडं खोकल्यासारखं करत त्यानं नजर फिरवली.

'मी आपल्या आईला अभिवादन करायला आणि तुला भेटायला आलोय.' त्यानं उत्तर दिलं.

यावर ती किंचितसं हसली, त्याच्या गांभीर्याची जणू टिंगल करत असावी तशी-त्या हास्यानं तिचा चेहरा चमकायला लागला. ती उठून खोलीच्या दाराकडे गेली. तिची चाल उडती, धावती होती.

'तर मग मी तिला घेऊन येते, बंधुराज!' त्याच्याएवढाच गांभीर्याचा आव आणत ती म्हणाली. मग पुन्हा एक हास्याची ललकारी हवेत सोडत आपल्या मांजराच्या पिल्लासारख्या काळ्याभोर डोळ्यांतून त्याच्याकडे एक मिस्कील कटाक्ष टाकत ती निघून गेली.

ती गेली आणि खोली एकदम शांत होऊन गेली. जणू काही एखादी वाऱ्याची लहर वाहाण्याची एकदम थांबली असावी. युआन अतिशय आश्चर्यचकित होऊन बसला होता. त्याला ही मुलगी काय आहे ते कळतच नव्हतं. त्याच्या आजवरच्या सैनिकी आयुष्यात त्यानं असं माणूस पाहिलंच नव्हतं. त्याच्या वडिलांनी त्याला त्याच्या आईच्या अंगणातून बाहेर यायला लावलं. त्याआधी आपण दोघं लहान असताना ही मुलगी कशी होती ते आठवण्याचा तो प्रयत्न करायला लागला. हीच चपळाई, अशीच बडबड, असेच चहुकडे भिरीभिरी बघणारे काळेभोर टपोरे डोळे. सुरुवातीला त्याच्या वडिलांच्या खोल्यांमध्ये तिच्याशिवाय त्याचे दिवस किती कंटाळवाणे, किती निर्जीवसे जात होते हेही त्याला आठवलं. हे सगळं आठवल्यावर

तर त्याला आता ही खोली जास्तच शांत, जास्तच एकाकी वाटू लागली. ती लगेच परत यावी यासाठी तो अगदी अधीर झाला. त्याला तिचा सहवास हवाहवासा झाला, कारण त्यालाही तिच्यासारखं हसणं हवं होतं. अचानक त्याला जाणवलं - आपलं आजवरचं सगळं आयुष्य अशा हसण्याविना गेलं. सतत कसल्या ना कसल्या कर्तव्याचं पालन करण्यामध्येच आपण कायम गुंतलेले असायचो. रस्त्यावरच्या एखाद्या गरीब मुलाला मिळालं असेल तेवढंही आपल्याला खेळायला मिळालं नाही कधी-किंवा एखादा कामगारांचा जथा एखाद्या ठिकाणी विश्रांतीला, उन्हाशी बसून जेवण करायला थांबला तर जेवढी मौजमजा करतो तेवढीही मौजमजा आपल्याला करायला मिळाली नाही. त्याचं हृदय धडधडायला लागलं. या शहरामध्ये आपल्यासाठी काय वाढून ठेवलं असेल-हसणंखेळणं-नवे तरुण मित्र-नवं चमकतं आयुष्य?

या सर्व विचारांमुळे पुन्हा जेव्हा दार वाजलं, तेव्हा त्यानं खूप उत्सुकतेनं दाराकडे पाहिलं; पण आता आय-लान नव्हती तर तिची आई शांतपणे आत आली. तिच्या चालण्यावरूनच स्वतःच्या उत्तम आरामशीर घराबद्दलचा तिचा आत्मविश्वास जाणवत होता. तिच्यापाठोपाठ एक नोकर हातात खाण्याचे पदार्थ असलेला ट्रे घेऊन आला. त्याला ट्रे टेबलावर ठेवायला सांगून त्या युआनला म्हणाल्या, ‘‘युआन, तू आणखी थोडं खाल्लंस ना तर मला बरं वाटेल, बघ. मला माहीत आहे, आगगाडीत काही चांगलं मिळत नाही खायला-जेव माझ्या मुला,-तू मुलगाच आहेस माझा-युआन-कारण मला मुलगा नाही-तू मला शोधून काढून आलास माझ्याकडे याचा मला फार आनंद झाला आहे. आता मला सांग बरं सगळं-इथे कसा आलास तेही सांग.’

त्या सज्जन स्त्रीचं इतकं मायेचं बोलणं, तिच्या चेहऱ्यावरचा सच्चेपणा, प्रामाणिक आनंद, त्याच्यासाठी तिनं टेबलाजवळ एक खुर्ची घेणं, तिच्या लहानशा डोळ्यांमधली उत्सुकता हे सगळं बघून युआनच्या डोळ्यांत वेड्यासारखं पाणीच आलं. आजवर माझं इतकं मनापासून स्वागत कुठेच, कधीच झालं नाही-त्याच्या मनात अतिशय आवेगानं हा विचार आला-किंवा इतक्या प्रेमळपणानं माझ्याशी कुणीही कधी वागलेलंही नाही. अचानक या घराचा उबदारपणा, या खोलीचं, त्यात वापरल्या गेलेल्या रंगसंगतीचं आनंदी स्वरूप, आय-लानचं ते किणकिणतं हास्य, या स्त्रीबद्दल वाटणारा मोकळेपणा हे सगळं वर उफाळून आलं आणि त्यानं युआनला आपल्यामध्ये गुरफटून घेतलं. आपल्याला खूप भूक लागली आहे हे त्याला जाणवलं आणि त्यानं घाईघाईनं खायला सुरुवात केली. पदार्थही उत्तम रीतीनं बनवलेले होते, विकतच्या पदार्थांमध्ये असते तशी तेला-तुपाची किंवा मसाल्यांची, चटण्यांची काटकसर केलेली नव्हती–होय-विकतच्या पदार्थांपेक्षा खूपच चांगले होते हे पदार्थ, थोड्याच दिवसांपूर्वी आपण गावाकडचं जेवणही आनंदानं जेवत

होतो, हे युआन साफ विसरून गेला आणि हे असं घरचं जेवणच सर्वांत चांगलं हे त्याला पटलं. असं जेवण आपण आजवरच्या आयुष्यात खाल्लेलंच नव्हतं असंही त्याला वाटून गेलं. पोटभर जेवण झालं तरी त्यानं प्रत्यक्षात थोडंसंच खाल्लं होतं, कारण त्या सर्व पदार्थांमध्ये भरपूर चरबी आणि मसाले होते; त्यामुळे त्याला लवकरच पोट भरल्यासारखं वाटलं होतं आणि मग बाईंनी आग्रह केला तरी आणखी काहीही खाणं काही त्याला जमलं नाही.

त्याचं खाणं होईपर्यंत बाई शांतपणे बसून होत्या. मग त्यांनी युआनला पुन्हा आरामखुर्चीत बसायला सांगितलं. पोट भरलं होतं, शरीरात ऊब आली होती आणि आईच्या मायेची खात्रीही पटली होती; त्यामुळे युआननं त्यांना अगदी सगळं सांगितलं. काही गोष्टी तर अशा होत्या ज्या त्याला स्वतःलाही जाणवल्या नव्हत्या. बाईंच्या स्वच्छ आणि सरळपणे त्याच्याकडे बघत त्याच्या बोलण्याची वाट बघणाऱ्या नजरेनं त्याला एक वेगळाच हुरूप आला; त्याचा सारा संकोच नाहीसा झाला आणि त्यानं बोलायला सुरुवात केली. त्याला जे जे काही सांगायचं होतं, जे जे काही त्याच्या मनात होतं ते सारं सांगायला त्यानं सुरुवात केली–त्याला लढाईचा कसा तिटकारा होता, त्याला शेती करत कसं जगायचं होतं–म्हणजे एखाद्या अडाणी शेतकऱ्यासारखं नव्हे, तर एक सुशिक्षित शेतकरी जो इतर शेतकऱ्यांनाही काही चांगलं शिकवू शकेल असा शेतकरी- आपल्या वडिलांसाठी तो कसा आपल्या मित्रांना सोडून, आपल्या सैनिकी गटाच्या वरिष्ठांच्या नकळत तिथून पळाला होता– त्याच्यावर खिळलेल्या त्या शहाण्या नजरेनं त्याला स्वतःचीच एक नवी ओळख करून दिली होती; त्या ओळखीनं काहीसा गोंधळून जाऊन तो पुढे म्हणाला, 'माझ्या वडिलांच्या विरोधात जावं लागू नये म्हणून मी तिथून पळालो असा माझा समज होता; पण आत्ता मी हे सारं तुम्हाला सांगतो आहे ना बाईसाहेब, तर मला उमगतंय की, मी पळालो, कारण माझ्या मित्रांना त्यांच्या चांगल्या कार्यासाठीही जे काही खून करावे लागले असते, ते करणं मला अगदी नकोसं होतं. मी कुणालाच मारू शकत नाही-मी शूर नाही, हे मला माहीत आहे-सत्य हे आहे की, एखाद्याला ठार मारावं इतका मी त्याचा तिरस्कार करूच शकत नाही. 'त्याला' कसं वाटत असेल हेच माझ्या मनात येत असतं सारखं.'

त्यानं केविलवाणेपणानं बाईंकडे पाहिलं. स्वतःचा कमीपणा असा बोलून दाखवताना त्याला थोडी शरम वाटली होतीच; पण त्यांनी शांतपणे उत्तर दिलं, 'सर्वांनाच असं कुणाला ठार मारता येत नाही. हे खरं आहे, माझ्या मुला; नाहीतर आत्तापर्यंत आपण सगळे मरूनच गेलो असतो ना-' काही वेळानंतर अधिकच मायाळूपणे त्या म्हणाल्या, 'तुला कुणाला मारता येत नाही याचा मला आनंद वाटतो आहे. युआन, एखाद्याला मारण्यापेक्षा त्याचं आयुष्य वाचवणं अधिक चांगलं

आहे, असं माझं मत आहे–मी काही बुद्धिस्ट नसले तरी–'

तरी बाई खऱ्या अस्वस्थ झाल्या ते युआननं त्याच्या वडिलांनी कसा कोणत्याही मुलीशी त्याचं लग्न करून टाकण्याचा घाट घातला होता हे ऐकून–आत्तापर्यंत तो बोलत असताना ते सारं समजावून घेत मध्येच तो थांबला की, हो-नाही म्हणत त्याला प्रतिसाद देत होत्या; पण जेव्हा खाली मान घालून तो म्हणाला, 'मला माहीत आहे की, हा माझ्या वडिलांचा अधिकारच आहे-मला कायदा माहीत आहे आणि रीतपरंपराही माहीत आहेत; पण - पण मला ते शक्यच नव्हतं-शक्यच नव्हतं-शक्यच नव्हतं-माझ्या शरीरावर माझा आणि फक्त माझाच हक्क असला पाहिजे-' मग आपल्या वडिलांविषयी आपल्या मनात असलेल्या रागाचा, द्वेषाचाही उच्चार करायलाच हवा या ठाम विचारानं तो कसाबसा पुढे म्हणाला, 'आजकाल मुलं आपल्या वडिलांना कशी ठार मारू शकतात ते मला कळून चुकलं-अर्थात मी हे असं करू शकणारच नाही; पण माझ्यापेक्षा अधिक शूर लोकांना काय वाटत असेल ते मात्र मी चांगलं समजू शकतो.'

हे ऐकून या सज्जन स्त्रीला काय वाटलं असेल, हे समजून घेणं तिला जड गेलं असेल का ते पाहण्यासाठी त्यानं तिच्याकडे बघितलं; पण तसं काही नव्हतं. एका नव्याच जोमानं आणि आत्तापर्यंत त्यांच्या आवाजात न जाणवलेल्या दृढतेनं त्या म्हणाल्या, 'तुझं अगदी बरोबर आहे, युआन. होय, मी आजकालच्या आई-वडिलांना तसेच आय-लानच्या मित्रमंडळींचे आई-वडील आणि अगदी तुझे काका आणि त्यांच्या पत्नींनासुद्धा नेहमी हेच सांगत असते - ती दोघं सतत आजच्या पिढीविषयी तक्रार करत असतात-पण निदान या बाबतीत तरी आजची तरुण मुलं योग्यच बोलतात. होय, होय–तुझं अगदी बरोबरच आहे-मी आय-लानवर कधीही जबरदस्ती करणार नाही. तिच्या मनाविरुद्ध लग्न करण्याची-आणि गरज पडली तर तुला मी मदत करेन या बाबतीत तुझ्या वडिलांविरुद्ध उभं राहायला-कारण तुझं म्हणणं बरोबर आहे याची मला खात्री वाटते.'

हे सगळं बाई दुःखानं बोलत असल्या तरी स्वतःच्या आयुष्यातल्या कोणत्यातरी छुप्या अशा वेगळ्याच भावनेनं चमकून उठलेले त्यांचे शांत डोळे आणि ढवळून गेलेला त्यांचा संथ चेहरा पाहून युआनला आश्चर्यच वाटलं; पण स्वतःखेरीज दुसऱ्या कुणाचाही फार वेळ विचार करण्याचं त्याचं वयच नव्हतं. या शांत घराचा संथपणा आणि त्यांच्या शब्दांनी मिळालेला दिलासा हे दोन्ही एकत्र झाले आणि तो मोठ्या आशेनं म्हणाला, 'पुढे काय करायचं ते ठरवेपर्यंत जर इथे काही दिवस मला राहायला मिळालं तर...'

'हो तर– आता तू इथेच राहायचं आहेस.' बाईंनी प्रेमानं उत्तर दिलं, 'तुला वाट्टेल तेवढे दिवस तू राहा इथे. मला कधीपासून एक मुलगा असावा असं वाटत

होतं – आणि हा बघ तू आलास...’

खरी गोष्ट अशी होती की, या उंच्यापुऱ्या, सावळ्या तरुणाविषयी या बाईंना अचानक ममता वाटू लागली होती. त्याच्या चेहऱ्यावर चमकणारा प्रामाणिक भाव, त्याचं सावकाश हालचाल करणं हे सगळं त्यांना खूप भावलं होतं. सर्वसामान्य लोकांच्या नजरेत तो देखणा ठरला नसता-त्याच्या गालांची उंच ठेवण, त्याची रुंद जिवणी–तरी इतर तरुण मुलांपेक्षा तो कितीतरी उंच होता - कधीतरी तो बंड करत असला तरी स्वतःच्या क्षमतांची त्यालाच पुरती जाणीव नसावी असं काहीसं लाजरं वर्तन- त्याच्या बोलण्यामधला सुसंस्कृतपणा हे सारंच त्यांना आवडलं होतं. तरीही हा कोवळेपणा केवळ त्याच्या बोलण्यामध्येच होता, कारण त्याचा आवाज पुरुषाच्या आवाजासारखा भरदार होता.

बाईंना आपण आवडलो आहोत हे युआनच्या लक्षात आलं; त्यामुळे त्याला त्यांच्याबद्दल अधिकच प्रेम वाटायला लागलं आणि हे घर त्याचंही घर होऊन गेलं. आणखी थोड्या गप्पा झाल्यावर त्यांनी युआनला एका लहानशा खोलीकडे नेलं. ही त्याची खोली होती. घराच्या पहिल्या मजल्यावरून आणखी एक गोलाकार जिना वर जात होता. तिथे घराच्या छताखाली ही खोली होती. अगदी स्वच्छ अशी खोली. त्याला आवश्यक असलेल्या सर्व वस्तू त्या खोलीत होत्या. बाई गेल्यावर एकटाच राहिला. तेव्हा युआननं खिडकीतून बाहेर पाहिलं, तेव्हा त्याला शहराच्या अनेक रस्त्यांवर अजूनही दिवे जळत असलेले दिसले. सारं शहर जणू एवढ्या गडद अंधारातही चमकत होतं. जणू एखादा स्वर्गच सामोरा आला आहे आणि आपण त्याच्याकडे बघत आहोत असं काहीसं युआनला वाटायला लागलं.

आता युआनचं एक नवंच आयुष्य सुरू झालं. होय-नवंच म्हणायला हवं. खूप काही होतं त्या आयुष्यात–जे आपल्याला मिळू शकेल असं त्याला स्वप्नातही कधी वाटलं नव्हतं ते सगळं-

दुसऱ्या दिवशी सकाळी उठून स्नान वगैरे आटोपून तो जिन्यानं खाली गेला, तेव्हा बाई त्याची वाटच बघत होत्या. आत्ताही त्यांच्या चेहऱ्यावर कालच्यासारखाच आनंदी भाव होता. तो बघून युआनला पुन्हा एकदा सगळ्याचीच खात्री वाटायला लागली. त्यांनी त्याला सकाळची न्याहारी जिथे मांडली होती त्या खोलीत नेलं. तिथे जाताजाताच त्यांनी युआनविषयी काय काय करायचं ठरवलं होतं ते त्याला सांगायला सुरुवात केली; परंतु हे सांगतानाही त्याच्या मनाविरुद्ध असं काही आपल्या तोंडून जाणार नाही याचीही त्या काळजी घेत होत्या. प्रथम त्या म्हणाल्या, “तुझ्यासाठी काही कपडे विकत घ्यायला हवेत.’ कारण तो अक्षरशः अंगावरच्या कपड्यांनिशीच आला होता. “आणि त्यानंतर या शहरामधल्या एखाद्या तरुण मुलांच्या शाळेमध्ये तुझं नाव दाखल करायला हवं. कामाला लागण्याची काहीच

घाई नाही बरं माझ्या मुला, आजकालच्या दिवसांमध्ये हे नवं शिक्षण जेवढं घेता येईल तेवढं घेतलेलं चांगलं. नाहीतर चांगल्या कमाईचं काम मिळणं कठीण होईल. माझ्या मुलासारखाच वागवीन मी तुला. आय-लानसाठी मी जे काही योजलं आहे– म्हणजे तिनं ते मान्य केलं तर-तसंच मला तुझ्यासाठीही योजू दे. या शाळेमध्ये तू जायला लागायचं. मग तुझी प्रगती कशी काय आहे हे ठरवू म्हणजे शिक्षणाच्या बाबतीत तू नक्की कुठे आहेस ते कळेल. इथलं शिक्षण पूर्ण झालं की, मग हवंतर तू कामाला लाग किंवा काही दिवसांसाठी एखाद्या परदेशात गेलास तरी काही हरकत नाही. आजकालची सर्व तरुण मुलं-मुली परदेशी जायला अगदी उत्सुक असतात आणि चांगलंच आहे ते–होय होय–तुझ्या काकांच्या मते हे म्हणजे पैसे फुकट घालवणं आहे, कारण ही मुलं परदेशाहून परत येतात ती स्वतःबद्दलची, स्वतःच्या शिक्षणाबद्दलची, स्वतः मिळवलेल्या ज्ञानाबद्दल अवास्तव मतं घेऊन येतात, त्यांच्याबरोबर राहाणंसुद्धा कठीण होऊन बसतं. तरीही माझं असं मत आहे की, त्यांनी जावंच परदेशी, जे मिळेल ते शिकावं आणि मग परत येऊन आपल्या देशाला त्याचा उपयोग करून द्यावा. आय-लाननंही जावं अशी माझी फार इच्छा...' इथे बाई थांबल्या आणि थोड्या दुःखी झालेल्या दिसल्या. मनातल्या विचारांच्या गर्दीमुळे आपण काय बोलत होतो हे विसरल्यासारख्या झाल्या... पण थोड्याच वेळात त्यांचा चेहरा पूर्वीसारखा झाला आणि त्या ठामपणे पुढे बोलू लागल्या, ''होय बाबा- आय-लानच्या आयुष्याला आकार देण्याचा मी प्रयत्न करणं सोडून द्यायला हवं... तिनं नाही जाणार म्हटलं तर नाहीच जाणार ती आणि तुझ्या आयुष्यालाही आकार देणार नाही हं मी-मुला, जर तुला जावंसं वाटलं तरच असं म्हणते मी. जायचं म्हणालास तर –मला दिसतोय एक मार्ग–'

या सगळ्या भडिमारानं युआन पुरता बावचळून गेला होता. बाई काय म्हणताहेत ते त्याला नीटसं कळलंही नव्हतं तरी तो मोठ्या आनंदानं उत्तरला, 'मी फक्त तुमचे आभार मानू शकतो, बाईसाहेब आणि तुम्ही जे काही सांगताहात ते सगळं मी अगदी आनंदानं करेन–' तो खाली बसला आणि एक घर मिळाल्यानंतर- हृदयावरचं ओझं उतरल्यानंतर तरुण रक्ताला जशी भूक लागते तशा भुकेनं त्यानं भरपूर न्याहारी केली. बाईंना हसू आलं तसंच खूप बरंही वाटलं. त्या हसतच म्हणाल्या, 'तू आलाहेस यानं मला खरोखरच खूप आनंद झालाय युआन, दुसरं काही कारण नसतं तरी तू ज्या रीतीनं खातो आहेस त्यानंही मला बरं वाटतं बघ. आय-लान तर कायम वजन वाढेल, तिच्या हाडांवर थोडं मास चढेल म्हणून काळजीत असते. एवढंतेवढं खाल्लं की झालं- मांजरीचं पिल्लूसुद्धा तिच्यापेक्षा जास्त खात असेल. तिचं आवडतं खाणं दिसलं की, हे खावंसं वाटेल म्हणून ती बिछान्यातून लवकर उठतच नाही. इतर कोणत्याही गोष्टीपेक्षा तिला तिचं रूप जास्त महत्त्वाचं वाटतं-पण तरुण

मुलांनी असं भरपूर खाल्लेलं मला आवडतं.'

असं म्हणतच त्यांनी स्वतःच्या चॉपस्टिक्स उचलल्या आणि न्याहारीच्या भांड्यांमधून निवडक असे मासाचे तुकडे. माशांचे तुकडे, गोड पदार्थ असं वेचून काढून त्या युआनच्या बशीत वाढू लागल्या. आपण स्वतः काय खातो आहोत यापेक्षा त्यांना युआनच्या तरुण भुकेचं अधिक कौतुक वाटत होतं.

अशा रीतीनं युआनचं नवं आयुष्य सुरू झालं. प्रथम बाई एका मोठ्या दुकानात गेल्या आणि त्यांनी रेशमी कापडांबरोबरच परदेशातून आयात केलेल्या गरम कापडाचीही खरेदी केली. युआनची मापं घेऊन शहरातल्या नव्या पद्धतीप्रमाणे या कापडांचे पायघोळ झगे बनवण्यासाठी त्यांनी शिंप्यांना घरीच बोलावून घेतलं होतं, कारण युआन अजून त्याच्या जुन्या कपड्यांतच होता. ते कपडे चांगले लांब-रुंद आणि अगदी खेडवळ पद्धतीचे होते. या कपड्यांमध्ये बाई त्याला त्याच्या काकांना आणि चुलतभावंडांना भेटायला जाऊ देणं शक्यच नव्हतं. युआन इथे आला आहे हे त्यांना कळलेलं होतं. आय-लान ही बातमी त्यांना सांगणार नाही हे कसं शक्य होतं? आणि म्हणून त्याचं स्वागत करण्यासाठी त्यांनी एक मेजवानी ठरवली होती; पण युआनचे सर्वांत उत्तम कपडे तयार होईपर्यंत बाईंनी त्यांना थोपवून धरलं होतं. मोरपिशी रंगाच्या, त्यावर त्याच रंगाची फुलं विणलेल्या सॅटिनच्या कापडाचा हा झगा होता आणि त्यावर घालण्यासाठी लांब बाह्यांचं, काळ्या सॅटिनचं आखूड जाकीट होतं. त्यानं प्रथमच हे कपडे घातले. शहरातून एका न्हाव्याला बोलावून केस नीटनेटके कापून घेतले आणि स्वतःच्या तरुण चेहऱ्यावरचे नुकतेच उगवलेले मऊ केसही काढून टाकले. बाईंनी त्याच्यासाठी मुद्दाम घेतलेले परदेशी पद्धतीचे कातडी बूट पायात घालून, या शहरातल्या सर्व तरुण मुलांसारखी एक परदेशी फेल्ट हॅट डोक्यावर चढवून मग स्वतःच्या खोलीतल्या आरशात पाहिलं, तेव्हा त्याला कळून चुकलं की, तो एका अतिशय देखण्या अशा तरुण मुलाकडे बघतो आहे. आता या शहरातल्या तरुणांमध्ये तो मिसळून जाऊ शकणार आहे आणि बाईंनी हे सगळं केल्याचा त्याला खरोखर आनंद झाला. तसाच या नव्या कपड्यांनी आणि स्वतःच्या नव्या रूपानेही तो आनंदित झाला.

पण याच कारणामुळे जिना खाली उतरून येताना त्याला थोडी लाजही वाटत होती. बाई ज्या खोलीत त्याची वाट पाहत होत्या, तिथे आय-लानही होतीच. त्याला पाहताच तिनं एक टाळी वाजवत म्हटलं, 'अरे– आता तू एक छानसा तरुण मुलगा दिसतोस हं, युआन! आणि ती इतक्या मिस्कीलपणे हसली की, युआनचे गाल आणि मानसुद्धा लाल झाली. हे बघून ती पुन्हा एकदा मोठ्यानं हसली. बाई तिला थोडं रागे भरल्या आणि त्याच्याकडे वळून सगळं ठीकठाक आहे ना, हे बघू लागल्या. होतंच सारं अगदी नीटनेटकं म्हणा-त्याचं ताठ, मजबूत शरीर पाहून पुन्हा

एकदा त्यांना आनंद वाटला. आपण एवढे जे कष्ट घेतले, ते या मुलानं अगदी सार्थकी लावले असंही त्यांच्या मनात येऊन गेलं.

यानंतरचा दुसरा दिवस म्हणजे मेजवानीचा दिवस होता. युआन, त्याची बहीण आणि बाईसाहेब–ज्यांना तो आता आई म्हणायला लागलाही होता. त्यांच्याबरोबर काकांच्या घरी गेला. आता आई हा शब्द अगदी सहजपणे त्याच्या जिभेवर यायला लागला होता. कसं कोण जाणे पण स्वतःच्या खऱ्या आईपेक्षा अधिक सहजपणे तो या बाईंना आई म्हणायला लागला होता. त्यांचं वाहन घोड्यांनी खेचलेलं नव्हतं तर त्या वाहनाच्या पोटात कुठेतरी एक यंत्र बसवलेलं होतं, त्याच्या जोरावर एक माणूस ते वाहन हाकत होता. युआन प्रथमच अशा वाहनात बसला होता; पण त्याला हे वाहनही खूपच आवडलं, कारण जणू बर्फावरून सरकत असावं इतक्या सहजपणे ते पुढे जात होतं.

घरून निघाल्यानंतर काकांच्या घरी पोहोचेपर्यंत युआनला त्याचे काका, काकू आणि चुलतभावंडं यांच्याबद्दल खूपच माहिती मिळाली, कारण आय-लानची बडबड सतत चालूच होती. एकामागोमाग एक अशा ती गोष्टी सांगतच होती, शिवाय एखादा मुद्दा अधिक पटवून देण्यासाठी तिची लालचुटुक लहानशी जिवणी दुमडली जायची ते वेगळंच! तिच्या विनोदी आणि चेष्टेखोर बोलण्यामुळे वांग युआनच्या नजरेसमोर त्याच्या कुटुंबाचं स्पष्ट चित्रच उभं राहिलं आणि मग सगळी सभ्य वर्तणूक विसरून तो मोठ्यांदा हसायला लागला. त्याचे काका- जणू काही एक पर्वतच- 'युआन -त्यांचं पोट एवढं सुटलंय की, ते सांभाळायला त्यांना खरं म्हणजे आणखी एक पायच फुटायला हवा- गाल खांद्यापर्यंत लोंबलेले- आणि टक्कल म्हणशील तर एखाद्या संन्याशासारखं- पण संन्यासी वगैरे नाहीत हं ते- युआन- त्यांना आपल्या जाडेपणाचा राग का येतो माहीत आहे? त्यांना नाचता येत नाही ना त्याच्या मुलांसारखं म्हणून- पण एखाद्या मुलीला कवटाळून नाचायला मात्र त्यांना फार आवडेल.'

हे बोलत असतानाच ती मुलगी खदाखदा हसू लागली, तेव्हा मात्र तिची आई थोडं रागावून तिला दटावत म्हणाली, 'आय-लान, काय बोलते आहेस त्याची शुद्ध असू दे बरं– ते तुझे काका आहेत-' पण हे बोलत असताना तिचेही डोळे जरासे हसतच होते.

'होय ना-म्हणून तर मी बोलते मला हवं ते–' आय-लाननं धीटपणे उत्तर दिलं. 'आणि युआन, माझी काकू- काकांची पहिली बायको हं- तिला इथे राहायला अगदी आवडत नाही, कधी परत जाऊ असं झालंय तिला; पण ती काकांना एकट्याला इथे सोडून जाणारच नाही, त्यांच्या पैशासाठी एखाद्या तरुण पोरीनं त्यांना गटवलं तर अशी भीती वाटते ना तिला- शिवाय आता नवा जमाना असल्यानं ती मुलगी

काही त्यांची रखेली ठरणार नाही तर त्यांची खरीखुरी बायको होऊन बसेल ना- आणि मग काकूला दूर ढकलेल ती- त्यांच्या दोन्ही बायकांचं या एका बाबतीत मात्र अगदी एकमत होतं हं- त्या त्यांना तिसरी बायको करूच देणार नाहीत- आजच्या भाषेत बोलायचं तर 'स्त्रियांची आघाडी' -आणि युआन, माझे तिघे चुलतभाऊ–बघ- सर्वांत थोरल्याचं लग्न झालंय हे तुला माहितीच आहे- त्याच्या घरात त्याची बायको म्हणजे घरातला कर्ता पुरुष आहे- त्याच्यावर ती जोरदार हुकूम चालवते बघ ती- म्हणून मग माझ्या गरीब बिच्चाऱ्या भावाला सगळी मौजमजा चोरूनमारूनच करावी लागते; पण ती इतकी हुशार आहे ना की, तिला त्याच्या कोटावर एखाद्या नव्या अत्तराचा वास येतो किंवा कोटावर एखादा पावडरचा डाग दिसतो, ती त्याच्या खिशामध्ये एखादं पत्र सापडतं का तेही पाहते बरं– आणि तो म्हणजे काय आपल्या वडिलांच्या वळणावरच गेलेला आहे अगदी- आणि आपला दुसरा भाऊ शेंग-तो कवी आहे-चांगला कवी आहे-प्रेमाखातर प्राण देण्याच्या कथा आणि कविता लिहितो तो मासिकांसाठी-थोडा बंडखोरही आहे तो-म्हणजे एक सौम्यसा, हसरा बंडखोर हं-कायम कोणाच्या तरी प्रेमात पडलेला; पण आपला तिसरा चुलतभाऊ मात्र खराखुरा क्रांतिकारक आहे -मला ठाऊक आहे ना–'

आता मात्र तिची आई खरोखरच रागावून म्हणाली, 'आय-लान विचार करून बोलत जा गं-तो आपला नातेवाईक आहे हे लक्षात ठेव-आणि आजकाल या शहरात तो शब्द फार धक्कादायक झालाय–'

'पण त्यानंच सांगितलं मला हे-' आय-लाननं उत्तर दिलं खरं; पण आता तिचा आवाज खाली आला आणि तिनं वाहन चालवणाऱ्या माणसाच्या पाठीकडे एक नजर टाकली.

हे आणि याहून अधिक कितीतरी तिनं युआनला सांगितलं होतं; त्यामुळे युआन जेव्हा त्याच्या काकाच्या घरी पोहोचला, तेव्हा त्याला सगळेच लोक ओळखीचे वाटत होते.

वांग लुंगनं उत्तरेकडच्या प्रदेशामध्ये आपल्या मुलांसाठी जी मोठी हवेली विकत घेऊन ठेवली होती त्या हवेलीपेक्षा हे घर खूपच वेगळं होतं. ते घर जुनं होतं, प्रशस्त होतं, तिथल्या खोल्या मोठमोठ्या आणि अंधाऱ्या होत्या. मधल्या अंगणाच्या भोवतीने या खोल्या बांधलेल्या होत्या आणि त्या हवेलीला वरचा मजलाही नव्हता; पण खोल्या मात्र एकापाठोपाठ एक अशा पसरलेल्या होत्या. जागा भरपूर होती, जुन्या वाशांची उंच छतं होती आणि खिडक्यांना दक्षिणेकडून आणलेल्या शिंपल्यांच्या चौकटी होत्या.

या परदेशी शहरातलं हे नव्या पद्धतीचं घर एकमेकांना चिकटून असलेल्या इतर तशाच घरांबरोबर एका रस्त्यावर उभं होतं. ही सगळी परदेशी घरं होती. -उंच

आणि अरुंद-एकापुढेही एखादी बाग किंवा एखादं अंगण नव्हतं. लहान लहान खोल्या एकमेकांशी जुळलेल्या आणि भरपूर उजेडाच्या होत्या.

कारण खिडक्या काचेच्या आणि जाळ्या नसलेल्या अशा होत्या. चकचकीत, प्रखर सूर्यप्रकाश या खिडक्यांमधून सरळ खोलीत येत होता. सगळ्या वस्तूंवर-भिंतींवरचे रंग, फुलांच्या नक्षीच्या रेशमी कापडानं मढवलेल्या खुर्च्या, टेबलं आणि बायकांचे रंगीबेरंगी कपडे - रंगवलेले लालचुटुक ओठ-म्हणून युआन जेव्हा त्याचे नातेवाईक असलेल्या त्या खोलीत शिरला, तेव्हा त्याला हा सगळा चकचकाट फार सुंदर भासला नाही.

आपलं भलं मोठं पोट आपल्या गुडघ्यांवरून हातांनी उचलत त्याचे काका उठले, त्यांचा भरजरी झगा एखाद्या पडद्यासारखा खाली ओथंबला. धापा टाकतच त्यांनी पाहुण्यांचं स्वागत केलं. 'या या वहिनी आणि माझा पुतण्या-आणि आय-लान-वा! वा! हा युआन म्हणजे तर चांगला तगडा काळा माणूसच झालाय की-अगदी त्याच्या बापासारखा-नाही नाही-एखाद्या वाघापेक्षा सौम्यच आहे हं!'

त्यांचं दम लागल्यासारखं हसणं खोलीत घुमलं आणि ते पुन्हा एका खुर्चीवर बसले. मग त्यांची पत्नी उठून उभी राहिली. युआननं खालच्या नजरेनं तिच्याकडे पाहिलं. एक नीटनेटकी, फिकट चेहऱ्याची, साधीसुधी स्त्री- रीतीप्रमाणे काळा सॅटिनचा कोट व स्कर्ट असा पेहराव असलेली-कोटाच्या बाह्यांमध्ये पंजे घातलेली आणि बांधलेल्या लहानशा पावलावर कसाबसा तोल सांभाळणारी–तिनंही त्या सर्वांचं स्वागत केलं. 'तू ठीक आहेस ना, जाऊबाई आणि माझ्या पुतण्या, आय-लान तू बारीक झालीस -फारच बारीक झालीस हं- या आजकालच्या मुली- उपाशी राहातील आणि मग त्यांचे पुरुषांसारखे धीट सरळसोट बेतलेले कपडे घालून फिरतील. बस ना बाई.'

तिच्या शेजारीच एक स्त्री उभी होती. युआननं तिला कधीच पाहिलं नव्हतं. साबणानं स्वच्छ धुतलेला चेहरा, गावाकडच्या पद्धतीनुसार केस घट्ट मागे बांधलेले आणि चमकदार पण काहीसे निष्पाप डोळे. या स्त्रीचं नाव घ्यावं असं कुणाला वाटलंच नाही. ती नोकर आहे की आणखी कुणी हे युआनला कळत नव्हतं; पण तेवढ्यात त्याच्या नव्या आईनं त्या स्त्रीलाही प्रेमानं अभिवादन केलं, त्यावरून त्याला कळून आलं की, ही त्याच्या काकांची दुसरी बायको आहे. त्यानंही आपली मान किंचित लववून तिला अभिवादन केलं. त्या स्त्रीचा चेहरा लाल झाला आणि तिनं खेड्यातल्या बायकांसारखे आपले हात बाह्यांमध्ये लपवून त्याला लवून अभिवादन केलं; पण ती एक अक्षरही बोलली नाही.

मग सगळ्यांची स्वागत - अभिवादनं संपल्यानंतर युआनच्या चुलतभावांनी त्यांच्याबरोबर बसून चहा पिण्यासाठी त्याला दुसऱ्या खोलीत नेलं. मोठ्या माणसांपासून

सुटका मिळाल्याच्या आनंदात तो आणि आय-लान दोघंही त्या खोलीत गेली. एकमेकांना चांगलं ओळखत असणाऱ्या त्या भावंडांच्या गप्पा ऐकत युआन गप्प बसून होता. त्यांचा चुलतभाऊ असला तरी तो त्यांना अनोळखीच होता.

पण एकामोमाग एक अशी त्या सर्वांची त्यानं मनात चांगलीच नोंद केली. त्याचा सर्वांत थोरला भाऊ आता फारसा तरुणही राहिला नव्हता आणि फारसा सडपातळही! शिवाय त्याचं पोट त्याच्या वडिलांसारखंच वाढीला लागलं होतं. परदेशी धाटणीच्या गरम कपड्यांमध्ये तो अर्धामुर्धा परदेशीच वाटत होता. त्याचा उजळ चेहरा मात्र अजूनही देखणा होता. त्याच्या पंजांवर मऊ मास चढलेलं होतं आणि त्याची चंचल नजर त्याच्या चुलत बहिणीवरही बराच वेळ खिळून राहात होती. हे लक्षात आलं की, त्याची सुंदर खमकी बायको थोड्याशा उपहासानं एखादा टोमणा मारून त्याला ठिकाणावर आणत होती. मग होता कवी शेंग. युआनचा दुसरा चुलतभाऊ-त्याचे सरळ केस त्याच्या चेहऱ्याभोवती विखुरलेले होते. बोटं लांब, नाजूक आणि फिकट होती आणि अभ्यासू चेहऱ्यावर एक हसरा पण चिंतनशील भाव. फक्त युआनचा तिसरा चुलतभाऊ तेवढा दिसायला - वागायला इतका सुसंस्कृत नव्हता. हा मुलगा सुमारे सोळा वर्षांचा असावा, त्यानं शाळेचा राखाडी रंगाचा, गळाबंद गणवेशच घातलेला होता, तो अजिबातच देखणा नव्हता. त्याचा चेहरा काहीसा वेडावाकडा आणि कोपरेकोपरे असलेला होता, शिवाय त्यावर तारुण्यपीटिकाही होत्या. त्याचे लांबलचक हातही गणवेशाच्या बाह्यांमधून खूप बाहेर येऊन लोंबकळत होते. इतरांच्या गप्पा चाललेल्या असताना तो तेवढा गप्प होता. शेजारच्याच बशीतले शेंगदाणे बकाबक खात होता खरा; पण त्याच्या चेहऱ्यावरचा भाव मात्र असा होता की, तो अगदी स्वतःच्या इच्छेविरुद्धच हे शेंगदाणे खातो आहे.

खोलीमध्ये आणखी काही लहान मुलं इकडेतिकडे धावत-पळत होती. आठ आणि दहा वर्षांचे दोन मुलगे, दोन लहान मुली, एका नोकराणीच्या हातात असलेल्या कापडाच्या पट्ट्याला बांधलेलं मोठ्यानं रडणारं दोन वर्षांचं एक मूल आणि आईच्या छातीशी बिलगलेलं एक तान्हं मूल. ही मुलं त्याच्या काकांच्या दुसऱ्या बायकोची आणि त्याच्या थोरल्या भावाची होती हे युआनला माहीत होतं; पण मुलांशी खेळणं-वागणं त्याला फारसं आवडत नव्हतं, म्हणून तो त्यांच्यापासून दूरच होता.

सुरुवातीला सगळेजण गप्पांमध्ये भाग घेत होते. युआन शांत बसला होता आणि सगळेजण त्याला शेजारच्या टेबलांवर ठेवलेल्या तिखट-गोड पदार्थांचा आस्वाद घेण्याचा आग्रह करत होते; पण थोरल्या भावाच्या बायकोनं एका नोकराणीला हाका मारून चहा ओतायला सांगितलं, तोवर ते सर्वजण त्याला विसरूनच

गेल्यासारखे झाले. त्याला शिकवण्यात आलेल्या सुसंस्कृत वर्तनासारखं त्याला इथे काहीच दिसत नव्हतं. म्हणून मग आवाज न करता, त्यानं काही दाणे फोडून खाल्ले आणि चहा घेताना गप्प बसून, तो सगळ्यांचं बोलणं ऐकत होता. मधूनच तो एखादा फोडलेला दाणा जवळ खेळणाऱ्या एखाद्या मुलाच्या हातावर ठेवत होता. ते मूल हावरटासारखं तो दाणा घेत होतं, तोंडात घालत होतं; पण आभाराचा शब्दही त्याच्या तोंडून येत नव्हता.

लवकरच या भावंडांचं बोलणं थंडावत गेलं. थोरल्या भावानं युआनला एक-दोन प्रश्न विचारले, नाही असं नाही; म्हणजे तू कुठल्या शाळेत जाणार आहेस वगैरेसारखे आणि जेव्हा युआन परदेशी जाण्याची शक्यता आहे हे त्यानं ऐकलं तेव्हा तो हेव्यानं म्हणाला, 'मलाही जायची खूप इच्छा होती; पण माझे वडील माझ्यासाठी तेवढा पैसा खर्च करणं शक्यच नाही.' मग एक मोठी जांभई देत त्यानं नाकात बोट घातलं आणि तो गाढ चिंतनामध्ये बुडून गेला. काही वेळानं त्यानं त्याच्या सर्वांत धाकट्या मुलाला मांडीवर घेतलं आणि तो त्याला काहीबाही भरवत चिडवायला लागला. थोड्या वेळानं ते मूल चिडचिड करू लागलं, त्याला आपल्या चिमुकल्या मुठींनी मारू लागलं, तेव्हा तो आणखी मोठ्यानं हसू लागला. आय-लान खुसफुसत्या स्वरात थोरल्या वहिनीशी काहीतरी बोलत होती आणि वहिनीचा आवाज रागाचा असला तरी, खालचाच होता. तरीही युआनला त्यांचं बोलणं ऐकू येत होतं. वहिनीची सासू तिला अशा काही गोष्टी करायला सांगत होती, ज्या आजच्या जमान्यात कोणतीही मुलगी करणार नाही.

घरभर हे एवढे नोकर आहेत ना तरी त्या मला हाक मारून त्यांचा चहा ओतायला सांगतात. आय-लान आणि मागच्या महिन्यापेक्षा या महिन्यात थोडा जास्त तांदूळ लागला तर माझीच चूक असते. खरं सांगते, आता मला हे सहन होईनासं झालंय. आजकाल कोण बाई राहते गं आपल्या सासू-सासऱ्यांबरोबर? मीसुद्धा नाही राहाणार! आणि असंच खूपसं बायकी बोलणं.

या सर्वांमध्ये युआनचं बारीक लक्ष होतं ते त्याच्या दुसऱ्या चुलतभावाकडे. शेंगकडे. आय-लाननं यालाच कवी म्हटलं होतं. युआनला स्वतःला कवितेमध्ये रस होता हे एक कारण होतंच शिवाय या तरुण मुलामध्ये जो एक डौल होता, वागण्याची एक तऱ्हा होती त्याचं युआनला आकर्षण वाटत होतं. शेंगचे कपडे गडद रंगाचे पण साधेसुधे परदेशी पद्धतीचे होते. तो चांगलाच देखणा होता आणि युआनला सौंदर्याचं वेडच होतं. शेंगच्या पिवळट सोनेरी लंबगोल चेहऱ्यावरून युआनची नजर ढळतच नव्हती. शेंगचे काळेभोर स्वप्नाळू डोळेही एखाद्या तरुण सुंदर मुलीच्या डोळ्यांसारखे बदामाच्या आकाराचे होते. युआनच्या या चुलतभावांमध्ये काहीतरी भावभावना होत्या, आत काहीतरी जाणवलेलं होतं. याच गोष्टी युआनला

त्याच्याकडे आकर्षित करत होत्या; पण शेंग किंवा मेंग कुणीच काही बोललं नाही. शेंग लवकरच एक पुस्तक वाचायला लागला आणि दाणे संपल्यावर मेंगही तिथून निघून गेला.

शिवाय या गजबजलेल्या खोलीत संभाषण कठीणच होतं. थोडंसं काही झालं की, मुलं रडारड करत होती. चहाची भांडी, खाण्याचे निरनिराळे पदार्थ घेऊन सतत नोकरांची ये-जा चाललेली होती; त्यामुळे सतत दरवाजाचा करकराटही चालू होता. थोरल्या चुलतभावाच्या बायकोचं बारीक आवाजातलं बोलणं आणि तिच्या तक्रारींमध्ये, बोलण्यामध्ये खोटाखोटा रस दाखवत आय-लानचं कुत्सित हसणं–

अशा रीतीनं एकदाची ती लांबलचक संध्याकाळ संपली. एक भरपूर मेजवानी होती. त्यामध्ये युआनचे काका आणि थोरला चुलतभाऊ यांनी इतकं खाल्लं की, कुणाचा विश्वासच बसणार नाही. शिवाय एखादा पदार्थ मनासारखा झाला नसल्याच्या तक्रारी होत्याच. दोन मांसाहारी आणि शाकाहारी पदार्थांची तुलना करणं, एखादा पदार्थ चांगला झाला असेल तर अगदी तो बनवणाऱ्या स्वयंपाक्याला आपलं मत सांगण्यासाठी बोलावून घेणं असं चाललेलं होतं. स्वयंपाकी आला तो त्याच्या सर्व श्रमानं काळ्या झालेल्या कमरेच्या फडक्याला हात पुसतच. त्याचं कौतुक झालं तर त्याचा चेहरा आनंदानं फुलायचा आणि त्याला दोष दिला गेला तर तो मान खाली घालून 'पुन्हा असं होणार नाही' अशी माफी मागत होता.

युआनच्या काकूबद्दल बोलायचं तर त्यांची स्वतःची काळजी वेगळीच होती. वय झाल्यामुळे त्यांनी बुद्धिस्ट पद्धत स्वीकारलेली होती, आता त्या अजिबात मांसाहार करत नव्हत्या. त्यांचा स्वतःचा वेगळा स्वयंपाक केला जायचा आणि त्यासाठी वेगळा स्वयंपाकीही होता. तो त्यांना मोठ्या चतुराईने वेगवेगळ्या भाज्या पण मांसाहारी पदार्थांच्या आकारांमध्ये बनवून वाढायचा. जर कुणाला वाटलं की, सूपमध्ये कबुतराची अंडी आहेत तर ते तसं नसायचंच किंवा एखादा पदार्थ अगदी हुबेहूब माशाच्या आकाराचा अगदी डोळे आणि खवल्यांसह बनवलेला असायचा की, तो मासा नाही हे अगदी तो कापून पाहीपर्यंत खरं वाटू नये; पण म्हणूनच कोणत्याही पदार्थामध्ये चुकूनही चरबी वापरली गेलेली नाही ना किंवा मांसाचा एखादा तुकडा मिसळला गेलेला नाही ना, हे बघण्यात त्यांचा बराच वेळ जात होता. हे सगळं करण्यात, त्यावर देखरेख करण्यासाठी या बाईंनी आपल्या नवऱ्याच्या दुसऱ्या बायकोला कामाला लावलं होतं. हे करताना त्या अगदी मानभावीपणे म्हणाल्या, 'बाई, खरंतर हे काम माझ्या मुलाच्या बायकोचं आहे; पण आजकालच्या सुना पूर्वीसारख्या नाहीत. मला काय सून असून-नसून सारखंच आहे बघा.'

त्यांची अगदी सुंदर पण अगदी भावनाविरहित चेहऱ्याची सून अगदी तटस्थ राहून हे न ऐकल्यासारखी बसली होती; पण काकांची दुसरी बायको चांगल्या

स्वभावाची होती- शांतता राखण्यासाठी ती शांत आवाजात म्हणाली, 'काही हरकत नाही. मला आवडतं काम करायला.'

आणि मग तिनं खरोखरच अनेक लहान-मोठी कामं करण्यात स्वतःला गुंतवून घेतलं आणि शांतताही राखली. दिसायला सामान्य पण आरोग्यपूर्ण, सदा हसतमुख अशी एक चांगली मजबूत स्त्री घरात शांतता नांदावी म्हणून धडपडणारी- तिच्या किंवा तिच्या मुलांच्या बुटांवर लहानसहान भरतकाम करत बसण्यामध्ये जिला सर्वांत मोठा आनंद होता; अशी युआनच्या काकाची दुसरी बायको. तिच्या हाताशी नेहमीच तिचे लहानसे सॅटिनचे तुकडे, भरतकाम करण्यासाठी लागणारी पानाफुलांची, पक्ष्यांची कागदी चित्रं असायची. तिच्या गळ्याभोवती अनेक रंगांचे रेशमी धागे लोंबत असायचे आणि मधल्या बोटावर तिचं पितळी अंगुलीस्त्राण. या सर्वांची तिला इतकी सवय झाली होती की, कितीतरी वेळा ती हे अंगुलीस्त्राण बोटावर तसंच ठेवून झोपी जायची किंवा ते बोटावर आहे हे विसरून जाऊन शोधत बसायची. बोटावरचं अंगुलीस्त्राण सापडलं की, लहान मुलासारखी मजेनं हसायची. इतक्या मोठ्यानं की ज्यांना ज्यांना ते हसणं ऐकू यायचं त्यांनाही हसू फुटलंच पाहिजे.

या सगळ्या कौटुंबिक संभाषणामध्ये मुलांची रडणी, नोकरांचं जाणं-येणं-वाढणं या सगळ्या गोंगाटामध्ये युआनची नवी आई मात्र आपला आब राखून होती. कुणी तिच्याशी बोललं तरच उत्तर देत होती. मोजकं खात होती; पण आपण काय खातो आहोत याकडे फारसं लक्ष देत नव्हती. शिवाय अगदी लहान मुलाशीही सभ्यतेनं वागत होती ते विशेष! तिची सौम्य नजर तिच्या विचारपूर्ण गांभीर्यानं आय-लानचं चटपटीत बोलणं थांबवू शकत होती आणि कोणत्याही कारणानं हसणाऱ्या तिच्या जरा जास्तच चमकणाऱ्या डोळ्यांवर नियंत्रणही ठेवू शकत होती. या सगळ्या गोंधळामध्ये तिचं हे गंभीर पण प्रेमळ असणं सर्वांनाच अधिक सौम्य आणि सुसंस्कृत करत होतं. युआनच्या हे लक्षात आलं आणि त्याचा तिच्याविषयीचा आदर तर वाढलाच; पण या स्त्रीला आपण आई म्हणतो याचा अभिमानही वाटला.

काही काळ युआन अगदी निष्काळजी जीवन जगला. असं जगता येतं अशी त्यानं कधी कल्पनाही केली नव्हती. त्यानं सगळी जबाबदारी आईवर सोपवून दिली आणि एखाद्या लहान मुलासारख्या तिच्या सर्व सूचनांचं पालन करायला सुरुवात केली. फरक एवढाच होता की, तो या सर्व सूचना अतिशय आनंदानं आणि उत्साहानं मान्य करत होता. याचं महत्त्वाचं कारण असं होतं की, ती कधीही त्याला हुकूम करत नव्हती तर 'हे असं असं केलं तर तुला आवडेल का' असं विचारायची. हेसुद्धा ती इतक्या ममतेनं विचारायची की, युआनची तर खात्रीच पटायची की, त्यानं त्या गोष्टीचा आधी विचार केला असता तर नक्की असंच केलं असतं. एके दिवशी सकाळी ती दोघंच सकाळची न्याहारी करत बसली होती, कारण या वेळी आय-

लान कधीच हजर नसायची- तेव्हा बाई म्हणाल्या, ‘माझ्या मुला, तुझा ठावठिकाणा तुझ्या वडिलांना अजिबात न कळवणं हे काही योग्य नाही. तुला चालणार असेल तर मी स्वतः त्यांना पत्र लिहून कळवते की, तू इथे माझ्याजवळ अगदी सुरक्षित आहेस. त्यांच्या शत्रूंपासूनही तुला कसलाही धोका नाही, कारण हे किनाऱ्यावरचं शहर. आपण परकीयांच्या अमलाखाली आहोत आणि ते इथे लढाया होऊ देत नाहीत. शिवाय मी त्यांना अशीही विनंती करेन की, त्यांनी तुला या लग्नाच्या विचारातून मुक्त करावं आणि पुढे कधीतरी आजकालच्या मुलांसारखं तुला तुझ्या पसंतीची मुलगी बायको म्हणून निवडण्याचं स्वातंत्र्य द्यावं. मी त्यांना असंही लिहीन की, तू इथे शाळेत जाणार आहेस, तुझी प्रकृती उत्तम आहे आणि तू माझाच मुलगा असल्यासारखी मी तुझी काळजी घेईन.’

आपल्या वडिलांविषयी काय करावं ते युआनला कळतच नव्हतं. दिवसभर तो या विलक्षण शहरामधली दृश्यं बघण्यात गर्क असायचा किंवा या शहरामधल्या वेगळ्याच लोकांमध्ये मिसळून जायचा किंवा या शांत आणि स्वच्छ घरामध्ये नव्या शाळेत जाण्याची तयारी करण्यासाठी आणलेली पुस्तकं घेऊन बसलेला असायचा, तेव्हा त्याचं मन आक्रोश करून उठायचं की, हे असं स्वतंत्र जीवन जगण्याचा मला हक्कच आहे आणि माझे वडील मला परत येण्याची जबरदस्ती करू शकत नाहीत; पण रात्रीच्या वेळी किंवा भल्या पहाटे जाग आल्यानंतर–अजून त्याला एवढ्या पहाटे शहरी रस्त्यांवर उठणाऱ्या कल्लोळाची सवय झाली नव्हती-तेव्हा मात्र त्याला हे स्वातंत्र्य ही एक अशक्य गोष्ट आहे असं वाटायचं. लहानपणाचं भय त्याच्या मनात पुन्हा जागं व्हायचं आणि तो स्वतःशीच ओरडून म्हणायचा, ‘मला इथे राहता येईल की नाही याची मला शंकाच आहे. ते आले परत-आपले सैनिक घेऊन आणि मला घेऊन गेले त्यांच्याबरोबर तर काय?’

अशा वेळी युआन आपल्या वडिलांचं आपल्यावरचं प्रेम विसरायचा, त्यांनी अनेक वेळा केलेले लाड विसरायचा, त्यांचं वय आणि आजारपणही विसरून जायचा. त्याला आठवायचा तो फक्त त्यांचा राग, किती वेळा त्यांनी स्वतःची इच्छा त्याच्यावर लादलेली होती ते प्रसंग आणि मग युआनची लहानपणीची सगळी भीतीची भुतं आणि काळज्या आपल्यावर चाल करून येताहेत असं त्याला भासायला लागायचं. कितीतरी वेळा त्यानं आपल्या वडिलांना कसं पत्र लिहावं, त्यामध्ये त्यांची कशी विनवणी करावी किंवा ते इथे आलेच तर कुठे आणि कसे लपून राहाता येईल याचा विचार केलेला होता.

त्यामुळे जेव्हा त्याच्या नव्या आईने हा विषय काढला, तेव्हा त्याला हायसं वाटलं; हा तर सर्वांत सोपा आणि खात्रीचा मार्ग होता. तो मोठ्या कृतज्ञतेनं म्हणाला, ‘हे तर फारच चांगलं होईल, आई. माझ्या दृष्टीनं.’

न्याहारी करत असताना त्याच्या मनात आणखी काही विचार सुरूच होते. त्याच्या मनावरचं भलं मोठं ओझं दूर झालं होतं म्हणून थोडा धीर आणि थोडा हट्टीपणा करत तो म्हणाला, 'फक्त जेव्हा तुम्ही लिहाल, तेव्हा थोड्या मोठ्या अक्षरांतच लिहा, कारण त्यांना आता नीट दिसत नाही आणि अगदी स्पष्टपणे लिहा की, त्यांनी ठरवलेल्या मुलीशी लग्न करण्यासाठी मी परत येणार नाही. त्या गुलामगिरीमध्ये सापडण्याच्या भीतीने मी आता कधीही परत जाणार नाही, अगदी त्यांना भेटण्यासाठीही नाही-'

त्याच्या या आग्रही बोलण्याला बाई किंचितशा हसल्या आणि सौम्यपणे म्हणाल्या, 'होय होय, हे सगळं मी सांगेन; पण सभ्यपणे सांगेन.' त्या इतक्या शांत आणि निश्चिंत दिसत होत्या की, युआनच्या मनातली उरलीसुरली भीतीही नाहीशी झाली. अगदी बाईंच्या पोटीच त्याचा जन्म झाला असता तर जेवढा विश्वास त्याला वाटला असता, तेवढा विश्वास त्याला त्यांच्याबद्दल वाटायला लागला. आता त्याला कसलीच भीती वाटेनाशी झाली. इथे त्याचं आयुष्य अगदी सुरक्षित राहील हे जाणवलं आणि तो अगदी निश्चिंत मनानं त्याच्या आयुष्याच्या इतर अनेक पैलूंकडे वळला.

आजपर्यंत युआनचं आयुष्य अगदी सरळसोट असं गेलं होतं. त्याच्या वडिलांच्या हवेलीत त्याला करता येतील अशा फारच थोड्या गोष्टी होत्या, ज्या तो नेहमीच करत आला होता. त्याला माहीत असलेली दुसरी जागा म्हणजे युद्धप्रशाला. त्या युद्धप्रशालेमध्ये तीच साधीसुधी पुस्तकं आणि युद्धतंत्राचं शिक्षण, त्यांना खेळायला जे काही थोडेसे तास मिळायचे त्यामध्ये तिथल्या त्याच्या ओळखीच्या झालेल्या मुलांमधली लहानसहान भांडणं आणि मैत्री, त्यांना मोकळेपणाने फिरायला, इतर लोकांमध्ये मिसळायला परवानगीच नसायची. त्यांच्या ध्येयासाठीचं आणि येऊ घातलेल्या लढाईला तोंड देण्यासाठीचं हे कठोर प्रशिक्षण होतं.

पण या भल्या थोरल्या, गडबड गोंधळाच्या आणि लगबगीच्या शहरामध्ये युआनसमोर असं एक आयुष्य उभं राहिलं की, या पुस्तकाची सगळी पानं आपण एकाच वेळी वाचायला हवीत असं त्याला वाटायला लागलं; त्यामुळे तो एकाच वेळी अनेक प्रकारची आयुष्यं जगायला लागला. इतका हावऱ्यासारखा आणि पेटलेला आणि इतका उतावळा की, यापैकी एकही आयुष्य त्याच्या हातून त्याला सुटायला नको होतं.

या घरामध्ये त्याला सर्वांत जवळचं वाटणारं असं मौजमजेचं आयुष्य होतं. जो युआन आजवर कधीच इतर लहान मुलांबरोबर मनापासून हसला नव्हता- खेळला नव्हता- आपलं कर्तव्य कधीच विसरला नव्हता, त्याच युआनला आता आपल्या बहिणीसोबत- आय-लानसोबत- एक नवं बालपण सापडल्यासारखं झालं होतं. ही

दोघं न चिडता भांडू शकायची आणि स्वतःच शोधलेले अनेक खेळ खेळताना एकमेकाला भरपूर हसवायची. इतकी की, युआनला अखेरीस त्याच्या या हसण्याखेरीज दुसरी कसली आठवणच राहिली नाही. सुरुवातीला तिच्याशी बोलताना त्याला थोडं संकोचल्यासारखं व्हायचं, तेव्हा हसण्याऐवजी तो नुसता स्मित करायचा. शिवाय त्याच्या हृदयामध्येही इतकी बंधनं होती की, हे हसणं मोकळेपणानं चटकन बाहेर पडूच शकायचं नाही. इतकी वर्षं त्याला असं शिकवण्यात आलं होतं की, त्यानं गंभीरपणे, गंभीर चेहऱ्यानं वावरलं पाहिजे. सावकाश, प्रतिष्ठितपणे चाललं पाहिजे, उत्तर देताना पूर्ण विचार करूनच बोललं पाहिजे की, या मुलीच्या चिडवण्याला-मौजमस्तीला, त्याच्या गंभीर चेहऱ्याची हुबेहूब नक्कल करत राहाण्याला–इतकी हुबेहूब की आईसुद्धा किंचितसं हसायची-काय करावं, कसं सामोरं जावं हेच त्याला कळत नव्हतं. ती नक्कल बघून युआनही हसायचा; पण आपली अशी नक्कल करणं आपल्याला आवडतं आहे की नाही हेही युआनला सुरुवातीला कळत नव्हतं, कारण आजवर त्याला असा अनुभव कधी आलाच नव्हता; पण आय-लान त्याला फार वेळ गंभीर राहू द्यायचीच नाही-तिच्या विनोदाला त्यानं उत्तर देईपर्यंत ती गप्पच बसायची नाही आणि त्यानं एखादं छान उत्तर दिलं, तर टाळ्या वाजवून त्याला दाद देण्याइतकी न्यायबुद्धीही तिच्याकडे होती.

एक दिवस ती तिच्या आईला म्हणाली, 'आई हा आपला बुद्धा संतमहात्मा पुन्हा तरुण व्हायला लागला आहे. बघ, त्याला पुन्हा लहान बनवून सोडणार आपण बहुतेक. मला माहीत आहे काय करायला हवं ते– आपण त्याच्यासाठी परदेशी पद्धतीचे कपडे घेऊ या. मी त्याला नाचायला शिकवेन आणि मग तो कधीकधी माझ्याबरोबर डान्सच्या कार्यक्रमाला येऊ शकेल.'

हे मात्र युआनला नव्यानं सापडलेल्या मजेच्या कल्पनेच्या फारच पुढचं होतं. आय-लान खूप वेळा 'डान्सिंग' या नव्या परदेशी मजेसाठी बाहेर जाते हे त्याला माहीत होतं. एखादे वेळी रात्री घरी परत येताना दिसलेल्या एखाद्या अशा लखलखीत उजेडाच्या मजेच्या ठिकाणी त्यानं हे काय आहे ते बघितलेलंही होतं.

पण अशा वेळी त्यानं नेहमीच नजर फिरवलेली होती. एका पुरुषानं एका स्त्रीला-जी त्याची बायको नाही -तिला असं जवळ धरणं हे त्याला फारच पुढारलेलं वाटायचं. शिवाय समजा, ती स्त्री त्याची बायको असली -तरीही सार्वजनिक ठिकाणी असं वर्तन हे सुसंस्कृत नव्हतंच ना. आय-लाननं त्याला एकदम गंभीर झालेलं पाहिलं, तेव्हा तर तिनं जास्तच हट्टीपणानं स्वतःचं म्हणणं लावून धरलं. काहीतरी सबब सांगायची म्हणून युआन जेव्हा संकोचून म्हणाला, 'मला नाही वाटत मी हे करू शकेन असं. माझे पाय फार लांब आहेत.' तेव्हा तिनं उत्तर दिलं, 'काही परदेशी माणसांचे पाय तुझ्यापेक्षा लांब असतात आणि तरीही ते नाचू शकतातच

ना! त्या दिवशी मी एका परदेशी माणसाबरोबर नाचत होते-लुइस लिंगच्या घरी तेव्हा शप्पथ सांगते, माझे केस त्याच्या जाकिटाच्या बटणामध्ये गुंतत होते आणि तरीही एखादा भव्य वृक्ष वाऱ्याने डुलावा तसा तो नाचत होता. नाही नाही दुसरी एखादी सबब शोध, युआन.'

पण खरं सांगायची त्याला लाज वाटत होती; त्यामुळे तो गप्पच राहिला. मग त्याच्या चेहऱ्यापुढे बोट नाचवत आय-लान उद्गारली, 'मला माहीत आहे-तुला वाटतं की, तिथल्या सगळ्या मुली तुझ्या प्रेमात पडतील आणि तुला तर प्रेमाची भीतीच वाटते–'

यावर मात्र आईनं शांत स्वरात आय-लानला सुनावलं, 'आय-लान, आय-लान इतकी पुढे जाऊ नकोस हं पोरी–' युआन काहीसं ओशाळं हसला आणि तो क्षण संपला.

पण आय-लान अशी सहजासहजी हा मुद्दा सोडणाऱ्यातली नव्हती. रोजच ती त्याला म्हणायची, 'तू असा निसटून जाऊ शकणार नाहीस, युआन. मी तुला नाचायला शिकवणार म्हणजे शिकवणारच. दिवसांमागून दिवस ती अशाच मौजमजेच्या गोष्टींमध्ये गुंतलेली असायची. शाळेतून परत आली की, घाईघाईनं हातातली पुस्तकं टाकून ती अधिक रंगीबेरंगी कपडे चढवायची आणि पुन्हा बाहेर पडायची-एखादं नाटक बघायला किंवा मग अगदी खऱ्याखुऱ्या माणसांची हलतीबोलती चित्रं पाहायला जायची. अशा घाईगडबडीच्या दिवसांमध्ये तिला जेमतेम एखाद-दुसरं मिनिट युआन भेटायचा; पण तेवढ्यातही ती त्याला चिडवायचीच–'चला, उद्यापासून नक्की तुला शिकवायला सुरुवात करते हं-मनाची तयारी करून ठेव हं चांगली–'

आय-लान आणि तो स्वतः या दोघांमध्ये काय घडू शकलं असतं हे काही युआन सांगू शकला नसता, कारण त्याला अजूनही आय-लानबरोबर जा-ये करणाऱ्या त्या बडबड्या सुंदर मुलींची भीती वाटत होती.

आय-लाननं या मुलींची आणि त्याची, 'हा माझा भाऊ' अशी ओळख करून दिली असली तरी त्याला मात्र अजून त्यांची नावं माहिती नव्हती... शिवाय त्या सगळ्या अगदी सारख्या दिसायच्या आणि अगदी सुंदर. खरं सांगायचं तर त्याला या सुंदर मुलींपेक्षाही त्याच्याच मनात खोलवर दडलेल्या कशाचीतरी भीती वाटत होती. त्यांचे गोडसे चिमुकले निष्काळजी हात आपल्या मनात काहीतरी जागवतील याची त्याला भीती वाटत होती.

पण एके दिवशी आय-लानला तिच्या या मस्करीमध्ये साथ देणारी गोष्ट घडलीच. त्या दिवशी रात्रीच्या जेवणासाठी युआन आपल्या खोलीतून बाहेर आला तर त्याला त्याची ही मानलेली आई त्याची वाट बघत एकटीच जेवणाच्या टेबलाशी बसलेली दिसली. आय-लान तिथे नसल्याने साहजिकच खोली अगदी शांत होती,

यात युआनला काहीच नवीन नव्हतं. आय-लान खूप वेळा तिच्या मित्रपरिवाराबरोबर संध्याकाळी मजा करायला जायची, तेव्हा रात्रीच्या जेवणाला ही दोघंच एकत्र असायची; पण त्या रात्री मात्र युआन टेबलाशी बसल्याबरोबर आई तिच्या शांत पद्धतीनं म्हणाली, 'युआन, खूप दिवसांपासून मला तुझ्याकडे काहीतरी मागायचंय; पण तू तुझ्या नव्या पुस्तकांमध्ये आणि इतके दिवस गेल्यानं मागे पडलेला अभ्यास भरून काढण्यामध्ये इतका गुंतलेला होतास-लवकर उठायचास मग तुला झोपही भरून काढावी लागायची- की, मला ते बोलायला झालंच नाही. खरी गोष्ट अशी आहे की, या विशिष्ट गोष्टीमध्ये आता मी आणखी काही करू शकेन असं मला वाटत नाही. मला कुणाचीतरी मदत हवी आहे आणि मी तुला खरोखरच माझा मुलगा मानत असल्याने दुसऱ्या कुणाकडे मी ही मदत मागूही शकत नाही.'

युआनला खूपच आश्चर्य वाटलं, कारण आई नेहमी इतकी ठामपणे - इतकी शांतपणे वागायची, तिच्या वागण्या-बोलण्यातून इतका आत्मविश्वास दिसायचा की, तिला कधी अशी कुणाची मदत लागेल असं त्याला वाटलंच नव्हतं. हातातलं भांडं खाली ठेवत तो तिच्याकडे आश्चर्यानं पाहत म्हणाला, ''अर्थात, आई काहीही करायला मी तयार आहे, कारण इथे आल्यापासून तू माझ्या सख्ख्या आईपेक्षा जास्त केलंस माझं. तुझ्याकडून मला भरपूर माया मिळाली.'

त्याच्या आवाजातला आणि चेहऱ्यावरचा स्वच्छ चांगुलपणा आईच्या हृदयाला भिडला आणि तिच्या मनाचा बांध फुटला. तिचे खंबीर ओठ थरथरायला लागले. ती उद्गारली, 'तुझी बहीण. या माझ्या मुलीसाठी मी माझं सारं आयुष्य खर्ची घातलं. सुरुवातीला माझा छळ झाला तोसुद्धा मला मुलगा नसून मुलगी आहे म्हणून. तुझी सख्खी आई आणि मी एकाच वेळी गरोदर राहिलो होतो. मग तुझे वडील लढाईवर निघून गेले. ते जेव्हा परत आले, तेव्हा आम्हा दोघींच्याही मुलांचा जन्म झालेला होता. तूच माझा मुलगा असायला हवा होतास असं माझ्या मनात किती वेळा आणि किती आवेगानं आलं हे मी तुला सांगूच शकणार नाही. तुझे वडील-तुझ्या वडिलांनी माझ्याकडे कधी बघितलंसुद्धा नाही. मला नेहमी वाटायचं की, त्यांच्या हृदयात काहीतरी खोल अशी भावना जागृत आहे; पण मला तर ती कधीच कुणाच्याही बाबतीत वर आलेली दिसली नाही-तुझ्याखेरीज. -त्यांच्या मनात बायकांविषयी इतका राग का आहे हे काही मला माहीत नाही; पण मला हे मात्र निश्चित ठाऊक आहे की, मुलगा व्हावा म्हणून ते फार तळमळत होते. जेवढा काळ ते दूरदेशी होते तेवढा सगळा काळ मी स्वतःला सांगत होते की, मला जर मुलगा झाला तर-युआन -मी इतर बायकांसारखी मूर्ख नाही- माझ्या वडिलांनी त्यांचं सर्व ज्ञान मला दिलेलं आहे-मला नेहमी वाटायचं तुझ्या वडिलांनी फक्त एकदा मी खरी कशी आहे-माझ्या हृदयात काय आहे हे पाहिलं तर माझ्याजवळ जेवढं

शहाणपण होतं तेवढ्यानं मी त्यांना थोडा फार तरी दिलासा देऊ शकले असते. पण नाही, त्यांच्या दृष्टीने मी फक्त एक बाई होते–त्यांना हवा असलेला मुलगा देऊ शकणारी एक बाई आणि मला मुलगा झाला नाही-झाली ती आय-लान. ते लढाईवरून विजयी होऊन परत आले आणि त्यांनी तुझ्या खेडवळ आईच्या हातात असलेल्या तुझ्याकडे पाहिलं-युआन-मी खूप धाडसानं आय-लानलाही मुलासारखे लालभडक आणि चंदेरी कपडे चढवले होते-इतकं गोड बाळ होतं ते-पण त्यांनी तिच्याकडे बघितलंच नाही. कितीतरी वेळा मी काहीतरी कारण काढून तिला त्यांच्याकडे पाठवायची किंवा स्वतः तिला घेऊन जायची -इतकी हुशार आणि खेळकर होती ना ती तेव्हा -मला वाटायचं ती कशी आहे हे त्यांच्या नजरेला यायलाच हवं; पण बायकांशी वागताना ते फार चमत्कारिक अशा संकोचानं वागायचे. त्यांना ती मुलगी आहे एवढंच फक्त दिसायचं. खूप एकाकी वाटू लागलं, तेव्हा मी निर्णय घेतला की, आता मला त्यांच्या घरात राहायचंच नाही. तिथून बाहेर पडायचंच -अगदी उघडपणे नाही; पण माझ्या मुलीच्या शिक्षणाच्या निमित्तानं -मी ठरवूनच टाकलं होतं. एखाद्या मुलाला जे काही मिळेल ते सगळं आय-लानला द्यायचं आणि मुलीच्या जन्माविषयी असलेल्या या बेड्या तोडण्याच्या कामामध्ये मला जमेल तेवढं करायचं आणि ते अगदी उदारपणे वागले-युआन-मला ते पैसे पाठवायचे-मला कधीच काही कमी पडलं नाही-फक्त मी जिवंत आहे की मेले-किंवा माझी मुलगी- हेही त्यांना कधी बघावंसं वाटलं नाही एवढंच कमी होतं–मी तुला मदत करते ती त्यांच्याखातर नव्हे युआन-तर तुझ्यासाठीच-माझ्या मुला.'

हे बोलत असतानाच तिने युआनकडे एक खोल नजर टाकली. युआनच्या ते लक्षात आलं आणि तो कमालीचा ओशाळला, कारण या बोलण्यामुळे या सज्जन स्त्रीचं आयुष्य आणि सारे विचारच त्याच्या समोर उघड झाले होते. तो गोंधळून गेला. काय बोलावं हे त्याला सुचेनासं झालं, कारण अखेरीस ही स्त्री त्याच्याहून मोठी होती आणि तिच्याबद्दलची ही माहिती आपल्याला मिळणं हे त्याला संकोचाचं वाटत होतं; पण तिचं बोलणं अजून संपलं नव्हतं, 'असं माझं आयुष्य मी आय-लानसाठी खर्च केलं. ती अगदी छान, आनंदी अशी मुलगी आहे. मला वाटायचं, पुढे तिनं कुणीतरी मोठं व्हावं - एखादी मोठी चित्रकार किंवा कवयित्री किंवा सर्वांत उत्तम म्हणजे एखादी डॉक्टर-माझ्या वडिलांसारखी-कारण आजच्या जमान्यात मुलीही डॉक्टर होतातच ना-किंवा मग आपल्या देशातल्या या नव्या जमान्यामध्ये स्त्रियांची बाजू घेऊन लढणारी पुढारी तरी- मला वाटायचं, एकाच मुलाला मी जन्म देऊ शकले-तर ते मूल कुणीतरी मोठं व्हायलाच हवं-मला जे कुणी व्हावंसं वाटत होतं ते सारं या माझ्या अपत्यानं व्हावं अशी माझी फार इच्छा होती. हुशार, सुशिक्षित आणि शहाणी-हे परदेशी शिक्षण घेण्यासाठी तर माझा जीव तडफडत

होता-तिनं आता बाजूला टाकून दिलेली तिच्या शाळेची पुस्तकं मी वाचते, तेव्हा मला जाणवतं की, जगात केवढं ज्ञान आहे जे मला कधीच मिळू शकणार नाही- ...पण एक गोष्ट मला समजून चुकली आहे आणि ती म्हणजे ती कधीच कुणीतरी मोठी होऊ शकणार नाही. तिच्याकडे एकच गोष्ट आहे आणि ती म्हणजे तिचं हास्य! तिची चेष्टामस्करी, तिचा सुंदर चेहरा आणि लोकांची मनं सहज जिंकणारं तिचं वागणं. कोणतीच गोष्ट ती मन लावून करू शकत नाही. मौजमजा करणं याशिवाय दुसरं काही तिला आवडतच नाही. ती प्रेमळ आहे; पण त्या प्रेमळपणाला कसलीही खोली नाही. ती प्रेमळ आहे, कारण ती प्रेमळपणानं वागली की, तिचं आयुष्य आपोआपच सुखाचं जातं. होय, मला माझ्या लेकीचा स्वभाव पुरता माहीत आहे. युआन, कोणत्या मातीला आकार द्यावा लागला ते माझं मला माहीत. माझी काहीही फसवणूक झालेली नाही. माझी सगळी स्वप्नं विरून गेली आहेत. आता माझी एवढीच इच्छा आहे की, तिनं अगदी शहाणपणानं एखाद्या चांगल्या मुलाशी लग्न करावं, कारण लग्न तर तिला करावंच लागणार. युआन, तिला सांभाळायला एखादा पुरुषच हवा. शिवाय आत्तापर्यंत तिला मी अशा स्वातंत्र्यामध्ये वाढवलं आहे की, ती मी निवडलेल्या मुलाशी कधीच लग्न करणार नाही. फार हट्टी आहे ती म्हणून मला फार भीती वाटते की, ती कुणा फालतू मुलाशी किंवा तिच्यापेक्षा वयानं खूप मोठ्या असलेल्या माणसाशी वेड्यासारखी लग्न करून बसेल. तिच्यामध्ये एक असा मूर्खपणाही आहे की, काही काळ ती एका गोऱ्या माणसाकडेही ओढली गेली होती, कारण तिला वाटत होतं की, त्याच्याबरोबर असणं हे खूप प्रतिष्ठेचं आहे; पण आता मला या गोष्टीची भीती वाटत नाही. आता तिचं मन दुसरीकडेच गेलं आहे. आजकाल ती सदोदित एका माणसाबरोबर असते. त्याची मला भीती वाटायला लागलीय. मी काही तिच्यावर सतत नजर ठेवू शकत नाही आणि मला तिचे ते चुलतभाऊ किंवा थोरल्या भावाची बायको यांचीही खात्री वाटत नाही. युआन, माझ्यासाठी तू कधीकधी तिच्याबरोबर जात जा आणि तिच्यावर लक्ष ठेव.'

आई हे एवढं बोलत असतानाच आय-लान खोलीत आली. तिनं संध्याकाळच्या मौजमजेला योग्य असे कपडे घातले होते. खांद्यापासून सरळ खाली उतरत जाणारा, गडद गुलाबी रंगाचा लांब झगा तिनं घातला होता. त्या झग्याला चंदेरी किनार होती. झग्याचा गळा अगदी नव्या पद्धतीनं थोडासा उघडा होता आणि त्यातून तिची नाजूकशी, लहान मुलासारखी कोवळी, सोनेरी मान दिसत होती. झग्याच्या बाह्याही तशाच खांद्याच्या खालपासून कापलेल्या होत्या; त्यामुळे तिचे कोवळे, तुळतुळीत डौलदार हात आणि पंजेही उघडे दिसत होते. हात बारीक होते; पण हाडं मात्र अजिबात दिसत नव्हती. तिच्या पायात चंदेरी, मागच्या बाजूला उंच असलेले परदेशी बूट होते. तिनं हातात चांदीच्या जाळीदार बांगड्या घातल्या होत्या. दोन्ही

हातांच्या मधल्या बोटात चांदीच्या आणि जेडच्या अंगठ्या होत्या. तिनं दोन्ही खांद्यांवर एक मऊशार केसाळ कोट घातला होता; पण त्याचा आकडा मात्र लावलेला नव्हता. तिचे काळेभोर चमकदार केस तिच्या रंगवलेल्या चेहऱ्याभोवती कुरळे करून रचलेले होते. खोलीत आल्यावर तिनं खांद्यावरचा कोट मागे टाकला आणि हसतच युआनकडे आणि आपल्या आईकडे पाहिलं. त्या नजरेत तिला असलेली स्वतःच्या सौंदर्याची खात्री आणि अगदी निष्पाप असा अभिमान स्पष्ट दिसत होता.

दोघांनीही तिच्याकडे पाहिलं आणि त्यांना तिच्यावरून नजर वळवताच येईना. आय-लानच्याही हे लक्षात आलं आणि ती शुद्ध विजयाच्या आनंदात मोठ्यानं हसली; त्यामुळे तिच्या आईची तिच्यावर खिळलेली नजर ढळली आणि तिनं शांतपणे विचारलं, 'आज तू कुणाबरोबर जाणार आहेस, मुली?'

'शेंगच्या एका मित्राबरोबर-मोठा लेखक आहे तो- आई, तो त्याच्या कथांविषयी प्रसिद्धही आहे खूप-वू लि-यांग.'

युआननं हे नाव काही वेळा ऐकलेलं होतं. हा लेखक त्याच्या पाश्चिमात्य पद्धतीनं लिहिलेल्या कथांमुळे खरोखरच खूप प्रसिद्ध झालेला होता. त्याच्या कथा स्त्री आणि पुरुष यांच्यामधील प्रेमासंबंधी अगदी धीटपणे लिहिलेल्या अशा असत. बहुतेक कथांचा शेवट मृत्यूमध्ये झालेला असायचा. त्याच्या कथा युआन चोरून वाचत असला आणि त्या कथा वाचल्या आहेत हे सांगण्याची त्याला लाज वाटत असली तरी त्याला भेटण्याची थोडी उत्सुकता युआनलाही होतीच.

'कधीतरी तू युआनलाही घेऊन जा तुझ्याबरोबर.' आई सौम्यपणे म्हणाली. 'खूप अभ्यास करत असतो तो, तरी मी सारखी सांगत असते त्याला अधूनमधून काही मजाही करत जा आपल्या बहिणीबरोबर आणि चुलतभावंडांबरोबर.'

'खरंच आहे युआन, मीसुद्धा किती दिवस सांगतेय त्याला-' आपल्या मोठमोठ्या काळ्या डोळ्यांनी त्याच्याकडे बघत मोकळेपणानं हसत आय-लान उद्गारली. 'पण तुला नवे कपडे घ्यावे लागतील हं- आई, त्याला परदेशी कपडे घ्यायला लाव गं- आणि बूटसुद्धा-या झग्यामधून बाहेर पडला तर त्याला अधिक मोकळेपणानं नाचता येईल–मला खूप आवडतं पुरुषांनी परदेशी कपडे घातलेले –चला, उद्याच जाऊ आणि त्याला सगळं काही विकत घेऊन टाकू-तू दिसायला काही वाईट नाहीस, युआन. परदेशी कपड्यांमध्ये तूही इतरांसारखा छान दिसशील आणि मी शिकवीन ना तुला नाचायला–युआन उद्यापासून सुरुवात करायचीच हं?'

हे बोलणं ऐकून युआननं शरमून मान हलवली; पण तेवढ्यात आईचं सगळं बोलणं त्याला आठवलं आणि त्याच्या मनात आलं, 'ती आपल्याशी किती प्रेमानं वागते आहे, तिच्या ऋणाची परतफेड करण्याचा हा एक चांगला मार्ग आहे.' आय-

लान बोलतच होती, 'तुला नाचता आलं नाही तर तू काय करशील? एकटा एखाद्या टेबलाशी बसून राहाशील का? कारण आम्ही तरुण मंडळी सगळीच नाचत असतो.'

'हीच आजकालची फॅशन आहे हे मात्र खरं हं युआन.' आई एक सुस्कारा टाकत म्हणाली. 'अगदी चमत्कारिक आणि विचित्र फॅशन आहे ही-मला माहिती आहे पश्चिमेकडून आलेली आहे ही-मला अगदी आवडत नाही ती-त्यात फार शहाणपणा आहे असंही मला वाटत नाही-पण काय करणार? आहे हे असं आहे.'

'आई, तू ना अगदी विचित्र, अगदी जुन्या वळणाची आहेस; पण तरी माझं तुझ्यावर खूप प्रेम आहे.' आय-लान हसत उत्तरली.

युआन यावर काही बोलणार तेवढ्यात खोलीचं दार उघडून शेंग आत आला. त्यानेही काळे आणि पांढरे असे परदेशी पद्धतीचे कपडे घातले होते. त्याच्याबरोबर आणखी एक माणूस होता. युआननं त्याला ओळखलं - तोच तो कथाकार- त्यांच्याबरोबर आणखी एक सुंदर मुलगी होती-हुबेहूब आय-लानसारखे कपडे घातलेली-फक्त तिचे कपडे हिरव्या आणि सोनेरी रंगाचे होते एवढाच काय तो फरक; पण युआनला मात्र या सगळ्या मुली सारख्याच दिसायला लागल्या होत्या- सगळ्याच सुंदर, सगळ्याच लहान मुलांसारख्या सडपातळ, सगळ्याच किणकिणत्या आवाजाच्या आणि सतत आनंदाचे किंवा दुःखाचे चीत्कार करणाऱ्या-म्हणूनच तर त्याला ती तरुण मुलगी दिसलीच नाही. तो आपला त्या प्रसिद्ध तरुण माणसाकडेच बघत राहिला. एक उंचापुरा संथ माणूस. त्याचा फिकट चेहरा रुंद आणि तुळतुळीत होता. अतिशय देखणा. लालचुटुक निरुंद ओठ, काळे बारीक डोळे आणि सरळसोट काळ्याभोर भुवया. तरीही या माणसाचं वैशिष्ट्य म्हणजे त्याचे हात-तो स्वतः बोलत नसला तरीही सतत त्याच्या हातांची हालचाल करत होता. त्याचे हात मोठे होते; पण त्यांचा आकार मात्र एखाद्या स्त्रीच्या हातांसारखा होता. पंजांशी रुंद आणि मांसल पण पुढे निमुळती आणि टोकदार होत गेलेली बोटं-मऊ आणि सुगंधी- विलासी हात-युआननं जेव्हा त्याचं स्वागत करण्यासाठी त्याचा हात आपल्या हातात घेतला, तेव्हा त्याला तो हात आपल्या हातात जणू विरघळून जातो आहे आणि मग आपल्या बोटांभोवती वाहतो आहे असं वाटलं. अचानक युआनला तो स्पर्श अगदी नकोसाच झाला.

पण आय-लान आणि तो माणूस यांनी एकमेकांकडे अगदी खास नजरेनं पाहिलं. त्याच्या नजरेनं तिच्या सौंदर्याविषयी त्याला काय वाटतं आहे ते अगदी निर्भीडपणे सांगितलं. त्या नजरा पाहून आईचा चेहरा पुन्हा एकवार काळजीनं काळवंडला.

मग अचानक ती सर्वजणं फुलांनी जड झालेल्या वाऱ्याप्रमाणे आल्यासारखी

निघूनही गेली. त्या शांत खोलीमध्ये पुन्हा युआन आणि आई दोघंच राहिली. तिनं थेट त्याच्याकडे पाहत तिच्या संथ पद्धतीनं म्हटलं, 'कळलं तुला युआन? मी का असं म्हणत होते ते? त्या माणसाचं लग्न झालेलं आहे, मला माहिती आहे. मी शेंगलाच विचारलं होतं. सुरुवातीला तो मला काहीच सांगायला तयार नव्हता; पण शेवटी जणू ही काही फार महत्त्वाची बाब नाही अशा थाटात त्यानं सांगितलं की, आजकाल याला कुणीच फार महत्त्व देत नाही. बायको जुन्या वळणाची असली, त्याच्या आई-वडिलांनी तिची निवड केलेली असली तरी तो माणूस दुसऱ्या एखाद्या मुलीबरोबर फिरायला लागला तरी कुणाला काहीही वाटत नाही. मला याबद्दल काहीच म्हणायचं नाही, फक्त ती दुसरी मुलगी माझी मुलगी नसावी एवढीच माझी इच्छा आहे, युआन.'

'जाईन मी.' युआन उत्तरला. आता त्याला या गोष्टीत काही चुकीचं दिसत नव्हतं, कारण तो हे त्याच्या आईसाठी करणार होता.

अशा रीतीने युआनसाठी नवे परदेशी पद्धतीचे कपडे विकत घेण्यात आले. आय-लान आणि आई दोघीही त्याच्याबरोबर परदेशी कपडे शिवणाऱ्या शिंप्याच्या दुकानात गेल्या. तिथे त्याची मोजमापं घेतली गेली-त्या वेळी तो परदेशी शिंपीही युआनच्या शरीरयष्टीकडे अचंब्याने बघत राहिला होता-रात्री घालण्याच्या एका सुटासाठी उत्तम असं काळंभोर कापड आणि दिवसा वापरण्यासाठीच्या दुसऱ्या सुटासाठी थोडं जाड असं तपकिरी कापड निवडलं गेलं. अगदी परदेशी माणसं वापरतात तसे कातडी बूट, हॅट, हातमोजे अशा अनेक वस्तू विकत घेतल्या गेल्या. हा सगळा वेळ आय-लानची बडबड आणि हसणं सुरूच होतं. आपल्या लहानशा सुंदर हातांनी एखादी वस्तू ओढून घे किंवा दूर ढकल असं तिचं सतत चालू होतं. मान वाकडी करून आणखी काय केलं म्हणजे युआन अधिक देखणा दिसेल हे ती सतत जोखत होती. अखेरीस युआनलाच भयंकर शरम वाटायला लागली; पण तेवढंच हसूही यायला लागलं. आजपर्यंतच्या आयुष्यात त्याला कधीच एवढी मजा वाटली नव्हती. दुकानातला कारकूनही आय-लानचे चाळे बघून हसायला लागला. हसता हसता तिच्याकडे चोरून बघायलाही लागला. इतकी ती सुंदर अन् बिनधास्त होती. आई मात्र हसतानाही सुस्कारे टाकत होती. या मुलीला आपण काय करतोय किंवा काय बोलतोय याची कधीच पर्वा नसायची. जणू लोकांना हसवणं एवढंच तिचं ध्येय होतं. नकळत ती लोकांच्या नजरेत आपल्याविषयी काय दिसतं आहे ते शोधत राहायची आणि एखाद्याला ती सुंदर आहे असं वाटतंय असं तिला जाणवलं- आणि बहुतेकांना वाटायचंच तसं - मग तर ती अधिकच सुटायची.

अखेर एकदाचे युआनचे कपडे तयार झाले. खरं सांगायचं तर एकदा का त्याला आपले पाय उघडे आहेत असं वाटणं बंद झाल्यानंतर त्याला हे परदेशी

कपडे खूपच आवडू लागले. याआधी त्याच्या पायांभोवती त्याचे घोळदार झगे असायचे. आता पायांभोवती घट्ट बसणाऱ्या विजारी आल्या होत्या म्हणून काही वेळापुरताच हा अवघडलेपणा होता. या कपड्यांमध्ये अगदी मोकळेपणानं चालता येत होतं; तसेच तो या कपड्यांना असलेल्या असंख्य खिशांमध्ये त्याला सतत लागणाऱ्या अनेक गोष्टी ठेवू शकत होता हेही त्याला फार आवडलं होतं. शिवाय पहिल्याच दिवशी त्यानं हे कपडे चढवल्यावर आय-लानची जी प्रतिक्रिया होती ती बघून तर त्याला खूपच बरं वाटलं होतं हे कबूल करायलाच हवं. त्याला बघताच तिनं टाळी वाजवत म्हटलं होतं, ''युआन, कित्ती छान दिसतोस तू !आई–बघ तरी त्याच्याकडे किती शोभताहेत हे कपडे त्याला-आणि हा लाल टाय- मला माहीतच होतं हा त्याला अगदी छान दिसणार म्हणून-त्याच्या सावळ्या रंगाला शोभतोय तो-युआन, मला तुझा अभिमान वाटणार रे बाबा-हे बघ-पोहोचलो की आपण –या मिस चिंग-हा माझा भाऊ युआन. तुमची मैत्री व्हावी अशी माझी इच्छा आहे-मिस ली-हा माझा भाऊ-'

ती मुलगी अशा अनेक मुलींशी खोट्या खोट्या ओळखी करून देण्यात रमून गेली आणि युआनला आपल्या लाजाळूपणावर कशी मात करावी ते न कळल्यानं तो तसाच आपला लाल झालेला चेहरा घेऊन उभा राहिला. त्याच्या नव्या टायइतकेच त्याचे गालही लाल झाले होते आणि तरीही हे सगळं खूप छान होतं.

आय-लाननं तिच्याजवळचं संगीताचं यंत्र उघडलं, संगीताचे स्वर खोलीभर घुमायला लागले. तिनं युआनचा हात धरून त्याला खोलीच्या मध्यभागी ओढून नेलं आणि त्याला काही हालचाली शिकवण्याचा प्रयत्न सुरू केला, तेव्हा त्यानं तिला अजिबात विरोध केला नाही. तो थोडासा गोंधळलेला असला तरी त्याला हे खूपच छान वाटत होतं. त्या संगीतामध्ये त्याला स्वतःमधली एक नैसर्गिक लय सापडली. थोड्याच वेळात त्याची पावलं आपली आपणच त्या संगीताच्या तालावर हलू लागली. किती सहजपणे त्याला हे सगळं जमायला लागलं हे बघून आय-लानचा आनंद तर उतूच जायला लागला.

अशा रीतीनं युआननं या नव्या सुखाला सुरुवात केली. खरोखरच त्याला हे सुख आहे असंच वाटत होतं. कधीकधी त्याला त्याच्या रक्तामध्ये उसळून येणाऱ्या भावनांची शरम वाटायची आणि अशा भावना उफाळल्या की, त्याला स्वतःवर नियंत्रण घालणं भागच पडायचं, कारण त्या वेळी त्याच्याबरोबर जी कुणी तरुणी नाचत असेल-मग ती अगदी कुणीही असो-तिला आणखी जवळ घ्यावं-घट्ट जवळ घ्यावं आणि आपण दोघांनीही त्या भावनेच्या लाटेत वाहावत जावं असं त्याला वाटायचं. खरोखर हे असं नियंत्रण घालणं युआनच्या दृष्टीनं फार कठीण जात होतं,

कारण आजवर त्यानं एखाद्या मुलीच्या हातालाही स्पर्श केला नव्हता किंवा त्याची बहीण किंवा चुलतबहीण नसलेल्या एखाद्या मुलीशी तो कधी साधं बोललाही नव्हता; त्यामुळे असं लख्ख प्रकाशामध्ये परदेशी संगीताच्या अनोळखी तालावर पुढे-मागे सरकत झुलायचं आणि तेही एका परक्या मुलीला मिठीत घेऊन हे त्याला साहजिकच कठीण जात होतं. अगदी सुरुवातीला-पहिल्याच दिवशी आपली पावलं चुकतील याची त्याला इतकी भीती वाटत होती की, सबंध संध्याकाळ तो स्वतःच्या पावलांशिवाय दुसरा कसला विचारच करू शकला नव्हता.

पण लवकरच त्याच्या पावलांना स्वतःची लय सापडली. इतर कोणाच्याही पावलांसारखीच त्याची पावलंही संगीताच्या तालावर अगदी छानशी तरंगायला लागली. आता युआनला त्यांची चिंता करण्याचं काही कारण उरलं नाही. त्या शहरातल्या अशा मौजमजेच्या स्थळांमध्ये येणारे लोक सर्व वंशांचे आणि देशांचे होते. त्या सर्व अनोळखी लोकांमधला एक युआन होता आणि त्या अनोळखीपणामध्ये तो हरवून जात होता. तो एकटा होता, त्याला एकाकी वाटत होतं आणि त्या एकाकीपणामध्येच त्याला जाणवत होतं की, एक तरुणी आपल्या शरीराला बिलगून आहे आणि तिचा हात आपल्या हातात आहे. त्या पहिल्या काही दिवसांमध्ये त्याला सगळ्या मुली सारख्याच सुंदर दिसत होत्या, त्या सर्व आय-लानच्या मैत्रिणी होत्या, त्याच्याबरोबर नाचायला तयार होत्या; त्यामुळे त्याला ही नाही तर दुसरी मुलगी चालत होती. त्याला हवं होतं ते एवढंच-मिठीत एक तरुणी आणि भीती वाटणाऱ्या त्या गोड दाहक आगीची हलकेच होणारी सुरुवात-जिच्या स्वाधीन होण्याचं त्याच्यात धाडसच नव्हतं.

नंतर दिवसाउजेडी त्याचं मन थोडं शांत झाल्यावर किंवा शाळेच्या गंभीर वातावरणामध्ये जर त्याला शरम वाटली आणि जाणवलं की, हे सगळं त्याच्यासाठी फार धोकादायक आहे आणि त्यानं ते टाळायला हवं तरी त्याला स्वतःला हे सांगण्याची गरज नव्हती, कारण त्याच्या आईसाठीच तर तो हे करत होता-तिला मदत करणं हे त्याचं कर्तव्यच होतं.

तो त्याच्या बहिणीवर नीट लक्ष ठेवून असायचा हे मात्र अगदी खरं होतं. रोज संध्याकाळची गंमत संपली की, आय-लान घरी यायला निघेपर्यंत तो शांतपणे तिची वाट बघत थांबायचा. त्यानं कधीही दुसऱ्या कोणत्या मुलीला बरोबर चलण्याची विनंती केली नाही, कारण मग त्याला आय-लानला एकटीला तिथे सोडून त्या मुलीला तिच्या घरापर्यंत सोडायला जावं लागलं असतं. शिवाय रोजचे हे जे काही तास तो घालवत होता त्यांचं काहीतरी समर्थन देणं त्याला स्वतःला भाग होतं ना; त्यामुळेच तर तो इतका चौकस राहात होता. तो वूसुद्धा आय-लानला खूप वेळा भेटत होता, हेही खरं होतं. त्या गोड, झिंग आणणाऱ्या संगीताच्या रक्तात भिनून

जाणाऱ्या तालावर त्याला बिलगून पावलं टाकणाऱ्या तरुणीमुळे त्याच्या मनात उठणाऱ्या कल्लोळाकडेही दुर्लक्ष करू शकत होता, ते या एकाच गोष्टीमुळे. जर कधी त्या वू नावाच्या माणसाबरोबर आय-लान दुसऱ्या खोलीत जाताना त्याला दिसली किंवा थोडं मोकळ्या हवेवर जावं म्हणून ती गच्चीत गेली तर युआनला कधी एकदा हा नाच संपतोय आणि ती कुठे आहे ते पाहून मी तिच्या आसपास थांबतोय असं होऊन जायचं.

पण आय-लान त्याचं हे वागणं नेहमीच खपवून घ्यायची असं मात्र नक्कीच नाही हं! पुष्कळ वेळा ती नुसतीच रुसायची तर कधी रागानं ओरडायचीसुद्धा, 'तू मला इतका चिकटून राहात जाऊ नकोस रे युआन, आता तुला एकट्याला नव्या मुलींशी मैत्री करायला काहीच हरकत नाही. आता तुला माझी गरज नाही. आता तुला इतर माणसांसारखं नाचायलाही येतं. मला थोडं एकटीला सोडत जा रे बाबा!'

यावर युआन काहीच उत्तर द्यायचा नाही. आईनं त्याला जे काही संगितलं होतं ते तर तो उघड करू शकत नव्हता आणि आय-लानही असा राग फार वेळ राखून ठेवत नव्हती. रागात असली तरी काहीच स्पष्ट बोलत नव्हती. जणू काही एखादी नकोशी गोष्ट आपल्याला सांगितली जावी असं तिला वाटत नसावं; पण थोड्याच वेळात ती तिचा राग विसरून जायची आणि पुन्हा तिची मौजमस्ती सुरू व्हायची.

पण अखेरीस तीही धूर्तपणे वागायला लागली. त्याच्यावर तिचं चिडणंही बंद झालं. उलट ती त्याला हसत खुशाल स्वतःमागे फिरू द्यायला लागली. जणू काही तिला त्याची मैत्री कायम ठेवायची होती. आय-लान जिथे जिथे जायची तिथे तिथे तो कथाकार जायचाच. या मुलीच्या आईला आपण आवडत नाही हे त्याला माहीत झालं असावं, कारण आता तो त्यांच्या घरी येणंही बंद झालं होतं; पण दुसऱ्या ठिकाणी-मित्रांच्या घरी किंवा मौजमजेच्या ठिकाणी तो सतत आय-लानच्या आसपासच असायचा. जणू काही आय-लान नक्की कुठे असणार आहे हे त्याला आधीच कळलेलं असावं तसा. या माणसाबरोबर आय-लान नाच करत असली की, युआन तिच्यावर लक्ष ठेवून असायचा. अशा वेळी तिचा लहानसा चेहरा गंभीर असायचा हेही त्याच्या लक्षात आलं होतं. तिच्या सगळ्या वागण्यामध्ये हे गांभीर्य अगदी विसंगत होतं; त्यामुळेच पुष्कळ वेळा युआन अस्वस्थही व्हायचा. एक-दोन वेळा तर तो आईला हे सांगणारही होता; पण तसं पाहिलं तर यात सांगण्यासारखं काहीच नव्हतं. आय-लान अनेक माणसांबरोबर नाच करायची. एका रात्री ती दोघं बरोबर घरी परत येत असताना युआननं तिला विचारलं, त्या विशिष्ट माणसाबरोबर नाचतानाच तू इतकी गंभीर का असतेस? तेव्हा उडवाउडवीचं उत्तर देत आपला लहानसा लालचुटुक रंगवलेला ओठ बाहेर काढत, थोडं हसत ती उत्तरली, "कदाचित मला त्याच्याबरोबर नाचायला आवडत नसेल.'

'मग का नाचतेस तू त्याच्याबरोबर?' युआननं स्पष्टच विचारलं. त्यावर तर ती हसतच सुटली. तिच्या डोळ्यांत काहीतरी खोडसाळ भाव होता. अखेरीस ती म्हणाली, 'मी उर्मटासारखी वागू शकत नाही, युआन.' मग त्यानं हा विषय सोडून दिला खरा; पण त्याच्या मनात मात्र कुठेतरी एखाद्या काळ्याभोर किनारीसारखा हा विषय टोचत राहिला.

ही सगळी गंमत अनुभवण्यामध्ये आणखी एक अडचण होती. एक लहानशीच गोष्ट तसं पाहिलं तर नेहमी घडणारी-पण ती युआनला डाचत होती हे मात्र खरं. प्रत्येक वेळी युआननं त्या फुलांनी सजवलेल्या, भरपूर उजेडाच्या, भरपूर खाणं-पिणं असलेल्या शिवाय एखाद्याला हवी असलेली एखादी खास गोष्ट सहज मिळणाऱ्या त्या दालनांमधून बाहेर पाऊल टाकलं की, जे जग विसरून जाण्याचा तो प्रयत्न करत होता, त्याच जगात त्याचं पाऊल पडायचं, कारण बाहेरच्या अंधारात किंवा पहाटेच्या राखाडी उजेडात या दालनांच्या दाराशीच भिकारी, कमालीची निराश झालेली गरीब माणसं घोळका करून उभी असायची. कुणी झोपण्यासाठी जागा शोधत असायचा, तर कुणी संधी मिळाली तर चोरी करण्यासाठी, तर कुणी सगळे श्रीमंत लोक घरी गेल्यावर त्या दालनांत शिरून भटक्या कुत्र्यांसारखे टेबलांखाली पडलेले अन्नाचे तुकडे उचलण्यासाठी-अर्थात हे एखाद्या क्षणीच घडू शकायचं, कारण त्या दालनांमधले नोकर आरडाओरडा करत या लोकांवर धावत यायचे, त्यांना लाथा घालत, त्यांच्या तंगड्या धरून त्यांना बाहेर काढायचे आणि दरवाजे बंद करून घ्यायचे. आय-लानला आणि तिच्या मित्रमंडळींना ही लाचार माणसं कधीच दिसायची नाहीत किंवा दिसली तरी ती त्यांच्याकडे लक्ष द्यायची नाहीत. रस्त्यातल्या बेवारस जनावरांसारखीच वाटायची ही माणसं त्यांना. ती सर्वजणं हसत-खेळत-गप्पा मारत आपापल्या वाहनांमध्ये बसायची आणि तिथूनही एकमेकांना हाका मारत, बोलत स्वतःच्या घरी स्वतःच्या बिछान्यांकडे निघून जायची.

हे युआनला दिसायचं. अगदी त्याच्या मनाविरुद्धही; पण त्याला हे सगळं दिसायचं. त्या श्रीमंती दालनांमध्ये संगीताच्या तालावर नाचताना, त्याच्या मौजमजेमध्येच केव्हातरी अचानक त्याला खूप भीती वाटायची–एक क्षण असा येणार आहे की, या दारातून बाहेर पडून बाहेरच्या राखाडी जगात पाऊल टाकावं लागणार आहे आणि भुकेल्या चेहऱ्यांची ती उकिडवी बसलेली माणसं आपल्याला सामोरी येणार आहेत ही ती भीती होती. या श्रीमंत लोकांचा तो आनंदी बहिरेपणा सहन न होऊन एखादा गरीब माणूस आपला हात पुढे करायचा-त्या हातामध्ये एखाद्या तरुणीचा रेशमी झगाच यायचा आणि मग तो गरीब माणूस त्या झग्याला घट्ट पकडून धरायचा.

मग एखाद्या माणसाचा कडक आवाज यायचा, 'हात मागे घे-तुझे घाणेरडे हात माझ्या बाईसाहेबांच्या झग्याला लावायची तुझी हिंमत कशी झाली?' आणि मग

तिथेच उभा असलेला एखादा पोलीस धावतच पुढे व्हायचा आणि त्या काटकुळ्या हातावर फटका मारून तो दूर करायचा.

अशा वेळी युआन अंग चोरून, मान खाली घालून झपाझप तिथून निघून जायचा. त्या गरीब लोकांबद्दल त्याच्या मनात इतकी सहअनुभूती होती की, ते फटके आपल्याच अंगावर पडताहेत असं त्याला भासायचं. हा मोडून पडलेला भुकेला, काटकुळा हात त्याचाच आहे अशा यातना त्याला व्हायच्या. त्याच्या आयुष्याच्या या काळामध्ये युआनला ही मौजमजा आवडत होती. त्याला हे गरीब लोक बघायचेच नव्हते; पण त्याचं मनच असं बनलं होतं की, नको असतानाही त्याला ही सगळी दृश्यं दिसायचीच.

पण युआनच्या या अशा रात्री एवढंच त्याच्या आयुष्यात नव्हतं. शाळेमध्ये बरोबरच्या विद्यार्थ्यांसोबत दांडगा अभ्यास करत दिवस जात होते. इथेच त्याची आणि त्याचे चुलतभाऊ शेंग आणि मेंग यांची जास्त ओळख झाली. आय-लान त्या दोघांना 'कवी आणि बंडखोर' म्हणायची. शाळेमध्ये ते दोघे त्यांच्या खऱ्या स्वरूपात असायचे-मग ते वर्गामध्ये असोत की क्रीडांगणावर एक मोठा चेंडू फेकत असोत. हे तिघेही भाऊ स्वतःला विसरून जाऊ शकत होते. वर्गामध्ये डेस्कांच्या रांगेत बसून शिक्षकांच्या बोलण्याकडे गंभीरपणे लक्ष देऊ शकायचे, तसेच एखाद्या मित्राची फेक चुकली तर मोठ्याने हसत त्याची चेष्टाही करू शकायचे. घरी या आपल्या चुलतभावांची खरी ओळख झालीच नव्हती, असं युआनला वाटू लागलं.

कारण घरामध्ये आपल्या मोठ्या माणसांच्या समोर तरुण माणसं कधीच स्वतःच्या खऱ्या स्वभावानुसार वागत नाहीत. तसेच हे दोघे होते. शेंग नेहमी गप्प गप्प असायचा. आपण इतरांपेक्षा कुणीतरी अधिक चांगले आहोत असं समजत त्याच्या कवितांसारखाच गूढ वागायचा आणि मेंग कायम रुसलेला, इकडेतिकडे धडपडणारा, टेबलावरची चहाची - खाण्याची लहान भांडी पाडणारा असा होता. त्याची आई सतत त्याला रागावत असायची, 'शप्पथ सांगते, माझा मुलगा असा नंदीबैलासारखा कसा वागतो माझ्या घरात-मला कळतच नाही. तुला शेंगसारखं शांतपणे चालताच येत नाही का रे?' आणि तरीही शेंग एखाद्या वेळी रात्री मजा करून उशिरा घरी परत आला आणि त्यामुळे दुसऱ्या दिवशी त्याला शाळेच्या वेळेला जाग आली नाही तर ती म्हणायची, 'खरोखर माझ्यासारखी सोशिक आई दुसरी कुणी नसेल. माझे सगळे मुलगे अगदी नालायक आहेत. रात्री तुला शहाण्यासारखं घरी राहायला काय होतं रे-मेंगसारखं? तो नाही बरं तुझ्यासारखा परदेशी भुताप्रमाणे कपडे घालून रात्रीचा चोरून बाहेर पडत आणि देव जाणे कुठल्या वाईट जागी जातोस ते -

'तुझा थोरला भाऊच तुला बिघडवतोय. त्याच्या वडिलांनी तेच केलं म्हणा-तुझ्या वडिलांचीच चूक आहे शेवटी–मी म्हणतेच नेहमी तसं.'

खरी गोष्ट अशी होती की, शेंग त्याचा थोरला भाऊ जिथे जायचा त्या ठिकाणी कधीच जायचा नाही, कारण शेंगला मजेचे अधिक सुसंस्कृत प्रकार आवडत होते. आय-लान ज्या गंमतघरांमध्ये जायची, तिथे युआननं त्याला खूप वेळा पाहिलं होतं. कधीकधी तो युआन आणि आय-लानबरोबरही जायचा; पण बहुतेक वेळा तो त्याच्या त्या वेळच्या प्रेयसीबरोबरच असायचा आणि ती दोघं सबंध संध्याकाळ एकमेकांबरोबरच नाचण्यात घालवायची. अगदी काही न बोलता पण संपूर्ण आनंदात!

असे ते भाऊ आपआपल्या वाटेने जात होते. या प्रचंड शहरात त्यांची काही चोरटी आयुष्यंही होतीच. त्यामध्ये रंगून जाऊन ते आपापली आयुष्यं जगत होते. तसं पाहिलं तर शेंग आणि मेंग हे दोघेही अगदी परस्परविरुद्ध स्वभावाचे होते. त्यांची भांडणं होणं अगदी स्वाभाविक होतं. त्यांच्या थोरल्या भावाबरोबर अशी भांडणं होण्याची शक्यता जास्त होती तरी तशी ती व्हायची नाहीत, कारण एकतर तो त्यांच्यापेक्षा वयानं खूपच मोठा होता. शिवाय त्यांच्यामध्ये आणखी दोन भाऊ होते-एकानं लहान वयातच आत्महत्या केली होती आणि दुसरा टायगरकडे होता. असं असूनही शेंग आणि मेंग यांची आपापसांत कधी भांडणं व्हायची नाहीत. याचं कारण म्हणजे मेंग खरोखरच सौम्य स्वभावाचा होता-एक शांत हसरा तरुण ज्याला भांडण करावं इतकी कोणतीच गोष्ट महत्त्वाची वाटायची नाही. म्हणून तो मेंगला त्याच्या मनासारखं वागू द्यायचा; पण हे सगळं खरं असलं तरी हे दोघे भाऊ एकमेकांची सगळी गुपितं मात्र जाणून होते. शेंग काही विशिष्ट ठिकाणी जातो हे मेंगला माहीत होतं तर मेंग हा छुपा बंडखोर आहे, त्याच्या इतरांना भेटण्याच्या काही गुप्त जागा आहेत हे शेंगला माहीत होतं. हे धोकादायक आहे हेही त्याला माहीत होतं. ते दोघेही एकमेकांची गुपितं जपत असायचे. आईसमोर दुसऱ्याला दोष देऊन स्वतःची सुटकाही कधी करून घ्यायचे नाहीत. जसजसे दिवस जायला लागले तसतशी त्यांची युआनशी चांगली ओळख झाली. त्यांना तो आवडायलाही लागला, कारण त्याला सांगितलं गेलेलं एकाचं गुपित तो कधीही दुसऱ्याला सांगायचा नाही.

आता ही शाळा म्हणजे युआनच्या दिवसभराच्या कार्यक्रमातला सर्वांत मजेचा भाग होऊन बसला, कारण त्याला खरोखरच शिक्षणाची आवड होती. त्यानं त्याला लागणाऱ्या पुस्तकांचा एक ढीगच विकत घेतला आणि ती सगळी पुस्तकं बगलेत घट्ट दाबून धरतच पेन्सिली घेतल्या आणि मग मोठ्या गर्वानं त्यानं इतर विद्यार्थ्यांकडे असायची तशी एक परदेशी लेखणीही विकत घेतली आणि ती रुबाबात आपल्या कोटाच्या खिशात अडकवली. आपले जुने लेखनाचे ब्रश त्यानं बाजूला ठेवून दिले.

तो दर महिन्याला आपल्या वडिलांना एक पत्र लिहायचा आणि तेव्हाच ते ब्रश वापरले जायचे.

हे सगळी पुस्तकं म्हणजे युआनच्या दृष्टीनं एक जादूनगरीच होती. त्यांची स्वच्छ अनोळखी पानं तो मोठ्या उत्सुकतेनं उलटायचा. त्यामध्ये लिहिलेला प्रत्येक शब्द आपल्या मेंदूवर छापला जावा असं त्याला वाटायचं. सारखं वाचतच राहावं असं त्याला वाटायचं ते त्याच्या शिक्षणाच्या आवडीमुळे. जाग आली तर तो अगदी पहाटे उठायचा आणि पुस्तकं वाचायला बसायचा. जे समजणार नाही ते तो पाठ करायचा; अशी पानंच्या पानं त्यानं पाठ करून टाकली. सकाळची न्याहारी झाली-या वेळी तो एकटाच असायचा-कारण आय-लान किंवा त्याची आई इतक्या लवकर उठायच्या नाहीत-आणि शाळेचा दिवस असेल तर तो लगेच शाळेला जायला निघायचा. अजून काहीशा रिकाम्या असलेल्या रस्त्यांवरून चालत शाळेत पोहोचायचा, तेव्हा तो पहिलाच विद्यार्थी असायचा. चुकून एखादे शिक्षक लवकर आलेच तर युआन ही अधिक शिकण्याची एक संधीच मिळाली आहे असं मानून आपल्या लाजाळूपणावर मात करत त्यांना अनेक प्रश्नही विचारायचा. एखाद्या दिवशी एखादे शिक्षक अजिबात आलेच नाहीत तर इतर विद्यार्थ्यांसारखा युआन तेवढा तासभर आनंदोत्सव साजरा करायचा नाही. नाही- नाही- उलट त्याला हा आपला फार मोठा तोटा झालाय असं वाटायचं आणि त्याला ते फारसं आवडायचंही नाही. तो हा सुट्टीचा तासही त्या शिक्षकांनी त्या तासाभरात जे काही शिकवलं असतं ते वाचण्यातच घालवायचा.

हे शिक्षण हा युआनच्या दृष्टीनं सर्वांत आनंदाचा काळ होता. जगातल्या सर्व देशांचा इतिहास तर त्याला कितीही वाचला तरी पुरेसा व्हायचा नाही. परदेशी कथा, कविता, परदेशामध्ये सापडणाऱ्या प्राण्यांची माहिती हे सर्व त्याला खूप आवडायचं. त्याला सर्वांत अधिक भावणारा विषय होता पानं-फुलं, बियाणं, मुळं यांचा अभ्यास; पाऊस आणि सूर्यप्रकाशामुळे जमीन कशी बनते. एखादं विशिष्ट बियाणं कसं पेरायचं, ते बियाणं कसं निवडायचं, त्याचा उतारा कसा वाढवायचा हे तर त्याच्या खास आवडीचे विषय होते. हे सगळं आणि खूप काही युआन शिकत होता. जेवण, झोप यामध्ये जाणारा वेळही त्याला 'फुकट' जातोय असं वाटायचं; पण त्याचं मजबूत तरुण शरीर कायमच भुकेलं असायचं. त्याला अन्न आणि विश्रांतीची गरज पडायचीच. हे सारं त्याची आई बघत होतीच. ती काही बोलायची नाही; पण त्याला आवडणारे पदार्थ पुनःपुन्हा त्याच्यासमोर ठेवण्यात येतील, याकडे मात्र लक्ष द्यायची. हे सारं त्याला न कळताच केलं जात होतं.

तो बरेच वेळा आपल्या चुलतभावांनाही भेटायचा. हळूहळू ते युआनच्या रोजच्या आयुष्याचा एक भागच होऊन गेले, कारण शेंग त्याच्याच वर्गात होता. तो

खूप वेळा स्वतःच्या कविता आणि लेखन मोठ्यानं वाचून दाखवायचा. त्याची खूप स्तुतीही व्हायची. त्याच्याकडे पाहताना युआनला एक प्रकारचा कमीपणा आणि काहीसा हेवाही वाटायचा. आपली कविताही अशी नीटनेटकी, तालासुरात असावी असं त्याला वाटायचं. आपली स्तुती ऐकली की, शेंग मान खाली घालत 'त्यात काही विशेष नाही' असा आव आणायचा. त्याच्या या सोंगावर काहींनी विश्वास ठेवलाही असता; पण त्याच्या नाजूक जिवणीवर एक गर्वाचं स्मित खेळत असायचं आणि ते स्मित त्यालाही नकळत त्याचं बिंग फोडायचं. युआनचं म्हणावं तर त्या काळात तो फारच कमी कविता लिहीत होता, कारण स्वप्नं बघायला त्याला वेळ कुठे होता? आणि लिहिलंच तर त्याचे शब्द कसेही यायचे, त्याला पूर्वीसारखे ते नीट मांडता यायचे नाहीत. मग त्यानं ते शब्द कितीही साफसूफ केले, नीटनेटके मांडण्याचा प्रयत्न केला, पुनःपुन्हा लिहिले तरी ती कविता नीट व्हायची नाही. मग त्याला वाटू लागलं बहुधा आपले विचारच आपल्या समजुतीपेक्षा मोठे झाले असावेत की, ते सहजासहजी पकडून शब्दांमध्ये बांधता येत नाहीत. त्याचे वयस्कर विद्वान शिक्षक म्हणायचे, 'मला हे वेगळं वाटतंय, चांगली आहे कविता; पण तुला काय म्हणायचंय तेच मला कळत नाही.'

असंच एकदा युआननं आपली नवी कविता त्यांना दाखवली, तेव्हा ते क्षणभर थांबले. युआनला आपल्याला काय म्हणायचंय ते काही सांगता येईना. तो चाचरत सांगायला लागला, 'मला म्हणायचंय– मला वाटतं, मला एका बीजाबद्दल सांगायचंय- त्या बीजामध्ये– त्याच्या अगदी शेवटच्या कणामध्ये -जेव्हा ते बीज जमिनीमध्ये पेरलं जातं त्या क्षणाला त्या कणाला-ते बीज बीज राहात नाही-तर त्याचं रूपांतर एका आत्म्यामध्ये होतं-एक प्रकारची ऊर्जा-एक जीवन-वस्तूचं रूपांतर आत्म्यामध्ये होण्यापूर्वीचा तो एक क्षण–तो बदल घडवणारा क्षण जर आपण पकडू शकलो तर– ते बीज वाढायला लागतं–तेव्हा–आपण ते समजावून घेऊ शकलो तर–'

'होय होय...' शिक्षक असं म्हणाले खरं; पण ते थोडे साशंकच होते. शिक्षक वयस्कर होते, प्रेमळ होते; आपला चश्मा नाकाच्या टोकाशी ठेवायचे. त्यांनी त्या चश्म्यावरून युआनकडे रोखून बघितलं. ते जुने शिक्षक होते, खूप वर्षं शिकवलं होतं त्यांनी; त्यामुळे काय बरोबर आहे आणि काय चुकीचं आहे हे त्यांना बरोबर माहीत होतं. त्यांनी युआनची कविता खाली ठेवली. चश्मा नाकावर चढवत दुसरा कागद हातात घेत ते म्हणाले, 'फारसं स्पष्ट होत नाही-तुझ्या मनातही ते स्पष्ट नाही -असं मला वाटतं–आता ही कविता बघ, अधिक चांगली आहे- 'वसंतातलं फिरणं', छानच आहे-मी वाचून दाखवतो-' ती शेंगची कविता होती.

मग मात्र युआन गप्प राहून, स्वतःचे विचार स्वतःशीच ठेवत शिक्षक वाचत असलेली शेंगची कविता ऐकू लागला. शेंगच्या कवितेतले गोड गोड धावते विचार

आणि शुद्ध यमकं ऐकताना त्याला शेंगचा हेवा वाटू लागला; पण हा दुष्टाव्याचा हेवा नव्हता तर अगदी प्रामाणिक आणि कौतुकाचा हेवा होता. युआनला त्याच्या चुलतभावाचं देखणं स्वरूप जसं मनातून आवडायचं, कारण तो युआनपेक्षा कितीतरी अधिक देखणा होता तसंच काहीसं हे असलं तरी युआन शेंगला खरा ओळखत नव्हता असंच म्हणावं लागेल, कारण शेंगचं सगळं मनमोकळं वागणं-हसणं, अतिशय सौजन्यानं वागणं मान्य केलं तरी त्याची खरी ओळख कुणालाच झालेली नव्हती. तो खूप वेळा आणि खूप ठिकाणी बोलायचा, त्याचे शब्द अगदी सौम्य आणि प्रशंसेचे असायचे.

तरी तो आपले अगदी मनातले विचार कधीच उघडपणे बोलायचा नाही. कधीकधी तो युआनकडे येऊन म्हणायचा, 'चल, आज शाळा सुटल्यानंतर आपण एक चित्रपट पाहायला जाऊ-द ग्रेट वर्ल्ड पिक्चर्समध्ये एक छान परदेशी चित्रपट लागलाय.' ते दोघे तो चित्रपट बघायला जायचे, तीन तास एकमेकांबरोबर असायचे-युआनला शेंगबरोबर असणं आवडायचं-पण त्यानंतर शेंग काही बोलला असं मात्र त्याला आठवायचं नाही. त्या अंधाऱ्या चित्रपटगृहामध्ये शेंगचा हसरा चेहरा आणि त्याचे विलक्षण आकाराचे चमकते डोळे एवढंच त्याला आठवायचं. फक्त एकदाच मेंग आणि त्याच्या बंडखोरीबद्दल शेंग बोलला होता, 'मी त्यांच्यापैकी नाही-मी बंडखोर होऊच शकत नाही-माझं माझ्या आयुष्यावर फार प्रेम आहे आणि माझं प्रेम फक्त सौंदर्यावरच आहे. मला हलवून टाकू शकतं ते फक्त सौंदर्य-कोणत्याही ध्येयासाठी मरायला मी तयार नाही. कधीतरी मी समुद्रापार जाईन-आणि तिथली भूमी इथल्या भूमीपेक्षा अधिक सुंदर असेल तर कधीच परत येणार नाही. काय करेन कुणास ठाऊक-या सामान्य लोकांसाठी दुःख सहन करण्याची माझी तयारी नाही-ते लोक घाणेरडे असतात, त्यांना लसणीचा वास येतो. मरोत साले-कुणाला फरक पडणार आहे ते नसले तर?'

पण हे सगळं तो बोलला ते अगदी हळुवार आवाजात, शांतपणे-त्या चमकदार चित्रपटगृहामध्ये ते बसले होते आणि आजूबाजूला फिरणाऱ्या-मिठाया, बदाम-पिस्ते खाणाऱ्या आणि परदेशी सिगारेट्स ओढणाऱ्या सभ्य स्त्री-पुरुषांकडे पाहत होते, तेव्हा. जणू काही तो त्या सर्व स्त्री-पुरुषांच्या वतीनेच बोलत असावा. युआनला त्याचा चुलतभाऊ कितीही आवडत असला तरी त्याच्या अगदी थंडपणे उच्चारलेल्या 'मरोत साले' या शब्दांनी त्याच्या मनातलं काहीतरी मरून गेलं हे नक्की! युआन अजूनही मृत्यूचा तिटकारा करत होता. त्याच्या आयुष्याच्या या काळात गरीब लोक त्याच्या फारसे जवळ नसले तरी ते मरावे असं त्याला निश्चितच वाटत नव्हतं.

त्या दिवशीच्या शेंगच्या या उद्गारांमुळे नंतर युआनला मेंगविषयी मात्र काहीतरी विचारावंसं वाटू लागलं. मेंग आणि युआन एकमेकांशी फार वेळा गप्पा वगैरे मारत

बसलेले नव्हते; पण चेंडूफेकीच्या खेळामध्ये ते दोघे एकाच पक्षातून खेळायचे. मेंगची खेळातली चढाई करण्याची वृत्ती आणि चपळपणा युआनला पसंत होता. त्या सर्वांमध्ये मेंगचं शरीरच सगळ्यात मजबूत आणि कमावलेलं होतं. त्या सर्व तरुण मुलांत बहुतेकांची शरीरं फिकट आणि सैलावलेली होती. शिवाय ते एकावर एक असे खूप कपडे घालायचे ते कपडे चटकन निघायचेही नाहीत; त्यामुळे मग त्यांचं धावणं लहान मुलांसारखं कसंही असायचं. चेंडू पकडताना ते चुका करायचे किंवा एखाद्या मुलीसारखा चेंडू तिरका फेकायचे किंवा मग चेंडूला लाथ मारायचे तीही इतकी हलकेच की, तो चेंडू कसाबसा घरंगळत जेमतेम थोडं अंतर जाऊन थांबायचाच. मग मेंग चेंडूवर तो त्याचा शत्रू असल्यासारखा झडप घालायचा. त्याच्या कडक चामड्याच्या बुटांनी त्याला सणसणीत लाथ मारायचा. तो वर गेलेला चेंडू खाली जमिनीवर आदळायचा तोही जोरानेच आणि पुन्हा वर उसळायचा. त्याचं सारं शरीर या खेळाच्या वेळी कठीण होऊन जायचं. युआनला शेंगचं रूप आवडायचं तशीच मेंगची ही मस्तीही आवडायची.

म्हणून त्यानं एक दिवस शेंगला विचारलं, 'मेंग बंडखोर आहे हे तुला कसं माहीत?' शेंगनं उत्तर दिलं, 'त्यानं मला सांगितलं म्हणून. तो काय करतो त्यातलं थोडं तरी तो मला नेहमी सांगतोच. मला एकट्यालाच तो हे सांगतो, असं मला वाटतं. मला त्याची थोडी भीतीही वाटते–कधीकधी मी हे माझ्या आई-वडिलांना किंवा मोठ्या भावालाही सांगू शकत नाही–तो काय करतो ते-मला माहीत आहे ते त्याच्यावर आरोप करत सुटतील आणि तो इतका रागीट आहे की, तो कायमचा इथून पळून जाईल. माझ्यावर आता त्याचा विश्वास आहे म्हणूनच मला तो हे सगळं सांगतो म्हणून मला त्याचं काय चाललं आहे ते माहीत असतं. अर्थात, अशा काही गोष्टी आहेत ज्या तो मला सांगत नाही हेही मला माहीत आहे. त्यानं देशभक्तीची काहीतरी विचित्र शपथ घेतली आहे-आपल्या मनगटावर थोडं कापून घेऊन त्यानं त्या वाहत्या रक्तानं ती शपथ लिहून काढली हे मला माहीत आहे.'

'असे आणखी काही बंडखोर आपल्या वर्गमित्रांमध्येही आहेत?' युआननं काहीशा चिंतेनं विचारलं, कारण त्याला वाटत होतं इथे आपण सुरक्षित आहोत. युद्धशाळेतले त्याचे सोबती अगदी हेच तर करत होते म्हणूनच त्याला त्यांच्यामध्ये सामील व्हायचं नव्हतं.

'पुष्कळजण-' शेंगनं उत्तर दिलं, 'आणि त्यांच्यात मुलीही आहेत हं.'

आता मात्र युआनला खरंच वाटेना. त्याच्या इथल्या शाळेमध्ये मुली होत्या, कारण किनारपट्टीवरच्या या शहरातल्या या नव्या युगाची ती पद्धतच होती. फक्त मुलांसाठी असलेल्या अनेक शाळांमध्ये आता मुली यायला लागल्या होत्या, कारण कायद्यानंच त्यांना ती परवानगी दिली होती. अजून बऱ्याच मुलींना शिकावंसं वाटत

नसलं किंवा त्यांचे वडील त्यांना परवानगी देत नसले तरी त्याच्या शाळेत दहा-बारा मुली तर नक्कीच होत्या. युआननं त्यांना इथेतिथे बघितलं होतं; पण त्यांच्याकडे फारसं लक्ष दिलं नव्हतं किंवा त्याच्या आयुष्यामध्ये या मुलींचं काही स्थान आहे हेही मान्य केलं नव्हतं. एक तर त्या फार सुंदर नव्हत्या आणि दुसरं म्हणजे त्या नेहमी आपल्या पुस्तकांमध्येच रमलेल्या असायच्या.

पण या दिवसानंतर मात्र शेंगनं जे काही त्याला सांगितलं होतं, त्यानं अस्वस्थ होऊन त्यानं त्या मुलींकडे नीट निरखून पाहायला सुरुवात केली. प्रत्येक वेळी एखाद्या मान खाली घालून आणि पुस्तकं छातीशी धरून जाणाऱ्या मुलीला पाहिलं की, त्याच्या मनात यायचं, इतकी साधीसुधी मुलगी या सर्व कटकारस्थानांमध्ये सामील होऊ शकत असेल का? त्याच्या आणि शेंगच्या वर्गातल्या एका मुलीकडे त्याचं थोडं जास्तच लक्ष जायला लागलं. ती अगदी सडपातळ होती. अगदी एखाद्या भुकेल्या पक्ष्यासारखी दिसायची. तिचा चेहरा नाजूक आणि हनुवटी टोकदार होती. गालाची हाडं उंच होती, सरळ नाकाखालचे पातळ ओठ फिकट रंगाचे होते. वर्गामध्ये ती कधीच काही बोलत नसे. तिच्या मनात काय चाललं आहे हे कुणालाच सांगता आलं नसतं. तिचं लेखन सर्वसामान्यच होतं; त्यामुळे शिक्षक त्यावर काहीच भाष्य करत नसत; पण ती रोज असायची तिथे प्रत्येक शब्द मन लावून ऐकायची. क्वचित कधीतरी तिच्या गंभीर नजरेत मात्र उत्सुकता चमकत असलेली दिसायची.

युआन तिच्याकडे कुतूहलानं पाहात राहायचा. एके दिवशी तिला स्वतःवर खिळलेली त्याची नजर जाणवली आणि तिनं त्याच्याकडे वळून बघितलं. त्यानंतर जेव्हा जेव्हा युआन तिच्याकडे बघायचा तेव्हा-तेव्हा ती आपल्या रहस्यमय संथ नजरेनं त्याच्याचकडे बघत असलेली त्याला दिसायची. त्यानंतर मात्र त्यानं तिच्याकडे बघणं बंद केलं. ती नेहमी एकटी एकटी असायची म्हणून शेंगला त्यानं तिच्याबद्दल विचारलं, तेव्हा त्यानं हसत उत्तर दिलं, 'ती होय? ती त्यांच्यापैकीच एक आहे. मेंगची मैत्रीण आहे. ती दोघं नेहमी काहीतरी गुप्त चर्चा करत असतात. चेहरा बघ तिचा-किती भावनाशून्य आहे-असे भावनाशून्य लोकच उत्तम क्रांतिकारक असतात हं!-मेंग फारच भावनाप्रधान-रागीट आहे-आज तो अगदी उतावळा झालेला असेल तर उद्या कमालीचा निराश-पण ही मुलगी-नेहमी बर्फासारखी थंड-आणि बर्फासारखीच कठीण-एक मात्र आहे-जेव्हा मेंग असा उतावळा झालेला असतो, तेव्हा ती त्याला शांत करते आणि जेव्हा निराश असतो, तेव्हा त्याला वठणीवर आणायला तिचा हा संथपणाच उपयोगी पडतो. ती कुठल्या तरी अंतर्भागातल्या गावातून आली आहे-तिथे याआधीच ही क्रांती झालेली आहे.'

'पण ते ठरवतात तरी काय?' युआननं कुतूहलानं विचारलं, त्याचा आवाज अगदी हळू झाला होता.

‘ओ– जेव्हा सैन्य येईल, तेव्हा त्या सैन्याला विजयानं सामोरं जायचं असा त्यांचा बेत आहे.’ शेंगनं खांदे उडवत सांगितलं. निष्काळजीपणे तिथून जाताना आपलं बोलणं कोणी ऐकेल का याची काळजी न करता तो म्हणाला, ‘ते सर्वांत जास्त काम करताहेत ते इथल्या कामगारांमध्ये. त्या कामगारांचं दर दिवसाचं वेतन जेमतेम काही पेन्स एवढंच आहे. त्यांच्यावर कसा अन्याय केला जातो, हे परदेशी पोलीस त्यांना कसं क्रूरपणे वागवतात हे ते रिक्षावाल्यांना सांगतात आणि अशाच सगळ्या गोष्टी ते करत असतात म्हणजे मग या विजयाचा दिवस कधी काळी आलाच तर हे तळागाळातले लोक उठाव करून त्यांना हवं ते मिळवायला तयार असतील; पण थांब-युआन ते येतील आणि तुला त्यांच्यामध्ये ओढण्याचा प्रयत्न करतील. एखादे दिवशी मेंग तुला भेटायला येईल-थोड्याच दिवसांपूर्वी तो मला तुझ्याबद्दल विचारत होता. म्हणजे तुझा स्वभाव कसा आहे-मनातून तू बंडखोर आहेस का असं.’

अखेर एके दिवशी मेंग आलाच त्याला शोधत. युआनची बाही धरत तो त्याच्या नेहमीच्या रुसक्या आवाजात म्हणाला, ‘आपण दोघे चुलतभाऊ आहोत खरे; पण आपली एकमेकांशी नीटशी ओळखही झाली नाही अजून-आपण दोघेच असे अजून एकदाही भेटलेलो नाही. चल, शाळेच्या दरवाजाजवळच्या चहागृहात जाऊन काहीतरी खाऊ या.’

आता युआनला ‘नाही’ म्हणणं काही शक्य नव्हतं. त्या दिवसातला तो शेवटचाच तास होता. सगळ्यांची सुट्टी झाली होती. म्हणून मग तो मेंगबरोबर गेला. थोडा वेळ ते दोघे काहीच न बोलता बसून होते. मेंगकडे बोलण्यासारखं काही नसावंच, कारण तो रस्त्याकडे बघत गप्प बसून होता. बोललाच काही तर रस्त्यावरच्या एखाद्या दृश्याबद्दल एखादा कडवट विनोद करण्यापुरताच! तो म्हणाला, ‘तो बघ जाडा श्रीमंत माणूस-त्या मोटारीत बसलाय तो-कसा खातोय बघ आणि पसरलाय तरी कसा बघ-नक्की तो शोषण करणारा असणार-सावकार किंवा बँकवाला किंवा मग कारखानदार तरी-मला चांगले ओळखता येतात हे लोक-त्याला माहीत नाही तो ज्वालामुखीच्या तोंडावर बसलाय ते-’

आपल्या चुलतभावाला काय म्हणायचंय ते माहीत असल्यानं युआन गप्प राहिला. तरी मेंगचे स्वतःचे वडील त्या माणसापेक्षा थोडे जास्तच जाड होते हे त्याच्या मनात आल्याशिवाय राहिलं नाही.

किंवा मेंग म्हणाला, ‘तो बघ रिक्षावाला -किती कष्ट करतोय बिचारा-अर्धपोटीच दिसतोय-बघ, बघ एखादा किरकोळ कायदा मोडला वाटतं त्यानं-हं नुकताच गावाकडून आलेला असणार-त्याला माहीतच नाही की, पोलिसानं हात दाखवला की रस्ता ओलांडायचा नसतो-बघ-मी काय सांगितलं-आता बघ, तो

पोलीस त्याला कसा मारतोय ते-त्याची गरिबाची रिक्षा पाडली आणि आता आतल्या उशा काढून घेतोय बघ कसा-त्या बिचाऱ्याची रिक्षाही गेली आणि आजच्या दिवसाची कमाईही गेली आणि तरीही त्याला रिक्षाच्या मालकाला ठरलेले पैसे द्यावेच लागतील संध्याकाळी.'

तो रिक्षावाला फार दुःखी होऊन, मान खाली घालून खांदे पाडून तिथून निघून जायला वळला, तेव्हा तर मेंगचा घसा दाटूनच आला. हा विलक्षण मुलगा एखाद्या साध्यासुध्या माणसासारखा रागानं अश्रू ढाळतोय; आपल्या भावना सावरण्याचा आटोकाट प्रयत्न करतोय हे बघून युआनला खूप आश्चर्य वाटलं. युआन आपल्याकडे सहानुभूतीनं बघतोय हे लक्षात आल्यावर मेंग भरल्या आवाजातच त्याला म्हणाला, 'चल, बोलता येईल अशा एखाद्या ठिकाणी जाऊन बसू. मी जर काही बोललो नाही ना तर मला ते सहनच होणार नाही आता. हे असं शोषण निमूटपणे सहन करणाऱ्या लोकांना ना ठार मारावंसं वाटतं बघ मला.'

त्याला शांत करण्यासाठी मग युआननं त्याला स्वतःच्या खोलीत नेलं, दरवाजा बंद केला आणि मेंगला बोलू दिलं.

मेंगबरोबरच्या या बोलण्यानं युआनच्या मनात त्याला अगदी नकोशा असलेल्या भावना जागृत झाल्या. आजकालच्या दिवसांमधला संथ शांतपणा, गंमतजंमत, गडबडगोंधळ, कर्तव्यापासून मिळालेली सुटका, स्वतःला जे वाटेल तेच करण्याची मिळालेली मुभा हे सारं युआनला मनापासून भावलेलं होतं. घरातल्या दोघी स्त्रिया-त्याची आई आणि बहीण त्याच्यावर स्तुतीचा वर्षाव करत होत्या. त्याच्याशी अतिशय प्रेमानं वागत होत्या-त्याच्या आजूबाजूला सगळीकडे प्रेम, माया आणि कोवळेपणा भरलेला होता. जगात अशीही काही माणसं आहेत ज्यांना अशी ऊब किंवा अन्न मिळत नाही हे तो विसरूनच गेला होता. तो इतका आनंदात जगत होता की, जगातल्या कोणत्याही दुःखी गोष्टीचा विचारच त्याला करायचा नव्हता. भल्या पहाटेच्या अंधारात जर कधी त्याच्या मनात आपल्या वडिलांचा आणि त्यांच्या आपल्यावरच्या सत्तेचा विचार आलाच तर तो विचार युआन झटकून टाकायचा, कारण आईच्या क्षमतेवर आणि त्याच्यावरच्या तिच्या मायेवर त्याचा पूर्ण विश्वास होता. मेंगच्या या बोलण्यामुळे आता त्या जुन्या सावल्या त्याच्याभोवती गोळा होऊ लागल्या आणि तो त्यांच्यापासून दूरच गेला.

...आणि तरीही अशा बोलण्यामधूनच युआनला त्याच्या देशाचं आजवर कधी न दिसलेलं स्वरूप दिसू लागलं. त्या मातीच्या घरात राहात असताना त्याला सगळा प्रदेश सुंदररीत्या पसरलेल्या शेतांच्या रूपात दिसायचा. त्याच्या देशाचं हे सुंदर रूपच त्यानं पाहिलं होतं. तिथे राहात असतानाही त्याला तिथल्या लोकांविषयी फार काही वाटलं नव्हतं; पण इथे या शहरामधल्या रस्त्यांवर मेंगनं त्याला त्याच्या

देशाचा आत्मा दाखवला. त्या तरुण माणसाला दिसणाऱ्या लहानात लहान माणसावर होणाऱ्या लहानात लहान अन्यायानं येणारा राग युआनलाही ते सर्व दाखवायला लागला. जिथे जिथे खूप श्रीमंत माणसं असतात तिथे तिथे अगदी गरीब माणसंही असतातच. रस्त्यांवरून जाता-येताना युआनला खूप गरीब माणसं दिसायला लागली, कारण गरिबांची संख्या अर्थातच जास्त होती. अगदी गरीब भुकेली मुलं, आंधळे, रोगानं पिडलेले, कधीही स्नान न केलेले–आणि प्रशस्त रस्त्याच्या दोन्ही बाजूंना प्रचंड मोठी दुकानं, त्यामध्ये ओतप्रोत भरलेल्या असंख्य प्रकारच्या वस्तू, डोक्यावर फडकणाऱ्या रेशमी पताका. ग्राहकांना आपल्याकडे आकर्षून घेण्यासाठी नेमलेले गायकवादक आणि अशा रस्त्यांवरही अतिशय गलिच्छ असे भिकारी रडत, कण्हत भीक मागायचे. त्यांचे चेहरे भुकेलेले-फिकुटलेले असायचे. अनेक वेश्याही आपला धंदा करण्यासाठी रात्र पडण्याआधीच या रस्त्यांवरून फिरू लागलेल्या असायच्या.

तो हे सर्व पाहत होता. पाहता पाहता हे सर्व त्याच्या काळजात मेंगपेक्षाही अधिक तीव्रतेनं जाऊन बसलं, कारण मेंगसमोर काही एक ध्येय होतं; त्यासाठी त्याला काम करायचं होतं आणि त्या ध्येयासाठी तो कोणतीही गोष्ट आपल्याला हवी तशी वाकवून घ्यायला तयार असायचा. समजा, त्याला एखादा उपाशी माणूस दिसला किंवा मोठमोठ्या नौकांमधून अंडी परदेशी पाठवणाऱ्या कारखान्याबाहेर फेकण्यात आलेली कुजकी अंडी गोळा करायला आलेला गरीब माणसांचा जमाव त्याला दिसला किंवा एका पेनीला एक भांडं भरून मिळणारं कढण पिणारे लोक त्याला दिसले किंवा जनावरांनाही उचलणं कठीण जावं अशी ओझी उचलणारे मजूर त्याला दिसले किंवा समोर भिकारी भीक मागत असताना हसत-खिदळत, मजा करत राहाणारे श्रीमंत लोक आणि रंगरंगोटी केलेल्या - रेशमी कपडे घातलेल्या त्यांच्या बायका बघितल्या की, त्याच्या संतापाचा उद्रेक व्हायचा. जे काही त्याच्या मनात यायचं त्यावर एकच उतारा असायचा, 'आमचं काम पूर्ण झाल्यशिवाय यात सुधारणा होणं शक्यच नाही. क्रांती झालीच पाहिजे. सगळ्या श्रीमंतांना खाली ओढलं पाहिजे, या परदेशी लोकांना इथून हाकलून द्यायला पाहिजे, मगच या गरीब लोकांची परिस्थिती सुधारेल. हे फक्त क्रांतीच करू शकेल. युआन, तुला कधी हे सत्य समजणार आणि तू आमच्यात कधी सामील होणार आहेस? आम्हाला-तुझ्या देशाला आपणा सर्वांचीच गरज आहे...'

मग मेंग त्याचे जळते रागीट डोळे युआनवर रोखायचा. जणू काही युआननं त्याला त्यांच्यात सामील होण्याचं वचन देईपर्यंत तो आपली नजर त्याच्यावरून हटवणारच नाही.

पण युआन हे वचन देऊ शकत नव्हता, कारण त्याला या ध्येयाची भीती वाटत होती. अखेरीस याच ध्येयापासून तो पळून आला होता ना–

शिवाय युआनला आता कोणत्याही क्रांतीनं या दुःखांचा नाश होऊ शकेल असा विश्वास वाटत नव्हता आणि मेंगइतक्या पोटतिडिकीने तो कोणा श्रीमंत माणसाचा द्वेषही करू शकत नव्हता. एखाद्या श्रीमंत माणसाच्या शरीरावरचं मांस, त्याच्या बोटातल्या अंगठ्या, त्याच्या कोटावरचं केसाळ आवरण, त्याच्या स्त्रीच्या कानातली रत्नं, तिचा रंगवलेला चेहरा हे सगळं पाहिलं की, मेंग वेडापिसा होऊन त्याच्या कार्यामध्ये अधिकच रुतत जायचा; पण मनात नसतानाही एखाद्या श्रीमंत चेहऱ्यावर दिसणारा सौम्य भाव युआनला दिसायचाच किंवा एखाद्या रंगवलेल्या चेहऱ्यावर उमटलेली दया आणि मग तिनं त्या भिकाऱ्याकडे चटकन फेकलेलं एखादं चांदीचं नाणं -अगदी तिच्या अंगावर रेशमी कोट असला तरीही– आणि त्याला हसणं आवडायचं. मग ते श्रीमंतांचं असो की गरिबांचं– एखादा माणूस दुष्ट आहे हे माहीत असलं तरी तो हसणारा असला तर तो युआनला आवडायचा. खरी गोष्ट अशी होती की, माणूस काळा आहे की गोरा यावर मेंगचं तो आवडणं किंवा न आवडणं ठरायचं; पण काहीही झालं तरी युआन असं म्हणू शकला नसता, 'हा माणूस श्रीमंत आणि वाईट आहे आणि हा गरीब आणि चांगला आहे.' आणि म्हणूनच कितीही मोठं ध्येय असलं तरी तो त्याला वाहून घेऊ शकत नव्हता, एवढी गोष्ट खरी!

शहरातल्या लोकांमध्ये मिसळणाऱ्या परदेशी लोकांचा मेंग जसा द्वेष करायचा तसा त्यांचा द्वेष युआन करू शकत नव्हता. हे शहर जगातल्या अनेक देशांबरोबर व्यापार करत असल्याने इथे अनेक रंगारूपाचे आणि भाषा बोलणारे लोक राहात होते. रस्त्यावर कुठेही ते दिसायचे. काही सौम्य तर काही मोठ्यानं बोलणारे, दुष्ट आणि बहुतेक वेळा दारू प्यायलेले–पण त्यांच्यापैकी काही श्रीमंत होते तसे काही अगदी गरीबही होते. मेंगला श्रीमंत माणसांचा जो तिटकारा वाटायचा त्याहून अधिक तिटकारा श्रीमंत परदेशी माणसांचा वाटायचा. एखाद्या दारू प्यायलेल्या परदेशी नाविकाने एखाद्या रिक्षावाल्याला लाथ मारलेली किंवा एखादी परदेशी स्त्री एखाद्या चिनी दुकानदाराशी घासाघीस करताना पाहिली किंवा अनेक देशांचे लोक राहात असलेल्या किनारपट्टीवरच्या अशा कोणत्याही शहरातल्या रस्त्यांवर जे दृश्य सहज दिसू शकेल असं दृश्य त्यानं पाहिलं तर त्याला ते सहनच व्हायचं नाही.

मेंगला तर हे परदेशी लोक ज्या हवेत श्वासोच्छ्वास करायचे ती हवासुद्धा त्यांना मिळायला नको असं वाटायचं. तो रस्त्यावरून जात असताना एखादा परदेशी त्याच्या समोर आला तर तो एक फूटभरसुद्धा सरकून त्याला जायला रस्ता देत नसे. त्याचा लांबट सावळा पोरसवदा चेहरा अधिकच काळवंडून जायचा, त्याचे खांदे आक्रमकपणे पुढे यायचे-समोर एखादी परदेशी स्त्री असली तरीही त्याला जर त्या परदेशी व्यक्तीला धक्का मारता आला तर बरंच वाटायचं. वर त्याचं पुटपुटणं चालूच असायचं, 'यांना इथे राहाण्याचा काहीही हक्क नाही. आपल्याला लुटायलाच

आलेत ते-त्यांच्या धर्मप्रसारानं ते आपले आत्मे चोरताहेत, बुद्धी चोरताहेत आणि त्यांच्या व्यापारानं आपला पैसा' – एक दिवस युआन आणि मेंग शाळेतून घरी चालले होते. रस्त्यामध्ये त्यांना एक माणूस दिसला. त्या सडपातळ, लहानखुऱ्या माणसाचा रंग परदेशी माणसासारखा गोरा होता आणि नाकही उंच होतं; पण त्याचे डोळे आणि केस मात्र अगदी काळेभोर होते. कुणा गोऱ्या माणसासारखे नव्हते. त्याच्याकडे एक जळता कटाक्ष टाकत मेंग म्हणाला, 'या शहरात मला सर्वांत कसला राग येत असेल तर तो अशा लोकांचा-जे काहीच नसतात-मिश्र रक्ताचे असतात. ते जराही विश्वास ठेवण्यालायक नसतात. त्यांची हृदये दुभंगलेली असतात. मला कळत नाही ते हे की, आपल्यापैकी कुणी माणूस-स्त्री किंवा पुरुष-स्वतःला इतका कसा विसरतो आणि स्वतःचं रक्त परदेशी व्यक्तीच्या रक्तामध्ये मिसळायला तयार होतो? अशा सगळ्यांना मी तर देशद्रोही म्हणून फासावर चढवेन आणि आत्ता आपण बघितला ना त्याच्यासारख्या माणसालाही ठार मारेन.'

पण युआनला तर त्या माणसाच्या गोऱ्या चेहऱ्यावरचा सौम्यपणा, सहज दिसणारी सहनशील वृत्ती आठवत होती. तो उद्गारला, 'बरा दिसत होता हं तो. तो गोरा आहे आणि त्याचं रक्त मिश्र आहे एवढ्यावरून तो वाईट आहे असं मानायला मी तयार नाही. त्याच्या आई-वडिलांची चूक त्याला का भोवावी?'

पण मेंग चिडून म्हणाला, 'तुला त्यांचा राग यायलाच हवा, युआन. या गोऱ्या लोकांनी आपल्या देशाची काय अवस्था केली ते तुला माहीत नाही का? शिवाय त्यांच्या क्रूर, अन्यायी करारांनी आपल्याला बांधून टाकलंय, कैद्यांसारखं! आपल्याला तर आपले कायदेही पाळता येत नाहीत. समजा, एखाद्या गोऱ्यानं आपल्या एखाद्या माणसाला ठार मारलं तर आपण त्याला शिक्षा देऊ शकत नाही-तो आपल्या न्यायालयासमोर येतच नाही-जेमतेम कसली तरी शिक्षा दिली जाते त्याला-'

मेंग हे बोलत असताना युआन नुसतं ऐकत होता. त्याच्या चेहऱ्यावर एक कसंनुसं हास्य होतं; जणू आपल्याला त्याच्यासारखा संताप येत नाही, याबद्दल माफी मागावी तसं काहीसं. कदाचित त्याला असंही वाटलं असावं की, आपल्या देशासाठी असा राग यायला हवा आपल्याला; पण ते आपल्याला तरी शक्य नाही.

यामुळेच युआन अजूनपर्यंत मेंगच्या क्रांतिदलामध्ये सामील झाला नव्हता. मेंग त्यासाठी त्याची विनवणी करायचा, तेव्हा तो त्याच्या लाजाळू पद्धतीने थोडं हसायचा. हे मी करू शकत नाही असं सांगणं काही त्याच्याच्यानं व्हायचं नाही. आपल्याला खूप काम असल्याची सबब तेवढी तो पुढे करायचा- 'हे कितीही चांगलं कार्य असलं तरी मला फुरसतच नाही,' असं सांगून स्वतःची सुटका करून घ्यायचा. अखेरीस मेंगनं त्याचा नाद सोडूनच दिला; एवढंच नव्हे, तर त्यानं युआनशी बोलणंही सोडून दिलं. जाता-येता नुसती मान डोलवायचा, बस्स! सर्व सुट्ट्या आणि देशप्रेम दिनी सगळेजण

हातात झेंडे घेऊन गाणी गात जायचे, तेव्हा युआनही जायचा- केवळ त्याला कुणी देशद्रोही म्हणू नये म्हणूनच; पण त्यानं कोणत्याही गुप्त संघटनेचं सदस्यत्व घेतलं नाही किंवा कसले बेतही रचले नाहीत. कधीकधी असे बेत रचणाऱ्यांविषयीच्या बातम्या त्याच्या कानावर पडायच्या- कुणा थोर व्यक्तीवर फेकण्यासाठी तयार केलेल्या बॉम्बसह हा कसा पकडला गेला, परदेशी व्यक्तींशी मैत्री असल्याच्या कारणावरून एका गटानं एका शिक्षकाला कशी मारहाण केली असं सगळंच; पण अशा बातम्या ऐकल्या की, मग तर युआन अधिकच निग्रहानं स्वतःच्या अभ्यासाकडे वळायचा.

खरी गोष्ट अशी होती की, या वेळी युआनच्या आयुष्यामध्ये इतक्या गोष्टी एकाच वेळेला होत होत्या की, कोणतीच गोष्ट त्याला तडीस नेता येत नव्हती. श्रीमंत आणि गरीब यांच्याविषयी पूर्ण विचार होण्याआधीच किंवा मेंगच्या कार्याचा संपूर्ण अभ्यास करण्याआधीच किंवा अगदी मनापासून मौजमजा करण्याच्याही आधी त्याच्या मनात दुसरीच एखादी गोष्ट यायची. शाळेत शिकलेल्या गोष्टी होत्या तशा त्यानं नव्यानं शिकलेल्या आणि जाणून घेतलेल्या गोष्टी होत्या, नवे धडे होते; शास्त्र विषयाच्या प्रयोगशाळेमध्ये डोळ्यांसमोर उघडली गेलेली अनेक आश्चर्ये होती. अगदी घाण वासामुळे नकोशा वाटणाऱ्या रसायनशास्त्राच्या अभ्यासामध्येही त्याला आढळणारे नवनवे रंग. दोन सौम्यसे द्रवपदार्थ एकत्र आल्यावर अचानक एक नवाच फसफसणारा पदार्थ तयार होणं-नवा रंग आणि नवा वास घेऊन येणारं त्याचं स्वरूप हे सारं त्याच्या मनात सतत खळबळत असायचं. त्या काळात त्याच्या मनात या प्रचंड शहराविषयीचे अनेक आणि सर्व प्रकारचे विचार येत होते आणि सारं जगच जणू एकत्र आलं आहे असं वाटायला लावणाऱ्या या शहराविषयीची त्याची समज वाढवत होते. तरीही त्या प्रत्येक विचाराचा अर्थ लावायला सबंध दिवस आणि रात्रही पुरेशी होत नव्हती. कोणत्याही एकाच विचारावर तो लक्ष केंद्रित करू शकत नव्हता, कारण त्याच्या मनात विचारच इतके होते. मनातल्या मनात त्याला कधीकधी आपल्या बहिणीचा आणि चुलतभावंडांचा हेवाही वाटायचा, कारण शेंग त्याच्या स्वप्नांमध्ये आणि प्रेमप्रकरणांमध्ये रंगलेला असायचा. तर मेंग त्याच्या क्रांतीमध्ये पूर्ण गढलेला होता आणि आय-लान स्वतःचं सौंदर्य आणि मौजमजा यामध्ये–युआनला वाटायचं, हे खरं आरामाचं जिणं आहे, कारण तो स्वतः अनेक दिशांना खेचला जात होता.

या शहरातले गरीबसुद्धा त्यांच्या गरिबीमध्ये इतके घृणास्पद होते की, युआनला ते संपूर्णपणे दयेला पात्र आहेत असं वाटायचं नाही. त्याला दया यायची त्यांची, त्यांना पुरेसं खाणं-पिणं, कपडे मिळावेत असं त्याला वाटायचं, एखादा भिकारी हात पसरत समोर आला आणि खिशात असलं तर त्याला तो एखादं नाणं

द्यायचाही; पण त्याच्या मनात यायचं की, हे तो केवळ दयेपोटीच करत नाही तर त्या घाणेरड्या, अंगाला स्पर्श करू पाहणाऱ्या हातापासून आणि त्या रडगाण्यापासून सुटका मिळवण्यासाठी तो हे करायचा, 'दया करा छोटे सरकार, दया करा, नाहीतर मी मरून जाईन भुकेनं– मी आणि माझी पोरंबाळं-' या शहरामध्ये एखाद्या भिकाऱ्यापेक्षा एकच वाईट दृश्य होतं आणि ते म्हणजे या भिकाऱ्यांची मुलं– अतिशय गरीब माणसांची ती लहान लहान मुलं. एवढ्या लहान वयातच त्यांच्या चेहऱ्यांवर भीक मागण्याचा तो विशिष्ट लाचार भाव कोरला गेलेला असायचा. सर्वांत वाईट म्हणजे कमालीची उपासमार झालेली दूधपिती मुलं आपल्या तेवढ्याच उपासमार झालेल्या आयांच्या उघड्या छातीशी लुचत असायची हे दृश्य. होय, अंगावर शहारे येत असताना युआन नजर चुकवत त्यांच्या अंगावर काही नाणी फेकत तिथून घाईघाईनं दूर व्हायचा. त्याच्या मनात यायचं, 'हे इतके हिडीस नसते तर मी नक्कीच मेंगच्या चळवळीत सामील झालो असतो.'

पण या त्याच्या लोकांपासून संपूर्णपणे तुटून जाण्यापासून त्याला वाचवणारी एक गोष्ट होतीच आणि ती होती त्याचं जमिनीवरचं, शेताभातांवरचं, झाडापेडांवरचं प्रेम! शहरातल्या हिवाळ्यामध्ये तो हे प्रेम वगैरे सगळं विसरून जायचा; पण जसजसा वसंत ऋतू जवळ येऊ लागायचा तसतशी त्याची बेचैनी वाढू लागली. दिवस उबदार व्हायला लागले, शहरातल्या लहान लहान बागांमधल्या झाडांवर कळ्या धरायला लागल्या, नवी पालवी फुटू लागली. रस्त्यांवर कावडी घेऊन फिरणाऱ्या फेरीवाल्यांच्या कावडींमध्ये कळ्या धरलेली प्लमची रोपं किंवा वायोलेटचे, लिलीचे भले मोठे गुच्छ विकायला यायला लागले. वसंताच्या सौम्य वाऱ्यामध्ये युआनची बेचैनी आणखी वाढू लागली. त्याला त्या लहानशा खेड्याची, त्यातील त्या मातीच्या घराची आठवण यायला लागली. शहरातल्या पदपथांवर चालताना त्याच्या पावलांना मातीची आठवण यायला लागली. म्हणून मग त्यानं त्याच्या शाळेत नव्याने सुरू होणाऱ्या एका अभ्यासक्रमासाठी नाव नोंदवलं. या अभ्यासक्रमामध्ये शिक्षक जमिनीची मशागत कशी करावी हे शिकवत असत. इतर विद्यार्थ्यांबरोबर युआनलाही शहराबाहेर जमिनीचा एक लहानसा तुकडा देण्यात आला. जे ज्ञान त्यांना पुस्तकांमधून देण्यात येणार होतं त्याचा सराव करण्यासाठी ही व्यवस्था होती. या जमिनीच्या तुकड्यावर युआननं बी पेरायचं होतं, तण काढायचं होतं आणि या बीजाची वाढ चांगल्या प्रकारे कशी होईल याकडे लक्ष द्यायचं होतं. युआनला हा जो तुकडा मिळाला होता तो इतर सर्व विद्यार्थ्यांच्या तुकड्यांच्या शेवटी होता. त्याच्या शेजारीच एक शेत होतं. अगदी पहिल्या वेळी युआन आपली जमीन पाहायला गेला, तेव्हा तो एकटाच होता. शेजारच्या शेतावर काम करणारा शेतकरी उभा राहून त्याच्याकडे बघतच राहिला. त्याच्या चेहऱ्यावर लांबरुंद हसू होतं. त्यानं

मोठ्यानं ओरडून विचारलं, 'तुम्ही विद्यार्थी इथे काय करताहात? मला तर वाटत होतं, विद्यार्थी फक्त पुस्तकं वाचूनच शिकतात.'

युआननं उत्तर दिलं, 'आजकाल आम्हाला पेरणी-कापणी वगैरेही पुस्तकांतूनच शिकवतात. पेरणीसाठी जमीन कशी तयार करायची हे शिकवतात. तेच करायला आलोय मी आज इथे.'

हे ऐकून तर तो शेतकरी आणखी मोठ्यानं हसायला लागला. मग अगदी तुच्छतेनं म्हणाला, 'मी तर आजपर्यंत कधीच असं ऐकलं नाही. शेतकरी बाप आपल्या पोराला सांगतो काय करायचं ते आणि पोरगा आपल्या पोराला सांगतो तेच-नाहीतर आपल्या शेजाऱ्याकडे बघायचं आणि तो जे करत असेल ते करायचं.'

'आणि शेजारी चुकत असला तर?' युआननं हसत विचारलं.

'मग त्याच्या शेजारच्या शेतकऱ्याकडे बघायचं आणि तसं करायचं.' मग पुन्हा एकदा मोठ्यानं हसून तो शेतकरी फावड्यानं खणायला लागला. तरी त्याचं स्वतःशीच पुटपुटणं चालूच होतं. एकदा मध्येच थांबून डोकं खाजवत, हसत तो म्हणाला, 'नाही, नाही मी माझ्या एवढ्या आयुष्यात हे कधीच ऐकलं नव्हतं. मी माझ्या पोराला शाळेत पाठवलं नाही ते बरंच झालं म्हणायचं. शेती कशी करायची हे शिकायला माझे पैसे फुकटच गेले असते. मी शिकवेन तेवढं तो शिकला तरी खूप झालं. शप्पथ सांगतो.'

युआननं आजवर कधीही हातात कुदळ-फावडं धरलं नव्हतं. जेव्हा त्यानं ते लांब दांड्याचं आडनिडी फावडं उचललं, तेव्हा त्याला ते खूपच जड वाटलं. इतकं की, ते त्याला वापरताच येईना. त्यानं कितीही उंच उचललं तरी खालची घट्ट जमीन फोडण्यासाठी यायला हवं तसं ते खाली येईनाच. सारखं आपलं वाकडंच खाली यायला लागलं. त्याला दरदरून घाम फुटला; पण ते फावडं काही नीट काम करेना. खरं म्हणजे तो दिवस चांगला थंड होता, वारंही सुटलं होतं तरी त्याच्या अंगावरून मात्र उन्हाळ्यासारखा घाम वाहात होता.

अखेर अगदी निराश होऊन युआननं तो हे काम कसं करतो आहे हे पाहण्यासाठी आपल्या शेजाऱ्याकडे नजर टाकली, कारण त्या शेतकऱ्याचे घाव अगदी बरोबर पडत होते. प्रत्येक वेळी त्या फावड्याच्या जागी एक नवी खूण पडत होती. आपण त्याच्याकडे बघतो आहोत हे त्या शेतकऱ्याच्या लक्षात येऊ नये असं युआनला फार वाटत होतं, कारण नाही म्हटलं तरी त्याला थोडासा अभिमान होताच ना-पण तो शेतकरी त्याच्याचकडे बघतो आहे, आपल्या वेड्यावाकड्या खणण्याच्या प्रयत्नांना हसतो आहे हे त्याला कळून चुकलं. युआनचं आपल्याकडे लक्ष गेलं हे बघितल्याबरोबर तो शेतकरी जोरदार हसत ढेकळांवरून ढांगा टाकत त्याच्याकडे येत म्हणाला, 'तू आपल्या शेजाऱ्याकडे कधीच बघितलेलं नाहीस. जे काही तुला येतं ते सगळं तू

पुस्तकातून शिकलास हे नक्की.' मग आणखी थोडं हसत त्यानं विचारलं, 'फावडं कसं धरायचं ते लिहिलेलं नाही वाटतं तुमच्या पुस्तकात?'

आपल्याला आलेल्या जराशा रागावर मात करत युआन ओशाळून म्हणाला, 'तुमचं बरोबर आहे शेजारी, हे पुस्तकात नाही. तुम्ही मला शिकवायला तयार असाल तर मी तुमच्याकडेच हे सगळं शिकतो.' या सामान्य माणसानं केलेली चेष्टा स्वीकारणं आपल्याला जड जातंय हे लक्षात आल्यावर त्याला थोडं आश्चर्यच वाटलं होतं; पण आपल्याला हे खणणं जमत नाही हेही त्याला कळून चुकलं होतं. अशा खणलेल्या जमिनीत तो कशी काय पेरणी करू शकणार होता? पण अखेरीस त्याची बुद्धीच त्याच्या कामी आली होती. आपल्या शरमेवर ताबा मिळवत त्यानं फावडं खाली टाकलं आणि शेजाऱ्याच्या हसण्यात आपलंही हसणं मिसळून दिलं. चेहऱ्यावरचा घाम पुसत त्यानं हा प्रस्ताव त्याच्यापुढे मांडला होता.

हे साधं, सरळ बोलणं ऐकून तो शेतकरी खूश झाला. त्याला युआन आवडूनच गेला आणि त्यानं हसणं बंद केलं. खरं म्हणजे त्याला मनातून स्वतःचा थोडा अभिमानच वाटला होता. माझ्यासारखा एक गरीब शेतकरी– माझ्याकडे या तरुण, शाळा शिकणाऱ्या, नीट बोलणाऱ्या - दिसणाऱ्या मुलाला देण्यासारखं काहीतरी आहे या कल्पनेनं तो खूशच झाला होता. मग थोड्या आढ्यतेनं युआनकडे बघत तो म्हणाला, 'आता पहिलं माझ्याकडे बघ आणि मग तुझ्याकडे बघ. आता मला सांग बरं- फावडं चालवायला कोण जास्त मोकळंढाकळं आहे ते- ?'

युआननं त्याच्याकडे पाहिलं. एक दणकट माणूस उन्हानं रापलेला चेहरा, कमरेपर्यंत उघडा, कमरेचं वस्त्र गुडघ्यांपाशी घेऊन खोचलेलं, पायात उघडे बूट. पावसा-पाण्यात काम केल्याच्या सर्व खुणा चेहऱ्यावर स्पष्ट उमटलेल्या–तो संपूर्णच चांगला आणि मोकळाढाकळा दिसत होता. युआन काहीच बोलला नाही; पण तो हसला आणि त्यानं चटकन अंगातला जाडजूड कोट काढून ठेवला. मग आतला कोटही काढला आणि सदऱ्याच्या बाह्या कोपराशी गुंडाळत तो तयार होऊन उभा राहिला. हे सगळं तो शेतकरी बघतच होता. तो एकदम ओरडला, 'काय रे, बायकांसारखं शरीर आहे तुझं-हे माझं मनगट बघ.' युआनच्या हाताशेजारी आपला हात धरत तो म्हणाला, 'तुझ्या तळव्यांकडे बघ बरं-फोडफोड आलेत -पण तू फावडं इतकं सैल धरत होतास की, माझ्या हातावरसुद्धा असेच फोड आले असते.'

मग त्यानं फावडं उचललं, ते दोन्ही हातांत कसं धरायचं ते युआनला दाखवलं. एक हात फावडं घट्ट धरण्यासाठी वापरायचा आणि दुसरा आणखी पुढे फावड्याचा घाव नीट जाण्यासाठी धरायचा. हे शिकताना युआनला बिलकूल लाज वाटत नव्हती. त्यानं प्रयत्न करणं सुरू ठेवलं. अखेरीस त्याचेही घाव नीट पडायला लागले, प्रत्येक घावानिशी मातीचं ढेकूळ बाहेर यायला लागलं. शेजारी शेतकऱ्यानं

त्याचं कौतुक केलं, तेव्हा तर युआनच्या शिक्षकांनी त्याच्या एखाद्या कवितेचं कौतुक करावं तसा युआनला आनंद झाला. शेतकरी एक साधा सामान्य माणूस असूनही आपल्याला त्याच्या कौतुकाचं इतकं महत्त्व वाटतं आहे याचंही युआनला थोडं आश्चर्य वाटलं.

दिवसामागून दिवस युआन त्याच्या या लहानशा शेतात काम करायला येत राहिला. जेव्हा त्याचे सहकारी विद्यार्थी त्याच्याबरोबर नसायचे, तेव्हाच तो अधिक खूश असायचा, कारण ते जेव्हा युआनबरोबर असायचे तेव्हा शेजारचा शेतकरी जवळसुद्धा यायचा नाही. उलट स्वतःच्या शेताच्या दूरच्या कुठल्यातरी भागामध्ये काम करत राहायचा; पण युआन एकटा असेल तर मात्र तो यायचा, गप्पा मारायचा. त्यानं युआनला बी कसं पेरायचं, रोपं उगवली की, ती विरळ करून पुन्हा कशी लावायची ते शिकवलं. बी पेरलं रे पेरलं की त्यावर तुटून पडणाऱ्या कीड, अळ्यांकडे कसं लक्ष ठेवायचं हेही दाखवलं.

युआननंही त्याला काही शिकवलंच. अशा किडी आणि अळ्या आल्यावर काय करायचं हे तो त्याच्या पुस्तकातून शिकला, काही परदेशी विषारी औषधंही त्याला कळली आणि त्यानं ती वापरलीही पहिल्या प्रथम त्यानं ही औषधं रोपांवर मारली, तेव्हा शेजारी त्याला खूप हसला आणि म्हणाला, 'आठवतं का? पहिल्या दिवशी मी काय करतोय ते बघूनच तुला फावडं वापरता यायला लागलं. तुझ्या पुस्तकांनी नव्हतं शिकवलं तुला ते. बी कसं पेरायचं आणि केव्हा व कसं तण काढायचं हेही तुला तुझ्या पुस्तकांनी नाहीच शिकवलं हं-'

पण जेव्हा त्यानं सगळ्या अळ्या मरताना पाहिल्या तेव्हा मात्र गंभीर होत, आश्चर्यानं आवाज खाली आणत तो म्हणाला, 'शप्पथ, मला हे खरं वाटलं नसतं हं- म्हणजे याचा अर्थ काय तर ही देवाची इच्छा नाही– या अळ्या-माणूस काहीतरी करू शकतो यावर-पुस्तकांमध्ये काहीतरी सापडतंय म्हणायचं. होय, काहीतरी नव्हे-पुष्कळच काहीतरी सापडतंय-या बी खाऊन टाकणाऱ्या अळ्यांचा बंदोबस्त करता आला नाही तर या पेरणीचा आणि उफणणीचा उपयोगच काय म्हणतो मी-'

त्यानं स्वतःच्या शेतासाठी युआनकडे थोडं ते औषध मागितलं आणि युआननं अगदी आनंदानं ते दिलंही. या अशा देण्या-घेण्यामुळे ते दोघे काहीसे मित्र बनले असं म्हणायला हरकत नाही. युआनचं छोटंसं शेत सर्वांत उत्तम बनलं आणि शेजारी शेतकऱ्याचं शेत उत्तम पिकलं. इतर शेतकऱ्यांसारखं त्याचं बी अळ्या-किड्यांनी खाऊन टाकलं नाही.

हा शेतकरी मित्र आणि काम करायला ते लहानसं शेत हे युआनला फारच मानवलं होतं. जेव्हा जेव्हा तो त्याच्या शेतजमिनीवर वाकलेला असायचा, तेव्हा तेव्हा त्याच्या मनात काहीतरी उफाळून यायचं-जे यापूर्वी त्याला माहीतही नव्हतं.

शेजाऱ्यासारखे साधे कपडे घालायला तर तो शिकलाच शिवाय त्यानं आपल्या बुटांच्या जागी साध्या वहाणा घालायलाही सुरुवात केली. त्याला एखादी अविवाहित अशी मुलगी नसल्याने आणि त्याची बायकोही आता म्हातारी व कुरूप झाली असल्याने शेजाऱ्यानं त्याला स्वतःच्या घरात येण्या-जाण्याचीही मुभा दिली. आपले कामाचे कपडे युआन त्याच्याच घरी ठेवायला लागला. दर दिवशी तो यायचा आणि स्वतःला एक शेतकरी बनवून कामाला लागायचा. त्याला कल्पनाही नव्हती एवढं त्याचं त्या जमिनीवर प्रेम जडलं. पेरलेलं बी उगवताना बघणं मोठं आनंददायक होतं. शिवाय यामध्ये एक काव्यही होतं. त्याला ते काव्य काय होतं हे नीट सांगता आलं नसलं तरी त्यानं थोडा प्रयत्न केलाच आणि एक कविताही लिहिली. मातीमध्ये काम करणं त्याला फार आवडू लागलं. स्वतःच्या तुकड्यावरचं काम आटोपलं की, तो शेजाऱ्याच्या शेतात जाऊन त्याला मदत करायचा. कधीकधी खळ्याच्या स्वच्छ जमिनीवर बसून शेजाऱ्यानं त्याच्याबरोबर जेवण्याचा आग्रह केला तर तो तिथंच बसून जेवायलाही लागला. त्याचं शरीर कठीण आणि तांबूस तपकिरी झालं. एक दिवस आय-लान त्याच्याकडे बघत उद्गारली, 'युआन, तू रोज रोज जास्त जास्त काळा व्हायला लागलास. हे कसं काय? एखाद्या शेतकऱ्यासारखा रापलाहेस तू.' यावर हसत युआन उत्तरला, 'मग? मी आहेच शेतकरी, आय-लान; पण मी कितीही सांगितलं तरी तू विश्वास ठेवणार नाहीस.'

कितीतरी वेळा तो हातात पुस्तक घेऊन अभ्यास करत असताना किंवा अगदी संध्याकाळच्या मौजमजेत अडकलेला असताना तो त्याच्या शेतापासून फार लांब असायचा आणि मग तो काहीही करत असला तरी त्याला एकदम काहीतरी आठवायचं आणि तो एखादं नव्या प्रकारचं बी कसं पेरावं याचा विचार करायला लागायचा किंवा मग उन्हाळ्याच्या आधी शेतातली भाजी काढायला येईल याचा विचार त्याच्या मनात घोळायला लागायचा. नाहीतर एखाद्या रोपाच्या एखाद्या पानावर दिसलेला हलकासा पिवळा डाग त्याला बेचैन करायचा.

कधीकधी त्याच्या मनात यायचं, 'सगळी गरीब माणसं जर या एका गरीब माणसासारखी असतील तर मी मेंगच्या क्रांतीमध्ये आनंदानं सामील होईन.'

युआनला उसन्या मिळालेल्या या लहानशा जमिनीच्या तुकड्यानं त्याच्या मनात हे असं काहीतरी मजबूत आणि गुप्त निर्माण केलं होतं हे चांगलंच होतं. हे गुपित होतं -ते तसं नसतं तर शेतात काम करणं त्याला का आवडतं आहे हे त्यानं कुणाजवळ तरी बोलून दाखवलंच असतं. त्याच्या या बालिश - तरुण वयात हे आवडणं त्याला थोडं कमीपणाचंही वाटत होतं. खेडवळ लोकांची टिंगलटवाळी करणं ही या शहरातल्या तरुण मंडळींची फॅशनच होती. ही मंडळी अशा लोकांना

अनाडी, बुद्धू, कांदे-बटाटे असं काहीतरी म्हणायची आणि आपल्या मित्रमंडळींचं आपल्याविषयी काय मत आहे याची युआनला काळजी होतीच. म्हणून मग अगदी शेंगजवळही तो याबद्दल बोलू शकत नव्हता. खरं म्हणजे शेंगजवळ तो अनेक गोष्टींविषयी बोलायचा- उदाहरणार्थ, अचानक दिसलेल्या एखाद्या आकाराबद्दल, एखाद्या रंगाबद्दल, त्यातल्या सौंदर्याबद्दल वगैरे. आय-लानशी तर नाहीच नाही. या शेताच्या लहानशा तुकड्यामुळे त्याच्या मनात जे एक विलक्षण आणि सखोल सुख निर्माण व्हायचं ते तिला सांगणं अशक्यच होतं. जर सांगणं भागच पडलं असतं तर त्यानं सांगितलंही असतं ते फक्त त्या स्त्रीला-जिला तो आता आई म्हणायला लागला होता तिला. ते दोघं अशा अंतर्मनातल्या भावनांविषयी एकमेकांशी फारसं बोलत नसली तरी जेवणाच्या वेळी जेव्हा ती दोघंच घरात असायची, तेव्हा आई आपल्या गंभीर स्वरात आपल्याला काय करायला आवडेल, याबद्दल कधीकधी बोलायची.

याचं कारण असं होतं की, ही स्त्री अनेक चांगल्या कामांमध्ये गुंतलेली होती. शहरातल्या इतर अनेक स्त्रियांप्रमाणे खेळ, मेजवान्या, कुत्र्या-घोड्यांच्या शर्यती अशा गोष्टींमध्ये ती फारसा वेळ घालवत नसे. या गोष्टी तिला फारशा रुचत नसत. आय-लानची इच्छा असली तर ती तिच्याबरोबर जायची, बसायची, सगळं बघायची; पण हे सगळं एक कर्तव्य असल्यासारखी-तटस्थपणे, शांतपणे करायची, त्यात फार मोठा आनंद मिळतो आहे म्हणून नव्हे. आईचा खरा आनंद होता तो गरिबांना नकोशा झालेल्या नवजात मुलींसाठी काम करण्यात. अशा तान्ह्या मुली सापडल्या की, ती त्यांना घेऊन यायची आणि स्वतःच्या एका घरामध्ये त्यांना ठेवायची. या मुलींची काळजी घेण्यासाठी तिनं दोन बायका नेमल्या होत्या, शिवाय ती स्वतःही रोजच्या रोज त्या घरी जायची आणि त्या मुलींपैकी कुणी आजारी असेल, अशक्त असेल तर स्वतः त्यांची काळजी घ्यायची. अशा सुमारे वीस मुली तिच्या या घरामध्ये होत्या. तिच्या या कामासंबंधी ती कधीकधी युआनशी बोलायची. या मुलींना स्वतःच्या पायावर उभं करण्यासाठी ती त्यांना कोणते प्रामाणिक व्यवसाय करायला शिकवणार आहे, त्यांच्यासाठी असेच प्रामाणिक कष्टाळू तरुण शोधून त्यांची लग्नं कशी लावून देणार आहे-मग ते तरुण शेतकरी असतील, विणकर असतील किंवा व्यापारी असतील तरी हरकत नाही. हे ती त्याला सांगायची.

एकदा युआनही तिच्याबरोबर तिच्या या घरी गेला. तिथे पोहोचल्यावर या गंभीर, शांत स्त्रीमध्ये जो काही बदल घडून आला तो बघून तो चक्रावूनच गेला. हे घर म्हणजे एक अगदी साधं छोटंसं घर होतं, कारण तिच्याकडे यावर खर्च करण्यासाठी पुरेसे पैसे नव्हते. या मुलींसाठीही ती आय-लानला काहीही कमी पडू देणार नव्हती; पण एकदा दारातून आत शिरताच सगळी मुलं तिच्याकडे धावत

आली. सगळीजणं तिला आई म्हणून हाक मारत होती. कुणी तिचे कपडे ओढत होतं तर कुणी तिचे हात धरत होतं. तीही आनंदाने हसत होती. तिच्यावरचं त्यांचं प्रेम अगदी स्पष्ट दिसत होतं. अखेरीस तिनं संकोचाने युआनकडे नजर टाकली. तो तिच्याकडे आश्चर्यानं टक लावून बघत होता, कारण याआधी त्यानं तिला कधीही हसताना पाहिलंच नव्हतं.

'हे आय-लानला माहिती आहे?' त्यानं विचारलं.

हे ऐकल्यावर आई एकदम गंभीर झाली. मान हलवत म्हणाली, 'तिचं आयुष्य आणि तिची मजा यात गर्क असते ती.'

मग तिनं युआनला स्वयंपाकघरापासून बाहेरच्या खोलीपर्यंत सर्व घर दाखवलं. अगदी गरिबीचं पण अगदी स्वच्छ असं साधंसुधं घर. 'मला फार पैसे नको आहेत त्यांच्यासाठी. शेवटी त्या काम करणाऱ्या लोकांच्याच बायका होणार.' ती सांगायला लागली. 'या मुलींमध्ये मला एकजण जरी अशी सापडली की, मी जे आय-लानसाठी योजलं होतं ते ती पुरं करेल, तर मी तिला माझ्या स्वतःच्या घरी नेईन आणि तिच्यासाठी काहीतरी करेन. –मला वाटतं, ही एक तशी आहे– बघू या अजून काही सांगता येणार नाही.' तिनं हाक मारल्यावर एक मुलगी दुसऱ्या खोलीतून बाहेर आली. ही इतर मुलींपेक्षा थोडी मोठी होती. बारा-तेरा वर्षांची असेल नसेल; पण चेहरा गंभीर होता. चालण्या-बोलण्यात आत्मविश्वास होता. आईच्या हातात हात देत ती म्हणाली, 'काय, आई?'

तिच्या चेहऱ्याकडे खाली बघत आई अतिशय आस्थेनं म्हणाली, 'ही मुलगी– हिच्यात काहीतरी आहे; पण ते काय आहे हे काही मला अजून उलगडलेलं नाही. मलाच सापडली ही-या घराच्या दारात ठेवलेली-नुकतीच जन्मलेली -मी तिला आत घेऊन आले. सगळ्या मुलांमध्ये हीच मोठी आहे आणि मला सापडलेली पहिली मुलगी. इतक्या चटकन लिहा-वाचायला शिकली, जे काही शिकवावं ते लगेच आत्मसात करते-तिची केव्हाही खात्री द्यावी-सोपवलेलं काम करणारच-अशीच प्रगती राहिली तिची तर एक-दोन वर्षांत मी तिला माझ्या घरी घेऊन जाईन.–ठीक आहे-मेइ लिंग–जा तू.'

ती मुलगी तिच्याकडे बघून खुदकन हसली आणि युआनकडे एक खोल कटाक्ष टाकून निघून गेली. ती इतकी लहान मुलगी होती तरी युआन तिचा तो कटाक्ष विसरला नाही. इतका तो स्वच्छ आणि एखादा प्रश्न सरळ सरळ विचारावा तसा होता.

अशा स्त्रीशी युआन आपल्या मनातलं बोलणं शक्य होतं; पण काही बोलण्याची गरजच नव्हती. त्याला स्वतःला हे कळून चुकलं होतं की, शेतात काम करणं त्याला मनापासून आवडत होतं. त्या कामानं त्याच्या कुठल्या तरी मुळांशी तो

जोडला जात होता, त्याला आपली मुळं सापडत होती. या शहरातल्या इतर अनेकांसारखा तो अधांतरी लटकलेला, शहरी आयुष्याच्या प्रवाहात वाहात जाणारा असा राहिला नव्हता.

कधीही एखादा प्रश्न पडला किंवा अस्वस्थ वाटू लागलं की, युआन आपल्या त्या लहानशा जमिनीच्या तुकड्याकडे जायचा, असं अनेकदा घडायचं. तिथे तळपत्या उन्हात घाम गाळत किंवा थंडशा पावसात चिंब भिजून तो शांतपणे काम करत राहायचा. कधी आपल्या शेजाऱ्याशी साध्यासुध्या गोष्टींविषयी बोलायचा. हे असलं काम, हे असलं बोलणं हे त्या त्या वेळेला फार काही मोठं किंवा फार महत्त्वाचं वाटत नसलं तरी संध्याकाळी युआन घरी जायचा, तेव्हा तो अगदी स्वच्छ होऊन मनातला सगळा घायकुतेपणा संपवून असाच जायचा. अगदी आनंदानं मग तो आपली पुस्तकं वाचू शकायचा, त्यावर चिंतन करू शकायचा किंवा आय-लान आणि तिच्या मित्र-मैत्रिणींबरोबर बाहेर जाऊन त्या गडबड गोंधळामध्ये, मोठ्या आवाजाच्या संगीतामध्ये नाच करत वेळ घालवू शकायचा. त्याला त्याच्या जमिनीवर मिळालेली शांतता पुरेशी असायची; मग हा सगळा प्रकार त्याला अस्वस्थ करू शकायचा नाही.

जमिनीकडून मिळणारी ही शांतता, हा संथपणा, ही मुळं त्याला आवश्यकच होती, कारण या वसंतामध्ये त्याच्या स्वप्नातही आली नसेल अशी एक गोष्ट घडली आणि त्याच्या आयुष्याला एक विलक्षण कलाटणी मिळाली.

एका बाबतीत युआन शेंगपेक्षा फारच मागे होता आणि आय-लानपेक्षाही मागे होता. मेंगच्याही मागेच होता. ती तिघंही या शहराच्या उष्ण हवामानामध्ये वाढलेली होती. युआन कधीच अशा हवेत राहिलेला नव्हता. या मोठ्या शहराची सारी उष्णता त्या तिघांच्या रक्तात उतरलेली होती. इथे तर शेकडो अशा उष्ण गोष्टी होत्या, ज्या तरुणांना सहजच आकर्षित करून घेऊ शकत होत्या. भिंतींवर सौंदर्य आणि प्रेमाची असंख्य चित्रं चितारलेली असायची, विलक्षण अशा परदेशी स्त्री-पुरुषांच्या प्रेमाच्या कथा सांगणारे चित्रपट शहरातल्या चित्रपटगृहांमध्ये दाखवले जायचे. नृत्यगृहांमध्ये थोड्याशा चांदीच्या नाण्यांनी एखादी स्त्री रात्रीपुरती विकत घेता यायची. हे सर्व हीन प्रतीच्या उष्णतेचे प्रकार होते.

यांच्या काहीसे वरचे प्रकार म्हणजे छापील कथा - कादंबऱ्या आणि कविता- कोणत्याही लहानशा दुकानामध्ये सहज विकत मिळणारं हे साहित्य पूर्वीच्या काळी वाईट गोष्टी म्हणूनच गणलं जात असे, त्यांची खरी ओळख लोकांना पटलेली असे. मुलगा किंवा मुलगी कोणाच्याही मनात एक ज्वाला पेटवणारी एक मशाल -कुणीही हे उघडपणे वाचत नसे; पण आता या शहरामध्ये परदेशांतलं ज्ञान येऊन

पोहोचलं होतं आणि मग कलेच्या नावाखाली किंवा बुद्धिमत्तेच्या बुरख्याखाली किंवा अशाच काही छान छान नावाखाली इथली तरुण मंडळी हे सगळं उघडपणे वाचायला लागली होती, त्याचा अभ्यास करायला लागली होती. नावं काहीही दिली तरी ती मशाल तिथे होतीच आणि शरीरामध्ये लागणारी जुनी आगही तशीच होती.

तरुण माणसं आणि मुलीसुद्धा अधिकाधिक हिंमतवान व्हायला लागल्या. जुन्या वर्तन पद्धती नाहीशा झाल्या. हातांना हातांचे स्पर्श व्हायला लागले आणि पूर्वीसारखं त्यात कुणालाही काही वावगं वाटेनासं झालं. एखादा तरुण स्वतःच एखाद्या मुलीशी स्वतःचं लग्न ठरवावं असं सांगायला लागला आणि मुलीचे वडील त्या मुलाच्या वडिलांना न्यायालयात खेचायची तयारी करेनासे झाले. हे असं आजवर तर घडत आलंच होतं; पण देशाच्या अंतर्भागातल्या एखाद्या लहानशा शहरामध्ये-जिथे परदेशी लोकांच्या वाईट चालीरीतींची कुणालाच माहिती नव्हती. तिथे आजही ते तसंच घडलं असतं. या दोघांचं लग्न ठरलं की, मग रानटी -अडाणी लोकांसारखी ती दोघं उघडपणे एकमेकांबरोबर फिरायला लागायची आणि मग क्वचित कधी असं घडलंच की, तरुण रक्त अधिकच तापलं आणि घडू नये ते घडलं तर कुटुंबाचा मान राखण्यासाठी त्या दोघांना ठारही मारलं जाईनासं झालं. - त्यांच्या आई-वडिलांच्या तारुण्यात हे घडलं असतं-नाही-त्यांच्या लग्नाचा दिवस जवळचा धरला जायचा म्हणजे मग जन्माला येणारं मूल औरस ठरेल. ते तरुण जोडपं तर त्यांच्या हातून काही पाप घडलं आहे याची अजिबात जाणीव नसल्यासारखंच वागत असायचं. त्यांच्या आई-वडिलांना या गोष्टीचं दुःख झालं असंलच तर खासगीत एकमेकांकडे निराशेनं बघण्याशिवाय त्यांच्या हाती काही उरलेलंच नसायचं. नवा काळ आहे असं म्हणत सारं साजरं करायचं; पण अनेक वडील आपल्या मुलासाठी या नव्या काळाला शिव्या घालायचे आणि आया आपल्या मुलीसाठी काहीही असलं तरी काळ नवा आलेला होता आणि त्याला परतवणं कुणाच्याच हाती नव्हतं एवढं मात्र खरं.

या अशा काळामध्ये शेंग, त्याचा भाऊ मेंग आणि आय-लानसुद्धा जगत होते. या काळाचा ते एक भाग होते-त्यांना दुसरा कोणताही काळ माहीतच नव्हता; पण युआनचं तसं नव्हतं. टायगरनं त्याला अगदी जुन्या पद्धतीनं वाढवलं होतं आणि वर स्वतःच्या मनातल्या स्त्रियांविषयीच्या द्वेषाची भर घातली होती.

युआननं आजवर एखाद्या स्त्रीचं स्वप्नही पाहिलेलं नव्हतं. चुकून एखाद्या वेळी असं स्वप्न पडलंच तर तो कमालीचा शरमून जाऊन जागा व्हायचा; उडी मारून बिछान्यातून बाहेरच पडायचा आणि जोरानं अभ्यासाला बसायचा नाहीतर रस्त्यांवरून भटकत राहायचा. काहीही करून मनातलं हे पाप नाहीसं करणं एवढंच त्याचं उद्दिष्ट असायचं. त्याला माहीत होतं की, इतर पुरुषांसारखं त्यालाही एकदा लग्न

करावं लागणारच आहे. मुलं जन्माला घालावी लागणार आहेत; पण त्या सर्वांचा विचार करण्याची ही वेळ नव्हती. त्याला अजून खूप शिकायचं होतं. आत्ता त्याला फक्त ज्ञान मिळवायचं होतं. हे त्यानं त्याच्या वडिलांना स्पष्टपणे सांगितलं होतं आणि तो त्यापासून ढळणार नव्हता.

पण या वर्षीच्या वसंतामध्ये मात्र त्याला रोजच रात्री स्वप्नं छळायला लागली. हे एक नवलच होतं, कारण दिवसाउजेडी तो स्वतःचे विचार, प्रेम किंवा मुली यांच्याकडे जाऊच देत नव्हता. तरीही झोप लागताक्षणी त्याचे विचार इतके कामुक व्हायचे की, तो शरमेने घामाघूम होतच जागा व्हायचा. तो जेव्हा आपल्या शेताकडे जाऊन तिथे वेड्यासारखा काम करू लागायचा, तेव्हाच फक्त त्याला स्वच्छ वाटायचं. असं जास्तीतजास्त वेळ काम करून आल्यावर रात्री त्याला जी झोप लागायची, ती अगदी बिनस्वप्नांची आणि गोड अशी असायची. हे लक्षात आल्यावर तर तो जास्तच वेळ आपल्या शेतावर राबण्यात घालवू लागला.

त्याच्या स्वतःच्या हे लक्षात आलं नसलं तरी युआनचं रक्त इतर कोणत्याही तरुण मुलासारखंच गरम होतं. शेंगपेक्षा कितीतरी अधिक, कारण शेकडो सुंदर प्रकारांनी शेंग त्याची आग मंद करून टाकत होता. मेंगपेक्षाही अधिक कारण त्याची आग त्याच्या क्रांतीमध्येच जळून जात होती. युआन मात्र त्याच्या वडिलांच्या थंड अंगणामधून या गरम शहरामध्ये आला होता. ज्यानं आजवर एखाद्या तरुणीच्या हातालाही स्पर्श केला नव्हता. त्याला एखाद्या सडपातळ तरुणीच्या पाठीभोवती हात घालून तिचा दुसरा हात हातात घेणं आणि तेही ती न रागावता-तिचा श्वास आपल्या गालावर जाणवत असताना संगीताच्या तालावर तिच्यासह डुलत नाचणं, या सर्वांमुळे मनात एक गोडशी खळबळ निर्माण होणं साहजिकच होतं. ही खळबळ त्याला आवडत होती; पण तिची भीतीही वाटत होती. अर्थात, त्याचं वागणं अगदी योग्य असायचं. आय-लान त्याला अगदी निष्ठुरपणे चिडवायची तरीही तो त्या तरुणीला स्वतःच्या शरीराला स्पर्श होईल इतकं जवळ घ्यायचा नाही, तिचा हात घट्ट धरायचा नाही–अनेक तरुण असं करायला उत्सुकच असायचे, ते तसं करायचे आणि त्याबद्दल त्यांना कुणी रागवायचंही नाही तरीही- आय-लानच्या चिडवण्यानं त्याचे विचार भलतीकडे जायला लागायचे, त्याच्या कितीही मनात नसलं तरी.

कधीकधी ती आपले सुंदर ओठ आवळत म्हणायची, 'युआन, तू किती मागासलेला आहेस रे-तू जर तिला असं दूर ढकलायला लागलास तर तुला कसं चांगलं नाचता येईल? हे बघ, असं धरायचं मुलीला-'

कधी क्वचित ती तिच्या आईसोबत घरी असे त्या वेळी ती सगळीजणं त्यांच्या दिवाणखान्यात बसलेली असायची. ती संगीत सुरू करायची आणि जबरदस्तीनं त्याच्या मिठीत शिरायची. स्वतःचं सारं शरीर त्याच्या शरीराच्या रेषांशी जोडून घ्यायची,

तिची पावलं त्याच्या पावलांबरोबर पुढे-मागे हलत राहायची. इतर मुलींवरून त्याला चिडवायलाही ती कमी करायची नाही. एखादी मुलगी तिथे असली तर ती ओरडून म्हणायची, 'तुला माझ्या भावाबरोबर- युआनबरोबर नाचायचं असेल तर तुला त्याला घट्ट धरायला लावावं लागेल हं-त्याला काय आवडेल सांगू-तुला एखाद्या भिंतीशी दूर उभं करायचं आणि स्वतः एकटंच नाचायचं-' किंवा मग ती म्हणायची, 'युआन, तू दिसायला किती देखणा आहेस -हे आम्हाला सगळ्यांना माहीत आहे; पण इतका काही देखणा नाहीस की, सगळ्या मुली तुझ्याच मागे लागतील. आमच्यापैकी काहींना तरी नक्कीच त्यांची त्यांची प्रेमपात्रं सापडली आहेत-'

तिच्या मित्रमंडळींसमोर केलेल्या अशा चेष्टेनं ती असं वातावरण निर्माण करायची की, त्यामुळे आधीच धीट असलेल्या मुली आणखी धीटपणे वागायला लागायच्या आणि अगदी निर्लज्जपणे त्याच्या अंगचटीला यायच्या. त्यांना थांबवणं त्याला शक्य असलं तरी त्याला आय-लानच्या खवचट चेष्टेची थोडी भीतीच वाटायची आणि तो ते सगळं वागणं सहन करायचा. अगदी लाजऱ्याबुजऱ्या मुलीही त्याच्याबरोबर नाचताना हसऱ्या व्हायच्या, धीट माणसाबरोबर असायच्या त्यापेक्षा अधिक धीट व्हायच्या आणि स्त्रीला नैसर्गिकरीत्याच येत असलेले सर्व विभ्रम उपयोगात आणायच्या-डोळ्यांच्या कोपऱ्यातून टाकलेले कटाक्ष, गोड हास्यं, उष्ण तळवे आणि अगदी मांडीला मांडीचा स्पर्श होईल इतकं जवळ येणंसुद्धा–

अखेरीस तो आपल्या स्वप्नांनी आणि आय-लानमुळे ओळखीच्या झालेल्या या सर्व मुलींच्या या सगळ्या मुक्त वागण्यानं इतका बावचळून गेला की, त्यानं तिच्याबरोबर बाहेर जाणं सोडूनच दिलं असतं; पण आई अजूनही त्याला सांगतच होती, 'युआन, तिला घेऊन जायला दुसरा माणूस आलेला असला तरी तू आय-लानबरोबर आहेस या कल्पनेनंच मला शांत वाटतं.'

त्यानं तिच्याबरोबर जायला आय-लानचीही काही हरकत नसायची, कारण तो तिच्याबरोबर असला की, हा उंचापुरा देखणा माणूस माझा भाऊ आहे हे सांगताना तिला अभिमान वाटायचा. अनेक मुली अशा होत्या की, आय-लान युआनला बरोबर घेऊन येते याबद्दल तिचे आभारच मानायच्या. हे तिला माहीत होतं. युआनच्या मनात नसतानाही त्याच्या मनात ही आग अगदी धुमसत होती; पण अजून त्यानं तिला ठिणगीचा स्पर्श होऊ दिला नव्हता.

पण तरीही ही ठिणगी पडलीच–तीही अशा पद्धतीनं की, जे कधी कुणाच्या मनातही आलं नसतं. त्याच्या तर नाहीच नाही, घडलं ते असं. एक दिवस शिक्षकांनी गृहपाठासाठी फळ्यावर लिहून दिलेली एक परदेशी कविता लिहून घेण्यासाठी युआन वर्गामध्ये रेंगाळला होता. बाकीचे सर्व विद्यार्थी जाईपर्यंत तो तिथेच होता म्हणजे त्याला सर्वजण गेले असं वाटलं होतं. याच वर्गामध्ये तो आणि शेंग एकमेकांबरोबर असायचे

आणि ती फिकट चेहऱ्याची क्रांतिकारक मुलगीसुद्धा याच वर्गात असायची. फळ्यावरचा गृहपाठ वहीत उतरवून घेऊन युआननं वही मिटली, पेन खिशात ठेवलं आणि आता तो उठणार तेवढ्यात त्याला कुणीतरी हाक मारली आणि म्हटलं, 'श्री. वांग, आता तुम्ही इथेच आहात तर मला या कवितेचा अर्थ समजावून सांगाल का? तुम्ही माझ्यापेक्षा हुशार आहात, हा अर्थ सांगाल तर मी तुमची आभारी होईन.'

हे बोलणारा आवाज अगदी गोड होता. मुलीचा आवाज होता तो; पण आय-लानच्या किंवा तिच्या मैत्रिणींच्या बोलण्यात असायचं तसं खोटं लाडेलाडे बोलणं नव्हतं हे. मुलींचा सहसा नसतो तसा जाडसर आवाज होता; पण भरदार आणि कणसर-अगदी सहज एखादा शब्द उच्चारला तरी त्यामध्ये ऐकणाऱ्याला आणखी काहीतरी अर्थ सापडावा तसा काहीसा आवाज होता हा. युआननं घाईनं आणि आश्चर्यानंही वर पाहिलं. ती क्रांतिकारक मुलगी त्याच्या शेजारीच उभी होती. त्याला आठवत होतं त्याहूनही तिचा चेहरा अधिक फिकट होता; पण आता ती त्याच्या शेजारीच उभी असल्याने त्याला तिचे काळेभोर निरुंद डोळे दिसले. ते अजिबात थंड नव्हते. तर त्यामध्ये एक आंतरिक ऊब आणि भावना होत्या असं त्याला दिसून आलं; त्यामुळे तिच्या चेहऱ्यावरचा दूरस्थपणा पुसला जात होता. ती शांतपणे त्याच्याकडे पाहत होती, मग त्याच शांतपणानं ती त्याच्या शेजारी बसून त्याच्या उत्तराची वाट बघू लागली. कोणत्याही एखाद्या सर्वसामान्य दिवशी ती अशीच एखाद्या सर्वसामान्य माणसाशी बोलत असावी तसं तिचं वागणं होतं. त्यानं चाचरत कसंबसं उत्तर दिलं, 'हो हो, चालेल-पण मलाच खात्री नाही-मला वाटतं, याचा अर्थ असा आहे-परकी भाषेतली कविता नेहमीच समजायला अवघड असते-ही कविता म्हणजे गीत आहे-एक प्रकारचं–' असंच बरंचसं काही काही तो बोलत राहिला. चाचरत, अडखळत बोलत राहिला. तिच्या टक लावून पाहण्यानं तो अस्वस्थ होत होता. ती एकदा त्याच्याकडे पाहत होती, एकदा कवितेकडे बघत होती. मग ती उठली आणि त्याचे आभार मानू लागली. अगदी साधे शब्द होते तिचे; पण त्या शब्दांमध्ये खूप गहन अर्थ भरलेला असावा असं वाटत होतं. त्या शब्दांमध्ये कमालीची कृतज्ञताही होती- एवढ्या कृतज्ञतेची काहीच गरज नाही-एवढं मोठं असं मी काहीच केलेलं नाही, युआनच्या मनात आलं. साहजिकच ती दोघं बरोबरच वर्गाच्या बाहेर पडली आणि शाळेच्या शांत अशा पडव्यांमधून चालायला लागली. संध्याकाळ व्हायला आली होती, सगळे विद्यार्थी केव्हाच निघून गेले होते. दोघंही न बोलता शाळेच्या दरवाजातून बाहेर आली. काहीतरी बोलायला हवं म्हणून युआननं काही विचारेपर्यंत गप्प बसणं तिला मान्य होतं.

त्यानं विचारलं, 'आपलं शुभनाम काय आहे?' त्याला शिकवण्यात आलेल्या जुन्या पद्धतीप्रमाणे त्यानं हा प्रश्न विचारला होता; पण तिनं तुटक उत्तर दिलं, तिचे

शब्द कोरडे होते आणि सभ्यतेला धरून तर नव्हतेच. फक्त तिच्या त्या विलक्षण आवाजानं प्रत्येक शब्दाला एक नवाच अर्थ दिला होता.

ती दोघं शाळेच्या मुख्य दरवाजाशी पोहोचली. युआननं तिला लवून अभिवादन केलं; पण त्या मुलीनं फक्त मान डोलवली आणि ती चटकन तिथून निघूनही गेली. युआन तिच्याकडे बघत राहिला. रस्त्यावरच्या गर्दीतून ती आत्मविश्वासानं चालत जात होती, तेव्हा ती इतर स्त्रियांपेक्षा उंच आहे हे त्याच्या लक्षात आलं. ती दिसेनाशी होईपर्यंत तो तिच्याकडे पाहत राहिला. तिच्याविषयी आश्चर्य करतच तो एका रिक्षामध्ये बसून घरी गेला. ती खरी आहे तरी कशी, तिचा चेहरा आणि शब्द जे काही बोलत असतात त्याहून वेगळं असं काहीतरी तिचे डोळे आणि आवाज सांगत असतो हेही त्याच्या विचारांचं एक कारण होतं.

या अगदी जुजबी सुरुवातीमधून एका मैत्रीची सुरुवात झाली. आजवर युआनला एकही मैत्रीण नव्हती. खरंतर त्याला फारसे मित्रच नव्हते, कारण ज्यामध्ये तो सहज रुळला असता असा एखादा कोणताही खास गट त्यानं स्वीकारला नव्हता. त्याच्या चुलतभावांचे असे गट होते, शेंगचे मित्र त्याच्यासारखेच होते -स्वतःला कवी, लेखक किंवा आधुनिक काळातले चित्रकार समजणारे असे हे तरुण होते. वू नावाच्या नेत्यामागे हे उत्साहानं जात असत. हाच तो वू जो आय-लानबरोबर नाचत असला की, युआन त्याच्याकडे बारीक लक्ष ठेवून असायचा. तोच तर मेंगचा गुप्त चळवळीमध्ये सहभागी असणाऱ्या क्रांतिकारकांचा गट होता; पण युआन अशा कोणत्याच गटाचा सभासद नव्हता. येता-जाता तो अनेक तरुण मुलांशी बोलायचा तसंच आय-लानची ही नाहीतर ती मैत्रीणही थोडंफार बोलण्याइतकी त्याच्या ओळखीची होतीच, नाही असं नाही; पण अगदी जिवलग असा कुणीही मित्र त्याला नव्हता, एवढी गोष्ट खरी आणि त्याला कळण्याच्या आतच ही मुलगी त्याची जिवलग मित्र बनली.

हे असं झालं. सुरुवातीला तीच या मैत्रीमध्ये पुढाकार घ्यायची. कोणत्याही चतुर मुलीसारखी एखाद्या शब्दाचा अर्थ विचारण्याच्या बहाण्याने किंवा कशासंबंधी तरी त्याचा सल्ला मागण्याच्या निमित्तानं, ती त्याच्याशी बोलायची. कोणताही तरुण माणूस अशा साध्याशा चतुराईला बळी पडतोच तसा युआनही बळी पडला. काही म्हटलं तरी शेवटी तो पुरुष होता, अगदी तरुण होता आणि अशा एखाद्या तरुण मुलीला सल्ला वगैरे देणं त्यालाही आवडायचंच. तिचे निबंध लिहायलाही तो तिला मदत करायला लागला आणि कसं कोण जाणे पण ती दोघं जवळजवळ रोजच एकमेकांना भेटायला लागली. त्याला आजपर्यंत सुंदर वाटलेल्या अनेक तरुणींपेक्षा ही मुलगी फारच वेगळी होती. सुंदर म्हणजे थोडीशी सुंदर कारण त्यानं अजूनपर्यंत कोणत्याही मुलीचा असा विचार केलाच नव्हता आणि जर कधी विचार आलाच

मनात तर ती मुलगी आय-लानसारखीच फुलपाखरू वृत्तीची असायची. नाजूक हात, सुंदर चेहरा आणि अलगद वागणं. आय-लानच्या सगळ्या मैत्रिणी अशाच होत्या; पण तो मात्र त्यांच्यापैकी एकीच्याही प्रेमात पडला नव्हता. मनातल्या मनात त्यानं म्हणून ठेवलं होतं की, जी मुलगी माझ्या आयुष्यात येईल ती गुलाबाच्या फुलासारखी सुंदर असेल किंवा प्लमच्या कळीसारखी असेल किंवा अशीच एखादी सुंदर आणि निरुपयोगी वस्तू. अशा मुलीविषयी त्यानं गुपचूप काही कविताही लिहिल्या होत्या. कविता म्हणजे एखाद-दुसरी ओळ आणि त्याही अर्धवटच टाकल्या होत्या, कारण त्याच्या मनातली ही भावनाच अगदी लहानशी आणि अंधूक होती; शिवाय ही कविता जिच्यासाठी लिहावी अशी मुलगीही त्याला भेटलेली नव्हती. त्याची ही भावना सूर्योदयापूर्वीच्या अंधूक प्रकाशासारखी अस्पष्ट होती.

अशा एखाद्या मुलीवर आपलं प्रेम बसेल अशी त्यानं कधी कल्पनाच केली नव्हती. नेहमी गडद निळ्या किंवा राखाडी, साध्या कपड्यांमध्ये असणारी, चामडी बूट घालणारी आणि सतत आपल्या पुस्तकांमध्ये किंवा तिच्या चळवळीमध्ये गुंग असणारी ही ताठ मुलगी– आत्ताही त्याचं तिच्यावर प्रेम नव्हतंच!

पण तिचं होतं. कोणत्या क्षणी हे त्याला कळून आलं हे त्यालाही सांगता आलं नसतं; पण कळलं होतं हे नक्की. एके दिवशी ती दोघं थोडं दूर भेटली. एका कालव्याच्या काठानं, एका शांत रस्त्यावरून चालत जाण्याचा त्यांचा बेत होता. संध्याकाळची वेळ होती. प्रकाश कमी व्हायला लागला होता. फिरणं आटोपून ती परत फिरणार एवढ्यात त्याला जाणवलं की, ती त्याच्याकडे बघते आहे; पण त्यानं तिच्याकडे नजर टाकताच तिच्या चेहऱ्यावरचा भाव बदलला. तिच्या चेहऱ्यावर एक सखोल असोशी होती –आणि तिचा तो आवाज-तो विलक्षण आवाज–कधीकधी हा तिचाच आवाज आहे हे खरंच वाटायचं नाही. -तो आवाज उमटला, 'युआन, मला सर्वांत जास्त एकच गोष्ट घडलेली बघायची आहे.'

त्यानं चाचरतच विचारलं, 'कोणती?' अचानक त्याचं हृदय जोरात धडधडायला लागलं -तरीही तिच्यावर प्रेम असल्याचं त्याच्या मनातही आलं नाही-ती बोलतच होती, 'तू आमच्या चळवळीत सामील झालेलं बघायचं आहे मला. युआन, तू माझा सख्खा भाऊ आहेस. आता मला तुला कॉम्रेडही म्हणायचं आहे. आम्हाला तुझी गरज आहे– तुझी हुशारी, तुझी ताकद! मेंग तर तुझ्या निम्म्यानंही काही करू शकणार नाही.'

तिनं त्याच्याशी मैत्री करण्यामागचं रहस्य अचानक युआनला स्पष्टपणे कळून चुकलं. तिनं आणि मेंगनं हा बनाव घडवून आणला असणार या कल्पनेनं त्याला राग आला आणि त्याची वाढती भावना त्याच्या आटोक्यात आली.

तेवढ्यात त्या मंद प्रकाशात तिचा आवाज उमटला, 'युआन, आणखी एक

कारणही आहे.'

पण आता ते कोणतं कारण आहे हे विचारण्याची युआनची हिंमतच नव्हती. त्याच्या मनात एक कसलीशी लहर उठली आणि त्याचा घसा एकदम भरून आला. आपलं शरीर थरथरतं आहे असं त्याला वाटायला लागलं. तो तिच्याकडे वळत पुटपुटला, 'आता मला घरी जायला हवं- मी आय-लानला कबूल केलंय-'

पुढे एक अक्षरही न बोलता ती दोघं मागे वळली आणि घराच्या दिशेनं चालायला लागली; पण जेव्हा त्यांचे रस्ते वेगळे झाले, तेव्हा मात्र त्यांनी आजवर न केलेली अशी एक गोष्ट केली-खरंतर ते करावं असं त्यांनी ठरवलेलं नव्हतं हे नक्की! त्यांच्या मनातही ते आलेलं नव्हतं, त्यांनी एकमेकांचे हात धरले. त्या स्पर्शानं युआनमध्ये एक बदल घडून आला. त्याला कळून चुकलं की, ती दोघं आता एकमेकांचे नुसते मित्र राहिलेली नाहीत. ती दोघं एकमेकांची कोण आहेत हे मात्र त्याला नीटसं उलगडत नव्हतं.

ती सबंध संध्याकाळ तो आय-लानबरोबर असताना एकीशी बोलत असताना, दुसरीबरोबर नाचत असताना तो त्या मुलींकडे - त्यांना प्रथमच पाहत असल्यासारखा बघत होता. या जगातल्या या तरुण मुली एकमेकींहून इतक्या निराळ्या कशा हा प्रश्न त्याला सतावत होता. त्या रात्री बिछान्यावर पडल्यावरसुद्धा तो खूप वेळ याच प्रश्नाचा विचार करत होता. कोणत्याही मुलीचा विचार करण्याची त्याची ही पहिलीच वेळ होती. आता तो या एकाच मुलीचा विचार करत होता- तिचे डोळे– एके काळी तिच्या फिकट चेहऱ्यावर आपल्याला ते ऑनिक्सच्या मण्यांसारखे कसे थंड, भावनाहीन वाटले होते हे त्याला आठवलं; पण आता मात्र तो तिच्याशी बोलायला लागला की, तेच डोळे स्वतःमधल्या ठिणगीनं कसे तेजाळून उठतात हेही त्यानं पाहिलं होतं. मग त्याला आठवलं की, तिचा आवाज मात्र नेहमीच गोड भासत आला आहे. तिच्या शांतपणाला आणि वरवरच्या थंडपणाला तो भरदार गहिरा आवाज कसा शोभत नाही हेही आठवलं आणि तरीही तो अगदी तिचाच असा आवाज होता. असा विचार करत असतानाच त्याला वाटलं, ती म्हणाली ते दुसरं कारण कोणतं हे विचारण्याचं धाडस आपल्यामध्ये असायला हवं होतं. त्याला जे वाटत होतं तेच कारण तिच्या तोंडून ऐकायला त्याला नक्कीच आवडलं असतं.

पण तरीही त्याचं तिच्यावर प्रेम नव्हतंच. त्याला माहीत होतं की, त्याचं तिच्यावर प्रेम नाही.

अखेरीस तो त्याच्या हाताला झालेल्या तिच्या हाताच्या स्पर्शाच्या आठवणीपर्यंत आला. तिच्या तळव्याचं हृदय त्याच्या तळव्याच्या हृदयाला चिकटलं होतं, असे तळव्याला तळवा भिडवून ती दोघं त्या अर्धवट उजेडाच्या रस्त्याच्या अंधारात एक क्षणभरच उभी होती. इतकी निश्चल की, त्यांच्या बाजूनं जाण्यासाठी एका रिक्षाला

थोडं वाकडं वळण घ्यावं लागलं होतं; पण त्या माणसानं शिव्या दिलेल्याही त्यांना कळल्या नव्हत्या. त्यांना काही फरकच पडत नव्हता. तिचे डोळे दिसण्याएवढा उजेड नव्हताच तिथे आणि ती काही बोललीही नव्हती-तोही काही बोलला नव्हता. होता तो फक्त स्पर्श-त्या स्पर्शाचा विचार त्याच्या मनात आला आणि ती ठिणगी पडली. त्याच्या आतमध्ये काहीतरी पेटलं. ते काय आहे याचं त्याला आश्चर्यच वाटत राहिलं, कारण त्याला निश्चित माहीत होतं की, त्याचं तिच्यावर प्रेम नाही.

आता या ठिकाणी जर शेंग असता तर त्याच्या मनात आलं असतं तर थोडंसं हसून तो हे विसरूनही गेला असता, कारण त्यानं आजपर्यंत अनेक मुलींच्या हाताला असा ओझरता स्पर्श केलेला होता किंवा त्याला वाटलं असतं तर त्यानं पुनःपुन्हा असा स्पर्श केला असता-त्या मुलीचं त्याच्यावर प्रेम आहे असं त्याला आढळून आलं असतं तर त्याच्या मनात येईल तेवढ्या वेळा त्यानं असा स्पर्श केला असता किंवा मग त्याला कंटाळा आल्यावर त्यानं त्यावर एक-दोन कथा किंवा कविता लिहिल्या असत्या आणि अगदी सहजपणे तो त्या मुलीला विसरूनही गेला असता. मेंगनं या विषयावर फार काळ स्वप्नं बघितली नसती, कारण त्याच्या चळवळीमध्ये भरपूर मुली होत्या आणि त्या सर्वांनी मुद्दामच अगदी मोकळेपणानं आणि स्वतंत्रपणे वागायचं ठरवलेलं होतं. ते सर्वजण एकमेकांना कॉम्रेड म्हणायचे-त्यांच्या बोलण्यात नेहमी स्त्री आणि पुरुष समान आहेत-स्वतःच्या निवडीने एकमेकांवर प्रेम करायचं स्वातंत्र्य त्यांना मिळायला हवं असं यायचं. मेंग तर हे असं बोलणं सतत ऐकत आला होता- स्वतःही तो हेच बोलत होता.

एवढं सगळं बोलणं चाललेलं असलं तरी खरंखुरं, अगदी टोकाचं स्वातंत्र्य मात्र त्यांच्यामध्येही नव्हतं, कारण ही मुलं-मुली एका वेगळ्याच ध्येयानं झपाटलेली होती. त्या ज्वालेनं त्यांना तावूनसुलाखून शुद्ध केलं होतं आणि मेंग हा त्या सर्वांच्या मध्ये सर्वांत शुद्ध, स्वच्छ माणूस होता. आपल्या वडिलांचे या बाबतीतले पराक्रम आणि वडीलभावाची चंचल नजर यामुळे त्याच्या मनात शारीरिक जवळिकीबद्दल एक कमालीची घृणा होती. स्त्रियांबरोबर घालवलेला सगळा फुरसतीचा वेळ म्हणजे वेळ आणि शक्ती फुकट घालवणं आहे असं त्याचं मत होतं. हा वेळ आणि ही शक्ती चळवळीच्या कामासाठी खर्च केली तरच चांगलं असं त्याला वाटायचं. आजवर मेंगनं एकाही तरुणीला साधा स्पर्शही केलेला नव्हता. चळवळीतल्या इतर कुणाहीसारखा तोही प्रेमाचं स्वातंत्र्य आणि विवाहाविना एकत्र राहाण्याचं स्वातंत्र्य यावर खूप बोलू शकला असता; पण यापैकी कोणतीच गोष्ट त्यानं केलेली नव्हती.

पण युआनजवळ असं कोणतंच ज्वलंत ध्येय नव्हतं आणि मुलींबरोबर वागताना शेंगच्या आरामशीर मजेदार वर्तनाची सुरक्षितताही नव्हती. म्हणून आजवर दुसऱ्या कोणत्याच मुलीनं न केलेला असा स्पर्श या मुलीनं त्याच्या हाताला केला

होता जो तो विसरू शकत नव्हता. शिवाय आणखी एक नवलाची गोष्ट होतीच. तिचा हा जो हात होता तो त्याला आठवत होतं त्याप्रमाणे उष्ण आणि ओलसर असा होता. तिचा हात उष्ण असेल असं त्याला कधीच वाटलं नव्हतं. याआधी जर त्यानं तिच्या फिकट चेहऱ्याचा, ती बोलत असतानाही अगदी कमी हालचाल होणाऱ्या तिच्या ओठांचा विचार केला असता तर तो नक्कीच म्हणाला असता की, तिचे हात अगदी कोरडे आणि थंड असतील आणि बोटं सैलावलेली असतील; पण हे खरं नव्हतं. तिच्या उष्ण हातानं त्याचा हात अगदी घट्ट पकडला होता. हात, आवाज आणि डोळे सारेच तिच्या उष्ण हृदयाची ग्वाही देत होते आणि जेव्हा या विलक्षण, धीट, अगदी शांत आणि तरीही लाजाळू अशा मुलीचं हृदय कसं असेल, याचा विचार तेवढ्याच लाजाळू युआनच्या मनात आल्याबरोबर बिछान्यावर त्याची उलघाल सुरू झाली. पुनःपुन्हा तिच्या हाताला स्पर्श करावा असं त्याला फार वाटायला लागलं.

अखेरीस त्याला झोप लागली. पहाटेच्या थंड वेळी तो जागा झाला, तेव्हाही त्याच्या मनात एक गोष्ट स्पष्ट होती-त्याचं तिच्यावर प्रेम नव्हतं. त्या थंड सकाळच्या वेळी तो तिच्या हाताच्या स्पर्शाची आठवण काढत होता आणि तरीही स्वतःशी हेच म्हणत होता की, माझं तिच्यावर प्रेम नाही. त्या दिवशी शाळेमध्ये मोठ्या शरमेनं तो तिची नजर चुकवत राहिला आणि दुपारच्या सुट्टीमध्ये अगदी लवकर बाहेर निघून गेला. कुठेही न रेंगाळता तो सरळ त्याच्या शेताच्या तुकड्याकडे गेला आणि तिथे त्यानं कामाचा सपाटाच लावला. त्याच्या मनात येत होतं, 'माझ्या हातांना होणारा हा मातीचा स्पर्श कोणत्याही मुलीच्या हाताच्या स्पर्शापेक्षा कितीतरी चांगला आहे.' कालच्या रात्री तो कसा बिछान्यात तळमळत होता हे आठवून त्याला कमालीची शरम वाटली. हे आपल्या वडिलांना माहीत नाही हे किती चांगलं आहे असंही त्याच्या मनात येऊन गेलं.

थोड्या वेळानं शेजारचा शेतकरी तिथे आला. युआननं कांद्यांभोवतीचं तण किती कौशल्यानं काढलं याचं त्यानं खूप कौतुक केलं. मग तो हसत उद्गारला, 'पहिल्या दिवशी फावडं कसं चालवत होतास ते आठवतं का? तसंच आज करत असतास तर तणाबरोबर प्रत्येक कांद्याचं रोपही उकरलं असतंस.' मग मोठ्यानं हसत युआनला बरं वाटावं म्हणून तो पुढे म्हणाला, 'होशील होशील बरं, अजून चांगला शेतकरी होण्याची चिन्हं दिसताहेत तुझ्यामध्ये. तुझे मजबूत हात आणि तुझ्या रुंद पाठीचे स्नायूच हे सांगताहेत. ते दुसरे विद्यार्थी-कसले सुकडे ते-एवढं फिकट पीक मी तरी आजवर पाहिलं नव्हतं-काय ते त्यांचे चश्मे-लुकडे लुळे हात-त्यांचे सोनेरी दात आणि परदेशी पाटलोणीत घुसवलेल्या पायांच्या काड्या-माझं शरीर त्यांच्यासारखं

असतं ना तर शप्पथ सांगतो मी अशा पायघोळ झग्याशिवाय दुसरं काहीच घातलं नसतं. अंग लपवूनच फिरलो असतो बघ.' पुन्हा एकदा मोठ्यानं हसत तो शेतकरी म्हणाला, 'ये रे थोडा धूर काढू या–ये माझ्या दाराशी थोडी विश्रांती घे.'

युआननं तसंच केलं. शेजारी शेतकऱ्याच्या मोठ्या आवाजात सतत चाललेल्या बडबडीकडे तो हसतमुखानं लक्ष देत होता. शेतकरी शहरातल्या लोकांना नावं ठेवत होता. विशेषतः तरुण मुलं आणि बंडखोर क्रांतिकारक यांना जास्त. युआननं त्यांची बाजू घेऊन काहीही म्हणायचा प्रयत्न केला तरी तो आपल्या मोठ्या आवाजानं हाणून पाडत होता. 'माझं काय भलं करू शकणारे ते? माझ्याकडे माझं लहानसं शेत आहे. घर आहे, माझी गाय आहे. मला आणखी जमीन नकोच. मला मिळतंय पोटापुरतं खायला- आता सरकारनं माझ्यावरचा कर थोडा कमी केला तर मला आवडेलच; पण आजवर माझ्यासारख्या माणसांवर असा कर बसवला गेलाच ना- माझ्याकडे येऊन माझं आणि माझ्या कुटुंबाचं भलं करण्याच्या गोष्टी करतातच कशाला हे लोक? अनोळखी माणसांनी आजवर कुणाचं भलं केलेलं ऐकलंय का कुणी? आपल्या रक्ताच्या माणसांखेरीज कोण कुणाचं भलं करणार आहे सांग बरं मला- नाही, नाही मला पक्कं माहीत आहे; त्यांना नक्की हवं आहे काहीतरी–माझी गाय–किंवा मग माझं शेत–'

मग त्यानं थोडा वेळ त्या बंडखोरांना शिव्या दिल्या, त्यांच्यासारखी मुलं जन्माला घालणाऱ्या त्यांच्या आयांना शाप दिले, त्याच्यासारखे नसलेल्या सर्वांची टिंगलटवाळी करताना त्याला खूपच मजा वाटत होती. युआन त्याच्या शेतामध्ये इतकं चांगलं काम करतो म्हणून त्यानं युआनचं कौतुकही केलं. हे सगळं चाललं असताना दोघेही मनापासून हसत होते; त्यामुळे पुन्हा एकदा त्यांची मैत्री दृढ झाली.

या सगळ्या जोमदार मैत्रीतून आणि मातीच्या स्वच्छ अशा स्पर्शातून बाहेर पडून युआन घरी आपल्या बिछान्याकडे गेला. त्या रात्री मजा करायलासुद्धा त्याला बाहेर जावंसं वाटत नव्हतं. त्याला कोणत्याही मुलीला भेटायचं नव्हतं की तिला स्पर्शही करायचा नव्हता. त्याला फक्त आपली पुस्तकं घेऊन अभ्यास करायचा होता- आपलं काम करायचं होतं. त्या रात्री त्याला झोप लागली. अशा रीतीनं काही काळापुरतं का होईना पण मातीनं त्याला बरं केलं.

पण आता त्याच्या आत ती ज्वाला पेटलेली होतीच. एक-दोन दिवस गेले आणि त्याचं मन पुन्हा बदललं. त्याला बेचैन वाटू लागलं. एक दिवस वर्गात त्यानं चोरून त्या मुलीकडे पाहिलं तर मधल्या अनेक डोक्यांच्या मधून तीही त्याच्याकडेच बघत होती. त्यानं चटकन नजर फिरवली तरी तिची नजर आपल्याला चिकटलेलीच आहे असं त्याला वाटत राहिलं. तो तिला विसरू शकत नव्हता. असेच एक-दोन दिवस गेले. मग वर्गाच्या दारातून बाहेर पडता पडता त्यानं तिला विचारलं, 'आज

परत फिरायला जाऊ या का?' खरं म्हणजे त्यानं हे अजिबात आधी ठरवलेलं नव्हतं. नजर खाली ठेवूनच तिनं मान डोलवली.

त्या दिवशी तिनं त्याच्या हाताला स्पर्श केला नाही, उलट ती आपल्यापासून थोड्या जास्तच अंतरावरून चालते आहे, जास्तच गप्प गप्प आहे असं त्याला वाटलं. त्या दिवशी बोलणं फारच मोजकं झालं. इथे असं काही होतं की, ज्याचं युआनलाही आश्चर्यच वाटलं. मला कुणाचाही स्पर्श व्हायला नको आहे हे त्यानं शपथेवर सांगितलं असतं. ती त्याच्या खूप जवळ यावी असंही त्याला वाटत नव्हतं; पण थोडंसं अंतर चालून गेल्यावर त्याला वाटू लागलं की, तिनं आपल्याला स्पर्श केला तर बरं. फिरणं संपवून ती दोघं आपापल्या रस्त्यानं गेली, तेव्हाही त्यानं स्वतःचा हात पुढे केला नाही, उलट ती हात पुढे करेल याचीच तो वाट पाहत राहिला. मग तिच्या हातामध्ये त्याला आपला हात द्यावाच लागला असता; पण तसं घडलं नाही. तो घरी गेला, तेव्हा त्याला आपली काहीतरी फसवणूक झाल्यासारखं वाटत होतं. आपल्याला असं वाटतं आहे याचा राग येत होता आणि स्वतःची लाजही वाटत होती. त्यानं मनाशी ठरवूनच टाकलं आता कोणत्याही मुलीबरोबर फिरायला वगैरे जायचंच नाही-आपल्याला कामं काय कमी आहेत का? अभ्यासाला बसल्यावर एका प्राचीन विद्वानानं लिहिलेलं वाचून तर त्याला आश्चर्याचा धक्काच बसला. त्या विद्वानानं लिहिलं होतं, पुरुषानं स्त्रीच्या प्रेमात पडू नये उलट एकान्तात राहून ज्ञानसाधना करण्यामध्ये आपलं जीवन खर्च करावं. त्या रात्री त्यानं शंभर वेळा तरी स्वतःलाच सांगितलं असेल की, आपलं त्या मुलीवर प्रेम नाही हे किती बरं आहे. त्यानंतर काही दिवस तो आपला स्वतःच्या शेतावर जाऊन काम करायचा. कोणत्या स्पर्शाची आठवणही होऊ द्यायचा नाही.

यानंतर तीन दिवस झाले असतील. त्याला एक पत्र आलं. पत्रातलं चौकोनी हस्ताक्षर त्याच्या ओळखीचं नव्हतं. आता युआनला काही खूप पत्रं यायची नाहीत. युद्धाच्या शाळेतला अजूनही राहिलेला एखादा मित्र कधीमधी त्याला पत्र लिहायचा तेवढंच! शिवाय हे पत्र त्या मित्रानं घाईत लिहिल्यासारख्या हस्ताक्षरात नव्हतं. त्यानं ते उघडलं. त्याला आत एक कागद मिळाला. ज्या मुलीवर त्याचं प्रेम नव्हतं तिनं त्याला लिहिलेलं हे पत्र होतं. एकच कागद, अगदी त्रोटक असं पत्र-'माझं काही चुकलं आहे का? तू का रागावला आहेस? मी एक क्रांतिकारक स्त्री आहे. इतर मुलींसारखं काही लपवून ठेवण्याची मला गरज नाही. माझं तुझ्यावर प्रेम आहे. तू माझ्यावर प्रेम करू शकशील का? मी माझ्याशी लग्न कर असं म्हणत नाही. मला लग्न नकोच आहे. लग्न ही प्राचीन काळापासून चालत आलेली बेडी आहे; पण तुला केव्हाही प्रेमाची गरज भासली तर तुला हवं तेव्हा ते मिळेल.' त्याखाली अगदी लहान नक्षीदार अक्षरांत तिनं स्वतःचं नाव लिहिलं होतं.

युआनसमोर प्रथम प्रेम आलं ते हे असं. आता आपल्या खोलीत एकटा बसून हातात ते पत्र घेऊन त्याला प्रेमाचा विचार करावाच लागला. या साऱ्याचा अर्थ काय याचा विचार करावा लागला. त्याची इच्छा असेल तर त्याच्या स्वाधीन व्हायला ही तरुण मुलगी तयार होती. कितीतरी वेळा त्याचं रक्त उसळून म्हणत होतं घे तिला. त्या काही तासांमध्ये युआनचं किशोर वय संपायला लागलं. त्याच्या धडधडत्या हृदयानं आणि उत्सुक रक्तानं त्याला पुरुष बनवायला सुरुवात केली. आता त्याचं शरीर एखाद्या तरुण मुलाचं राहिलं नाही...

पुढच्या काही दिवसांमध्ये त्याच्या आतली आग चांगलीच पेटली आणि त्याच्या सर्व इच्छा, वासना एखाद्या पुरुषासारख्या बनल्या. तरीही त्यानं त्या मुलीला अजून उत्तर लिहिलं नव्हतं. शाळेमध्ये तो तिला टाळतच होता. दोन वेगवेगळ्या रात्री तो तिला उत्तर लिहायला म्हणून बसला. त्याच्या लेखणीमधून शब्द बाहेर पडले, 'माझं तुझ्यावर प्रेम नाही.' पण तो ते शब्द कागदावर उतरवू शकला नाही, कारण त्याचं उत्सुक शरीर त्याला काय हवं आहे तेच सतत त्याला सांगत होतं. या सगळ्या गोंधळामुळे त्यानं तिला काहीच उत्तर लिहिलं नव्हतं. नुसतं पुढे काय घडतं आहे याची वाट पाहत राहिला.

एक मात्र होतं-त्याला झोप लागत नव्हती, कायमच त्याची चिडचिड होत होती; सहनशक्ती अजिबातच संपली होती. त्याची आई त्याच्याकडे विचारी मुद्रेनं बघायची. तिनं विचारले नाहीत तरी तिच्या मनातले प्रश्न युआनला जाणवत होते; पण तो तिलाही काहीच उत्तर देत नव्हता. काय सांगणार तो? मला न आवडणाऱ्या मुलीला प्रेमानं जवळ घेणं मला शक्य होणार नाही असं सांगणार होता? की तिनं जे देऊ केलं आहे ते मला हवंय; पण तरी मी तिच्यावर प्रेम करणार नाही म्हणून मला राग येतोय असं सांगणार होता? त्यानं स्वतःच्या मनातली ही लढाई तशीच चालू दिली. एखादं युद्ध जवळ आलेलं असताना त्याचे वडील जसे विमनस्क असायचे, तसाच तोही विमनस्क राहू लागला.

त्या दिवसांत युआन अनेक गोष्टींमध्ये थोडाफार असा गुंतलेला होता; पण संपूर्णपणे कोणत्याच एका गोष्टीचा विचार करू शकत नव्हता. युआनचं हे जे गुंतागुंतीचं आयुष्य चाललेलं होतं त्यामध्ये युआनच्या वडिलांनी- टायगरने स्वतःलाही नकळत एक असं पाऊल टाकलं की, ज्यामुळे युआनला एक दिशा स्वच्छ दिसू लागली. युआनच्या या आईनं प्रथम टायगरला युआनसंबंधी पत्र लिहिलं होतं, त्याला त्यानं काहीच उत्तर दिलं नव्हतं. टायगर आपल्या जुन्या हवेलीच्या भल्या मोठ्या दिवाणखान्यात एकटाच काहीही न बोलता, आपल्या मुलाचा राग मनात धरून बसला होता. त्यानंतर आईची कितीतरी पत्रं आली तरी त्यानं उत्तर दिलंच नव्हतं.

या पत्रांविषयी आईनं युआनला काहीच सांगितलं नव्हतं. 'माझ्या वडिलांनी उत्तर का पाठवलं नाही?' असं कधी युआननं विचारलंच तर ती त्याला शांत करत म्हणायची, 'जाऊ दे ना. काहीच बातमी नाही याचा अर्थ काही वाईट घडलेलं नाही असा होतो.' युआनलाही हे सगळं जाऊ द्यायलाच हवं होतं. प्रत्येक दिवशी त्याच्या आयुष्यात नवनवीन गोष्टी घडत होत्या आणि तो त्यात इतका बुडून जात होता की, आपण वडिलांच्या हुकूमशाही सत्तेखालून पळून आलोय, आपल्याला त्यांची भीती वाटण्यासारखं काही होतं हेसुद्धा तो विसरून गेल्यासारखा झाला होता, इतका तो इथे रमला होता.

सरत्या वसंतामध्ये मात्र एके दिवशी टायगरनं आपल्या मुलावरची आपली पकड पुन्हा घट्ट केली. आपलं गप्प बसून राहाणं सोडून त्यानं एक पत्र लिहिलं. युआनच्या शहरातल्या आईला नव्हे, तर युआनलाच एक पत्र लिहिलं शिवाय ते लिहिण्यासाठी त्यानं एखाद्या लेखनिकालाही बोलावणं धाडलं नाही तर अनेक वर्षांमध्ये हातातही न धरलेले आपले ब्रश बाहेर काढून ते पत्र टायगरनं स्वतः लिहिलं. त्या पत्रातलं अक्षर चांगलं सुघड नसलं तरी पत्रातला लहानसा मजकूर मात्र अगदी स्पष्ट होता. टायगरनं लिहिलं होतं, 'मी माझं मृत्युपत्र बदललेलं नाही. घरी ये, लग्न कर. या महिन्याच्या तिसाव्या दिवशीचा मुहूर्त ठरला आहे.'

एका संध्याकाळी मौजमजा आटोपून युआन घरी आला, तेव्हा त्याला हे पत्र मिळालं. तो आला, तेव्हा संध्याकाळच्या मजेनं दमलेला; पण उत्साही असा होता. संगीताच्या तालावर डुलत - नाचताना त्यानं निर्णय घेतला होता की, त्या मुलीनं त्याला जे प्रेम देऊ केलं आहे त्याचा स्वीकार करायचा. याच उत्साहात तो घरी आला होता. उद्या किंवा परवा फारतर आपण तिला जिथे हवं असेल तिथे जाऊ आणि तिच्या मनासारखं करू असं त्यानं ठरवलं होतं -निदान असं करण्याचा विचार त्याच्या मनात घोळत होता असं म्हणू तेवढ्यात त्याचं लक्ष टेबलावर पडलेल्या त्या पत्राकडे गेलं. त्यानं टायगरचं हस्ताक्षर लगेच ओळखलं. त्यानं पत्र उचललं आणि जुन्या पद्धतीच्या जाडजूड कागदाचं ते पाकीट फाडूनच उघडलं. आतला कागद बाहेर काढून वाचला आणि आपण जणू टायगरचं प्रत्यक्ष ओरडणंच ऐकतो आहोत, असे त्याला ते शब्द दिसले. होय, ते शब्द म्हणजे युआनच्या दृष्टीनं टायगरचं ओरडणंच होतं. ते शब्द वाचताक्षणी सारी खोली एकदम निःशब्द झाल्याचा युआनला भास झाला. खूप मोठा आवाज एकाएकी बंद झाल्यावर जशी शांतता पसरते तसं काहीसं युआनला वाटू लागलं. त्यानं पत्राची घडी केली, पुन्हा त्या पाकिटात खुपसली आणि तो सुन्न होऊन खाली बसला.

काय करायचं? आपल्या वडिलांच्या या आज्ञेला कसं उत्तर द्यायचं? या महिन्याचा तिसावा दिवस? जेमतेम वीस-दिवस बाकी आहेत-पुन्हा एकवार लहानपणीची भीती त्याच्या अंगावर कोसळली. त्याच्या मनात प्रचंड निराशा दाटून आली.

अखेरीस वडिलांचा सामना करणं त्याला कसं जमणार होतं? काही झालं तरी शेवटी त्याचे वडीलच जिंकत आले होते. भीतीनं असेल किंवा प्रेमानं असेल किंवा अशीच एखादी प्रबल भावना असेल-तेच जिंकत आले होते. जुन्या पिढीसमोर नवी पिढी कधीच जिंकू शकत नाही. जावं झालं परत आणि वडील म्हणतात तसंच करून मोकळं व्हावं. हेच ठीक होईल असा एक दुबळा विचारही त्याच्या मनात येऊन गेला. जावं परत, वडील म्हणतात तसं लग्न करावं, एक-दोन दिवस राहावं, आपलं कर्तव्य बजावावं आणि इथे निघून यावं ते परत कधीही गावी न जाण्यासाठीच. असंही त्याच्या मनात येऊन गेलं. मग मात्र कोणताही कायदा त्याला स्वतःच्या मनाप्रमाणे वागायला बंदी घालू शकणार नाही. मग त्याचं वागणं पाप ठरणार नाही. वडिलांच्या मनासारखं केल्यानंतर तो स्वतःच्या मनाप्रमाणे हव्या त्या मुलीशी लग्न करायला मोकळा होईल. असे सगळे विचार मनात गोंधळ घालत असतानाच तो बिछान्यावर आडवा झाला; पण त्याला काही झोप येत नव्हती. संध्याकाळी केलेल्या मजेची सारी ऊब केव्हाच नाहीशी झाली होती. आपण आपलं शरीर एखाद्या जनावराप्रमाणे आपल्या वडिलांना भाड्यानं देतो आहोत, त्यांनी ठरवलेली ती बाई आपली वाट बघत उभी आहे; या कल्पनेनंच त्याच्या अंगावर काटा आला.

या निराश आणि कमजोर मनःस्थितीतच तो लवकर उठला. त्याला अजिबात झोप लागली नव्हती. उठला तो सरळ आईकडे गेला. तिच्या खोलीचं दार ठोठावलं. तिनं दार उघडेपर्यंत तसाच उभा राहिला. तिनं दार उघडल्याबरोबर त्यानं वडिलांचं पत्र तिच्या हातात ठेवलं आणि तो गप्प उभा राहिला. पत्र वाचताच तिचा चेहरा बदलला. ती शांतपणे म्हणाली, 'तू फार दमला आहेस. जा न्याहारी कर. भूक नसली तरी जबरदस्तीनं का होईना पण थोडंसं तरी खा, कारण खाण्यानंच तुला ताकद येईल. बाळ, मला माहिती आहे आपल्याला एक घासही गिळता येणार नाही असं तुला वाटतंय; पण तरी खा. मी आलेच.'

युआननं आज्ञाधारकपणे तिनं सांगितलं तसं केलं. तो जाऊन टेबलाशी बसला. नोकराणीनं समोर आणून ठेवलेली भाताची गरमागरम पेज, काही तोंडीलावणी, आईला आवडायचे म्हणून आणले गेलेले परदेशी ब्रेड यातलं काही त्यानं जबरदस्तीनं खाल्लं. थोड्याच वेळात त्या गरम अन्नानं त्याच्या शरीराला उभारी आली. रात्री वाटलं होतं तेवढं आता त्याला निराशही वाटेनासं झालं. आई आल्यावर तिच्याकडे बघत तो उद्गारला, 'मी येणार नाही असं कळवायचं ठरवलंय.'

आई टेबलाशी बसली. तिनं ब्रेडचा एक तुकडा उचलला. तो सावकाश खात, विचार करत ती म्हणाली, 'तू जर असं करायचं ठरवलं असशील तर मी तुझ्या पाठीशी आहे. मी तुला कसलीही जबरदस्ती करणार नाही, कारण शेवटी हे तुझं आयुष्य आहे आणि ते तुझे वडील आहेत. त्यांच्याविषयीचं तुझं कर्तव्य तुझ्या

स्वतःविषयीच्या कर्तव्यापेक्षा अधिक महत्त्वाचं आहे असं तुला वाटत असेल तर त्यांच्याकडे परत जा. मी तुला अजिबात दोष देणार नाही; पण तू परत जायचं नाही असं ठरवलं असशील तर इथेच राहा. मी तुझ्या प्रत्येक पावलाला जशी जमेल तशी तुला मदत करेन. मला नाही कोणाची भीती वाटत.'

हे शब्द कानावर पडले आणि युआनला मनातलं धैर्य पुन्हा परत आल्यासारखं वाटू लागलं. एक वाढतं धैर्य-त्याच्या वडिलांच्याही विरोधात उभं राहाण्याचं धाडस देणारं धैर्य; पण या धैर्यालाही संपूर्ण करायला आय-लानचा बिनधास्तपणाच उपयोगी ठरला. त्या दिवशी दुपारी तो घरी आला, तेव्हा आय-लान दिवाणखान्यात एका लहानशा कुत्र्याबरोबर खेळत बसली होती. हा कुत्रा तिला वू नावाच्या त्या माणसानं दिलेला होता. हा चिमुकला काळ्या नाकाचा केसाळ कुत्रा आय-लानला फार प्रिय होता. युआन आत आला, तेव्हा त्याच्याकडे पाहत ती उद्गारली, 'युआन माझी आई काहीतरी सांगत होती मला-तिनं मला तुझ्याशी बोलायला सांगितलंय-आपण एकाच वयाचे आहोत ना म्हणून-तिला वाटलं, आजकालच्या तरुण मुलींना काय वाटतं ते माझ्या तोंडूनच तुला कळलेलं बरं. हे बघ, तू त्या म्हाताऱ्या माणसाचं ऐकलंस ना तर तुझ्यासारखा मूर्ख तूच ठरशील हं-ते आपले वडील असले म्हणून काय झालं? ते काय आपल्या हातात थोडंच होतं? युआन, मी किंवा माझ्या मैत्रिणींपैकी कोणीही असं कधी न बघितलेल्या व्यक्तीशी लग्न करायला तयार होणार नाही. म्हण बरं, मी नाही करत लग्न असं-काय करणार आहेत ते? ते काही आपलं सैन्य घेऊन इथे येऊन तुला जबरदस्तीनं नेऊ शकत नाहीत. या शहरात तू अगदी सुरक्षित आहेस. तू काही आता लहान नाहीस, तुझं आयुष्य आता तुझं स्वतःचं आहे, पुढे कधीतरी तू आपल्या मनाप्रमाणे लग्न करशील. एखाद्या अशिक्षित, स्वतःचं नावही लिहिता न येणाऱ्या मुलीशी तू लग्न करणार आहेस का? कदाचित तिची पावलंही बांधलेली असतील आणि एक गोष्ट विसरू नकोस- आम्ही आजकालच्या मुली दुसरी बायको व्हायला तयार नसतो हं-ते शक्यच नाही- तू जर तुझ्या वडिलांनी निवडलेल्या मुलीशी लग्न केलंस तर तीच तुझी बायको असणार-मी तर कधीच दुसरी बायको व्हायला तयार होणार नाही-जर मी आधीच लग्न झालेल्या पुरुषाची निवड केली तर त्याला त्याच्या पहिल्या बायकोला सोडून द्यावं लागेल, तिच्याबरोबर त्याला राहता येणार नाही-मीच एकटी त्याची बायको असले पाहिजे-मी अशी शपथच घेतली आहे -युआन आमची- आम्हा नव्या मुलींची एक संघटना आहे- आम्ही सर्वांनीच अशी शपथ घेतलीय की, आम्ही कधीच दुसरी बायको म्हणून राहणार नाही; मग आमची कधीच लग्नं झाली नाहीत तरी चालेल. मला असं वाटतं की, तू तुझ्या वडिलांचं ऐकू नयेस तेच चांगलं-कारण पुढे फार कठीण होऊन बसेल सगळंच-'

आय-लानच्या या शब्दांनी युआन जे करू शकत नव्हता ते घडून आलं. अवघ्या आर्जवीपणानं बोलणारा तिचा कोमल आवाज, तिचं सौंदर्य त्याच्यावर एक मोहिनीच टाकून गेलं. तिच्यासारख्या कितीतरी मुली या शहरात आहेत हेही त्याला जाणवलं. 'होय, मी माझ्या वडिलांच्या जमान्यात राहात नाही हे खरंच आहे. त्यांचा आता माझ्यावर काहीही हक्क नाही हेही खरं आहे. खरं आहे–खरं आहे–'

नव्यानं लाभलेल्या या धैर्याच्या जोरावर तो स्वतःच्या खोलीत गेला आणि हे धैर्य संपून जाण्याच्या आत त्यानं त्याच्या वडिलांना एक पत्र लिहिलं. 'या अशा गोष्टीसाठी मी घरी येणार नाही. बाबा, मला आजच्या काळात जगण्याचा हक्क आहे. आजचा काळ हा नवा काळ आहे.' मग थोडा वेळ युआननं हे शब्द थोडे अधिक धिटाईचे तर वाटत नाहीत ना याचा विचार केला. काही वाक्यं सौम्य शब्दांत लिहिली तर बरं असा विचार करून त्यानं पुढे लिहिलं, 'शिवाय माझ्या शाळेचे हे शेवटचे दिवस आहेत. मला आत्ता येणं जमणार नाही. मी आत्ता आलो तर माझी परीक्षा चुकेल आणि कित्येक महिन्यांची माझी मेहनत फुकट जाईल. मला माफ करा. बाबा, खरं सांगायचं तर मला लग्न करायचं नाही.'

पत्राच्या प्रारंभी आणि शेवटी त्यानं व्यवस्थित मायने वगैरे लिहिले आणि आणखी काही सौम्य शब्दही लिहिले तरी त्याचं म्हणणं त्यानं अगदी स्पष्टपणे मांडलेलं होतं यात शंका नाही. हे पत्र टपालात टाकण्याचं कामही त्यानं कोणा नोकरावर सोपवलं नाही तर चक्क सूर्यप्रकाशानं भरलेल्या त्या शहरात रस्त्यावरून स्वतः चालत जाऊन ते पत्र टपालपेटीत टाकलं.

एकदा ते पत्र गेल्यावर त्याला अगदी कणखर वाटू लागलं आणि सुटल्यासारखंही वाटायला लागलं. आपण त्या पत्रामध्ये काय लिहिलं आहे हे त्याला आठवेनासं झालं. घरी जाताना त्या शहरी रस्त्यावरून ये-जा करणारे आधुनिक तरुण स्त्री-पुरुष पाहून त्याला अधिकच ताकद आली. स्वतःची खात्री वाटू लागली. या नव्या जमान्यामध्ये त्याचे वडील त्याच्याकडून जी अपेक्षा करत होते, ती चुकीची होती हे तर खरंच! या रस्त्यावरच्या लोकांना जर त्यानं हे सांगितलं तर ते अशा जुन्या परंपरांना हसतीलच आणि त्याला भीती वाटली तर तो एक मूर्ख ठरेल असंही म्हणतील. त्या तरुण आधुनिक गर्दीमध्ये मिसळून गेल्यावर युआनला अगदी सुरक्षित वाटायला लागलं. हे त्याचं जग होतं. हे नवं जग-ज्या जगात स्त्रिया आणि पुरुष आपल्या मनाप्रमाणे स्वतःचं आयुष्य जगायला स्वतंत्र आहेत असं जग-आता त्याला मनावरचा काळोख दूर झाल्यासारखं वाटायला लागलं. त्याला एकदम वाटलं, आत्ता सरळ घरी जाऊन अभ्यासाला बसू नये. कुठेतरी जाऊन थोडी मजा करावी. त्याची नजर रस्त्यावरच्या एका लखलखत्या घराकडे गेली. त्यावर अनेक भाषांमध्ये लिहिलं होतं, 'आज वर्षातला सर्वांत महान चित्रपट दाखवला जात आहे.

‘द वे ऑफ लव्ह’ आणि युआन वळून त्या प्रचंड उघड्या दाराशी उभ्या असलेल्या गर्दीमध्ये सामील झाला.

पण टायगर असा सहजासहजी बधणार होता थोडाच! सात दिवसांच्या आतच त्याचं उत्तर आलं. या वेळी त्यानं तीन पत्रं लिहिली होती. एक युआनला, एक आईला आणि एक त्याच्या थोरल्या भावाला; पण वेगवेगळ्या प्रकारांनी असलं तरी त्यानं लिहिलेला मजकूर एकच होता. ही पत्रं त्यानं स्वतः लिहिली नसल्यामुळे त्यांची भाषा अधिक प्रौढ होती. त्या प्रौढ भाषेमुळेच तर त्यातले शब्द अधिक रागावलेले आणि अधिक थंड भासत होते. त्या पत्रांमध्ये लिहिलं होतं, या महिन्याच्या तिसाव्या दिवशी माझा मुलगा युआन याचं लग्न होणार हे निश्चित, कारण हा दिवस त्याला शुभ आहे असं ज्योतिष्यानं सांगितलं आहे. परीक्षा असल्यामुळे माझा तरुण मुलगा घरी येऊ शकत नाही असं त्यानं कळवलं आहे. म्हणून त्याच्या आई-वडिलांनी हे लग्न त्याचा प्रतिनिधी नेमून पार पाडण्याचं ठरवलं आहे. व्यापारी वांगचा थोरला मुलगा युआनचा प्रतिनिधी म्हणून लग्नाला उभा राहील आणि सर्व विधी पार पाडेल; पण युआनचं स्वतःचं लग्न त्याच दिवशी झालं असं जाहीर करण्यात येईल.

युआननं हे शब्द त्याला स्वतःला आलेल्या पत्रामध्ये वाचले. टायगर अशा रीतीनं स्वतःची इच्छा पूर्ण करणार होता. प्रचंड संतापल्यावरच आपले वडील इतक्या दुष्टपणे वागू शकतात हे युआनला माहीत होतं आणि मग पुन्हा एकदा त्याला त्यांच्या रागाची भयंकर भीती वाटायला सुरुवात झाली.

आता हे सगळंच युआनला फार कठीण वाटायला लागलं होतं, कारण जुन्या कायद्याप्रमाणे टायगर जे करू पाहत होता तो त्याचा अधिकारच होता; अनेक पित्यांनी तो अधिकार आजवर बजावलाही होता. युआनला हे चांगलंच माहीत होतं. म्हणूनच त्या दिवशी तो घरात आल्याबरोबर नोकरानं त्याच्या हातात ते पत्र ठेवलं, त्या लहानशा खोलीत एकटं उभं राहून त्यानं ते वाचलं, तेव्हाच त्याच्या शरीरातलं सर्व बळ गळून जात असल्यासारखं त्याला वाटलं होतं. या इतक्या शतकांच्या एकत्रित बळापुढे तो एकटा तरुण काय करू शकणार होता? सावकाश वळून तो दिवाणखान्यात गेला. आय-लानचा चिमुकला कुत्रा तिथे होता. युआनला पाहाताच तो त्याच्याजवळ येऊन त्याच्या पायाला अंग घासू लागला. जेव्हा युआननं त्याच्याकडे लक्ष दिलं नाही, तेव्हा त्यानं रागानं थोडं भुंकूनही पाहिलं. तरीसुद्धा युआननं त्याच्याकडे लक्ष दिलं नाही. इतर वेळी युआनला या चिमुकल्या कुत्र्याचं सिंहासारखं रोरावणं ऐकून खूप हसू यायचं; पण आज मात्र कुत्र्याला तसंच भुंकत ठेवून, डोकं हातात धरून तो टेबलाशी बसून राहिला.

पण त्याचं भुंकणं ऐकून काय झालं, कुणी अनोळखी माणूस आला की काय ते बघायला आई दिवाणखान्यात आली. तिला तिचं पत्र आधीच मिळालेलं होतं; त्यामुळे युआनला बघताच काय झालं ते तिला कळून चुकलं. त्याला समजावत ती म्हणाली, 'आशा सोडू नकोस, बाळ. आता हे तुझ्या हाती राहिलेलं नाही. मी तुझ्या काकांना आणि काकूला इथे बोलावून घेते-तुझ्या थोरल्या चुलतभावालाही बोलावते. आपण सगळे मिळून पुढे काय करायचं ते ठरवू. तुझे वडील काही एकटेच नाहीत या कुटुंबामध्ये आणि सर्वांत थोरलेही नाहीत. तुझे काका जर तटून राहिले तर काहीतरी करून ते तुझ्या वडिलांचं मत बदलू शकतील.'

पण आपले काका असलेल्या त्या लठ्ठ, ऐषआरामी माणसाची आठवण झाल्याबरोबर युआनला रडूच कोसळलं. 'माझे काका कधी ठामपणे उभे राहिलेत? नाही. मी सांगतो, या देशात सर्वांत ताकदवान कुणी असेल तर ज्यांच्याकडे पगारी सैन्य आहे, बंदुका आहेत तेच लोक. ते इतर सगळ्यांना त्यांच्या मनाप्रमाणे वागायला भाग पाडतात–आणि हे मला जेवढं चांगलं ठाऊक आहे तेवढं दुसऱ्या कुणाला ठाऊक असणार? ठार मारण्याचं भय दाखवून आजवर माझ्या वडिलांनी शेकडो माणसांना त्यांच्या हुकूमानुसार वागायला लावलंय - शेकडो वेळा-हे मी स्वतःच्या डोळ्यांनी पाहिलंय-सगळे त्यांना घाबरतात, कारण त्यांच्याजवळ तलवारी आहेत, बंदुका आहेत–आता मला कळतंय-ते म्हणतात तेच बरोबर आहे–अशी ताकदच सर्वांवर हुकूम गाजवू शकते. शेवटी–'

युआनला इतकं असहाय वाटत होतं की, तो रडायलाच लागला. हे घरातून पळून येणं आणि मनाप्रमाणे वागणं सगळंच निष्फळ ठरलं होतं; पण थोड्या वेळानं तो आईच्या समजावण्यानं शांत झाला. त्याच रात्री आईनं एका मेजवानीचं आयोजन केलं आणि सर्व कुटुंबाला निमंत्रण पाठवलं. ती सर्व मंडळी आली. जेवणं झाल्यावर आईनं महत्त्वाचा मुद्दा काय आहे ते त्यांच्या कानावर घातलं. पुढे काय करायचं हा प्रश्न सर्वांच्याच मनात घोळत होता.

आता तिथे शेंग, मेंग आणि आय-लान तर असणारच ना. त्यांना थोडी कमी मानाची आसनं देण्यात आली होती, कारण एक तर ही मुलं लहान होती आणि दुसरं म्हणजे त्या रात्री आईनं जाणूनबुजून जुन्या पद्धतीप्रमाणेच सर्वांची बसण्याची व्यवस्था केली होती, कारण असं की, एका महत्त्वाच्या कौटुंबिक प्रश्नावर चर्चा करण्यासाठी आज सगळे एकत्र जमले होते. जशी असायला हवी तशीच सगळी तरुण मुलं गप्प होती, अगदी आय-लानही शांत बसली होती. या सगळ्या गांभीर्याची ती मनातून चेष्टाच करत होती आणि त्यामुळे तिचे डोळे चमकत होते. नंतर ती यावर काहीतरी विनोदी बोलणार हेही नक्की होतं. शेंग शांत बसला होता. तो असा की, तो जणू दुसऱ्याच कोणत्यातरी मजेदार गोष्टीचा विचार करतोय; पण

मेंग सर्वांत शांत आणि सर्वांत निश्चल बसला होता. त्याचा चेहरा रागानं लाल झाला होता तरी निश्चलच होता. तो केवळ याच एका गोष्टीचा विचार करत होता आणि त्याला काहीही बोलण्याची परवानगी नसल्याने तो जास्तच खवळला होता...

बोलण्याला सुरुवात करण्याची जबाबदारी थोरल्या वांगची होती; पण त्याच्या चेहऱ्यावरून अगदी स्पष्ट दिसत होतं की, ही जबाबदारी नसती तरच त्याला बरं वाटलं असतं. त्याच्याकडे पाहताच युआनच्या मनात हा माणूस आपली काहीतरी मदत करू शकेल अशी जी काही थोडीफार आशा होती तीही मावळली. या थोरल्या वांगला दोन माणसांची भीती वाटायची. त्याचा धाकटा भाऊ टायगरची तर त्याला फार भीती वाटायची. तरुणपणी टायगर किती उग्र होता हे जसं त्याला आठवत होतं, तसंच टायगरच्या राज्यामध्ये एका मोठ्या शहराचा राज्यपाल असल्यासारखा त्याचा स्वतःचा मधला मुलगा किती आरामाचं आयुष्य जगतो आहे हेही त्याला आठवत होतं. त्याचा हा मुलगा आपल्या वडिलांना त्यांच्या गरजेप्रमाणे पैसे पाठवायला नेहमीच तयार असायचा. आता या परदेशी शहरामध्ये खर्च करायला इतक्या बाबी असताना माणसाला पैशाची गरज केव्हा पडत नसते? म्हणून तर टायगरच्या विरुद्ध बोलून त्याला चिडवण्यामध्ये थोरल्या वांगला काहीही रस नव्हता. त्याला भीती वाटणारी दुसरी व्यक्ती म्हणजे त्याची स्वतःची बायको, त्याच्या मुलांची आई. त्यानं काय बोलायला पाहिजे हे तिनं त्याला स्वच्छ बजावून ठेवलं होतं. घरातून निघण्याआधी तिनं त्याला स्वतःच्या खोलीत बोलावून घेतलं होतं आणि म्हटलं होतं, 'तुम्ही पुतण्याची बाजू घेणार नाही. पहिलं म्हणजे आपण मोठ्या माणसांनी एकमेकांची बाजू घ्यायला हवी आणि दुसरं म्हणजे ही क्रांतीची जी काही अफवा आहे ती खरी ठरली तर पुढे-मागे आपल्याला तुमच्या या भावाची मदत लागेल. अजून आपल्या जमिनी आहेत उत्तरेकडे-शिवाय आपणच आपली काळजी घ्यायला हवी. तसेच कायदा हा वडिलांच्या बाजूचाच आहे, तेव्हा या मुलानं त्यांचं ऐकायलाच हवं.'

हे शब्द ती इतक्या ठामपणे बोलली की, आता स्वतःवर खिळलेल्या तिच्या नजरेला नजर भिडवताना त्या म्हाताऱ्या माणसाला घामच फुटला. बोलण्याआधी त्यानं स्वतःचं तुळतुळीत हजामत केलेलं डोकं पुसलं, चहाचा एक घोट घेतला, एक-दोनदा खोकल्यासारखं केलं, दोन-चार वेळा थुंकूनही झालं; आता मात्र त्याला बोलणं आणखी पुढे ढकलता येणं शक्य नव्हतं. शिवाय सगळेजण त्याच्या बोलण्याचीच वाट बघत होते; त्यामुळे त्यानं एकदाची अडखळत, दम घेत बोलायला सुरुवात केली. आजकाल त्याचा आवाज घोगराच झाला होता, कारण त्याच्या अंगावरचं मांस त्याच्या घशावरही दबाव टाकायला लागलं होतं. तो बोलायला लागला, 'माझ्या भावाने मला एक पत्र पाठवले आहे आणि त्यामध्ये

त्याने लिहिले आहे की, युआनचे लग्न ठरले आहे. युआनला हे लग्न करण्याची इच्छा नाही असे मला सांगण्यात आले आहे आणि मला असेही सांगण्यात आले आहे–असेही सांगण्यात आले आहे की...’

इथे त्याचं लक्ष त्याच्या बायकोकडे गेलं. त्यानं नजर फिरवली आणि पुन्हा नव्यानं फुटलेला घामही पुसला. त्या क्षणी युआनला त्याचा कमालीचा तिरस्कार वाटला. त्याच्या मनात आलं, या अशा माणसाच्या हाती आपलं भविष्य सोपवलं गेलं आहे. अचानक त्याला कुणाची तरी नजर स्वतःवर खिळली आहे असं जाणवलं. बघतो तर मेंग त्याच्याकडे प्रचंड रागाने; पण प्रश्नार्थक मुद्रेनं बघत होता. जणू ती नजर म्हणत होती, ‘मी सांगितलं नव्हतं तुला. या म्हाताऱ्यांच्या हातून आपल्यासाठी काहीही होणार नाही.’

पण आता आपल्या बायकोच्या आपल्यावर खिळलेल्या नजरेनं काकाला पुढे बोलणं भागच पडलं आणि तो घाईघाईनं म्हणाला, ‘मला वाटतं-मला वाटतं-मुलांनी वडिलांची आज्ञा पाळायला हवी-आपले धर्मग्रंथही हेच सांगतात–आणि अखेरीस–’ इथे तो म्हातारा माणूस एकदम हसला, जणू काही त्याला स्वतःचं असं काहीतरी बोलायला सुचलं असावं, ‘अखेरीस -हे बघ, युआन, माझ्या मुला, एक स्त्री अगदी दुसऱ्या स्त्रीसारखीच असते बरं-एकदा का सगळं पार पडलं की, मग तुला फारसं लक्षातही येणार नाही बघ, एक-दोन दिवसांचा तर प्रश्न आहे-मी तुझ्या शाळेच्या प्रमुखांना एक पत्र लिहून तुला परीक्षेत गैरहजर राहाण्याची परवानगी मिळवतो. तुझ्या वडिलांना खूश केलंस तर फार चांगलं होईल, कारण ते फार संतापी आहेत-शिवाय कदाचित आम्हालाही गरज....’

इथे पुन्हा त्याची नजर त्याच्या बायकोकडे गेली. तिनं काही न बोलताच त्याला इतकी उग्र सूचना दिली की, तो बोलायचा थांबलाच. थोड्या वेळानं अगदी थकल्या आवाजात म्हणाला, ‘मला तरी असं वाटतं.’ मग आपल्या थोरल्या मुलाकडे वळून सुटकेचा निःश्वास टाकत तो म्हणाला, ‘मुला बोल, आता तुझी पाळी आहे.’

मग त्याचा थोरला मुलगा बोलायला लागला. तो अधिक मुद्देसूद आणि दोन्ही बाजूंचा विचार करून बोलत होता, कारण त्याला कुणालाच दुखवायचं नव्हतं. तो प्रेमळपणे म्हणाला, ‘युआनची स्वतंत्र असण्याची इच्छा मी समजू शकतो. माझ्या तरुण वयात मीही असाच होतो. मला आठवतं की, त्या वयात मीही माझ्या लग्नाबद्दल मोठाच तमाशा उभा केला होता. मलाही माझ्या मनाप्रमाणे लग्न करायचं होतं.’ थोडं हसून तो मोठ्या शूरपणानं पुढे म्हणाला–हा शूरपणा त्याची सुंदर आणि रागीट बायको तिथे हजर असती तर त्याला करता आला नसता; पण आत्ता ती तिथे नव्हती, कारण तिचे दिवस अगदी भरत आले होते. शिवाय आधीची चार मुलं असताना हे पाचवं मूल होणार म्हणून ती भयंकर संतापलेली होती आणि दिवस-

रात्र म्हणत राहात होती की, काहीही झालं तरी यानंतर मूल होऊ न देण्याचे परदेशी मार्ग ती शिकून घेणार आहे. आता ती इथे नसल्यामुळे त्यानं थोडं हसत स्वतःच्या वडिलांकडे पाहिलं आणि तो म्हणाला, 'खरं सांगायचं तर आता मला आश्चर्य वाटतं की, मी तेव्हा एवढा आरडाओरडा का केला-माझे वडील म्हणतात ते अगदी खरं आहे-शेवटी सगळ्या बायका सारख्याच-सगळी लग्नं सारखीच आणि शेवटी जे होतं तेही सारखंच- तेव्हा शांत मनानं लग्न करावं हे उत्तम! कारण शेवटी सगळंच शांत होतं आणि प्रेमबीम काही टिकत नाही -टिकतो तो शहाणपणा!'

बस एवढंच-दुसरं कुणीही काहीही बोललं नाही. सुशिक्षित असलेली आई काही बोलली नाही, कारण या दोन पुरुषांसमोर बोलून काय उपयोग होता? एकट्या युआनशी बोलायचं असं तिनं ठरवून टाकलं. तरुण मंडळींपैकीही कुणी बोललं नाही, कारण त्यांच्या बोलण्याचाही काही उपयोग नव्हता. संधी मिळाल्याबरोबर ही सगळी तरुण मंडळी त्या खोलीतून दुसऱ्या खोलीत निघून गेली आणि तिथे मात्र प्रत्येकजण आपापल्या पद्धतीनं युआनशी बोललाच. शेंगला हे सगळंच अगदी हास्यास्पद वाटत होतं आणि तसं त्यानं युआनला सांगूनही टाकलं. हसत हसत, आपल्या सुंदरशा गोऱ्या हातांनी आपले केस नीट करत तो म्हणाला, 'मी तुझ्या जागी असतो तर मी काही या बोलावण्याला साधं उत्तरही दिलं नसतं. युआन, मला तुझ्याबद्दल फार वाटतं- नव्या रीतीभातींबद्दल त्यांनी कितीही तक्रार केली ना तरी माझे आई-वडील मला अशा रीतीनं वागवणार नाहीत हे मला माहीत आहे-आणि मला त्याचा आनंद वाटतो. आता त्यांना या शहरात राहायची सवय झाली-ते आम्हाला कशाचीच सक्ती करणार नाहीत. त्यांची सगळी शक्ती फक्त बोलण्यापुरतीच आहे. तू कुणाकडेच लक्ष देऊ नकोस-तुझं आयुष्य आहे-तू ठरव कसं जगायचं ते-रागानंही काही बोलू नकोस; पण करायचं ते खुशाल कर. घरी जाण्याची तुला काहीच गरज नाही.'

आय-लान आवेशानं ओरडली, 'शेंग अगदी बरोबर बोलतोय. युआन, पुन्हा म्हणून याचा विचार करायचा नाही आता. तू आता इथे आमच्याबरोबर कायमचं राहायचं आहेस. आपण सगळे नव्या जगाचे लोक आहोत. बाकी सगळं विसर. इथे आपल्याला जन्मभर पुरेल एवढं आहे आणि जन्मभर मजेत राहाता येईल एवढी गंमतजंमतही आहे. मी तर शपथेवर सांगते, मला इथून कुठेच जावंसं वाटत नाही.'

हे सगळं बोलणं होईपर्यंत मेंग मात्र गप्पच होता. मग तो भीतिदायक गंभीरपणे म्हणाला, 'हे काय पोरकटासारखं बोलताय तुम्ही- कायद्याप्रमाणे युआनचं लग्न त्याच्या वडिलांनी ठरवलेल्या दिवशी होणारच. या देशाच्या कायद्यानुसार पुन्हा कधीही तो स्वतंत्र होणार नाही–तो स्वतंत्र नाहीच–मग तो काहीही म्हणू दे किंवा त्याला काहीही वाटू दे; त्याचा काहीही उपयोग नाही-तो स्वतंत्र नाही-युआन, आता

तरी तू आमच्या क्रांतीमध्ये सामील होणार आहेस का? आता तरी कळतंय का तुला आपण का लढलं पाहिजे ते?'

युआननं मेंगकडे पाहिलं, त्याच्या जळत्या नजरेकडे पाहिलं, त्याच्या आत्म्यामधली आग त्याला जाणवली. एक क्षणभर थांबून स्वतःच्या कमालीच्या निराशेमधून तो शांतपणे उत्तरला, 'होय. येतो मी.'

अशा रीतीने टायगरने स्वतःच्याच मुलाला स्वतःचा शत्रू बनवलं.

आता आपल्या देशाला वाचवण्यासाठी सुरू असलेल्या या चळवळीमध्ये आपण सर्व पणाला लावून, झोकून द्यायचं असं युआननं ठरवलं. याआधी कधीही त्याला कुणी म्हटलं की, आपण आपल्या देशाला वाचवायला हवं तर त्याचं मन हेलावून जायचं हे खरं, कारण हे व्हायला हवंच होतं; पण तरी त्याचं पाऊल पुढे मात्र पडायचं नाही, कारण देश वाचवायचा म्हणजे नक्की काय करायचं आणि वाचवायचा तो कुणापासून हे त्याला कळत नव्हतं. एवढंच नव्हे, तर 'देश' या शब्दाचा अर्थही त्याला नीटसा कळत नव्हता.

त्याच्या अगदी लहानपणी त्याच्या वडिलांच्या हवेलीत जेव्हा त्याच्या गुरुजींनी त्याला हेच शिकवलं होतं, तेव्हाही त्याला आपण हे करायला हवं अशी ऊर्मी येतच होती; पण मनातल्या गोंधळामुळे तो काही करायला तयार असला तरी करायचं काय ते त्याला कळत नव्हतं. परक्या शत्रूंनी त्याच्या देशामध्ये किती वाईट कामं केली आहेत हे त्याच्या युद्धशाळेमध्ये त्यानं ऐकलं होतं; पण त्याचे वडीलही एक शत्रूच होते आणि त्याचा पुरता गोंधळ उडून गेला होता.

या शाळेमध्येही हेच झालं होतं. याच गोष्टीबद्दल मेंग बोलत असताना त्यानं कितीतरी वेळा ऐकलं होतं. आपला देश कसा वाचवायला हवा वगैरे- कारण मेंग या विषयाखेरीज दुसरं काहीच बोलायचा नाही. गेल्या काही दिवसांमध्ये तर त्याचं अभ्यासावरचं लक्षही उडालं होतं. तो त्याच्या गुप्त बैठकांमध्येच गुंतलेला असायचा. तो आणि त्याचे साथीदार सतत शाळेच्या कोणत्या ना कोणत्या अधिकाऱ्याविरुद्ध किंवा शहरातल्या एखाद्या अधिकाऱ्याविरुद्ध निषेध करण्यामध्ये अडकलेले असायचे. मग त्या अधिकाऱ्यांविरुद्ध, परक्या शत्रूंविरुद्ध, घातक अशा तहांविरुद्ध हातामध्ये मोठमोठे फलक घेऊन शहराच्या रस्त्यांवरून त्यांचे मोर्चे, निषेधाच्या मिरवणुका निघायच्या. खरं म्हणजे ज्या गोष्टी त्यांच्या मनासारख्या नसायच्या त्या सर्वच गोष्टींविरुद्ध हे निषेध असायचे. शहराचे कायदेकानून, शाळेचे नियम असं सगळंच! कित्येकांना तर ते त्यांच्या मनाविरुद्धही या मिरवणुकांमध्ये जबरदस्तीनं सामील व्हायला लावायचे, कारण मेंग अशा काही रागानं त्या लोकांकडे बघायचा-एखाद्या नाखूश मित्राकडे बघत ओरडायचा, 'तू देशभक्त नाहीस. परकीयांचा नोकर - कुत्रा आहेस तू-हे लोक आपला देश नष्ट करताहेत आणि तू नाचगाण्यात रमतोस.'

एक दिवस तर मेंग हे सगळं युआनलाही बोलला होता. त्या दिवशी मेंगनं बोलावल्यावर युआननं उत्तर दिलं होतं, 'मला आज फार काम आहे आणि अशा गोष्टींमध्ये घालवायला माझ्याकडे वेळ नाही.' मेंग आपली प्रक्षोभक भाषणं करत त्याच्याजवळ जरी आला तरी आपल्या आळसावलेल्या पद्धतीनं हसत - खिजवत शेंग त्याला घालवून देऊ शकायचा. काही झालं तरी या भडकलेल्या क्रांतिकारकांचा नेता होण्याआधी तो प्रथम त्याचा धाकटा भाऊ होता; पण युआन तर साधा चुलतभाऊ होता; त्यामुळे जसं जमेल तसं तो मेंगला टाळायचा. मेंगपासून लपण्याची सर्वांत उत्तम जागा म्हणजे त्याचं ते लहानसं शेत, कारण मेंग आणि त्याच्या साथीदारांना अशा शेतात काम करण्यासारख्या मूर्ख गोष्टींसाठी अजिबात वेळ नव्हता. युआन आपल्या शेतामध्ये अगदी सुरक्षित असायचा.

पण आता मात्र युआनला कळून चुकलं होतं की, आपला देश वाचवायचा म्हणजे नक्की काय करायचं. आता त्याला कळलं होतं की, टायगर आपला शत्रू का आहे, कारण आता देशाला वाचवणं म्हणजे स्वतःला वाचवणं झालं होतं. आता त्याचे वडील त्याचे शत्रू आहेत हे नक्की झालं होतं आणि आता त्यानं स्वतःला वाचवलं नाही तर त्याला कुणीच वाचवू शकणार नव्हतं.

त्यानं या चळवळीत स्वतःला पूर्णपणे झोकून दिलं. तो मेंगचा चुलतभाऊ असल्यानं त्याच्या प्रामाणिकपणाबद्दल शंका नव्हतीच. शिवाय मेंगनं स्वतः त्याबद्दल खात्री दिली होती. ही खात्रीसुद्धा अस्सलच असणार होती, कारण युआनच्या रागाचं खरं कारण मेंगला माहीत होतं. त्याला हे चांगलं माहीत होतं की, अशा वैयक्तिक संतापामधून एखाद्या चळवळीविषयी निर्माण झालेला आवेश हीच त्या व्यक्तीच्या प्रामाणिकपणाची खात्री असते. युआनचं हेच झालं होतं. युआन जुन्याचा द्वेष करू शकत होता, कारण आता जुनं हेच त्याचा खास शत्रू बनलं होतं. त्याच्या देशाला स्वतंत्र करण्यासाठी आता तो लढायला तयार झाला होता, कारण देश स्वतंत्र झाला तरच तो स्वतः स्वतंत्र होऊ शकणार होता. त्याच रात्री तो मेंगबरोबर गेला-एका वळणावळणाच्या रस्त्याच्या शेवटी एक जुनं घर होतं; त्यातल्या एका खोलीमध्ये एक गुप्त बैठक होती. त्या बैठकीला तो हजर राहिला तो याचमुळे.

त्या रस्त्याला गरीब माणसांच्या वेश्यांचा रस्ता असं नाव होतं. कशाही कपड्यांमधले अनेक पुरुष तिथे जा-ये करायचे, तसेच कामगार वर्गातले अनेक तरुणही असायचे; त्यांच्याकडे कुणाचं लक्षही जायचं नाही. कारण ही जागा काय आहे हे सर्वांनाच माहीत होतं. या रस्त्यावरून मेंगनं युआनला नेलं. या रस्त्यावरच्या अनेक आवाजांना, हाकांना, खुणांना त्यानं भीक घातली नाही. त्याला हे सगळंच ओळखीचं होतं. धंदा मिळवण्यासाठी इकडून तिकडे धावत जाणाऱ्या बायकांकडेही त्याचं लक्ष गेलं नाही. कुणा एखादीनं अगदी त्याची बाही पकडूनच धरली तर

एखाद्या त्रासदायक किड्याला झटकून टाकावं तसा तो तिचा हात झटकून टाकत होता; पण एकीनं जेव्हा युआनवरच हल्ला केला, तेव्हा मात्र तो रागानं ओरडला, 'सोड त्याला-कुठे जायचं ते ठरलंय आमचं आधीच.' आणि लांब लांब ढांगा टाकत तो पुढे निघाला. युआनला सुटल्यासारखं वाटलं, कारण ती बाई अगदी कशीतरीच होती, दिसायला वाईट आणि फारशी तरुणही नव्हती आणि तिच्या त्या हावभावांनी ती अधिकच भयंकर दिसत होती.

मग ते एका घरापाशी आले. एका स्त्रीनं त्यांना आत घेतलं. एक जिना चढून मेंग वरच्या मजल्यावर गेला. त्या खोलीमध्ये सुमारे पन्नास तरुण मुलं आणि मुली जमून वाट बघत होती. आपल्या नेत्याच्या मागून युआनला येताना बघून खोलीतलं संभाषण एकदम बंद झालं. सगळीकडे साशंकता पसरली; पण मेंग उद्गारला, 'तुम्हाला कसलीही भीती बाळगायचं कारण नाही. हा माझा चुलतभाऊ आहे. तो आपल्या चळवळीमध्ये सामील व्हावा अशी माझी इच्छा आहे, हे मी तुम्हाला सांगितलं होतं, कारण आपल्याला देण्यासारखं त्याच्याकडे बरंच काही आहे. त्याच्या वडिलांकडे जे सैन्य आहे तेही कधीकाळी आपल्या उपयोगी पडू शकेल; आजवर तो तयार होत नव्हता; पण आज मात्र आपली ही चळवळ कशासाठी आहे हे त्याला अगदी स्पष्ट कळलेलं आहे.

मी त्याला जे काही सांगितलं आहे ते सर्व सत्य आहे, हे त्याला समजून चुकलं आहे. मी सांगितलं त्याला-तुझे वडील तुझे शत्रू आहेत- आपले सर्वांचेच वडील आपले शत्रू आहेत. आता तो तयार झाला आहे- तयार होण्यासाठी लागणारा द्वेष आता त्याच्यामध्ये निर्माण झाला आहे.'

या भाषणाच्या वेळी युआन गप्प राहून आजूबाजूला बघत उभा होता. सगळीकडे पेटलेले चेहरे दिसत होते. कितीही फिकट किंवा गोरा किंवा कुरूप असला तरी प्रत्येक चेहरा थोड्या प्रमाणात तरी पेटलेलाच होता आणि सगळ्यांच्या नजराही सारख्याच होत्या. मेंगच्या शब्दांनी आणि त्या जळत्या नजरांनी युआनचं हृदय क्षणभर थांबल्यासारखं झालं... तो त्याच्या वडिलांचा खरोखर द्वेष करत होता का? अचानक त्याला असा द्वेष करणं कठीण वाटायला लागलं. त्याचं मन द्वेष या शब्दाशी अडखळलं-त्याच्या वडिलांनी जे काही केलं होतं त्याचा तो नक्कीच राग करत होता; पण-चांगलाच राग करत होता-त्याचं मन डळमळलं; पण ज्या क्षणी त्याच्या मनात हा विचार आला, त्याच क्षणी खोलीतल्या अंधाऱ्या कोपऱ्यातून एकजण उठला. पुढे येत त्यानं आपला हात पुढे केला. तो हात त्याला ओळखीचा होता. त्यानं वळून पाहिलं तर त्या हातामागचा चेहराही त्याच्या ओळखीचा होता. ती तीच मुलगी होती. ती तिच्या विलक्षण गोड आवाजात म्हणाली, 'मला माहीत होतं कधी ना कधी तू आम्हाला सामील होशीलच. असं काहीतरी घडेल आणि तू

आमच्यामध्ये येशील.'

हे दृश्य, तिच्या हाताचा स्पर्श आणि तिचा आवाज ऐकणं या साऱ्यांनी युआन अगदी भारावून गेला. आपलं खरोखरच फार छान स्वागत झालं असं त्याला वाटायला लागलं. तो इतका सुखावला की, आपल्या वडिलांनी काय केलं आहे हे त्याला पुन्हा एकदा नीट आठवलं. होय, त्याचे वडील जर एका कधीही न बघितलेल्या स्त्रीशी त्याचं लग्न लावायला निघाले असतील तर... मग तो त्यांचा द्वेषच करतो. त्यानं त्या मुलीचा हात आपल्या हातात घेतला. तिचं त्याच्यावर प्रेम आहे ही कल्पनाच अतिशय गोड आणि विलक्षण होती. ती इथे आहे आणि आपला हात तिच्या हातात आहे या एकाच गोष्टीमुळे आपणही याच लोकांमधले एक आहोत, असं एकदम त्याला वाटायला लागलं. त्यानं चटकन खोलीभर नजर फिरवली. अरे- इथे तर सगळेच स्वतंत्र होते-स्वतंत्र आणि तरुण—मेंग अजूनही बोलत होता. एक पुरुष आणि एक मुलगी हातात हात घालून इथे उभी आहेत याचं कुणालाच काही वाटत नव्हतं, कारण इथे सगळेच स्वतंत्र होते. मेंग आपलं बोलणं संपवत म्हणाला, 'मी याची खात्री देतो. तो जर विश्वासघातकी निघाला तर मी प्राण देईन. मी त्याला जामीन आहे.'

त्याचं बोलणं संपल्यावर ती मुलगी युआनचा हात तसाच धरून एक-दोन पावलं पुढे येत म्हणाली, 'मीसुद्धा त्याची खात्री देते.'

अशा रीतीनं तिनं त्याला स्वतःशी आणि आपल्या सहकाऱ्यांशी बांधून घेतलं. मग या साऱ्याविरुद्ध एक शब्दही न बोलता युआननं शपथ घेतली. त्या सर्वांसमक्ष आणि कमालीच्या शांततेमध्ये एका लहानशा सुरीनं त्याच्या बोटावर मेंगनं एक लहानशी जखम केली, थोडंसं रक्त आलं, तेव्हा मेंगनं त्या रक्तामध्ये एक ब्रश बुडवला आणि युआनच्या हातात दिला. एका लिखित शपथेवर युआननं स्वतःचं नाव लिहून स्वाक्षरी केली.

मग ते सगळे उठून उभे राहिले. एका आवाजात ती शपथ म्हणत त्या सर्वांनी युआनचं स्वागत केलं. युआनला एक विशिष्ट चिन्हही देण्यात आलं. हे चिन्ह म्हणजे तो या बंधुगटामधला एक सदस्य असल्याची निशाणी होती. अखेरीस तो त्यांचा बंधू झाला होता.

आजवर माहीत नसलेल्या अनेक गोष्टी आता युआनला कळून आल्या. हा बंधुगट इतर अनेक अशाच गटांशी जोडलेला होता आणि ही जोडणी देशाच्या अनेक प्रांतांमध्ये, अनेक शहरांमध्ये पसरलेली होती. ही जोडणी विशेषतः दक्षिणेकडे पसरत होती आणि या साऱ्याच्या केंद्रस्थानी होतं दक्षिणेकडचं एक भलं मोठं शहर. याच शहरामध्ये ती युद्धशाळाही होती. या केंद्रामधून गुप्त सूचना पाठवल्या जात.

या सूचना कशा हस्तगत करायच्या आणि कशा वाचायच्या हे मेंगला ठाऊक होतं. मग त्याचे मदतनीस सर्व गटाला एकत्र करायचे आणि काय काम करण्याच्या सूचना आल्या आहेत हे मेंग त्यांना समजावून सांगायचा. कुठे संप घडवून आणायचा आहे, कोणता जाहीरनामा लिहायचा आहे वगैरे. मेंग ज्या वेळी हे काम करत असायचा त्याच वेळी इतर अनेक शहरांमध्येही हेच सुरू असायचं. सबंध देशातले तरुण अशा गुप्त रीतीनं एकत्र आलेले होते.

या बंधुगटांची प्रत्येक बैठक म्हणजे भविष्यातल्या एका मोठ्या आराखड्याच्या दिशेनं टाकलेलं आणखी एक पाऊल असायचं. खरं सांगायचं तर युआनला हा आराखडा काही फारसा नवीन वाटत नव्हता, कारण आयुष्यभर थोड्या वेगळ्या शब्दांमध्ये तो हेच ऐकत आला होता. लहानपणी त्याचे वडील सतत म्हणत असायचे, 'मी सरकार ताब्यात घेईन आणि हा देश एक महान देश बनवीन. मी एक नवीन राजघराणं वसवीन.' टायगरच्या तरुणपणात त्याचंही हेच तर स्वप्न होतं. मग युआनच्या गुरुजींनी त्याला गुपचूप शिकवायला सुरुवात केली होती, 'एक दिवस आपण सरकार ताब्यात घेतलं पाहिजे आणि एक नवा देश निर्माण केला पाहिजे.' युद्धशाळेमध्येही तो हेच ऐकत आला होता आणि आताही हेच ऐकायला येत होतं.

आणि तरीही अनेकांच्या दृष्टीनं हा नवाच नारा होता. व्यापारी, शिक्षक, सरसकट सामान्य आयुष्य जगणारे लोक यांच्या मुलांना आपल्या संथ, कंटाळवाण्या आयुष्यातून बाहेर पडायचं होतं. त्यांच्यासाठी तर हा सर्वांत जोरदार नारा होता. एक नवं राष्ट्र निर्माण करण्याबद्दल बोलायचं, आपला देश अतिशय मोठ्या स्थानापर्यंत जातो आहे, असं स्वप्न बघायचं. परदेशी लोकांविरुद्ध लढे उभारायचे. हे करत असताना प्रत्येक सर्वसामान्य तरुण मोठमोठी स्वप्नं पाहायला लागायचा, त्या स्वप्नांमध्ये तो एखादा मोठा राजकारणी - एखादा शूर सैन्याधिकारी किंवा मग सरकारातला एखादा मोठा अधिकारी झालेला असायचा.

पण युआनला हे स्वप्न काही नवीन नव्हतं; त्यामुळेच तो कधीकधी इतरांसारखा खूप मोठ्यानं ओरडू शकायचा नाही तर कधीकधी तो अनेक प्रश्न विचारून त्यांना दमवून टाकायचा. 'हे आपण कसं करणार आहोत?' किंवा 'आपण जर वर्गात गेलो नाही आणि सगळा वेळ या मिरवणुकांमध्येच घालवला तर आपण देश कसा मोठा करणार आहोत?' पण काही दिवसांनंतर तो गप्प बसायला शिकला, कारण इतरांना त्याचं हे बोलणं सहन व्हायचं नाही. युआन इतर सर्वांसारखा वागला नाही तर मेंगला किंवा त्या मुलीला त्याचं उत्तर द्यावं लागायचं. एकदा मेंगनं त्याला एकट्याला बाजूला घेऊन सांगितलं, 'हे असे प्रश्न विचारण्याचा तुला अधिकार नाही. हे आदेश आपल्याकडे वरून येतात. आपण ते पाळायलाच हवेत. तरच त्या भविष्यातल्या महान दिवसासाठी आपण तयार राहू. मी तुला असे प्रश्न विचारण्याची

परवानगी देऊ शकत नाही. नाहीतर मग इतर लोक म्हणतील की, मी माझ्या चुलतभावाला सूट देतो आहे.'

यानंतर मात्र तो त्याला नेमून देण्यात आलेलं काम गप्प राहून पार पाडू लागला. मिरवणुकीसाठी झेंडे तयार करणं, त्याचं अक्षर चांगलं होतं म्हणून या ना त्या बाबीसाठी शिक्षकांना द्यायची मागणीपत्रं लिहिणं हे काम त्याच्याकडे यायचं. ज्या दिवशी ही मागणीपत्रं शिक्षकांना द्यायची असायची आणि शिक्षक त्या मागण्या मान्य करणार नाहीत हेही माहीत असायचं त्या दिवशी तो वर्गात जायचाच नाही. अर्थात त्याचा अभ्यास मात्र गुप्तपणे चालूच होता. त्याला काहीही चुकवण्याची इच्छा नव्हती. तो काही कामगारांच्या घरी जाऊन त्यांना कागद द्यायचा. त्या कागदांवर या कामगारांवर कसा अन्याय होतो आहे हे लिहिलेलं असायचं. त्यांना किती जास्त काम करावं लागतं आहे, कामाच्या मानाने पगार किती कमी दिला जातो वगैरे. त्यांच्या कष्टांवर त्यांचे मालक कसे श्रीमंत होताहेत, अशा त्या कामगारांना आधीच माहिती असलेल्या गोष्टी लिहिलेल्या असायच्या. त्या बायका-पुरुषांना लिहिता-वाचता यायचं नाही म्हणून मग युआनच त्यांना ते कागद वाचून दाखवायचा. ती मंडळी अगदी आनंदानं सगळं ऐकून घ्यायची आणि मग आपल्या कल्पनेपेक्षाही आपल्यावर जास्त अन्याय होतो हे कळल्यावर भेदरून जाऊन एकमेकांकडे बघायची. त्यांच्यापैकी एखादा ओरडून म्हणायचा, 'होय, होय. हे खरं आहे- आमची पोटं कधीच भरलेली नसतात.' 'होय, होय. आम्ही सारा दिवसभर आणि रात्रीसुद्धा राबतो; पण आमची पोरंबाळं उपाशीच राहातात.'–'आमच्यासारख्यांना काही आशाच नाही पुढे कसली–' आजचा दिवस आणि उद्याचा आणि परवाचाही सारखाच–कारण जे कमावतो ते आम्ही आजच खाऊन संपवतोय...' एकमेकांकडे रागानं बघणाऱ्या त्यांच्या नजराही स्वतःवरच्या क्रूर अन्यायामुळे निराशेनं भरलेल्या असायच्या.

त्यांच्याकडे बघताना, त्यांचं बोलणं ऐकताना युआनला त्यांच्याबद्दल दया आल्याशिवाय राहायची नाही. त्यांच्यावर फार मोठा अन्याय होत होता, त्यांची मुलं कुपोषित होती, दर दिवशी कितीतरी तास हातमाग आणि परदेशी यंत्रांवर काम करताना फिकट पडलेली होती हे तर खरंच होतं. त्यांच्यापैकी कितीतरी मुलं अकाली मरण पावत होती आणि कुणालाही त्याबद्दल काहीही वाटत नव्हतं हेही खरंच होतं. अगदी त्या मुलांच्या आई-वडिलांनाही नाही, कारण गरिबाघरी नको एवढी मुलं सहज जन्माला येत असतात. त्यांच्याबद्दल कितीही दया, करुणा वाटली तरी तिथून निघून जाताना युआनला बरं वाटायचं ही गोष्ट खरी होती. या गरीब लोकांना एक प्रकारची दुर्गंधी यायची आणि युआनचं नाक जरा अधिकच संवेदनक्षम होतं. त्यांच्यापासून दूर स्वतःच्या घरी जाऊन स्वच्छ झाल्यानंतरही त्याला तो वास जाणवत राहायचा. त्याच्या शांत खोलीत बसून तो त्याची पुस्तकं

वाचत असतानाही त्यानं मान वर उचलली की, त्याला तो वास यायचा. कपडे बदलले तरी तो वास यायचाच. कुठे मजा करायला गेला तरी त्या घरामध्येही त्याला तो वास येत राहायचा. त्याच्या मिठीत नाच करणाऱ्या मुलीच्या सुगंधाला मागे टाकत, तिथे तयार झालेल्या तऱ्हतऱ्हेच्या पदार्थांच्या सुवासावर मात करत त्याला तो गरिबांचा दुर्गंध यायचाच. त्याला अतिशय तिटकारा वाटणारा तो दुर्गंध सगळीकडे भरून राहिलेला असायचा. युआनच्या मनामध्ये अजून एक अंग चोरून घेण्याची वृत्ती जागी होती; जिच्यामुळे तो कोणत्याच गोष्टीमध्ये सर्वस्वानं बुडून जाऊ शकत नव्हता. प्रत्येक गोष्टीमध्ये असं काहीतरी लहानसं तरी असायचंच की, ज्यामुळे त्याच्या एखाद्या संवेदनेला धक्का बसायचा. स्वतःच्या या कोतेपणाची त्याला लाज वाटत असली तरी या अशा अंग चोरून घेण्याच्या त्याच्या वृत्तीबाबत तो काही करू शकणार नाही, हेही त्याला माहीत होतं.

आताच्या या बंधुगटामध्ये आणखी एक गोष्ट होती. या गोष्टीमुळे खूप वेळा तो आणि गटातले इतर यांच्यामध्ये एक दरी निर्माण झाल्यासारखं व्हायचं. ती मुलगी हे कारण होतं. युआन या बंधुगटामध्ये आल्यापासून ही मुलगी तो आपल्याच मालकीचा असल्यासारखी वागायला लागली होती. ती त्याला एकट्याला सोडतच नव्हती. या गटामध्ये अशी अनेक जोडपी होती, जी खुशाल एकमेकांबरोबर राहात होती. त्यांच्याबद्दल कुणी काहीही बोलत नसे, कारण त्यात कुणाला काही विशेष वाटायचं नाही. हे नातं त्या जोडप्याची इच्छा असेल तोपर्यंत टिकायचं. या मुलीला वाटत होतं की, तिचं आणि युआनचं असं नातं जुळावं.

पण इथे एक नवलाची गोष्ट होती. युआन जर या गटात आला नसता, आपल्या जुन्या जीवनशैलीमध्ये रमत स्वप्नं बघत राहिला असता, या मुलीला वर्गामध्ये किंवा इतर एखाद्या ठिकाणी एवढाच भेटत राहिला असता तर कदाचित तिचा गोड आवाज, तिचे धीट डोळे आणि उष्ण हात यांनी त्याच्यावर मोहिनी घातली असती, त्याच्या ओळखीच्या इतर सामान्य मुली, आय-लानच्या मैत्रिणी आणि ही मुलगी यांच्यातील फरकानं तो प्रभावित झाला असता, कारण मुलींच्या बाबतीत युआन फार लाजाळू होता. इतका की, त्या लाजाळूपणामुळेच त्याला धीटपणा आकर्षित करायचा.

पण आता ही मुलगी त्याला रोजच आणि सततच दिसायची. तिनं त्याच्यावर स्वतःच्या मालकीचा शिक्का मारून टाकला होता. प्रत्येक वर्गानंतर ती त्याची वाट बघत थांबायची आणि त्याच्याबरोबरच चालत जायची म्हणजे बाकी सगळ्यांनी हे बघावं अशी तिची इच्छा असायची. युआनच्या वर्गातली इतर मुलं त्याला चिडवत म्हणायची, 'थांबलीय रे, ती-थांबलीय–कुठे पळणार तू आता?' ही अशी चेष्टा कायमच त्याच्या कानांत घुमत राहायची.

सुरुवातीला युआन याच्याकडे दुर्लक्ष करायचा, जेव्हा त्यातून सुटकाच नसायची तेव्हा तो कसंनुसं हसून टाळायचा. नंतरनंतर त्याला या सगळ्याची लाज वाटायला लागली. मग तो खूप वेळ रेंगाळत राहायचा किंवा दुसऱ्याच एखाद्या रस्त्यानं जायचा; पण 'तू अशी थांबतेस त्याचा मला कंटाळा येऊ लागला आहे, असं तिला समोरासमोर स्पष्ट सांगणं काही त्याला जमत नव्हतं तर तिला हसून अभिवादन करणं एवढंच त्याला शक्य होतं. जेव्हा तो त्यांच्या गुप्त बैठकींना जायचा, तेव्हाही ती असायचीच आणि स्वतःशेजारी त्याच्यासाठी एक जागा अडवून बसलेली असायची. बाकी सर्वांनाच असं वाटायला लागलं होतं की, सर्व बाबतींत आता हे एक जोडपंच आहे.

पण ते तसं नव्हतं, कारण युआनचं या मुलीवर प्रेम नव्हतं. तो जेवढा तिला जास्त भेटत होता, जेवढ्या जास्त वेळा ती त्याच्या हाताला स्पर्श करत होती, त्याचा हात हातात घेत होती–जे ती आजकाल खूप वेळा करायला लागली होती आणि त्याचा हात हातात धरूनही ठेवायला लागली होती-आपलं प्रेम उघडपणे दाखवू लागली होती तेवढी ती युआनला नकोशी वाटायला लागली होती. तरीही तिला योग्य तो मान देणं आवश्यकच होतं, कारण ती एकनिष्ठ आहे, तिचं आपल्यावर खरंखुरं प्रेम आहे हे त्याला चांगलंच माहीत होतं आणि मग मनातून ओशाळला असला तरी तिच्या या एकनिष्ठपणाचा तो फायदाही घ्यायचा. त्याला नकोशी असलेली एखादी गोष्ट करण्याची जबाबदारी त्याच्यावर सोपवण्यात आली की, त्याची नाखुशी तिच्या लगेच लक्षात यायची आणि ती गोष्ट तिला जमण्यासारखी असली तर ती पुढे होत म्हणायची 'हे तर मला करायचंय.' हे ती इतक्या चतुराईनं जमवून आणायची की, युआनला बहुतेक वेळा त्याच्या आवडीचंच काम करावं लागायचं. थोडंसं लिहिणं किंवा शहरातल्या दुर्गंधी येणाऱ्या गरीब लोकांशी बोलण्याऐवजी जवळच्या खेड्यांमध्ये जाऊन तिथल्या शेतकऱ्यांशी बोलणं वगैरे. तिला राग येऊ न देण्याचा युआनचा प्रयत्न या एका कारणासाठीही होता. ती त्याच्यासाठी जे काही करत होती त्याची किंमत त्याला माहीत होती आणि तरीही तो तिच्यावर प्रेम करू शकत नाही या जाणिवेनं शरमून जाण्याइतका तो मर्दही होता.

बराच काळ त्याचं हे तिला झिडकारणं शब्दांमध्ये प्रकट झालं नव्हतं. जेवढा तो तिला दूर करत होता, तेवढं तिचं त्याच्यावरचं प्रेम वाढायला लागलं होतं. अखेर एके दिवशी जे होणार होतं ते झालंच- याला तोंड फुटलंच. त्या दिवशी युआनला एका खेड्यामध्ये पाठवण्यात आलं होतं. त्याला एकट्यालाच तिथे जायची इच्छा होती म्हणजे परत येताना तो त्याच्या लहानशा शेतावरही एक चक्कर मारू शकला असता. तिथे कसं काय चाललंय ते पाहू शकला असता. या चळवळीचं काम वाढल्याने आता त्याला पूर्वीसारखं तिथे जाता येत नव्हतं. सरत्या वसंतातला तो

एक सुंदर दिवस होता. त्या ठरलेल्या खेड्यामध्ये जायचं, तिथे बसून तिथल्या शेतकऱ्यांशी थोड्या गप्पा मारायच्या, गुपचूप आपल्या गुप्त पुस्तिका वाटायच्या आणि मग तिथून निघायचं ते सरळ पूर्वेकडचा रस्ता पकडून आपल्या शेतावर जायचं असा त्याचा बेत होता. त्याला शेतकऱ्यांशी बोलायला आवडायचं जबरदस्तीनं आपलं म्हणणं त्यांना पटवून देण्यासाठी नव्हे, तर इतर कुणाशीही तो ज्या सहजतेनं बोलला असता तसाच तो त्यांच्याशीही बोलायचा. ते जेव्हा कमालीच्या आश्चर्यानं उद्‌गारायचे, 'असं कुणी ऐकलं होतं का आजवर? श्रीमंतांच्या जमिनी त्यांच्याकडून काढून घेऊन आपल्याला देणार? आम्हाला नाही वाटत हे शक्य आहे असं– आणि महाराज, आम्हालाही हे व्हायला नकोच आहे-नाहीतर हे व्हायचं आणि नंतर सगळं उलट फिरून आम्हालाच शिक्षा व्हायची-नको रे बाबा-आम्ही आहोत तसे बरे आहोत-आत्ता निदान आम्हाला आमच्या काळज्या, चिंता काय आहेत ते नक्की माहीत तरी आहे. जुन्याच काळज्या आहेत त्या सगळ्या-आणि आम्हाला माहीतही आहेत.' तेव्हा तो त्यांचं म्हणणं नीट ऐकायचा. त्यांच्यापैकी ज्यांच्याजवळ अजिबात जमीन नसायची, तेवढे लोक मात्र या नव्या कल्पनेचं स्वागत करायचे.

पण त्या दिवशी मात्र त्यानं हे तास मजेत स्वप्नं बघत घालवायचे असं ठरवलं होतं आणि या मुलीनं त्याला पकडलंच. आपल्या नेहमीच्या ठाम पद्धतीनं ती म्हणाली, 'मी येते तुझ्याबरोबर आणि तिथल्या बायकांशी बोलते.'

ती बरोबर येऊ नये असं युआनला वाटायला अनेक कारणं होती. ती बरोबर असली की, त्याला त्यांच्या चळवळीविषयी फार आक्रमकतेनं बोलणं भाग पडायचं आणि अशी आक्रमकता त्याला आवडत नव्हती. शिवाय ती दोघंच असताना तिचा होणारा स्पर्श त्याला घाबरवायचा. ती बरोबर असली तर मग त्याला स्वतःच्या शेतावर जायलाही जमलं नसतं. तो चांगला शेजारी शेतकरी तिथे असला तर गडबड झाली असती. त्यानं अजून आपल्या या मित्राला आपण चळवळीत सामील झाल्याचं सांगितलं नव्हतं. त्यानं ही गोष्ट टाळावी असं युआनला वाटत नव्हतं. म्हणूनच त्याला या मुलीला बरोबर घेऊन शेतावर जायचं नव्हतं. होय आणि त्याला आपल्या पिकाची किती काळजी वाटते, आपण पेरलेल्या बियांची रोपं नीट वाढताहेत ना हे तो तपासत असताना ती तिथे असावी असंही त्याला वाटत नव्हतं. अशा गोष्टींबद्दल त्याला वाटणारी विलक्षण अशी ओढ तिला कळावी आणि त्याचं तिला आश्चर्य वाटावं हेही त्याला नको होतं. ती हसेल याची त्याला फिकीर नव्हती-तिला हसण्यासारखं कधी काही दिसायचंच नाही-पण तिला जे आश्चर्य वाटलं असतं, तिला हे कळलंच नसतं आणि आपल्याला जे कळत नाही त्याबद्दल तिच्या मनात चटकन जी तुच्छता निर्माण व्हायची, त्याची त्याला भीती वाटत होती.

पण तिला चुकवणं त्याला जमलं नाहीच. तिनं हुशारीच अशी केली होती की,

मेंगनंच तिला तो आदेश दिला होता, तेव्हा तिला जाणं भागच होतं. शेवटी ती दोघं बरोबर निघाली. युआन गप्पगप्पसा रस्त्याच्या एका कडेनं चालत होता. काहीतरी कारण काढून ती त्याच्याजवळ आलीच तर थोड्याच वेळात तो कोणत्यातरी निमित्तानं रस्त्याच्या दुसऱ्या बाजूला जात होता. शहरातला रस्ता संपून एक मातीचा रस्ता सुरू झाला. थोड्या वेळानं त्या रस्त्यावरूनही वळून त्यांना एक पायवाट धरावी लागली, तेव्हा युआनला फारच बरं वाटलं, कारण ही पायवाट इतकी अरुंद होती की, त्यांना एकामागे एक असं चालणंच भाग होतं. इथेही युआनच पुढे चालत होता; त्यामुळे त्याला इकडेतिकडे बघता येत होतं, सतत ती समोर दिसत नव्हती.

अर्थात थोड्याच वेळात या मुलीला त्याच्या मनात काय आहे हे कळून आलं. सुरुवातीला ती अगदी शांतपणे बोलत होती, त्याच्या तुटक उत्तरांकडे फारसं लक्ष देत नव्हती; पण थोड्याच वेळात तीही गप्प झाली आणि मग ती दोघं एकमेकांशी काहीही न बोलता चालत राहिली. युआनला मात्र तिच्या मनात त्याच्याविषयी उठणाऱ्या भावनांचं वादळ जाणवत होतं आणि त्याची त्याला भीतीही वाटत होती. तरी पुढे चालत राहाणं भागच होतं. चालता चालता ती रस्त्याच्या एका वळणापाशी आली. या ठिकाणी अनेक वर्षांपूर्वी अनेक विलो वृक्ष लावण्यात आले होते. या वृक्षांच्या फांद्या इतक्या वेळा कापण्यात आल्या होत्या की, त्या जुन्या फांद्यांच्या जागी दरवर्षी येणाऱ्या नव्या फांद्याही आता मजबूत आणि पानांनी बहरलेल्या असायच्या. या फांद्यांनी रस्त्यावर सावलीची एक हिरवीगार कमानच उभारली होती. या शांत एकान्तातून जात असताना युआनला जाणवलं की, त्याचे दोन्ही खांदे पाठीमागून धरले गेले आहेत. त्या मुलीनं त्याला आपल्याकडे वळवलं आणि स्वतःचं शरीर त्याच्यावर झोकून देत ती मोठ्यांनं रडू लागली. रडतारडता ती म्हणाली, 'तू माझ्यावर प्रेम का करू शकत नाहीस हे मला माहिती आहे आणि तू रात्री कुठे जातोस तेसुद्धा मला माहिती आहे. एका रात्री मी तुझा पाठलाग केला आणि तुला तुझ्या बहिणीबरोबर त्या मोठ्या दालनामध्ये जाताना पाहिलं. तिथल्या बायकाही पाहिल्या. तुला माझ्यापेक्षा त्याच जास्त आवडतात-तू जिच्याबरोबर नाचत होतास तिलाही बघितलं मी-ती गुलाबी झगा घातलेली निर्लज्जपणे तुझ्या अंगावर रेलली होती तीच–'

अजूनही युआन आय-लानबरोबर बाहेर जात होता, कारण त्यानं तिला किंवा आईला तो चळवळीत दाखल झाल्याचं सांगितलं नव्हतं. कितीतरी वेळा तो अभ्यासाचं कारण सांगून आय-लानबरोबर अशा गमतीजमतीच्या जागी जाणं टाळायला लागला असला तरी आय-लानला आश्चर्य वाटू नये म्हणून तो कधीकधी तिच्याबरोबर जात होता. शिवाय तो आय-लानबरोबर असला की, आईलाही थोडं बरं वाटायचं ते वेगळंच! ही मुलगी रडतरडत हे सांगायला लागली, तेव्हा त्याला आठवलं,

एक-दोन दिवसांपूर्वीच तो आय-लानबरोबर तिच्या अगदी जवळच्या मैत्रिणीनं तिच्या वाढदिवसाची मेजवानी दिली त्याला गेला होता. ही मेजवानी तिने शहरातल्या एका भव्य अशा परदेशी हॉटेलमध्ये दिली होती. तो या मुलीबरोबर नाचला होता. त्या नृत्यदालनाला प्रचंड मोठ्या अशा काचेच्या खिडक्या होत्या. रस्त्यावरून या मुलीच्या शोधक नजरेनं सगळ्या गर्दीमध्येही त्याला बरोबर टिपलं असण्याची शक्यता होतीच.

त्याचं शरीर रागानं ताठरलं आणि तो उद्गारला, 'मी माझ्या बहिणीबरोबर एक पाहुणा म्हणून गेलो होतो...'

पण त्या मुलीला आपल्या उष्ण हातांखाली त्याचं ताठरलेलं आणि तरी थंड झालेलं शरीर जाणवलं होतं. तीही कमालीच्या रागानं मागे सरकली आणि त्याच्यापेक्षाही अधिक रागानं ओरडली, 'होय, मी बघितलं ना तुला–तू तिला मिठीमध्ये घेतलं होतंस-तिला स्पर्श करण्याची नाही भीती वाटली तुला-माझ्यापासून मात्र दूर सरकतोस–जणू काही मी विषारी नागीणच आहे–मी जर हे आपल्या लोकांना सांगितलं तर तुझं काय होईल रे- हेच–ज्या लोकांचा आपण द्वेष करतो, ज्यांच्या विरोधात आपण काम करतो त्याच लोकांबरोबर तू असा वेळ घालवत असतोस हे-तुझा जीव माझ्या हातात आहे–'

आता हे अगदी खरं होतं आणि हे युआनला माहीतही होतं. तरी तो तिरस्कारानं म्हणाला, 'हा माझं प्रेम मिळवण्याचा मार्ग आहे असं वाटतं का तुला? हे असं बोलतेस ते?'

अंगातली सारी ताकद गेल्यासारखी ती पुन्हा एकदा त्याच्या अंगावर कोसळली. हलकेच स्फुंदत, तिनं त्याचे दोन्ही हात स्वतःभोवती गुंफून घेतले; त्याला घट्ट मिठी मारून ती तशीच उभी राहिली. क्षणभरानंतर तिच्या स्फुंदण्यानं हेलावून जात, तिच्याबद्दल कीव वाटून युआन तसाच उभा राहिला. अखेरीस ती म्हणाली, 'तू मला जिंकलंस. तुझ्या मनात नसेल तर ते मीही सोडून देईन. कोणत्याही पुरुषानं मला असं जिंकावं असं मला वाटलं नव्हतं- निदान एवढ्यात तरी-मला खात्री आहे-तुला सोडण्याआधी मी चळवळ सोडेन-कित्ती वाईट आहे मी आणि किती दुर्बळही-' त्याच्या मनातली कीव एकदम वाढली आणि मनात नसतानाही त्यानं स्वतःचे हात तिनं वेढून घेतले होते तसेच ठेवले.

थोड्या वेळानं ती आपणच शांत होत दूर झाली. तिनं डोळे पुसले आणि ती दोघं पुन्हा चालू लागली. आता ती फारच दुःखी आणि गप्प गप्प होती. त्यांनी त्यांचं काम आटोपलं; पण ती या प्रकाराबद्दल आणखी काहीच बोलली नाही.

पण आता त्यांच्यामध्ये काय नातं उरलं आहे हे युआनलाही माहीत होतं आणि तिलाही माहीत होतं. युआनच्या मनातला हट्टीपणा असा की, या वेळेपर्यंत त्यानं

आय-लानच्या एकाही मैत्रिणीकडे वळून पाहिलं नव्हतं. त्याला त्या सर्वजणी सारख्याच दिसायच्या. या श्रीमंतांच्या मुली, सगळ्यांचे किणकिणते आनंदी आवाज, रंगीबेरंगी तलम कपडे आणि त्यांच्या हातात, कानात, गळ्यात चमकणारी रत्नं, त्यांचे चकाकते रंगवलेले चेहरे, नखं-सगळ्या अगदी एकमेकीसारख्याच! त्याला संगीताची लय आवडायची आणि एखादी तरुणी त्या संगीतामध्ये भर टाकायची. आता त्याला या सगळ्यापासून पूर्वीसारखा त्रास होईनासा झाला.

पण या दुसऱ्या मुलीच्या सतत चाललेल्या मत्सरामुळेच ती ज्या मुलींच्या विरुद्ध तक्रार करत असायची; त्याच मुलींकडे तो ओढला गेला. ती कधीच आनंदी नसायची म्हणूनच तो या मुलींच्या मौजमजेकडे खेचला जाऊ लागला. त्यांच्या आनंदामध्ये, उत्साहामध्ये त्याला एक वेगळंच सुख मिळायला लागलं. कसंही करून आनंद, सुख मिळवायचं एवढं एकच ध्येय या मुलींच्या मौजमजेमागे असायचं; तेही त्याला बरं वाटू लागलं. इतर सर्व मुलींमध्ये ज्या एक-दोघी त्याला थोड्या जास्त आवडायच्या, त्यांना तो मुद्दाम वेगळं काढायला लागला. त्यांच्यापैकी एक होती ती साम्राज्य गेल्यावर या शहरामध्ये आश्रय घेऊन राहाणाऱ्या एका राजपुत्राची मुलगी. ती अगदी लहान होती. तिच्याइतकी लहानखुरी आणि तिच्याइतकी सुंदर मुलगी युआननं यापूर्वी कधी पाहिली नव्हती. आता त्याचं मन बदलल्यावर त्याला ती आवडायला लागली होती. दुसरी होती ती वयानं थोडी मोठी होती. ती नेहमी म्हणत असायची की, मी कधीच लग्न न करता जन्मभर फक्त माझा व्यवसाय सांभाळणार आहे; पण तिला युआनचं तारुण्य, त्याचं देखणेपण भावायचं. या शहरामध्ये स्त्रियांच्या कपड्यांचं एक दुकान सुरू करून ते चालवायचं असं तिच्या व्यवसायाचं स्वरूप असणार होतं; पण तरीही थोडी मजा करायला ती नेहमी तयार असायची. युआन तिला आवडायचा आणि हे युआनला माहीत होतं. तिचं काहीसं उग्र सौंदर्य, तलवारीसारखा बांधा आणि तिच्या माथ्यावर रंगवल्यासारखे दिसणारे चिप्प बसलेले तिचे छोटे कापलेले काळेभोर केस या सर्वांनी युआनला एक चिथावणारं सुख मिळायचं.

या दोघी मुली आणि अशाच आणखी एक-दोघींकडे असलेल्या त्याच्या लक्षाबद्दल ही मुलगी जेव्हा जेव्हा त्याला टोचून बोलायची, तेव्हा तेव्हा त्याला खूप अपराधी वाटायचं. एक दिवस ती अगदी संतापलेली आणि तरी विनवणी करणारी असायची, तर दुसऱ्या एखाद्या दिवशी तितकीच अलिप्त, तिरस्कार करणारी असायची. मात्र, युआन तिच्याशी एका विचित्र अशा सहकारी असण्याच्या नात्यानं बांधला गेला होता. त्याला हे बंधन जाणवत होतं; पण तरीही तो तिच्यावर प्रेम करू शकत नव्हता.

त्या दूरवरच्या शहरात त्याचे वडील त्याचं लग्न लावून देणार होते, त्याच्या

काही दिवस आधी तो त्याच दिवसाचा विचार करत त्याच्या खोलीच्या खिडकीसमोर उभा होता. एकटा आणि दुःखी. खाली रस्त्याकडे पाहत असताना त्याला आठवलं, 'आज त्या मुलीला भेटावं लागणार आहे.' आणि त्याचं मन कडवट होऊन गेलं. मग अचानक त्याच्या मनात आलं, 'माझे वडील मला बंधनात टाकू पाहताहेत म्हणून मी आरडाओरडा करतोय खरा– आणि ही मुलगी मला तसंच बांधू पाहतेय त्याबद्दल काहीच करत नाही-किती मूर्ख आहे मी.' आपल्याला ही गोष्ट आधी का सुचली नाही याचं त्याला आश्चर्य वाटायला लागलं. आपण आपलं स्वातंत्र्य किती सहजपणे गमावलं आहे याचा त्याला रागच आला. मग मात्र शांतपणे खाली बसत त्यानं याही नकोशा, जडशीळ गुप्त बंधनातून शक्य तेवढं लवकर कसं सुटता येईल हे ठरवायला सुरुवात केली.

आणि अचानक त्याची सुटका झालीच. हा सगळा वेळ त्यांची चळवळ दक्षिणेकडे अधिक जोमाने फोफावत होती. आता वेळ आली होती आणि दक्षिणेकडच्या त्या शहरांमधून क्रांतिकारकांचं हत्यारबंद सैन्य झपाट्यानं चालत देशाच्या मध्यभागाकडे निघालं होतं. दक्षिणेकडच्या समुद्रातून एखादं प्रचंड वादळ घोंगावत उठावं तसं हे सैन्य रक्तामांसानं वाढायला लागलं. सत्याच्या आधारानं मोठंमोठं व्हायला लागलं. एक अमानवी शक्तीच जणू त्यांच्यामध्ये संचारली आणि त्यामुळे हे सैन्य कुठेही पोहोचण्याच्या आधीच पुढील शहरांच्या रस्त्यारस्त्यांवरून, त्या सैन्याच्या पुढे-मागे, आजूबाजूनं त्यांच्या ताकदीच्या, बळाच्या, सतत मिळणाऱ्या विजयाच्या कहाण्या फिरायला लागल्या. या सैन्यामध्ये सर्वच तरुण लोक होते, अनेक मुलीही होत्या, सर्वजण या गुप्त शक्तीनं भारलेले होते; त्यामुळे हे सर्वजण पगारी सैनिकांसारखे लढत नसत. जणू त्यांचं आयुष्यच बनलेल्या त्या ध्येयासाठी ती मुलं लढत होती आणि म्हणूनच ती अपराजित होती. याउलट सरकारचे सैनिक जे पगारी होते, ते या सैन्यासमोर जोरदार वाऱ्यानं पाचोळा उडावा तसे पळ काढत होते. या सैन्याच्या पुढे त्यांच्या विजयाच्या, शक्तीच्या बातम्या आघाडीच्या झेंड्यासारख्या जात होत्या. त्यांचं निर्भयपण, त्यांचं मरणाला न भिणं आणि म्हणूनच मरणानं त्यांना स्पर्शही न करणं–सगळंच!

आता शहरातलं सरकार इतकं घाबरलं की, त्यांनी शहरातल्या माहीत असलेल्या सर्व क्रांतिकारकांना अटक करायला सुरुवात केली. हे सर्वजण येणाऱ्या सैन्याला जाऊन मिळण्याचा कट करू नयेत म्हणून ही काळजी घेण्यात येत होती. हे क्रांतिकारक मेंग, ती मुलगी आणि युआनसारखेच इतर शाळांमध्ये शिकत होते. हे सारं घडलं ते फक्त तीन दिवसांच्या अवधीमध्ये. जिथे जिथे विद्यार्थी राहात असल्याची खबर होती, तिथे तिथे सरकारनं चांगले धिप्पाड सैनिक पाठवले. एखादं पुस्तक, एखादा कागदाचा कपटा किंवा क्रांतीचं एखादं चिन्ह जरी सापडलं तरी त्या

विद्यार्थ्याला–ती मुलगी असली तरी-गोळी घालण्यात आली. त्या तीन दिवसांमध्ये त्या शहरात शेकडो विद्यार्थी मरण पावले. तरी कुणाची एक शब्दही उच्चारण्याची प्राज्ञा नव्हती. नाहीतर तोच क्रांतिकारक किंवा क्रांतिकारकांचा मित्र आहे असं समजून त्याचीही तीच गत करण्यात आली असती. या प्रकारामध्ये दोषी व्यक्तींबरोबर अनेक निरपराध व्यक्तीही मारल्या गेल्या. याचं कारण असं होतं, शहरामध्ये अशी अनेक वाईट माणसं होती ज्यांना शत्रू होते आणि ते मरत नव्हते. तेव्हा त्यांनी सरकारला आपल्या शत्रूंची नावं क्रांतिकारक म्हणून कळवून टाकली. खोटे पुरावे दिले आणि अशा साध्या शब्दानिशी अनेक निरपराध माणसं मृत्युमुखी पडली. शहरातले क्रांतिकारक बाहेरून येणाऱ्या क्रांतिकारकांना सामील होतील याची सरकारला केवढी भीती वाटत होती ते यावरून सिद्ध होतं.

मग एके दिवशी काही पूर्वसूचना न मिळता हे घडलं. एका सकाळी युआन त्याच्या वर्गात बसून ती मुलगी आपल्याकडेच बघते आहे; पण आपण काही झालं तरी मान वळवायची नाहीच असं ठरवत होता; पण मान वळवावी लागेलच असंही त्याला वाटत असताना अचानक सैनिकांची एक तुकडी वर्गामध्ये घुसली. त्यांचा प्रमुख ओरडला, 'सर्वांनी उभे राहा-आणि झडतीला तयार व्हा.' वर्गातली सगळी मुलं-मुली घाबरून उभी राहिली. त्यांना काहीच कळत नव्हतं. सैनिकांनी त्यांच्या अंगाखांद्यांवरून हात फिरवले, त्यांची पुस्तकं तपासली. एकानं त्या सर्वांची नावं आणि पत्ते लिहून घेतले. हे सर्व कमालीच्या शांततेत घडत होतं. शिक्षकही शांत आणि असहाय उभे होते. सैनिकांच्या तलवारी त्यांच्या चामडी बुटांवर आपटताना जेवढा आवाज होत होता आणि त्यांच्या बुटांचे जाड तळ लाकडी जमिनीवर घासताना जो आवाज होत होता तेवढाच आवाज येत होता.

त्या भेदरलेल्या शांत सुन्न अशा वर्गामधून तीन विद्यार्थ्यांना बाजूला काढण्यात आलं, कारण त्यांच्याजवळ काहीतरी सापडलं होतं. त्यांपैकी दोन मुलगे होते; पण तिसरी ती मुलगी होती. तिच्या खिशामध्ये एक आक्षेपार्ह कागद सापडला होता. त्या तिघांना पुढे घालून नेताना त्यांना घाई करण्यासाठी सैनिकांनी संगिनी लावलेल्या बंदुकांनी त्यांच्या पाठीला टोचायला सुरुवात केली. युआन हे सगळं असहायपणे बघत होता. दरवाजापाशी ती मुलगी मागे वळली आणि तिने त्याच्याकडे मूकपणे विनवणी करणाऱ्या नजरेने पाहिले. तेवढ्यात एका सैनिकानं तिला बंदुकीने ढोसून पुढे चलण्याची सूचना दिली. ती गेली आणि युआनला कळून चुकलं की, आता ती त्याला पुन्हा कधीच दिसणार नाही.

त्याच्या मनात पहिला विचार कोणता आला असेल तर तो होता, 'मी सुटलो' हा! पण मग त्याला या विचाराची आणि आपल्याला सुटकेचा आनंद झाल्याची थोडी लाज वाटली. जाताना त्या मुलीनं त्याच्याकडे टाकलेली दुःखी नजर तर तो

विसरणं शक्यच नव्हतं. त्या नजरेमुळे तर त्याला कमालीचं अपराधी वाटत होतं, कारण ती जरी त्याच्यावर सर्वस्वानं प्रेम करत होती तरी त्याला मात्र तिच्यावर प्रेम करणं जमलं नव्हतं. तो स्वतःशीच मनातल्या मनात स्वतःच्या भावनांचं समर्थन करत होता, 'मला शक्यच नव्हतं ते–मला शक्यच नव्हतं ते–असं जबरदस्तीनं कुठं प्रेम करता येतं का?' तरी त्याच्याच मनात एक क्षीण आवाज येत होता-म्हणत होता- 'होय-पण ती इतक्या लवकर मरणार आहे हे मला माहीत असतं तर मी तिला थोडं तरी सुख देऊ शकलो असतो ना?'

त्याचं हे प्रश्न विचारणं लवकरच थांबलं, कारण त्या दिवशी वर्गात पुढे काही काम होणं शक्यच नव्हतं. शिक्षकांनी त्या सर्वांना सुट्टी दिली आणि सगळे विद्यार्थी घाईनं तिथून निघून गेले. त्या घाईतही युआनला जाणवलं की, कुणीतरी त्याचा हात पकडला आहे. बघतो तर शेंग होता. त्याचा चेहरा भीतीनं विस्कटून गेला होता. कुणीही त्यांचं बोलणं ऐकू शकणार नाही अशा जागी तो युआनला घेऊन गेला आणि पुटपुटत म्हणाला, 'मेंग कुठं आहे? त्याला या आजच्या छाप्याबद्दल काहीच माहीत नाही. त्याची जर झडती घेतली गेली तर–आणि मेंगला काही झालं ना तर माझे वडील मरूनच जातील–'

त्याच्याकडे रोखून बघत युआन म्हणाला, 'मला माहीत नाही-गेल्या दोन दिवसांत मी त्याला पाहिलेलंच नाही.'

पण युआनचं बोलणं संपण्याच्या आत शेंग तिथून निघूनही गेला होता. भेदरलेल्या, मुकाटपणे चालत जाणाऱ्या विद्यार्थ्यांच्या गर्दीत त्याचं सडपातळ शरीर चटकन वाट काढू शकत होतं.

त्यानंतर युआन मागच्या वाटांनी आपल्या घरी गेला. तिथे गेल्यावर त्यानं आईला घडलेलं सगळं सांगितलं. तिला काळजी वाटू नये म्हणून त्यानं असंही सांगून टाकलं, 'अर्थात, माझा कशाशीच काही संबंध नाही.'

पण आईचं मन युआनच्या मनापेक्षा कितीतरी पुढचा विचार करत होतं, ती चटकन म्हणाली, 'विचार कर-लोकांनी तुला मेंगबरोबर पाहिलेलं आहे-मेंग तुझा चुलतभाऊ आहे-तो इथेही येऊन गेला आहे-तुझ्या खोलीत त्यानं एखादं पुस्तक नाहीतर एखादा कागद तर ठेवला नसेल ना? ते इथेही झडती घ्यायला येतील-अरे देवा-युआन-तू तुझ्या खोलीत जाऊन बघ-शोध- तोपर्यंत तुझं काय करायचं याचा विचार करते मी-तुझ्या वडिलांचं तुझ्यावर प्रेम आहे आणि तुला काही झालं तर त्यांनी बोलावल्यावरही मी तुला घरी पाठवलं नाही म्हणून हे झालं असं होईल.' तिला इतकं घाबरलेलं युआननं आजवर कधीच पाहिलेलं नव्हतं.

मग तीही त्याच्याबरोबर त्याच्या खोलीत गेली. त्याचं प्रत्येक पुस्तक, प्रत्येक खण तिनं उघडून बघितला. त्या मुलीनं त्याला लिहिलेल्या प्रेमपत्राची युआनला

आठवण झाली. ते त्यानं फाडून टाकलं नव्हतं. एका कवितेच्या पुस्तकामध्ये त्यानं ते पत्र ठेवून दिलं होतं. त्याला त्या पत्राचं फार महत्त्व वाटत होतं म्हणून नव्हे, तर त्यात प्रेमाविषयी काही होतं-त्याच्या सबंध आयुष्यातलं हे पहिलंच प्रेमपत्र होतं. सुरुवातीचं गारुड होतं ते; पण नंतर तो ते पत्र विसरूनही गेला होता. आईची पाठ वळली असताना त्यानं ते पत्र बाहेर काढलं आणि हातामध्ये चुरगळून टाकलं. काहीतरी कारण काढून तो दुसऱ्या खोलीत गेला आणि तिथे त्यानं ते चुरगळलेलं पत्र जाळून टाकलं. दोन बोटांमध्ये धरलेलं ते पत्र जळत असताना त्याला त्या बिचाऱ्या मुलीची आठवण झाली. शिकारी कुत्रा मागे लागलेल्या सशानं बघावं तसं तिनं जाता जाता त्याच्याकडे बघितलेलंही त्याला आठवलं. युआनच्या मनात एक विलक्षण उदासी भरून आली. अगदी वेगळं- अगदी चमत्कारिक असं दुःख- कारण एवढं होऊनही त्याला जाणवत होतं ते एवढंच की, त्याचं तिच्यावर प्रेम नव्हतं आणि तो कधीही तिच्यावर प्रेम करू शकला नसता. तिच्या मरणाचंही त्याला दुःख होत नव्हतं, त्याला त्याबद्दल अपराधी वाटत असूनही-असं ते पत्र त्याच्या बोटांमध्ये जळून राख राख होऊन गेलं.

या सगळ्याबद्दल दुःख करावं असं युआनच्या मनात असलं तरी त्याला त्यासाठी वेळ मिळाला नाही. ते पत्र त्याच्या बोटांमधून राख होऊन खाली पडलं तेवढ्यात त्याला दिवाणखान्यामध्ये अनेक आवाज ऐकू आले. दरवाजा उघडला आणि त्याचे काका आत आले. त्यांच्यामागोमाग काकू, थोरला चुलतभाऊ आणि शेंग हेसुद्धा आत आले. ते सर्वजण मेंगला कुणी पाहिलंय का याचीच चौकशी करत होते. युआनच्या खोलीतून आईही बाहेर आली. मग ते सगळेजण एकमेकांना अनेक प्रश्न विचारायला लागले. सगळेजण अतिशय भेदरलेले होते. काका म्हणाले, 'माझ्या शेतावरच्या लोकांपासून स्वतःचा बचाव करायला म्हणून मी इथे आलो. ते अगदी रानटी आणि हिंस्र आहेत. मला वाटलं होतं, इथे परदेशी सैनिकांच्या राज्यात मी सुखरूप राहू शकेन. आता अशा गोष्टी घडताहेत-हे परदेशी लोक करताहेत तरी काय-आणि शिवाय मेंगचा पत्ता नाही-शेंग म्हणतो, तो क्रांतिकारक आहे-खरोखर मला काही कळेनासंच झालंय-हे मला आधी का सांगितलं गेलं नाही? काय करायचं ते मी केव्हाच करून टाकलं असतं.' बोलताना त्यांचा मांसानं ओथंबलेला चेहरा भीतीनं आणि रडण्यानं थरथरत होता.

'पण बाबा,' शेंग अगदी खालच्या आवाजात म्हणाला, 'त्याला बोलत राहून हे जगजाहीर करण्यापेक्षा तुम्ही वेगळं काय केलं असतं?

'हो, ते हेच करत बसले असते.' शेंगची आई वैतागानं उद्‌गारली. 'आपल्या घरात जर काही नीट सांभाळून ठेवायचं असेल तर ते मलाच करावं लागतं; पण ही गोष्ट मला सांगितली गेली नाही हे मलासुद्धा अगदी आवडलेलं नाही. मेंग तर

माझा लाडका मुलगा आहे.'

विलोच्या राखेसारखा पांढराफटक पडलेला थोरला भाऊ अस्वस्थपणे म्हणाला, 'या एका मूर्ख मुलामुळे आपण सगळे संकटात सापडलोय. आता ते सैनिक येतील, मग प्रश्न विचारतील- आपल्या सर्वांकडे संशयानं बघतील.'

मग युआनची आई शांतपणे म्हणाली, 'या संकटामध्ये आपण काय करायला हवं, याचा जरा नीट विचार करायला हवा. मला युआनची काळजी घ्यायला हवी कारण इथे त्याची जबाबदारी माझ्यावर आहे. मी विचार केलाय. काही झालं तरी मी त्याला शिकायला परदेशी पाठवणारच होते. तर मी त्याला आत्ताच पाठवून देते. शक्य तेवढ्या लवकर सगळी कामं आटोपून कागदपत्रांवर सह्या झाल्या की, मी त्याला पाठवून देते. परदेशामध्ये तो सुरक्षित राहील.'

'मग आपण सगळेच जाऊ या, 'काका आतुरतेनं म्हणाले. 'परदेशात आपण सगळेच सुरक्षित राहू.'

'बाबा, तुम्ही नाही जाऊ शकत.' शेंग शांतपणे म्हणाला, 'परदेशी लोक आपल्या लोकांना सहज त्यांच्या देशात येऊ देत नाहीत-शिकायला किंवा तशाच एखाद्या विशेष गोष्टीसाठी जायचं असेल तरच जाता येतं.'

हे ऐकल्यावर तो म्हातारा माणूस ताठ होत, आपले बारीक डोळे पूर्ण उघडत ओरडला, 'मग? ते नाही का आपल्या देशात येऊन राहिले?'

त्या सर्वांना शांत करत आई म्हणाली, 'आत्ता या वेळी आपल्याबद्दल चर्चा करण्यात काही अर्थ नाही. आपण म्हातारी माणसं अगदी सुरक्षित आहोत. आपल्यासारख्या लोकांना ते ठार मारणार नाहीत, कारण आपण काही क्रांतिकारक नाही आणि तू, थोरल्या पुतण्या, तुला बायको आहे, मुलं आहेत शिवाय तू काही आता फारसा तरुण राहिलेला नाहीस; पण मेंग सगळ्यांना माहीत आहे-त्याच्यामुळे शेंगलाही धोका आहे आणि युआनलाही! तेव्हा कसंही करून आपण त्यांना देशाबाहेर - परदेशी पाठवायलाच हवं.'

हे कसं करायचं याबद्दल त्यांनी बरीच चर्चा केली. आईला आय-लानच्या एका परदेशी मित्राची आठवण झाली. त्या मित्राच्या मदतीने जी अनेक कागदपत्रं करावी लागणार होती ती घाईनं कशी बनवता येतील हे ठरलं. आई उठून दरवाजाजवळ नोकराला बोलवायला गेली. आजकालच्या गडबडीच्या दिवसांमध्ये आय-लान शाळेत जायला तयार नसायची. हे सगळं बघून तिच्या मनाला त्रास व्हायचा तो तिला नकोसा वाटायचा. म्हणून ती सकाळीच एका मैत्रिणीच्या घरी खेळायला गेली होती. तिला घरी बोलावून आण असं ती नोकराला सांगणार होती, तेवढ्यात खालच्या खोल्यांमधून मोठा आवाज ऐकू यायला लागला. एक घोगरा आवाज मोठ्यानं ओरडून विचारत होता, 'वांग युआन नावाचा माणूस इथेच राहातो का?'

सगळेजण एकमेकांकडे बघायला लागले. म्हाताऱ्या काकांचा चेहरा मांसाच्या तुकड्यावरच्या चरबीसारखा पांढराफटक पडला. कुठेतरी लपण्यासाठी ते जागा शोधायला लागले; पण आईच्या मनात पहिला विचार आला तो युआनचा होता आणि दुसरा शेंगचा.

'तुम्ही दोघे' ती कुजबुजली, 'चटकन-छताखालच्या छोट्या खोलीत-चटकन.'

छोट्या खोलीला जिना नव्हता. ज्या खोलीत ते सगळे जमले होते त्याच खोलीच्या छताला असलेलं एक लहानसं चौकोनी भोक म्हणजे त्या खोलीचा दरवाजा होता. हे बोलत असतानाच आईनं त्या भोकाच्या खाली एक लहानसं टेबल ठेवलं आणि ती एक खुर्ची ओढायला लागली. आता शेंग चपळाईनं पुढे झाला, त्याच्यामागोमाग युआनही पुढे आला.

पण त्यांची ही चपळाई पुरेशी नव्हती. त्यांची ही घाई चाललेली असतानाच खोलीचं दार सोसाट्याच्या वाऱ्यानं उघडावं तसं उघडलं गेलं आणि आठ-दहा सैनिक आत घुसले. त्यांचा प्रमुख शेंगकडे बघत ओरडला, 'तू वांग युआन आहेस का?'

शेंगचा चेहराही पांढराफटक पडला होता. एक क्षणभर थांबून तो अगदी हलक्या आवाजात म्हणाला, 'नाही, मी तो नाही.'

तो माणूस आणखी मोठ्यानं ओरडला, 'मग हा असला पाहिजे-होय– आता मला आठवलं-त्या मुलीनं सांगितलं होतं की, तो खूप उंच आणि सावळा आहे आणि त्याच्या भुवया काळ्याभोर आहेत; पण त्याची जिवणी मात्र लाल आणि मऊ आहे. होय–हाच तो हाच.'

एक शब्दही न बोलता युआननं स्वतःचे हात पाठीमागे बांधू दिले. आता कुणीच हे थांबवू शकणार नव्हतं. नाही–त्याचे म्हातारे काका रडायला लागले आणि आईनं पुढे येऊन विनवून सांगितलं, 'हा मुलगा साधा आहे, अभ्यासू आहे तो क्रांतिकारक नाही-मी शपथेवर सांगते-माझा मुलगा आहे तो-त्यानं कधीही कोणत्याही चळवळीत भाग घेतलेला नाही–' तरी त्याचा काही उपयोग झाला नाही.

ते लोक फक्त भेसूर हसले. गोल चेहऱ्याचा एक जाडाजुडा सैनिक म्हणाला, 'होय बाईसाहेब- आयांना कधीच आपल्या मुलांबद्दल माहिती नसते हो-एखाद्याची चौकशी करायची तर ती एखाद्या मुलीकडेच करायला लागते. त्याच्या आईकडे नाही-त्या मुलीनं त्याचं नाव, घराचा पत्ताच फक्त सांगितला नाही तर तो दिसतो कसा याचं वर्णनही अगदी हुबेहूब केलं. तिला चांगलंच माहिती होतं तो कसा दिसतो ते-नाही का? मी खात्रीनं सांगतो त्याचं सबंध रूप तिला नीट माहिती असणार-शिवाय तिनं हेही सांगितलं की, तो सर्वांत मोठा क्रांतिकारक आहे–हो-सुरुवातीला ती इतकी धीट आणि रागावलेली होती की, बस-मग थोडा वेळ गप्प राहिली आणि

मग आपण होऊनच तिनं ही सगळी माहिती दिली आम्हाला. काही शिक्षा करावी लागली नाही बघा तिला-'

हे काहीच न कळल्यासारखे भाव आईच्या चेहऱ्यावर उमटलेले युआनला दिसले. काही बोलणं त्याला शक्यच नव्हतं; पण मनात त्याला वाटलं, 'असं तिचं प्रेम रागामध्ये बदललं. प्रेमानं मला आपलंसं करू शकली नाही ती; पण आता तिचा द्वेष मात्र मला पक्कं बांधून घालतोय.' मनात असे विचार चालू असतानाच त्याला तिथून नेण्यात आलं.

त्या क्षणीही युआनला आता आपण खात्रीनं मरणार अशी भीती वाटत होती. आजकाल अगदी जाहीररीत्या नसलं तरी जे कुणी चळवळीमध्ये सामील झालेले असतील त्यांना मृत्युदंडच दिला जात होता हे युआनला माहीत होतं. शिवाय त्या मुलीनंच त्याचं नाव सांगितलं होतं, तेव्हा आता त्याच्या गुन्ह्याचा वेगळा पुरावा शोधण्याचीही गरज नव्हती. हे त्यानं स्वतःला कितीही ठामपणे सांगितलं तरी त्याला मरण हा शब्द खरा वाटतच नव्हता. अगदी त्याच्यासारख्या इतर अनेक तरुणांनी भरलेल्या कोठडीत त्याला सैनिकांनी ढकललं तरी त्याला ते खरं वाटत नव्हतं. कोठडीच्या उंबऱ्यावर तो अडखळला, तेव्हा मागचा पहारेकरी त्याच्या अंगावर ओरडला, 'अरे ए, आत्ता आपला आपला ऊठ-उद्या दुसऱ्यांना ते काम करावं लागणार आहे.'

तरीही त्याला मरण या शब्दाचा खरा अर्थ जाणवतच नव्हता. त्या पहारेकऱ्याचे शब्द उद्या काळजात घुसणार असलेल्या बंदुकीच्या गोळ्यांसारखे त्याच्या हृदयात घुसले आणि तरीही युआन त्या कोठडीच्या अंधारात डोळे फाडून बघत होताच. त्या कोठडीत फक्त पुरुषच आहेत. एकही मुलगी नाही हे बघितल्यावर त्याला थोडं हायसं वाटलं. 'आता मरायला हरकत नाही. ती जर इथे असती आणि तिला कळलं असतं की, अखेर तिनं मला जिंकलंय तर ते मला आवडलं नसतं. मी मरणार आहे तेही तिच्यामुळे हे तिला कळावं असं मला नको आहे.' या गोष्टीनं त्याला मिळालेला दिलासा बराच काळ टिकला.

हे सगळं इतक्या चटकन घडलं की, युआनला खात्री वाटत होती की, आपल्याला इथून बाहेर काढलं जाईलच. सुरुवातीला त्याला वाटत होतं, कोणत्याही क्षणी मला बाहेर काढण्यात येईल. त्याच्या आईवर त्याचा पूर्ण विश्वास होता. जेवढा अधिक विचार करावा तेवढी त्याच्या मनातली खात्री वाढत होती की, ती आपल्याला इथून बाहेर काढेलच. सुरुवातीचे काही तास तो याच विश्वासावर होता. आजूबाजूच्या मुलांकडे बघितल्यावर त्याला जाणवत होतं की, तो त्यांच्यापेक्षा कितीतरी बऱ्या परिस्थितीमध्ये होता. ते खूप गरीब आणि फारशी पोच असलेल्या

कुटुंबातले नव्हते, हे उघड होतं.

पण काही वेळानं कोठडीतला अंधार पूर्ण काळोख झाला. त्या काळोख्या शांततेमध्ये ते सारेजण मातीच्या जमिनीवर बसून राहिले किंवा काही आडवे झाले. कुणी एक शब्दही बोलत नव्हतं - न जाणो आपल्या तोंडून एखादा शब्द बाहेर पडायचा आणि तोच आपल्या गुन्ह्याचा पुरावा म्हणून वापरला जायचा. प्रत्येकाला दुसऱ्याची भीती वाटत होती. जोपर्यंत त्या अंधारात काहीतरी धूसरसं दिसू शकत होतं, तोपर्यंत कुणी कूस बदलली किंवा असंच काही आवाज न करणारं केलं तर ते तेवढं दिसत होतं.

मग रात्र झाली. आता तर कुणीच कुणाचा चेहरा पाहू शकत नव्हतं. अंधारानं जणू प्रत्येकाला आपापल्या स्वतंत्र कोठडीत बंद करून ठेवलं होतं. एक हलकं विव्हळणं उठलं, 'आई गं–आई गं–' आणि मग भडभडून रडू ऐकू यायला लागलं.

हे रडणं मात्र सर्वांनाच असह्य झालं, कारण प्रत्येकाला हे आपलंच रडणं आहे असं वाटायला लागलं. तेवढ्यात एक खाष्ट आवाज कोठडीत घुमला, 'कोण रे ते-कुकुलं बाळ– आईसाठी रडतंय? मी एक सच्चा सैनिक आहे–मी माझ्या आईला ठार मारलं आणि माझ्या भावानं आमच्या वडिलांना– आता आम्हाला या ध्येयाखेरीज दुसरे आई-वडील नाहीत-काय बंधू?'

त्याच अंधारात दुसऱ्या एका तशाच आवाजानं उत्तर दिलं, 'होय–मीसुद्धा' पहिला आवाज म्हणाला, 'आपल्याला त्याचं दुःख होतं आहे का?' दुसरा आवाज कुचेष्टेच्या स्वरात म्हणाला, 'मला दहा वडील असते तरी मी त्या सर्वांना आनंदानं मारून टाकलं असतं-' मग आणखी एक आवाज थोडा फुशारकीने म्हणाला, 'होय –हे म्हातारे लोक-हे आपल्याला जन्म देतात ते केवळ त्यांच्या म्हातारपणात आपण त्यांची सेवा करावी, त्यांना खायला-प्यायला घालावं, त्यांना हवं-नको ते बघावं-त्यांना नोकर मिळावे म्हणून; पण तो पहिला कोवळा आवाज कण्हतच होता, 'आई आई गं– आई, आई गं-' जणू काही त्या आवाजानं हे सारं बोलणं ऐकलंच नसावं.

पण अखेरीस ती काळी रात्र चढत गेली आणि हळूहळू सगळे आवाज अगदी ते रडणंसुद्धा बंद झालं. बाकीचे काही काही बोलत असताना युआन मात्र अगदी गप्प होता. सगळं शांत झालं; पण ती रात्र काही संपत नव्हती. त्याला ते असह्य झालं. त्याची सगळी आशा हळूहळू मावळायला लागली. आता एका क्षणात ते दार उघडेल आणि कुणीतरी ओरडून म्हणेल, 'वांग युआन कोण आहे–बाहेर ये.'

पण तसा आवाज आला नाही.

ही शांतता सहन न होऊन युआनला वाटलं, काहीतरी आवाज व्हायलाच हवा. तो विचारात गढून गेला. स्वतःच्या मनाविरुद्ध त्याचं सारं आयुष्य त्याच्या नजरेसमोरून जाऊ लागलं. त्याच्या मनात आलं, 'किती लहानसं आयुष्य मिळालं आपल्याला'-

आणि मग त्याच्या मनात आलं, 'मी वडिलांचं ऐकलं असतं तर आज इथे नसतो'- पण तरीही 'मी ऐकायला हवं होतं त्यांचं,' असंही त्याला म्हणवत नव्हतंच. नाही-युआन जेव्हा विचार करायला लागला, तेव्हा अगदी प्रामाणिकपणे त्याचा हट्टीपणा म्हणत राहिला, 'पण नाही- ते सांगत होते ते चुकीचंच होतं.' मग त्याच्या मनात आलं, 'मी थोडंसं जबरदस्तीनं का होईना; पण त्या मुलीच्या प्रेमाला उत्तर दिलं असतं तर-' पण पुन्हा एकदा त्याला कसंतरी वाटू लागलं आणि त्याचा प्रामाणिकपणा उत्तरला, 'पण मला ते आवडलंच नसतं–' शेवटी त्याच्या मनात पुढे काय होणार आहे या विचाराखेरीज दुसरा कोणताही विचार शिल्लक राहिला नाही. भूतकाळ जो असायचा, तो होऊन गेला होता; आता फक्त मरणाचा विचार बाकी होता.

आता त्याला कसलातरी-कसलाही पण या अंधारामधून आवाज उठावा असं वाटू लागलं. अगदी तो आईसाठी रडणारा मुलगा परत रडायला लागला असता तरी त्याला चाललं असतं; पण ती कोठडी रिकामी असावी तशी निःशब्द होता आणि तरीही तो अंधार झोपलेला नव्हता. नाही, तो एक जागा असलेला, वाट पाहत असलेला, भयंकर भेदरलेला असा अंधार होता. सुरुवातीला त्याला भीती वाटली नव्हती; पण आता या भयाण रात्रीमध्ये मात्र त्याला खूप भीती वाटू लागली. या तासापर्यंत मरण खरं वाटलं नव्हतं ते आता खरंखुरं झालं. त्याच्या मनात विचार आला, आपलं डोकं उडवण्यात येईल की आपल्याला गोळ्या घालण्यात येतील आणि अचानक त्याचा श्वास थांबल्यासारखा झाला. या दिवसांमध्ये देशाच्या अंतर्भागातल्या शहरांच्या तटभिंती चळवळीत सामील असलेल्या आणि म्हणून ठार मारण्यात आलेल्या तरुण मुला-मुलींच्या मस्तकांनी सजवलेल्या असतात असं त्यानं वाचलं होतं. त्या तरुण मुलांना वाचवण्यासाठी स्वातंत्र्यसेना वेळेवर पोहोचली नव्हती. युद्धाच्या आदल्याच दिवशी सरकारनं त्यांना पकडलं होतं. क्षणभर त्याला स्वतःचं मस्तकही असं दिसलं; पण लगेच त्याला अशा विचारानं हायसं वाटलं की, या परदेशी शहरामध्ये ते बहुतेक आम्हाला गोळ्याच घालतील. एका कडवट अशा विनोदानं त्याच्या मनात आलं- मेल्यानंतरही आपलं डोकं आपल्या खांद्यावर राहील ना याची काळजी करत बसलोय आपण-

अशा विलक्षण दुःखाच्या विचारांमध्ये बुडून तो कोठडीच्या एका कोपऱ्यामध्ये कित्येक तास गुडघे दुमडून बसला होता. एकदम दरवाजा उघडला गेला; पहाटेचा अंधूक प्रकाश आत आला. त्या प्रकाशामध्ये कोठडीतले सर्वजण एकमेकांच्या अंगावर किडेमकोड्यांसारखे पडलेले आहेत असं दिसून आलं. कोठडीत आलेल्या प्रकाशानं त्यांची झोप चाळवली गेली; पण कुणीही उठून उभं राहाण्याआधीच एक कडक आवाज घुमला, 'चला, बाहेर व्हा सगळे.'

बरेच सैनिक कोठडीत घुसले आणि सर्वांना ढकलत, बंदुकीच्या दस्त्यांनी

टोचत त्यांनी सर्वांना उठवलं. आता जागा झालेला तो मुलगा पुन्हा रडायला लागला, 'आई गं– आई, आई गं-' एका सैनिकानं आपल्या बंदुकीच्या दस्त्यानं त्या रडणाऱ्याच्या डोक्यावर एक सणसणीत फटका लगावला तरी ते रडणं थांबलं नाही, कारण त्याचं हे रडणं म्हणजे जणू त्याचा श्वासोच्छ्वासच झाला होता आणि ते थांबवणं आता त्याला जमणार नव्हतं.

या रडणाऱ्या मुलाखेरीज बाकी सर्वजण कोठडीतून बाहेर येऊ लागले. पुढे काय वाढून ठेवलं आहे याची त्यांना जाणीव होती. तरीही ते काहीसे सुन्नच होते. एका सैनिकानं हातातला कंदील उचलून प्रत्येक चेहरा निरखून पाहायला सुरुवात केली. युआन सर्वांत शेवटी होता. पुढे येताच काळोख्या रात्रीनंतर एकदम चेहऱ्यावर प्रकाश पडल्याने त्याचे डोळे दिपल्यासारखे झाले आणि तो एक पाऊल मागे सरकला. तेवढ्यात त्याला कुणीतरी आपल्याला मागे ढकलतंय हेही जाणवलं. त्या धक्क्यानं तो मागे कोठडीतील मातीच्या जमिनीवर पडला. एकदम कोठडीचं दार बंद झालं आणि त्या अंधाऱ्या कोठडीत तो एकटाच राहिला–एकटाच आणि जिवंत.

हे असंच तीन वेळा घडलं. दिवसा ती कोठडी तरुण मुलांनी भरून जायची. त्या रात्री आणि पुढच्या दोन रात्री युआनला त्यांचं बोलणं ऐकायला लागलं. कधी ते सगळे अगदी गप्प असायचे तर कधी कुणाला तरी शिव्याशाप देत असायचे. काहीजण कण्हत, तर काही वेडाच्या भरात रडत राहायचे. तीन वेळा पहाट आली आणि तीन वेळा त्याला एकट्याला मागे ढकलण्यात आलं आणि कोठडीचं दार कुलूपबंद करण्यात आलं. त्याला खायला काहीही दिलं गेलं नाहीच; पण एखादा प्रश्न विचारण्याइतका किंवा काही बोलायलाही वेळ दिला गेला नाही...

पहिल्या दिवशी अर्थातच त्याची आशा जागी झाली. दुसऱ्या दिवशी ती आशा थोडी मंदावली; पण तिसऱ्या दिवशी खायला नसल्याने आणि साधं पाणीही न मिळाल्यामुळे तो इतका अशक्त झाला होता की, आपण मेलो काय आणि जगलो काय त्याला काहीच फरक पडला नसता. तिसऱ्या पहाटेला त्याला उठून बसणंही शक्य नव्हतं. त्याची जीभ कोरडी पडून सुजली होती. तरीही एका सैनिकानं त्याच्या अंगावर ओरडत, त्याला टोचत उठून उभं राहायला लावलं. युआन दरवाजाच्या चौकटीला लोंबकळून कसाबसा उभा राहातो आहे, तेवढ्यात त्याच्या चेहऱ्यावर पुन्हा तो कंदिलाचा प्रकाश पडला; पण आज त्याला पुन्हा मागे कोठडीत ढकलण्यात आलं नाही. उलट त्या सैनिकानं त्याला धरून ठेवलं. सगळे कैदी आपल्या निश्चित अशा भवितव्याकडे निघून गेले, त्यांच्या पावलांचा आवाज आणि त्या आवाजाचा प्रतिध्वनीही ऐकू येणं बंद झालं.

तेव्हा त्या सैनिकानं युआनला दुसऱ्याच एका मार्गानं एका बंद दाराजवळ नेलं.

त्यानं ते दार उघडलं आणि एक शब्दही न बोलता युआनला त्या दारातून बाहेर ढकललं.

युआनला दिसलं की, आपण एका लहानशा गल्लीमध्ये आहोत. कोणत्याही शहराच्या जुन्या भागांमध्ये असतात तशीच वळणं घेत जाणारी एक छोटीशी गल्ली. पहाटेच्या अर्धवट उजेडानं अजूनही काही नीटसं दिसत नव्हतं. गल्लीत कुणीच नव्हतं. त्याच्या गोंधळलेल्या मनालाही चटकन कळलं आपली सुटका झाली आहे. कशी कुणास ठाऊक; पण सुटका झाली खरी.

कुठल्या रस्त्यानं पळ काढावा याचा विचार करत असतानाच युआनला दोन आकृत्या दिसल्या. तो चटकन त्याच दाराशी चिकटून उभा राहिला; पण त्या दोन आकृत्यांपैकी एक लहान मूल होतं-उंचसं मूल-ती धावतच त्याच्याजवळ आली-अगदी जवळ-त्याच्याकडे निरखून पाहत ती म्हणाली, 'तोच आहे-तोच आहे-' युआनला तिचे मोठे काळेभोर उत्सुक डोळे तेवढे दिसत होते.

मग ती दुसरी व्यक्तीही त्याच्याजवळ आली. युआननं तिच्याकडे पाहिलं-ती त्याची आई होती. 'हो हो-मीच आहे तो-' असं त्याला खूप काही बोलायचं होतं; पण काहीही बोलण्याआधी त्याला काहीच दिसेनासं झालं-फक्त त्या मुलीचे डोळे मोठमोठे होत नाहीसे झाले. खूप दूरवरून त्याला एक आवाज ऐकू आला, 'आई गं! बिचारं माझं पोर–' आणि तो खाली कोसळत बेशुद्ध झाला.

युआनला जाग आली, तेव्हा त्याला जाणवलं की, तो कोणत्या तरी हलत्या वाहनात आहे. तो झोपलेला होता एका बिछान्यावर; पण तो बिछानाच मुळी खालीवर, आडवातिडवा असा डुलत होता. डोळे उघडून पाहिलं तर तो पूर्वी कधीच न पाहिलेल्या एका लहानशा विचित्र खोलीत होता. भिंतीवरच्या दिव्याखाली कुणीतरी त्याच्याकडे लक्ष ठेवून बसलेलं होतं. सगळी शक्ती एकवटून युआननं कोण आहे ते पाहाण्याचा प्रयत्न केला, तेव्हा त्याला दिसून आलं की, तो शेंग होता- त्याचा चुलतभाऊ. तोही त्याच्याचकडे बघत होता. युआन आपल्याकडे बघतो आहे हे दिसताच तो उठला. त्याच्या चेहऱ्यावर तेच सौम्य असं हास्य होतं. आता युआनला ते हास्य बघून वाटलं - इतकं गोड आणि सौम्य हसू दुसऱ्या कुणाचं असूच शकत नाही. शेंगनं तिथल्या टेबलावर ठेवलेलं एक भांडं उचललं आणि युआनजवळ आणलं. आपल्या गोड आवाजात तो म्हणाला, 'तुझ्या आईनं बजावून सांगितलंय की, तुला जाग आल्याबरोबर तुला ही कांजी पाजायची आहे. गेले दोन तास मी या तिनंच दिलेल्या छोट्या दिव्यावर ती गरम ठेवायचा प्रयत्न करतोय.'

लहान मुलाला भरवावं तसं त्यानं युआनला भरवायला सुरुवात केली आणि लहान मुलासारखंच काही न बोलता युआनही ती कांजी पिऊ लागला. इतका तो

दमला-थकला होता. आपण इथे कसे आलो, ही जागा कोणती आहे; याचा विचार करण्याइतकीही ताकद त्याच्यात नव्हती. जे समोर येईल त्याचा गुपचूप स्वीकार करणं एवढंच त्याला जमत होतं. ते गरम, घट्ट पेय त्याच्या शरीरात ऊब आणत होतं. त्याच्या सुकलेल्या, सुजलेल्या जिभेला त्यानं खूप आराम मिळत होता; पण चमच्यानं त्याला कांजी भरवत असताना शेंग बोलतच होता, 'आपण कुठे आहोत आणि इथे का आलो याचं तुला आश्चर्य वाटत असेल ना- आपण एका लहान बोटीवर आहोत. आपले व्यापारी काका जवळच्या बेटांवरून सामानाची ने-आण करण्यासाठी वापरतात ती ही बोट आहे. त्यांच्या प्रभावामुळेच आपण इथे आहोत. आपण हा समुद्र पार करून लगतच्या बेटावर राहायचं आहे. आपली कागदपत्रं तयार होऊन आली की, आपण परदेशी जाणार आहोत. तुझी सुटका झाली खरी युआन, पण फार मोठी किंमत मोजावी लागली त्यासाठी. तुझी आई, माझे वडील आणि मोठा भाऊ यांनी जिथून शक्य होतं तिथून तिथून पैसे गोळा केले, आपल्या दुसऱ्या काकांकडून बरेच पैसे उसने घेतले; तुझे वडील तर वेडेपिसे झाले होते. असं म्हणतात की, ते एवढंच बोलत राहायचे की, आधी एका स्त्रीनं धोका दिलाच होता–तेव्हाच ठरवलं होतं की, मी आणि माझा मुलगा स्त्रियांपासून दूर राहू म्हणून-असंच काहीकाही-तुझं लग्नही रद्द केलंय त्यांनी-लग्नासाठी जमवलेले सगळे पैसे पाठवून दिलेत त्यांनी-आणि त्यांच्याजवळ होते नव्हते ते सगळेही पाठवले-तेव्हा कुठे तुझी सुटका झाली-आणि आपलं हे पळणं-सगळीकडे वरपासून खालपर्यंत पैसा द्यावा लागलाय–' शेंग बोलत होता, तेव्हा युआन ऐकत असला तरी तो इतका अशक्त झाला होता की, त्याला शेंगचं बोलणं नीटसं कळतच नव्हतं. त्याला फक्त बोटीचं वरखाली होणं जाणवत होतं. पोटात गेलेल्या गरम अन्नाची ऊब जाणवत होती-त्या अन्नामुळे शरीरात हळूहळू येणाऱ्या तकव्याची जाणीव होत होती. मग अचानक शेंग हसत म्हणाला, 'तरीही मेंग सुरक्षित आहे हे कळल्याशिवाय मी अशा परिस्थितीतही इतक्या आनंदानं बाहेर पळून आलो असतो असं मला वाटत नाही. हुशार आहे हं तो पोरगा-हे बघ-मी त्याच्यासाठी दुःख करत होतो आणि माझे आई-वडील तो आणि तू या दोघांच्या काळजीत होते. तू कुठे आहेस हे कळणं चांगलं की तुला ठार मारण्यात आलंय हे कळणं अधिक चांगलं हेच आम्हाला कळत नव्हतं-तसंच मेंगबद्दल–तो सुरक्षित आहे की पकडला गेला काहीच कळत नव्हतं-काल मी तुझ्या आणि माझ्या घरांच्या मधल्या रस्त्यावर होतो, तेव्हा कुणीतरी एक कागदाचा कपटा माझ्या हातात खुपसला. त्यावर मेंगच्या हस्ताक्षरात लिहिलेलं होतं, 'मला शोधू नका आणि माझी काळजीही करू नका. माझ्या आई-वडिलांना यानंतर माझी काळजी करावी लागणार नाही. मला जिथे जायचं होतं, तिथे मी पोहोचलो आहे आणि अगदी सुरक्षित आहे.'

हसतच शेंगनं हातातलं रिकामं भांडं खाली ठेवलं आणि सिगारेट पेटवत तो मोठ्या खुशीत युआनला म्हणाला, 'गेल्या तीन दिवसांत मी सिगारेट ओढण्याचा आनंदही नीटसा घेऊ शकलेलो नाही. तो चोर पोरगा माझा भाऊ सुरक्षित आहे-मी माझ्या वडिलांना सांगून टाकलंय-त्यांनी खूप चिडचिड केली, पुन्हा मुलगा म्हणून त्याला घरात घेणार नाही असं जाहीरही करून टाकलं; पण मला माहिती आहे आता त्यांचं दुःख, राग कमी झाला असेल आणि आज रात्री ते एखाद्या मेजवानीला जातील आणि माझा मोठा भाऊ एखादं नवं नाटक पाहायला नाट्यगृहात गेला असेल–नव्या पद्धतीनं एखादी स्त्रीच नाटकातल्या स्त्रीचं काम करत असेल बहुधा-एखादा स्त्रीचे कपडे घातलेला पुरुष नसेल-यातला हलकटपणा बघायची त्याची फार इच्छा होती आणि माझी आई माझ्या वडिलांवर चिडलेली होती; पण थोडाच वेळ-आता आपण सगळे आपापल्या पूर्वपदावर आलोय-मेंग सुरक्षित आहे आणि आपण दोघे निसटलोय-' थोडा वेळ सिगारेट ओढत तो गप्प राहिला. मग अधिक गंभीरपणे म्हणाला, 'पण युआन, आपल्याला हे असं जावं लागत असलं तरी आपण दुसऱ्या देशात जाणार आहोत हे मला बरंच वाटतं आहे-मी फारसं बोलत नाही, कोणत्याही चळवळीत सामीलही होत नाही, जिथे मिळेल तिथे मजा करून घेतो हे खरं असलं तरी मी माझ्या देशाला आणि इथल्या लढायांना पार कंटाळलोय-मी कायम हसत असतो. लोकांना वाटतं की, मला माझ्या कवितेखेरीज दुसरं काही सुचतच नाही; पण तसं नाही. मीही कधीकधी फार निराश, फार उदास होतो. आपण दुसऱ्या देशात जात आहोत म्हणून मी खरंच खूप आनंदात आहे. दुसरा देश बघायला मिळणार, तिथले लोक कसे राहातात ते बघायला मिळणार म्हणून मला खूप उत्साह वाटू लागला. इथून निघालोय म्हणून खरंतर मला खूप बरं वाटतं आहे.'

पण शेंग हे बोलत असताना त्याच्याकडे युआनचं लक्ष नव्हतंच. ते गरम अन्न, अंगाखालची मऊ हलतीडुलती गादी आणि आपली सुटका झाल्याचा आनंद हे सगळं मिळून त्याच्यावर सुखाचं एक पांघरूण पसरलं गेलं होतं. त्याच्या चेहऱ्यावर किंचितसं हसू उमटलं आणि डोळे मिटायला लागले. शेंगच्या हे लक्षात आल्यावर तो मायेनं म्हणाला, 'झोप- तुझ्या आईनं सांगितलंय जेवढा हवा तेवढा वेळ तुला झोपू द्यायला-आता तर तुला आजपर्यंत कधी लागली नव्हती एवढी चांगली झोप लागेल-सुटून आलास ना–'

सुटून आलोय? त्याचे शब्द ऐकल्याबरोबर युआननं एकदा डोळे उघडून त्याच्याकडे पाहिलं. सुटून? होय, आता त्याची अगदी सगळ्यामधून एकदाची सुटका झाली-मग शेंग आपलं म्हणणं पुरं करत पुढे म्हणाला, 'आणि माझं ऐकशील तर इथे सोडून जाण्यानं दुःख होण्यासारखं तुझ्या आयुष्यात काही नाही.'

नाही, झोप लागत असतानाच युआनच्या मनात आलं, दुःख वाटावं असं काहीच नाही. झोप लागण्याच्या त्या क्षणी त्याला गच्च भरलेली ती कोठडी

दिसली, त्यातले ते किडेमकोडे दिसले, त्या रात्री-मरणाला सामोरं जाताना वळून शेवटचं त्याच्याकडे पाहणारी ती मुलगी-त्यानं हे सगळं मनावेगळं केलं आणि झोपी गेला...आणि मग एकदम अतिशय शांतता पसरली आणि स्वप्नात त्याला दिसलं की, तो त्याच्या त्या लहानशा जमिनीच्या तुकड्यावर उभा आहे. त्याची पेरणी झाली होती. त्याच्या नजरेसमोर ते स्वच्छ चित्र उभं राहिलं. शेंगांमध्ये वाटाणा भरत होता आणि हिरव्या दाढीची बार्ली पूर्ण उंचीवर पोहोचली होती. तो म्हातारा हसणारा शेतकरीही शेजारीच स्वतःच्या शेतात काम करत होता; पण तिथे ती मुलगीसुद्धा होती. तिच्या हाताचा स्पर्श आता अतिशय थंड भासत होता -अगदी थंड-इतका की, त्या थंडपणानं त्याला थोडीशी जाग आली आणि लगेच आठवलं की, तो स्वतंत्र झाला. शेंग काय म्हणाला होता बरं–त्याला काही दुःख वाटत नाही–नाही–त्याला दुःख होतं ते फक्त त्याचं लहानसं शेत सोडून जावं लागतं आहे याचं.

आणि मग युआनला गाढ झोप लागण्याच्या आधी त्याच्या मनात आलं; पण ते शेत–मी जेव्हा परत येईन, तेव्हाही ते शेत तिथेच असणार. जमीन नेहमी तिथेच असते..' आणि मग त्याला खूप समाधान वाटलं.

दोन

आपला देश सोडून वांग युआन परदेशी गेला, तेव्हा तो वीस वर्षांचा होता खरा; पण अनेक बाबतींमध्ये तो अजून लहान मुलगाच होता. अजून त्याच्या डोळ्यांमध्ये अनेक स्वप्नं होती, अनेक गोंधळ होते; अनेक बेत होते. ते कसे पुरे करायचे किंवा करायचे की नाही हेही त्याला ठरवता येत नव्हतं. सारं आयुष्य त्यानं एका सुरक्षिततेच्या कवचामध्ये काढलं होतं. सतत कुणीतरी त्याच्यावर लक्ष ठेवून असायचं. कुणीतरी त्याची काळजी घेत असायचं. याशिवाय वेगळं आयुष्य असं त्याला माहीतच नव्हतं. कोठडीत काढलेले ते तीन दिवस सोडले तर त्याला दुःख म्हणजे काय हेही माहीत नव्हतं. तो सहा वर्षं बाहेर राहिला.

त्या वर्षीच्या उन्हाळ्यामध्ये त्यानं मायदेशी परतण्याची तयारी सुरू केली. त्या वेळी त्याचा सव्विसावा वाढदिवस जवळ आला होता. अनेक बाबींमध्ये आता तो पुरुष झाला होता; पण त्याचं हे पौरुष पूर्ण करण्यासाठी गरजेचं असलेलं दुःख मात्र अजून त्याच्या वाट्याला आलेलं नव्हतं. अर्थात, हे त्याला अजून समजलेलं नव्हतं. त्याला जर कुणी विचारलं असतं तर त्यानं अगदी ठामपणे उत्तर दिलं असतं, 'मी मोठा झालोय. माझं मन मला कळतंय. मला पुढे काय करावंसं वाटतं आहे हे मला माहीत आहे. माझी स्वप्नं आता नीट आराखड्यांमध्ये मांडली गेलेली आहेत. माझं शिक्षण संपलेलं आहे. आता माझ्या देशातल्या आयुष्यासाठी मी सज्ज आहे.' खरोखरच परदेशातली ही सहा वर्षं म्हणजे युआनच्या आयुष्याचाच एक अर्धा भाग असावीत असं त्याला वाटत होतं. पहिली एकोणीस वर्षं हा एक लहान हिस्सा होता. ही सहा वर्षं हा मोठा भाग होता, कारण या सहा वर्षांनी त्याला घडवलं होतं; त्याच्या सवयी, विचार पक्के केले होते. खरं सांगायचं तर आपल्या सवयी, आपले विचार ठाम झालेले आहेत याची त्याला स्वतःलाही जाणीव नव्हती.

त्याला जर कुणी विचारलं असतं, 'तू आता तुझं आयुष्य जगायला तयार आहेस का?' तर त्यानं अगदी प्रामाणिकपणे उत्तर दिलं असतं, 'एका मोठ्या परदेशी महाविद्यालयामधून मी पदवी घेतली आहे. एवढंच नव्हे, तर त्या देशातल्या अनेक विद्यार्थ्यांपेक्षा अधिक गुणांनी मी ती पदवी मिळवली आहे.' हे त्यानं मोठ्या अभिमानानं सांगितलं असतं; पण त्याच परदेशी विद्यार्थ्यांमध्ये त्याच्याविरुद्ध पुटपुटत राहाणारेही काही विद्यार्थी होतेच. 'इतकं घासल्यावर कुणालाही असे गुण मिळू शकतील, हा असंच करतो-पण महाविद्यालयाच्या इतर कोणत्याच बाबीमध्ये भाग घेत नाही. सगळे जर असं करायला लागले तर मग महाविद्यालयाच्या फुटबॉल टीमचं किंवा नौकानयनाच्या खेळाचं काय होईल?'

होय, युआनला हे आग्रही, गर्दीत रमणारे, मजेत जगणारे परदेशी विद्यार्थी माहीत होते. ते त्याच्याबद्दल असं बोलायचे आणि स्वतःचं हे मत त्याच्यापासून लपवून ठेवण्याचा प्रयत्नही करायचे नाहीत; पण युआन उजळ माथ्यानं वावरत होता. शिक्षकांनी केलेली त्याची स्तुती आणि बक्षीस समारंभाच्या वेळी पहिल्या क्रमांकाला उच्चारलं जाणारं त्याचं नाव यामध्ये तो अगदी सुरक्षित होता. ज्या व्यक्तीच्या हस्ते हे बक्षीस त्याला मिळायचं ती व्यक्ती नेहमीच म्हणायची, 'हा मुलगा एका परदेशी भाषेमध्ये शिक्षण घेतो आहे तरीही त्यानं इतरांना मागे टाकलं.' युआनला माहीत होतं की, यामुळे आपण काही फारसे लोकप्रिय नाही तरी त्याचा अभिमान काही कमी झाला नव्हता. आपल्या वंशाचे लोक काय करू शकतात हे सिद्ध करण्यामध्ये त्याला मोठा आनंद मिळायचा. शिवाय लहान मुलांसारखं त्याला खेळांचं फारसं महत्त्व वाटत नाही हेही त्याला दाखवून द्यायचं होतं.

जर आणखी एखाद्यानं त्याला विचारलं असतं, 'आता पुढचं आयुष्य कसं जगायचं ठरवलं आहेस तू?' तर त्यानं उत्तर दिलं असतं, 'मी शेकडो पुस्तकं वाचली आहेत. या परक्या देशामध्ये मला जे हवं ते सगळं ज्ञान मी मिळवलं आहे.'

हेही खरं होतं, कारण या सहा वर्षांमध्ये युआन एखाद्या पिंजऱ्यातल्या पक्ष्यासारखा एकटा राहिला होता. रोज सकाळी तो लवकर उठून अभ्यासाला बसायचा. तो जिथे राहात होता, त्या घरातली नाश्त्याची घंटा वाजली की, तो खाली जाऊन नाश्ता करायचा. खातानाही तो गप्पच असायचा. त्या घरातील इतरांशी किंवा मालकिणीशीही तो फारसं बोलण्याचे कष्ट घ्यायचा नाही. स्वतःचा वेळ असा फुकट घालवणार होता का तो?

दुपारचं जेवण तो शाळेच्या प्रचंड जेवणघरामध्ये घ्यायचा आणि दुपारी त्याला शेतात काही काम नसेल किंवा शिक्षकांशी काही बोलायचं नसेल तर तो त्याला सर्वांत जी गोष्ट प्रिय होती ती करायचा. तो तिथल्या अतिप्रचंड ग्रंथालयात जायचा आणि तिथे लिहीत-वाचत बसायचा. महत्त्वाचं वाटेल ते लिहून घ्यायचा आणि

त्यावर विचारही करायचा. ग्रंथालयामध्ये घालवलेल्या या तासांमध्ये त्याला एक मात्र कळून आलं की, मेंग आरडाओरडा करून म्हणायचा तसे हे पाश्चिमात्य लोक रानटी नाहीत. सर्वसामान्य लोक जरी उर्मटपणानं वागत असले तरी सगळे तसे नाहीत. त्यांचं विज्ञानाचं ज्ञान फार पुढे गेलेलं आहे. आपल्या देशातल्याच लोकांनी या लोकांचं पदार्थाचं ज्ञान आणि त्याचा वापर करण्याची कल्पकता यांचं कौतुक केलेलं युआननं अनेक वेळा ऐकलं होतं; पण ज्या ज्या गोष्टींमध्ये माणसाच्या आत्म्याचा संबंध असतो त्या त्या गोष्टींमध्ये मात्र हे लोक उणे असतात, असंही ऐकलं होतं. इथे बघावं तर ग्रंथालयामधल्या पुस्तकांनी गच्च भरलेल्या एकेका खोलीमध्ये तत्त्वज्ञानाची, कवितेची किंवा वेगवेगळ्या कलांवरची असंख्य पुस्तकं होती. आपले लोक तरी याहून महान आहेत का? असा विचारही युआनच्या मनात येऊन गेला–अर्थात, या परदेशामध्ये हे उघडपणे कुणासमोर कबूल करण्याआधी त्यानं जीवच दिला असता. त्याच्या स्वतःच्या देशातील अनेक साधुसंत, विचारवंतांचा उपदेश या परदेशी भाषेमध्ये अनुवादित केलेले ग्रंथही त्याला सापडले. तसेच पूर्वेकडील देशांच्या कलांविषयी लिहिलेली पुस्तकंही त्याला आढळली, तेव्हा तो कमालीचा आश्चर्यचकित झाला. हे सारं ज्ञानभांडार बघून हे ज्यांचं संचित आहे अशा लोकांचा त्याला थोडा हेवाही वाटला आणि खरं सांगायचं तर थोडा द्वेषही वाटला, कारण त्याच्या स्वतःच्या देशामध्ये सर्वसामान्य माणसाला नुसतं लिहिता-वाचताही येत नाही आणि त्याच्या बायकोला तर नाहीच नाही हे त्याला आठवलं.

परदेशात आल्यापासून युआनची द्विधा मनःस्थिती झालेली होती. बोटीच्या प्रवासात हळूहळू त्याची तब्येत सुधारली आणि त्या तीन दिवसांच्या मरणानंतर तो पुन्हा जिवंत झाल्यासारखा झाला. त्यानंतर शेंगच्या आनंदी स्वभावाचा परिणाम त्याच्यावरही व्हायला लागला. प्रवासाचा आनंद, नवनवीन दृश्यं बघायला मिळणार असल्याचा आनंद आणि परदेशातलं हे सगळंच त्याला खूप उत्साहजनक वाटायला लागलं; त्यामुळे युआन जेव्हा या देशाच्या किनाऱ्यावर उतरला, तेव्हा गंमत पाहायला गेलेल्या एखाद्या लहान मुलासारखा उत्सुक आणि जे दिसेल त्यानं खूश व्हायला अगदी तयार असा बनला होता.

त्याला जे काही दिसलं ते खूश होण्यासारखंच होतं. या नव्या देशाच्या पश्चिम किनाऱ्यावरील त्या प्रचंड शहरात जेव्हा तो प्रथम आला, तेव्हा त्याला वाटलं की, आजवर जे काही ऐकलं होतं ते सगळं अगदी खरंच होतं. त्यानं ऐकलं होतं त्यापेक्षाही इथल्या इमारती उंच होत्या. घरांमध्ये असतात तशा फरशा रस्त्यांवर बसवलेल्या होत्या. शिवाय स्वच्छता तर इतकी होती की, त्या रस्त्यांवर बसलं किंवा अगदी झोपलं तरीसुद्धा कपडे मळणार नाहीत. सगळी माणसंदेखील अतिशय स्वच्छ दिसत होती. त्यांच्या कातडीचा गोरा वर्ण आणि त्यांच्या कपड्यांची

स्वच्छता हे सगळं पाहणाऱ्याला फार सुखवणारं होतं. ती सगळी माणसं चांगली श्रीमंत, खाऊन-पिऊन सुखी असावीत अशी दिसत होती. निदान इथे तरी श्रीमंत लोकांमध्ये गरीब मिसळलेले नाहीत या कल्पनेनं युआनला खूप बरं वाटलं. इथे श्रीमंत लोक खुशाल रस्त्यांवरून ये-जा करत होते आणि कुणीही भिकारी त्यांच्या बाह्या पकडून भीक मागत त्यांना त्रास देत नव्हता. 'दया करा साहेब, एखादा पैसा तरी द्या' म्हणत त्यांच्यामागे लागत नव्हता. या देशात सुखानं राहणं शक्य होतं, कारण सर्वांकडे भरपूर होतं. सगळेजणच पुरेसं खात असल्याने एखादा माणूस स्वतःही आनंदाने खाऊ शकत होता.

त्या पहिल्यावहिल्या काही दिवसांमध्ये युआन आणि शेंग यांना नवनव्या सुंदर आणि चमत्कारिक गोष्टी बघून आनंदाचे उद्‌गार काढणं एवढंच करता आलं होतं. ही सर्व माणसं तर राजवाड्यांमध्ये राहाणारी होती असं कधीही अशी घरं न पाहिलेल्या या दोघा मुलांना वाटणं साहजिकच होतं. या शहरामध्ये दुकानांपासून दूर असलेल्या भागांमधले रस्ते रुंद होते, त्यांच्या दोन्ही बाजूंना दाट झाडी असायची. इथे राहाणाऱ्या कुटुंबांना आपल्या घराभोवती उंच उंच भिंती बांधाव्या लागत नव्हत्या, याउलट त्यांची हिरव्यागार गवताची अंगणं थेट शेजारच्या माणसाच्या तशाच हिरव्यागार अंगणापर्यंत जाऊन भिडायची. युआन आणि शेंगच्या दृष्टीनं तर हे अजबच होतं. शेजारचा माणूस आपलं काही चोरणार नाही याची इतकी खात्री कशी वाटू शकते, असा प्रश्न त्यांना पडलेला होता.

सुरुवातीला या शहरामध्ये असं सारं काही उत्कृष्ट होतं, परिपूर्ण होतं. उंचउंच, चौकोनी इमारती निळ्याभोर आकाशाच्या पार्श्वभूमीवर इतक्या स्वच्छ रेषांनी उठून दिसायच्या की, जणू ती देवळंच असावीत. फक्त आतमध्ये कोणताही देव नसायचा. या इमारतींच्या मधल्या रस्त्यांवरून श्रीमंत स्त्री-पुरुषांना घेऊन शेकडो, हजारो वाहनं अतिवेगानं धावत असायची. पायी चालणारी माणसं असायची; पण ती मजेखातर पायी चालत असावीत, त्यांना पायी चालणं भाग होतं म्हणून नव्हे, असंच वाटायचं. सुरुवातीला युआन शेंगला म्हणालादेखील, 'इथे या शहरात काहीतरी गडबड असावी म्हणून इतके लोक एवढ्या वेगानं कुठेतरी जाताहेत.' पण जेव्हा शेंगनं आणि त्यानं थोडं निरखून पाहिलं, तेव्हा त्यांना दिसलं की, हे लोक चांगले मजेत दिसत होते, हसत होते आणि त्यांचं विचित्र उच्चारांचं बोलणं काही दुःखाचं बोलणं वाटत नव्हतं. - कुठेही काहीही गडबड नव्हती, त्यांना वेग आवडतो म्हणूनच केवळ ते असे वेगानं इकडेतिकडे जाताहेत, हा त्यांचा स्वभावच आहे, हे त्या दोघांना कळून आलं.

खरोखरच या शहराच्या हवेत आणि सूर्यप्रकाशातच एक प्रकारची विलक्षण शक्ती होती. युआनच्या मातृभूमीमध्ये हवा काहीशी झोपाळू आणि शांतवणारी अशी

असायची; त्यामुळे उन्हाळ्यात माणूस भरपूर झोप काढायचा आणि हिवाळ्यात तर कधी पांघरुणात गुरफटून घेऊन एखाद्या निवांत जागी पाय पोटाशी घेऊन झोपून जातोय असं व्हायचं. या नव्या देशामध्ये वारा आणि सूर्यप्रकाश एक वेगळ्याच ऊर्जेनं भारलेले होते. युआन आणि शेंगही त्यांच्या सवयीपेक्षा कितीतरी अधिक वेगानं चालायला लागले होते. सूर्याच्या प्रकाशात धुळीचे कण जसे झपाट्यानं हलताना दिसतात तसे इथले लोक त्यांना वाटायचे.

पण त्या पहिल्या दोन दिवसांमध्ये सगळंच नवीन आणि सगळंच गंमतीचं वाटत असतानाही युआन एका क्षणी चमकला होताच. आज सहा वर्षं उलटल्यानंतरही तो क्षण मी साफ विसरून गेलो आहे असं काही युआनला म्हणता आलं नसतं. खरं म्हणजे गोष्ट अगदी क्षुल्लक होती. या देशात पाय ठेवल्याच्या दुसऱ्याच दिवशी तो आणि शेंग एका साध्याशा उपाहारगृहात काही खायला म्हणून गेले होते. तिथे असलेली काही माणसं इतरांसारखी श्रीमंत दिसत नसावीत कदाचित - पण जे हवं ते खाऊ शकतील एवढी श्रीमंत नक्कीच होती. युआन आणि शेंग त्या उपाहारगृहाच्या दरवाजातून आत गेल्याबरोबर आत बसलेले गोरे स्त्री-पुरुष आपल्याकडे विचित्र नजरेनं बघताहेत असं युआनला जाणवलं. आपल्यापासून थोडं दूरच राहाणं पसंत करताहेत असंही त्याला जाणवलं. अर्थात, ही गोष्ट त्याला चांगलीच वाटली, कारण या परदेशी लोकांच्या अंगाला त्यांना खूप आवडत असलेल्या दुधाच्या एका चमत्कारिक पदार्थाचा वास येतो हे त्याला लगेच कळलं होतं. तिथे काउंटरपाशी उभ्या असलेल्या एका तरुण मुलीनं त्यांच्या हॅट्स घेऊन तिथल्याच एका खुंटीला टांगून ठेवल्या, कारण तशी पद्धतच होती. परतताना हे दोघे त्या काउंटरजवळ आले, तेव्हा त्या मुलीनं अनेक हॅट्स एकाच वेळी बाहेर काढल्या आणि युआनच्या पुढे उभ्या असलेल्या एका माणसानं युआनची हॅट उचलली आणि तो बाहेरही पडला. युआन त्या माणसाची हॅट घेऊन त्याच्यामागे धावत गेला आणि म्हणाला, 'महाराज, ही तुमची हॅट आहे, आपण चुकून माझी स्वस्तातली हॅट घेतली आहे. माफ करा, माझी चूक आहे, मीच तिथे यायला उशीर केला.' वाकून अभिवादन करत युआननं ती हॅट त्या माणसाच्या समोर धरली.

पण तो मध्यम वयाचा, बारीक, लांबट आणि चिंताग्रस्त चेहऱ्याचा माणूस युआनचं बोलणं नीट न ऐकताच घाईनं स्वतःच्या टकलावरची युआनची हॅट काढून त्याच्या हातात देत स्वतःची हॅट युआनच्या हातून जवळजवळ हिसकावून घेऊन एक शब्दही न बोलता तिथून निघून गेला. त्याच्या चेहऱ्यावर एक प्रकारची घृणा होती. तो थुंकल्यासारखा फक्त दोनच शब्द बोलला.

युआन हातात स्वतःची हॅट घेऊन तसाच उभा राहिला. त्याला ती हॅट घालावीशी वाटतच नव्हती, कारण त्याला त्या माणसाचं पांढरं चकाकणारं टक्कल

अजिबात आवडलं नव्हतं आणि त्याचं ते थुंकल्यासारखं बोलणं तर निश्चितच नाही. शेंग त्याच्याजवळ आला आणि म्हणाला, 'तू असा का उभा आहेस भूत पाहिल्यासारखा?'

'त्या माणसानं काहीतरी दोन शब्द उच्चारले, मला त्यांचा अर्थ कळला नाही, पण ते शब्द वाईट होते एवढं मात्र कळलं.' युआन उत्तरला.

यावर शेंग हसत म्हणाला, 'तुला कदाचित तो परदेशी भूत म्हणाला असेल.' शेंगच्या हसण्यात एक कडवटपणाची झाक होती.

'दोन शब्द होते ते आणि वाईट होते एवढं मला माहीत आहे.' युआन विचारात पडून म्हणाला. आता त्याचा आनंद उणावला होता

'इथे आता आपण परदेशी आहोत,' शेंग म्हणाला. मग थोड्या वेळानं खांदे उडवत म्हणाला, 'सगळे देश सारखेच असतात, माझ्या भावा.'

युआन काहीच बोलला नाही; पण त्यानंतर तो सुरुवातीला होता तसा आनंदी राहिला नाही आणि नव्या गोष्टी बघून त्याला वाटणारा आनंदही पूर्वीसारखा राहिला नाही. आपल्या आतमध्ये त्यानं स्वतःचं स्वत्व गोळा करायला निश्चयानं सुरुवात केली–त्याचं स्वत्व-हट्टी आणि बंडखोर. तो टायगर वांगचा मुलगा, वांग लुंगचा नातू तसाच राहाणार होता कायमचा. या गोऱ्या परदेशी परक्या लाखो माणसांच्या गर्दीत कधीच हरवून जाणार नव्हता.

त्या दिवशी तो ही जखम विसरूच शकला नाही. शेंगच्या ते लक्षात आलं आणि मग थोड्या हेटाळणीनं हसत तो उद्गारला, 'आपल्या देशामध्ये मेंग त्या लहानशा माणसाकडे बघून ओरडला असता, 'तो परदेशी भूत आहे–आणि मग हे तुझं वाईट वाटणं उलट्या दिशेला गेलं असतं.' त्यानंतर इतर काही गोष्टी दाखवत त्यानं अखेरीस युआनचं मन दुसरीकडे वळवलं.

पुढच्या काही दिवसांत आणि पुढच्या सर्व वर्षांमध्ये इतकं काही बघण्यासारखं आणि आश्चर्य करण्यासारखं होतं की, ती क्षुल्लक गोष्ट आहे हे तो विसरूनही गेला असं युआन म्हणू शकला असता; पण तो ते विसरला नव्हता. जणू काही ती गोष्ट आजच घडली असल्यासारखी त्याच्या स्मरणात राहिलेली होती. सहा वर्षांपूर्वी पाहिलेला त्या माणसाचा तो रागीट चेहरा आठवला की, त्याच्या मनातली ती जखम ताजी व्हायची. पुन्हा एकदा हे अन्यायाचं आहे असं त्याला वाटायचं.

ही गोष्ट तो अगदी साफ विसरला नसला तरी ती इतर अनेक गोष्टींच्या खाली दबली गेलेली असायची, कारण त्या पहिल्या काही दिवसांमध्ये युआन आणि शेंगनं त्या परक्या देशामध्ये अनेक सुंदर गोष्टी पाहिल्या. एका आगगाडीनं त्यांना एका पर्वताच्या पोटामधून पलीकडे नेलं, जिथे पायथ्याशी वसंत ऋतू आला असला तरी निळ्याभोर आकाशाच्या पार्श्वभूमीवर दिसणारं घट्ट आणि पांढरंशुभ्र बर्फ होतं. या

पर्वतांच्या मध्ये काळ्याभोर दऱ्या होत्या आणि त्या दऱ्यांमध्ये खोल पाणी फेसाळत होतं. या सगळ्या विचित्र सौंदर्याकडे युआन बघत राहिला होता. त्याला हे सगळंच अंगावर आल्यासारखं आणि खोटं खोटं भासत होतं. एखाद्या मनःपूत वागणाऱ्या चित्रकाराचं एखादं चित्र रुळांखाली अंथरलेलं असावं -अगदी अनोळखी, भडक रंगांनी रंगवलेलं चित्र-त्याच्या देशातील दगड-धोंडे, माती-पाणी यांपेक्षा फार वेगळं होतं हे सगळं!

पर्वत मागे पडले आणि समोर आल्या त्या एखाद्या प्रदेशाएवढ्या मोठ्या दऱ्या आणि शेतं. त्या शेतांमधून वारेमाप पीक काढण्यासाठी त्या मातीला तयार करणारी अवाढव्य प्राण्यांसारखी दिसणारी यंत्रं. युआनला हे सगळं स्पष्ट दिसत होतं आणि त्या प्रचंड पर्वतांपेक्षाही हे दृश्य त्याला अधिक नवलाचं वाटलं. त्या प्रचंड यंत्रांकडे तर तो बघतच राहिला. त्याला फावडं कसं धरायचं आणि कसं वापरायचं हे शिकवणाऱ्या त्या शेजारी शेतकऱ्याची त्याला आठवण झाली. आजही तो शेतकरी आणि त्याच्यासारखे इतर अनेकजण त्याच जुन्या पद्धतीनं शेताची मशागत करत होते. त्या शेतकऱ्यानं नीटपणे आखलेले वाफे, त्यामध्ये त्यानं जपून, साठवून ठेवलेली शेणखतासारखी खतं घातल्याने आलेली हिरवीगार रोपं आणि फुललेला भाजीपाला. तिथे प्रत्येक रोप आणि प्रत्येक वारभर जागासुद्धा महत्त्वाची होती; पण इथे मात्र शेतांची मोजणी चौरसमैलांमध्ये होत होती आणि रोपं तर मोजण्याच्या पलीकडे होती.

अशा त्या सुरुवातीच्या दिवसांमध्ये त्या माणसाच्या त्या दोन शब्दांखेरीज बाकी सगळंच युआनला चांगलं, त्याच्या देशापेक्षा कितीतरी अधिक चांगलं वाटलं होतं. इथली खेडी स्वच्छ आणि समृद्ध दिसत होती. शहरी माणूस आणि शेतावर काम करणारा माणूस यांच्यातला फरक स्पष्ट दिसत असला तरी शेतावरचा माणूस फाटक्या कपड्यांमध्ये नव्हता. या देशातली घरं माती - गवताची नव्हती आणि इथे तिथे डुकरंबदकं फिरतही नव्हती. या सगळ्या गोष्टी कौतुक करण्यासारख्याच होत्या, निदान युआनला तरी असं वाटत होतं.

असं असलं तरी अगदी पहिल्या दिवसापासूनच युआनला इथल्या जमिनीमध्ये काहीतरी वेगळं, काहीतरी बेफाम, रानटी आहे असं वाटत होतं; त्याच्या देशामधली माती तशी नव्हती.

जसजसे दिवस गेले आणि रस्त्यावरून चालताना किंवा त्याच्या देशातल्याप्रमाणे इथल्या परदेशी शाळेमध्ये त्याला मिळालेल्या शेताच्या तुकड्यावर काम करताना ही जमीन कशा प्रकारची आहे हे त्याला कळायला लागलं; पण त्या दोन्ही जमिनींमधला फरक मात्र तो कधीच विसरू शकला नाही. खरंतर या गोऱ्या लोकांना खायला घालणारी जमीन आणि त्याच्या देशातल्या लोकांना खायला घालणारी

जमीन एकच होती; पण त्या जमिनीवर काम करत असताना युआनला हे जाणवत असायचं की, या जमिनीमध्ये त्याच्या पूर्वजांना दफन केलेलं नाही. ही जमीन ताजीतवानी होती. तिच्यामध्ये कोणाही माणसाची हाडं पुरलेली नव्हती. अजून ही जमीन पुरती माणसाळलेली नव्हती, कारण या नव्या जमातीमधली माणसं इथे पुरली जातील आणि त्यांचं स्वत्व या जमिनीमध्ये मिसळून जाईल एवढे दिवसच झालेले नव्हते. युआनला माहीत होतं की, त्याच्या देशातली जमीन तिथल्या माणसांच्या स्वत्वानं पूर्णपणे भिजून गेलेली होती. ही जमीन तिच्यावर ताबा मिळवू पाहणाऱ्या माणसांपेक्षा कितीतरी अधिक बलवान होती. तिच्या बेफामपणाने तेही बेफाम बनले होते आणि भरपूर संपत्ती आणि ज्ञान असूनही कधीकधी रानटी दिसायचे आणि वागायचेही!

याचं कारण असं होतं की, ही जमीन अजून त्यांची कैदी झालेली नव्हती. मैलोगणती पसरलेली जंगलं, ओंडके आणि पालापाचोळा यांचा वापर न केल्यामुळे प्रचंड वृक्षांखाली साठलेला त्यांचा कचरा, जनावरांसाठी खुशाल वाढू दिलेली गवताची कुरणं, जिथे तिथे निष्काळजीपणे धावणारे मोठमोठे रस्ते या साऱ्यावरूनच ही जमीन अजून जिंकली गेलेली नाही हे दिसत होतं. ज्याला जे हवं ते तो वापरत होता, प्रचंड पीक काढत होता. इतकं जास्त की, ते धान्य त्यांना विकताही येत नव्हतं. ते खुशाल झाडं तोडत होते, सर्वांत उत्तम शेतं तेवढी वापरत होते व दुसरी तशीच सोडून देत होते आणि तरीही जमीन शिल्लक राहातच होती. त्यांच्याहून ताकदवान!

युआनच्या स्वतःच्या देशात जमिनीवर ताबा मिळवण्यात आलेला होता. माणूस तिचा स्वामी होता. तिथले पर्वत केव्हाच आपली वृक्षसंपत्ती गमावून बसले होते. एवढंच नव्हे, तर तिथल्या जमिनीवर आता गवतही शिल्लक राहिलेलं नव्हतं. तेही माणसाची चूल पेटवण्याच्या कामी कधीच खर्च होऊन गेलं होतं. स्वतःच्या मालकीच्या चिमुकल्या शेतांच्या तुकड्यांमधून माणसं भरपूर उत्पन्न घेत होती, त्यांच्यासाठी जमिनीला अमाप कष्ट घ्यायला भाग पाडत होती; पण पुन्हा त्याच जमिनीमध्ये स्वतःचा घाम, स्वतःचे सर्व टाकाऊ पदार्थ, स्वतःचे मृतदेह सारं काही ओतत होती. आता त्या जमिनीमध्ये कुवारपण शिल्लकच राहिलं नव्हतं. माणसं स्वतः मातीत मिसळून जात होती, ती नसती तर जमीन केव्हाच नष्ट होऊन गेली असती. मागे राहिले असते फक्त एक वांझ गर्भाशय.

हा नवा देश आणि त्याचं गुपित यावर युआन विचार करायला लागला. त्याला मिळालेल्या जमिनीच्या तुकड्यामध्ये काही पेरून पीक येण्याची आशा करण्याआधी काय घालायला हवं याचा तो अंदाज घेऊ लागला. या परदेशी जमिनीमध्ये अजून स्वतःची न वापरलेली ताकद होती. तिच्यात थोडंसं काही घातलं तरी ती माणसांना

भरपूर - झेपू नये इतकं देत होती.

युआनच्या मनातल्या या साऱ्या कौतुकामध्ये द्वेष कधीपासून मिसळायला लागला? सहा वर्षं संपता संपता मागे वळून बघताना त्याला या दिशेनं पडलेलं आपलं दुसरं पाऊल आठवलं.

लवकरच युआन आणि शेंग यांचे मार्ग वेगळे झाले. त्या पहिल्या आगगाडीच्या प्रवासानंतरच हे घडलं. शेंग एका मोठ्या शहराच्या प्रेमात पडला, कारण तिथे त्याला त्याच्याच धर्माचे लोक भेटले. या शहरातल्या शाळा अधिक चांगल्या आहेत असं त्याचं म्हणणं होतं, कारण त्याला साहित्याचा, काव्याचा, संगीताचा आणि तत्त्वज्ञानाचा अभ्यास करायचा होता. युआनसारखं मातीचं प्रेम त्याला अजिबातच नव्हतं. युआनला पहिल्यापासूनच जे करायचं होतं तेच या परदेशात करायचं असं त्यानं ठरवलं होतं. रोपं कशी तयार करायची, जमिनीची काळजी कशी घ्यायची आणि अशाच सर्व गोष्टी त्याला शिकायच्या होत्या. जेव्हा त्याला हे कळून चुकलं की, या देशातल्या लोकांचं सामर्थ्य त्यांना जमिनीच्या अमाप उत्पन्नामुळेच मिळालेलं आहे, तेव्हा त्याचा हा निर्णय अधिकच पक्का झाला. म्हणून मग युआननं शेंगला त्या शहरामध्ये मागे सोडलं आणि तो दुसऱ्या एका शहरामध्ये, दुसऱ्या शाळेमध्ये त्याला जे हवं होतं ते मिळवण्यासाठी दाखल झाला.

सर्वांत आधी युआनला या परक्या देशामध्ये स्वतःचं घर म्हणता येईल अशी एक खोली शोधायची होती. जेवणाची सोय करायची होती. तो जेव्हा त्या शाळेत गेला, तेव्हा त्याला पांढऱ्या केसांचे एक सज्जन गृहस्थ भेटले. त्यांनी त्याला तो राहू, जेवू शकेल अशा जागांची एक यादी दिली. त्यांपैकी सर्वांत उत्तम जागा शोधण्यासाठी युआन बाहेर पडला. त्यानं पहिलंच दार ठोठावलं. ते एका विशालकाय मध्यमवयीन स्त्रीनं उघडलं. ती आपले लालबुंद हात कमरेच्या एप्रननं पुसत होती. युआननं या आकाराची बाई याआधी कधीच बघितली नव्हती. पहिल्यांदा त्याला तिच्याकडे पाहावलंच नाही; पण मग त्यानं अतिशय सभ्यतेनं विचारलं, 'घरमालक आहेत का?'

मग त्या बाईनं आपले दोन्ही हात आपल्या मांड्यांवर ठेवले आणि ती मोठ्या आवाजात उत्तरली, 'हे माझं घर आहे. इथे कुणी मालकबिलक नाही.' हे ऐकून युआन मागे वळला. त्याला वाटलं, आपण दुसऱ्या एखाद्या ठिकाणी जागा बघणंच योग्य होईल. शिवाय या चमत्कारिक देशामध्येसुद्धा या बाईइतकी हिडीस बाई दुसरी नसेल. एखादा पुरुष राहात असेल अशाच एखाद्या घरात आपण राहाणं चांगलं. ही बाई कल्पनेपलीकडे लठ्ठ होती. तिच्या शरीराचा घेर, छाती प्रचंड होती आणि वर तिचे आखूड कापलेले केस अशा रंगाचे होते की, युआनला खात्रीच वाटली होती की, हे केस कोणा माणसाचे असूच शकत नाहीत. गडद लाल-पिवळे केस होते

ते आणि स्वयंपाकघराच्या धुरानं आणि तेलकटपणानं त्यावरची चमक पार गेली होती. या विलक्षण केसांखालचा तिचा गोल गरगरीत जाडजूड चेहरा मात्र लालबुंद होऊन चमकत होता; पण हा लाल रंग मात्र थोडा जांभळटपणाकडे झुकणारा होता. तिचे लहानसे निळेभोर डोळे तीक्ष्ण नजरेनं त्याच्याकडे बघत होते. त्या डोळ्यांमध्ये नव्या चिनी मातीच्या भांड्यावर कधीकधी असते तशी चमक होती. त्याला तिच्याकडे बघवतच नव्हतं. त्याची नजर खाली वळली आणि त्याला तिची भलीथोरली पसरट पावलं दिसली. हे मात्र त्याला सहन करण्यासारखं नव्हतंच. तो शक्य तेवढ्या सभ्यतेनं निरोप घेत दुसरीकडे जाण्यासाठी मागे वळला.

मग त्यानं आणखी एक-दोन ठिकाणी जागा असल्याचं वाचून चौकशी केली, तेव्हा त्याला नकार मिळाला. सुरुवातीला हे असं का झालं ते त्याला कळलंच नाही. एका बाईनं सांगितलं, 'माझ्या खोल्या गेलेल्या आहेत.' ती खोटं बोलतेय हे युआनला दिसत होतं, कारण तिच्या घरावरची 'खोल्या भाड्याने देणे आहेत'ची पाटी अजून तशीच होती. हे असं पुनःपुन्हा आणि आणखी एकदा घडलं. अखेरीस सत्य त्याच्यासमोर आलंच. एका माणसानं अगदी स्पष्ट शब्दांत सांगितलं, 'आम्ही कृष्णवर्णीय लोकांना जागा देत नाही.' प्रथम तो काय म्हणतो आहे हे युआनला कळलंच नाही. आपला फिकट पिवळसर वर्ण हा अतिशय नैसर्गिक वर्ण आहे अशी आत्तापर्यंत त्याची समजूत होती. त्याचे काळे डोळे आणि सरळ केस हे सर्वसाधारण पुरुषांचे असतात तसेच आहेत असंही त्याला वाटत होतं; पण एका क्षणात त्याला समजून चुकलं, कारण त्यानं या देशातल्या आत्तापर्यंतच्या प्रवासामध्ये खरे कृष्णवर्णीय लोक इथेतिथे पाहिले होते आणि गोरे लोक त्यांना कसे तुच्छतेनं वागवतात हेही त्यानं पाहिलं होतं.

त्याच्या हृदयापासून त्याचं रक्त उसळून वर आलं. त्याचा लाल झालेला चमकणारा चेहरा पाहून तो माणूस अर्धवट दिलगिरीच्या सुरात म्हणाला, 'या कठीण काळामध्ये माझ्या बायकोला घरखर्चाची तोंडमिळवणी करण्यासाठी मला हातभार लावावा लागतो-आमच्याकडे आधीच काही लोक राहाताहेत. आम्ही जर परदेशी लोकांना जागा दिली तर ते सगळे निघून जातील. तरी परदेशी लोकांना जागा देणाऱ्या काही जागा आहेत.' त्या माणसानं युआनला जो पत्ता दिला, तो युआनला प्रथम भेटलेल्या त्या हिडीस बाईच्या घराचा होता.

युआनच्या मनातल्या द्वेषाची ही दुसरी पायरी होती.

त्यानं त्या माणसाला मोठ्या गौरवपूर्ण सभ्यतेनं अभिवादन केलं आणि तो त्या पहिल्या घराकडे गेला. त्या बाईच्या भयानक स्वरूपाकडे न बघता त्यानं तिला सांगितलं, 'मला तुमच्याकडे असलेली खोली बघायची आहे.' ती खोली त्याला बरी वाटली-पार छताला लागून असलेली ती लहानशी अगदी स्वच्छ होती आणि

तिथपर्यंत पोहोचण्यासाठी एक जिना होता. या बाईकडे फारसं लक्ष दिलं नाही तर खोली चांगलीच आहे -मग त्यानं ठरवून टाकलं. आपण इथे शांतपणे आपलं काम करू शकू हे त्याला कळून चुकलं. शिवाय बिछान्यापर्यंत खाली येणारं छत, खोलीतला बिछाना, टेबल व एक खुर्ची हे सारंच त्याला पसंत पडलं. त्यानं ती खोली भाड्यानं घ्यायचं नक्की केलं आणि मग पुढची सहा वर्षं तेच त्याचं घर बनलं.

खरं सांगायचं तर ती बाईसुद्धा जेवढी दिसायची तेवढी काही वाईट नव्हती. युआन तिच्या घरात वर्षांमागून वर्षं राहिला, आपल्या शाळेत जात राहिला, आपलं काम करत राहिला, तेव्हा ती बाईही त्याच्याशी प्रेमानं वागायला लागली. हळूहळू तिच्या त्या हिडीस स्वरूपाखालचं आणि गावंढळ वागण्यामागचं तिचं प्रेम युआनलाही जाणवायला लागलं. त्याच्या खोलीमध्ये तो एखाद्या संन्याशासारखा काटकसरीनं आणि नीटनेटकेपणानं राहायचा. त्याचं सामान अगदी ठरलेल्या ठिकाणीच ठेवलेलं असायचं. या बाईला तो आवडायला लागला. एक भला मोठा श्वास घेत ती म्हणायची, 'माझे पोरगे तुझ्यासारखे असते ना, वांग आणि तुझ्यासारखेच चांगले वागणारे तर आज मी वेगळी दिसले असते.'

काही दिवस गेले आणि त्याला कळून आलं की, ही अवाढव्य बाई भडक पद्धतीनं का असेना तरी चांगलं वागणारी आहे. तिच्या त्या कर्कश आवाजानं युआन नेहमीच चमकायचा, तिचे खांद्यापर्यंत उघडे असणारे जाडजूड लालभडक हात बघताना त्याला कसंतरी व्हायचं. तरी त्याच्या खोलीत तिनं ठेवलेली सफरचंदं बघितली किंवा जेवणाच्या टेबलाच्या दुसऱ्या टोकानं ती ओरडून सांगायची, 'मी आज तुझ्यासाठी भात केलाय रे वांग. सवयीचं जेवण नसलं की, त्रासच होतो ना!' तेव्हा तिच्या मनातल्या प्रेमळपणाची त्याला साक्ष पटायची. एवढं बोलली की, ती खूप हसायची अन् कबूल करून टाकायची, 'मला भातच जमतो रे बाबा करायला- तुम्ही लोक आणखी जे काही खाता ना-कुत्री-मांजर-उंदीर-ते काही नाही रे बाबा जमायचं मला-' युआननं कितीही सांगितलं की, या गोष्टी त्यानं कधीही खाल्ल्या नाहीत तरी तिला ते ऐकू जायचं नाही. काही दिवसांनी तिच्या अशा बोलण्याला फक्त थोडं हसून उत्तर द्यायचं हे तो शिकला. अशा वेळी ती किती आग्रहानं आपल्याला खाऊ घालते– अगदी आता खाणं शक्य नाही असं होईपर्यंत आग्रह करते. त्याची खोली उबदार आणि स्वच्छ ठेवते-आपल्याला एखादा पदार्थ आवडला आहे हे तिच्या लक्षात आलं की, विशेष श्रम घेऊन तो मुद्दाम त्याच्यासाठी बनवते हे सारं तो मुद्दाम आठवायचा. अखेरीस तो तिच्या चेहऱ्याकडे बघणं टाळायला शिकला, कारण अजूनही त्याला तो चेहरा हिडीसच वाटत होता. तिचा प्रेमळपणा तेवढा त्याच्या लक्षात राहायचा. त्याच शहरात इतरत्र राहाणारे आणि त्याच्यासारख्याच परिस्थितीतले त्याचे देशबंधू जेव्हा त्याला भेटायला लागले आणि त्यांच्या

घरमालकिणींच्या कहाण्या सांगायला लागले, तेव्हा तर त्याला तिचा चांगुलपणा अधिकच भावायला लागला... त्या घरमालकिणींपैकी कित्येकींच्या जिभा फार तिखट होत्या तर काही जेवण देण्याच्या बाबतीत फारच हात राखून वाढणाऱ्या होत्या. शिवाय स्वतःखेरीज इतर सर्व वंशांबद्दल तिरस्काराची भावना तर होतीच.

या सर्वांपेक्षा युआनला एक गोष्ट फारच आश्चर्याची वाटायची आणि ती म्हणजे या अडाणी, गावंढळ बाईचं कधीकाळी लग्नही झालेलं होतं. त्याच्या स्वतःच्या देशामध्ये या गोष्टीचं त्याला नवल वाटलं नसतं, कारण हा नवा काळ येण्यापूर्वी तरुण आणि तरुणींना जो/जी ठरेल तिच्याशी लग्न करणं भाग पडायचं. मग ती मुलगी अगदी कुरूप असली तरी काही न बोलता त्याला ते लग्न करावं लागायचं; पण या परदेशामध्ये तर कितीतरी काळापासून स्वतःच्या जोडीदाराची निवड स्वतः करण्याची पद्धत पडलेली होती. याचा अर्थ असा की, कोणे एके काळी या बाईलाही कुणीतरी निवडलेलं होतं. त्याच्या मृत्यूपूर्वी तिला एक मुलगीही झालेली होती- आता ती मुलगी सतरा वर्षांची होती आणि तिच्याबरोबरच राहात होती.

आता इथे आणखी एक आश्चर्य घडलेलं होतं. ही मुलगी सुंदर होती. युआनला आजवर वाटत आलेलं होतं की, कोणतीही गोरी स्त्री खरीखुरी सुंदर असूच शकणार नाही; त्याला एवढं निश्चित कळत होतं की, या मुलीला सुंदरच म्हणावं लागणार. ती कितीही गोरी असली तरी तिनं तिच्या आईचे कुरळ्या तारांसारखे लालबुंद केस घेतले होते; पण स्वतःमधल्या तारुण्याच्या जादूनं त्यांचा रंग मऊ तांब्यासारखा करून टाकला होता. तिचे कुरळे केस लहान कापलेले होते; पण तिच्या चेहऱ्याच्या सर्व बाजूंनी आणि गोऱ्या मानेभोवती ते छान पसरलेले असायचे. तिचे डोळे तिनं आईकडूनच घेतलेले असले तरी ते मवाळ, अधिक गडद आणि अधिक टपोरे असे होते. आपल्या भुवया आणि पापण्या आईसारख्या तशाच फिकट ठेवण्याऐवजी ती काहीतरी प्रसाधन वापरून त्यांना एक हलकीशी तपकिरी छटा द्यायची. तिचे लालचुटुक ओठही मऊ आणि भरदार होते. तिचं शरीर एखाद्या बहरत्या वृक्षासारखं सडपातळ होतं आणि तिचे पंजे गोंडस होते. नखं लांब आणि लाल रंगानं रंगवलेली होती. सगळ्याच तरुण माणसांचं लक्ष जायचं तसं युआनच्याही लक्षात आलेलं होतं की, तिचे कपडे अशा कोणत्यातरी कापडाचे असतात की, तिचे अरुंद नितंब, लहानसे स्तन आणि तिच्या शरीराची सर्वच हलतीडुलती वळणं त्यामधून अगदी स्पष्ट दिसायची. या तरुण माणसांना आणि युआनलाही काय दिसतं आहे याची तिला पूर्ण जाणीव होती. तिला हे माहीत आहे हे युआनला कळल्यानंतर त्याला तिची एक प्रकारे भीतीच वाटायला लागली आणि थोडी नावडही! त्यानंतर तो थोडा तटस्थच राहायला लागला. तिनं अभिवादन केलंच तर

थोडं झुकून तिला प्रत्युत्तर देणं इतकंच!

तिचा आवाज चांगला नव्हता याचा त्याला आनंद वाटायचा. त्याला सौम्य, मंद हलका स्वर आवडायचा आणि तिचा आवाज सौम्य, मंद किंवा हलका नक्कीच नव्हता. ती जे काही बोलायची ते अगदी उंच आवाजात आणि काहीसं नाकात असायचं. जेव्हा जेव्हा त्याला तिच्या नजरेतला मऊपणा जाणवायचा किंवा जेवायच्या वेळी शेजारी बसली असेल तर तिच्या मानेचा गोरा रंग त्याला भुरळ पाडू पाहायचा तेव्हा तेव्हा आपल्याला तिचा आवाज आवडत नाही याचा त्याला आनंद व्हायचा... काही काळानंतर त्यानं त्याला न आवडणाऱ्या तिच्या आणखीही काही गोष्टी शोधून काढल्या. ती तिच्या आईला घरकामात मदत करत नसे. तिच्या आईनं जेवायला बसल्यावर स्वयंपाकघरात विसरलेली एखादी वस्तू आणायला तिला सांगितलं तर ती ओठ व गाल फुगवून कुरकुर करतच उठायची. 'नेहमीच कशी विसरतेस गं तू मा-टेबल मांडताना आठवण राहातच नाही तुला बघ कधी' हे वाक्यही खूप वेळा ऐकू यायचं. भांडी घासण्याच्या पाण्यात तर ती कधीच हात घालायची नाही– आपल्या हातांचं सौंदर्य कमी होईल अशी तिला भीती वाटायची.

ती सहाही वर्षं तिच्या अशा न आवडणाऱ्या गोष्टींचा युआनला आनंदच वाटायचा आणि तो त्या नावडत्या गोष्टींची आठवण सतत स्वतःसमोर ठेवायचा. तिच्या सुंदर चळवळ्या हातांकडे तो बघायचा आणि स्वतःला सांगायचा-हे हात आळशी आहेत-ते स्वतःखेरीज दुसऱ्या कोणाच्याही कामाला येत नाहीत. मुलीचे हात असे असताच कामा नयेत. तिच्या जवळिकीनं तो उत्तेजित होत असे. -एकदा असं झालं होतं खरं– कारण ते टाळता येण्यासारखं नव्हतं-अशा वेळी तो या देशात पाऊल टाकताच कानावर पडलेल्या त्या दोन शब्दांची आठवण करायचा. या मुलीच्या दृष्टीनंही तो परदेशीच होता. हे सगळं आठवलं की, त्याला जाणवायचे त्यांचे वेगळे वंश - त्याचा आणि या मुलीचा-ते एकमेकांना परकेच आहेत. स्वतःचा हा एकाकी मार्ग आणि तटस्थपणाच चांगला हे त्यानं मान्यच केलं होतं.

नाही- आता मला मुलींचा पुरेसा अनुभव आहे-माझा विश्वासघात केला गेला होता आणि या परक्या देशात जर असा विश्वासघात झाला तर त्याला कोण वाचवणार होतं? नाही- या मुलींपासून दूर राहाणंच चांगलं! अशा रीतीनं तो या मुलीपासून लांब राहिला. तिच्या छातीकडे नजरच जाणार नाही याची काळजी घेत राहिला आणि तिच्या धीट पद्धतीनं तिनं कधी अगदी विनवणी केली तरी तो तिच्याबरोबर नृत्याच्या कार्यक्रमाला गेला नाही.

तरी अशा काही रात्री यायच्या जेव्हा त्याला झोप लागायची नाही. आपल्या बिछान्यात पडल्या पडल्या त्याला त्या मृत मुलीची आठवण यायची. काहीशा दुःखानंच तो नवल करत राहायचा की, कोणत्याही देशामध्ये गेलं तरी एक स्त्री

आणि एक पुरुष यांच्यामध्ये असं हे धगधगतं असं असतं तरी काय? अर्थात हे नवलही वांझच होतं, कारण तो तिच्या इतका जवळ कधी गेलाच नव्हता आणि दुसरं म्हणजे शेवटी ती इतकी दुष्टपणे वागली होती. विशेषतः चांदण्या रात्री त्याला अजिबातच झोप लागायची नाही. शेवटी कधीतरी झोप लागलीच तरी थोड्याच वेळात पुन्हा जाग यायची आणि हे असंच चालू राहायचं. आपल्या खोलीच्या पांढऱ्याशुभ्र भिंतीवर बाहेरच्या झाडाच्या पडलेल्या नाचऱ्या काळसर सावल्या बघत तो पडून राहायचा. चंद्रप्रकाश असेल तर त्या भिंती अधिकच चकचकीत दिसायच्या. मग अस्वस्थपणे कूस पालटत डोळ्यांवर हात ठेवत तो म्हणायचा, 'हा चंद्रसुद्धा ना अगदी नको तेवढा चमकतोय –तो असा चमकत असला की, मला काहीतरी हवंसं वाटायला लागतं -घरासारखं काहीतरी म्हणावं तर मला घर होतं कधी?'

ती सहा वर्षं युआनची अगदी एकलकोंडेपणाची गेली. दिवसामागून दिवस तो अधिकच एकटा व्हायला लागला. वरवर पाहिलं तर जे कुणी त्याच्याशी बोलायला येई त्याच्याशी तो अगदी नीट, सभ्यतेनं वागत-बोलत होता; पण आपण होऊन कुणालाच प्रथम अभिवादन करत नसे. या नव्या देशातलं त्याला जे काही नको होतं त्यापासून तो स्वतःला दूर करत गेला. त्याचा अंगभूत अभिमान- जो हे नवं पाश्चात्त्य जग सुरू होण्याच्या आधी म्हातारं झालेल्या माणसांचा जो संयत अभिमान होता, तो त्याच्यामध्ये पूर्ण उमलायला लागला. रस्त्यावर कुणीतरी मूर्खासारखं त्याच्याकडे टक लावून पाहत आहे हे तो सहन करायला शिकला. या लहानशा गावातल्या कोणत्या दुकानांमध्ये आपण जाऊन आवश्यक त्या वस्तू खरेदी करू शकतो हे त्यानं समजून घेतलं किंवा स्वतःची दाढी-हजामत कुठे करून घेऊ शकतो हेही-कारण असे काही दुकानदार होते जे त्याचं काम करायला तयार नसायचे, काही सरळ नकार द्यायचे, काही दुकानदार वस्तूंची दुप्पट किंमत सांगायचे आणि काही उसन्या सभ्यतेनं सांगायचे, 'आम्हाला इथे राहायचं आहे आणि परदेशी लोकांशी व्यवहार करायला आम्हाला परवानगी नाही.' यावर काहीही उत्तर द्यायचं नसतं हे युआन शिकला-मग ते बोलणं उद्धटपणाचं असो की सभ्यतेचं असो.

दिवसचे दिवस तो कुणाशीही न बोलता घालवू शकायचा. या सगळ्या घाईगडबडीच्या परदेशी वातावरणामध्ये आपण एक अनोळखी माणूस हरवून जावा तसे हरवलो आहोत हे त्याला जाणवलेलं होतं, कारण कुणीही कधीही त्याला त्याच्या देशाविषयी एखादा साधाही प्रश्न विचारला नव्हता. हे गोरे स्त्री-पुरुष स्वतःमध्येच इतके गर्क असायचे की, दुसरा माणूस काय करतो आहे याची खबर घ्यावी असं त्यांना कधीच वाटायचं नाही किंवा मग एखादा वेगळा स्वर ऐकलाच तर ते एकमेकांकडे अत्यंत सोशिकतेने बघत किंचितसं हास्य करायचे–या बिचाऱ्यांना माफ करायला हवं त्यांच्या अडाणीपणाबद्दल- अशा भावनेनं- आपल्या शाळासोबत्यांमध्ये

किंवा त्याचे केस कापणाऱ्या न्हाव्याच्या मनात किंवा तो ज्या बाईच्या घरामध्ये राहात होता, तिच्या मनामध्ये काही समजुती अगदी पक्क्या घर करून बसलेल्या आहेत असंही युआनला आढळलं म्हणजे युआन आणि त्याच्या देशातली माणसं साप, उंदीर खातात आणि अफू ओढतात किंवा त्याच्या देशातल्या सगळ्या बायकांची पावलं बांधलेली असतात किंवा त्याच्या देशातली सगळी माणसं शेंडी ठेवून तिची वेणी घालतात वगैरे.

सुरुवातीला युआननं अगदी कळकळीनं हे अज्ञान दूर करण्याचा प्रयत्न केला. तो शपथेवर सांगायचा की, मी साप किंवा उंदीर यांची चवही कधी घेतलेली नाही- आय-लान आणि तिच्या मैत्रिणी इतर कोणत्याही देशातल्या मुलींसारख्या रात्रभर कशा मुक्तपणे नाचू शकतात-पण त्याचा काही उपयोग झाला नाही, कारण तो हे जे काही सांगायचा ते लवकरच सगळेजण विसरून जायचे आणि मग पुनःपुन्हा तेच बोललं जायचं. या सर्वांचा युआनवर मात्र फार वेगळाच परिणाम झाला. या अज्ञानाच्या विरुद्ध त्याचा प्रचंड संताप इतक्या वेळा उसळून यायचा की, अखेरीस इथे काही चांगलं किंवा खरं आहे हेच तो विसरून जायला लागला. त्याला असंही वाटू लागलं की, त्याचा संपूर्ण देशच त्या किनारपट्टीवरच्या शहरासारखा आहे आणि सगळ्या मुली आय-लानसारख्याच आहेत.

युआनच्या शेतकी शाळेमध्ये त्याच्या दोन विषयांच्या वर्गामध्ये एक मुलगा होता. हा मुलगा एका शेतकऱ्याचा मुलगा होता. अगदी गावंढळ आणि मनानं अगदी चांगला! सगळ्यांशी छान वागणारा. एका वर्गामध्ये तो त्याच्याशेजारी येऊन बसला तरी युआन त्याच्याशी काही बोलला नव्हता; पण त्या मुलानंच त्याच्याशी बोलायला सुरुवात केली. मग कधीतरी तो वर्गाबाहेर पडताना युआनबरोबर काही अंतर चालायलाही लागला. काही दिवसांनंतर छानशा उन्हामध्ये रेंगाळत उभं राहून त्यानं युआनशी गप्पा मारायला सुरुवात केली. एक दिवस त्यानं युआनला स्वतःबरोबर फिरायला बोलावलं. युआनला आजवर इतक्या चांगल्या वर्तणुकीचा अनुभव आलेला नव्हता हे एक आणि आता तो इतका एकाकी झाला होता की, हे निमंत्रण त्याला खूपच आनंदाचं वाटलं.

लवकरच या नव्या मित्राला युआननं स्वतःची कथा सांगून टाकली. रस्त्याच्या कडेच्या एका झाडाच्या छायेत बसून विश्रांती घेताना गप्पा सुरू झाल्या आणि थोड्याच वेळात तो मुलगा उद्गारला, 'ए, माझं नाव जिम आहे रे-तुझं नाव काय आहे? वांग. युआन वांग... माझं बार्नेस-जिम बार्नेस.'

युआननं त्याला समजावून सांगितलं की, त्याच्या देशामध्ये आडनाव आधी सांगितलं जातं आणि मग नाव. म्हणून पहिल्यांदा त्याचं नाव आणि मग त्याचं

आडनाव ऐकून त्याला काहीतरी उलटंपालटं झाल्यासारखं वाटतं आहे. जिमला याची खूप गंमत वाटली. त्यानं स्वतःचं नावही तसं उच्चारून बघितलं, तेव्हा तर त्याला खूपच हसू आलं.

अशा गप्पाटप्पा आणि हसण्यामधूनच ही मैत्री फुलत गेली. त्यामधून आणखीही गप्पा वाढत गेल्या. जिमनं युआनला आपलं सगळं आयुष्य कसं शेतावरच गेलं आहे हे सांगितलं. त्यानं जेव्हा म्हटलं, 'माझ्या वडिलांचं शेत साधारण दोनशे एकरांचं आहे.' तेव्हा युआन उद्गारला, 'म्हणजे ते खूपच श्रीमंत आहेत.' पण जिमनं त्याच्याकडे आश्चर्यानं बघत म्हटलं, 'इथल्या मानानं हे अगदी लहानसं शेत आहे. तुझ्या देशात याला मोठं शेत समजतील का?'

या प्रश्नाला युआननं लगेच उत्तर दिलं नाही. आपल्या देशामध्ये शेतं किती लहान असतात हे त्याला सांगावंसं वाटेना. त्याबद्दल जिमला तुच्छता वाटेल अशी त्याला भीती वाटत होती. म्हणून मग तो एवढंच म्हणाला, 'माझ्या आजोबांकडे खूप जमीन होती आणि लोक त्यांना श्रीमंत मानायचे; पण आमची शेतं सुपीक असतात; त्यामुळे पोट भरण्यासाठी माणसाला फार जमीन लागत नाही.'

या अशा गप्पांतूनच तो आपल्या भल्या मोठ्या हवेलीबद्दल आणि आपल्या वडिलांबद्दल- टायगर वांगबद्दल बोलायला लागला. टायगर वांगला आता जनरल म्हटलं जातं- डाकू सरदार म्हटलं जात नाही हे त्यानं सांगितलं, तसंच ते किनारपट्टीवरचं शहर, तिथली त्याची आई, बहीण आय-लान आणि तिची आधुनिक मौजमजा हे सारं त्यानं जिमला सांगितलं. दिवसचे दिवस जिम हे सगळं ऐकत राहायचा. अनेक प्रश्न विचारायचा आणि आपण किती बोलतोय याचा विचार न करता युआन बोलत राहायचा.

पण हे बोलणं युआनला फार आवडत होतं. या परक्या देशामध्ये तो फार एकाकी झाला होता. किती एकाकी हे त्यालाही कळलं नव्हतं. त्याचे झालेले लहान मोठे अपमान–त्याला कुणी त्याबद्दल विचारलं असतं तर मोठ्या अभिमानानं त्यानं म्हटलं असतं, 'छे! त्यात काय एवढं मोठं.' पण ते अपमान त्याच्या जिव्हारी लागले होते हे खरं. पुनःपुन्हा त्याच्या स्वाभिमानाला धक्का दिला गेला होता आणि त्याची त्याला अजिबात सवय नव्हती. आता हे असं आरामात बसून या गोऱ्या मुलाला आपला वंश, आपला देश आणि आपलं कुटुंब याबद्दल सांगताना त्याला खूप हलकं वाटत होतं. डोळे मोठे करून मोठ्या आश्चर्यानं जिमला हे सगळं ऐकताना बघून आणि 'हे तुला खूपच साधं वाटत असेल ना–जनरलचा मुलगा आहेस तू–आणि घरी एवढे सगळे नोकरचाकर–मला आवडेल या सुट्टीत तू माझ्या घरी आलास तर- पण तुला बोलावण्याची माझी काही हिंमत होत नाही,' असं तो मोठ्या नम्रपणाने म्हणताना ऐकून युआनच्या जखमांवर फुंकर घातली जात होती.

जिमच्या निमंत्रणाबद्दल युआननं मोठ्या सभ्यतेनं त्याचे आभार मानले आणि म्हटलं, 'तुझ्या वडिलांचं घर मला खूप मोठं आणि छान वाटेल याची मला खात्री आहे.' आपल्या मित्राच्या या आदरानं तो खूपच आनंदी झाला होता.

पण या सगळ्या बोलण्यातून एक निष्पन्न झालं- त्याच्याही नकळत त्याला त्याचा स्वतःचा देश तो जसं वर्णन करत होता तसाच आहे असं वाटू लागलं. टायगर वांगच्या लढायांचा त्याला वीट आला होता, हे तो विसरून गेला; त्याचे ते घमेंडखोर सैनिक युआनच्या लक्षात राहिले नाहीत. उलट तो आता टायगर वांगकडे आपल्या स्वतःच्या प्रचंड हवेलीत बसलेला एक महान जनरल म्हणून बघू लागला. वांग लुंग ज्या लहानशा खेड्यात जगला होता, जिथे उपासतापास काढून, झगडून त्यानं आयुष्य काढलं होतं हे तो विसरला आणि आता त्याला त्याच्या लहानपणातली त्याच्या आजोबांनी मिळवलेली शहरातली ती मोठी हवेली, तिथले अनेक चौक तेवढे आठवायला लागले. एवढंच काय पण त्याला ते लहानसं मातीचं खोपटं आणि तशीच मातीनं बांधलेली आणि गवतानं शाकारलेली असंख्य खोपटी, त्यात राहाणारे गरीब लोक आणि तिथेच राहाणारी त्यांची जनावरं यांचीही आठवण राहिली नाही. त्याला आठवत होतं ते फक्त किनारपट्टीवरचं ते शहर. तिथली श्रीमंती आणि तिथली मजेची ठिकाणं. म्हणून मग जिम जेव्हा त्याला विचारायचा, 'तुमच्याकडे इथल्यासारख्या मोटारी आहेत का?' किंवा 'इथल्यासारख्या इमारती तिथे आहेत का?' तेव्हा तो सहजपणे उत्तर द्यायचा, 'होय, आमच्याकडे हे सर्व आहे.'

आणि तो खोटं बोलत नव्हता. काही अंशानं हे खरंच होतं. शिवाय बऱ्याच अंशी त्याची खात्री पटत चालली होती की, तो हे संपूर्ण खरंच सांगतोय, कारण जसजसे दिवस जात होते तसतसा इतक्या अंतरावरचा त्याचा देश आता त्याला अगदी परिपूर्ण असा वाटू लागला होता. जे काही असुंदर, दुःखदायक होतं ते तो साफ विसरून गेला होता. खरं म्हणजे या दुःखदायक, असुंदर गोष्टी जगाच्या पाठीवर सगळीकडेच असतात. फक्त माझ्याच देशात, शेतात काम करणारे सर्वजण अगदी प्रामाणिक आणि समाधानी आहेत. सर्व नोकर स्वामिनिष्ठ आहेत आणि सर्व स्वामी प्रेमळ, सर्व मुलं आई-वडिलांवर प्रेम करणारी आणि सर्व स्त्रिया गुणी आणि विनयशील आहेत असं त्याला वाटायला लागलं.

त्या दूरच्या परक्या देशामध्ये युआनचा स्वतःच्या देशाबद्दलचा हा समज इतका मजबूत झाला की, एक दिवस आपल्या देशाची भलावण करताना त्यानं अगदी जाहीरपणे एक वाक्य उच्चारलं. घडलं ते असं. याच शहरामध्ये एक देवालय होतं ज्याला चर्च म्हटलं जायचं. तिथे एके दिवशी एक गोरा माणूस आला. तो युआनच्या देशामध्ये राहिलेला होता. त्या देशाची छायाचित्रं दाखवण्याचं आणि तिथल्या रहिवाशांची जीवनशैली, सवयी यांविषयी माहिती देण्याचं त्यानं जाहीर केलं होतं.

आता युआन कोणताच धर्म मानत नसल्याने या विशिष्ट देवालयामध्ये कधीच गेलेला नव्हता; पण त्या रात्री मात्र हा माणूस काय बोलणार आहे, काय दाखवणार आहे याच्या उत्सुकतेपोटी तो तिथे गेला.

तिथल्या गर्दीमध्ये युआन बसला होता. त्या प्रवासी माणसाला पाहताच तो युआनला अगदी आवडला नाही. तो माणूस एक प्रकारचा धर्मप्रचारक आहे हे त्यानं ओळखलं. असे धर्मप्रचारक आहेत हे त्यानं ऐकलं होतं; पण प्रत्यक्ष मात्र कधीच पाहिलं नव्हतं. त्याच्या युद्धशाळेमध्ये अशा धर्मप्रचारकांविरुद्ध त्याला शिक्षणही देण्यात आलं होतं. हे लोक एक व्यवसाय म्हणूनच केवळ धर्मप्रचारकाचं काम करतात आणि परदेशात जाऊन, गरीब लोकांना भुलवून स्वतःच्या धर्मामध्ये सामील करून घेतात. यामागे त्यांचा काय हेतू असतो हे मात्र कुणाला फारसं समजलेलं नव्हतं. एक मात्र नक्की होतं, कुणीही माणूस स्वतःचा काहीतरी फायदा असल्याशिवाय स्वतःची जमीन सोडून परदेशामध्ये जाणार नाही, याबद्दल सर्वांचं एकमत होतं.

हा माणूस भरपूर उंचीचा आणि गंभीर चेहऱ्याचा असा होता. त्याचे ओठ खाली वळलेले होते आणि ऊन-वारा-पाऊस खाऊन जून झालेल्या चेहऱ्यामधले डोळे खोल गेलेले होते. त्यानं बोलायला सुरुवात केली. त्यानं युआनच्या देशामधल्या गरीब लोकांविषयी सांगितलं. काही ठिकाणी तान्ह्या मुलींना जन्मतःच कसं ठार मारण्यात येतं हे सांगितलं. गरीब लोकांच्या झोपड्या, त्यांचं राहाणं कसं असतं हे सांगितलं. त्यानं अनेक घाणेरड्या, किळसवाण्या गोष्टीही सांगितल्या. युआननं ते सगळं ऐकून घेतलं. मग त्या माणसानं छायाचित्रं दाखवायला सुरुवात केली. हे सगळं मी स्वतःच्या डोळ्यांनी पाहिलेलं आहे असंही त्यानं सांगितलं. भीक मागणारी माणसं. महारोगानं चेहरे झडून गेलेले भिकारी, रिकामी असल्यानं फुगलेली पोटं घेऊन भीक मागणारी भुकेली मुलं, अरुंद रस्ते, जनावरांनाही उचलणं कठीण जाईल अशी ओझी घेऊन जाणारे हमाल हे सगळं समोरच्या पडद्यावरून युआनच्या अंगावर धावून येत होतं. यामधली काही दृश्यं तर युआननं त्याच्या सुरक्षित अशा आयुष्यात कधीही बघितलेली नव्हती. सरतेशेवटी तो माणूस गंभीरपणे म्हणाला, 'या दुःखी देशामध्ये आपल्या दैवी शिकवणीची किती गरज आहे हे तुम्हाला कळलं असेलच. आम्हाला तुमच्या प्रार्थनेची गरज आहे आणि तुमच्या देणग्यांचीही!' तो एवढं बोलला आणि खाली बसला.

पण युआनला ते सहन झालं नाही. हा सारा वेळ त्याचा राग वाढतच जात होता. त्या रागामध्ये शरम आणि निराशाही मिसळली होती. आपल्या देशातल्या या लाजिरवाण्या गोष्टींचं असं प्रदर्शन या अडाणी आणि अशिक्षित परदेशी लोकांसमोर व्हावं हे त्याला अजिबातच आवडलं नव्हतं. या माणसानं सांगितलेल्या अनेक गोष्टी त्यानं स्वतः पाहिलेल्या नसल्या तरी या माणसानं जिथे मिळतील तिथे

जाऊन, त्या शोधून काढून या निर्दयी पाश्चात्त्य लोकांसमोर दुष्टपणानं मांडाव्यात, याचाच त्याला आपल्या देशातल्या या चुकीच्या गोष्टींपेक्षा जास्त राग आला होता. शिवाय या लाजिरवाण्या गोष्टी सुधारण्यासाठी त्या माणसानं याच लोकांसमोर हात पसरला होता, हेही चीड आणणारंच होतं.

रागानं आपलं हृदय फुटेल की काय असं युआनला वाटू लागलं. तो उडी मारूनच उठला, समोरच्या खुर्चीच्या पाठीवर त्यानं आपले घट्ट मुठी वळलेले हात दाबून धरले, त्याचे डोळे पेटायला लागले होते, गाल लालबुंद झाले आणि शरीर थरथरत होतं. तो मोठ्याने ओरडून म्हणाला, 'हा माणूस जे सांगतो आहे आणि दाखवतो आहे ते सगळं साफ खोटं आहे. माझ्या देशात अशा कोणत्याही गोष्टी नाहीत. मी स्वतः यांपैकी एकही गोष्ट बघितलेली नाही. हे महारोगी, अशी भुकेली उपाशी मुलं-अशा झोपड्या –कधीच नाही. माझ्या स्वतःच्या घरात दहा-बारा खोल्या आहेत आणि माझ्या घरासारखी असंख्य घरं तिथे आहेत. तुमच्याकडून पैसे उकळण्यासाठी या माणसानं ही खोटी दृश्यं तयार केलेली आहेत. मी-मी माझ्या देशाच्या वतीनं बोलतो आहे. आम्हाला हा माणूसही नको आहे आणि तुमचे पैसेही नको आहेत. आम्हाला तुमच्याकडून काहीही नको आहे.'

हे ओरडून बोलत असताना युआननं मोठ्या कष्टानं आपलं रडू आवरलं होतं. बोलून झाल्यावर तो खाली बसला. सगळे लोकही अगदी शांत बसले होते. जे काही घडलं होतं त्याबद्दलचं आश्चर्य सर्वांच्या चेहऱ्यावर दिसत होतं.

तो माणूस हे सगळं ऐकत उभा होता. त्याच्या चेहऱ्यावर एक फिकटसं हसू होतं. तो पुन्हा उठून उभा राहात म्हणाला, 'हा तरुण माणूस एक आधुनिक विद्यार्थी आहे असं दिसतंय. हे बघ पोरा, माझं अर्धअधिक आयुष्य मी या गरीब लोकांमध्ये राहिलो आहे–मी जी चित्रं दाखवली त्या लोकांमध्ये-एवढंच मी सांगू शकतो. तू पुन्हा आपल्या मायदेशी परत जाशील, तेव्हा मी राहातो त्या अंतर्भागातल्या लहानशा खेड्यामध्ये जरूर ये. मी तुला या सर्व गोष्टी दाखवीन–आता प्रार्थना करून ही बैठक संपवू या का?'

पण या खोट्या प्रार्थनेसाठी युआन तिथे थांबू शकला नाही. तो तिथून बाहेर पडला आणि अडखळत अडखळत आपल्या खोलीकडे निघाला. थोड्याच वेळात त्याच्या मागोमागच पावलांचे आवाज यायला लागले. ही माणसंही आपापल्या घरी जायला निघालेली होती. त्या रात्रीचा शेवटचा घाव युआनला बसला तो असा-दोन पुरुष त्याच्यामागूनच चालले होते. त्यांनी युआनला पाहिलं नव्हतं. ते म्हणत होते, 'तो चिनी माणूस असा उठून बोलला–किती चमत्कारिक, नाही? त्यांच्यापैकी कोण खरं आहे आणि कोण खोटं बोलतंय कोण जाणे!'

दुसरा उत्तरला, 'मला वाटतं, दोघेही-कोणी काहीही सांगितलं तरी त्यावर

विश्वास ठेवू नये हेच चांगलं आणि आपल्याला काय करायचंय या परदेशी माणसांशी? संबंधच काय आपला?' आणि त्यानं एक भलीमोठी जांभई दिली. दुसरा माणूस उद्गारला, 'खरं आहे- उद्या पाऊस पडेल असं वाटतं, ना?' आणि ते दोघे आपल्या रस्त्यानं निघून गेले.

हे बोलणं युआननं ऐकलं. त्या माणसांना चीनची चिंता वाटली असती तर त्याला जितकं दुःख झालं असतं, त्यापेक्षा जास्त दुःख त्याला त्यांच्या निर्विकारपणानं झालं. त्या धर्मप्रचारकाचं म्हणणं खरं असतं तरी त्यांना थोडं तरी दुःख व्हायला हवं होतं, निदान खरं काय ते जाणून घ्यावं एवढं तरी त्यांना वाटायला हवं होतं असं त्याला वाटत होतं. रागारागानंच तो बिछान्यावर तळमळत, कूस पालटत राहिला. संतापानं त्याला रडूही आलं. या लोकांना आपला देश किती महान आहे हे पटवून देण्यासाठी काहीतरी करायचंच असा त्यानं निश्चयच केला.

असं काही घडलं की, युआनचा नवा मित्र त्याची समजूत घालायचा. या साध्यासुध्या शेतकरी मुलाशी बोलताना त्याला खूप मोकळं वाटायचं. आपल्या लोकांविषयीच्या आपल्या कल्पना, आपल्या पूर्वजांना सुसंस्कृत करण्यासाठी आपल्या देशातल्या ऋषिमुनींनी लिहिलेले ग्रंथ. आजही आपला समाज ज्या नियमांनुसार वागतो आहे ते नियम कसे केले गेले तो इतिहास हे सर्व युआन त्याला सांगायचा. या देशामध्ये लोकांच्या वागण्यामध्ये जो बेधुंदपणा दिसतो, तसा माझ्या देशात बघायलाही मिळणार नाही, असं युआन अगदी ठामपणे सांगायचा. तिथे स्त्री-पुरुष अतिशय सभ्यपणे आणि नियंत्रितपणे वागतात, त्यांच्या चांगुलपणातूनच त्यांचं सौंदर्य प्रकट होतं. परदेशांमध्ये जसे सर्व कायदे लेखी स्वरूपामध्ये असण्याची आवश्यकता असते तसं तिथे नाही. इथे लहान मुलं आणि स्त्रिया यांना कायद्यानं संरक्षण द्यावं लागतं तसंही तिथे नाही. युआन हे अतिशय प्रामाणिकपणे सांगत होता-आणि त्यावर त्याचा स्वतःचा पूर्ण विश्वासही होता-माझ्या देशामध्ये, मुलांच्या संरक्षणासाठी अशा कायद्याची गरजच नाही, कारण तिथे मुलांना काही इजा करण्याचा विचारही कुणाच्या मनात येणार नाही. आपल्या आईनंच अनाथ मुलांसाठी एक घर उभारलं आहे, हे तो क्षणभर विसरूनच गेला. त्यानं पुढे सांगितलं, 'स्त्रिया त्यांच्या घरांमध्ये सुरक्षित असतात आणि त्यांना मानाचं स्थान असतं.' त्या गोऱ्या मुलानं विचारलं, 'म्हणजे त्यांची पावलं बांधलेली असतात हे खोटंच आहे तर-' तेव्हा युआननं मोठ्या अभिमानानं उत्तर दिलं, 'ती एक फार जुनी प्रथा होती-तुमच्याकडे स्त्रिया त्यांच्या कमरा बारीक दिसण्यासाठी बांधायच्या ना पूर्वी तसंच-पण आता ती प्रथा साफ नाहीशी झालेली आहे. आता कुठेही तुला असं पाहायला मिळणार नाही.'

अशा रीतीनं युआन त्याच्या देशाच्या बाजूनं उभा राहिला. आता हेच त्याचं ध्येय

बनून गेलं. कधीकधी त्याला मेंगचीही आठवण यायची आणि तेव्हाच त्याची खरी किंमत त्याला कळून आली. त्याच्या मनात आलं, ‘मेंगचं बरोबर होतं. आपल्या देशाची इतकी बदनामी करण्यात आली आहे आणि त्याला इतक्या खालच्या पातळीवर नेऊन ठेवण्यात आलं आहे की, आता आपण सगळ्यांनी एकत्र येऊन आपल्या देशाला मदत केली पाहिजे. मी हे मेंगला सांगेन की, त्यालाच खरं काय ते दिसत होतं; मला नव्हे.’ खरंतर मेंग कुठे आहे हे आपल्याला माहीत असायला हवं होतं म्हणजे त्याला पत्र लिहून हे कळवता आलं असतं या विचारानं तो थोडा कष्टीही झाला.

त्याला त्याच्या वडिलांना पत्र लिहिणं शक्य होतं आणि त्याप्रमाणे तो लिहीतही होता. अलीकडे तो अधिक सौम्यपणे, अधिक समजूतदारपणे आणि अधिक मोकळेपणाने लिहायला लागला होता हे त्याला जाणवू लागलं होतं. इतक्या मोकळेपणानं आजवर त्यानं कधीच आपल्या वडिलांना पत्र लिहिलं नव्हतं. आपल्या देशाबद्दल नव्यानं निर्माण झालेल्या या प्रेमानं त्याला स्वतःच्या कुटुंबावर प्रेम करायलाही शिकवलं होतं. त्यानं लिहिलं होतं, ‘मला घरी यावं असं फार वाटतंय. आपल्या देशासारखा दुसरा कोणताही देश नाही. आपल्या पद्धती, आपलं खाणं-पिणं सगळंच सर्वांत उत्तम आहे. परत आल्याबरोबर मी अगदी आनंदानं घरी येईन. मी इथे राहातो आहे याचं एकच कारण आहे; ते म्हणजे इथे जे काही शिकण्यासारखं आहे ते शिकून घ्यायचं आणि त्याचा उपयोग आपल्या देशासाठी करायचा.’

यानंतर शेवटी मुलानं आपल्या वडिलांना ज्याप्रमाणे अभिवादन करायचं असतं ते शब्द लिहून झाल्यावर त्यानं ते पत्र चिकटवलं, त्यावर तिकीट लावलं आणि बाहेर जाऊन रस्त्यावरच्या टपालपेटीमध्ये ते पत्र टाकलं. तो आठवड्याच्या सुट्टीचा दिवस होता. सगळ्या दुकानांमधले दिवे लागलेले होते. तरुण माणसं त्यांना माहीत असलेली गाणी मोठमोठ्या आवाजात म्हणत होती. मुली हसत होत्या आणि त्यांच्या बरोबरीनं ओरडत होत्या. हे सगळं रानटीपणाचं प्रदर्शन पाहून युआनचे ओठ एका तुच्छतेच्या हास्यानं खाली वळले. त्याचे विचार त्या पत्रामागोमाग त्याच्या वडिलांच्या त्या शांत निःस्तब्ध हवेलीमध्ये गेले. तिथे त्याचे वडील एकटेच राहात असत. निदान त्याच्या वडिलांच्या अवतीभोवती तरी त्यांचे स्वतःचे असे शेकडो लोक होते आणि निदान ते- एक सरदार- तरी सन्मानानं आणि स्वतःच्या मर्जीनुसार राहू शकत होते. युआनच्या नजरेसमोर टायगर वांगची मूर्ती उभी राहिली. त्यानं आपल्या वडिलांना बहुतेक वेळा असंच पाहिलं होतं-आपल्या भल्या-मोठ्या कोरीव कामाच्या खुर्चीमध्ये बसलेले, समोर एक पेटती शेगडी आणि सभोवती त्यांचे सैनिक–एखाद्या राजासारखेच दिसायचे त्याचे वडील आणि मग तर त्या सगळ्या गडबड गोंधळामध्ये, मोठ्या आवाजांमध्ये आणि नृत्यगृहांमधून बाहेर वाहाणाऱ्या

अगदी बेसूर अशा संगीतामध्ये युआनला आजवर कधीच वाटला नव्हता एवढा स्वतःच्या वंशाबद्दल अभिमान वाटायला लागला. तो मागे फिरला आणि सरळ स्वतःच्या खोलीत जाऊन आणखी जोमाने अभ्यासाला बसला. आपल्या आजूबाजूला असलेल्या माणसांपेक्षा आपण काहीतरी वेगळे, काहीसे वरचढ आहोत, एका जुन्या खानदानी राजघराण्यामधून आलेले आहोत असंही त्याला वाटायला लागलं. त्याच्या मनातल्या द्वेषाची ही तिसरी पायरी होती.

चौथी पायरी थोड्याच दिवसांत आली. एका जवळच्या वेगळ्या ठिकाणाहून आली. याला कारण होतं युआनचा तो नवा मित्र. त्या दोघांमधली मैत्री थोडी उणावल्यासारखी झाली आणि युआनचं वागणं-बोलणं फक्त कामापुरतंच राहिलं. याचं कारण असं होतं की, जिम आपल्या घरी येतो ते आपल्याला भेटायला नसून, घरमालकिणीच्या मुलीला भेटण्यासाठी येतो हे युआनच्या लक्षात आलं होतं.

हे अगदी सहजगत्याच सुरू झालं होतं. एका संध्याकाळी युआन आपल्या मित्राला खोलीवर घेऊन आला होता. खूप पाऊस पडत होता; त्यामुळे त्यांच्या नेहमीच्या सवयीप्रमाणे चालायला-फिरायला जाणं काही शक्य नव्हतं. ते दोघे घरात शिरले, तेव्हा समोरच्याच खोलीमधून त्यांना संगीताचे स्वर ऐकू आले. त्या खोलीचा दरवाजा किलकिला केलेला होता. घरमालकिणीची मुलगीच ते संगीत वाजवत होती आणि खोलीचा दरवाजा उघडा आहे हे तर तिला ठाऊक असणारच. त्या खोलीवरून जाताना जिमनं आत डोकावून पाहिलं. ती मुलगी आणि जिम दोघांची नजरानजर झाली. तिनं त्याच्याकडे एक कटाक्ष टाकला. त्यानं तो झेलला आणि हलक्या आवाजात युआनला विचारलं, ‘अरे, तुझ्या घरी इतकं गोड पाखरू राहातं हे तू बोलला का नाहीस कधी?’

युआननं त्याच्या चेहऱ्यावरची लालसा बघितली. त्याला ते सहन झालं नाही. त्यानं गंभीरपणे उत्तर दिलं, ‘तू काय म्हणतोस ते मला कळत नाही.’ त्याला ते शब्द कळले नाहीत तरी जिम काय म्हणतो आहे हे त्याला अगदी नीट कळलं होतं आणि त्याला कमालीचा संकोच वाटला होता. नंतर त्यानं ठरवलं होतं की, ही गोष्ट लक्षात ठेवायची नाही किंवा इतक्या क्षुल्लक बाबीनं आपल्या आणि जिमच्या मैत्रीमध्ये बिघाडही होऊ द्यायचा नाही. या देशामध्ये अशा गोष्टींना फारसं महत्त्व दिलं जात नाहीच.

पण दुसऱ्या वेळी जेव्हा असं घडलं किंवा ते घडलेलं त्याला कळलं, तेव्हा त्याला इतका संताप आला की, त्याला रडूच कोसळलं असतं. एका रात्री जेवण आटोपून घरी परतायला त्याला थोडा उशीर झाला. अभ्यासामध्ये बाधा येऊ नये म्हणून तो त्या रात्री बाहेरच जेवायला गेला होता. घरात येताच त्याला जिमचा

आवाज ऐकू आला. त्या घरातले सगळे भाडेकरू सर्व मिळून जी खोली वापरत असत, त्या खोलीतून आवाज येत होता. परक्या भाषेतली पुस्तकं खूप वेळ वाचत बसल्यानं त्याचे डोळे दुखत होते आणि त्याला दमायलाही झालं होतं. या पुस्तकांमधल्या ओळी इकडून तिकडे जायच्या आणि पुस्तकाच्या पानावर वर आणि खाली जाणाऱ्या ओळी वाचण्याची सवय असलेल्या डोळ्यांना त्याचा त्रास होणार हे नक्कीच! मित्राचा आवाज ऐकून युआनला थोडं बरं वाटलं. तासभर गप्पा मारण्याची कल्पना त्याला एकदम आवडलीच. अर्धवट उघडं असलेलं दार त्यानं ढकललं आणि खुशीत हाक मारली, 'मी आलोय रे जिम, वर खोलीत जायचं का?' खरं म्हणजे इतक्या मोकळेपणानं, आनंदानं तो सहसा बोलायचा नाही.

खोलीत बघतो तर जिम हातात एक मिठाईचा पुडा घेऊन त्याचं आवरण काढण्याचा प्रयत्न करत उभा होता. त्याच्या चेहऱ्यावर एक मूर्ख हास्य होतं. त्याच्यासमोरच्या आरामखुर्चीत ती मुलगी पहुडली होती. युआनला आत येताना पाहून आपले कुरळे तांबूस केस मानेच्या झटक्यानं मागे उडवत ती मुलगी चेष्टेखोरपणे म्हणाली, 'या वेळी तो 'मला' भेटायला आलाय, मिस्टर वांग.'

त्या दोन तरुणांमध्ये झालेली दृष्टादृष्ट तिला दिसली. युआनचा चेहरा हळूहळू लाल होत गेला आणि आत्तापर्यंत मोकळा, हसतमुख असलेला त्याचा चेहरा एकदम मिटून बंद झाला. दुसरा चेहरा 'मला जे हवं ते मी करेन' अशा बंडाच्या तयारीत असलेला दिसला. ती एकदम रुसून आपले लालचुटुक नखांचे हात हलवत म्हणाली, 'अर्थात, त्याला जायचं असेल तर तो जाऊ शकतो...'

त्या दोन्ही तरुण माणसांमध्ये शांतता पसरली. ती मुलगी मोठ्यानं हसली. मग अतिशय शांतपणे युआन उद्गारला, 'त्याला हवं ते तो का करू शकणार नाही?'

त्यानं पुन्हा जिमकडे पाहिलंच नाही. वर आपल्या खोलीत जाऊन त्यानं खोलीचं दार नीट बंद केलं. थोडी विश्रांती घ्यायला तो बिछान्यावर बसला. त्याला आपल्या मनात निर्माण झालेल्या मत्सराच्या आणि रागाच्या भावनेचं आश्चर्य वाटू लागलं. सर्वांत महत्त्वाचं म्हणजे तो जिमच्या स्वच्छ प्रामाणिक चेहऱ्यावरचं ते मूर्ख हास्य विसरू शकत नव्हता. त्या हसण्याची त्याला किळस आली होती.

त्यानंतर त्याचा अभिमान अधिकच वाढला. हे गोरे लोक आणि त्यांच्या बायका म्हणजे आपण पाहिलेली सर्वांत अधिक अनीतिमान आणि कामुक जमात आहे. त्यांच्या मनात या एका गोष्टीखेरीज दुसरे विचारच नसतात हे तो स्वतःला बजावून सांगायला लागला. त्याला आठवण झाली ती त्यानं चित्रपटगृहांमध्ये जाऊन जे अनेक चित्रपट मोठ्या आवडीनं पाहिले होते त्यांची. हमरस्त्यांवर जे मोठमोठे जाहिरातींचे फलक लागलेले असतात ज्यावर अगदी कमी कपड्यांतल्या बायकांची चित्रं दाखवून अनेक गोष्टी विकण्याचा प्रयत्न केला जात असतो त्यांची, एखाद्या

दिवशी मी रात्री उशिरा घरी परत आलो तर एखाद्या अंधाऱ्या कोपऱ्यात मला काही वाईट दृश्यं बघायला लागणार नाहीत याची काही खात्री देता येणार नाही–त्याच्या कडवट मनानं त्याला ठासून सांगितलं. एखादा पुरुष एखाद्या स्त्रीला घट्ट मिठीत घेऊन उभा असेल, एकमेकांच्या शरीरांवरून त्यांचे अधाशी हात अगदी वाईट रीतीनं फिरत असतील- या शहरामध्ये अशी दृश्यं सगळीकडेच दिसायची. हा असा घृणास्पद व्यवहार बघून युआनला किळसच यायची आणि त्याच्या मनातला स्वतःविषयीचा अभिमान वाढीला लागायचा.

त्या दिवसानंतर तो जिमपासून दुरावू लागला. घरात कुठेही जिमचा आवाज ऐकू आला की, तो अगदी आवाज न करता जिना चढून स्वतःच्या खोलीत निघून जायला लागला. तिथे जाऊन सरळ अभ्यासाला बसायला लागला. काही वेळानं जिम त्याच्या खोलीत आला तर तो त्याच्याशी अगदी औपचारिकपणे बोलायचा; पण जिम खूप वेळा त्याच्या खोलीत यायचाच. त्या मुलीबद्दल त्याच्या मनात जी भावना होती, तिच्यामुळे त्याच्या आणि युआनच्या जुन्या मैत्रीमध्ये बदल घडून येण्याचं काहीच कारण नव्हतं असं त्याला वाटत होतं आणि हीच गोष्ट युआनला समजू शकत नव्हती; पण यामुळे जिम आपला पूर्वीसारखा मोकळेपणानं बोलत राहायचा. युआन गप्प आहे, तटस्थ आहे याची त्याला जाणीवच नसायची. कधीकधी युआन त्या मुलीला विसरून जायचा आणि पूर्वीसारखाच जिमशी गप्पागोष्टी करण्यात, हसण्यात रमून जायचा. हे अगदी खरं आहे; पण आता जिम त्याच्याकडे येण्याची वाट बघणं, पूर्वीसारखं अगदी उत्साहानं जिमला भेटण्यासाठी त्याच्याकडे धावत जाणं बंद झालं. युआननं स्वतःलाच अतिशय शांतपणे समजावलं, 'त्याला मला भेटायचं असेल तर मी इथे आहेच. माझ्यामध्ये काहीही बदल झालेला नाही. त्याला वाटलं भेटावंसं तर येईल तो मला शोधत.' त्यानं कितीही म्हटलं तरी त्याच्यामध्ये बदल झाला होताच. आता तो पुन्हा एकाकी झाला.

स्वतःची समजूत घालण्यासाठी युआननं आता या शहरातल्या त्याला न आवडणाऱ्या सर्व गोष्टींचं निरीक्षण करायला सुरुवात केली. त्याला जाचणारी प्रत्येक गोष्ट त्याच्या दुखावलेल्या हृदयावर आणखी एखादा वार व्हावा तशी त्याला दिसू लागली. रस्त्यावरच्या गर्दीमध्ये त्याला त्या परक्या भाषेतलं बोलणं ऐकू यायचं, तेव्हा त्याला वाटायचं, किती कठोर उच्चार आहेत या भाषेत आणि आवाजसुद्धा किती कर्कश-त्याच्या मायबोलीसारखे वाहत्या पाण्यासारखे प्रवाही नाहीत. शिक्षकांसमोरचं विद्यार्थ्यांचं निष्काळजीपणानं वागणं आणि चाचरत बोलणं त्याला खटकायला लागलं आणि मग तो स्वतःच्या वागण्या-बोलण्याची अधिकच काळजी घेऊ लागला. स्वतःची उत्तरं, बोलणं नीट तयार करायला लागला. परकी भाषा असली तरी आपल्याकडून कोणतीही चूक होणार नाही याची दक्षता घ्यायला

लागला. त्याला दिलेलं काम तो इतर विद्यार्थ्यांपेक्षा अधिक काटेकोरपणाने करायला लागला- स्वतःसाठी आणि स्वतःच्या देशासाठी!

त्यालाही नकळत तो या देशातल्या लोकांचा तिटकारा करायला लागला, कारण त्याला तसा तिटकारा करायचाच होता आणि तरीही या देशातली संपत्ती, त्यांचं मोकळंढाकळं वागणं, त्यांच्या भव्य इमारती, त्यांनी लावलेले अनेक महत्त्वाचे शोध-वारा, हवा, पाणी आणि वीज यांची त्यांनी शोधून काढलेली जादू या सर्वांचा त्याला मत्सरही वाटत होताच. यातला विरोधाभास असा होता की, या लोकांची ही बुद्धी आणि त्याबद्दल त्याला वाटणारा आदर यांमुळेच तो या लोकांचा अधिक तिटकारा करायला लागला. या सत्तेच्या जागी हे लोक पोहोचले तरी कसे, स्वतःच्या शक्तीबद्दल त्यांना इतका आत्मविश्वास कसा आहे आणि तरीही त्याच्या मनात त्यांच्याविषयी इतका राग आहे हे त्यांना कळत कसं नाही?

एक दिवस तो ग्रंथालयामध्ये एक अतिशय महत्त्वाचं पुस्तक वाचत बसला होता. त्या पुस्तकामध्ये बीज पेरण्याच्याही आधी त्या बीजाच्या पुढच्या पिढ्या कशा कशा वाढतील हे स्पष्ट लिहिलेलं होतं आणि याचं कारण असं दिलेलं होतं की, कोणत्याही बीजाच्या वाढीच्या पायऱ्या अगदी नीटपणे माहीत आहेत. युआनला या गोष्टीचं प्रचंड आश्चर्य वाटलं. माणसाच्या सर्वसामान्य ज्ञानाच्या कितीतरी पुढची अशी ही गोष्ट होती. या विषयीच्या सुप्त आदरानं त्याचं मन भरून आलं तरीही त्याच्या मनात एक कडवट विचार आलाच, 'माझ्या देशात आम्ही बिछान्याचे पडदे घेऊन खुशाल झोपून राहिलो आहोत. अजून रात्रच आहे असं समजतो आहोत; पण केव्हाच उजाडलं आहे, सारं जग कामालाही लागलं आहे–या इतक्या वर्षांमध्ये आम्ही जे काही गमावलं ते आता मिळवता येईल का?'

त्या सहा वर्षांमध्ये युआनला अनेक वेळा अशा प्रचंड निराशेला सामोरं जावं लागलं. या निराशेच्या बाबींनी टायगरनं जे सुरू केलं होतं, ते त्याच्या मनात रुजू लागलं. आजपर्यंत त्याला कधीच वाटलं नव्हतं एवढ्या आवेगानं त्याला स्वतःच्या देशासाठी आपण काहीतरी केलं पाहिजे असं वाटू लागलं. कधीकधी तर तो स्वतःलाही विसरून जायचा. या परदेशी लोकांमध्ये तो हिंडत-फिरत होता, त्यांच्याशी बोलत होता, तेव्हा तो मी एक वांग युआन आहे हे विसरून मी म्हणजे माझ्या देशाची जनता आहे असं समजू लागला. या परक्या अनोळखी देशामध्ये स्वतःच्या देशाच्या जनतेचा प्रतिनिधी म्हणून मी उभा आहे असं तो मानू लागला.

या त्याच्या ध्येयाचा थोडासा तरी विसर पाडणारा युआनला हसवणारा असा एकटा शेंग होता. शेंगनं राहाण्यासाठी निवडलेल्या त्या भल्या मोठ्या शहरातून त्यानं या सहा वर्षांमध्ये पाऊलसुद्धा बाहेर टाकलं नव्हतं. तो म्हणायचा, 'मी का

सोडू हे शहर? एका आयुष्यात शिकून संपणार नाही इतकं इथे शिकण्यासारखं आहे. अनेक शहरांची नुसती ओळख करून घेण्यापेक्षा मला याच शहराची पुरती ओळख करून घ्यायला आवडेल. या शहराची ओळख झाली तर मला या लोकांची ओळख होईल, कारण हे शहर म्हणजेच या साऱ्या लोकांचं मुखपत्र आहे.'

शेंग काही युआनला भेटायला येणार नाही हे तर ठरलंच; पण त्याला युआनला भेटायचं तर असायचंच मग तो त्याला पत्रं लिहायचा. अगदी सुंदर भाषेमध्ये, खेळकर शैलीत लिहिलेल्या त्या पत्रांमध्ये युआनची विनवणी केलेली असायची. त्या विनवणीला बळी पडून मग युआन त्याच्याबरोबर उन्हाळ्याची सुट्टी घालवायला लागला. शेंगच्या लहानशा बैठकीच्या खोलीत युआन झोपायचा. शेंगकडे चालू असलेल्या अनेक विषयांवरील चर्चा ऐकायचा, कधीकधी त्यामध्ये भागही घ्यायचा; पण जास्त करून गप्प बसून ऐकायचा, कारण युआनचं आयुष्य किती संकुचित आहे हे शेंगला लवकरच कळून आलं. युआन किती एकलकोंड्यासारखा राहातो, वागतो हेही त्याला कळलं, मग मात्र त्यानं युआनला चार गोष्टी सुनावल्याच.

शेंगला इतका राग येत असेल याची युआनला कल्पनाच नव्हती. एवढ्या रागानं त्यानं युआनला सांगितलं की, जेवढं जमेल तेवढं त्यानं बघितलं पाहिजे, समजून घेतलं पाहिजे. तो असंही म्हणाला, 'आपल्या देशात आपण पुस्तकांची पूजा करत आलो आहोत. आज कुठे आहोत आपण? हे लोक जगातल्या इतर कोणत्याही जमातीपेक्षा पुस्तकाला कमी किंमत देतात. ते आयुष्यातल्या भौतिक गोष्टींना महत्त्व देतात. ते विद्वानांची पूजा करत नाहीत उलट त्यांची चेष्टाच करतात. त्यांचे अर्धेअधिक विनोद त्यांच्या शिक्षकांवर केलेले असतात आणि त्यांना ते त्यांच्या नोकरांपेक्षाही कमी पगार देतात. या लोकांची रहस्यं फक्त या म्हाताऱ्या लोकांकडूनच शिकायला मिळतील असं तुला वाटतं तरी कसं? एका शेतकऱ्याच्या मुलाकडूनच काय ते शिकणं बरोबर आहे का? तू फार संकुचित विचार करतोस, युआन. तू एकाच गोष्टीवर लक्ष केंद्रित केलंस, एकाच व्यक्तीवर भरवसा ठेवलास आणि बाकी सगळं गमावून बसलास. जगातल्या इतर कोणत्याही जमातीपेक्षा हे लोक कमी वेळ पुस्तकांमध्ये सापडतील. जगातली सगळी पुस्तकं ते आपल्या ग्रंथालयामध्ये जमवतात-धान्य किंवा सोनं जमवून ठेवावं तशी. त्यांच्या मनातल्या गोष्टी करण्यासाठीचं साधन म्हणजे ही पुस्तकं असतात. तू हजार पुस्तकं वाचलीस ना युआन तरी तुला त्यांच्या संपन्नतेचं रहस्य कळणार नाही.'

या अशा गोष्टी तो वारंवार युआनला सुनवत राहायचा. शेंगच्या सहजतेपुढे, शहाणपणापुढे युआन अगदी बापुडवाणा होऊन जायचा. अखेरीस त्यानं शेंगला विचारलंच, 'मग आणखी ज्ञान मिळवण्यासाठी मी करू तरी काय शेंग?' शेंगनं उत्तर दिलं, 'सगळं बघ, सगळीकडे फिर. शक्य तेवढ्या सगळ्या लोकांना भेट, त्या

शेताच्या तुकड्याला थोडी विश्रांती दे, पुस्तकंही राहू देत. तू काय काय शिकलास ते मी ऐकलं, आता मी काय काय शिकलो ते तुला दाखवतो.'

शेंग संपूर्ण शहरी दिसत होता, त्याचं बोलणं-बसणं अगदी आत्मविश्वासपूर्ण बनलं होतं. हातातल्या सिगारेटवरची राख झटकणं आणि चमकत्या काळ्याभोर केसांवरून आपला फिकट वर्णाचा नाजूक हात फिरवणंसुद्धा अगदी डौलदार होतं त्याच्यापुढे युआनला थोडं लाजल्यासारखं वाटत होतं. याच्यासमोर आपण किती गावंढळ, खेडवळ दिसतो आहोत असं त्याला वाटू लागलं. शेंगला खरोखरच आपल्यापेक्षा खूप जास्त माहीत आहे असंही त्याला वाटायला लागलं. आधीच्या त्या स्वप्नाळू, देखण्या, सडपातळ शेंगपेक्षा हा शेंग कितीतरी वेगळा झाला होता. या एवढ्याशा वर्षांमध्ये तो चटकन मोठा आणि चतुर झाला होता. स्वतःचं रूप आणि स्वतःवरचा विश्वास या दोन गोष्टींमुळे त्याचा स्वभाव उमलून आला होता. त्याच्यामध्ये एक नवीनच ऊर्जा अवतरली होती. या नव्या देशातल्या चैतन्यदायी हवेमध्ये त्याचा तो आराम करण्याचा स्वभाव पार बदलून गेला होता. तो इथल्या लोकांसारखाच बोलत होता, हसत होता, चालत होता आणि तरीही त्याच्या स्वतःच्या वंशाची खासियत असलेला डौल आणि नजाकत मात्र तशीच कायम होती आणि तीही त्याच्या वंशाच्या अंतर्मुखतेसह! आता शेंग जसा बनला आहे ते पाहून युआनच्या मनात आलं, सौंदर्य आणि बुद्धिमत्ता या दोहोंमध्ये शेंगच्या तोडीचा दुसरा माणूस सापडणं अशक्यच आहे. त्यानं अतिशय नम्रपणे शेंगला विचारलं, 'तू अजून पूर्वीसारख्या कथा आणि कविता लिहितोस का रे?'

शेंगनं अगदी आनंदानं उत्तर दिलं, 'हो तर– पूर्वीपेक्षा जास्त! आता इतक्या कविता जमल्याहेत की, मी एक पुस्तक करावं म्हणतोय त्यांचं. शिवाय मी लिहिलेल्या एक-दोन कथांना पारितोषिक मिळण्याचीही शक्यता आहे.' हे शेंगनं गर्वानं सांगितलं नव्हतं; पण त्याच्या स्वरात स्वतःची ओळख पटल्याचा आत्मविश्वास नक्कीच होता. युआन गप्प राहिला. आपण काहीच केलं नाही-त्याच्या मनात आलं. तो इथे आला, तेव्हा जेवढा बावळट आणि गावंढळ होता तसाच आजही होता. त्याला कुणीही मित्र नव्हते. इतक्या महिन्यांमध्ये तू काय केलंस याचं उत्तर म्हणून तो फक्त वह्यांच्या एका ढिगाकडे बोट दाखवू शकला असता आणि जमिनीच्या एका तुकड्यावर उगवलेली काही रोपं-बस!

एकदा त्यानं शेंगला विचारलं, 'आपण घरी गेल्यावर तू काय करणार आहेस? तिथेही तू अशाच एखाद्या शहरात राहाणार का?'

आपल्या देशातल्या लोकांच्या परिस्थितीबद्दल आपल्याला जेवढं दुःख होतं आहे, तेवढं दुःख शेंगलाही होतं आहे का हे युआनला चाचपून बघायचं होतं. मात्र, शेंगनं नेहमीच्या आनंदी स्वरात पण अगदी ठामपणे उत्तर दिलं, 'हो तर– नेहमीच!

मी दुसरीकडे कुठे राहूच शकणार नाही. युआन, खरं सांगायचं तर– हे आपण आपल्यातच बोलू शकतो, परक्या लोकांसमोर नाही; पण आपल्या देशामध्ये आपल्यासारख्या लोकांना राहता येईल, अशी योग्य जागा फक्त शहरातच मिळू शकेल. आपल्या बुद्धीला दुसरीकडे कुठे खाद्य मिळू शकणार? शिवाय स्वच्छता? आपल्या खेड्यांबद्दल मला जे काही आठवतं ते मला तरी अगदी किळसवाणं वाटतं आहे. घाणेरडे लोक, उन्हाळ्यात इकडेतिकडे फिरणारी उघडीनागडी मुलं, असंख्य भटकी कुत्री आणि बघावं तिकडे माश्याच माश्या! तुला माहितीच आहे ते- शहराखेरीज दुसरीकडे कुठेही राहाणं मला शक्यच होणार नाही आणि मी राहाणारही नाही. या पाश्चिमात्य लोकांकडून आपण थोडं तरी आराम आणि मौजमजा- आनंदाबद्दल शिकायला हवं की नाही? मेंगला त्यांचा राग येतो खरा; पण शतकानुशतकं आपण वाहत्या पाण्याचा किंवा विजेचा किंवा चित्रपटांचा किंवा अशा एकाही गोष्टीचा विचारही करू शकलो नाही हे मी विसरूच शकत नाही. माझं विचारशील तर मला सगळं उत्तम हवं आणि जिथे हे सहज मिळेल अशाच ठिकाणी मी राहाणार आहे आणि माझ्या कविता लिहिणार आहे.'

'म्हणजे अगदी स्वार्थीपणाने राहाणार आहेस म्हण की.' युआन स्पष्ट शब्दांत म्हणाला.

'तसं म्हण हवं तर.' शेंग थंडपणे उत्तरला, 'आणि स्वार्थी कोण नसतं? आपण सगळेच स्वार्थी आहोत. मेंग त्याच्या ध्येयाबद्दल स्वार्थी आहे, त्याचं ध्येय! त्याच्या नेत्यांकडे बघ बरं जरा आणि सांग मला, ते स्वार्थी नाहीत असं. एकजण तर पूर्वी डाकू होता-एकजण जिंकणाऱ्या बाजूकडे एकदा इकडे आणि एकदा तिकडे असा जात असतो-तिसरा आहे तो इतक्या थाटात कसा राहातो सांग बघू-या ध्येयासाठी लोकांकडून गोळा केलेल्या पैशांवरच ना? नाही- हे मी माझ्या स्वतःसाठी करतोय, हे मी माझ्या स्वतःसाठी घेतोय, मी माझं सुख बघतोय, मी स्वार्थी आहे हे सरळ कबूल करणं हेच जास्त प्रामाणिकपणाचं आहे असं मला वाटतं. मग मला कुणी स्वार्थी म्हटलं तरी चालेल; पण मी हावरा नाही. मला सौंदर्य आवडतं, माझ्या घरात आणि परिस्थितीमध्ये एक सुख असावं असं मला वाटतं. मी कसाही राहू शकत नाही. माझ्या अवतीभोवती सुख, शांती आणि सौंदर्य असावं, थोडाफार आनंद असावा एवढीच माझी अपेक्षा आहे.'

आणि तुझ्या ज्या देशबांधवांना हे सुख - शांती मिळत नाही त्यांचं काय?' युआननं विचारलं.

त्याच्या मनात रागाचा डोंब उसळला होता.

'मी काय करू शकतो त्यासाठी?' शेंगनं विचारलं, 'हे किती शतकं तसंच चालू आहे? गरीब माणसं जन्माला येतात, दुष्काळ पडतात, लढाया होतात– माझ्या एका

आयुष्यामध्ये मी हे सगळं बदलू शकणार आहे असं समजण्याइतका मी मूर्ख आहे का? त्या लढ्यामध्ये मी माझं आयुष्य मात्र गमावून बसेन- हा मी-माझ्यासारखा थोर कुळातला माणूस–मी का या लोकांच्या नशिबासाठी लढावं? मग आणखी सुपीक जमीन तयार करण्यासाठी समुद्रामध्ये उडी का घेऊ नको?'

या अशा युक्तिवादाला युआनकडे उत्तर नव्हतंच. त्या रात्री शेंग झोपी गेल्यानंतरही त्याच्या खोलीच्या भिंतींवरच धडका मारत असलेल्या त्या प्रचंड शहराचं धडधडणं ऐकत तो जागा होता.

हे असं बोलणं ऐकलं की, त्याला भीती वाटू लागायची. बाहेरच्या त्या घोंगावत, रोरावत जगणाऱ्या जगाकडे बघताना त्याची आतली दृष्टी त्याला खूप काही दाखवायला लागली, त्याला स्वतःचा खुजेपणा सहन होईनासा झाला. मग शेंगचे शहाणपणाचे शब्द आणि खोलीत येणारा रस्त्यावरच्या दिव्याचा प्रकाश, त्या प्रकाशामध्ये स्पष्ट दिसणाऱ्या टेबल-खुर्च्यांसारख्या सामान्य आयुष्यातल्या वस्तूयांनाच तो चिकटून राहिला. हजारो मैल पसरलेल्या त्या सतत बदलत्या, मरणाला टेकलेल्या अनोळखी आयुष्यामध्ये ही एकच तर सुरक्षित जागा होती. शेंगचं ठाम बोलणं आणि त्याची सुरक्षित आयुष्याची निवड पाहिल्यावर युआनला स्वतःची स्वप्नं फार मोठी आणि म्हणूनच व्यर्थ वाटायला लागली हेही एक नवलच! शेंग जवळ असताना कसा कोण जाणे; पण तो युआन नसायचा-शूर नसायचा, मत्सरानं भरलेलाही नसायचा. तो असायचा फक्त सुरक्षितता शोधणारं एक लहान मूल!

पण असा तो किती काळ शेंगच्या जवळ राहू शकणार होता? त्या शहरामध्ये शेंगच्या खूप ओळखी होत्या आणि अनेकदा रात्री तो भेटेल त्या तरुणीला घेऊन नाचाच्या कार्यक्रमांना जायचा. युआन त्याच्या बरोबर गेला तरी एकटाच असायचा. सुरुवातीला तो या सगळ्या मौजमजेच्या किनाऱ्यावर बसून आश्चर्य करत राहायचा. शेंगचा देखणेपणा, त्याचं मित्रत्वाचं वागणं आणि स्त्रियांशी वागतानाचा त्याचा धीटपणा या सर्वांचा त्याला थोडा हेवाही वाटायचा.

कधी आपणही त्याच्या मागोमाग जावं असंही त्याला वाटायचं; पण तेवढ्यात असं काहीतरी त्याच्या दृष्टीला पडायचं की, तो पाऊल मागेच घ्यायचा आणि पुन्हा कधीही कोणत्याच मुलीशी बोलणार नाही अशी शपथही घ्यायचा.

याचं कारण असं होतं... शेंग अशा प्रकारानं ज्या स्त्रियांशी मैत्री करायचा, त्या पुष्कळ वेळा त्याच्या वंशाच्या नसायच्या. एकतर त्या गोऱ्या बायका तरी असायच्या किंवा मिश्र वंशाच्या असायच्या– थोड्या गोऱ्या आणि थोड्या काळ्या. युआननं आजवर अशा स्त्रीला साधा स्पर्शही केलेला नव्हता. त्याला या वर्णांचं वावडं असल्यासारखं झालं होतं. आय-लानबरोबर गेला असताना अनेक वेळा त्यानं अशा स्त्रियांना बघितलं होतं, कारण त्या किनारपट्टीवरच्या शहरामध्ये सर्व वर्णांचे आणि

रंगारूपाचे लोक खुशाल एकत्र हिंडतफिरत असायचे; पण नाच करण्यासाठीसुद्धा त्यानं आजपर्यंत एकदाही अशा एखाद्या स्त्रीला जवळ घेतलं नव्हतं. एक कारण असं होतं की, त्या सगळ्याजणी अशा कपड्यांमध्ये असायच्या की, कुणालाही लाज वाटावी. त्यांच्या पाठी उघड्या असायच्या; इतक्या उघड्या की, त्यांच्याबरोबर नाचणाऱ्या माणसाला त्यांच्या गोऱ्या उघड्या पाठीवरच हात ठेवावा लागावा आणि हे तर युआनला अगदीच उबगवाणं वाटायचं.

पण हे एकच कारण नव्हतं. शेंग आणि त्याच्याबरोबर असणाऱ्या स्त्रियांचं निरीक्षण करताना त्याला एक गोष्ट निश्चितपणे आढळली होती, ती म्हणजे शेंग जवळ आल्यावर त्याच्याकडे बघून हसणाऱ्या स्त्रिया वेगळ्या होत्या, काहीशा बेफिकीर होत्या आणि ज्या काही स्त्रिया थोड्या कमी निर्लज्ज होत्या, त्या तिरप्या नजरेनं शेंगकडे बघायच्या किंवा नजर फिरवायच्या आणि फक्त त्यांच्या वंशाच्याच पुरुषांबरोबर नाचायच्या. जेवढं अधिक निरीक्षण करावं, तेवढी ही गोष्ट अगदी खरी आहे हे त्याला पटायला लागलं. शेंगलाही हे माहीत असावं असंही त्याला जाणवायला लागलं. ज्या आपल्याकडे बघून सहजपणे हसतात, त्याच स्त्रियांशी तो जवळिकीनं वागतो हेही युआनला कळून आलं.

आपल्या चुलतभावाला मिळणाऱ्या या अपमानास्पद वर्तणुकीनं युआनला प्रचंड संताप आला. हा संताप आपल्या भावासाठी, स्वतःसाठी आणि आपल्या देशासाठीही होता. या स्त्रिया अशा का वागतात हे काही त्याला नीटसं कळत नव्हतं आणि ही गोष्ट बोलून दाखवून शेंगला दुखावणं त्याला नको होतं. शिवाय थोडा संकोचही होताच. तो स्वतःशीच पुटपुटायचा, 'शेंगनं थोडा अभिमान बाळगायला हवा–त्यांच्याबरोबर नाचायलाच नको-त्यांच्यातल्या सर्वांत उत्तम अशा स्त्रीसाठी तो योग्य नसेल तर त्यानं सर्वांनाच टाकलं पाहिजे.'

आणि मग शेंग पुरेसा अभिमानी नाही, कुठेही सुख शोधतो या कल्पनेनं युआन पुन्हा कमालीचा अस्वस्थ झाला. हीसुद्धा एक आश्चर्याचीच गोष्ट होती. परदेशी लोकांबद्दलची मेंगची सगळी तडफडदेखील युआनला एवढा राग आणवू शकली नव्हती; पण या गर्विष्ठ स्त्रिया शेंग जवळ येताच नजरा फिरवतात हे बघून युआनला त्यांचा कमालीचा तिटकारा वाटू लागला आणि या काही स्त्रियांमुळे तो त्या साऱ्या स्त्री जमातीचाच तिरस्कार करायला लागला. असं झालं की, मग युआन कुठेतरी निघून जायचा. त्याला शेंगचा असा अपमान होताना बघवत नसे. मग तो रात्र एकट्यानंच काढायचा. पुस्तकं वाचत किंवा आकाशाकडे किंवा शहराच्या रस्त्यांवर आणि त्याच्या हृदयातल्या या प्रश्नांकडे - गोंधळाकडे बघत.

या शहरामधल्या त्या सर्व उन्हाळ्यांमध्ये युआन अगदी सोशिकपणे शेंगच्या

मागोमाग इथेतिथे फिरत राहायचा. शेंगला खूप मित्र होते. तो जिथे खाण्याचे पदार्थ विकत घ्यायचा किंवा एखाद्या उपाहारगृहामध्ये त्यानं पाय ठेवला की, कुणीतरी त्याला हाक मारायचंच, 'हाय जॉनी.' ते सगळे त्याला याच नावानं हाक मारायचे. युआननं प्रथम हे ऐकलं, तेव्हा त्यांच्या या जवळिकीनं त्याला धक्काच बसला होता. तो शेंगच्या कानात कुजबुजला होता, 'हे असं फालतू नाव तू कसं सहन करतोस?' पण शेंगनं हसून उत्तर दिलं होतं, 'ते एकमेकांना काय म्हणतात ते ऐक एकदा. मला इतक्या साध्या नावानं हाक मारतात याचा मला खरंच आनंद वाटतो. शिवाय ते असं करतात ते मैत्रीच्या नात्यानं, युआन. त्यांना जे लोक आवडतात त्यांच्या बाबतीतच ते एवढं स्वातंत्र्य घेतात.'

आणि खरंच तसं बघितलं तर शेंगला खूपच मित्र होते. रात्री ते त्याच्या खोलीत यायचे–दोघे-तिघे- कधी आणखी कितीतरी- शेंगच्या बिछान्यावर पसरलेले किंवा जमिनीवर बसलेले- सिगारेटी ओढत, गप्पा मारत हे तरुण एकमेकांना आव्हान देत असायचे- कोण सर्वांत अधिक बेताल वक्तव्य सर्वांत आधी करतो आहे याबद्दलची ही आव्हानं असायची. शिवाय हे आव्हान सामोरं येताक्षणी कोण त्याला उत्तर देतो हे पुढचं आव्हानही असायचंच. युआननं याआधी कधीही इतका गोंधळ असलेल्या गप्पा ऐकल्या नव्हत्या. कधीकधी त्याला वाटायचं, हे लोक सरकारच्या विरुद्ध कट रचताहेत आणि मग त्याला शेंगची चिंता वाटायची. तेवढ्यात एखादी नवी टूम निघायची आणि आधीच्या अनेक तासांच्या चर्चेवर पाणीच पडायचं. या सर्वांचा शेवट व्हायचा तो या सगळ्याचा आनंदानं स्वीकार करत. कोणत्याही नव्या गोष्टीला तुच्छतेनं नावं ठेवत–सिगारेटच्या धुरानं आणि त्यांनी बरोबर आणलेल्या पेयांच्या वासानं भरून गेलेले असायचे सगळे. मग मोठमोठ्यानं निरोपाची हाकाटी पिटत, हसत, स्वतःवर आणि जगावर भयंकर खूश होऊन ते सगळे एकमेकांचा निरोप घ्यायचे. कधीकधी हे बोलणं अगदी धीटपणे मुलींवर जायचं. युआन गप्पच असायचा–त्याला या विषयातलं काय माहिती होतं म्हणून तो त्या गप्पांमध्ये भाग घेऊ शकणार होता?-सगळं ऐकत असायचा, कानावर पडणाऱ्या गोष्टींनी त्याला कळमळायला लागायचं. एकदा सगळे गेल्यावर त्यानं अतिशय गंभीरपणे शेंगला विचारलं होतं, 'हे जे काही आपण ऐकतोय ते सगळं खरं असेल? ते म्हणताहेत तशा वाईट, दुष्ट बायका खरोखर असतात का? या देशातल्या सगळ्याच बायका अशा आहेत का रे? एकही पवित्र मुलगी नाही, गुणवान पत्नी नाही, एकही सहज वश होणारी नसावी?' शेंग त्याला चिडवत - हसत म्हणाला होता, 'ते खूप लहान आहेत रे– हे तरुण-आपल्यासारखेच विद्यार्थी-आणि तुला काय माहिती आहे रे युआन, बायकांबद्दल?'

युआन नम्रपणे उत्तरला होता, 'खरं आहे रे बाबा, मला काहीही माहिती नाही

त्यांच्याबद्दल-'

पण त्यानंतर रस्त्यावर मोकळेपणाने फिरणाऱ्या बायकांकडे तो अधिक निरखून बघायला लागला होता हे मात्र खरं. त्याही याच समाजाचा एक भाग होत्या; पण त्याला काही उलगडत नव्हतं. त्या भराभर चालायच्या, त्यांचे कपडे रंगीबेरंगी असायचे, चेहरेही रंगवलेले असायचे आणि तरी त्यांच्या त्या गोड धीट नजरा युआनवर पडायच्या, तेव्हा दृष्टी मात्र रिती असायची. एक क्षणभर त्याच्याकडे पाहून त्या पुढे निघून जायच्या. त्यांच्या दृष्टीने तो एक पुरुष नव्हताच- एक अनोळखी व्यक्ती- रस्त्यामध्ये शेजारून जाणारी- एखाद्या पुरुषाकडे पाहण्यासाठी जे कष्ट घ्यावे लागतात ते कष्ट घेण्याची काही गरज नाही असंच त्यांची ती नजर सांगत असायची. युआनला हे सगळं नीटसं कळलं नाही तरी त्यांच्या नजरेतला थंड परकेपणा, रितेपणा त्याला जाणवायचा आणि तो जास्तच स्वतःच्या कोशात शिरायचा. इतक्या मिजाशीत जायच्या त्या, स्वतःच्या लायकीची पुरेपूर जाणीव असायची त्यांना की, युआनला त्यांची भीतीच वाटायची. इकडून तिकडे जाताना चुकूनसुद्धा त्यांना आपला जरासाही स्पर्श होऊ नये याची तो अतिशय काळजी घ्यायचा. न जाणो, या एवढ्याशा चुकीनं त्यांचा पारा चढायचा. असं वाटण्याचंही एक कारण होतं-त्यांच्या लालचुटुक रंगवलेल्या ओठांची काही वेगळीच ठेवण, गर्वानं वर उचलली गेलेली त्यांची चमकत्या केसांची डोकी, त्यांच्या शरीरांचे विशिष्ट हेलकावे हे सगळं त्याला अंग चोरून घ्यायला भाग पाडायचं. त्यांच्या स्त्रीत्वाचा त्याला बिलकूल मोह पडायचा नाही आणि तरीही या शहराच्या जिवंत जादूमध्ये त्यांच्या या रंगीबेरंगी व्यक्तिमत्त्वाचा प्रभाव होताच. हे लोक पुस्तकं वाचणारे नाहीत असं शेंग का म्हणतो ते अनेक दिवसांनंतर युआनला कळून आलं. दूरवरच्या एका भव्य इमारतीच्या सोनेरी कळसावर नजर खिळलेली असताना एकदम त्याला उमगलं, हे सगळं पुस्तकामध्ये कसं लिहिता आलं असतं?

सुरुवातीला युआनला त्यांच्या त्या भव्य इमारतींमध्ये कसलंही सौंदर्य सापडलं नव्हतं. त्याची नजर शांत बुटक्या घरांना आणि सावकाश उतरणाऱ्या छपरांना सरावलेली होती; पण आता त्याला त्या इमारतींमधलं सौंदर्य दिसायला लागलं- परकं असलं तरी सौंदर्यच होतं ते-आणि मग या परक्या देशामध्ये आल्यावर प्रथमच त्याला एक कविता लिहावीशी वाटू लागली. एका रात्री शेंग त्याच्या बिछान्यावर शांतपणे झोपलेला असताना आपल्या विचारांना आकार देण्याचा प्रयत्न करायला युआननं सुरुवात केली. नेहमीसारखी शांत, साधीसुधी यमकं वापरून चालणार नव्हतं. इथे - शेतं- ढग- हवा यांच्यासाठी तो वापरायचा ते शब्दही चालणार नव्हते. इथे बोचरे शब्द हवे होते, खरखरीत पण टोकदार शब्द-त्याच्या स्वतःच्या भाषेतले शब्द इथे चालणार नव्हते. ते शब्द गोल गरगरीत, वापरून वापरून मऊ,

गुळगुळीत झालेले होते. नाही, या नव्या, परक्या भाषेतले शब्द शोधून काढणंच बरोबर होतं; पण ते शब्द त्याच्या हातामध्ये एखाद्या नव्या हत्यारासारखे जड झाले; त्या हत्यारांचे आकार, वजन आणि त्यांचा आवाज हे काहीच त्याच्या ओळखीचं नव्हतं. अखेरीस त्यानं तो प्रयत्न सोडून दिला. त्याला ती कविता लिहिणं जमलं नाही. ती तशीच त्याच्या मनामध्ये एक-दोन दिवस तळमळत पडून राहिली; पण नाहीशी झाली नाही, कारण त्याला जाणवलं होतं आपण जर ही कविता मनातून बाहेर काढून लिहू शकलो तर या समाजाचा आत्माच आपल्या ओंजळीत येईल; पण ते त्याला जमलं नाही. त्यांनी त्यांचा आत्मा त्याच्यापासून लपवूनच ठेवला आणि तो त्यांच्या लगबगीनं इकडेतिकडे जाणाऱ्या गर्दीबरोबर हेलपाटत राहिला.

शेंग आणि युआन एकमेकांपेक्षा खूपच वेगळे होते. शेंगचा आत्मा त्याच्या कवितांमधून अगदी सहजपणे बाहेर वाहणाऱ्या ओळींसारखा होता. एक दिवस त्यानं या ओळी युआनला दाखवल्या. सोनेरी किनारीच्या जाड, भारी कागदावर लिहिलेल्या कविता-आणि वरवरच्या निष्काळजीपणाने तो म्हणाला, 'काही खास नाहीत त्या-माझ्या सर्वांत उत्तम कविता नाही म्हणता येणार त्यांना- त्या लिहीन मी नंतर कधीतरी-या कविता म्हणजे या देशाला पाहून मला जे काही तुकड्या-तुकड्यांत सुचलं ते आहे-पण माझ्या शिक्षकांना मात्र आवडल्यात हं त्या-' युआननं त्या कविता नीट काळजीपूर्वक वाचल्या. एकामागोमाग एक अशा अगदी शांत वातावरणामध्ये आणि पूर्ण आदराने वाचल्या. त्याला त्या कविता फार सुंदर वाटल्या. प्रत्येक शब्द विचारपूर्वक, काळजीपूर्वक निवडलेला आणि त्याच्या योग्य जागी नीट बसवलेला. जणू सोन्याच्या अंगठीमध्ये एखादा मौल्यवान खडा नीट बसवावा तसे ते शब्द आहेत, असं त्याला वाटलं. शेंगनं अगदी सहज वाटावं अशा स्वरात सांगितलं, 'यांच्यापैकी काही कवितांना माझ्या ओळखीच्या एका बाईंनी चालीही लावल्या आहेत. या स्त्रीबद्दल एक-दोन वेळा उल्लेख झाल्यावर एके दिवशी तो युआनला आपल्याबरोबर तिला भेटायला आणि शेंगच्या कवितांना तिनं लावलेल्या चाली ऐकायला घेऊन गेला आणि इथे युआनला आणखी एक प्रकारची स्त्री भेटली आणि शेंगचं आणखी एक आयुष्यही सामोरं आलं.

ती एका नाट्यगृहामध्ये गायिका होती. ती अगदी फालतू गायिका नव्हती; पण तिला वाटायचं तेवढी फार मोठी प्रसिद्ध गायिकाही नव्हती. एका मोठ्या घरामध्ये ती राहायची. तिथे आणखीही बरेच लोक राहायचे. प्रत्येकजण आपापल्या लहानशा खोलीत राहायचा. ती ज्या खोलीमध्ये राहायची, ती खोली लहानशी आणि अंधारी होती. बाहेर सूर्यप्रकाश चमकत असला तरी खोलीत अंधारच असायचा. पंचधातूच्या उंची शामदान्यांमध्ये मेणबत्त्या जळत असायच्या. कुबट वातावरणामध्ये उदबत्तीचा

वास दाटलेला असायचा. खोलीत कडक किंवा मऊ कोणत्याच प्रकारच्या खुर्च्या नव्हत्या. खोलीच्या एका कोपऱ्यामध्ये मोठा दिवाण होता बस! या दिवाणावर ती स्त्री पसरलेली असायची. एक उंचीपुरी, गोरी स्त्री. युआनला तिचं वय काही ओळखता आलं नाही. शेंगला पाहाताच हातातला सिगारेट धरण्याचा होल्डर हलवत ती चीत्कारत म्हणाली, 'शेंग, डार्लिंग, कित्ती दिवसांनी पाहातेय मी तुला...'

नेहमी तो तिथंच बसत असावा तसा शेंग अगदी सहज तिच्याजवळ जाऊन बसला. ती पुन्हा चीत्कारली, -तिचा आवाज स्त्रीच्या आवाजासारखा नव्हता - खर्जातला आणि चमत्कारिक असा काहीसा तो आवाज होता. 'तुझी ती सुंदर कविता रे-टेम्पल बेल्स–झाली हं- ती तयार- मी तुला बोलावणारच होते...'

'हा माझा चुलतभाऊ युआन' अशी शेंगनं युआनची ओळख करून दिली, तेव्हा तिनं त्याच्याकडे साधी नजरही टाकली नाही. शेंग बोलत असताना ती दिवाणावरून उठत होती. लहान मुलासारखं निष्काळजीपणानं उठताना तिचे लांबसडक पाय उघडे पडले. तोंडात धरलेल्या होल्डरसह ती उद्गारली, 'ओ हॅलो! युआन.' आणि त्याच्याकडे न बघितल्यासारखं करत ती कोपऱ्यात ठेवलेल्या एका वाद्याकडे गेली. तोंडातला होल्डर खाली ठेवत तिनं त्या वाद्यावरून सावकाश बोटं फिरवायला सुरुवात केली. गंभीर, संथ असे स्वर उमटू लागले. युआननं असे स्वर यापूर्वी कधीच ऐकले नव्हते. मग ती गायला लागली. तिचे हात जे स्वर काढत होते तसाच गंभीर संथ स्वर. किंचित थरथरता, भावपूर्ण!

ती जी कविता म्हणत होती, ती शेंगनं स्वतःच्या देशात असताना लिहिलेली एक लहानशी कविता होती; पण या संगीतानं तिला पार बदलून टाकलं होतं. शेंगनं ही कविता काहीशा चिंतनशीलतेनं, चंद्रप्रकाशात देवळाच्या भिंतीवर बांबूच्या झाडाच्या सावल्या पडाव्यात तशा हळुवारपणे लिहिलेली होती; पण या परदेशी बाईनं त्या गोड भावपूर्ण शब्दांना भडक भावनांनी गडद करून टाकलं होतं, चंद्रप्रकाश उष्ण झाला होता आणि सावल्या काळोख्या आणि कठोर झाल्या होत्या. ते शब्द जे चित्र रंगवू पाहत होते, त्या चित्राला या संगीताची चौकट फार बोजड होत आहे, असं वाटून युआन अस्वस्थ झाला; पण ती बाईही तशीच होती. तिची प्रत्येक हालचाल अस्वस्थ अर्थानं भरलेली होती- एकही शब्द किंवा एकही कटाक्ष साधा, सरळ नव्हता.

युआनला ती अचानक आवडेनाशी झाली. ती राहात होती ती खोलीही आवडेनाशी झाली. तिच्या फिकट केसांपुढे तिचे डोळे फार गडद दिसताहेत असं त्याला वाटलं. ते डोळेही त्याला नकोसे झाले. ती शेंगकडे ज्या नजरेनं पाहात होती किंवा त्याला अनेक वेळा 'डार्लिंग' म्हणून हाक मारत होती, तेही त्याला आवडलं

नाही. कविता गाऊन झाल्यावर खोलीत फेऱ्या घालताना शेंगजवळून जाताना ती सहजच त्याला स्पर्श करत होती, तिनं बनवलेली ती सुरावट दाखवायला शेंगजवळ येऊन त्याच्या अंगावर रेलून उभी राहात होती, एकदा तर त्याच्या केसावर आपला गाल टेकवत ती कुजबुजली होती, 'तुझे केस तुझ्या डोक्यावर रंगवलेले नाहीत ना रे? किती चमकत असतात नेहमी...' हे सगळं बघत युआन अगदी गप्प बसून होता. त्या बाईला बघताना त्याच्या मनात किळस दाटून येत होती–त्याच्या आजोबांनी आणि त्याच्या वडिलांनीही त्याला बहाल केलेली एक निरोगी किळस. ही बाई जे बोलत होती- जसं बोलत होती, वागत होती हे काही ठीक नाही याच्या खात्रीतून निर्माण झालेली किळस. अगदी हलकेच का होईना पण शेंग तिला दूर करेल या अपेक्षेनं त्यानं शेंगकडे बघितलं; पण शेंगनं तसं काहीच केलं नाही. त्यानं तिला स्पर्श केला नाही किंवा उत्तरादाखल तिचेच शब्द वापरले नाहीत किंवा तिनं पुढे केलेल्या हातात आपला हात दिला नाही हे अगदी खरं; पण ती जे करत होती, बोलत होती त्याचा स्वीकार मात्र तो नक्कीच करत होता. त्याच्या हातावर तिचा हात पडायचा; तेव्हा तो हात शेंग तसाच राहू देत होता. युआनला वाटत होतं तसा तो काढून घेत नव्हता. त्याच्या नजरेला ती नजर भिडवत होती, तेव्हा तो आपली नजर वळवत नव्हता. अर्धवट हसत का होईना; पण तिचा सगळा धीटपणा, कौतुक स्वीकारत होता. युआनला हे अगदी असह्य झालं. शेंग जायला उठेपर्यंत तो एखाद्या पुतळ्यासारखा काही न बघता, काही न ऐकता बसून होता. शेंग उठल्यावरसुद्धा ती बाई दोन्ही हातांनी त्याचा दंड कवटाळून उभीच होती. ती देणार असलेल्या एका मेजवानीला शेंगनं यावं म्हणून त्याला वारंवार आग्रह करत होती. 'डार्लिंग, तुला घेऊन जाऊन मला भाव खायचाय!–तुला माहीत आहे, तुझ्या कविता अगदी वेगळ्याच आहेत- तूच वेगळा आहेस इथे रे–मला पूर्वेचे देश फार प्रिय आहेत– संगीतही चांगलं जमलं आहे- ना? ते सगळ्यांनी ऐकायला हवं मला–फार माणसं नाहीत–काही कवी आणि ती रशियन नर्तिका - डार्लिंग, हे बघ–असं करू या का -माझ्या चालींवर ती नृत्य करू शकेल–काहीतरी पौर्वात्य पद्धतीचं-तुझ्या कवितांवरचं नृत्य फारच छान ठरेल-करून तर बघू या–' अखेरीस शेंगनं तिचे दोन्ही हात आपल्या हातामध्ये घेतले आणि खाली सोडले. वरवर नाराजी दाखवत ती जे काही म्हणत होती ते कबूल केलं. ही नाराजी अगदी वरवरची होती हे युआनला स्पष्ट दिसत होतं.

शेवटी एकदाचे ते दोघे तिच्या खोलीतून बाहेर पडले, तेव्हा आजूबाजूच्या त्या प्रामाणिक सूर्यप्रकाशाकडे मोठ्या आनंदानं बघत युआननं एक-दोन दीर्घ श्वास घेतले. काही वेळ ते दोघेही गप्पच होते. आपल्याला काय वाटतं आहे ते सांगितलं तर उगाच शेंगचा अपमान होईल म्हणून युआन गप्प होता आणि शेंग स्वतःच्याच

काहीतरी विचारात गुंग होता. त्याच्या चेहऱ्यावर एक लहानसं हसू होतं. अखेरीस शेंगची परीक्षा पाहण्याच्या इराद्यानं युआननं विचारलं, 'एका स्त्रीच्या तोंडून हे असले शब्द मी तर कधीच ऐकले नव्हते. मलाही हे शब्द माहीत नाहीत. तिचं खरोखरच एवढं प्रेम आहे तुझ्यावर?'

शेंग हसत उत्तरला, 'त्या शब्दांना काही अर्थ नसतो रे. ती हे शब्द सगळ्यांशीच बोलताना वापरते. तिच्यासारख्या बायका असंच वागतात. तिच्या चाली मात्र चांगल्या आहेत. मला काय म्हणायचं आहे ते तिनं बरोबर पकडलंय.' युआननं शेंगकडे पाहिलं. त्याच्या चेहऱ्यावर त्यालाही माहीत नसलेला एक भाव उमटला होता. त्या बाईचं ते लाडेलाडे गोड बोलणं आणि वागणं शेंगला आवडतंय हे त्याच्या चेहऱ्यावरून स्पष्ट दिसत होतं. ती करत असलेली स्तुती आणि त्याच्या कवितांचं ती करत असलेलं कौतुक तिनं त्या कवितांना चाली लावून दिलेला मान हे सगळंच त्याला खूप भावलं होतं. युआन पुढे काहीच बोलला नाही; पण मनात मात्र त्यानं ठरवून टाकलं, हे शेंगचं आयुष्य आहे, त्याचं त्याचं वागणं आहे - ते आपल्याला जमणार नाही; आपला मार्गच आपल्यासाठी योग्य आहे. अर्थात, त्याचा मार्ग कोणता आहे हे काही त्याला अजून नीट उलगडलेलं नव्हतं. तरी हा शेंगचा मार्ग आपला नव्हे एवढं मात्र नक्की!

त्यानंतर मग युआन आणखी काही काळ त्या शहरामध्ये राहिला. आपल्या चुलतभावाला बरं वाटावं म्हणून तिथली प्रेक्षणीय स्थळंही त्यानं पाहिली, तिथल्या भुयारी गाड्या बघितल्या, सगळी पथनाट्यं बघितली तरी मनात तो हे पक्कं जाणून होता की, शेंग काहीही म्हणाला तरी हे एवढंच आयुष्य नाही. आपलं स्वतःचं आयुष्य इथे नाही, इथलं काहीच त्याला कळत नव्हतं, उमजत नव्हतं–निदान त्याला असं वाटत तरी होतं.

एक दिवस खूपच उष्मा होत होता. उन्हाळ्यानं आळसावून शेंग झोपी गेला होता. युआन एकटाच फिरायला बाहेर पडला. एका सार्वजनिक वाहनातून फिरताना तो त्याला कल्पनाही नसलेल्या एका भागामध्ये येऊन पोहोचला. हा असा भाग या शहरामध्ये आहे असं त्याला कुणी सांगितलं असतं तर त्याला ते खरं वाटलं नसतं. श्रीमंती बघून बघून त्याला वीट आला होता. इथल्या इमारती म्हणजे त्याला राजवाडे वाटायचे. प्रत्येक माणसाला त्याला हवं ते आणि हवं तेवढं खाणं-पिणं, कपडालत्ता मिळवण्याचा हक्कच होता. त्याच्या गरजा या गोष्टींच्या नव्हत्याच, कारण त्या गोष्टी तर त्याच्या हक्काच्या होत्या. त्या त्याला मिळणारच होत्या. त्याच्या गरजा आता याहून अधिक चांगलं अन्न, अधिक चांगले कपडे आणि अधिक चांगलं मनोरंजन अशा होत्या आणि हे सारं त्याला जगण्यासाठी नको होतं, तर जगण्यातला आनंद वाढवण्यासाठी हवं होतं. या शहरातले सगळेच लोक असे आहेत असं

युआनला वाटत होतं.

पण त्या दिवशी त्याला एक वेगळंच शहर पाहायला मिळालं. एक गरिबांचं शहर. तो नकळतच या शहरात पोहोचला होता आणि अचानक ते त्याच्या चारी बाजूंना पसरलेलं त्याला दिसलं होतं. हे लोक गरीब होते. त्याच्या ओळखीचे होते ते. त्यांचे चेहरे फिकट आणि गोरे होते, काहीजणांचे रानटी लोकांसारखे काळे होते तरीही ते त्याच्या ओळखीचेच होते. त्यांच्या डोळ्यांवरून, त्यांच्या घाणेरड्या कपड्यांवरून, खरबरीत हातांवरून, बायकांच्या कर्कश आरडाओरड्यावरून आणि असंख्य मुलांच्या किंचाळण्यावरून त्याला त्यांची ओळख पटली होती. त्याच्या आठवणीत असेच अनेक गरीब लोक होते. एका फार दूरवरच्या देशामध्ये तिथल्या एका शहरामध्ये असले तरी किती या लोकांसारखे होते ते. त्यांना ओळखत तो मनाशी म्हणाला, 'म्हणजे हे भलं मोठं शहरही गरिबांच्या शहराच्या पायावरच उभारलं गेलं आहे म्हणायचं.' आय-लान आणि तिची मित्रमंडळी मध्यरात्री बाहेर पडायची, तेव्हा असेच लोक त्यांना सामोरे यायचे.

काहीशा विजयानं युआनच्या मनात आलं, 'हे लोकसुद्धा त्यांच्यातले गरीब लोक लपवून ठेवतात तर! या श्रीमंत शहरामध्ये या लहानशा रस्त्यांवर हे गरीब लोक राहाताहेत-इतर कोणत्याही देशात राहातात तसेच.'

इथे युआनला खरोखरच पुस्तकांमध्ये नसलेलं काहीतरी सापडलं होतं. त्या लोकांमध्ये तो हरवल्यासारखा फिरत राहिला, अंधाऱ्या खोल्यांमध्ये डोकावत, रस्त्यावरच्या घाणीच्या, कचऱ्याच्या ढिगांमधून वाट काढत, उष्ण हवेमध्ये अपुऱ्या कपड्यांत धावणाऱ्या अर्धपोटी मुलांमधून वाट काढत फिरत राहिला. एकापाठोपाठ अशी दुःखं बघत असताना त्याच्या मनात आलं, 'ते मोठमोठ्या इमारतींमध्ये राहात असले तरी अशा खुराड्यांमध्येही राहाताहेत-तशीच ही खुराडी–'

अखेरीस अंधार पडल्यावर स्वच्छ प्रकाशाचे दिवे असलेल्या रस्त्यांवरून युआन घरी परत आला. शेंगच्या खोलीमध्ये गेल्यावर त्याला शेंग जागा होऊन एक-दोन मित्रांबरोबर नाट्यगृहांच्या रस्त्यावर मजेत फिरायला जायच्या तयारीत असलेला दिसला.

युआनला पाहताच तो ओरडला, 'अरे, तू होतास तरी कुठे? हरवलास की काय अशी भीती वाटायला लागली होती बघ मला.'

युआननं सावकाश उत्तर दिलं, 'तू म्हणाला होतास ना पुस्तकात सगळं आयुष्य नसतं, त्यातलं थोडं बघायला गेलो होतो... एवढी सगळी संपत्ती आणि शक्तीही गरिबांना दूर नाही ठेवू शकत...' तो कुठे गेला होता आणि त्यानं काय काय बघितलं हे त्यानं शेंगला आणि त्याच्या मित्रांना सांगितलं. त्या मित्रांपैकी एकानं एखाद्या न्यायाधीशाच्या थाटात म्हटलं, 'एक दिवस... आम्ही हा गरिबीचा प्रश्न सोडवूच

सोडवू.’ दुसरा म्हणाला, ‘आणि आणखी काही मिळवण्याची या लोकांची लायकी असती तर त्यांना ते मिळालंच असतं. काहीतरी कमी असतं त्यांच्यामध्ये- नाहीतर शिखरावर जागा असतेच की...’

युआननं चटकन उत्तर दिलं, ‘खरं सांगायचं म्हणजे तुम्ही तुमचे गरीब लपवून ठेवता. तुम्हाला त्यांची शरम वाटते, एखाद्या माणसाला एखादा घाणेरडा रोग झाला तर त्याची जशी लाज वाटते ना तशी...’

पण शेंग मध्ये पडत हसत म्हणाला, ‘या माझ्या भावाला बोलू दिलं ना तर आपल्याला उशीर होईल हं! आता अर्ध्या तासात नाटक सुरू होईल.’

त्या सहा वर्षांमध्ये ज्या परक्या अनोळखी लोकांमध्ये युआन राहात होता, त्या सगळ्यांमध्ये त्याला तीन मित्र मिळाले. यामध्ये एक वृद्ध शिक्षक होते. पांढऱ्या केसांच्या त्या शिक्षकांचा चेहरा युआनला अगदी सुरुवातीलाच आवडला होता, कारण त्या चेहऱ्यावर चांगल्या आयुष्यानं आणि सौम्य विचारांनी प्रेमळपणाच्या रेषा उमटवल्या होत्या. जसजसा वेळ जायला लागला तसतसे हे गुरुजी युआनच्या नजरेत शिक्षकापेक्षा काहीतरी अधिक महत्त्वाच्या स्थानावर जायला लागले. युआनबरोबर काही विशेष चर्चा करण्यासाठी ते अगदी आनंदानं वेळ काढायचे. युआनच्या मनात एक पुस्तक लिहायचं होतं, त्यासाठी त्यानं काढलेली टिपणं ते तपासायचे. जिथे युआनची चूक झालेली असेल ती चूकही ते अगदी सौम्यपणे दाखवून द्यायचे. युआनला काही सांगायचं असलं तर ते लक्ष देऊन ऐकायचे. त्या वेळी त्यांचे हसरे निळे डोळे त्याचं बोलणं समजून घेत असायचे; त्यामुळे युआनचा त्यांच्यावर इतका विश्वास बसला की, अखेरीस तर तो अगदी त्याच्या मनातल्या गोष्टीही त्यांच्याजवळ बोलून दाखवू लागला होता.

इतर अनेक गोष्टींबरोबर त्यानं त्यांना या शहरातल्या गरीब लोकांच्या शहराबद्दलही सांगितलं होतं. एवढ्या प्रचंड संपन्नतेच्या देशामध्ये गरीब लोकांची इतकी निर्वाणीची स्थिती का असावी, याबद्दलचं त्याला वाटणारं आश्चर्यही त्यानं गुरुजींकडे प्रकट केलं होतं. एका गोष्टीतून दुसरी गोष्ट निघत गेली आणि त्यानं त्या परदेशी धर्मप्रचारकाविषयीही गुरुजींना सांगितलं. त्यानं युआनच्या देशाची विकृत चित्रं दाखवून इथल्या लोकांसमोर आपल्या देशाची कशी बदनामी केली हेही सांगितलं. त्या वृद्ध शिक्षकांनी आपल्या शांत, संयत पद्धतीनं सगळं ऐकून घेतलं आणि म्हटलं, ‘सर्वांनाच संपूर्ण चित्र बघता येतं असं मला वाटत नाही. आपण जे शोधत असतो तेवढंच पाहत असतो असं फार पूर्वीच म्हटलं गेलं आहे. तू आणि मी- आपण जमिनीकडे बघतो तसेच बी-बियाणं आणि पीक याचाच विचार करतो. एखादा इमारती बांधणारा माणूस त्याच जमिनीकडे बघतो, तेव्हा त्याला घरं

दिसतात आणि एखाद्या चित्रकाराला त्याच जमिनीचे रंग दिसतात. त्याप्रमाणे त्या धर्मप्रचारकाला माणसं दिसतात ती फक्त ज्यांना धार्मिक मदतीची गरज आहे असं त्याला वाटतं तेवढीच! तीच माणसं त्याला अगदी स्पष्टपणे दिसतात.'

यावर थोडा विचार केल्यानंतर युआननं काहीशा नाखुशीनंच हे सत्य मान्य केलं आणि मग त्याला त्या परदेशी धर्मप्रचारकाचा पूर्वीएवढा रागही येईनासा झाला. आपला राग तसाच राहावा असं वाटत असूनही त्यानं कबूल करून टाकलं, 'त्यानं माझ्या देशाचा एक फारच लहानसा भाग बघितला असावा.' यावर त्या वृद्ध शिक्षकांनी आपल्या नेहमीच्या सौम्य पद्धतीनं उत्तर दिलं, 'तसंही असेल आणि तो स्वतः संकुचित दृष्टीचा असेल तर तसंच असेल.'

शाळेचे तास संपल्यावर आणि शेतात काम करताना होणाऱ्या या चर्चांमधून युआनला वाटणारं या गोऱ्या गुरुजींबद्दलचं प्रेम वाढायला लागलं. त्यांचीही युआनबद्दलची आस्था वाढत गेली आणि ते युआनकडे मोठ्या आपुलकीनं बघायला लागले.

एके दिवशी त्यांनी काहीसं चाचरतच युआनला म्हटलं, 'आज तू माझ्याबरोबर यावंस अशी माझी इच्छा आहे, मुला– आम्ही अगदी साधी माणसं आहोत-माझी पत्नी आणि मुलगी मेरी–आम्ही तिघं- तू आज आमच्याबरोबर जेवलास तर आम्हाला खूप आनंद होईल. मी त्यांना तुझ्याबद्दल इतकं सांगितलं आहे की, आता त्यांनाही तुझी ओळख करून घ्यावीशी वाटते...'

युआनशी असं कुणीही बोलण्याची ही पहिलीच वेळ होती. त्याला अगदी भरून आलं. एका शिक्षकानं आपल्या एका विद्यार्थ्याला स्वतःच्या घरी न्यावं हे त्याला फार विशेष वाटलं. त्याच्या मायबोलीमधील शालीनतेनं त्यानं उत्तर दिलं, 'पण माझी एवढी लायकी नाही.'

यावर त्या वृद्ध गृहस्थानं डोळे मोठे करून त्याच्याकडे पाहिलं आणि हसत म्हटलं, 'आम्ही किती साधी माणसं आहोत हे पाहा तर खरं आधी. मी जेव्हा माझ्या पत्नीला म्हटलं, तो आला आपल्या घरी तर मला खूप आवडेल तेव्हा ती म्हणाली, 'मला वाटतं, त्याला यापेक्षा खूपच थाटाची सवय असेल.'

यावर रीतीनुसार आणखी थोडे आढेवेढे घेऊन युआननं ते आमंत्रण स्वीकारलं. त्या संध्याकाळी एका शांत छायेच्या रस्त्यावरून तो एका चौकोनी अंगणामध्ये पोहोचला. समोरच एक जुनं लाकडी घर होतं. आजूबाजूला झाडं होती आणि देवड्याही होत्या. दरवाजात एक स्त्री उभी होती. तिला बघून तो ज्या स्त्रीला आता आपली आई मानत होता तिची त्याला आठवण झाली. दहा हजार मैलांच्या अंतरावर असलेल्या या दोन स्त्रियांमध्ये काहीतरी साम्य होतं खास! खरंतर दोघींची भाषा वेगळी होती, त्यांचं रक्तमांस आणि हाडं एकमेकींपेक्षा वेगळी होती आणि तरीही साम्य होतंच. ते पांढरे नीट विंचरलेले केस, चेहऱ्यावरचा आईपणाचा एक

संपूर्ण भाव, त्यांचं अगदी साधंसुधं वागणं आणि स्वच्छ, नितळ डोळे, शांत स्वर, त्यांच्या ओठांवर आणि भालांवर गोंदलेला शहाणपणा, हे साम्य होतं त्या दोघींमध्ये. घरातल्या एका मोठ्या दिवाणखान्यात बसल्यानंतर मात्र युआनला त्या दोघींमधला फरकही दिसून आला. या स्त्रीमध्ये एक तृप्ततेची भावना होती, आत्म्याचं समाधान होतं ते त्याच्या आईमध्ये नव्हतं. जणू काही या स्त्रीला तिच्या आयुष्यात जे काही हवं होतं ते मिळालं होतं आणि त्या स्त्रीला ते मिळालं नव्हतं. दोन वेगवेगळ्या मार्गांनी या दोन्ही स्त्रिया त्यांच्या शांत अशा उतारवयाशी येऊन पोहोचल्या होत्या; पण एकीचा मार्ग सुखा-समाधानाचा होता, सहचरासोबतचा होता तर दुसरीचा अंधारा आणि एकाकी होता.

पण या स्त्रीची मुलगी जेव्हा खोलीत आली, तेव्हा ती मात्र अजिबात आय-लानसारखी नव्हती. नाही, ही मेरी नावाची मुलगी वेगळीच होती. ती कदाचित वयानं आय-लानपेक्षा थोडी मोठी असेल. तिच्यापेक्षा बरीच उंच, फारशी सुंदर नाही, अगदी शांत आणि दिसण्या-वागण्यात नियंत्रित अशी होती. तिचं बोलणं ऐकल्यानंतर त्यात काही तथ्य आहे हे जाणवत होतं. ती गंभीरपणे बोलू लागली की, सौम्य दिसणारे तिचे राखाडी काळे डोळे ती गमतीचं काही बोलू लागली की, चमकून उठत होते. आई-वडिलांसमोर ती अगदी शालीन होती; पण त्यांना घाबरत नव्हती, तेही तिच्याशी समान पातळीवर बोलत होते. युआनच्या हे लक्षात आलंच.

युआनच्या लवकरच लक्षात आलं की, ही काही साधीसुधी, सामान्य मुलगी नाही, कारण वृद्ध गुरुजींनी जेव्हा युआनच्या लेखनाबद्दल बोलायला सुरुवात केली तेव्हा मेरीला ते सर्व माहीत होतं आणि तिने योग्य ठिकाणी विचारलेले प्रश्न इतके समर्पक होते की, युआनला आश्चर्यच वाटलं. त्या आश्चर्याच्या भावनेनंच त्यानं तिला प्रश्न केला, 'तुम्हाला माझ्या लोकांचा इतिहास इतका चांगला कसा काय माहीत आहे? तुम्ही मला छाव त्सुसारख्या अतिप्राचीन व्यक्तीविषयी प्रश्न विचारताहात.'

या प्रश्नाला उत्तर देताना त्या मुलीच्या चेहऱ्यावर नम्र हसू होतं; पण नजरेत थोडी चमकही होती. 'मला वाटतं, तुमच्या देशाशी माझं काहीतरी नातं असावं. मी पुस्तकं वाचली आहेत त्याविषयी. मला त्याच्याविषयी जे काही अगदी थोडं माहीत आहे ते मी सांगू का तुम्हाला? मग तुम्हाला कळेल की, मी म्हणजे एक खोटारडी मुलगी आहे. मला खरोखरच काहीही माहीत नाही; पण त्यानं शेतीविषयक लेखन केलं आहे, हो ना?-एका निबंधात- त्याच्या एका अनुवादामध्ये मी वाचलं आणि काही वाक्यं पाठही केलेली मला आठवतं. असं काहीतरी होतं बघा ते–गुन्हेगारीची सुरुवात गरिबीतून होते. अपुरं अन्न आणि शेतीकामातलं दुर्लक्ष. शेतीचं कामच केवळ माणसाला जमिनीशी बांधून ठेवू शकतं. तसं बंधन नसेल तर तो खुशाल आपली जन्मभूमी, आपलं घर सोडून जाऊ शकतो. मग तो स्वैर उडणाऱ्या

पक्ष्यांसारखा किंवा जंगलात राहाणाऱ्या पशूंसारखा होतो. मग त्याच्या मनात निर्माण झालेला हा कुठेही न टिकण्याचा स्वभाव नष्ट करण्यासाठी ना तटबंदी, ना खोल खंदक, ना कडक शिक्षा - काहीही उपयोगी पडत नाही.'

युआनला चांगलेच माहीत असलेले हे शब्द त्या मुलीच्या तोंडून तिच्या स्वच्छ, स्पष्ट आवाजात बाहेर पडत होते. तिचा आवाज खूप भावपूर्ण होता. तिच्या चेहऱ्यावर उमटलेल्या गांभीर्यानं आणि नजरेत दिसणाऱ्या काहीशा अंतर्मुखतेनं हे स्पष्ट कळत होतं की, हे शब्द तिला खूप प्रिय आहेत.

पूर्वी पाहिलेली एखादी सुंदर वस्तू पुन्हा पाहिल्यानंतर जो एक वेगळाच आनंद होतो तसं काहीसं तिच्या चेहऱ्यावर उमटलं होतं. ती बोलत असताना तिचे आई-वडील तिच्याकडे मोठ्या अभिमानानं आणि आदरानं बघत होते. तिचे वृद्ध वडील युआनकडे वळून आवेगानं म्हणाले, 'बघितलंस, माझी मुलगी किती हुशार आणि शहाणी आहे ते–अशी दुसरी मुलगी बघितलीस का कुठे?'

युआनलाही इतका आनंद झाला होता की, त्यालाही बोलल्यावाचून राहावलं नाही. त्यानंतर ती जेव्हा जेव्हा काही बोलायची, तेव्हा तेव्हा तो अगदी मनापासून ते बोलणं ऐकायचा. त्याला तिच्याशी आपलं काहीतरी नातं आहे असं वाटायला लागलं, कारण ती अगदी थोडंसं काही बोलली तरी ते अगदी योग्य आणि स्पष्टपणे मांडलेलं असायचं. हे मी का नाही बोललो असं वाटण्यासारखं असायचं.

त्या रात्री तो पहिल्यांदाच त्या घरामध्ये पाऊल टाकत होता तरी त्याला तिथे खूपच आपलंसं वाटायला लागलं होतं. हे लोक आपल्यासारखे नाहीत हेही तो विसरला आणि तरीही मधूनच एखादी वेगळी गोष्ट, त्याला न समजणारी एखादी परकी गोष्ट समोर यायचीच. ते सगळे जेवण्यासाठी आतल्या एका लहान खोलीत गेले आणि एका अर्धवर्तुळाकार टेबलाशी बसले. टेबलावर जेवणाची सगळी तयारी केलेली होती. जेवणाला सुरुवात करण्यासाठी युआननं चमचा उचलला; पण बाकी सगळे किंचित घुटमळले आहेत असं त्याला जाणवलं. त्या वृद्ध गुरुजींनी मान लववली, युआनखेरीज बाकी दोघींनीही माना लववल्या. युआनला काहीच कळत नव्हतं. ते काय करताहेत हे जाणून घेण्यासाठी तो एकाकडून दुसऱ्याकडे बघत राहिला. तेवढ्यात गुरुजींनी बोलायला सुरुवात केली. ते कोणा अदृश्य अशा देवाशी बोलत होते; थोडेसेच शब्द पण अतिशय भक्तिभावानं उच्चारलेले, जणू ते मिळालेल्या देणगीबद्दल आभार मानत असावेत असे शब्द. यानंतर मात्र आणखी काही उपचार न करता त्यांनी जेवायला सुरुवात केली. युआननं याबद्दल त्या वेळी काहीच विचारलं नाही, त्याचं इतरांबरोबरच संभाषण मात्र चालू राहिलं.

पण हा असा प्रकार त्यानं यापूर्वी कधीच पाहिला नसल्यानं त्याला खूप उत्सुकता वाटत होती म्हणून तो आणि गुरुजी दोघेच घराबाहेरच्या प्रशस्त व्हरांड्यामध्ये

बसले असताना त्यानं विचारलं, ‘तुम्ही ही प्रार्थना करत असताना मी कसं वागायचं असतं? पद्धत काय आहे?’ वृद्ध गुरुजी आपला पाइप ओढत समोरच्या आता अंधाऱ्या झालेल्या रस्त्याकडे बघत थोडा वेळ गप्प राहिले. अखेर पाइप हातात घेत ते म्हणाले, ‘युआन, मी खूप वेळा विचार केला आहे- तुला आमच्या धर्माबद्दल कसं सांगावं याचा- तू जे पाहिलंस ते आमच्या धर्मातलं एक धार्मिक कृत्य आहे. अगदी साधं - आपल्याला रोज जे अन्न लाभतं त्याबद्दल देवाचे आभार मानायचे एवढंच! तसं पाहिलं तर हे काही फार मोठं आणि महत्त्वाचं कृत्य आहे असं नाही; पण आमच्या आयुष्यातली जी सर्वांत महत्त्वाची गोष्ट आहे–आमचा देवावरचा विश्वास- त्याचं हे एक प्रतीक आहे. तुला आठवतं, तू आमच्या संपन्नतेविषयी, आमच्या शक्तीविषयी बोलला होतास? आमच्या धर्माचं हे फळ आहे अशी माझी श्रद्धा आहे. तुझा धर्म कोणता आहे हे मला माहीत नाही युआन; पण तुला मी इथे राहू देणं, माझ्या वर्गांना हजर राहू देणं, तू वारंवार माझ्या घरी येणं-तसा तू येशील अशी मला आशा आहे-हे करताना तुला माझ्या स्वतःच्या धर्माविषयी न सांगणं हे मला आणि तुलाही अन्यायाचं ठरेल असं मला वाटतं.’

वृद्ध गुरुजी हे बोलत असतानाच त्या दोन्ही स्त्रियाही बाहेर येऊन बसल्या. आई एका डोलखुर्चीवर बसल्या- त्यांची खुर्ची एखादी हवेची झुळूक मागेपुढे व्हावी तशी डुलायला लागली. आपल्या पतीचं बोलणं ऐकताना त्यांचं बोलणं मान्य असल्यासारखं एक हलकंसं स्मित त्यांच्या चेहऱ्यावर होतं. मग देव-देवता आणि देवांनी केलेली मानवाची निर्मिती यांविषयी बोलताना गुरुजी क्षणभर थांबले, तेव्हा त्या काहीशा उत्तेजित होऊन उद्गारल्या, ‘ओ! मि. वांग, तुम्ही किती बुद्धिमान आहात आणि किती छान लिहिता हे जेव्हा डॉ. विल्सननी मला सांगितलं ना, तेव्हाच मला कळून चुकलं की, तुम्ही ख्रिस्तासाठीच आहात. तुम्ही जर ख्रिस्ताचे झालात आणि मग तुमच्या देशामध्ये जाऊन त्याची शिकवण सगळ्यांना सांगायला सुरुवात केलीत तर किती छान होईल नाही?’

हे ऐकून युआन आश्चर्यचकितच झाला. या सर्व शब्दांचा अर्थही त्याला माहीत नव्हता; पण स्वभावातल्या सौजन्यशीलतेनं त्यानं किंचितसं हसून मान लववली आणि तो काही बोलणार तेवढ्यात मेरीचा स्वच्छ धातूच्या किणकिणाटासारखा आवाज उमटला. त्या स्वरातला भाव आत्तापर्यंत तरी युआननं ऐकला नव्हता. ती खुर्चीवर बसली नव्हती तर व्हरांड्याच्या पायऱ्यांवर बसून आत्तापर्यंत तिचे वडील जे काही बोलत होते, ते शांतपणे ऐकत होती. तिनं स्वतःचा चेहरा दोन्ही हातांच्या ओंजळीत धरला होता. आता त्या धूसर उजेडात तिचा आवाज काहीसा विचित्र, उतावळा वाटत होता. तिचं बोलणं त्या संवादाला एखाद्या सुरीसारखं कापत गेलं. ‘आपण आत जाऊ या का, बाबा? आतल्या खुर्च्या अधिक आरामशीर आहेत आणि

मला उजेड आवडतो...'

तिच्या वडिलांनी काहीशा आश्चर्यानंच उत्तर दिलं, 'जाऊ या की–तू म्हणत असशील तर... पण मला वाटायचं की, तुला संध्याकाळी इथे बसायला फार आवडतं... रोजच तर आपण इथे बसतो थोडा वेळ...'

पण त्या तरुण मुलीनं अधिकच अस्वस्थतेनं आणि थोड्या हट्टी आवाजात उत्तर दिलं, 'आज मला उजेड हवाय, बाबा.'

'ठीक आहे, मुली.' असं म्हणत तो वृद्ध माणूस सावकाश उठला आणि ते सगळे घरात गेले.

त्या भरपूर उजेडाच्या खोलीत तो अशा रहस्यांबद्दल काहीच बोलला नाही. त्यांची मुलगीच संभाषण पुढे नेत राहिली. युआनला त्याच्या देशाबद्दल शेकडो प्रश्न विचारत राहिली. काही प्रश्न तर इतके मार्मिक होते की, युआनला नाइलाजानं स्वतःचं अज्ञान मान्य करावं लागलं. ती बोलत असताना तिच्या मनात निर्माण होणारा आनंद त्याला जाणवत होता. त्याला कळत होतं की, ती सुंदर नाही तरी तिच्या चेहऱ्यावर एक वेगळी झळाळी होती. तिची त्वचा कोमल आणि खूप गोरी होती. ओठ अरुंद आणि लालसर होते. तिचे केस तर युआनच्या केसांसारखे काळेभोर पण अधिक मऊ होते. तिचे डोळे खूप सुंदर आहेत हेही त्याच्या लक्षात आलं. जेव्हा ती अगदी मनापासून काही बोलत असते, तेव्हा ते काळेभोर दिसतात; पण ती हसली की, मग ते मऊ चमकते राखाडी रंगाचे होतात हे त्यानं टिपलं. ती मोठ्यानं हसायची नाही; पण स्मित मात्र खूप वेळा करायची. तिचे हातही बोलत असायचे-अस्वस्थ, नाजूक हात, लहानसे नाही, काहीसे बारीकच म्हणावं लागेल असे, सौंदर्याच्या कसोटीला उतरणार नाहीत असे खरखरीत असले तरी त्यांच्या स्वरूपामध्येच एक प्रकारची ताकद आणि हालचाल होती.

या गोष्टी युआनला चांगल्या वाटत होत्या, त्या केवळ त्यांच्या स्वरूपामुळे नव्हे, तर त्याला जाणवलं होतं की, तिचं शरीर हे तिच्या मनाचं आणि आत्म्याचं एक आवरण आहे. युआनला हे नवीनच होतं. अशी एकही स्त्री त्याच्या माहितीची नव्हती. एखाद्या क्षणी त्याला ती सुंदर वाटते तोच ते सौंदर्य नाहीसं व्हायचं आणि मग तिच्या मनानं बाहेर सोडलेल्या एखाद्या अस्त्रासारखा तिचा एखादा शब्द लखलखत त्याच्यासमोर यायचा आणि तो ते क्षणभराचं सौंदर्य विसरूनही जायचा. हे शरीर मनाच्या हुकमतीखाली होतं आणि ते मन शरीराच्या अनावश्यक बाबींमध्ये स्वतःला गुंतवून घेत नव्हतं. म्हणूनच तर युआनला ही मुलगी एक स्त्री म्हणून दिसतच नव्हती तर एक सतत बदलतं, चमकदार, उत्साही अस्तित्व म्हणून दिसत होती. कधी काहीसं दूरस्थ, कधी अचानक एकदम गप्प होणारं; पण हे गप्प होणं मनाच्या रितेपणामुळे नव्हतं-त्यानं सांगितलेल्या एखाद्या बाबीचा विचार करत

असल्यामुळे, ती बाब हलकेहलके सोडवून काढत, समजावून घेत असल्यामुळे येणारं गप्पपण होतं. अशा शांततेमध्ये पुष्कळ वेळा ती युआनचं बोलणं संपलं असलं तरी आपली नजर अजून त्याच्या नजरेवर खिळलेली आहे हेच विसरून जायची आणि मग अशा शांततेत त्याला जाणवायचं की, आपण तिच्या डोळ्यांच्या त्या बदलत्या गडदपणामध्ये अधिकाधिक खोल खोल बघतो आहोत.

ती किंवा ती दोन मोठी माणसं पुन्हा त्या धर्माबाबतच्या रहस्यांबद्दल काहीच बोलली नाहीत. अखेरीस युआन त्यांची रजा घेऊन जायला उठला, तेव्हा त्याचा हात घट्ट धरत तो वृद्ध शिक्षक उद्गारला, 'मुला, तुझी इच्छा असेल तर पुढच्या रविवारी आमच्याबरोबर चर्चमध्ये ये आणि बघ तुला कसं वाटतं ते.'

हा त्यांचा मायाळूपणाच आहे असं समजून युआननं ते मान्य केलं. अगदी मनापासून मान्य केलं, कारण या तिघांना पुन्हा भेटायला आपल्याला आवडेल हे त्याला कळून चुकलं होतं. तो त्यांच्या वंशाचा नसूनही त्यांनी त्याला अगदी आपल्या मुलासारखं वागवलं होतं.

आपल्या खोलीत जाऊन बिछान्यावर पडल्या पडल्या झोपेची वाट पाहात असताना तो त्या तिघांचाच विशेषतः त्या घरातल्या मुलीचाच विचार करत होता. अशी स्त्री त्यानं यापूर्वी कधी पाहिली नव्हती. त्याला माहीत असलेल्या स्त्रियांपेक्षा ती काही वेगळ्याच मातीची बनलेली होती. आय-लानपेक्षा अधिक चमकदार, आय-लानसारखं हसणं-खेळणं आणि मांजरीच्या पिल्लासारखे डोळे नसूनही-ही गोरी मुलगी–बऱ्याच वेळा गंभीर असणारी-आत एक ज्वाला जळत ठेवणारी- तिच्या आईच्या मवाळ सुस्वभावाशी तुलना केली तर काहीशी कठोर वाटणारी; पण नेहमीच अगदी सुस्पष्ट! तिच्या शरीराची एखादी हालचालदेखील अनावश्यक नव्हती. युआनच्या घरमालकिणीच्या मुलीची सतत काहीतरी हालचाल चाललेली असायची -कधी मांडी दाखव तर कधी मनगट उडव तर कधी पाऊल उचलून दाखव -अगदी आंधळ्या अशा शारीरिक हालचाली. तशी एकही हालचाल या मुलीच्या शरीराची होत नव्हती. तिचे शब्दही अगदी मोजकेच होते. शेंगच्या सुंदर कवितांना चाली लावणाऱ्या स्त्रीच्या आवेगी संगीतासारखे किंवा तिच्या आवाजासारखेही नव्हते, कारण या मेरी नावाच्या मुलीच्या स्पष्ट शब्दांत कसलाही छुपा अर्थ नव्हता. तिचे शब्द अगदी स्पष्टपणे आणि झटकन उच्चारले जात होते. प्रत्येक शब्दाला स्वतःचा अर्थ होता, वजन होतं; बस्स! याहून अधिक काहीही नव्हतं, त्या शब्दांमध्ये किंवा त्यांच्यामागे. ते शब्द म्हणजे तिच्या मनाची हत्यारं होती, काहीतरी गूढ सूचना करणारे इशारे नव्हते.

युआनला तिची आठवण आली की, त्याला तिचं चैतन्यच आठवायचं-तिच्या शरीराच्या रूपरंगाचं वेष्टण असलेलं; पण त्या वेष्टणानं झाकोळून गेलेलं नव्हे. ती

काय म्हणाली, कसं म्हणाली, आपण कधी विचारही केला नव्हता अशा गोष्टीही तिनं बोलून दाखवल्या, असेच विचार त्याच्या मनात घोळत राहिले. स्वतःच्या देशाविषयीच्या प्रेमाबद्दल बोलताना ती म्हणाली होती, 'आदर्शवाद आणि उत्साह या दोन्ही गोष्टी वेगळ्या आहेत. उत्साह हा कधीकधी फक्त शारीरिक असतो– तारुण्य आणि शरीराची शक्ती यामुळे तो खूप छान वाटतो; पण शरीर थकलं किंवा म्हातारं झालं तरी आदर्शवाद मात्र कायम राहू शकतो, कारण आदर्शवाद मनात असण्यासाठी तोच तर आत्म्याचा मोठा गुण आहे.' मग तिच्या त्या झरझर भाव बदलणाऱ्या चेहऱ्यावर वेगळेच भाव उमटले. आपल्या वडिलांकडे प्रेमाने बघत ती उद्गारली, 'माझे वडील आदर्शवादी आहेत, असं मला वाटतं.'

गुरुजी शांत स्वरात उत्तरले, 'मी त्याला श्रद्धा म्हणतो, बाळा.'

त्यावर तिनं काहीच उत्तर दिलं नव्हतं हेही युआनला आठवलं.

अशा रीतीनं त्या तिघांचा विचार करत असताना त्याला झोप लागली. तशी झोप त्याला या परक्या देशात आल्यावर फारच क्वचित वेळा लागली असेल, कारण त्याला ही माणसं खरीखुरी वाटली होती. ही आपल्याला समजू शकतील असंही त्याला वाटलं होतं.

म्हणूनच वृद्ध शिक्षकांनी युआनला ज्या धार्मिक प्रथांविषयी सांगितलं होतं तो दिवस उजाडल्यावर युआन काळजीपूर्वक अधिक चांगले कपडे घालून तयार झाला आणि त्या घरी गेला. सुरुवातीला त्याला थोडी भीतीच वाटली, कारण दरवाजा उघडला, तेव्हा मेरी दरवाजात उभी होती. त्याला बघून तिला आश्चर्य वाटलं हे स्पष्ट दिसत होतं, कारण तिचे डोळे अधिक गडद झाले आणि ती अजिबात हसली नाही. तिनं एक लांब निळा झगा घातला होता आणि त्याच रंगाची एक लहानशी हॅटही तिच्या डोक्यावर होती. युआनला आठवत होतं, त्यापेक्षा ती अधिक उंच भासत होती आणि का कोण जाणे पण अधिक उग्रही वाटत होती. तो चाचरत म्हणाला, 'तुमच्या वडिलांनी आज त्यांच्याबरोबर तुमच्या प्रार्थनास्थळामध्ये येण्यासाठी मला आमंत्रण दिलेलं आहे...'

काहीशा गोंधळलेल्या नजरेनं त्याच्या डोळ्यांत पाहत ती गंभीरपणे उद्गारली, 'होय, ते मला माहीत आहे. या, आत या. आम्ही तयारच आहोत.'

ज्या खोलीमध्ये युआनला एका चांगल्या मैत्रीपूर्ण वातावरणाचा अनुभव आला होता, त्याच खोलीत पुन्हा एकदा तो जाऊन बसला; पण आज सकाळी ती खोली इतकी सौहार्दपूर्ण वाटत नव्हती. आज खोलीतल्या शेकोटीमध्ये त्या रात्रीसारखे कोळसे पेटवलेले नव्हते. शरदातल्या त्या सकाळचं कडक ऊन खिडकीतून आत येत होतं आणि जमिनीवरच्या गालिच्याची, खुर्च्यांच्या कापडाची वाईट अवस्था दाखवत होतं. रात्रीच्या वेळी शेकोटीच्या आणि दिव्यांच्या उजेडामध्ये जे छान आणि

सलोख्याचं वाटत होतं, ते आत्ता या कडक सूर्यप्रकाशात खूप जुनं आणि नव्याची वाट पाहणारं वाटत होतं.

ते वृद्ध जोडपं प्रार्थनेला जाण्यासाठी म्हणून अधिक सौम्य आणि नीटनेटके कपडे घालून तयार होऊन आत आलं, तेव्हा त्यांचं वागणं मात्र पूर्वीसारखंच प्रेमाचं होतं. गुरुजी म्हणाले, 'तुम्ही आलात याचा मला खूप आनंद वाटतो आहे. मी त्या विषयासंदर्भात पुन्हा बोललो नाही, कारण मला तुमच्यावर अनावश्यक दबाव टाकायचा नव्हता.'

पण त्या वृद्ध बाई मात्र आपल्या गोड आवाजात म्हणाल्या, 'मी मात्र देवाची प्रार्थना करत होते हं! तुम्हाला येण्याची बुद्धी व्हावी म्हणून मी प्रार्थना करत होते, मि. वांग. जर देवानं माझी विनंती मान्य केली तर मला केवढा अभिमान वाटेल– आमच्यामुळे जर...'

तेवढ्यात एखाद्या धारदार सूर्यकिरणासारखा मुलीचा आवाज त्या जुन्या खोलीमध्ये घुमला. तो स्वर रागाचा नव्हता, गोडच होता, अगदी स्पष्ट आणि नेमके उच्चार; युआनला आठवत होतं, त्यापेक्षा थोडा अधिक तटस्थ- 'निघायचं का आता? उशीर होईल नाहीतर–'

ती सर्वांच्या आधी बाहेर पडली आणि ज्या मोटारीतून ती सर्वजण जाणार होती, तिच्या चालकाच्या जागी जाऊन बसलीसुद्धा! वृद्ध जोडपं मागे बसलं. तिनं युआनला स्वतःच्या शेजारी बसवून घेतलं; पण तरी ती एक शब्दही बोलली नाही. रस्त्याची वळणं घेत ती मोटार चालवत राहिली. सभ्यतेमुळे युआनही गप्प राहिला. त्यानं तिच्याकडे बघितलंही नाही. फक्त एखादं विचित्र दृश्य दिसलं तर ते बघण्यासाठी त्यानं मान वळवली तर त्याला तिचा अर्धा चेहरा दिसायचा. तिच्याकडे सरळ बघितलं नाही तरी समोर आणि बाजूला असा तिचा चेहरा त्याला दिसतच होता. त्या चेहऱ्यावर आता हसूही नव्हतं किंवा उजळपणाही नव्हता. दुःखी वाटावा इतका तो चेहरा गंभीर झाला होता. ते काहीसं लांब सरळ नाक, कोरीव सुघड ओठ, कोटाच्या गडद केसाळ कातड्याच्या कॉलरमधून बाहेर डोकावणारी गोल हनुवटी, समोरच्या रस्त्यावर रोखलेले तिचे राखाडी डोळे –मोटारीचं चाक सफाईनं फिरवणारी, तिथे अतिशय गंभीरपणे गप्प बसलेली अशी ती बघून युआनला थोडी भीतीच वाटू लागली होती. ज्या मुलीशी तो अगदी मोकळेपणानं बोलला होता, ती ही नव्हेच असं त्याला वाटायला लागलं.

ते एका भव्य इमारतीपाशी आले. अनेक स्त्री-पुरुष आणि मुलंदेखील त्या इमारतीमध्ये जात होती. त्यांच्याबरोबरच ही मंडळीही आत शिरली. बसताना युआन गुरुजी आणि ती मुलगी यांच्यामध्ये बसला. तो साहजिकच कुतूहलानं आजूबाजूला बघत होता. अशा एखाद्या देवळामध्ये जाण्याची ही त्याची दुसरीच वेळ होती.

त्याच्या देशातली देवळं त्यानं खूप वेळा पाहिली होती; पण ती देवळं सामान्य लोकांसाठी, अशिक्षित लोकांसाठी आणि बायकांसाठी असायची. त्यानं संपूर्ण आयुष्यात कोणत्याच देवाची पूजा केली नव्हती. काही वेळा तो फक्त कुतूहल म्हणून आत शिरला होता आणि तिथल्या प्रचंड मूर्तींकडे बघत राहिला होता. तिथल्या घंटांमधून उमटणारा गंभीर स्वर आणि त्या स्वरातून उमटणारी धोक्याची सूचना त्यानं ऐकली होती. तिथल्या राखाडी रंगाच्या कफन्या घातलेल्या साधूंकडे त्यानं तुच्छतेनं बघितलं होतं, कारण त्याच्या गुरुजींनी त्याला लहानपणीच शिकवलं होतं की, असे साधू लबाड, खोटारडे असतात, अडाणी असतात आणि लोकांना फसवून आपलं पोट भरत असतात; त्यामुळेच युआननं कधीच कोणत्याही देवाची उपासना केली नव्हती.

आता या परदेशी देवळामध्ये तो सगळं निरखून बघत होता. ही अगदी प्रसन्न जागा होती. मोठमोठ्या उंच खिडक्यांमधून शरदातला सूर्यप्रकाश आत येत होता. गाभाऱ्यातल्या पुष्परचनेवर, समोर बसलेल्या स्त्रियांच्या रंगीबेरंगी कपड्यांवर, अनेक भावभावना दर्शवणाऱ्या वृद्ध तरुण चेहऱ्यांवर झळकत होता. थोड्याच वेळात कुठूनसं संगीत ऐकू यायला लागलं. सुरुवातीला ते अगदी सौम्य असं होतं; पण मग हळूहळू त्याचा आवाज आणि विस्तार वाढत गेला. इतका की, सारं वातावरण त्या संगीताच्या तालावर धडधडू लागलं. हे संगीत येतंय तरी कुठून हे बघण्यासाठी युआननं मान वळवली, तेव्हा त्याला शेजारी बसलेल्या वृद्ध गुरुजींची मान लवली आहे. डोळे मिटलेले आहेत. चेहऱ्यावर गोड आणि आनंदानं भरलेलं असं स्मित आहे असं दिसलं. त्यानं आणखी आजूबाजूला बघितलं, तेव्हा त्याला इतरही अनेक माणसं याच आनंदानं मूक झालेली दिसली. अशा वेळी आपण काय करायचं असतं ते त्याला कळत नव्हतं; पण जेव्हा त्यानं मेरीकडे नजर टाकली, तेव्हा त्याला ती मोटार चालवताना जशी बसली होती तशीच बसलेली दिसली. ताठ, अभिमानी, सरळ समोर खिळलेली नजर आणि उंचावलेली हनुवटी. ती तशी बसलेली दिसल्यावर युआननं स्वतःही मान वगैरे न लववता तसंच बसून राहायचं ठरवलं.

वृद्ध गुरुजींनी त्याला सांगितलं होतं की, त्यांच्या समाजाची सर्व शक्ती त्यांच्या धर्माच्या शक्तीमधून त्यांना मिळाली आहे, हे त्याला आठवलं. ही शक्ती काय आहे ते शोधण्याचा युआननं खूप प्रयत्न केला; पण त्याला काही नीटसं उमगत नव्हतं. ते संगीत कमीकमी होत गेलं आणि मग जिथून उमटलं होतं तिथेच परत गेल्यावर एक पायघोळ कफनी घातलेला धर्मगुरू बाहेर आला. त्यानं काहीतरी वाचायला सुरुवात केली. सर्वजण ते अतिशय भक्तिभावानं ऐकत होते; पण सगळीकडे निरखून बघताना युआनला मात्र काहीजण कुणाचे कपडे बघताहेत तर काहीजण कुणाचे चेहरे निरखताहेत किंवा असंच काही करताहेत असं दिसलं; पण ते म्हातारं

जोडपं मात्र मन लावून ऐकत होतं. मेरीचा चेहरा तसाच न बदलता राहिला, ती काही ऐकत होती असं युआनला वाटलं नाही. पुनःपुन्हा संगीत सुरू होत होतं. युआनला न कळणाऱ्या शब्दांचं पठण होत होतं. समोरच्या भल्या मोठ्या ग्रंथामधून वाचत तो धर्मगुरू समोरच्या लोकांना उपदेश करत होता.

हे मात्र युआन ऐकत होता. हा तर एका सौम्यशा सज्जन माणसानं केलेला साधासुधा उपदेश होता. तो त्याच्या देशबांधवांना गरिबांशी अधिक चांगुलपणानं वागायला सांगत होता, स्वतःच्या मागण्या कमी करायला विनवत होता; देवाची आज्ञा पाळायला सांगत होता. सगळीकडचे धर्मगुरू जसा उपदेश करतात, तसाच तो उपदेश होता.

त्याचं बोलणं संपल्यावर त्यानं सर्वांना प्रार्थनेसाठी झुकायला सांगितलं. काय करायचं ते पाहाण्यासाठी पुन्हा युआननं सगळीकडे पाहिलं. पुन्हा ते वृद्ध जोडपं भक्तिभावानं झुकलेलं त्याला दिसलं आणि पुन्हा एकदा त्याच्या शेजारची स्त्री तशीच ताठ मानेनं बसलेली आहे हेही त्याला दिसलं. म्हणून मग तोही मान न झुकवता तसाच बसून राहिला. सगळे लोक आता प्रार्थनेसाठी तयार आहेत, तेव्हा धर्मगुरू आता एखादी मूर्ती प्रार्थनेसाठी समोर आणतो आहे का हे तो बघत होता; पण त्यानं अशी कोणतीच मूर्ती समोर आणून ठेवली नाही. नव्हे असा कोणताच देव युआनला कुठे दिसला नाही. धर्मगुरूचं बोलणं संपल्यावर देवाची वाट न पाहता किंवा अजिबात न थांबता सगळे लोक उठले आणि आपापल्या घरी निघून गेले. युआनही स्वतःच्या घरी गेला. त्यानं जे काही पाहिलं होतं, ऐकलं होतं; त्यातलं काहीही त्याला कळलं नव्हतं. त्या सगळ्या प्रकारामध्ये त्याला आठवत होतं, ते फक्त त्या मुलीचं ताठ मस्तक-जे क्षणभरही लवलं नव्हतं.

पण याच दिवसापासून युआनच्या आयुष्यातलं एक नवं प्रकरण सुरू झालं. एक दिवस तो नव्यानं पेरलेल्या हिवाळी गव्हाच्या बियाण्याचा विचार करत त्याच्या शेतावरून परत येत होता. त्याच्या टेबलावर एक पत्र ठेवलेलं त्याला दिसलं. या परक्या देशामध्ये पत्र ही युआनच्या आयुष्यातली एक अगदी क्वचित घडणारी गोष्ट होती. तीन महिन्यांतून एकदा त्याच्या वडिलांचं पत्र त्याच्या टेबलावर पडलेलं असेल हे त्याला माहीत होतं. प्रत्येक वेळी तीच तीच अक्षरं ब्रशनं रेखाटलेली असायची. -टायगर ठीक आहे; पण पुढच्या वसंतापर्यंत विश्रांती घेणार आहे, लढाईसाठी बाहेर पडणार नाही. युआननं त्याने निवडलेल्या विषयाचा अगदी झटून अभ्यास करावा, त्याला जे ज्ञान मिळवायचं आहे ते मिळवावं आणि अभ्यासाची वर्षं संपताच ताबडतोब घरी यावं, कारण तो एकुलता एक मुलगा आहे. किंवा मग त्याच्या आईचं- आय-लानच्या आईचं- पत्र असायचं- शांत, सोज्ज्वळ असं पत्र.

ती करत असलेल्या लहानसहान गोष्टी, आय-लाननं कसं तीन वेळा तीन वेगवेगळ्या माणसांशी स्वतःच ठरवलेलं लग्न मोडलं आहे, असं त्या पत्रामध्ये लिहिलेलं असायचं. आय-लानचा हट्टीपणा वाचून युआनला हसूच फुटलं होतं. जेव्हा जेव्हा आई आय-लानच्या वर्तनाबद्दल लिहायची, तेव्हा तेव्हा जणू स्वतःचीच समजूत काढत असल्यासारखी पुढे लिहायची, 'पण मी-लिंग मात्र मला आधार ठरली आहे. मी तिला आता आपल्याच घरी राहायला आणलं आहे. ती खूप लवकर सगळं शिकून घेते आहे आणि सगळं अगदी नीटनेटकं करते आहे. तिला चांगलं-वाईट कळायला लागलं आहे. मला तर वाटतं, मला जशी मुलगी हवी होती, तशीच ही मी-लिंग मला मिळाली आहे. आय-लानपेक्षा जास्त जवळची झाली आहे.'

अशा पत्रांची युआन वाटच पाहात असायचा. एक-दोन वेळा आय-लाननंही पत्र लिहिलं होतं. दोन्ही भाषांचं मिश्रण असलेली, हट्टीपणानं पुरेपूर भरलेली, चिडवणारी आणि युआननं तिच्यासाठी तिला हव्या असलेल्या सटरफटर परदेशी वस्तू आणल्या नाहीत तर त्याला शिक्षा करण्याची धमकी देणारी पत्रं. मला परदेशी वहिनी आणण्याचा बेत आहे की काय असं विचारणारी पत्रं शेंग लिहायचा; पण अगदी क्वचितच. त्याचं पत्र येईल अशी खात्री देता आली नसती. एखाद्या देखण्या आणि गोडबोल्या तरुण पुरुषाचं आयुष्य जसं भरलेलं असेल, तसंच शेंगचं आयुष्य जात असणार हे युआनला माहीत होतं आणि त्या गोष्टीचं थोडं दुःखही वाटत होतं. शिवाय असा तरुण जर परदेशी असेल तर त्याच्याविषयी सतत काहीतरी नव्याच्या शोधात असणाऱ्या या शहरी लोकांना वाटणाऱ्या आकर्षणामध्ये चांगलीच भर पडणार हेही त्याला माहीत होतं.

पण हे पत्र मात्र यापैकी कोणतंच नव्हतं. पांढरंशुभ्र आणि चौकोनी असं ते पत्र त्याच्या टेबलावर पडलं होतं. काळ्या शाईनं ठसठशीत अक्षरांत त्याचं नाव त्यावर लिहिलेलं होतं. युआननं ते पत्र उघडलं. मेरी विल्सननं लिहिलेलं होतं ते पत्र. पत्राखाली तिचं नाव होतं. त्या अक्षरांमध्येसुद्धा एक तिखटपणा आणि उत्साह होता. युआनची घरमालकीण त्याच्या दर महिन्याच्या बिलाबरोबर जसं पत्र लिहायची त्यापेक्षा हे पत्र खूपच वेगळं होतं. पत्रात लिहिलं होतं, त्याला जमेल त्या दिवशी त्यानं तिच्या घरी यावं. तिचं त्याच्याकडे काही महत्त्वाचं काम आहे. ते सर्वजण चर्चला गेले होते, त्या दिवसापासून ती अतिशय अस्वस्थ आहे. तिला त्याच्याशी जे काही बोलायचं राहून गेलं आहे ते बोलायचं आहे. म्हणजे तिच्या मनावरचं ओझं कमी होईल आणि ती युआनशी वागताना मोकळेपणानं वागू शकेल.

युआन आश्चर्यचकित झाला; पण लगेच मातीनं भरलेले आपले हातपाय धुवून, येतानाच खाऊन घेतल्यामुळे अधिक स्वच्छ होऊन आपले थोडे बरे कपडे घालून तो तयार झाला. बाहेर पडत असतानाच त्याच्या घरमालकिणीनं त्याला

ओरडून विचारलं की, एका बाईंचं पत्र तिनं त्याच्या टेबलावर ठेवलं होतं तिलाच भेटायला चालला आहेस का? आणि मग तिथल्या मंडळींमध्ये हसण्याचा कल्लोळ उठला. तिची तरुण मुलगी सर्वांत मोठ्यानं हसत होती; पण युआननं काहीच उत्तर दिलं नाही. हे गावंढळ हसणं मेरी विल्सनच्या जवळपाससुद्धा पोहोचता कामा नये असं त्याला वाटलं. या लोकांपेक्षा तिची पातळी कितीतरी वरची होती. त्यांचा राग आल्यानं त्याचं हृदय जडावलं आणि यांच्यापैकी कुणालाही तिचं नावही कळू न देण्याची त्यानं शपथच घेतली.

तिला भेटायला जाताना हे शब्द आणि हे हसणं आपल्या कानांमनात नसतं तर बरं झालं असतं असंही त्याला वाटलं.

पण ती आठवण त्याच्या मनात राहिलीच; त्यामुळे तो तिच्या घराच्या दारासमोर उभा राहिला, तेव्हा थोडा संकोचलेलाच होता. तिनं दार उघडलं, तेव्हा तर तो बराच बुजलेला आणि अपरिचितासारखा दिसत होता. तिनं अगत्यानं पुढं केलेला हातही त्यानं न बघितलासा करून हातात घेतला नाही. नाहीतरी या लोकांचं हे असभ्य वागणं त्याला पसंत नसायचंच. त्याच्या वागण्यातला परकेपणा तिला जाणवला. तिच्या चेहऱ्यावरचा प्रकाश मालवल्यासारखा झाला.

त्याचं स्वागत करण्यासाठी चेहऱ्यावर आणलेलं हलकसं स्मित तिनं पुसून टाकलं आणि गंभीरपणे त्याला आत येण्याची विनंती केली. तिचा आवाज आता शांत आणि स्थिर होता.

पण तो बैठकीच्या खोलीत गेला, तेव्हा ती खोली त्याला पहिल्यासारखीच वाटली; उबदार, स्वागतशील अशी. शेकोटीतल्या ज्वाळांचा प्रकाश पांघरलेली. त्या जुन्या आरामशीर खुर्च्याही त्याला बोलावत होत्या. ती शांतता आणि तो रितेपणा त्याचं स्वागत करत होता.

तरीही ती कुठे बसते आहे हे पाहून मगच युआन बसला. उगीच नको तेवढ्या जवळच्या खुर्चीवर बसायला नको. ती शेकोटीसमोरच्या एका लहानशा स्टुलावर निर्हेतुक डौलानं बसली. जवळच्या एका भल्या मोठ्या खुर्चीकडे हात करत तिथे बसण्याची तिनं युआनला खूण केली; पण खुर्चीवर बसता बसता युआननं ती खुर्ची थोडी मागे ढकलली. त्याला तिचा चेहरा तर स्पष्ट दिसायला हवा होता; पण तिनं किंवा त्यानं आपला हात लांब केला तर एकमेकांना स्पर्श होणार नाही एवढी खबरदारी त्यानं घेतली. हीच त्याची मनापासून इच्छा होती म्हणूनच त्या सामान्य लोकांचं हसणं हे अगदी खालच्या दर्जाचं होतं हे त्याला पुन्हा एकदा जाणवलं.

अशी ती दोघंही एकटीच बसली होती. वृद्ध जोडपं कुठेच दिसत नव्हतं किंवा त्यांची काही हालचालही ऐकू येत नव्हती; पण त्यांच्याविषयी काहीही न बोलता त्या मुलीनं सरळ बोलायलाच सुरुवात केली, जणू काही तिला जे बोलायचं होतं

ते थोडं अवघड असावं; पण ते बोलणं आवश्यक असावं तसं. 'मि. वांग, मी तुम्हाला असं इथे बोलावलं याचं तुम्हाला आश्चर्य वाटलं असेल. आपण तसे एकमेकांना अपरिचितच आहोत आणि तरी मी तुमच्या देशाविषयी खूप वाचलंय– मी ग्रंथालयात काम करते, तुम्हाला माहीतच असेल-मला तुमच्या लोकांची थोडी माहिती आहे आणि मला त्यांच्याविषयी खूप आदरही आहे. मी तुम्हाला इथे बोलावलं ते केवळ तुम्ही तुम्ही आहात म्हणून नव्हे, तर तुम्ही एक चिनी व्यक्ती आहात म्हणून. आत्ताही मी तुमच्याशी बोलते आहे ती एका आधुनिक अमेरिकन व्यक्तीनं एका आधुनिक चिनी व्यक्तीशी बोलावं तसं.'

इथे ती क्षणभर थांबली. शेकोटीतल्या ज्वाळांकडे पाहत राहिली. मग तिनं सहजच एक काटकी उचलून शेकोटीतल्या पेटत्या लाकडांच्या खाली असलेले लालबुंद कोळसे थोडे हलवले. ती पुढे काय बोलणार आहे याचा विचार करत युआन तसाच बसून राहिला. एखाद्या स्त्रीबरोबर असं एकटं असण्याची त्याला सवय नव्हती म्हणून तो थोडा अस्वस्थही झाला होता. ती पुन्हा बोलायला लागली.

'खरं सांगायचं तर तुम्ही आमच्या धर्मामध्ये रस घ्यावा म्हणून माझ्या आई-वडिलांनी जे प्रयत्न केले त्याबद्दल मी दिलगीर आहे. त्यांच्याबद्दल मी काहीच बोलणार नाही. मी एवढंच म्हणेन की, मला भेटलेल्या अनेक लोकांमध्ये ती दोघं सर्वांत उत्तम आहेत. तुम्ही माझ्या वडिलांना ओळखताच -ते किती चांगले आहेत हे कुणीही सांगेल. लोक संतांविषयी बोलत असतात. ते एक संतच आहेत. माझ्या सबंध आयुष्यात मी त्यांना रागावलेलं किंवा वाईट वागताना पाहिलेलं नाही. आजवर कोणत्याही मुलीला इतके चांगले आई-वडील मिळाले नसतील. समस्या एवढीच आहे की, माझ्या वडिलांनी मला त्यांचा चांगुलपणा दिला नसेल कदाचित; पण त्यांची बुद्धी मात्र दिली आहे. माझ्या पद्धतीनं मी त्या बुद्धीचा उपयोगही केला आहे. त्या बुद्धीमुळेच आज मी धर्माच्या विरुद्ध आहे. माझ्या वडिलांच्या आयुष्यातली ऊर्जाच आहे ती; पण माझा मात्र त्यावर विश्वास नाही. माझ्या वडिलांसारखे मजबूत, बुद्धिमान लोक आपल्या बुद्धीचा उपयोग त्यांच्या धर्माचा विचार करण्यासाठी कसा करत नाहीत हे मला समजतच नाही. त्यांचा धर्म त्यांची भावनिक गरज भागवतो. त्यांचं बौद्धिक आयुष्य हे त्यांच्या धर्माच्या बाहेर आहे. त्या दोघांमध्ये कोणताही पूल नाही... माझी आई–ती काही बुद्धिमान नाही, साधी आहे बिचारी! समजायला सोपी- बाबा तिच्यासारखे असते तर त्यांनी तुम्हाला ख्रिश्चन बनवण्यासाठी केलेले प्रयत्न बघून माझी करमणूकच झाली असती. त्यांनी असं करायला नको होतं हे मला पक्कं माहीत आहे.'

आता त्या स्त्रीनं आपली स्वच्छ नजर युआनकडे वळवली. आता तिचे काटकी घेतलेले हात स्थिर झाले होते. त्याच्याकडे बघताना ती अधिकच कळकळीनं

बोलायला लागली, 'पण-बाबा तुमच्यावर दबाव टाकतील अशी भीती वाटते आहे मला- तुमच्या मनात त्यांच्याविषयी आदर आहे हे मला माहीत आहे. तुम्ही त्यांचे विद्यार्थी आहात. त्यांनी लिहिलेल्या पुस्तकांचा तुम्ही अभ्यास करताहात. आजवर ते कोणत्याच विद्यार्थ्यांच्या इतक्या प्रेमात पडले नव्हते-त्यांच्या डोळ्यांसमोर तुम्ही एक महान ख्रिश्चन नेता म्हणून तुमच्या देशात परत जाल असं काहीसं चित्र असावं असं मला वाटतं. त्यांना एकेकाळी मिशनरी व्हायचं होतं हे त्यांनी सांगितलं का तुम्हाला कधी? त्यांच्या पिढीमधल्या प्रत्येक चांगल्या मुलाला आणि मुलीला - ज्याला मिशनरी कॉल म्हणायचे- या मिशनरी कॉलला सामोरं जावं लागायचं; पण त्यांचं माझ्या आईशी लग्न ठरलेलं होतं आणि मिशनरी कामासाठी बाहेरदेशी जाऊ शकेल इतकी ती काटक नव्हती. मला वाटतं, त्या वेळेपासून दोघांनाही एक प्रकारचं वैफल्य जाणवत राहिलेलं असावं-पिढ्यापिढ्यांमध्ये किती बदल होत जातात, ना? आम्हाला सर्वांनाच तुमच्याबद्दल तेच वाटतं-' इथे तिचे सुंदर बुद्धिमान डोळे सरळ त्याच्या नजरेत बघत होते. त्यामध्ये कसलीही लाज नव्हती किंवा कसले विभ्रमही नव्हते. 'पण त्या वाटण्यामध्ये किती फरक आहे- -तुम्ही जे कुणी आहात म्हणून त्यांना तुमच्याविषयी काही वाटतं- त्यांच्या धर्मामध्ये तुम्हाला आणणं किती महान आहे असं त्यांच्या मनात आहे-माझं विचाराल तर- एखाद्या धर्माच्या साह्यानं तुम्ही जे कुणी आहात त्याहून तुम्हाला मोठं करता येईल असं समजणं फार धारिष्ट्यांचं होईल असं मला वाटतं. तुम्ही तुमच्या स्वतःच्या वंशाचे आहात- तुमच्या स्वतःच्या काळातले आहात. तुमच्या दृष्टीनं जे अगदी अनोळखी आहे ते तुमच्यावर कसं लादता येईल?'

ही वाक्यं उच्चारता असताना तिच्यामधून एक उत्कंठा बाहेर पडत होती. युआनला तिच्याविषयी काहीतरी भावना जाणवली-पण ती भावना वाईट नव्हती. ती त्याच्याकडे फक्त एक पुरुष म्हणून बघत नव्हती तर त्याच्या संपूर्ण वंशातला एक म्हणून बघत होती हे त्याला जाणवलं. जणू काही त्याच्या माध्यमातून ती लाखो लोकांशी बोलत असावी. त्या दोघांमध्ये एक भिंत होती-मानसिक सौजन्याची, दोघांच्याही स्वभावातल्या नैसर्गिक संकोचाची भिंत. तो कृतज्ञतेनं म्हणाला, 'तुम्ही काय म्हणताहात ते मला अगदी नीट कळतं आहे. माझ्या मनाला न पटणाऱ्या अशा एखाद्या गोष्टीवर त्यांची श्रद्धा आहे; पण यामुळे तुमच्या वडिलांबद्दल मला वाटणारा आदर अजिबात कमी होणार नाही हे निश्चित!'

तिची नजर पुन्हा शेकोटीतल्या ज्वाळांकडे लागली होती. त्या ज्वाळा आता कमीकमी होत निखारे झाल्या होत्या. त्या निखाऱ्यांवरही राख साचायला लागली होती; त्यामुळे तिच्या चेहऱ्यावर, केसांवर, हातांवर तसेच तिनं घातलेल्या लालबुंद झग्यावर पडणारा प्रकाश आता स्थिर झाला होता. विचार करत ती म्हणाली,

'कुणाला त्यांच्याबद्दल आदर वाटणार नाही? त्यांनी मला लहानपणापासून जे शिकवलं होतं, ते दूर करताना मला खरंच खूप श्रम पडले; पण मी त्यांच्याशी अगदी प्रामाणिकपणे बोलले-मी बोलू शकते असं त्यांच्याशी-पुनःपुन्हा बोलले-आईशी मी कधीच बोलू शकलेली नाही-ती रडायलाच सुरुवात करते-आणि मग मला रागच येतो-पण बाबांनी माझ्याशी अगदी प्रत्येक मुद्द्यावर चर्चा केली. खूप चर्चा व्हायची आमची-पण माझी श्रद्धा नसणं हे त्यांनी मान्य केलं आणि मी त्यांची श्रद्धा असणं मान्य केलं-एका स्थानापर्यंत आमचं तर्कशास्त्र अगदी समांतर चालायचं-पण जिथे बुद्धी थांबते आणि व्यक्तीला काही समजलं नाही तरी विश्वास ठेवावा लागतो तिथे आमचे मार्ग वेगळे झाले. ती उडी मारणं त्यांना सहज शक्य होतं-मनापासून विश्वास ठेवणं-श्रद्धा आणि आशा- मला नाही जमलं ते-माझ्या पिढीलाच नाही जमलं ते.'

एकदम ती उठली आणि तिनं एक ओंडका शेकोटीतल्या निखाऱ्यांवर टाकला. रुंद काळ्याभोर चिमणीमधून ठिणग्यांचा एक मोठा प्रवाह उठला आणि शेकोटीमध्ये पुन्हा ज्वाळा भडकल्या. त्या नव्या प्रकाशामध्ये झळाळून उठलेला तिचा चेहरा युआनला दिसला. ती त्याच्याकडे वळली. शेकोटीवरच्या पट्टीला रेलून उभी राहात किंचितसं हसत पण पूर्ण गांभीर्यानं म्हणाली, 'मला वाटतं, मला हेच सांगायचं होतं. होय-एवढंच! माझी श्रद्धा नाही एवढंच लक्षात ठेवा. माझे आई-वडील तुमच्यावर प्रभाव टाकण्याचा प्रयत्न करतील, तेव्हा त्यांची पिढी लक्षात घ्या. ती माझी पिढी नाही -माझी नाही तशी तुमचीही नाही.'

युआनही उठून उभा राहिला. त्याला मनापासून कृतज्ञ वाटत होतं. आता काय बोलावं याचा विचार करत तो तिच्याशेजारी उभा असताना त्याच्या तोंडून अगदी अनपेक्षितपणे आणि अजिबात न ठरवता शब्द बाहेर पडायला लागले, 'मला वाटतं,' तिच्याकडे पाहत तो सावकाश बोलायला लागला, 'मला माझ्या भाषेत तुमच्याशी बोलता आलं असतं तर किती बरं झालं असतं असं मला वाटतं, कारण मला अजून तुमच्या भाषेत सहजपणे बोलणं जमत नाही. आपण एका वंशाचे नाही याचा तुम्ही विसर पाडलात मला. का कोण जाणे; पण तुमच्या देशात पाऊल ठेवल्यापासून आज प्रथमच मला एक मन कोणत्याही अडथळ्याशिवाय माझ्या मनाशी बोलतंय असं वाटलं.'

हे तो इतक्या प्रामाणिकपणे आणि साधेपणानं बोलला, तिनंही लहान मुलाच्या सरळपणानं त्याच्याकडे पाहिलं. त्यांची नजर एकमेकांना भिडली आणि तिनं शांतपणे पण अगदी आपुलकीने उत्तर दिलं, 'मला वाटतं-आपली मैत्री होऊ शकेल -युआन ?'

आणि युआननं उत्तर दिलं-काहीशा लाजाळूपणानं-जणू काही तो एखाद्या

अनोळखी किनाऱ्यावर पाऊल ठेवत असावा तसं–पण ते पाऊल टाकायलाच हवं असल्यासारखं- 'तुझी इच्छा असेल तर–' आणि मग तिच्याकडे पाहातच त्यानं संकोचानं आणखी खाली गेलेल्या स्वरात म्हटलं, 'मेरी.'

ती एकदम हसली-एक लखाखतं, खेळकर हास्य- तो जे काही बोलला त्याचा स्वीकार करणारं - पण जणू काही तिनं प्रत्यक्ष हे शब्द उच्चारून त्याला थांबवलं असावं तसं- 'आज खूप बोललो आपण- आता पुरे.'

मग आणखी थोडा वेळ त्यांनी इतर साध्यासुध्या विषयांवर गप्पा मारल्या. म्हणजे पुस्तकातले काही मुद्दे किंवा असंच इतर काही. तेवढ्यात बाहेर व्हरांड्यात पावलं वाजली. ती एकदम म्हणाली, 'आले बघ ते. माझे आवडते. ते प्रार्थनेला गेले होते. दर बुधवारी संध्याकाळी जातात ते.'

चटकन दरवाजाजवळ जाऊन तिनं दार उघडलं आणि आई-वडिलांचं स्वागत केलं. ती दोघं आत आली. शरदातल्या थंडीनं त्यांचे चेहरे लालबुंद झाले होते. थोड्याच वेळात ती सगळीजणं शेकोटीसमोर बसलेली होती. आज युआनला फारच घरच्यासारखं वाटत होतं. त्यांनी युआनला आपल्याजवळ बसवून घेतलं. झोपायला जाण्याआधी त्या वृद्ध जोडप्याला थोडी फळं व गरम दूध घ्यायला बरं वाटायचं. मेरी ते सगळं घेऊन आली. युआनला अगदी मनापासून दुधाचा तिटकारा होता, तरीही त्यांना बरं वाटावं म्हणून त्यानं थोडं दूध घेतलं आणि पेला बाजूला ठेवला. मेरीला ते दिसल्यावर हसतच ती म्हणाली, 'अरे देवा, माझ्या कसं लक्षात आलं नाही?' मग तिनं त्याला चहा करून दिला. सगळ्यांनाच याची खूप मजा वाटली.

पण नंतर युआनच्या सर्वांत चांगली लक्षात राहिलेली गोष्ट ही होती. बोलण्यात पडलेल्या एका खंडामध्ये आईनं एक निःश्वास टाकत म्हटलं, 'मेरी डिअर, तू आज यायला हवं होतंस. आजची बैठक खूप छान झाली. डॉ. जोन्स इतकं छान बोलले. नाही का, हेन्री? मोठमोठ्या संकटांतून तरून जाण्यासाठी आपल्याकडे पुरेशी श्रद्धा हवी असं त्यांनी सांगितलं.' मग मोठ्या मायेनं युआनकडे वळत त्या म्हणाल्या, 'तुम्हाला खूप वेळा अगदी एकाकी वाटत असेल, ना मि. वांग? मला नेहमी वाटतं, आपल्या पूज्य आई-वडिलांपासून इतक्या दूर राहाताना किती कष्ट होत असतील आणि तुम्ही त्यांच्यापासून इतक्या दूर असल्याचं त्यांनाही किती दुःख होत असेल. तुम्हाला चालणार असेल तर दर बुधवारी तुम्ही आमच्याकडे रात्रीचं जेवण घ्यायला यावं आणि नंतर आमच्याबरोबर चर्चमध्ये यावं असं मला वाटतं. तुम्ही हे मान्य केलंत तर आम्हाला खूप बरं वाटेल.'

त्या किती प्रेमानं बोलताहेत हे बघून युआननं फक्त त्यांचे आभार मानले; पण ते बोलत असतानाच त्याची नजर मेरीवर पडली. ती आता खाली स्टुलावर बसली होती; त्यामुळे तिची नजर त्याच्या नजरेच्या खूपच खाली आणि शिवाय खाली

वळलेली होती. तिच्या नजरेत आणि चेहऱ्यावर एक कोवळं स्मित होतं-कोवळेपणा होता आईसाठी आणि हसू होतं युआन कसा कोंडीत पकडला गेला यासाठी. त्या एका नजरभेटीमध्ये त्यांच्यामधलं ते विलक्षण नातं अधिक पक्कं झालं - ज्या नात्यामध्ये दोघंही अगदी एकेकटेच होते.

त्यानंतर युआनच्या मनात एक गुप्त अशी श्रीमंती तयार झाली. आता हे लोक त्याला परके वाटेनासे झाले. त्यांच्या चालीरीती विचित्र वाटेनाशा झाल्या. आपल्याला त्यांचा राग येतो हेही तो अधूनमधून विसरून जायला लागला. इतके काही आपले अपमान झाले नव्हते असंही त्याला वाटायला लागलं. आता आत शिरण्यासाठी त्याच्यासमोर दोन मार्ग खुले होते-एक बाह्यमार्ग होता तर दुसरा अंतर्मार्ग. बाह्यमार्ग होता तो या घरातून होता, जिथे त्याचं नेहमी स्वागतच होत असे. त्याला येण्या-जाण्याचं स्वातंत्र्य होतं. त्याला या परक्या देशामध्ये ती खूप वापरलेली तपकिरी रंगाची खोली घरासारखी वाटायला लागली. आजवर त्याला त्याचा एकाकीपणा खूप आवडत होता आणि हा एकाकीपणाच आपल्याला हवासा वाटतो आहे अशी त्याला खात्री होती; पण आता हे नवं ज्ञान मिळाल्यापासून त्याला कळून आलं होतं की, नको ती माणसं गेल्यानंतरच हा एकाकीपणा गोड वाटतो आणि एकदा हवीशी माणसं सापडली की, हा एकाकीपणा गोड राहात नाही. या खोलीमध्ये युआनला अशी हवीशी माणसं सापडली होती.

इथे जुन्या पुस्तकांचं अस्तित्व होतं, दिसायला अगदी लहान आणि शांतशी खोली; पण एखादे वेळी तो इथे आला आणि घरात कुणीच नाही म्हणून या खोलीमध्ये येऊन एखादं पुस्तक हातात घेऊन वाचायला लागला तर ते पुस्तक आपल्याशी खूप सामर्थ्यानं बोलतं आहे असं त्याला वाटायचं, कारण ती खोली विद्वान अशा शांततेत आणि मैत्रीपूर्ण वातावरणात त्याला गुरफटून घ्यायची.

शिवाय कित्येक वेळा इथे त्याचे आवडते शिक्षक असायचे. वर्गातल्यापेक्षा किंवा शेतावरच्यापेक्षा इथे या खोलीत युआनला त्यांचे सगळे गुण अधिक स्पष्टपणे कळले. हा वृद्ध माणूस अतिशय, साधंसुधं एखाद्या लहान मुलासारखं आयुष्य जगत आला होता. एका शेतकऱ्याचा मुलगा-एक विद्यार्थी -मग एक शिक्षक–खूप वर्षं एक शिक्षक-तो ज्या जगामध्ये राहिलाच नव्हता असं म्हटलं तरी चालेल त्या जगाची त्याला काहीही माहिती नव्हती. तो राहात होता दोन विश्वांमध्ये–त्याचं मन आणि त्याचा आत्मा यांच्या जगांमध्ये. युआन अनेक प्रश्न विचारून जणू ही दोन विश्वं पिंजून काढत होता. तो वृद्ध शिक्षक बोलत असताना, त्याचं ज्ञान आणि त्याची श्रद्धा यांचं विवरण करत असताना लांबलचक निःशब्दतेमध्ये बसून ते सगळं ऐकत असताना युआनला त्या विश्वांचा निरुंदपणा कधी जाणवलाच नाही. उलट काळ आणि अवकाश यांच्या सीमांमध्ये बंदिस्त न झालेलं ते मन आणि त्याचा

प्रचंड विस्तार, माणूस आणि देव यांच्यामधल्या क्षमतांवरचा अढळ विश्वास हेच त्याला नव्याने जाणवायला लागलं. एखाद्या शहाण्या मुलाच्या मनाचा जो विस्तार असतो, ज्यामध्ये सत्य आणि जादू यांच्यामध्ये काही अंतर नसतं तोच विस्तार त्याला आपल्या या शिक्षकांच्या मनामध्ये आहे असं जाणवायला लागलं; पण हा साधेपणा इतका सुशिक्षित होता शहाणा होता की, त्यावर प्रेम करण्यावाचून युआनपुढे दुसरा पर्यायच नव्हता. स्वतःच्या आकलनशक्तीच्या निरुंदपणानं बावरून जाऊन या ज्ञानाचा विचार करत राहाणं एवढंच त्याच्या हातात होतं. असाच एके दिवशी तो गोंधळून विचार करत एकटा बसला असताना मेरी तिथं आला, तेव्हा तो उद्गारला, 'तुझे वडील मला जवळजवळ ख्रिश्चन बनवणारच असं दिसतं आहे,' तिनं उत्तर दिलं, 'ते जवळजवळ आपल्या सर्वांचंच मन असं वळवत असतात, नाही का? पण मुद्द्याची गोष्ट अशी की–तुला कळून येईलच ते–मलाही असंच कळून आलंय-यात अडसर आहे तो याचा–जवळजवळचा! आपली दोघांची मनं वेगळी आहेत, युआन. त्यांच्याहून कमी साधी, कमी ठाम आणि शोधक वृत्तीची.'

ती हे बोलली, ती अगदी शांतपणे आणि ठामपणे. तिच्याशी असं जोडलं गेल्यानंतर युआनला थोडं हायसं वाटलं आणि स्वतःच्या मनाविरुद्ध- पण थोडं मनापासूनही- कारण त्या वृद्ध माणसावर त्याचं प्रेम होतं- तो ज्या खाईकडे खेचला जात होता, तिथून त्यानं स्वतःला मागे आणलं. प्रत्येक वेळी मेरीनं त्याला असं मागे आणलं होतं.

हे घर म्हणजे जर बाह्यमार्ग असेल तर ही स्त्री हा अंतर्मार्ग होता. या घराच्या अगदी अंतर्मनामध्ये घेऊन जाणारा. तिच्यामुळेच त्याला अनेक गोष्टींचं ज्ञान झालं होतं. तिनं त्याला तिच्या लोकांची कहाणी सांगितली, ते या देशामध्ये कसे येऊन पोहोचले ते सांगितलं-जगातल्या बहुतेक सर्व देशांमधून आणि जाती-जमातींमधून हे सगळे लोक या देशामध्ये येऊन पोहोचले होते आणि ताकदीच्या बळावर किंवा फसवणुकीच्या मार्गानं किंवा त्यांना माहीत असलेल्या लढाईच्या सर्व प्रकारांचा वापर करून त्यांनी इथल्या मूळच्या लोकांकडून ही जमीन हिसकावून घेतली होती. लहानपणी युआन जसा तीन राज्यांची कहाणी ऐकायचा तशाच तल्लीनतेनं या साऱ्या कथाही त्यानं ऐकल्या. मग तिनं त्याला तिच्या पूर्वजांनी कसा सतत दूरदूरच्या किनाऱ्यांकडे जात राहाण्याचा मार्ग स्वीकारला, त्यामध्ये किती धैर्य आणि किती जिवावर उदार होण्याचा भाग होता हे सांगितलं. हे सर्व सांगत असताना ती दोघं कधी त्या खोलीत शेकोटी पेटवून बसलेली असायची तर कधी हिवाळ्यापूर्वीची पानगळ सुरू झाली असताना शेजारच्या राईमध्ये फिरत असायची. ही स्त्री बाहेरून सौम्य दिसत असली तरी त्याबरोबरच तिच्या रक्तामध्ये आत एक कठीणपणा आहे

हे युआनला जाणवायला लागलं. तिचे डोळे चमकायला लागायचे, धीट आणि निर्मम व्हायचे. सरळ ओठांखालची हनुवटी ताठर व्हायची. ती बोलत असताना जणू ठिणग्या उडताहेत असं वाटायचं. त्यातून तिच्या लोकांच्या इतिहासाविषयीचा तिचा अभिमान स्पष्ट दिसायचा.

युआनला तिची थोडी भीतीच वाटायची.

सर्वांत आश्चर्याची गोष्ट अशी होती-अशा वेळी त्याला तिच्यामध्ये एक पुरुषी ताकद जाणवायची आणि स्वतःमध्ये मात्र त्या ताकदीहून कमी, तिच्यावर रेलणारी अशी काहीतरी गोष्ट आहे असं जाणवायचं. या दोन्ही शक्ती मिळून एक पुरुष आणि एक स्त्री निर्माण होऊ शकली असती हे जरी खरं असलं तरी या दोन्ही शक्ती एकत्र झालेल्या असल्या, परस्परांमध्ये मिसळून गेलेल्या असल्या तरच–तो पुरुष आणि ती स्त्री अशा निःसंदिग्ध रूपामध्ये नाही आणि कधीकधी तिच्या नजरेत त्याच्याविषयीची स्वामित्वाची भावनाही दिसायची. जणू काही ती त्याच्याहून अधिक ताकदीची आहे हे जाणवल्यासारखी. तिच्या नजरेतला तो भाव बदलेपर्यंत युआन आपोआपच थोडा मागे व्हायचा. म्हणूनच त्याला ती सुंदर आहे हे कळायचं, तिचं भाल्यासारखं ताठ शरीर तिच्या असीम ऊर्जेसह जाणवायचं, तिच्या मानसिक ताकदीनं त्याचं मन हलून जायचं तरीही ती जिला स्पर्श करावा, जिच्यावर प्रेम करावं अशी एक स्त्री म्हणून त्याला कधीच जवळची वाटली नाही. तिच्यामध्ये असं काहीतरी होतं जे त्याला तिच्यापासून दूर ठेवत होतं. त्याला तिची थोडी भीतीच वाटत होती, म्हणूनच त्याच्या मनात तिच्याविषयी प्रेम निर्माण होऊ शकलं नव्हतं.

या गोष्टीचा त्याला आनंदच वाटत होता, कारण अजूनही त्याला प्रेम किंवा स्त्रिया या विषयांवर विचार करण्याची इच्छा नव्हती. तो या स्त्रीपासून दूर राहू शकत नव्हता, कारण तिच्याकडे त्याला देण्यासारखं पुष्कळच होतं तरी तिला स्पर्श करावासा वाटत नाही या गोष्टीचा त्याला आनंदच वाटत होता. त्याला जर कोणी आजही विचारलं असतं तर त्यानं हेच उत्तर दिलं असतं, 'दोन वेगवेगळ्या वंशाच्या व्यक्तींनी एकमेकांशी लग्न करणं योग्य नाही. वांशिक भेदाची बाह्य अडचण तर आहेच -कारण कोणत्याच वंशाला हे असं लग्न आवडत नाही; पण परस्परांमधला एक अंतर्विरोधही असतोच. हे एकमेकांपासून दूर जाणं रक्तामध्ये भिनलेलं असतं. दोन वेगवेगळ्या रक्तांमधलं हे युद्ध कधीच संपत नाही.'

पण असेही काही दिवस उजाडायचे जेव्हा आपल्याला तिच्यापासून काही धोका नाही हा त्याचा विश्वास डळमळीत व्हायचा, कारण कधीकधी ती त्याला परकी, वेगळ्या रक्ताची आहे असं वाटायचंच नाही. तिनं त्याला तिच्या लोकांची ओळख करून दिली होती. एवढंच नव्हे, तर त्याला कल्पनाही नव्हती अशा प्रकाशात तिनं त्याच्या स्वतःच्या लोकांचीही त्याला ओळख करून दिली होती.

आपल्या स्वतःच्या लोकांबद्दल युआनला स्वतःलाच खूपशी माहिती नव्हती. तो त्यांच्यामध्ये राहिला होता खरा; पण त्याच्या वडिलांच्या आयुष्याचा एक भाग म्हणून, त्याच्या युद्धशाळेचा एक भाग म्हणून, एका ध्येयानं प्रेरित झालेल्या तरुण माणसांच्या एका गटाचा भाग म्हणून, अगदी त्या मातीच्या झोपडीचाही एक भाग म्हणून, शिवाय त्या प्रचंड शहराचा एक भाग म्हणून असंच त्याचं आयुष्य गेलं होतं. या सर्व भागांचा एकमेकांशी कसलाच सांधेजोड नव्हता. या सर्व भागांचं मिळून एक जग तयार झालेलं नव्हतं. कुणीही त्याला त्याच्या देशाबद्दल विचारलं की, तो जे सांगायचा ते सगळं अशा वेगवेगळ्या विभागांमधलं असायचं. त्यांचा एकमेकांशी इतका संबंध नसायचा की, तो हे बोलत असताना त्याला स्वतःच्याच बोलण्याला छेद देणारं असं काहीतरी आठवायचं. अखेरीस तो मायदेशाबद्दल बोलेनासाच झाला. त्या उंच धर्मगुरूनं सांगितलेल्या काही गोष्टींसारख्या गोष्टींना विरोध करायचा तेवढंच! तेही केवळ अभिमानापोटी.

पण जिनं त्याचा देश कधीही पाहिलेला नव्हता, अशा या पाश्चिमात्य स्त्रीच्या नजरेतून स्वतःच्या लोकांची माती बघताना त्याला त्याचा देश- त्याला जसा हवा होता तसा- दिसला. आता केवळ त्याच्यासाठी ती त्याच्या लोकांविषयी जे काही मिळेल ते सगळं पुस्तकं, प्रवासवर्णनं, तिच्या भाषेमध्ये अनुवादित झालेल्या कथा-कहाण्या आणि कवितासुद्धा वाचायला लागली होती, हे त्याला माहीत होतं. चित्रं तर ती सततच बघत असायची. या सगळ्यावरून तिनं स्वतःच्या मनात युआनच्या देशाविषयीचं एक स्वप्नाळू चित्र तयार केलं होतं. त्याचा देश हा सर्वांत सुंदर असा देश आहे, जिथं स्त्रिया आणि पुरुष शांततेनं, न्यायानं नियंत्रित अशा समाजात जगतात. हा समाज त्यांच्या संतांच्या शिकवणुकीच्या, शहाणपणाच्या भक्कम पायावर मजबूत उभा आहे असा तिचा समज झाला होता.

तिचं बोलणं ऐकताना हे सारं खरोखरच तसं आहे असं युआनलाही वाटू लागलं. जेव्हा ती म्हणायची, 'मला असं वाटतं, युआन, तुझ्या देशात तुम्ही सगळ्या मानवी समस्या सोडवल्या आहेत. वडील आणि मुलगा यांच्यातलं सुंदर नातं, दोन मित्रांमधलं नातं, माणसामाणसांमधलं नातं- सर्वांचा विचार करून ते अगदी साधेपणाने पण नीटपणे मांडलं गेलंय आणि तुम्हा लोकांना असलेला हिंसा आणि युद्धाचा तिटकारा तर–किती आदर वाटतो मला तुमचा म्हणून सांगू–'

तिचं हे बोलणं ऐकत असताना युआन स्वतःचं बालपण विसरून जायचा. आपल्याला युद्ध आणि हिंसेचा तिटकारा वाटतो हे किती खरं आहे एवढंच त्याच्या लक्षात राहायचं. आपल्याला तसं वाटतं म्हणजे आपल्या लोकांनाही तसंच वाटत असावं असं त्याला वाटू लागायचं. त्याला ते खेडवळ लोक आठवायचे, त्यांनी लढाईविरुद्ध केलेल्या विनवण्या आठवायच्या आणि मग तिचे शब्द त्याला अक्षरशः

खरे वाटायला लागायचे.

कधीकधी ती एखादं चित्र बघत असायची. त्याच्याबरोबर बसून ते चित्र बघावं असं तिनं ठरवलेलं असायचं. ते चित्र एखाद्या उंच पॅगोडाचं असायचं. कोणत्या तरी खडकाळ डोंगरमाथ्यावरून थेट आकाशाकडे झेपावणारा असा तो पॅगोडाचा कळस किंवा वाकलेल्या विलो वृक्षांनी चितारलेली एखाद्या जंगलातील तळ्याची किनारपट्टी, त्या तळ्यातल्या सावलीमध्ये तरंगणारी पांढरीशुभ्र बदकं असं काहीतरी ते चित्र असायचं. ती श्वास रोखून अस्फुटपणे कुजबुजली, 'ओ युआन, किती किती सुंदर– हे असं काही बघितलं ना की, मला वाटतं, मी कधीतरी राहिली आहे इथे-मला अगदी ओळखीची वाटते बघ ही जागा– खूप इच्छा होते मला तिथे जायची-तुझा देश साऱ्या जगात सर्वांत सुंदर देश आहे रे युआन.'

त्या चित्रांकडे तिच्या नजरेतून बघताना त्याला त्यानं जे काही थोडे दिवस त्या खेड्यामध्ये घालवले होते त्या दिवसांची आठवण झाली–जिथे त्यानं अशी तळी पाहिली होती-आणि मग त्यानं ती जे म्हणते आहे, ते अगदी सरळपणे मान्यच करून टाकलं, अगदी प्रामाणिकपणे उत्तर देत तो म्हणाला, 'खरं आहे, माझा देश अगदी सुंदर आहे.'

मग त्याच्याकडे साशंकपणे बघत ती म्हणाली, 'आम्ही लोक तुला किती असंस्कृत वाटत असू, नाही? आणि आमचं हे असंस्कृत आयुष्य? किती नवे आहोत आम्ही आणि किती असंस्कृत!'

आणि अचानक युआनला तिचं हे म्हणणंही अगदी खरं आहे हे पटलं. तो जिथे राहात होता, ते घर त्याला आठवलं. तिथे सतत आपल्या मुलीवर ओरडत असणारी ती घरमालकीण आठवली; त्यामुळेच ते घर सतत रागाच्या भावनांनी भारलेलं असायचं, शिवाय त्या शहरातली गरीब माणसंही त्याला आठवली; पण तो अतिशय सौजन्यानं एवढंच म्हणाला, 'या घरामध्ये तरी निदान मला जिची सवय आहे ती शांतता आणि सभ्यता सापडते आहे.'

तिची अशी चित्तवृत्ती असली की, त्याला तिच्याबद्दल प्रेम वाटायला लागायचं. अभिमानानं त्याच्या मनात यायचं, 'माझ्या देशाचा असा प्रभाव तिच्यावर पडलेला आहे की, जेव्हा जेव्हा ती त्याचा विचार करते किंवा त्याची स्वप्नं पाहते, तेव्हा ती अगदी विरघळून गेलेली असते. शांत होते, तिच्यातला कठोरपणा नाहीसा होतो आणि ती अगदी स्त्री होते.' त्याला वाटायचं आपल्या मनाविरुद्ध आपण तिच्या प्रेमात तर पडत नाही ना? कधीकधी असं वाटलं की, मग तो स्वतःच्या मनाची समजूत घालत म्हणायचा, 'जर ती माझ्या देशात राहायलाच लागली–ज्याला तिनं आपलं मानलेलंच आहे तर ती आत्ता आहे तशीच राहील कायमची-शांत आणि सौम्य! बाईपणानं वागणारी-माझ्याशी आदरानं वागणारी आणि तिच्या सर्व गरजांसाठी

माझ्यावर अवलंबून राहाणारी–'

अशा वेळी युआनला हे सगळं असं झालं तर खूपच छान होईल असं वाटायला लागायचं. तिला आपली भाषा शिकवताना किती छान वाटेल, हे जे घर त्याला खूपच आपलं वाटू लागलं होतं, तशा घरात तिच्यासोबत संसार करायला किती छान वाटेल असे विचार मनात यायचे.

अशा स्वप्नांमध्ये तो स्वतःला गुंगवून टाकायचा आणि मग एक दिवस त्याला मेरी बदललेली आढळायची. तिचा कठोरपणा चमकत असायचा, तिची वरचढपणाची भावना जागी झालेली असायची, मग ती एखाद्या मुद्द्यासाठी तिच्या वडिलांशीही वाद घालायला, आपला मुद्दा आग्रहीपणानं लावून धरायला आणि एखाद्या कठोर शब्दानं त्यांनाही गप्प करायला मागेपुढे बघायची नाही. युआनशी ती थोडी सौम्यपणे वागायची; पण मग त्याला पुन्हा एकदा तिची भीती वाटायला लागायची. तिच्या स्वभावातला हा रांगडेपणा आपल्याला कमी करता येणार नाही हे जाणवायचं. असं अनेक वेळा तिनं त्याला जवळ ओढलं आणि दूरही फेकलं.

त्याच्या शिक्षणाच्या पाचव्या आणि सहाव्या वर्षांमध्ये युआन असा या स्त्रीच्या बंधनामध्ये अडकलेला होता. ती कधी एखाद्या स्त्रीपेक्षा खूपच जास्त आक्रमक असायची; त्यामुळे युआनला तिची भीतीच वाटायची किंवा मग ती एखाद्या स्त्रीपेक्षा खूपच कमी असायची, ज्यामुळे युआनला तिच्याविषयी प्रेम वाटायचंच नाही आणि तरीही ती एक स्त्री आहे हे तो कधीच विसरू शकायचा नाही. एवढं असूनही त्याच्या सखोल पण अगदी संकुचित अशा स्वभावामुळे ती त्याची एकुलती एक मैत्रीण राहिली, हे मात्र खरं!

आता हे नक्की झालं होतं की, आज नाहीतर उद्या त्याला तिच्याशी जवळीक साधायलाच हवी होती किंवा मग तिच्याशी वागताना अगदी दूरत्वाचं नातं ठेवणं भाग होतं. तो यापासून लांबच जात राहिला आणि मग एके दिवशी एका अगदी क्षुल्लक अशा बाबीवरून या गोष्टीला तोंड फुटलं.

युआनला त्याच्या मित्र मंडळींच्या मूर्खासारख्या धमालमस्तीमध्ये कधीच भाग घेता यायचा नाही. त्या वर्षी युआनच्या शाळेमध्ये त्याच्या वंशाचे दोन भाऊ शिकायला आले; पण ते दक्षिणेकडच्या भागातून आलेले होते. तिथले लोक मनानं आणि बोलण्यानंही थोडे हलकेच असतात. त्यांचं मन चटकन बदलू शकतं आणि ते फार लवकर हसू शकतात. हे दोन तरुण खूप आनंदी होते. इथल्या खालच्या दर्जाच्या आयुष्यामध्ये ते चटकन सामील झाले. ते इतके मजेत असायचे की, लोकांना ते आवडायला लागले. मनोरंजनाच्या कार्यक्रमांमध्ये त्यांना बोलावलं जाऊ लागलं. इतर विद्यार्थ्यांना आवडणारी उडत्या चालीची, काहीशी चावट गाणी

कोणत्याही विदूषकासारखी गायला ते तयार असायचे. समोरच्या लोकांनी त्यांना बघून टाळ्या वाजवल्या की, ते अधिकच विदूषकी चाळे करायला लागायचे आणि लोकांना हसवायचे. ते दोघे आणि युआन यांच्यामधली दरी युआन आणि इतर गोऱ्या लोकांमधल्या दरीपेक्षाही अधिक खोल होती. त्यांची भाषा एक नव्हती हे एकच कारण नव्हतं –उत्तर आणि दक्षिण भागामध्ये वेगवेगळ्या भाषा बोलल्या जातात- तर युआनला मनातून त्यांची लाज वाटायची हे खरं कारण होतं. या गोऱ्या लोकांना मूर्खासारखी अंगं हलवत नाचू दे; पण माझ्या देशबांधवांनी ते या परक्या लोकांसमोर करायला नको असं त्याला वाटायचं. मोठ्यानं हसण्याचा आवाज आणि त्यांची स्तुती कानावर पडली की, युआनचा चेहरा निश्चल व्हायचा, कारण त्या हसण्यामागची, स्तुतीमागची कुचेष्टा त्याला जाणवायची.

एक दिवस त्याला हे सगळं अगदीच सहन होईनासं झालं. एका सभागृहामध्ये असाच एक करमणुकीचा कार्यक्रम होता. युआन तिथे गेला होता. त्यानं आपल्याबरोबर मेरी विल्सनलाही निमंत्रित केलं होतं. आजकाल ती खूप वेळा त्याच्याबरोबर अशा सार्वजनिक कार्यक्रमांना जायला लागली होती. इतर अनेक विद्यार्थ्यांबरोबर ती दोघंही तिथे बसली होती. हे दोन कॅन्टोनीज त्यांची पाळी आल्यावर रंगमंचावर आले. त्यांनी म्हाताऱ्या चिनी शेतकरी जोडप्याची वेषभूषा केली होती. शेतकऱ्याच्या पाठीवर एक खोटी वेणी लोंबत होती आणि बाईचं वागणं एखाद्या बाजारू बाईसारखं भडक आणि घाणेरडं होतं. हे दोघे हातामध्ये एक खोटी कोंबडी घेऊन, तिची ओढाओढ करत भांडत होते. ते स्वतःची भाषा बोलल्यासारखं दाखवत असले तरी ते जे काही बोलत होते ते सगळं समोरच्या लोकांना कळेल असं होतं. ते दृश्य खरोखरच फार विनोदी होतं. ते दोघे अगदी हजरजबाबी होते; त्यांच्या सवाल-जवाबांना लोक खूप हसत होते. हे सारं युआनला तिथं बसून बघणं भाग पडत होतं. मधूनच त्याच्या मनात नसताना त्यालाही थोडं हसू यायचं; पण त्याचं हृदय जडावलं होतं. मेरी खूप हसत होती. त्या दोघांचं नाटक संपल्यावर ती युआनकडे वळून म्हणाली, 'हे तर अगदी सरळ तुझ्या देशातूनच आल्यासारखं वाटत होतं रे. बरं झालं मला हे पाहायला मिळालं ते.' तिच्या चेहऱ्यावर अजून हसू होतं.

पण या शब्दांनी त्याच्या चेहऱ्यावरचं होतं नव्हतं ते हसू नाहीसं झालं. तो काहीशा रागानंच म्हणाला, 'हे माझ्या देशातलं अजिबात नव्हतं. आजकाल कोणताही शेतकरी अशी वेणी ठेवत नाही. न्यू यॉर्कमधल्या तुमच्या रंगभूमीवर जशी प्रहसनं होतात, तसंच हे एक प्रहसन होतं.'

तो दुखावला गेला आहे हे बघून ती चटकन उद्गारली, 'हो हो, ते तर कळलंच मला लगेच! सगळा मूर्खपणाच होता तो–पण युआन, त्यात काहीतरी एक खास बातही होती, ना?'

युआननं काहीच उत्तर दिलं नाही. सगळा कार्यक्रम संपेपर्यंत तो गंभीरपणे बसून राहिला. तिला घरापर्यंत पोहोचवल्यावर वाकून अभिवादन करून, त्यानं तिचा निरोप घेतला. तिनं आत येण्याचा आग्रह केला, तो त्यानं मानला नाही. खरंतर तो तिच्या घरी जाण्याची आणि त्या उबदार खोलीत तिच्यासह थोडा वेळ घालवण्याच्या संधीची वाटच बघत असायचा. त्यानं नकार दिल्यावर तिनं त्याच्याकडे प्रश्नार्थक मुद्रेनं पाहिलं. काहीतरी बिनसलं आहे नक्की; पण काय बिनसलं आहे ते तिला कळत नव्हतं. अचानक तिला त्याचा थोडा राग आला. तो परका, वेगळा आणि हट्टी आहे असं वाटलं. 'ठीक आहे, पुन्हा केव्हातरी.' असं म्हणत तिनं त्याला जायची अनुमती दिली. तिनं आत येण्याचा आग्रह केला नाही यामुळे अधिकच दुखावला जाऊन युआन निघून गेला. त्याच्या मनात येत होतं, 'त्या विदूषकांमुळे तिच्या मनातली माझी किंमत कमी झाली. माझा सगळा वंशच असा मूर्ख असणार असं वाटत असणार आता तिला.'

घरी गेला तरी तिच्या त्या थंड वागण्यानं त्याला इतका राग आला होता की, तो ते दोन भाऊ जिथे राहात होते, तिथे गेला. ते दोघे झोपण्याच्या तयारीत होते. त्याला बघून ते आश्चर्यचकितच झाले. टेबलावर ती खोटी वेणी, त्या खोट्या दाढी-मिशा आणि त्यांनी त्यांच्या प्रहसनामध्ये वापरलेल्या बाकीच्या वस्तू पडलेल्या होत्या. त्या पाहिल्यावर युआन अगदी कळवळून त्यांना म्हणाला, 'मी फक्त एवढंच सांगायला आलोय की, तुम्ही जे केलंत ते काही चांगलं नाही केलंत. हे काही खरं देशप्रेम नाही. आपल्याला हसायला तयारच असलेल्या या लोकांसमोर आपलं असं चित्र उभं करणं चांगलं नाही.'

हे ऐकल्यावर त्या दोघा भावांना काय बोलावं ते कळेनासंच झालं. प्रथम ते एकमेकांकडे आणि मग युआनकडे बघतच राहिले. मग एकजण मोठ्यानं हसत सुटला- दुसऱ्याच क्षणाला दुसराही हसायला लागला. युआनची आणि त्यांची भाषा वेगवेगळी असल्यानं त्यांच्यापैकी एक त्या परक्या भाषेमध्ये म्हणाला, 'दादा, आपल्या देशाचा मान राखण्याची जबाबदारी आम्ही तुझ्यावर सोपवतो. आमच्यासारख्या लाखो लोकांना पुरेल एवढी सभ्यता तुझ्या एकट्यामध्ये आहे.' आणि ते दोघे पुन्हा मोठ्यानं हसायला लागले. त्यांचे पसरट ओठ, हसरे बारीक डोळे आणि स्थूल शरीरं युआनला सहन होईनाशी झाली. त्यानं एक क्षणभर त्यांच्याकडे पाहिलं आणि मग तो एक अक्षरही न बोलता मागे वळून बाहेर निघून गेला. जाताना त्यानं दार लावून घेतलं.

'ही दक्षिणेकडची माणसं म्हणजे– ही खरी चिनी माणसं नव्हेतच-कुठल्या तरी सटरफटर जमाती–'

त्या रात्री बिछान्यात पडल्या पडल्या समोरच्या पांढऱ्याफटक भिंतीवर पानगळ

झालेल्या झाडांच्या फांद्यांच्या सावल्या बघताना त्याच्या मनात आलं, आपला त्यांच्याशी काही संबंध नाही हे बरं झालं. लहानपणीसुद्धा तो त्यांच्या युद्धशाळेत राहिला नाही याचंही त्याला बरं वाटलं. या परक्या देशातले परके लोक ज्यांना त्याच्याच वंशाचे, त्याच्याच देशाचे मानत होते अशा लोकांपासून खूप दूर असल्याचा त्याला आनंद वाटत होता. त्याच्या मनात आलं, मी एकटाच इथे उभा आहे-माझे लोक खरे कसे आहेत ते मोठ्या अभिमानानं सांगणारा असा मी एकटाच आहे.

असा आपला सगळा अभिमान एकवटून युआननं स्वतःची ताकद पुन्हा मिळवला, कारण त्या रात्री त्याला अशक्तपणा जाणवत होता. आपल्याला मेरीच्या स्तुतीचं किती अप्रूप आहे हे माहीत असल्यानं आपल्या वंशाच्या लोकांनी केलेला मूर्खपणा तिनं पाहावा हे त्याला फार लागलं होतं. जणू काही तिनं त्यालाच अशा रीतीनं वागताना पाहिलं असावं आणि हे त्याला सहन होत नव्हतं. म्हणूनच तो अगदी एकटा, अभिमानी असा बिछान्यामध्ये पडून होता. आज तर त्याला अधिकच एकाकी वाटत होतं, कारण आज त्याच्या त्या दोन देश बांधवांविषयीही त्याला परकेपणा वाटत होता, हे एक आणि आज तिनं घरात येण्यासाठी त्याची विनवणी केली नव्हती हे दुसरं. त्याच्या मनामध्ये कडवट विचार आला, 'ती माझ्याकडे काही वेगळ्याच नजरेनं बघत होती. जणू मीसुद्धा त्या दोन मूर्खांपैकीच एक आहे असं बघत होती ती.'

मग त्यानं काहीही वाटू न देण्याचा निश्चयच केला. तिच्या सर्व नावडत्या आठवणी त्यानं आवर्जून जागृत केल्या. कधीकधी ती कशी कठोर होते, तिचा आवाज एखाद्या सुरीसारखा धारदार कसा होतो, स्त्रीनं पुरुषासमोर जेवढं ठामपणे बोलू नये तसं ती कसं बोलते, ती मोटार चालवायची तेही त्याला आठवलं. जणू काही ती मोटार म्हणजे एक प्राणी आहे-तिच्या मालकीचा आणि ती त्याला जास्त जास्त वेगानं धावायला लावत असावी असा तिचा निश्चल दगडी चेहराही त्याला आठवला. या साऱ्या त्याला अगदी न आवडणाऱ्या आठवणी होत्या. अखेरीस त्याच्या अभिमानी हृदयामध्ये त्यानं म्हणून टाकलं, 'मला माझं काम करायचं आहे आणि मी ते चांगल्या रीतीनं करणार आहे. मला जे करायचं आहे ते संपेल त्या दिवशी माझ्या नावाच्या आधी दुसऱ्या कुणाचंही नाव नसेल. माझ्या लोकांचा मान असा राखेन मी.'

आणि मग त्याला झोप लागली.

पण त्याला कितीही एकाकी वाटलं तरी त्याला एकटं काही राहाता येत नव्हतं, कारण मेरी त्याला तसं करूच देत नव्हती. तीन दिवसांनंतर तिनं त्याला पुन्हा एक पत्र लिहिलं. त्याच्या टेबलावर पडलेल्या त्या पत्रावरचं ते चौकोनी अक्षर

पाहिल्यावर आपल्या हृदयामध्ये थोडी धडधड झाली हे त्याला नाकबूल करता आलं नसतं. त्याला अधिकच एकाकी वाटायला लागलं. म्हणून मग त्यानं चटकन ते पत्र उचललं. त्यात काय लिहिलं आहे ते बघण्याची त्याला फारच उत्सुकता वाटू लागली. ते पत्र उघडलं तोपर्यंत त्याची उत्सुकता थोडी निवळली, कारण पत्रातले शब्द अगदी साधे सरळ होते. रोज भेटण्याची सवय झालेला आपला मित्र तीन दिवसांत आपल्याला भेटलेला नाही म्हणून त्या पत्रात काही विशेष लिहिलेलं नव्हतं. फक्त चार ओळींचं पत्र होतं ते. तिच्या आईच्या बागेमध्ये एका विशेष झुडपाला फूल आलं आहे, ते युआननं बघावं अशी आईची इच्छा आहे. तर दुसऱ्या दिवशी सकाळी घरी यायला त्याला जमेल का? उद्यापर्यंत ते फूल पूर्ण उमललेलं असेल...बस! एवढंच.

आजवर युआन या स्त्रीच्या जेवढ्या प्रेमात नसेल तेवढा या वेळी प्रेमात पडला असता; पण तिचा थंडपणा त्याला बोचला होता. त्याच्या जुन्या हट्टी बालिशपणानं तो स्वतःशीच म्हणाला, 'ठीक आहे, मी तिच्या आईला भेटावं असं ती म्हणत असेल तर ठीक आहे, मी तिच्या आईलाच भेटेन आणि मग त्या रुसव्यातच त्यानं दुसरा सबंध दिवस तिच्या आईबरोबर कसा घालवायचा हे ठरवलं आणि तसा घालवलाही. मेरीच्या आईशेजारी उभं राहून तो त्या शुभ्र पांढऱ्या फुलाकडे बघत असतानाच मेरी हातमोजे चढवत तिथे आली, तेव्हा त्यानं एक लहानसं अभिवादन करण्यापलीकडे तिच्याशी काहीच संभाषण केलं नाही; पण ती थोडीच त्याचा हा रुसवा स्वीकारणार होती? नाही-घरातल्याच काही गोष्टींबद्दल आपल्या आईशी बोलण्यासाठी तिथे थांबली असताना तिनं युआनकडे एक स्वच्छ कटाक्ष टाकला. अगदी शांत आणि तिच्या मैत्रीखेरीज दुसरी कोणतीही भावना नसलेला असा एक कटाक्ष. त्या कटाक्षामुळे युआन स्वतःचा रुसवा साफ विसरून गेला आणि त्याला ते फूल फारच सुंदर दिसायला लागलं. त्या वृद्ध आईमध्ये, ती जे काही सांगत होती त्यामध्ये त्याला अधिक रस वाटू लागला. खरंतर आजवर त्याला ती खूप बोलते, सरसकट सर्व गोष्टींची फार चटकन स्तुती करते, सरसकट सर्वांशीच खूप जास्त प्रेमळपणानं बोलते असं वाटायचं; पण आत्ता इथे या बागेत तिच्याबरोबर उभं असताना त्याला जाणवलं की, ती एक साधीभोळी, स्वभावतःच प्रेमळ, तरुण व्यक्तीची काळजी करणारी अशी स्त्री आहे. एखाद्या तान्ह्या बाळाला स्पर्श करावा तसा स्पर्श ती भुईतून वर येण्याची धडपड करणाऱ्या एखाद्या अंकुराला करते. एखाद्या गुलाबाच्या रोपाची एखादी फांदी चुकून तुटली किंवा एखाद्या लहानशा रोपावर नकळत पाय पडला तरी तिच्या डोळ्यांत पाणी उभं राहातं, हा तिचा स्वभावधर्मच आहे. मातीत हात घालून तिथे पेरलेल्या, उगवलेल्या अंकुरांशी, बीजांशी खेळणं तिला आवडतं हेही त्याला जाणवलं.

आज इथे युआन तिच्या भावनांशी समरस होऊ शकत होता. थोड्या वेळानं त्या दवानं भरलेल्या बागेमध्ये त्यानं तिला तण उपटायला मदत केला. एखादं रोप त्याच्या मुळांना धक्का न लावता हलकेच काढून दुसरीकडे कसं लावलं म्हणजे नव्या जमिनीत त्या रोपाला आपली मुळं पसरायला त्रास कसा होणार नाही हे दाखवलं. आपल्या देशामधली काही बीजं मिळतात का ते शोधण्याचं वचनही त्यानं तिला दिलं. तिथे एका जातीचा पांढरा आणि हिरवा कोबी मिळतो, त्याला एक विशिष्ट वास आणि चव असते तो तिला नक्की आवडेल असंही त्यानं तिला सांगितलं.

या एवढ्याशा गोष्टीनं त्याला पुन्हा एकदा आपण या कुटुंबाचा एक भाग आहोत असं वाटू लागलं. ही स्त्री फार बोलते असं आपल्याला वाटलं तरी कसं, असंही त्याच्या मनात आलं. ती फक्त खूप प्रेमळ आहे हेच खरं!

आणि तरीही आज या प्रेमळ स्त्रीशी बोलण्यासाठी त्याच्याकडे फुलं, भाज्या यांच्याखेरीज दुसरे विषयच नव्हते. त्याला लवकरच कळून चुकलं की, ही स्त्री साधी आहे तेवढीच तिची बुद्धीही अगदी सामान्य आहे. त्याच्या स्वतःच्या खेडवळ आईसारखीच! एक साधंसुधं प्रेमळ मन-एखाद्या नव्या पदार्थाचा विचार करत राहाणारं किंवा एखाद्या मैत्रिणीनं सांगितलेली एखादी चविष्ट गोष्ट किंवा बागेतल्या झाडांची काळजी किंवा आता जेवणाच्या टेबलावर कोणती फुलं ठेवावीत याचा विचार-बस्स! तिचे आवडीचे, प्रेमाचे विषय म्हणजे देव आणि तिची दोन प्रिय माणसं. या दोन प्रिय विषयांच्या आधारानं ती अतिशय निष्ठेनं आणि साधेपणानं जगत होती. हा साधेपणा इतका पराकाष्ठेचा होता की, कधीकधी युआनला त्याचं मोठं कोडं पडायचं. ही स्त्री व्यवस्थित लिहू-वाचू शकत होती, कोणतंही पुस्तक हाती घेतलं तर ते वाचून ते समजून घेऊ शकत होती; पण तिच्या काही श्रद्धा त्याच्या देशातल्या एखाद्या अशिक्षित खेडवळ स्त्रीसारख्या होत्या. हे सारं तिच्याच तोंडून त्यानं ऐकलं होतं. वसंतातल्या एका उत्सवाविषयी बोलताना ती म्हणाली, 'आम्ही याला ईस्टर म्हणतो, युआन. याच दिवशी आमचा प्रिय देव पुन्हा सजीव झाला आणि स्वर्गामध्ये गेला.'

युआनला हसण्याचा धीर मात्र झाला नाही, कारण त्याला चांगलंच माहीत होतं की, सर्वच देशांमधल्या लोकांमध्ये अशा अनेक कथा प्रचलित असतात. त्याच्या लहानपणी त्यानं अशा कथा वाचल्याही होत्या. या स्त्रीचा त्या कथांवर विश्वास असेल असं मात्र त्याला वाटलं नव्हतं; पण जेव्हा त्यानं तिच्या स्वरातला प्रामाणिकपणा ऐकला आणि पांढऱ्या केसांखालच्या तिच्या चेहऱ्यामधल्या तिच्या शांत, निळ्या डोळ्यांमधली निरागस भक्ती पाहिली, तेव्हा तिचा यावर पूर्ण विश्वास आहे याची त्याला खात्री पटली.

मेरीच्या शांत नजरेच्या कटाक्षानं सुरू झालेले हे बागेतले काही तास अखेर संपले. मेरी परत आली, तोवर युआननं आपला सगळा राग बाजूला ठेवून दिलेला होता. तो त्याविषयी काहीच बोलला नाही. जणू काही मधले तीन दिवस न भेटता गेलेच नव्हते अशा रीतीनं तो तिला भेटला. ती दोघं एकटी असताना ती हसत त्याला म्हणाली, 'तू काय हा सगळा वेळ आईबरोबर बागेतच होतास की काय? एकदा तिनं तुला बागेत नेलं ना की, मग ती कुणाला ऐकत नाही.'

तिच्या त्या हसण्यानं युआनला एकदम मोकळं वाटलं. तोही हसला आणि म्हणाला, 'त्या पुन्हा सजीव होण्याच्या गोष्टीवर त्यांचा खरोखर विश्वास आहे? आमच्याकडेही अशा कथा आहेत; पण त्यावर फारसं कुणी विश्वास ठेवत नाही. अगदी स्त्रियासुद्धा–त्या शिकलेल्या असल्या तर–'

तिनं यावर उत्तर दिलं, 'तिचा खरोखर विश्वास आहे, युआन. मी जर म्हटलं की, तुझा अशा गोष्टींवर विश्वास बसू नये म्हणून मी आकाशपाताळ एक करीन आणि त्याच वेळी असंही म्हटलं की, माझ्या आईचा यावर विश्वास आहे तो तसाच राहावा म्हणूनही मी आकाशपाताळ एक करीन, कारण तो विश्वास आवश्यक आहे व खराही आहे तर तुला मी काय म्हणते आहे ते समजेल का? तो विश्वास जर नष्ट झाला तर तिला आधारच राहाणार नाही, कारण त्यावरच ती जगत आली आहे आणि त्यावरच मरेपर्यंत ती विश्वास ठेवणार आहे; पण तू आणि मी-आपल्याला मात्र आपले स्वतःचे विश्वास आणि श्रद्धास्थानं हवीत– जगायला आणि मरायलाही...'

आईबद्दल बोलायचं तर त्या सकाळपासून तिला युआन खूपच आवडायला लागला. इतका की, ती अधूनमधून त्याचा वंश वेगळा आहे, देश वेगळा आहे हेही विसरून जायला लागली. त्यानं कधी घरची आठवण काढलीच तर काहीशा दुःखानं ती म्हणायची, 'युआन, तू अमेरिकन नाहीस हे मी जवळजवळ विसरूनच गेले आहे इतका तू इथे छान रमलाहेस.'

पण यावर मेरी झटकन उत्तर द्यायची, 'तो सगळा अमेरिकन कधीच होणार नाही, आई.' एकदा तिनं खालच्या स्वरात पुढे म्हटलं होतं, 'आणि मला त्याचा आनंद आहे. तो जसा आहे तसाच मला आवडतो.'

युआनच्या हे लक्षात होतं, कारण जेव्हा मेरी असं काहीतरी आतल्या प्रेरणेनं बोलली, तेव्हा तिच्या आईनं काहीच उत्तर दिलं नाही; पण काळजीच्या नजरेनं तिनं आपल्या मुलीकडे एक नजर मात्र टाकली. त्या क्षणी तिला युआनबद्दल फारसं प्रेम वाटलं नव्हतं असं युआनला वाटून गेलं.

आणखी एक-दोन वेळा तिच्याबरोबर तिच्या बागेमध्ये काम केल्यावर मात्र हे वाटणं कमी झालं असंही त्याला जाणवलं. वसंताच्या सुरुवातीलाच तिच्या बागेतल्या

गुलाबाच्या रोपांवर एक कीड पडली. युआननं मोठ्या उत्साहात तिला ती कीड काढून टाकण्यासाठी मदत करायला सुरुवात केली आणि तेव्हा तिच्या मनातली ती नावड दूर झाली; पण किडीला मारण्यासारख्या क्षुल्लक गोष्टीमध्येही युआनला काहीतरी वेगळं जाणवतच होतं. त्या दुष्ट, घाणेरड्या किड्यांचा त्याला कमालीचा राग तर येत होता, सुंदर कळ्यांना आणि पानांना नष्ट करत राहाणं एवढंच ती कीड तिच्या सर्व आयुष्यभर करत होती. प्रत्येक कीड नाहीशी करावी असंही त्याला अगदी मनापासून वाटत होतं आणि तरीही रोपांवरून त्या किड्यांना उपटून काढायचं काम त्याला फार किळसवाणं वाटत होतं. नंतर कितीही वेळा हात धुतले तरी त्याला ते स्वच्छ झाले आहेत असं वाटतच नव्हतं; पण मेरीच्या आईला मात्र असं काहीही वाटत नव्हतं. ती अगदी आनंदानं एक/एक किडा वेचून वेचून काढत होती आणि ठारही मारत होती.

युआनची आणि मेरीच्या आईची मैत्री अशी सुरू झाली. तो त्या शिक्षकांच्याही जवळचा झाला-जेवढा जवळचा होणं शक्य होतं तेवढा-खरी गोष्ट अशी होती की, कुणीच गुरुजींच्या फार जवळ जाऊ शकत नव्हतं. ते सखोलता आणि साधेपणा, श्रद्धा आणि बुद्धिमत्ता यांचं एक विलक्षण मिश्रण होतं. युआन पुष्कळ वेळा त्यांची पुस्तकं आणि त्या पुस्तकांमधले विचार यांविषयी गुरुजींशी बोलायचा; पण त्या सर्व वैचारिक आणि बौद्धिक संवादामध्येच त्या वृद्ध शिक्षकाचे विचार अशा एका अंधूक, अस्पष्ट अशा विश्वामध्ये निसटून जायचे की, जिथे युआनला त्यांच्यापाठोपाठ जाणं शक्यच नसायचं. मग ते मोठ्यानं म्हणायचे, 'युआन, कदाचित हे नियम एखाद्या बागेचे बंद दरवाजे उघडण्याच्या किल्ल्या असतील. आपण त्या किल्ल्या निष्काळजीपणानं फेकून देतो आणि आता धिटाईनं कल्पनेच्या साहाय्यानं –किंवा श्रद्धेच्या साहाय्यानं म्हण हवं तर- त्या बागेत जातो आहोत-ही बाग म्हणजे देवाची बाग आहे- देव - अनंत-अपरिवर्तनीय-ज्याच्या केवळ अस्तित्वामध्येच शहाणपणा, न्याय, चांगुलपणा आणि सत्य हे सारे आदर्श आहेत आणि त्या दिशेनेच आपले मानवी नियम आपल्याला नेण्याचा प्रयत्न करत आहेत.'

गुरुजी असं मुक्त चिंतन करत होते आणि युआन ऐकत होता; पण त्याला काहीही कळलं नव्हतं. एक दिवस त्यानं गुरुजींना विचारलं, 'गुरुजी, मला दरवाजाजवळच सोडा-मी ती किल्ली फेकून देऊ शकत नाही.'

यावर वृद्ध गुरुजींनी एक उदास स्मित केलं आणि ते म्हणाले, 'तू अगदी मेरीसारखा आहेस. तुम्ही तरुण माणसं–तुम्ही तरुण पक्ष्यांसारखे असता-आपल्या पंखांची ताकद अजमासवून पाहायला आणि आपलं लहानसं विश्व सोडून बाहेर पडायला तुम्ही घाबरता. हं–जोवर तुम्ही फक्त तर्काला कवटाळून बसणं सोडत नाही आणि तुमच्या स्वप्नांवर आणि कल्पनाशक्तीवर विश्वास ठेवत नाही, तोवर

तुमच्यामधून एखादा अद्वितीय शास्त्रज्ञ निर्माण होणार नाही -महान कवीही नाही– कारण एकाच युगामध्ये हे दोघे जन्म घेतात.'

एवढ्या सगळ्या सांगण्यातून एकच वाक्य युआनच्या लक्षात राहिलं, 'तू अगदी मेरीसारखा आहेस.'

हे खरंही होतं. तो अगदी मेरीसारखा होता. एकमेकांपासून दहा हजार मैलांच्या अंतरावर जन्मलेल्या, कधीही एकमेकांत न मिसळलेल्या अशा दोन भिन्न वंशांच्या या दोघांमध्ये काहीतरी सारखेपणा होता आणि तो दुहेरी होता. एक पदर होता तो होता तारुण्याचा–जो कोणत्याही युगातल्या कोणत्याही तरुणामध्ये असतो- बंडखोरीमधलं साम्य आणि दुसरा पदर होता तो काळ किंवा वंश यांची पर्वा न करता एक पुरुष आणि एक स्त्री यांच्यामध्ये जो सारखेपणा असतो त्याचा.

आता वसंत पूर्ण भरात होता; झाडं पुन्हा एकदा हिरवीगार झाली होती. मेरीच्या घराजवळच्या राईमध्ये हिवाळ्यातल्या पानगळीच्या पाचोळ्याखालून लहान लहान फुलं बाहेर आली होती. युआनला स्वतःच्या रक्तामध्ये एक नवं स्वातंत्र्य जाणवू लागलं. इथे या घरामध्ये असं काहीही नव्हतं, ज्यामुळे त्याला संकोच वाटावा. इथे तो आपण एक परका माणूस आहोत हे विसरून जायचा. त्या तिघांकडे बघताना तो त्यांच्यातला आणि स्वतःमधला फरक विसरून जायचा. आता त्याला त्या वृद्ध जोडप्याचे निळे डोळे वेगळे वाटेनासे झाले आणि मेरीच्या सुंदर डोळ्यांचा बदलता रंग त्याला विलक्षण वाटेनासा झाला.

ती त्याला अधिकच सुंदर दिसायला लागली. आता तिच्यामध्ये काहीतरी सौम्यपणा आला होता. आता ती तोडून बोलत नव्हती, तिचा आवाजही पूर्वीसारखा धारदार राहिला नव्हता. तिचा चेहरा थोडा भरला, तिच्या गालांचा फिकटपणा कमी झाला; तिचे ओठ पूर्वीसारखे घट्ट मिटलेले नसायचे आणि ते अधिक मऊही वाटू लागले. तिची हालचालही अधिक हळुवार आणि सावकाश व्हायला लागली.

कधीकधी युआन आला की, ती खूप कामात असायची. तिची जा-ये इतकी चालायची की, युआनला ती भेटायचीच नाही; पण वसंत बहरला तसं तिचं वागणं बदललं. आपण हे ठरवून करतो आहोत हे न कळताच ती दोघं रोज सकाळी बागेमध्ये भेटायला लागली. सकाळी ती यायची तीच ताजीतवानी होऊन तिचे काळेभोर केस नीट कानामागे विंचरलेले असायचे. तिनं निळ्या रंगाचे कपडे घातलेले असायचे, तेव्हा युआनला ती सर्वांत सुंदर भासायची. एक दिवस तिच्याकडे बघत त्यानं हसून म्हटलं, 'माझ्या देशातले गावाकडचे लोक निळे कपडे घालतात. तुलाही चांगले दिसतात.' ती हसूनच उत्तरली, 'छान!'

युआनला तो दिवस आठवत होता. त्या दिवशी तो सकाळच्या न्याहारीसाठी त्यांच्याकडे आला होता. बागेत थांबला असताना थोडं तण दिसलं ते मुळापासून काढण्यासाठी तो एका वाफ्यावर वाकला होता. ती येऊन त्याच्याकडे बघत उभी राहिली. तिच्या उजळलेल्या चेहऱ्यावर एक विलक्षण आपुलकी दिसत होती. तो तिच्याकडे बघत असतानाच तिनं हात पुढे करून त्याच्या केसात पडलेलं एक पान हळूच काढून टाकलं. हात खाली घेत असताना तिच्या हाताचा अगदी हलकासा स्पर्श त्याच्या गालाला झाला. तिनं त्याला मुद्दाम स्पर्श केलेला नाही हे त्याला माहीत होतं, कारण ती नेहमीच असा स्पर्श होऊ नये याची काळजी घ्यायची. रस्त्यात एखादा अडथळा आला म्हणून कुणी हात पुढे केला तरी ती दूर व्हायची. इतर अनेक मुलींसारखी लहानसहान कारणांनी ती दुसऱ्या कोणा पुरुषाला स्पर्श करायची नाही. भेटल्यावर अभिवादनाचा स्पर्श सोडला तर युआनचा हा तिचा पहिलावहिला स्पर्श होता असंच म्हटलं पाहिजे.

पण आत्ता तिनं त्याची माफी मागितली नाही. तिची स्वच्छ नजर आणि गालांवर अचानक उमटलेली किंचितशी लाली बघून त्याला समजलं की, तिलाही हा स्पर्श जाणवला आहे आणि हे त्याला कळलं आहे हेही तिला कळून आलं. त्या दोघांनी एकमेकांकडे चटकन एक कटाक्ष टाकला आणि दोघंही मागे वळली. तिनं शांतपणे विचारलं, 'जायचं का आत न्याहारीला?'

तेवढ्याच शांतपणे त्यानं उत्तर दिलं, 'मी जरा हात धुवून येतो.'

आणि तो क्षण ओसरला.

नंतर त्या स्पर्शाविषयी थोडा विचार करताना त्याचं मन फार काळापूर्वी झालेल्या, आता मृत असलेल्या त्या मुलीच्या स्पर्शाच्या आठवणीनं भरून गेलं. त्या उत्साहानं भरलेल्या उघडउघड केलेल्या स्पर्शापुढे हा हलकासा स्पर्श काहीच नव्हता आणि तरीही तो फार खरा वाटत होता. 'तिच्या मनात काहीही नव्हतं-मीच मूर्ख आहे' असं स्वतःशीच पुटपुटत हे सगळं विसरून जाण्याचा त्यानं निर्धार केला. पुन्हा असे विचार मनात येऊ देता कामा नयेत, कारण ते मला खरोखरच आवडत नाही असंही त्यानं स्वतःला बजावलं.

त्या शेवटच्या वसंतामध्ये युआन असं हे विचित्र दुहेरी आयुष्य जगत होता. त्याच्या आतमध्ये त्यानं एक स्वतःची अशी जागा धरून ठेवली होती जी या स्त्रीला प्रतिकार करणारी होती. नव्या ऋतूचा कोवळेपणा, मंदशा चंद्रप्रकाशात, नवी पालवी फुटत असलेल्या वृक्षांखालच्या सुनसान वाटेवरून कधी ती दोघं शहराबाहेरच्या वाटेनं जात असायची किंवा कधी खोलीतल्या शांततेमध्ये ती दोघंच खिडक्यांच्या

काचांवरचं पावसाचं संगीत ऐकत बसलेली असायची, असे तिच्याबरोबरचे एकान्तातले तासही त्याच्या मनातल्या त्या गुप्त जागी घुसू शकायचे नाहीत. असं वाटू द्यायचं नाही असं आपण ठरवलेलं असताना आपल्याला तिच्याबद्दल एवढं कसं वाटू शकतं, याचं युआनला कधीकधी आश्चर्यही वाटायचं.

कारण ही गोरी मुलगी काही बाबतींमध्ये त्याला मोहात पाडायची आणि काही बाबतींमध्ये त्याला दूर जाणं भाग पाडायची. ज्या गोष्टी त्याला आवडायच्या आणि ज्या आवडायच्या नाहीत त्याच या गोष्टी होत्या. त्याला सौंदर्याचं आकर्षण होतं, तो कधीच एखादी सुंदर गोष्ट नजरेआड करू शकायचा नाही, म्हणूनच त्याला ती सुंदर वाटायची. तिच्या काळ्याभोर केसांमधलं तिचं नितळ कपाळ आणि गोरीपान मान त्याला सुंदर भासायची; पण त्याला गोरा रंग अगदी आवडत नसे. पुष्कळ वेळा त्याला तिचे झळाळणारे डोळे दिसायचे-स्वच्छ आणि गडद भुवयांखालचे राखाडी डोळे-ज्या मनामुळे ते इतके झळझळीत दिसतात, चमकदार दिसतात त्या मनाचं त्याला कौतुक वाटायचं; पण त्याला राखाडी रंगाचे डोळे मात्र मुळीच आवडत नसत. हीच गोष्ट तिच्या हातांबाबत, चपळपणे हालचाल करणारे बोलके हात सुंदर आणि सडपातळ तरी ताकदवान हात–पण त्याला - का कोण जाणे असे हात आवडतच नव्हते.

आणि तरीही तो तिच्यामध्ये असलेल्या कोणत्या तरी शक्तीनं पुनःपुन्हा तिच्याकडे खेचला जात होता. त्या खूप गडबडीच्या वसंतामध्ये शेतात काम करत असताना किंवा त्याच्या खोलीत बसलेला असताना किंवा ग्रंथालयात असताना हातात जे काम असेल त्यामध्ये तो क्षणभर थबकायचा आणि त्याला जाणवायचं की, आपण मेरीचा विचार करतोय. अशा वेळी तो स्वतःलाच प्रश्न करायचा, 'इथून गेल्यावर मला तिची आठवण येईल का? या मुलीमुळे मी या देशाशी बांधला गेलोय का?' त्याच्या मनात असेही विचार खेळायचे-आपण परत न जाता इथेच राहिलो तर–पुढे शिकायचं ठरवलं तर–पण त्याच वेळी तो स्वतःला अगदी सडेतोडपणे हेही विचारू शकायचा, 'मी खरा कशासाठी थांबणार आहे इथे? या मुलीसाठी असेल तर पुढे काय? मला तर तिच्या वंशाच्या स्त्रीशी लग्न करायची अजिबात इच्छा नाही–मग?' आणि तरीही पुढचे विचार मनात आले की, त्याला थोडं चुटपुटल्यासारखं व्हायचं-नाही-मी घरीच जाईन. -मग त्याच्या मनात यायचं-एकदा आपण आपल्या देशात परत गेलो म्हणजे ही मुलगी परत कधीही आपल्याला भेटणार नाही, कारण इथे परत येणं शक्यच नाही-जेव्हा त्याच्या मनात हा विचार यायचा, तेव्हा तो खरंच आपलं जाणं लांबणीवर टाकतो की काय असं वाटायचं.

अशीच प्रश्नोत्तरं चालू राहिली असती तर कदाचित तो तिथेच राहिलाही असता; पण समुद्रापलीकडून अशी एक बातमी आली की, जणू त्याचा देशच त्याला साद घालत असावा.

ही इतकी वर्षं परदेशात राहात असताना युआननं आपल्या देशामध्ये काय चाललंय याची फारशी दखल घेतली नव्हती. तिथे लहानसहान लढाया सुरू आहेत हे त्याला माहीत होतं; पण त्यानं त्याकडे फारसं लक्ष दिलं नव्हतं, कारण ही तर नेहमीचीच बाब होती.

या सहा वर्षांमध्ये टायगर वांगनं त्याला पत्र लिहिताना आपण अंगावर घेतलेल्या एक-दोन अशा लहान लढायांविषयी कळवलं होतं-त्यांपैकी एक होती एका नव्या डाकू सरदाराविरुद्धची आणि दुसरी होती त्याच्यासारखाच एका युद्धखोर सरदार टायगरच्या भागामधून परवानगी न घेता गेला म्हणून; पण युआननं अशा बातम्या जेमतेम नजर फिरवून बाजूला केल्या होत्या. याचं एक कारण होतं की, त्याला युद्ध अजिबात आवडायचं नाही आणि दुसरं कारण होतं-या शांत अशा परक्या देशामध्ये राहाताना त्याला या बातम्या खऱ्याच वाटायच्या नाहीत. एका सहाध्यायानं अगदी आनंदी स्वरात त्याला ओरडून विचारलं, 'अरे वांग, हे तुझ्या देशात नवं युद्ध कसलं सुरू झालं? मी वृत्तपत्रांत वाचलं-कोणी तरी चांग किंवा टांग किंवा वांग असं कुणीतरी-' तेव्हा युआननं झटकन उत्तर दिलं होतं, 'काही विशेष नाही-काहीतरी क्षुल्लक दरोडा वगैरे असेल-'

त्याची मानलेली आई त्याला पत्र लिहायची; त्यामध्ये सर्व गोष्टी अगदी स्वच्छपणे लिहिलेल्या असायच्या. ती कधीकधी लिहायची-'क्रांतीचा जोर वाढतो आहे. कसा ते काही मला माहीत नाही. आता मेंग नसल्यामुळे आपल्या कुटुंबामध्ये कोणीच क्रांतिकारक राहिलेला नाही. अखेरीस दक्षिणेकडून ही नवी क्रांती येते आहे असं माझ्या कानावर आलं; पण मेंग अजून घरी येऊ शकत नाही. तो त्यांच्यामध्येच आहे हे माहीत आहे, कारण त्यानंच तसं लिहिलं होतं; पण अजून तो घरी येण्याचं धाडस करू शकत नाही, कारण इथलं सरकार घाबरलंय आणि क्रांतिकारकांना शोधून काढण्याची मोहीम फारच त्वेषानं चालवत आहे.'

पण युआननं स्वतःच्या देशाच्या बातम्यांकडे साफ काणाडोळा केला होता असं म्हणता येणार नाही. जसा मिळेल तसा तो या क्रांतीविषयीच्या सर्व बातम्यांचा पाठपुरावा करायचा. अगदी लहानशी छापील ओळदेखील काही बदल झाला आहे का ते पाहण्यासाठी तो उत्सुकतेनं वाचायचा. जसं 'जुने चांद्रपंचांग बदलून आता नवे पाश्चिमात्य कॅलेंडर वापरात आले आहे.' किंवा 'आता स्त्रियांची पावले बांधण्याच्या प्रथेवर बंदी घालण्यात आली आहे.' किंवा 'कोणाही पुरुषाला एकापेक्षा

अधिक स्त्रियांशी विवाह करण्यास कायद्याने बंदी घालण्यात आली आहे.' अशा अनेक लहान लहान गोष्टीही तो अगदी लक्षपूर्वक वाचायचा. असा प्रत्येक बदल युआन अतिशय आनंदानं वाचायचा आणि त्यावर विश्वासही ठेवायचा. त्याला वाटायचं की, आपला सगळा देशच बदलतो आहे. तसं त्यानं शेंगलाही लिहिलं होतं, 'पुढच्या उन्हाळ्यात आपण जेव्हा परत जाऊ, तेव्हा आपलाच देश आपल्याला ओळखतासुद्धा येणार नाही. या फक्त सहा वर्षांमध्ये एवढे मोठे बदल होऊ शकतील असं खरंच वाटत नाही.'

या पत्राला खूप दिवसांनी शेंगनं उत्तर लिहिलं. 'तू या उन्हाळ्यात घरी जाणार आहेस का? पण मी जायला तयार नाही. माझ्या वडिलांनी पैसे पाठवले तर अजून एक-दोन वर्षं इथे राहाण्याची माझी इच्छा आहे.'

हे वाचल्यावर युआनला शेंगच्या कवितांना ते जड संगीत देणाऱ्या त्या स्त्रीची आठवण झाली नसती तरच नवल! आणि मग तो खूप अस्वस्थ होणंही साहजिकच होतं. तिचा विचार करायचा नाही असं त्यानं मनाशी ठरवलं; पण शेंगनं घाई करून लवकर घरी यावं असं मात्र त्याला वाटत राहिलं. इतका अभ्यास करूनही त्याला अजून त्याची पदवी मिळाली नव्हती हे खरं होतं; पण आपल्या देशातल्या या नव्या घडामोडींबद्दल शेंग काहीच बोलत नाही यानंही युआन चांगलाच अस्वस्थ झाला; पण लगेचच त्यानं शेंगला माफ करून टाकलं, कारण या शांत, संपन्न देशामध्ये राहात असताना एखाद्या ध्येयासाठी चाललेल्या लढाया आणि क्रांती यांचा विचार करणं कठीणच होतं. युआनदेखील त्याच्या रोजच्या कामाच्या गर्दीमध्ये या गोष्टी विसरत होताच की.

आणि तरीही क्रांती आता सीमा गाठण्याच्या टप्प्यावर पोहोचत होती. अर्थात, हे त्याला नंतर कळलं. युआन त्याच्या पुस्तकांमध्ये बुडलेला असताना, आपलं या गोऱ्या मुलीवर प्रेम आहे की नाही याचा विचार करत असताना, त्याच्या देशामधली राखाडी क्रांतीसेना दक्षिणेकडून पुढे येत देशाचा मध्यभाग ओलांडून त्या प्रचंड नदीपर्यंत येऊन पोहोचली होती. मेंगही त्यात होता. तिथे युद्ध सुरू होतं; पण दहा हजार मैलांवर युआन मात्र शांततेत जगत होता.

अशा सखोल शांततेमध्ये तो कायमचाही राहिला असता, कारण एक दिवस अचानक तो आणि ती मुलगी यांच्यामधली उबदार जवळीक वाढली. आत्तापर्यंत ती दोघं त्यांच्या नातेसंबंधांमध्ये एका निश्चित ठिकाणी उभी होता. -मित्रांपेक्षा थोडं अधिक जवळिकीचं नातं आणि प्रेमिकांपेक्षा थोडं कमी; त्यामुळे आता रोज संध्याकाळी ते वृद्ध जोडपं झोपायला गेल्यावर ती दोघं थोडा वेळ फिरायला जातील, थोड्या गप्पा मारतील हे युआननं गृहीतच धरलं होतं. मेरीच्या आई-वडिलांसमोर ती काहीच

दाखवत नसत; पण याबद्दल तिला कुणी विचारलं असतं तर तिनं अतिशय प्रामाणिकपणे उत्तर दिलं असतं, 'पण यात सांगण्यासारखं काही नाहीच ना! आमच्यामध्ये मैत्रीशिवाय दुसरं काय आहे?' आणि हेही खरंच होतं. दुसऱ्या कुणी ऐकू नये असं त्यांच्यामध्ये काहीच बोलणं व्हायचं नाही.

आणि तरीही थोडा वेळ तरी आपण दोघांनीच घालवला नाही तर दिवस पूर्णच होत नाही असं या दोघांनाही वाटायला लागलं होतं. हे बोलणं असायचं दिवसभरात घडलेल्या सामान्य गोष्टींविषयीच; पण दिवसभरामध्ये घालवलेल्या अनेक तासांपेक्षा या लहानशा तासाभरात त्यांना परस्परांच्या मनाची, विचारांची अधिक ओळख व्हायला लागली होती.

त्या वसंतामध्ये एका रात्री ती दोघं अशीच एका वळणावळणाच्या पाऊलवाटेवर दोन्ही बाजूंना फुललेल्या गुलाबाच्या रोपांमधून फिरत होती. वाटेच्या शेवटी झाडांचं एक वर्तुळ होतं. सहा एल्म वृक्ष एका गोलाकारात लावलेले होते. ते आता चांगले मोठे झाले होते. त्यांची छाया आता अगदी गर्द अशी झाली होती. या छायेमध्ये वृद्ध गुरुजींनी एक लाकडी बाक ठेवला होता, कारण त्यांना स्वतःला इथे येऊन चिंतन करत बसणं फार प्रिय होतं. त्या रात्री ही छाया फारच गडद वाटत होती, कारण निरभ्र आकाशातल्या चंद्रामुळे बागेत बाकी सगळीकडे भरपूर प्रकाश होता. फक्त या एल्म वृक्षांच्या वर्तुळामध्ये अंधार होता. फिरता फिरता ती दोघं या छायेमध्ये सहजच थांबली. मेरी अगदी सहजपणे उद्गारली, 'किती गडद छाया आहे, ना इथे? इथे पाऊल टाकलं की, आपण हरवूनच गेलो असं वाटतं.'

दोघंही गप्प उभी होती. चंद्रप्रकाश किती स्वच्छ आहे हे काहीशा वेगळ्याच आनंदानं युआनला जाणवलं. तो म्हणाला, 'हे चांदणं इतकं लखलखीत आहे की, नव्या पालवीचा रंगदेखील दिसेल.'

'किंवा इथे छायेमध्ये थंडी आणि चांदणं उबदार वाटावं.' उजेडात पाऊल टाकत मेरी म्हणाली.

थोड्या फेऱ्या झाल्यावर पुन्हा एकदा ती दोघं थबकली. या वेळी युआन प्रथम थांबला आणि म्हणाला, 'तुला थंडी वाजते का, मेरी?' आता अगदी सहज त्याच्या तोंडावर तिचं नाव यायला लागलं होतं.

चाचरत ती उत्तरली, 'अं–नाही–' थोडंसं गोंधळून जाऊन ती दोघं तशीच अंधारात उभी राहिली आणि मग ती चटकन त्याच्याजवळ आली. तिनं त्याच्या हाताला स्पर्श केला. युआनला ती मुलगी आपल्या मिठीत आहे हे जाणवलं. त्याचे हातही तिच्याभोवती गुंफले गेले. त्याचा गाल तिच्या केसांवर टेकला. तिच्या शरीराचं थरथरणं त्याला जाणवलं आणि तेव्हाच आपलं शरीरही थरथरतं आहे हेही

त्याच्या लक्षात आलं. दोघंही न ठरवता बाकावर बसली. तिनं मान उचलून त्याच्याकडे पाहिलं. आपले दोन्ही हात त्याच्या गालांवर टेकवत त्याचं मस्तक धरलं आणि ती कुजबुजली, 'माझं चुंबन घे.'

युआननं अशी दृश्यं फक्त चित्रपटांमध्येच पाहिली होती, स्वतः कधीही हा अनुभव घेतला नव्हता. आपलं मस्तक खाली खेचलं जातंय आणि तिचे गरम ओठ आपल्या ओठांवर टेकताहेत हे त्याला जाणवलं. तिचं सारं लक्ष त्याच्या ओठांवर केंद्रित झालेलं होतं.

त्या क्षणी तो मागे सरकला. हे असं त्यानं का केलं हे तो सांगू शकला नसता, कारण त्याच्या मनातही तसंच पुढे सरकून तिला लपेटून घ्यावं असं आलं होतंच. तिला अधिक अधिक घट्ट जवळ घ्यावं असं त्यालाही वाटलं होतं; पण त्या इच्छेपेक्षाही एक वेगळी भावना त्याच्या मनात उफाळून आली होती. आपल्या वंशाच्या नसलेल्या व्यक्तीविषयी वाटणारी; पण त्याला न समजणारी अशी घृणा होती ती. मागे सरकून तो चटकन उठून उभा राहिला. एकाच वेळी तापलेला आणि थंडही-शरमलेला आणि गोंधळलेलाही -पण ती मुलगी मात्र तशीच बसलेली होती- आश्चर्यचकित झालेली-त्या गडद छायेमध्येही त्याला तिचा गोरा प्रश्नांकित चेहरा त्याच्याकडे वर वळलेला दिसला. 'तू मागे का झालास?' असा प्रश्नच जणू तो चेहरा त्याला विचारत होता.

पण त्याच्या तोंडून शब्दच फुटेनासा झाला होता. आपण मागे व्हायला हवं एवढंच त्याला कळत होतं. अखेरीस तो अस्फुट स्वरात पुटपुटला, 'थंडी वाढली आहे-तू आत जायला हवंस आता-मलाही जायला हवं-'

तरीही तिनं काही हालचाल केली नाही. थोड्या वेळानं ती म्हणाली, 'तुला जायचं असेल तर तू जा. मी बसणार आहे इथेच थोडा वेळ-'

आपण काहीतरी, कुठेतरी कमी पडलोय असं त्याला वाटलं तरी आपण जे करायला पाहिजे तसंच केलं आहे याची त्याला खात्रीही होती. तो उसन्या सभ्यतेनं म्हणाला, 'तूही आत जायला हवंस आता. थंडी भरेल ना-'

तिनं निश्चलपणे उत्तर दिलं, 'मी आधीच गारठले आहे. त्याचं काय झालं?'

तिचा इतका थंड आणि मरणप्राय आवाज ऐकून युआन झटकन मागे वळून निघून गेला.

तासांमागून तास गेले; पण त्याला झोप लागत नव्हती. तो फक्त तिचाच विचार करत होता. अजून ती एकटीच त्या अंधारामध्ये बसून राहिली असेल का या विचारानं तो फारच अस्वस्थ झाला. त्याला तिची काळजी वाटत होती; पण आपण केलं ते बरोबरच होतं यावरही तो ठाम होता. एखाद्या लहान मुलानं जसं स्वतःशीच बोलत

सबबी सांगाव्यात तसं तो पुटपुटला, 'मला नाही आवडलं ते. मला खरंच नाही आवडलं ते.'

त्यानंतर आपल्यामधलं नातं कसं राहिलं असतं हे युआनला कळलं नाही, कारण तिला त्याची समस्या कळली असली तरी त्याच्या देशानं त्याला घरी बोलावून घेतलं.

दुसऱ्या दिवशी सकाळी तो उठला. मेरीला भेटायला जायला हवं हे त्याला कळत होतं. तरी तो उशीर करत होता. त्याला थोडी भीतीही वाटत होती. आता सकाळी त्याला ही सारी सत्यं स्पष्ट दिसायला लागली होती, काहीही असलं तरी तो जसं वागला त्यापेक्षा वेगळं वागणं त्याला शक्य नव्हतं याची जाणीव असूनही, आपण मेरीसमोर कुठेतरी कमी पडलो आहोत असं त्याला वाटत होतं; पण अखेरीस तो जेव्हा त्यांच्याकडे गेला, तेव्हा वृत्तपत्रातल्या एका बातमीमुळे ती तिघंही खूप गोंधळून गेली आहेत असं त्याला दिसलं. युआन आत येताच वृद्ध गुरुजींनी मोठ्या काळजीनं विचारलं, 'युआन, हे खरं असेल का?'

युआननंही ते वृत्तपत्र बघितलं. त्याच्या देशातल्या एका मोठ्या शहरामध्ये क्रांतिकारकांनी गोऱ्या स्त्री-पुरुषांवर हल्ला केला होता, त्यांना त्यांच्या घरांमधून बाहेर हाकललं होतं आणि काहीजणांना ठारही मारलं होतं. एक-दोन धर्मगुरू, एक वृद्ध शिक्षक, एक डॉक्टर आणि आणखी काहीजण त्यांमध्ये होते. ही बातमी ठळक अक्षरांमध्ये छापलेली होती. युआनचं हृदय क्षणभर थांबलंच आणि तो ओरडून म्हणाला, 'इथे काहीतरी चूक झाली आहे नक्की.'

त्याचं काय मत आहे हे ऐकण्याची वाट बघत बसलेली मेरीची आई पुटपुटली, 'ओ युआन, मला वाटलंच होतं काहीतरी चूक असणार म्हणून–'

मेरी काहीच बोलली नाही. आत आल्यावर युआननं तिच्याकडे पाहिलं नसलं आणि आत्ताही पाहिलं नसलं तरी त्याला हातांवर हनुवटी टेकवून त्याच्याकडे शांतपणे बघत बसलेली ती दिसली होतीच; पण त्यानं तिच्याकडे सरळसरळ बघितलंच नाही. त्यानं चटकन वृत्तपत्राचं ते पान नजरेखालून घातलं. वाचताना तो सतत म्हणत होता, 'हे खरं नाही-शक्यच नाही-अशी एखादी गोष्ट माझ्या देशात घडणं शक्यच नाही-असं खरंच झालं असेल तर त्याच्यामागे काहीतरी भयंकर कारण असणार–'

त्याची नजर ते कारण धुंडाळत होती. मग मेरी बोलायला लागली. तिचा आवाज काहीसा कठोर आणि निष्काळजी होता, शब्द अगदी तोलूनमापून येत होते. तिच्या बोलण्याच्या पद्धतीवरूनच तिच्या मनात काय चाललं आहे हे समजण्याइतका

आता तो तिला ओळखू लागला होता. 'मीही ते कारण शोधलं युआन... पण सापडलं नाही–ही सगळी माणसं अगदी निष्पाप आणि मिळून-मिसळून राहाणारी होती असं दिसतं. त्यांच्या घरांमध्येच–आणि त्यांची मुलंही...'

हे ऐकल्यावर युआननं तिच्याकडे बघितलं. ती त्याच्याकडेच बघत होती. तिचे स्वच्छ राखाडी डोळे बर्फासारखे थंड होते. ते डोळे त्याच्यावर आरोप करत होते. तो निःशब्दपणे उद्गारला, 'मला जे करणं भाग होतं तेच तर केलं मी.' पण तरीही ते डोळे त्याच्यावर आरोप करतच राहिले.

युआन नेहमीसारखं वागण्याचा शर्थीचा प्रयत्न करत बसला आणि त्याच्या स्वभावापेक्षा खूपच अधिक बोलायला लागला. 'मी माझ्या चुलतभावाला - शेंगला फोन करून विचारतो खरं काय आहे ते... तो त्या मोठ्या शहरात राहातो ना. त्याला माहीत असेल काय ते- मी चांगला ओळखतो माझ्या लोकांना- ते असं वागणं शक्यच नाही- आम्ही सुसंस्कृत लोक आहोत- रानटी नाही- आम्ही शांतताप्रिय माणसं आहोत- असं रक्त सांडणं आम्हाला मानवत नाही- इथे काहीतरी चूक आहे- मला माहीत आहे-'

वृद्ध आई पुन्हा शांतपणे म्हणाली, 'मला माहीत आहे काहीतरी चूक आहे- युआन, आमच्या चांगल्या मिशनरींना देव हे भोगावं लागू देणारच नाही.'

या साध्यासुध्या बोलण्यानं युआनचा श्वास एकदम थांबलाच. तो मोठ्यानं ओरडून म्हणणारच होता, 'हे ते धर्मगुरू असतील...' पण तेवढ्यात त्याची नजर मेरीवर पडली आणि तो गप्प झाला. ती अजूनही त्याच निःशब्द, उदास नजरेनं त्याच्याकडे पाहत होती. त्याच्या तोंडून शब्दच फुटेनासा झाला. तिनं क्षमा करावी म्हणून त्याचं हृदय तळमळत होतं; पण त्याच वेळी मागेही सरत होतं. न जाणो या क्षमेबरोबर त्याच्या शरीराला जे करायचं नव्हतं ते करावं लागलं तर...

तो पुढे काहीच बोलला नाही. त्या वृद्ध गुरुजींशिवाय दुसरं कुणीच बोललं नाही. त्यांचं बोलणं संपल्यावर उठताना ते युआनला म्हणाले, 'तुला आणखी काही बातमी कळली तर मला सांगशील का?' मग युआनही उठला. अचानक त्याला मेरीबरोबर एकटं राहणं नकोसं वाटायला लागलं. न जाणो आईही निघून गेली तर– जड हृदयानं तो तिथून निघाला. ही बातमी खरी ठरली तर काय याचं त्याला फार भय वाटत होतं. ही अशी शरम त्याला अगदी नको होती. त्या मुलीनं त्याच्या मागे सरण्याचा अर्थ लावून त्याची परीक्षाही केली आहे असं त्याला वाटत होतं. हा त्याचा दुबळेपणा आहे असं तिनं ठरवून टाकलं असावं. आता तर त्याचे लोक निर्दोष आहेत हे सिद्ध करणं फारच आवश्यक झालं होतं.

त्यानंतर ही दोघं एकमेकांजवळ कधीच आली नाहीत. जसजसे दिवसांमागून दिवस जाऊ लागले, तसतशी युआनची आपल्या देशाचा निर्दोषपणा सिद्ध करण्याची असोशी वाढायला लागली. हे जर मी केलं तरच मी काहीतरी केलं असं होईल असं त्याला वाटू लागलं. शाळेचं वर्ष संपतानाच्या त्या गडबडीच्या आठवड्यांमध्ये तो याच कामामध्ये गुंतलेला होता. त्याला अगदी पद्धतशीरपणे सिद्ध करायचं होतं की, त्याच्या देशाची यामध्ये काहीही चूक नाही. शेंग त्याच्या शांत आवाजात म्हणाला होता, 'हे खरं आहे.' तारेवरून येणारा त्याचा आवाजही तेवढाच शांत होता. युआननं चिडून विचारलं, 'पण का? का?' आणि शेंगचा बेदरकार आवाज आला, 'काय माहीत? जमावानं केलं असेल-किंवा कम्युनिस्ट्स–किंवा असंच काहीतरी विक्षिप्त ध्येय–खरं काय ते कोण सांगणार?'

पण युआन कमालीचा व्यथित झाला होता. 'मी यावर विश्वास ठेवणार नाही. काहीतरी असलंच पाहिजे-काहीतरी कारण-काहीतरी उठाव-काहीतरी–'

शेंगनं शांतपणे उत्तर दिलं, 'खरं काय ते आपल्याला कधीच कळणार नाही.' आणि मग विषय बदलत तो पुढे म्हणाला, 'आपण केव्हा भेटायचं, युआन? कितीतरी दिवसांत मी तुला भेटलेलो नाही–तू घरी कधी जाणार आहेस?'

'लवकरच!' एवढंच उत्तर युआन देऊ शकला होता. त्याला कळून चुकलं होतं की, घरी जायलाच हवं आहे. तो जर आपल्या देशाचं निरपराधित्व सिद्ध करू शकत नसेल तर त्यानं हातातली आवश्यक तेवढी कामं आटोपून लवकरात लवकर परत जायला हवं.

त्यानंतर तो पुन्हा बागेमध्ये गेलाच नाही. मेरीबरोबर एकट्यानं वेळ घालवणंही त्यानं बंद केलं.

वरवर पाहाता ती दोघं एकमेकांशी मैत्रीनं वागत होती; पण आता त्यांच्यामध्ये बोलण्यासारखं काही उरलंच नव्हतं. तिला भेटावं लागणार नाही असेच बेत युआन आखायला लागला होता. जसजसं त्याच्या देशाचं निर्दोषत्व सिद्ध करणं अवघड आहे हे त्याला उमगायला लागलं तसतसा तो त्याच्या तीन मित्रांपासून दूरदूर जायला लागला.

त्या वृद्ध जोडप्याला हे जाणवलं, तेव्हा ती दोघं युआनशी पूर्वीच्याच आपुलकीनं वागत राहिली; पण थोडी दूरूनच. ती दोघं युआनला अजिबात दोष देत नव्हती. त्याच्या मानसिक अवस्थेचं कारण त्यांना कळत नव्हतं; पण त्याची ती दुःखद अवस्था मात्र जाणवत होती.

युआनला मात्र ती सर्वजण आपल्याला दोषी मानताहेत असंच वाटत होतं. त्याच्या देशानं जे काही केलं होतं, त्याचं सर्व ओझं तो स्वतःच्या खांद्यावर वाहात

होता. आता रोजचं वृत्तपत्र वाचताना, एखादं विजयी सैन्य जिंकलेल्या प्रदेशामधून पुढे चाल करताना ज्या गोष्टी करतं त्या सर्व गोष्टी घडताना वाचून तो कमालीचा दुःखी होत होता. हे सैन्य विजयी वाटचाल करत उत्तरेच्या पठाराकडे निघालं होतं, हे वाचून त्याला त्याच्या वडिलांचीही काळजी वाटू लागली.

पण त्याचे वडील तर फार दूर होते. इथे-अगदी इथे जवळ ही तीन सौम्य अशी परकी माणसं होती. त्यांच्या घरी त्यांच्याच आग्रहावरून तो आजही अधूनमधून जात होता. वृत्तपत्रांमध्ये जे काही लिहून येत होतं, त्याविषयी ती सज्जन माणसं एक अवाक्षरही काढत नव्हती. या गोष्टीबद्दल त्याला कमालीची शरम वाटते आहे याची त्यांना पूर्ण जाणीव होती. असं असूनही त्यांच्या या गप्प बसण्यानं ती माणसं त्याच्यावर अधिकच आरोप करत होती. त्या मुलीचं गांभीर्य, थंडपणा, वृद्ध जोडप्याचं प्रार्थना करणं-कधीकधी ते जोडपं युआनला रात्रीच्या जेवणासाठी थांबण्याचा खूप आग्रह करायचं, त्या वेळी वृद्ध गुरुजी अगदी हलक्या; पण चिंतेच्या स्वरामध्ये प्रार्थना करायचे आणि देवाचे आभार मानताना पुढे म्हणायचे, 'हे परमेश्वरा, दूर देशी जाऊन काम करणाऱ्या तुझ्या दासांना या संकटातून वाचव.' मग आई आपल्या हलक्या आवाजात म्हणायची, 'आमेन!'

ही प्रार्थना, ते आमेन म्हणणं युआनला सहनच व्हायचं नाही. त्याचं हे तळमळणं जास्त व्हायचं, कारण या वृद्ध जोडप्याच्या श्रद्धेविषयी त्याला सावध करणारी मेरीसुद्धा अशा वेळी आपल्या आई-वडिलांविषयी नव्यानं निर्माण झालेल्या आदरापोटी मान लववून बसायची. हे तिची श्रद्धा वाढली होती म्हणून नव्हे, तर ती दोघं कोणत्या संकटासाठी प्रार्थना करताहेत त्याची जाणीव झाल्यामुळे; म्हणजे आता तीसुद्धा माझ्याविरोधात गेली आहे असं त्याच्या मनात यायचं.

पुन्हा एकदा युआन एकाकी झाला होता. अशा एकाकी अवस्थेमध्ये त्यानं वर्षाच्या अखेरीचा अभ्यास केला आणि इतर विद्यार्थ्यांबरोबर पदवी घ्यायला उभा असतानाही तो तेवढाच एकाकी होता. त्या सर्वांमध्ये एकटा, त्याच्या वंशाचा असा तो एकटाच अशा स्थितीत त्यानं त्याच्या विद्वत्तेची खूण स्वीकारली. उच्च सन्मानासाठी त्याचं नाव पुकारण्यात आलं तेही त्यानं एकाकीपणेच ऐकलं. काहीजणांनी येऊन त्याचं अभिनंदनही केलं; पण त्यांनी अभिनंदन केलं किंवा न केलं– मला काही फरक पडत नाही-युआनच्या मनात आलं.

एकट्यानंच त्यानं त्याची पुस्तकं, कपडे यांची बांधाबांध केली. त्यांच्या मनमिळाऊपणे वागण्यात काही फरक झाला नसूनही त्याच्या मनात असंही येऊन गेलं की, आपण जातोय याचा त्या वृद्ध जोडप्याला आनंदच झाला असणार. स्वतःच्या अभिमानामध्ये बुडून गेलेल्या युआनच्या मनात विचार आला-'मी त्यांच्या

मुलीशी लग्न करीन म्हणून ती दोघं घाबरली असतील का? आणि म्हणून त्यांना माझ्या जाण्याचा आनंद होत असेल?'

तो अतिशय कडवटपणे हसला. त्याला हेच खरं वाटत होतं. तिचा विचार करताना पुन्हा एकवार त्याच्या मनात आलं, पण मला तिचे आभारच मानले पाहिजेत–तिनंच मला ख्रिश्चन होण्यापासून वाचवलंय. हो, एकदा वाचवलं खरं तिनं मला; पण एकदा मात्र मीच मला वाचवलं आहे.'

तीन

लहानपणी युआनचं त्याच्या वडिलांवर प्रेम होतं, तसाच त्यांच्याविषयी त्याच्या मनात तिटकाराही होता. अगदी तशाच भावना या परक्या देशाबद्दलही त्याच्या मनात होत्या. त्याला या देशाबद्दल प्रेम वाटत होतं तसाच तिरस्कारही वाटत होता. मनात नसलं तरी त्याला या नव्या देशाबद्दल प्रेम वाटणारच होतं. इतका सुंदर, बलवान आणि तरुण देश- कुणालाही तो आवडला असता. युआनचं सौंदर्यावर प्रेम होतं; त्यामुळे पर्वतराजीवरील सुंदर वृक्षांवर त्याचं प्रेम होतं तसंच भल्या मोठ्या कुरणांवरही होतं. त्या कुरणांमध्ये कोणत्याही मृत शरीराचं दफन झालेलं नव्हतं. त्या कुरणांमध्ये चरणारे प्राणी निरोगी आणि समाधानी होते. शहरं स्वच्छ होती, माणसांच्या घाणीनं बरबटलेली नव्हती; पण याच गोष्टी त्याला आवडतही नव्हत्या, कारण त्यांना सुंदर मानलं तर मग त्याच्या देशातले उजाड पर्वत सुंदर म्हणायचे का? हा प्रश्न त्याला पडला असता. जिवंत माणसांच्या सुपीक शेतांमध्ये मृत माणसांना पुरणं त्याला चुकीचं वाटत होतं. त्याच्या देशातल्या अशा सर्व गोष्टी त्याला आठवायला लागल्या होत्या. आगगाडीतून जात असताना त्याला ती समृद्ध जमीन दिसत होती. त्याच्या मनात आलं, 'हे सगळं माझं असतं तर मी त्यावर खूप प्रेम केलं असतं; पण हे माझं नाही.' जे त्याचं नव्हतं ते कितीही सुंदर असलं किंवा चांगलं असलं तरी का कोण जाणे, तो त्यावर प्रेम करू शकत नव्हता. हे जे त्याचं नव्हतं आणि ते ज्यांच्या मालकीचं होतं ती माणसं कितीही चांगली असली तरी त्याला ती खूप आवडू शकत नव्हती.

बोटीवर चढून तो जेव्हा स्वतःच्या देशाच्या दिशेला लागला, तेव्हा या सहा वर्षांमध्ये त्यानं नक्की काय मिळवलं आहे, हा प्रश्न सोडवण्यात त्यानं बराच वेळ खर्च केला. त्याला खूप ज्ञान मिळालं होतं हे निःसंशय! अनेक उपयुक्त गोष्टींनी

त्याच्या मेंदूमध्ये गर्दी केली होती. त्याच्याजवळ एक लहानशी पेटी भरून पुस्तकं आणि नोंदवह्या जमल्या होत्या. इतरही काही पुस्तकं होती. गव्हाच्या एका विशिष्ट प्रजातीच्या वांशिक गुणधर्मांविषयी त्यानं स्वतः लिहिलेला एक प्रबंधही होता. शिवाय त्यानं स्वतः काळजीपूर्वक निवडलेल्या गव्हाच्या बियाण्याच्या लहान लहान पोटल्याही बरोबर घेतल्या होत्या. त्या सर्व बियाण्याचा त्यानं त्याच्या लहानशा तुकड्यात पेरून अभ्यास केला होता. हे सारं बियाणं आता तो त्याच्या स्वतःच्या शेतामध्ये पेरणार होता. इतकं पीक काढणार होता-इतकं पीक काढणार होता की, त्याला पुरेसं होऊन त्याला ते इतरांनाही देता येणार होतं. त्याचं सर्वच उत्पन्न असं सुधारत जाणार होतं. या सगळ्याची त्याला खात्रीच होती.

त्याच्याजवळ याहूनही अधिक असं काहीतरी होतं. काही गोष्टी त्याला अगदी निश्चितपणे कळून चुकल्या होत्या. तो जेव्हा लग्न करेल, तेव्हा त्याची बायको ही त्याच्याच वंशाची आणि त्याच्यासारखीच असली पाहिजे हे त्याला आता माहीत झालं होतं. तो शेंगसारखा नव्हता. त्याला गोऱ्या कातडीचं, फिकट डोळ्यांचं आणि गुंतलेल्या केसांचं काही महत्त्व वाटत नव्हतं. जिथे कुठे त्याची सहचारिणी असेल ती त्याच्यासारखीच असणार होती. त्याच्यासारखेच काळे डोळे, त्याच्यासारखेच सरळ आणि मऊ काळे केस आणि तिच्या त्वचेचा रंगही त्याच्या त्वचेच्या रंगासारखाच असणार होता. त्याला त्याच्याच वंशाची कुणीतरी हवी होती.

एल्म वृक्षांखालच्या त्या रात्रीनंतर ती त्याच्या चांगलीच ओळखीची झालेली गोरी स्त्री एकदम अनोळखीच होऊन गेली. ती बदलली नव्हती. दिवसामागून दिवस ती पूर्वी जशी होती तशीच वागत होती-संथ, आदराचं वर्तन, त्याचं बोलणं किंवा त्याचं वाटणं चटकन समजणारी आणि तरीही अनोळखी. त्या दोघांची मनं परस्परांना ओळखत असली तरी ती मनं वेगवेगळ्या स्थानांमध्ये राहात होती. फक्त एकदाच तिनं त्याच्याजवळ येण्याचा प्रयत्न केला होता. ती आणि ते वृद्ध जोडपं त्याच्याबरोबर त्याला निरोप देण्यासाठी आगगाडीच्या स्थानकावर गेलं होतं. त्यांचा निरोप घेताना त्यानं पुढं केलेला हात तिनं जरुरीपेक्षा किंचित जास्त वेळ स्वतःच्या हातात धरून ठेवला होता. तिचे राखाडी डोळे एकदम गडद झाले, भारावले आणि हलक्या आवाजात ती उद्गारली, 'आपण एकमेकांना पत्रंही लिहायची नाहीत का?'

कोणत्याही कारणानं दुसऱ्याला दुखवू न शकणारा युआन तिच्या नजरेतल्या दुःखानं अस्वस्थ होऊन चाचरत उत्तरला, 'हो, हो तर - नक्कीच - का नाही लिहिणार?'

ती त्याचा चेहरा निरखून पाहत होती. तिनं त्याचा हात सोडला. तिचा चेहरा बदलला आणि ती काहीच बोलली नाही. तिची वृद्ध आई घाईघाईनं मध्येच म्हणाली, 'हो तर-युआन आपल्याला नक्की पत्रं लिहील.' तेव्हाही ती काहीच बोलली नाही.

पुन्हा एकवार युआननं पत्र लिहिण्याचं आणि सगळं कळवण्याचं वचन दिलं; पण त्याला माहीत होतं-आणि आगगाडी निघाली, तेव्हा त्यानं मेरीच्या चेहऱ्याकडे पाहिलं, तेव्हा तिलाही हे कळून चुकलं होतं की, तो कधीच पत्र लिहिणार नव्हता. तिथलं काही कळवणारही नव्हता. तो स्वतःच्या घरी चालला होता आणि हे लोक परके होते. तो त्यांना काहीही सांगू शकणार नव्हता. एखादा जुना कपडा काढून फेकून द्यावा तशी त्यानं त्याच्या आयुष्यातली ही सहा वर्षं काढून फेकून दिली होती. फक्त त्या काळात मिळवलेलं ज्ञान तेवढं स्वतःच्या मेंदूमध्ये नीट जपून ठेवलं होतं. आणि जमवलेली पुस्तकं-बस्स... आणि तरीही आता बोटीवर असताना जेव्हा त्या वर्षांचा विचार त्याच्या मनात यायचा, तेव्हा तेव्हा ते मनाविरुद्ध निर्माण झालेलं या देशाविषयीचं प्रेम त्याला आठवायचं, कारण या परदेशामध्ये त्याला हव्या असलेल्या अनेक गोष्टी होत्या. ज्यांच्याबद्दल त्याला कधीही द्वेष वाटू शकला नसता अशी खरोखरच सज्जन अशी ही तीन माणसंही होती. हे प्रेम मनाविरुद्ध होतं, कारण जसजसा तो स्वतःच्या देशाजवळ जाऊ लागला, तसतशा त्याला आजवर न आठवलेल्या अशा अनेक गोष्टी आठवू लागल्या. त्याला त्याचे वडील आठवले, गर्दीचे अरुंद रस्ते आठवले, ते रस्ते स्वच्छ नव्हते आणि सुंदरही नव्हते. तुरुंगामध्ये घालवलेले ते तीन दिवसही त्याला आठवले.

पण या सगळ्या गोष्टींच्या विरोधामध्ये तो स्वतःला समजावत होता की, या सहा वर्षांमध्ये एक क्रांती घडून गेली आहे, तेव्हा सगळं बदलून गेलं असणारच. बदललं होतंच की-त्यानं जेव्हा देश सोडला, तेव्हा मेंग फरारी होता आणि आता तो क्रांतिसेनेमध्ये कॅप्टनच्या हुद्द्यावर आहे असं शेंगनं त्याला सांगितलं होतं. आता तो कुठेही आणि सगळीकडे जाऊ शकत होता. याहूनही अधिक बदल झाले होते, कारण या बोटीवरच युआन हा एकटाच त्याच्या वंशाचा नव्हता. दहा-बारा तरुण आणि तरुणी त्याच्यासारखेच आपलं शिक्षण संपवून मायदेशी निघालेले होते. ती सगळीजणं एकत्र गप्पा मारत असायची. एकाच टेबलाशी जेवायला-खायला बसायची. हे बोलणं जे काही घडलं होतं त्याविषयीच असायचं. जुन्या शहरांमधले जुने अरुंद रस्ते फोडून त्यांच्या जागी भले मोठे लांब-रुंद रस्ते बांधले गेले होते. जगात कोठेही सापडतील असेच ते रस्ते होते. ग्रामीण भागांमध्येही आतापर्यंत कशा मोटारी फिरत असतात, पायी चालणारे किंवा फारतर गाढवाच्या पाठीवर बसून प्रवास करणारे शेतकरी आता त्या मोटारींमध्ये बसून प्रवास करायला लागले आहेत, हे सगळं युआनच्या कानावर येत होतं. किती तोफा, किती बॉम्बर विमानं आणि किती हत्यारबंद सैनिक या नव्या क्रांतिसेनेकडे आहेत हेही युआनला ऐकू येत होतं. आजकाल स्त्री आणि पुरुष कसे समान आहेत, अफू विकणं किंवा ओढणं यावर नव्या कायद्यानं कशी बंदी घातली आहे, अशा सगळ्या जुन्या पद्धती कशा नष्ट

झाल्या आहेत हे सगळं युआनला त्यांच्या बोलण्यामधून कळत होतं.

त्या तरुण मुलांनी युआननं न ऐकलेल्या इतक्या अशा गोष्टी सांगितल्या की, आपल्याला या अशा जुन्या आठवणी आल्या तरी कशा, याचंच त्याला नवल वाटायला लागलं. आता कधी एकदा आपण आपल्या या नव्या देशात जाऊन पोहोचतो असं त्याला होऊन गेलं. याच काळात आपण तरुण आहोत याचा त्याला आनंद वाटायला लागला. त्याच्याच वंशाच्या या सर्व मंडळींबरोबर एकाच टेबलाशी बसून गप्पा मारताना त्याचं हृदय उचंबळून आलं आणि तो उद्‍गारला, 'आपण आत्ताच्या काळात जन्मलो आहोत, स्वतंत्र आहोत आणि आपल्या मनासारखं जगू शकतो आहोत हे किती छान आहे.'

त्या उत्सुक तरुण-तरुणींनी एकमेकांकडे पाहिलं आणि ती आनंदानं हसली. एका मुलीनं आपलं गोंडस पाऊल पुढे केलं आणि ती म्हणाली, 'बघा बरं माझ्याकडे. मी जर माझ्या आईच्या काळात जन्मले असते तर मी अशा दोन निरोगी पावलांवर चालू शकले असते असं वाटतं तुम्हाला?'

लहान मुलं त्यांच्या एखाद्या खास गमतीनं जशी हसतात तशी ती सगळी मुलं हसली; पण त्या मुलीच्या हसण्यात नुसत्या गमतीपेक्षा अधिक खोल असा अर्थ होता. मग एकजण म्हणाली, 'आपल्या लोकांच्या इतिहासात ही पहिलीच वेळ आहे की, आपण सगळे स्वतंत्र आहोत. –अगदी कन्फ्युशियसच्या वेळेपासून.'

एक आनंदी तरुण ओरडला, 'डाउन विथ कन्फ्युशियस.' आणि मग सगळेच ओरडले, 'डाउन विथ कन्फ्युशियस.'–त्याला खालीच ठेवून देऊ. आपल्याला अगदी न आवडणाऱ्या सगळ्या गोष्टींबरोबर त्यालाही खाली दाबून टाकू. -तो आणि त्याचं महान पितृप्रेम.'

काही वेळा ती सगळी मुलं अधिक गंभीरपणे बोलायची. अशा वेळी आपण देशासाठी काय करू शकू या विचारानं ती अस्वस्थ व्हायची, कारण युआनच्या या मित्रपरिवारात एकही तरुण किंवा तरुणी अशी नव्हती की, जिला देशासाठी काहीतरी करण्याची इच्छा नव्हती. त्यांच्या बोलण्यात प्रत्येक वाक्यामध्ये माझा देश किंवा देशप्रेम हे शब्द यायचेच. स्वतःच्या क्षमता, स्वतःच्या कमतरता यांचा खूप खोलवर विचार करून इतर व्यक्तींच्या कार्याशी स्वतःची तुलना करत ही सारी मुलं अतिशय मनापासून या चर्चा करत होती. ती मुलं म्हणायची, 'हे पाश्चिमात्य लोक आपल्याला नव्या शोधांमध्ये आणि त्यांच्या शारीरिक शक्तीमध्ये मागे टाकताहेत- पुढे जाण्याची त्यांची कमालीची इच्छा त्यांच्याकडून हे घडवून आणते आहे.' मग दुसरा विचारायचा, 'आपण हे कसं करू शकू?' एकमेकांकडे बघत ती मुलं विचारात पडायची आणि मग म्हणायची, 'आपण सहनशीलता, समजूतदारपणा आणि खूप काळ तगून राहाण्याच्या आपल्या शक्तीनं असेच पुढे जाऊ शकू.'

या बोलण्यावर जिनं आपलं गोंडस पाऊल पुढे केलं होतं ती मुलगी म्हणाली, 'आपण खूप वेळ सहन करतो हेच तर आपलं चुकतं. मी ठरवलं आहे- माझ्यापुरतं तरी-की काही– अगदी काहीही सहन म्हणून करायचं नाही. मला जे आवडत नाही, ते मी अजिबात चालवून घेणार नाही आणि मी माझ्या देशभगिनींनाही हेच शिकवणार आहे-काहीही सहन करायचं नाही.' परदेशामध्ये एकही स्त्री तिला नको असलेल्या, न आवडणाऱ्या गोष्टी चालवून घेत असलेली मी पाहिली नाही. म्हणूनच तर त्या इतक्या पुढारलेल्या आहेत.'

यावर एक विनोदी तरुण म्हणाला, 'होय, तिकडे पुरुष सहन करत असतात आणि आता आपल्याला ते शिकावं लागणार असं दिसतंय.' यावर तरुण माणसं जशी मोकळेपणानं हसतात तसेच सगळे हसले; पण तो विनोदी तरुण मात्र स्वतःच्या मनाप्रमाणे वागणाऱ्या त्या धीट, सुंदर मुलीकडे कौतुकाचे चोरटे कटाक्ष टाकत राहिला.

अशी ती सगळी तरुण मंडळी आणि अर्थात युआनही त्यांच्यामध्ये होताच-कमालीच्या अधीरतेनं घरी पोहोचण्याची वाट पाहत, बोटीवरचे सारे दिवस खूप मजेत घालवत होती. त्यांच्या गटाखेरीज बोटीवरच्या इतर कुणाकडेही त्यांनी लक्ष दिलं नाही, कारण ती सर्व मुलं स्वतःच्या तारुण्याच्या, विश्वासाच्या बळावर, त्यांनी मिळवलेल्या ज्ञानाच्या जोरावर स्वतःला अगदी स्वयंपूर्ण मानत होती. त्यांच्यामध्ये घरी परत जात असल्याचा उत्साह होता, तसाच आपण देशासाठी काहीतरी विशेष करणार आहोत याची खात्रीही होती. -आपल्या कालखंडामध्ये आपण काहीतरी विशेष आहोत या आत्मविश्वासानं ती वागत होती. त्यांच्या या साऱ्या आनंदामध्ये आणि उत्साहामध्येही युआनच्या लक्षात आलं होतं की, ती मुलं हे सगळं बोलण्यासाठी जे शब्द वापरत होती ते सारे शब्द परकीयच होते. ती मुलं जेव्हा त्यांच्या मातृभाषेत बोलत होती, तेव्हाही एखाद्या कल्पनेचं स्पष्टीकरण करण्यासाठी आपल्या भाषेतला योग्य शब्द सापडला नाही की, ती मुलं परक्या भाषेतलेच शब्द वापरत होती. मुलींचे कपडे अर्धवट परदेशी होते आणि पुरुषांचे तर संपूर्णच परदेशी होते. एखाद्याला पाठमोरं पाहिलं तर तो कोणत्या वंशाचा आहे हे ओळखताच आलं नसतं. दररोज रात्री ती मुलं नृत्य करायची. मुलं आणि मुली एकत्र-अगदी परदेशी माणसांसारखी; कधीकधी तर त्यांच्याइतक्याच निर्लज्जपणे-गालाला गाल लावून, हात हातात घेऊन! एकटा युआन यात भाग घ्यायचा नाही. ज्या गोष्टी त्याला परक्या वाटत होत्या, अशा लहानसहान बाबींमध्ये तो त्याच्या स्वतःच्या लोकांपासूनही स्वतःला दूर ठेवत होता. कधीकाळी तो स्वतःही हे करत होता ते विसरून जाऊन तो स्वतःशीच पुटपुटायचा, 'हे असं नाचणं म्हणजे परकीय

आहे.' परंतु तो मागे सरकण्याचं एक कारण असं होतं की, त्याला नव्या तरुणींपैकी कुणालाही असं जवळ घेण्याची इच्छा नव्हती. त्या इतक्या सहजपणे एखाद्या पुरुषाला स्पर्श करण्यासाठी आपला हात पुढे करायच्या की, युआनला त्यांची भीतीच वाटायची. अशा चिकटत्या स्पर्शांपासून युआन नेहमीच दूर राहिला होता.

असे दिवस गेले. इतक्या वर्षांनंतर आता आपला देश आपल्याला कसा दिसेल असं युआनला सतत वाटत होतं. ज्या दिवशी युआन त्याच्या मायदेशी पोहोचणार होता, त्या दिवशी तो एकटाच बोटीच्या पुढच्या टोकाला जाऊन जमीन दिसण्याची वाट बघत उभा राहिला. जमीन दिसण्याच्या कितीतरी आधीच तिनं आपली सावली समुद्रावर पसरली. समुद्राच्या स्वच्छ थंड हिरव्यागार पाण्यामध्ये वाकून बघताना युआनला चिकणमातीची एक पिवळी रेषा दिसली. हजारो मैलांवरून उधाणत समुद्राला मिळण्यासाठी येताना नदी ही माती आपल्याबरोबर घेऊन येत होती. एखाद्या हातानं रेषा ओढली असावी इतकी ती स्पष्ट दिसत होती. प्रत्येक लाट जणू त्या रेषेवर थांबत होती आणि मागे फिरत होती. एका क्षणी युआनला स्वतःचं प्रतिबिंब दिसलं आणि दुसऱ्याच क्षणी बोटीनं जणू एखादा अडसर ओलांडला असावा तशी ती पिवळ्या लाटांमध्ये शिरली आणि युआनला जाणवलं, आलो आपण घरी!

काही वेळानं तो स्नान करण्यासाठी खोलीत गेला, कारण दिवस उन्हाळ्याचे आणि भयंकर उष्णतेचे होते; पण पडणारं पाणी पिवळं होतं ते बघून त्याला क्षणभर वाटलं- या पाण्यात स्नान करावं की करू नये? ते पाणी स्वच्छ असेल असं त्याला वाटत नव्हतं; पण मग त्यानं ठरवलं- 'ही तर माझ्या वाडवडिलांच्या चांगल्या शेतांमधून आलेली माती आहे म्हणूनच तर हे पाणी एवढं गढूळ आहे. काय हरकत आहे या पाण्यात स्नान करायला?' त्यानं स्नान केलं आणि त्याला खूप शांत आणि स्वच्छ वाटलं.

मग बोट हळूहळू नदीच्या मुखावाटे आत शिरली. दोन्ही बाजूला जमीन दिसत होती. पिवळी, हलकी आणि असुंदर. त्या जमिनीवर त्याच रंगाची लहान लहान बुटकी खोपटी होती. ही जमीन सुंदर करणं शक्यच नव्हतं, कारण जणू या जमिनीलाच माणसांच्या नजरेला आपण सुंदर दिसावं याची फिकीर नव्हती. ती आजवर जशी होती तशीच होती. समुद्राला मागे ढकलून त्याच्या थोड्या जमिनीवर कब्जा करण्यासाठी नद्यांनी पसरलेले स्वतःचे लहानसे पिवळे किनारे...

ही जमीन सुंदर नाही हे युआनलाही कबूल करावं लागलं. त्या बोटीवर असलेल्या अनेक वंशांच्या आणि जातींच्या लोकांबरोबर तोही बोटीच्या डेकवर उभा होता. ती सारी माणसं त्यांच्या नव्या देशाकडे आसुसून बघत होती. काहीजण तर 'हा देश सुंदर नाही, ना?', 'दुसऱ्या देशांमधले पर्वत जसे सुंदर दिसतात तसे इथले

दिसत नाहीत, ना?' असं काहीसं म्हणाल्याचंही युआनच्या कानावर आलं; पण तो काहीच उत्तर देणार नव्हता. त्याला आपल्या भूमीविषयी अभिमान होता. तो स्वतःशी म्हणाला, 'माझी मातृभूमी स्वतःचं सौंदर्य झाकून ठेवते. ती एखाद्या खानदानी स्त्रीसारखी दाराबाहेरच्या परक्या लोकांसमोर साधे कपडे घालते आणि स्वतःच्या घराच्या चार भिंतींच्या आड रंगीत कपडे घालते, बोटांमध्ये अंगठ्या घालते. कानांमध्ये कर्णफुलं घालते.'

हा विचार त्याच्या मनामध्ये कित्येक वर्षांनंतर एका लहानशा कवितेला जन्म देऊन गेला. त्या चार ओळी लिहून ठेवाव्यात अशी त्याला ऊर्मी आली. त्यानं त्याच्या खिशामध्ये नेहमी असलेली एक लहानशी वही बाहेर काढली आणि लगेच ती कविता वहीतल्या कागदावर उतरली. या दिवसाच्या हर्षावर या क्षणिक लहरीने आणखी चकाकी आली.

अचानक त्या सपाट राखाडी प्रदेशात उंच मनोरे उभे राहिले. युआन जेव्हा देश सोडून गेला, त्या वेळी त्यानं हे मनोरे पाहिले नव्हते, कारण तो जागा झाला त्या वेळी बोटीच्या एका केबिनमध्ये शेंगबरोबर होता आणि रात्रही झालेली होती. आता तो इतर प्रवाशांसारखाच या मनोऱ्यांकडे आश्चर्याने पाहत होता. लखलखत्या सूर्यप्रकाशात ते मनोरे चमकत होते. सपाट जमिनीतून उंच उंच उठत होते. एक गोरा माणूस म्हणाला, 'हे इतकं आधुनिक, सुधारलेलं शहर असेल असं मला वाटलं नव्हतं.' हे बोलणं युआनच्या कानावर पडलं. त्या माणसाच्या आवाजातल्या आश्चर्यानं आणि आदरानं त्याचं मन अभिमानानं फुलून आलं. मात्र, तो काहीच बोलला नाही. त्यानं चेहऱ्यावर हा अभिमान उमटू दिला नाही. बोटीच्या कठड्यावर रेलून तो फक्त आपल्या देशाकडे बघत राहिला.

हा अभिमान त्याच्या मनात तरळत असतानाच त्याची बोट धक्क्याला लागली. क्षणार्धात असंख्य माणसं उडी मारत बोटीवर चढली. ही सारी माणसं धक्क्यावर आणि बंदरात जे मिळेल ते काम पटकावण्यासाठी गर्दी करून उभी होती. कुठे एखादी पेटी उचल, कुठे अशीच काही हमाली काम कर. अशी अगदी खालच्या दर्जाची कामं. कडक सूर्यप्रकाशात बंदरावर लहानलहान होड्या बाहेर पडत होत्या. या होड्यांमध्ये बसलेले भिकारी लांब काठ्यांना बांधलेल्या टोपल्या पुढे करत कण्हत, विव्हळत भीक मागत होते. त्यांच्यापैकी अनेकजण अनेक रोगांनी ग्रासलेले होते. या भिकाऱ्यांमध्येसुद्धा अनेकांनी गरमीमुळे अर्धवटच कपडे घातले होते. काम मिळवण्यासाठी पुढे जाण्याच्या घाईत ते सुंदर किंमती कपडे घातलेल्या गोऱ्या स्त्रियांना धक्के मारायलाही कमी करत नव्हते.

त्या गोऱ्या स्त्रिया चटकन मागे सरकताना युआनला दिसल्या. काहींना त्या माणसांची भीती वाटत होती तर काही त्यांच्या घाणेरडेपणापासून, घामट शरीरांपासून,

त्यांच्या सामान्यपणापासून स्वतःला वाचवू पाहत होत्या.

आता कुठेतरी युआनला फार शरम वाटली, कारण हे भिकारी, हे कामगार, ही सामान्य माणसं त्याचे देशबंधू होते. सर्वांत नवलाची गोष्ट म्हणजे त्याला त्या मागे सरकणाऱ्या गोऱ्या स्त्रियांचा जेवढा राग आला, तेवढाच तिरस्कार त्याला या भिकाऱ्यांबद्दल आणि अर्धनग्न कामगारांबद्दलही वाटला. मनातल्या मनात तो मोठ्या आवेशानं उद्गारला, 'सरकारनं या लोकांना असं सर्वांसमोर यायला बंदीच घातली पाहिजे. सगळ्या जगानं त्यांना या स्थितीत बघणं मुळीच योग्य नाही आणि काही लोकांना तर याखेरीज दुसरं काही दिसणारच नाही...'

त्याला हे अगदी सहन झालं नाही. आपण या बाबतीत काहीतरी केलंच पाहिजे, असा त्यानं निश्चय केला. काही लोकांना ही गोष्ट अगदी क्षुल्लक वाटली असती; पण त्याच्या दृष्टीनं ही क्षुल्लक गोष्ट नव्हती.

मग अचानक त्याला एकदम शांत वाटलं. बोटीतून उतरताच त्याला समोर त्याच्या स्वागतासाठी आलेली त्याची मानलेली आई दिसली. तिच्याबरोबर आय-लानही होती. तिथे अनेक माणसं उभी होती आणि त्या गर्दीमध्येच त्या दोघी उभ्या होत्या; पण अतिशय अभिमानानं युआननं एकाच नजरेत टिपलं की, आय-लानची बरोबरी करू शकेल असं त्या गर्दीमध्ये कुणीही नव्हतं. आईला अभिवादन करताना, तिच्या हाताच्या स्थिर स्पर्शाचा अनुभव घेताना, तिच्या नजरेतलं आणि स्मितहास्यातलं स्वागत स्वीकारतानाही बोटीवरच्या सगळ्या नजरा आय-लानवर खिळलेल्या आहेत हेही त्याला जाणवत होतं. अशी- त्याच्या वंशाची आणि रक्ताच्या नात्याची मुलगी त्यांना बघायला मिळाली याचा त्याला आनंद वाटत होता. सर्व गरीब आणि सामान्य लोकांची आठवण पुसून टाकायला ही मुलगी पुरेशी होती.

कारण आय-लान अतिशय सुंदर होती. युआननं तिला अखेरचं पाहिलं, तेव्हा तो लहान मुलगा होता. तिच्या सौंदर्याची पुरेशी जाणीव त्याला झाली नव्हती. आता तिथे बंदरावर उभा असताना आय-लान जगातल्या सर्व सुंदर स्त्रियांमध्ये स्वतःच्या सौंदर्याच्या बळावर सहज उभी राहू शकली असती हे त्याला जाणवलं.

तिचा पोरवयातला लाडिकपणा आता गेला होता. तिचे डोळे अजूनही चमकदार आणि चंचल असले, तिच्या आवाजात अजूनही तीच खुमारी असली तरी आता ती थोडं हळुवार, आत्मविश्वासपूर्ण वागायला शिकली होती. आता या वर्तनामध्ये तिचं हसणं क्वचितच खळखळत होतं. तिच्या सुंदर चेहऱ्याभोवती तिचे काळेभोर केस कोंदणासारखे कापलेले होते. काही मुलींसारखे तिनं ते कुरळे केलेले नव्हते. शिसवीच्या तुळतुळीत लाकडासारखे तिचे केस तिच्या कपाळावर बसवलेले होते. त्या दिवशी तिनं अगदी अद्ययावत पद्धतीचा अंगाबरोबर बसणारा पायघोळ चंदेरी झगा घातला होता. तो गळ्याशी बंद असला तरी त्या झग्याच्या बाह्या तिच्या गोंडस कोपरांशीच थांबल्या

होत्या. तो झगा तिच्या प्रमाणबद्ध खांद्यांपासून थेट खाली तिची कंबर, मांड्या आणि पोटऱ्यांपर्यंत एखादा प्रवाह वाहात यावा तसा आला होता.

युआन तिच्याकडे मोठ्या अभिमानानं पाहत होता. तिच्या सौंदर्यानं जणू त्याला काहीसा दिलासा मिळाला असावा. त्याच्या मातृभूमीमध्ये अशा स्त्रिया होत्या. त्याच्या मानलेल्या आईच्या मागे काही अंतरावर एक उंच मुलगी उभी होती. पोरवय संपलेली; पण अजून पुरती तरुण न झालेली अशी ती मुलगी होती. आय-लानसारखी ती सुंदर नव्हती; पण तिची नजर स्वच्छ आणि उदार होती. आय-लान जर तिथे तिच्याशेजारी उभी नसती तर ती सुंदरही वाटली असती. उंच असली तरी तिच्या हालचाली डौलदार होत्या. दाट सरळ भुवयांखालचे काळेभोर डोळे तिच्या गोलसर आणि उजळ चेहऱ्यावर अगदी प्रमाणशीर असे दिसत होते. त्या सगळ्या स्वागताच्या गडबडीत ती कोण आहे हे युआनला सांगायला कुणालाच सुचलं नाही. युआनच विचारणारच होता तेवढ्यात त्याच्या लक्षात आलं- ही तर मी-लिंग. त्या दिवशी तुरुंगाच्या दाराशी तिनं त्याला प्रथम पाहिलं, तेव्हा तिनंच त्याला हाक मारली होती. काही न बोलताच त्यानं तिला लवून अभिवादन केलं. तिनंही त्याच पद्धतीनं त्याला उलट अभिवादन केलं. तिचा चेहरा असा सहजासहजी विसरला जाणारा नाही, हे कळायला युआनला थोडा वेळच लागला.

तिथे आणखी एक माणूस होता - कथाकार वु. युआनला तो आजही चांगला आठवत होता. त्याच्यापासूनच तर आय-लानला सांभाळायला आईनं युआनला सांगितलं होतं. तो इतरांबरोबर मोठ्या आत्मविश्वासानं उभा होता. पाश्चिमात्य कपड्यांमध्ये अगदी रुबाबदार दिसत होता. नाकाखाली एक लहानशी कोरीव मिशी, पॉलिश केल्यासारखे दिसणारे काळेभोर चकचकीत केस आणि इथे असण्याचा आपल्याला हक्कच आहे अशा खात्रीने उभे राहाण्याची पद्धत. युआनला त्यातलं रहस्य लवकरच कळून आलं, कारण पहिली अभिवादनं संपल्यावर आईनं त्या तरुणाचा हात हलकेच हातात घेतला आणि ती युआनला म्हणाली, 'युआन, याच्याशी आय-लानचं लग्न ठरलं आहे. तू येईपर्यंत आम्ही लग्नाची तारीख पुढे ढकलली होती, कारण आय-लाननं तसं ठरवूनच टाकलं होतं.'

या माणसाबद्दल आईचं मत किती वाईट होतं हे युआनला चांगलंच आठवत होतं. तिनं या गोष्टीबद्दल पत्रामध्ये काहीच कसं लिहिलं नाही याचं त्याला थोडं आश्चर्य वाटलं. अर्थात, आता त्याला या माणसाशी नीट बोलणं भागच होतं. म्हणून मग त्यानं वुचा मऊ हात हातात घेत म्हटलं, 'माझ्या बहिणीच्या लग्नाला मी हजर राहाणार आहे याचा मला खूप आनंद वाटतो. मी खरंच भाग्यवान आहे.'

वु अगदी सहजपणे सुस्तसा हसला. त्याच्या सवयीप्रमाणे त्यानं आपल्या पापण्या डोळ्यांवर थोड्याशा झुकवत, आपल्या केसांवरून हात फिरवत, युआनकडे

बघत इंग्लिशमध्ये म्हटलं, 'मीच खूप भाग्यवान आहे असं म्हणायला हवं.' त्याचे उच्चार अगदी आधुनिक पद्धतीचे होते. युआनच्या परिचयाचा असलेला त्याच्या हातांचा तो विलक्षण सुंदरपणा आज युआनला पुन्हा एकदा पाहायला मिळाला.

अशा बोलण्याची सवय नसल्याने युआननं काही उत्तर न देता त्याचा हात सोडला आणि तो बाजूला वळला. त्याला एकदम आठवलं की, या माणसाचं पूर्वीच लग्न झालेलं आहे. नंतर आईला एकटीला याबद्दल विचारायचं असं त्यानं ठरवलं, कारण आत्ता या वेळी काहीच बोलणं शक्य नव्हतं. काही वेळानं ही सर्व मंडळी बाहेर रस्त्यावर आली, तेव्हा युआनला हे कबूल करावंच लागलं की, ही दोन्ही माणसं परस्परांना शोभेल अशीच आहेत. दोघंही एका वंशाची होती आणि नव्हतीही. जणू काही एखाद्या जुन्या जून वृक्षावर अतिशय वेगळी अशी सुंदर फुलं यावीत तसंच काहीसं!

आईनं पुन्हा युआनचा हात हातात घेत म्हटलं, 'लवकर घरी जाऊ या. इथे पाण्यावर सूर्यप्रकाश चमकतोय म्हणून फारच उकाडा वाटतो.'

तिच्यामागोमाग तो रस्त्यावर आला. तिथे त्यांच्यासाठी मोटारगाड्या उभ्या होत्या. त्याच्या आईची स्वतःची गाडी होती, तिकडे तिनं युआनचा हात तसाच धरत त्याला नेलं. मी-लिंग तिच्या दुसऱ्या बाजूनं चालत होती.

आय-लान मात्र दोघांसाठीच असलेल्या एका लालचुटुक लहानशा मोटारीत बसली. तिच्याबरोबर तिचा प्रियकर होता. त्या चमकदार वाहनामध्ये ती दोघं बसली होती. ती जणू काही एखादा देव आणि त्याची देवी असावी असं वाटत होतं. इतकी ती दोन्ही माणसं सुंदर होती. त्या मोटारीचं टप मागे टाकलेलं होतं. त्यांचे काळेशार केस उन्हानं चमकत होते. कसलाही डाग नसलेल्या त्यांच्या सोनेरी त्वचाही तशाच झळकत होत्या. मोटारीच्या लालभडक रंगानंही त्यांच्या सौंदर्यामध्ये कसली उणीव निर्माण झाली नव्हती; उलट त्या रंगाच्या पार्श्वभूमीवर त्यांच्या निर्दोष शरीराकृतींचा डौल अधिकच खुलत होता.

युआनला या अशा परिपूर्ण सौंदर्याचं कौतुक करणं भागच होतं. आपल्या वंशाचा अभिमान पुन्हा एकदा त्याच्या हृदयात दाटून आला. त्या परक्या देशामध्ये त्यानं एकदाही असं सौंदर्य पाहिलं नव्हतं. नाही- घरी येण्याची भीती बाळगण्याचं काहीच कारण नव्हतं.

ही श्रीमंत मंडळी जात असताना त्यांच्याकडे पाहायला जमलेल्या गर्दीतून घुसून पुढे येत एका भिकाऱ्यानं त्या खानदानी दिसणाऱ्या लालबुंद गाडीजवळ जात गाडीच्या दारावर हात टेकत सर्व भिकाऱ्यांची नेहमीची असते तशी कळवळून भीक मागणारी हाक दिली. 'एखादं नाणं महाराज - अगदी लहानसं नाणं...'

हे ऐकल्याबरोबर आतला तो तरुण महाराज कर्कश आवाजात ओरडला, 'तुझे

घाणेरडे हात काढ आधी...' तो भिकारी तशीच भीक मागत, आपलं म्हणणं आळवत राहिला. तो ऐकत नाही हे पाहिल्यावर त्या तरुण माणसानं आपला बूट काढला आणि सगळी शक्ती एकवटून त्या भिकाऱ्याच्या हातावर मारला. त्याचा बूट परदेशी बनावटीचा -चामड्याचा आणि कडक होता. भिकारी कळवळून उद्गारला, 'अगं आई गं...' आणि आपला जखमी हात तोंडाशी नेत तो मागे गर्दीमध्ये पळाला.

मग आपला सुंदर गोरा हात हलवत, युआनचा निरोप घेत तो तरुण मोठा आवाज करत तिथून निघून गेला. ती लालबुंद वस्तू सूर्यप्रकाशामध्ये नाचत गेल्यासारखी भासत होती.

आपल्या देशामध्ये परत आल्यावर सुरुवातीचे काही दिवस युआननं आपल्या भावना कह्यात ठेवल्या होत्या. आपल्या आजूबाजूला नक्की काय परिस्थिती आहे हे त्याला नीट समजून घ्यायचं होतं. सुरुवातीला एक सुटकेचा निःश्वास टाकत तो मनाशी म्हणाला होता, 'इथे फार काही वेगळं नाही. शेवटी आज जगातल्या इतर देशांमध्ये जे काही घडतं आहे, तेच माझ्या देशातही घडतं आहे. मग मी एवढा का घाबरलो होतो?'

खरोखर त्याला तसंच वाटत होतं. इथे आपल्याला सगळी घरं माणसं अगदी गरीब आहेत, वाईट स्थितीत आहेत असं दिसेल याची युआनला मनातून भीती वाटत होती; पण तसं काही नाही हे पाहून त्याला आनंद झाला होता. हे असं वाटण्याचं आणखी एक कारण म्हणजे त्याची आई तिचं आधीचं लहानसं घर सोडून एका मोठ्या प्रशस्त अशा परदेशी पद्धतीनं बांधलेल्या घरामध्ये राहायला गेली होती. पहिल्याच दिवशी युआनला घरात नेताना ती म्हणाली होती, 'हे मी आय-लानसाठी केलं. तिला ते घर फारच लहान आणि भिकारडं आहे असं वाटायचं, तिच्या मित्र-मंडळींना घरी बोलवायची तिला लाज वाटायची. शिवाय मी जे करीन म्हटलं होतं ते तर केलंच आहे. मी मी-लिंगला घरी राहायला आणलं. –युआन ती माझीच मुलगी असल्यासारखी आहे. ती माझ्या वडिलांसारखीच डॉक्टर होणार आहे, हे सांगितलं का मी तुला? त्यांनी मला जे शिकवलं होतं ते सगळं मी तिला शिकवलं. आता ती एका परदेशी वैद्यकीय शाळेत शिकते. अजून दोन वर्षं आहेत तिचं शिक्षण पूर्ण व्हायला-आणि त्यानंतर तिला त्यांच्या रुग्णालयामध्ये काही वर्षं काम करावं लागणार आहे. मी तिला बजावून सांगितलं आहे. –आपल्या रोगांवर उपचार करण्यासाठी आपल्या शरीराची सर्वांत जास्त माहिती आपल्यालाच असणार आहे हे विसरू नकोस. अर्थात, कापाकापी करण्यासाठी आणि जखमा शिवण्यासाठी परदेशी डॉक्टर उत्तम आहेतच. मी-लिंग दोन्ही शिकेल. शिवाय माझ्या कामामध्ये ती मला मदत करतेच. -अजूनही मला रस्त्यावर सोडून दिलेल्या, नकोशा लहान मुली सापडतातच ना-आजकाल तर हे प्रमाण फारच वाढलं आहे-युआन-क्रांतीनंतर

मुलं-मुली स्वतंत्रपणे वागायला लागल्यापासून–'

युआन आश्चर्यानं म्हणाला, 'मला वाटत होतं, मी -लिंग अगदी लहान आहे म्हणून- मला आठवतं, तेव्हा ती किती लहान होती–'

'वीस वर्षांची आहे ती' आई उत्तरली, 'कधीच मोठी झाली. मनानं ती तिच्या वयापेक्षा अधिक मोठी झाली आहे. आय-लानपेक्षाही मोठी. आय-लान आता तेवीसची आहे. मी-लिंग चांगली धीट; पण अगदी शांत मुलगी-एक दिवस मी गेले होते तिच्याबरोबर-एका बाईच्या गळ्यामधून हा भला थोरला गोळा काढायचा होता, तेव्हा ती त्या डॉक्टरला मदत करत होती बरं- एखाद्या पुरुषाचे असावेत ना तसे स्थिर हात होते तिचे-खूप रक्त वाहात होतं तरी अजिबात घाबरली नाही किंवा थरथरली नाही म्हणून त्या डॉक्टरनंसुद्धा तिची स्तुती केली-कसलीच भीती वाटत नाही तिला- अगदी शूर; पण शांत मुलगी आहे. आय-लानला ती आवडते आणि तिलाही आय-लान आवडते; पण ती नाही जात आय-लानबरोबर मजा करायला- आणि आय-लानही नाही जात ती काय करते ते बघायला-'

आता ती दोघंच आईच्या बैठकीच्या खोलीत बसली होती. तिथे पोहोचल्याबरोबर मी-लिंग लगेचच बाहेर गेली होती. चहा-खाणं आणून देणाऱ्या नोकरांखेरीज घरात दुसरं कुणीच नव्हतं. युआननं कुतूहलानं विचारलं, 'मला वाटतं, या वूचं लग्न आधीच झालेलं आहे, आई.'

एक सुस्कारा टाकत आई उत्तरली, 'तुला आश्चर्य वाटेल हे मला माहीतच होतं. इतका त्रास दिलाय ना आय-लाननं मला. युआन, त्यांनी ठरवूनच टाकलं होतं की लग्न करू तर एकमेकांशीच. कुणी काही बोलण्याचा, समजावण्याचा प्रश्नच नव्हता. मी हे मोठं घर घेतलं, त्याचं कारणही हेच आहे-ती दोघं भेटणार हे तर नक्की; मग निदान इथे घरी तरी भेटू दे. फक्त आधीच्या पत्नीशी त्याचा घटस्फोट होईपर्यंत मी त्यांना कशीबशी थांबवू शकले... ती जुन्या वळणाची स्त्री होती हे अगदी खरं आहे... त्याच्या आई-वडिलांनी त्याच्यासाठी निवडलेली होती ती- तो सोळा वर्षांचा होता, त्याचं हे लग्न झालं तेव्हा- देवा, कुणाची जास्त कीव करावी हेच मला कळेनासं झालंय- या माणसाची की त्या गरीब बिचाऱ्या मुलीची– त्या दोघांचंही दुःख मी स्वतः भोगू शकते- माझंही तसंच लग्न झालं होतं- माझ्यावरही माझ्या नवऱ्याचं प्रेम नव्हतं- तिचं दुःख तर मला जास्तच जाणवतं- आणि तरीही मी मला स्वतःला वचन दिलं होतं की, मी माझ्या मुलीला स्वतःचं लग्न ठरवून देईन. आपल्यावर कुणी प्रेम न करणं याचं दुःख काय असतं हे मला चांगलंच ठाऊक आहे- म्हणूनच तर मला त्या दोघांचीही दुःखं जाणवतात; पण आता सगळं ठरलंय- युआन- अशा गोष्टी जशा ठरतात तसंच- आजकाल हे फारच सोपं झालंय म्हणा- तो मोकळा झालाय आणि ती बिचारी तिच्या जन्मगावी निघून गेली. शेवटी

मी तिला भेटायला गेले होते.-ती इथेच राहात होती ना त्याच्याबरोबर-म्हणजे खरंखुरं त्याच्याबरोबर राहात होती असं नाही म्हणता येणार असं तीच म्हणाली- तिच्या लग्नाच्या वेळी हुंड्यामध्ये तिनं तिच्याबरोबर आणलेल्या लाल कातडी संदुकांमध्ये तिच्या दोन दासी तिचे कपडे भरत होत्या. ती मला एवढंच म्हणाली, 'अखेरीस हेच होणार हे मला माहीतच होतं. मला माहीतच होतं हेच होणार शेवटी.' फारशी सुंदर नव्हती ती आणि त्याच्याहून पाच वर्षांनी मोठी-कोणतीही परकी भाषा न येणारी-आजकाल सगळ्यांनाच येत असतात ना अशा भाषा-शिवाय तिची पावलंही पूर्वी कधीतरी बांधलेली -मोठमोठे परदेशी बूट घालून ती हे लपवायचा प्रयत्न करत होती बिचारी-खरोखरच हा शेवट होता तिच्या दृष्टीनं-आता राहिलंय काय तिच्या आयुष्यात? मी नाही काही विचारलं पुढे- मला आय-लानचा अधिक विचार करायला हवा ना- शिवाय या काळात आम्ही म्हातारी माणसं दुसरं काय करू शकतो? नव्या लाटेबरोबर वाहात जायचं, दुसरं काय? कोण काय करू शकतं म्हणा- सगळा देशच उलटासुलटा झालाय- आता वाट दाखवणारंसुद्धा काही राहिलं नाही बघ- कसलाही कायदा नाही कसलीही शिक्षा नाही-'

आई बोलायची थांबली, तेव्हा युआन किंचितसं हसला फक्त. ती नुसती बसून होती– म्हातारी-शांत पांढरेशुभ्र केस, चेहऱ्यावर थोडीशी उदासी. सगळी म्हातारी माणसं आजवर नेहमी जे बोलत आली होती, तेच ती बोलत होती.

त्याला मात्र खूप आशावादी आणि धैर्यवान वाटत होतं. तो परत आल्याच्या एका दिवसामध्ये-नव्हे काही तासांमध्येच या शहरानं त्याला हे धैर्य दिलं होतं. किती गडबड आणि किती श्रीमंती होती इथे. घरी येतानाच्या लहानशा प्रवासामध्येच त्यानं मोठमोठी नवी दुकानं उभी राहिलेली पाहिली होती. यंत्रसामग्री विकणारी दुकानं, जगातल्या सर्व भागांमधून आलेलं सर्व प्रकारचं सामान विकणारी दुकानं. आता इथे लहानसहान रस्त्यांवरची घरगुती दुकानं राहिली नव्हती. हे शहर म्हणजे जगाचा केंद्रबिंदू झालं होतं. एकमेकांवर उभारल्या जाणाऱ्या नवनव्या इमारती, उंच-आणखी उंच जाणाऱ्या- तो इथे नव्हता त्या सहा वर्षांमध्ये आकाशाला आव्हान देणाऱ्या अनेक इमारती इथे उभ्या राहिल्या होत्या.

त्या रात्री झोपी जाण्यापूर्वी तो आपल्या खोलीच्या खिडकीशी उभा राहून शहराकडे पाहत होता. त्याच्या मनात आलं, 'शेंग तिथे ज्या शहरात राहातो आहे, अगदी तसंच दिसतंय हे शहरही.' सगळीकडे दिव्यांचा लखलखाट होता, मोटारींचे आवाज होते आणि लाखो लोक जगत असल्याचा, जीवन धडधडत वाढत असल्याचा एक घुमता स्वरही होता. हा त्याचा देश होता. निरभ्र आकाशात लहरणारी लालभडक अक्षरं ही त्याच्या भाषेतली अक्षरं होती. त्याच्या देशातल्या लोकांनी बनवलेल्या वस्तूंची जाहिरात करणारी ती अक्षरं होती. हे शहर त्याचं होतं,

जगातल्या कोणत्याही शहराइतकंच मोठं होतं. आय-लानला जागा करून देण्यासाठी बाजूला ढकलल्या गेलेल्या त्या स्त्रीची त्याला आठवण झाली; पण क्षणभरच! त्यानं स्वतःच्या मनाला सुनावलं, 'या नव्या दिवसाच्या आड जे कुणी येतील, त्यांना असं ढकलून बाजूला करावंच लागेल. तेच बरोबर आहे. आय-लान आणि त्या माणसाचं बरोबर आहे. नव्याला नाकारता येणारच नाही.'

एका कडक अशा प्रकारच्या नव्या आनंदात तो झोपी गेला.

त्या पहिल्यावहिल्या दिवसांमध्ये या नव्या आनंदाच्या भरात युआन या प्रचंड शहरामध्ये सगळीकडे जात राहिला. आपल्या स्वप्नांपेक्षाही जास्त आपलं नशीब चांगलं आहे असं त्याला वाटायला लागलं, कारण त्यानं हा देश सोडला तो तुरुंगातून बाहेर पडून. आता तो खराखुरा घरी आला होता. तुरुंगाची सगळी दारं उघडली गेली आहेत असं त्याला वाटत होतं. त्याच्या एकट्याच्या तुरुंगाची नव्हे, तर सगळ्याच बंधनांमधून मुक्त व्हावं तसं. त्याच्या वडिलांनी त्याला त्याच्या मनाविरुद्ध लग्न करायला लावण्याचा घाट घातला होता हे आता जसं एक विसरून गेलेलं दुःस्वप्न ठरलं होतं, तसंच आता पूर्वी कधी स्वातंत्र्यासाठी लढणाऱ्या तरुण मुला-मुलींना पकडून गोळ्या घालण्यात येत होत्या हेही एक दुःस्वप्नच बनलं होतं. ज्या स्वातंत्र्यासाठी ही मुलं लढली होती, मेली होती ते स्वातंत्र्य आता मिळालंच होतं की. शहराच्या रस्त्यांवर ही तरुण मुलं ये-जा करताना त्याला दिसत होती. त्यांच्या चेहऱ्यांवर स्वतंत्रतेचं तेज होतं, धीटपणा होता, मनाला वाटेल ते करण्याचं धाडस होतं. –दोघंही पुरुष आणि स्त्रियासुद्धा अगदी स्वतंत्र असलेल्या दिसत होत्या. पुढच्या एक-दोन दिवसांतच मेंगचं पत्र आलं. त्यानं लिहिलं होतं, 'मी तुला भेटायला येणार होतो; पण सध्या मी या नव्या राजधानीमध्ये अडकलो आहे. माझ्या भावा, आम्ही जुन्या शहराला नवं बनवतो आहोत. जुनी घरं पाडून टाकतोय आणि नव्या रुंद रस्त्याला जागा करतोय. हा रस्ता शहरामधून सगळा केरकचरा उडवून नेणाऱ्या एखाद्या स्वच्छ वाऱ्यासारखा जातो आहे. असे रस्ते आम्ही सगळीकडेच बांधणार आहोत. जुनी, नको असलेली देवळंही आम्ही पाडून टाकणार आहोत आणि तिथे शाळा बांधणार आहोत. आता या नव्या काळात लोकांना देवळांची नाही तर शाळांची जास्त गरज आहे. त्यांना आम्ही विज्ञान शिकवायलाही सुरुवात केली आहे... माझं म्हणशील तर मी आता सैन्यामध्ये कॅप्टन आहे. माझ्या जनरलच्या अगदी जवळचा माणूस बनलो आहे. ते तुला ओळखतात युआन, तू त्या युद्धशिक्षणाच्या शाळेत होतास ना तेव्हा- त्यांचा निरोप आहे की, 'तुझं काम करण्यासाठी इथे तुझी जागा ठेवलेली आहे.' आणि तशी आहेच जागा तुझ्यासाठी, कारण माझ्या भावा- त्यांनी एका फार वरच्या हुद्द्यावरच्या माणसाकडे तुझ्यासाठी शब्द टाकलाय आणि

त्या व्यक्तीनं एका महत्त्वाच्या जागी तुझ्याविषयी बोलून ठेवलंय. इथल्या महाविद्यालयामध्येही तुझ्यासाठी जागा आहे- तुला हवं ते तू इथे शिकवू शकतोस. इथे राहून तू हे शहर बांधायला आम्हाला मदत करू शकतोस.'

ही अभिमानानं फुगलेली अक्षरं वाचून अतिशय आनंदानं, उत्साहानं युआन उद्गारला, 'हा मेंग—लपून छपून राहावं लागत होतं त्याला-आज बघा कुठल्या कुठे पोहोचलाय...' आपल्या देशानं आठवणीनं आपल्यासाठी एक जागा राखून ठेवली आहे याचं युआनला फार अप्रूप वाटलं. त्या सूचनेचा त्यानं एक-दोन वेळा विचार केला... त्याला खरोखरच तरुण मुला-मुलींना शिकवण्याची इच्छा होती का? त्याच्या लोकांची सेवा करण्याचा हा सर्वांत जवळचा मार्ग होता. एक-दोन दिवस थांबून, विचार करून मग निर्णय घेण्याचं त्यानं ठरवलं. शिवाय त्याला त्याचं कर्तव्यही पार पाडायचं होतं.

प्रथम काकांची आणि त्यांच्या कुटुंबीयांची भेट घेणं आवश्यक होतं आणि मग तीनच दिवसांवर आय-लानचं लग्न आलं होतं. त्यानंतर त्याला त्याच्या वडिलांना भेटायला जाणं भाग होतं. वडिलांनी लिहिलेली दोन पत्रं इथे त्याची वाट बघत असलेली युआनला मिळाली होती. जेव्हा त्यानं म्हाताऱ्या माणसानं लिहावीत तशी लिहिलेली ती थरथरती अक्षरं पाहिली, तेव्हा एका वेगळ्याच, जुन्या प्रेमानं त्याचं मन भरून आलं. आपण आपल्या वडिलांचा कधीकाळी राग राग करत होतो, त्यांना घाबरत होतो हे तो विसरूनच गेला. आजच्या या नव्या काळामध्ये टायगर एखाद्या जुन्या विस्मृतीत गेलेल्या नाटकातल्या म्हाताऱ्या नटासारखा निरर्थक वाटू लागला होता. होय, त्याला वडिलांना भेटायला जायलाच हवं होतं.

या सहा वर्षांनी आय-लानला अधिक सुंदर बनवलं होतं, मी-लिंगला युवती बनवलं होतं तर जमीनदार वांगला आणि त्याच्या बाईसाहेबाना चांगलंच वृद्ध बनवून सोडलं होतं. युआनची आई फार वेगळी दिसत नव्हती, फक्त केस थोडे अधिक पांढरे झाले होते; शहाणा चेहरा अधिक शहाणा झाला होता, एवढंच! थोडा बारीक झाला होता; पण अधिक सहनशीलही झाला होता तो चेहरा; पण काका-काकू मात्र फारच म्हातारे झालेले युआनला दिसले. आता ती दोघं त्यांच्या स्वतःच्या घरात नव्हे तर त्यांच्या थोरल्या मुलाकडे राहात होती. युआन तिथेच त्यांना भेटायला गेला. हे घर पाश्चिमात्य पद्धतीचं होतं, त्याच्याभोवती एक छानशी बागही होती.

या बागेमध्ये एका केळ्याच्या झाडाखाली हा वृद्ध माणूस शांतपणे आणि अगदी सुखात बसला होता. एखाद्या वयोवृद्ध संतासारखा दिसत होता. आता त्यानं त्याचं सगळं कामुक वागणं सोडून दिलं होतं. आजकाल जास्तीतजास्त म्हणजे तो एखाद्या सुंदर मुलीचं चित्र विकत घ्यायचा एवढंच! आता त्याच्याजवळ अशी शेकडो चित्रं जमली होती. त्याच्या मनात आलं की, तो एखाद्या नोकराला हाक

मारून ती चित्रं त्याच्यासमोर आणून ठेवायला सांगायचा. एक एक करत तो ती चित्रं बघत बसायचा. युआन त्याला भेटायला आला, तेव्हा तो असाच बसला होता. त्याच्या शेजारी उभं राहून एक नोकराणी ही चित्रं उलटत त्याच्या अंगावरच्या माश्या मारत होती. एखाद्या लहान मुलासाठी पुस्तकाची पानं उलटावी तसं.

प्रथम युआनने आपल्या काकांना ओळखलंच नाही. काकांनी आपल्या मनापासून जगण्याच्या सवयीनं जणू काही आपलं वार्धक्य आजवर थोपवून धरलं असावं आणि आता ते एकदम त्यांच्यावर येऊन आदळलं असावं तसं काहीसं झालं होतं. अलीकडे सर्वच म्हातारी माणसं ओढतात तसे ते अधूनमधून अफू ओढायला लागले होते म्हणून असेल किंवा दुसरंही काही कारण असेल; पण त्यांचं म्हातारपण एखाद्या वादळासारखं त्यांच्यावर आलं असावं, कारण आता ते अगदी सुरकुतलेले, सुकलेले असे दिसू लागले होते. त्यांची सगळी चरबी झडून गेली होती. त्यांची त्वचा एखाद्या खूपच सैल झालेल्या अंगरख्यासारखी त्यांच्या बारीकशा शरीरावर ओघळत राहिली होती. पूर्वी त्यांची चरबी अगदी घट्ट आणि कडक होती, तिथे पिवळ्या त्वचेच्या घड्या लोंबत होत्या. त्यांचे आवडते झगे घालण्याची पद्धत त्यांनी सोडली नव्हती. ते किंमती रेशमी कापडाचे झगे त्यांच्या पूर्वीच्या मापानेच शिवलेले होते; त्यामुळे तेही तसेच सैलपणे त्यांच्या शरीरावर ओघळले होते. पावलांशी एकत्र झालेले, बाह्या थेट पंजांवर उतरलेल्या आणि सुरकुतलेल्या बारीक मानेवरची कॉलर खाली पडलेली.

युआन त्यांच्यासमोर जाऊन उभा राहिला, तेव्हा त्या वृद्ध माणसानं त्याला अर्धवट ओळखीचं असं अभिवादन करत म्हटलं, 'मी असा एकटा इथे बसतो ते ही चित्रं बघण्यासाठी-माझ्या पत्नीनं पाहिलं तर तिला यात काहीतरी वाईट सापडेल.' आणि ते त्यांच्या जुन्या कामुक पद्धतीनं हसले. त्यांच्या त्या उद्ध्वस्त चेहऱ्यावर ते हास्य अतिशय भयानक वाटत होतं. तसं हसताना त्यांनी शेजारच्या नोकराणीकडे पाहिलं, तेव्हा तीही त्यांना बरं वाटावं म्हणून खोटं हसली; पण तिची नजर मात्र युआनवर खिळलेली होती. त्या म्हाताऱ्या माणसाचा आवाज आणि हसणं युआनला मात्र अगदी वरवरचं असल्यासारखं वाटलं.

काही वेळानं काकांनी चित्रांकडे बघतच पुन्हा विचारलं, 'तू गेलास त्याला किती दिवस झाले?' युआननं उत्तर दिल्यावर ते म्हणाले, 'आणि माझा दुसरा मुलगा कसा आहे?' युआननं त्याचंही उत्तर दिल्यावर ते पुटपुटले, 'त्या परक्या देशात तो फार पैसे खर्च करतो-माझा थोरला मुलगा म्हणतो-तो फार पैसे खर्च करतो आहे...' जणू काही शेंगचा विचार मनात आल्यावर त्यांना नेहमी हेच आठवत असावं. मग खूप गंभीरपणानं ते गप्प बसून राहिले. त्यांना बरं वाटावं म्हणून युआन म्हणाला, 'तो येतो आहे ना परत पुढच्या उन्हाळ्यात... त्यानंच सांगितलं मला.' बांबूच्या झाडाखाली

उभ्या असलेल्या एका तरुणीच्या चित्राकडे बघत तो वृद्ध माणूस पुन्हा पुटपुटला, 'हो-हो-म्हणतो खरं तो तसं.' मग एकदम कसलीतरी आठवण होऊन ते मोठ्या अभिमानानं म्हणाले, 'माझा मुलगा मेंग आता कॅप्टन आहे, माहीत आहे?' युआननं हसून होकारार्थी उत्तर दिल्यावर ते आणखी अभिमानानं म्हणाले, 'होय आता तो मोठा अधिकारी झाला आहे. पगारही भरपूर आहे त्याला-घरात कुणीतरी लढवय्या असणं फायद्याचं असतं अडचणीच्या वेळी–माझा मुलगा-मेंग-फार मोठ्या हुद्द्यावर आहे तो आता-मला भेटायला आला होता ना-वेगळाच गणवेश होता त्याचा-परदेशी घालतात म्हणे तसा-मला सांगितलं कुणीतरी-कमरेला पिस्तूलही होतं त्याच्या आणि टाचांशी काटेही होते. –पाहिले ना मी स्वतः!'

युआन काहीच बोलला नाही; पण त्याला आपलं हसू लपवायला मात्र कष्ट पडत होते. इतक्या थोड्या वर्षांमध्ये त्याच्या वडिलांच्या नजरेत मेंग एका फरारी माणसाचा मोठा अधिकारी झाला होता. पूर्वी हेच वडील मेंगच्या नावानं खडे फोडत असायचे; आता तेच मोठ्या अभिमानानं त्याचं कौतुक करत होते.

हा सगळा वेळ ते दोघे बोलत बसले असताना काका फारसे शांत दिसत नव्हते. आपल्या पुतण्याशी वागावं तसं न वागता ते एखाद्या पाहुण्याशी वागावं तसे वागायला लागले होते. शेजारच्या टेबलावरील चहापात्राकडे वळून त्यांनी युआनसाठी चहा ओतायचा विचार केला, तेव्हा युआननं त्यांना थांबवलं. मग त्यांनी आपल्या छातीशी ठेवलेला पाइप काढत युआनसमोर धरला. अखेरीस युआनच्या लक्षात आलं, त्याच्या काकांनी त्याला ओळखलं नाही. कुणी पाहुणा असावा असंच ते समजताहेत. आपल्या वृद्ध, गोंधळलेल्या नजरेनं त्याच्याकडे पाहत अखेरीस ते म्हणाले, 'तू परदेशी माणसासारखा दिसतोस-तुझे कपडे-तुझं चालणं-बोलणं-मला सगळंच परकं वाटतं आहे-'

यावर युआन मोठ्यांदा हसला खरा; पण त्याला हे काही फारसं आवडलं नाही. त्याच्याकडे यावर काही उत्तर नव्हतं; पण मग त्याच्या वागण्यात एक प्रकारचा संकोच आला. लवकरच त्याच्या लक्षात येऊन चुकलं की, सहा वर्षं लांब राहिलो असलो तरी या वृद्ध माणसाशी बोलण्यासारखं आपल्याजवळ काहीही नाही आणि त्याच्याजवळही काही नाही. थोड्याच वेळात काकांची रजा घेतली... मागे वळून पाहताना काका त्याला विसरूनही गेल्याचं त्याला दिसलं. त्यांना झोप येत होती. त्यांचा जबडा थोडा चाळवून मग उघडा पडला होता आणि डोळे मिटले होते. युआन त्यांच्याकडे बघत असतानाच त्यांना गाढ झोपही लागली. इतकी की, एक माशी त्यांच्या गालावर येऊन बसली तेही त्यांना कळलं नाही. नोकराणी युआनकडे टक लावून बघण्यात गुंग झाली असल्यानं ती माशी मारण्याचं विसरली होती. माशी फिरत फिरत काकांच्या लोंबत्या ओठांपाशी गेली; पण काका काही हलले नाहीत.

तिथून निघून युआन आपल्या काकूला शोधू लागला. तिलाही अभिवादन करणं त्याचं कर्तव्य होतं. तिची वाट बघत बैठकीच्या खोलीमध्ये बसून त्यानं खोलीभर नजर फिरवली. इथे परत आल्यापासून तो प्रत्येक गोष्टीकडे एका नव्या नजरेनं बघायला लागला होता. त्याच्याही नकळत ही नवी शोधक नजर त्याने परदेशामध्ये पाहिलेल्या गोष्टींशी तुलना करायला लागली होती. ही खोली त्याला फारच आवडली. इतकी श्रीमंत खोली त्यानं आजवर कुठेही पाहिलेली नव्हती. जमिनीवर एक भला मोठा गालिचा अंथरलेला होता. त्यामध्ये भरपूर पशुपक्षी आणि फुलं विणलेली होती आणि तीही अनेक रंगांची उधळण केलेली अशी- लाल, पिवळा आणि निळा-सगळे रंग एकत्रितपणे वापरले होते. भिंतींवर सूर्यप्रकाश पडलेल्या पर्वत शिखरांची आणि निळ्याभोर तलावांची, चमकदार सोनेरी चौकटींमध्ये बसवलेली परदेशी चित्रं होती. खिडक्यांवर लालचुटुक रंगाच्या जाड मखमली कापडाचे पडदे होते आणि त्याच कापडानं खोलीतल्या सर्व मऊ आरामखुर्च्याही मढवलेल्या होत्या. काळ्या लाकडावरील सुंदर कोरीव कामाची लहान लहान टेबलं ठिकठिकाणी ठेवलेली होती. थुंकदाण्याही काही साध्यासुध्या नव्हत्या तर निळ्या पक्ष्यांच्या आणि सोनेरी फुलांच्या चित्रांच्या होत्या. खोलीच्या दुसऱ्या टोकाला चार ऋतू दर्शवणारी चार चित्रं टांगलेली होती. वसंत ऋतूसाठी लाल प्लमची फुलं, उन्हाळ्यातली लिलीची शुभ्र फुलं, हेमंतासाठी सोनेरी झेंडू आणि हिवाळ्यातली बर्फाखालची लालकाळी स्वर्गीय बांबूची फळं.

युआननं आजवर पाहिलेल्या अनेक दालनांमध्ये हे दालन सर्वांत अधिक मजेदार आणि भडक वाटणारं असं श्रीमंत दालन होतं. येणाऱ्या पाहुण्याला तासन्तास खिळवून ठेवू शकतील अशा अनेक वस्तू इथे होत्या. इथल्या लहान लहान टेबलांवरसुद्धा चिमुकल्या हस्तिदंती कोरीव मूर्ती होत्या. चांदीची खेळणीही होती. काही काळ त्याला अतिशय उबदार आणि मैत्रीपूर्ण वाटलेल्या त्या दूरदेशीच्या जुनाट तपकिरी खोलीपेक्षा या खोलीमध्ये खूप काही पाहण्यासारखं होतं. परवानगी घेऊन आत येणाऱ्या नोकराणीची वाट बघत तो खोलीभर फिरत होता. तेवढ्यात घराच्या दाराशी एका वाहनाचा मोठा आवाज आला आणि त्याचा चुलतभाऊ आपल्या बायकोसह आत आला.

युआनला आठवत होतं, त्यापेक्षा ही दोघं खूपच जास्त श्रीमंत दिसत होती. भाऊ मध्यम वयात पोहोचला होता. वडिलांची सगळी झडलेली चरबी त्याच्यावर चढायला लागली होती. परदेशी कपडे घातल्यामुळे तो होता त्यापेक्षा अधिक लठ्ठ दिसत होता. ते परदेशी कपडे त्याचा लठ्ठपणा झाकू शकत नव्हते. त्याच्या गोल-गरगरीत पोटावर घट्ट बसलेल्या त्या कपड्यांवरचा त्याचा गोल-गरगरीत तुळतुळीत चेहरा पिकलेल्या कलिंगडासारखा दिसत होता; कारण उन्हाळ्यामुळे त्यानं डोक्यावरचे

केससुद्धा साफ काढून टाकले होते. आपली गवती हॅट नोकराच्या हातामध्ये देण्यासाठी तो वळला, तेव्हा त्याच्या मानेवरच्या तीन जाडजूड वळ्या युआनला अगदी स्पष्ट दिसल्या.

पण त्याची बायको मात्र अप्रतिम सुंदर होती. आता फारशी तरुण राहिली नसली तरी आणि पाच मुलांना जन्म दिला असला तरी हे कुणालाही खरं वाटलं नसतं. त्या शहरातल्या श्रीमंत स्त्रियांच्या त्या काळच्या पद्धतीनुसार तिनं आपलं मूल एखाद्या गरीब स्तनदा मातेच्या स्वाधीन केलं होतं आणि आपले स्तन आणि सर्व शरीर बांधून पुन्हा सडसडीत केलं होतं. ती एखाद्या कुमारिकेसारखी सडपातळ दिसते आहे असं युआनला वाटलं. चाळिशीला आलेली असली तरी तिचा चेहरा हस्तिदंती रंगाचा गुलाबी असा होता. केस सरळ आणि काळेभोर होते. तिचं सगळं दिसणंच मुळी कसलीही काळजी नसल्यासारखं, वयानं तिला स्पर्शही न केल्यासारखं होतं. ती सावकाश पुढे आली. गोड वाटेल अशा गंभीरपणे तिनं युआनचं स्वागत केलं. तिच्या लठ्ठ घामट नवऱ्याकडे तिनं जो नाराजीचा कटाक्ष टाकला, त्यावरून युआनला तिच्या पूर्वीच्या चिडखोरपणाची आठवण झाली. युआनशी मात्र ती अतिशय आदरपूर्वक वागत होती, कारण आता तो त्या लहानशा मूळ खेड्यामधला कोवळा युवक राहिला नव्हता. कुटुंबातला एक लहान मुलगा राहिला नव्हता. आता तो परदेशी जाऊन आलेला, तिथली एक पदवी घेऊन आलेला असा तरुण होता. तिच्याविषयीच्या त्याच्या मताची आता तिला पर्वा वाटू लागली होती हे युआनच्या ध्यानात आलं.

सुरुवातीच्या चौकशा, इकडचं-तिकडचं बोलणं झाल्यावर ती तिघंही आरामात बसली. त्याच्या भावानं चहा आणण्याचा हुकूम दिला. युआननं विचारलं, 'दादा, आता तुम्ही काय करता? तुमचं नशीब फळफळलेलं दिसतंय.'

हे ऐकल्यावर दादा खूश होऊन हसत म्हणाले, 'नव्यानंच उघडलेल्या एका बँकेचा उपाध्यक्ष आहे मी. या परदेशी शहरामध्ये आम्हाला लढाईचा त्रास होणं शक्य नाही म्हणून बँकांचा धंदा चांगला चाललाय. अशा बँका सगळीकडेच उघडल्या गेल्या आहेत. पूर्वी लोक जमिनीत पैसा गुंतवायचे. मला आठवतंय, आमचे म्हातारे वडील कमावलेला सगळा पैसा जमिनी- आणखी जमिनी विकत घेण्यात खर्च करायचे. असं करेपर्यंत त्यांना शांतता कशी ती मिळायची नाही; पण आजकाल जमिनीतली गुंतवणूक पूर्वीसारखी खात्रीची राहिलेली नाही. काही ठिकाणी तर कुळांनी बंड करून ते कसत असलेल्या जमिनी स्वतःच्या ताब्यात घेतल्या आहेत.' आपल्या भल्या थोरल्या पोटावर रुळत असलेल्या सोन्याच्या साखळीशी त्यांचा चाळा सुरूच होता.

'पण त्यांना विरोध नाही केला कुणी?' युआननं आश्चर्यानं विचारलं.

‘ठार मारून टाकलं पाहिजे त्यांना-’ वहिनी मध्येच रागानं उद्‌गारल्या.

पण दादांनी त्यांच्या घट्ट परदेशी कोटामधले खांदे जरासे उडवले आणि आपले गुबगुबीत हात हवेत उडवत ते म्हणाले, ‘कोण थांबवणार त्यांना? काहीही कसं थांबवायचं हे तरी आजकाल कुणाला माहीत आहे?’

जेव्हा युआन पुटपुटला, ‘सरकार?’ तेव्हा ते उद्‌गारले, ‘सरकार! हा जो काही गोंधळ चाललाय ना-युद्धखोर सरदार, विद्यार्थी वगैरेंचा–त्यालाच आम्ही सरकार म्हणतो. ते काय थांबवू शकतात? काही नाही-प्रत्येकानं आपापलं बघायचं असा कायदा आहे इथे-म्हणून मग आमच्या बँकांमध्ये पैसा ओतत राहातोय आणि आम्ही या परदेशी सैनिकांच्या आणि परदेशी कायद्यांच्या जिवावर सुखरूप राहातोय... होय–माझी नोकरी आता चांगली भरपूर पैसा देणारी आहे. माझ्या मित्रांच्या मदतीनं मिळाली आहे ती मला...’

‘माझ्या मित्रांच्या मदतीनं...’ वहिनी चटकन म्हणाल्या, ‘मी जर हे मित्र वाढवले नसते- त्या मोठ्या बँक अधिकाऱ्याच्या बायकोशी मैत्री वाढवून तिच्यामार्फत तिच्या नवऱ्याची ओळख करून घेतली नसती आणि तुमच्यासाठी शब्द टाकला नसता तर...’

‘होय-होय...’ दादा घाईनं उद्‌गारले, ‘ठाऊक आहे मला ते...’ मग थोड्याशा संकोचानं ते गप्पच झाले. जणू काही गोष्टी त्यांना स्पष्टपणे सांगायच्या नसाव्यात तसे! –जणू काही हे मिळवण्यासाठी त्यांना बरीच मोठी किंमत मोजावी लागली असावी तसे. मग वहिनींनी युआनला अगदी गोडपणे म्हटलं, ‘मग, युआन, आता तू मोठा झालास- घरी आलास -सगळं कळायला लागलंय आता तुला.’

वहिनींच्या बोलण्यात, वागण्यात एक नवाच लाडिकपणा व डौल आला होता. आरशासमोर उभं राहून या सर्वांचा सराव केल्यासारखं त्यांचं वागणं झालं होतं.

नकारार्थी मान हलवत युआननं याला विरोध केल्यासारखं केलं, तेव्हा त्या त्यांचं सराव केलेलं हसू हसल्या. आपला रेशमी रुमाल ओठांशी धरत त्या पुन्हा म्हणाल्या, ‘हं हं-मला माहीत आहे तुला खूप काही कळायला लागलं आहे; पण तुला ते आम्हाला सांगायचं नाही–इतकी वर्षं आणि एवढं शिकल्यानंतर पूर्वीपेक्षा जास्त काहीतरी शिकला असणारच.’

यावर काय उत्तर द्यावं हे युआनला कळलं नसतंच. त्याला अस्वस्थ वाटायला लागलं. त्याच्या चुलतभावाची बायको त्याला एकदम खोटी आणि अनोळखी वाटू लागली. तिच्याभोवती उभारल्या गेलेल्या या खोटेपणाच्या आवरणातून ती खरी कशी आहे हे त्याला कळेनासं झालं. तेवढ्यात एक नोकराणी तिच्या वृद्ध मालकिणीला हाताला धरून खोलीत घेऊन आली. आपल्या काकूला अभिवादन करण्यासाठी युआन उठून उभा राहिला.

त्याची काकू तिच्या दासीवर रेलत आत या संपन्न परदेशी खोलीत आली. अगदी किडकिडीत आणि ताठ अशी शरीरयष्टी, अजूनही काळेभोर असलेले केस; पण चेहऱ्यावर अनेक आडव्या-उभ्या सुरकुत्या. नजर मात्र अजूनही तिखट आणि सगळ्यांवर टीका करणारी. आपल्या मुलाकडे आणि सुनेकडे तिनं लक्षच दिलं नाही; पण युआनने वाकून केलेल्या अभिवादनाचा तिनं स्वीकार केला. दासीला एक थुंकदाणी आणायला फर्मावत ती एका आसनावर बसली.

दासीनं तस्त तिच्यापुढे धरल्यावर थोडं खाकरत तिनं त्यामध्ये अगदी सभ्यपणे खाकरा टाकला. मग ती युआनला म्हणाली, 'मी अगदी ठणठणीत आहे-पूर्वी होते तशीच! देवाच्या कृपेनं-फक्त या खोकल्याचा तेवढा त्रास आहे बघ. सकाळी सकाळी थोडा कफ वर येतो.' तिच्या सुनेनं किळसवाणेपणानं तिच्याकडे बघितलं; पण तिचा मुलगा तिची समजूत घातल्यासारखा म्हणाला, 'वय झालं की होतातच अशा गोष्टी, आई.'

काकूनं त्याच्याकडे लक्षच दिलं नाही. वरपासून खालपर्यंत युआनला न्याहाळत ती म्हणाली, 'त्या दूरदेशामध्ये माझ्या दुसऱ्या मुलाचं कसं काय चाललंय?' शेंग ठीक आहे हे युआनचं उत्तर ऐकून ती अगदी ठामपणे म्हणाली, 'तो आला की त्याचं लग्नच लावून देणार आहे मी.'

आता मात्र तिची सून बेसावधपणे हसत उद्‌गारली, 'त्याच्या मनाविरुद्ध शेंग लग्नाला तयार होईल असं मला नाही वाटत-आई-आजकालची तरुण मुलं कुठे तयार असतात?'

काकूनं सुनेकडे एक बोलका कटाक्ष टाकला. मी आजपर्यंत खूप वेळा या विषयावर बोललेय-आता आणखी बोलणार नाही एवढा सगळा अर्थ त्या कटाक्षामध्ये होता. ती युआनकडे वळून म्हणाली, 'माझा तिसरा मुलगा आता मोठा अधिकारी झालाय, कळलं असेल ना तुला? हो तर-मेंग आता नव्या सैन्यामध्ये कॅप्टन झालाय-खूप लोक आहेत त्याच्या हाताखाली...'

हे पुन्हा एकदा ऐकल्यावर युआन पुन्हा एकदा स्वतःशीच हसला. हीच काकू मेंगला किती शिव्या द्यायची याची त्याला आठवण झाली. दादानं हे हसू पाहिलं. हातातल्या चहाचे मोठमोठे घोट घेताना ते थांबले आणि कप खाली ठेवत म्हणाले, 'खरंच आहे ते. माझा भाऊ दक्षिणेकडून विजयी सैन्याबरोबर इथे आला. आता तो मोठ्या हुद्द्यावर आहे. नव्या राजधानीमध्ये असतो तो, बरेच सैनिक आहेत त्याच्या हाताखाली. त्याच्या शौर्याच्या आणि निर्दय कृत्यांच्या कितीतरी गोष्टी ऐकल्याहेत आम्ही. आता कोणत्याही दिवशी तो येईल बघ आम्हाला भेटायला. जुने सगळे राजे मारले गेले ना -काहीजण सुरक्षिततेसाठी परदेशी पळून गेले- आता त्याला कसलाही धोका नाही- पण खूप कामात आहे तो सध्या- वेळ नाही काढता येत

त्याला आत्ताच...'

वृद्ध काकू काही स्वतःखेरीज दुसऱ्या कुणालाच बोलू द्यायला तयार नव्हती. पुन्हा एकदा खोकून - थुंकून झाल्यावर ती म्हणाली, 'युआन, आता तू कुठली जागा स्वीकारशील– परदेशी जाऊन आलास ना–? आता तुला चांगल्या पगाराची नोकरी मिळायला हवी.'

यावर युआननं सौम्यपणे उत्तर दिलं, 'पहिल्यांदा आय-लानचं लग्न आलंय तीन दिवसांवर-तुम्हाला माहीतच आहे- नंतर मी माझ्या वडिलांना भेटायला जाणार आहे. मग बघेन माझ्यासमोर काय काय पर्याय आहेत ते...'

'ती आय-लान–' अचानक त्या नावावर अडकून बसत काकू उद्गारली, 'माझ्या मुलीला मी नसतं अशा माणसाशी लग्न करू दिलं... त्यापेक्षा संन्यास घ्यायला लावला असता मी तिला.'

'आय-लान आणि संन्यास?' तिची सून तिचं खोटं कडवट हास्य करत उद्गारली.

'माझी मुलगी असती ना ती तर मी केलंच असतं तसं.' सुनेकडे रोखून बघत काकू म्हणाली. तिला पुढे आणखीही काही म्हणायचं होतं; पण एकदम तिचा गळा भरून आला. तिला इतका खोकला आला की, दासीनं तिची पाठ चोळली, पाठीवर जरा थपथप केलं, तेव्हा कुठे तिला पुन्हा श्वास घेता यायला लागला.

शेवटी युआननं त्या सर्वांची रजा घेतली आणि तो सूर्यप्रकाशानं भरलेल्या रस्त्यानं घराकडे निघाला. अशा छान दिवशी चालतच जायचं त्यानं ठरवलं. हे म्हातारं जोडपं काही आता फार दिवस जगणार नाही, सहजच त्याच्या मनात आलं. होय- ही सगळीच म्हातारी माणसं आता मेल्यात जमा आहेत; पण तो तरुण होता आणि काळही तरुण होता. त्या चमकदार सकाळी त्याला वाटलं, या सबंध शहरामध्ये आपल्याला फक्त तरुण लोकच भेटताहेत. नव्या पद्धतीनं अर्धे हात उघडे ठेवणाऱ्या, फिकट रंगाच्या कपड्यांमधल्या हसऱ्या तरुण मुली, त्यांच्याबरोबर मोकळेपणानं वावरणारे, हसणारे तरुण. आज या शहरातले सर्वजण श्रीमंत होते, तरुण होते. आपण त्यांच्यापैकीच एक आहोत असं युआनला वाटायला लागलं. आपलं आयुष्य छानच आहे असंही वाटायला लागलं.

पण थोड्याच दिवसांत आय-लानच्या लग्नाखेरीज दुसरा कोणताच विषय कोणालाही सुचेनासा झाला. आय-लान आणि तो माणूस यांना शहरातल्या तरुण श्रीमंत वर्गातले खूपजण ओळखत होते. हे फक्त त्यांच्याच वंशाचे होते असं नाही तर इतर वंशांचे लोकही यामध्ये होते. लग्नाला सुमारे हजार लोकांना आमंत्रित केले होते आणि नंतरच्या मेजवानीलाही साधारण तेवढेच! आय-लानशी एकटीशी काही

बोलायला युआनला वेळच मिळाला नाही. तो परत आलेल्या दिवशी जो काही तासभर वेळ मिळाला होता तेवढाच! पण तेव्हाही तो तिच्याशी अगदी मोकळेपणानं बोलू शकला होता असं त्याला वाटत नव्हतं. याचं कारण असं होतं की, तिचा मूळचा गमत्या, मस्करीचा स्वभाव आता बदलला होता. त्या सुंदर कृत्रिम आवरणाला आणि आत्मविश्वासाला दूर करून तो खऱ्या अर्थानं तिच्यापर्यंत पोहोचूच शकला नव्हता. तिचा जुना मोकळेपणा वाटावा अशा रीतीनं तिनं त्याला विचारलं होतं, 'घरी आल्याचा आनंद होतोय ना तुला, युआन?' पण त्यानं जेव्हा या प्रश्नाला उत्तर दिलं, तेव्हा त्याला जाणवलं की, तिची नजर त्याच्यावर खिळलेली असली तरी ती त्याच्याकडे बघत नव्हती. ती नजर तिच्या आत वळून स्वतःच्याच काही विचारात बुडून गेली होती. बाहेर दिसत होते ते फक्त दोन सुंदर, प्रवाही प्रकाशाचे नितळ चमकते आकार. तो सबंध तासभर युआन त्यांच्यामध्ये निर्माण झालेल्या त्या अंतरानं भांबावून गेल्यासारखा झाला होता. अखेर त्यानं धीर करून विचारूनच टाकलं होतं, 'तू बदललीस खूप-आनंदात दिसत नाहीस-खरोखर लग्न करायचंय ना तुला?'

पण ते अंतर तसंच राहिलं होतं. तिनं आपले ते सुंदर डोळे मोठे करत आपल्या थंड चंदेरी आवाजात थोडं हसत म्हटलं होतं, 'मी पूर्वीसारखी सुंदर राहिले नाही का, युआन? म्हातारी, कुरूप झाले ना?' यावर युआन घाईघाईनं म्हणाला होता, 'नाही नाही-तू पूर्वीपेक्षा जास्तच सुंदर दिसायला लागलीस.-पण-' मग तिच्या जुन्या सवयीप्रमाणे त्याला थोडं चिडवत ती म्हणाली होती, 'मग... आता काय मी अगदी धीटपणाने सांगू की काय आता माझं लग्न करा आणि ते याच माणसाशी करा असं?' माझ्या भावा-आजवर मी एकतरी गोष्ट माझ्या मनात नसताना केली आहे का? मी नेहमीच हट्टीपणानं आणि मन मानेल तशी वागत आलेय ना? निदान माझी काकू तरी हेच म्हणत असते हं-आई फारच चांगली आहे-ती असं काही म्हणणारच नाही-पण मनातून तिलाही असंच वाटत असणार -मला माहीत आहे.' पण तिनं कितीही डोळे उडवले, भुवया मुरडल्या आणि आवाज खट्याळ केला तरी तिची नजर अगदी शून्य होती हे युआनला कळलं; पण तो पुढे काही बोलला नाही. त्यानंतर त्याला तिच्याशी एकटीशी बोलण्याची संधी मिळालीच नाही. पुढच्या तीनही दिवशी रात्री ती किमती रेशमाच्या रंगीबेरंगी नवनवीन कपड्यांमध्ये बाहेर जात होती. युआनला तिच्याबरोबर पाहुणा म्हणून जायला मिळालं तरी ती त्याला दुरूनच दिसत होती. एक सुंदर चमकती आकृती-आता अनोळखी झालेली, स्वतःमध्येच गुरफटून गेलेली आणि जगाकडे स्वप्नात असल्यासारखी बघणारी. पूर्वी कधीही नव्हती इतकी ती शांत झाली होती. तिचं खळखळून हसणं आता वरवरचं स्मितहास्य राहिलं होतं. तिच्या डोळ्यांमधलं तेज जाऊन आता तिथे नुसती फिकटशी चमक राहिली होती. तिचं सारं शरीर गोलसर, मऊ आणि सौम्य झालं

होतं. तिचं चालणं सावकाश आणि एका वेगळ्याच डौलाचं झालं होतं. आता तिचं पूर्वीचं उत्साहानं खळखळत नाचणं साफ संपून गेलं होतं. तिच्या आनंदी तारुण्याच्या जागी आता तिनं एक नवा शांत असा डौल स्वीकारला होता.

दिवसा ती थकून झोपलेली असायची. जेवायलासुद्धा युआन, आई आणि मी-लिंग अशी तिघंच असायची. घरामध्ये सगळेच हलक्या पावलांनी वावरायचे आणि अगदी रात्रीपर्यंत आवाज, गडबड होणार नाही याची काळजी घ्यायचे. आय-लान उठून तयार होऊन, तिच्या प्रियकराला भेटण्यासाठी आणि त्याच्याबरोबर बाहेर जाण्यासाठी यायची. कोणत्या ना कोणत्या ठिकाणी त्यांना निमंत्रण असायचंच आणि जर लवकर उठलीच तर अनेक शिंप्यांनी तिच्या सडपातळ शरीरयष्टीला साजेसे बनवलेले नवे झगे घालून पाहण्यासाठीच उठायची. या सर्व कपड्यांमध्ये तिच्या लग्नासाठी खास बनवण्यात आलेला फिकट पिवळ्या रंगाच्या सॅटिनचा पायघोळ झगा आणि त्याच्याबरोबर तेवढाच पायघोळ असा परदेशी पद्धतीचा चंदेरी बुरखाही होता...

लग्नाच्या आधीच्या या दिवसांत आईही किती शांत आणि गंभीर झाली आहे हे युआनच्या लक्षात आलं. मी-लिंगखेरीज ती कुणाशीच फारसं बोलत नव्हती. शिवाय अनेक गोष्टींसाठी ती मी-लिंगवरच अवलंबून होती हेही जाणवत होतं. ती म्हणायची, 'आय-लानला कळण नेऊन दिलंस का?' किंवा आय-लान रात्री परत आली की तिला सूप किंवा तिला आवडतं ते परदेशी सुकं दूध द्यायला हवं हं–जरा थकलेली दिसते ती.' किंवा मग, 'त्या बुरख्याला दोन मोती हवे आहेत आय-लानला– एखादा सोनार गाठ आणि त्याच्याकडे असं काही आहे का ते बघ बरं जरा.'

आय-लानसाठी करायच्या अशा अनेक गोष्टींमध्ये तिचं मन बुडून गेलेलं होतं. एका आईचं असंच होत असणार हे युआनला माहीत होतं. ही तरुण मुलगी तिच्या मदतीला आहे म्हणून बरं असंही त्याला वाटत होतं. एकदा युआन आणि मी-लिंग दोघंच जेवणाच्या खोलीत जेवण आणण्याची वाट बघत होती, तेव्हा तिच्याशी काय बोलावं ते न कळून; पण बोलायला तर हवं म्हणून युआन तिला म्हणाला, 'माझ्या आईला खूपच मदत होते हं तुझी.'

आपली स्वच्छ नजर त्याच्याकडे वळवत ती म्हणाली, 'माझ्या लहानपणी तिनं वाचवलंय मला.' युआन उद्गारला, 'होय. मला माहीत आहे ते.' आपण अनाथ आहोत, आपले आई-वडील कोण आहेत हे आपल्याला माहीत नाही, आपल्याला इथे कुणीतरी उचलून आणलंय याची जी एक शरम कोणाच्याही डोळ्यांत दिसेल तशी कसलीही शरम तिच्या डोळ्यांत युआनला दिसली नाही आणि त्याला याचं आश्चर्यही वाटलं.'

आईवरच्या तिच्या प्रेमामुळे ती आता घरातलीच झाली आहे अशा खात्रीनं मग

युआन तिला म्हणाला, 'माझ्या बहिणीचं लग्न आहे -आई थोडी अधिक आनंदात दिसली असती तर मला बरं वाटलं असतं. आपल्या मुलीचं लग्न होणार म्हणून बहुतेक आया खुशीत असतात असा माझा समज होता.'

यावर मात्र मी-लिंगनं काहीच उत्तर दिलं नाही. तिनं मान फिरवली आणि त्याच वेळी नोकर जेवणाचं साहित्य घेऊन खोलीत आला. पुढे होऊन तिनं मांडामांड करायला सुरुवात केली... आपण एखाद्या नोकराचं काम करतोय अशी कुठलीही छटा तिच्या या काम करण्यामध्ये नव्हती. आपण तिच्याकडे बघतोय हे विसरून युआन तिच्याकडे बघत राहिला. तिचं सडसडीत शरीर किती चपळ आहे, तिचे हात किती मजबूत आणि स्थिर आहेत, एकही हालचाल अनावश्यक अशी नव्हती. हे सारं युआनला दिसत होतं. आईनं तिला एखादी गोष्ट करायला सांगितली आणि ती झाली नाही असं एकदाही घडलेलं नाही हेही त्याला आठवलं.

असे दिवस जाता-जाता अखेर आय-लानच्या लग्नाचा दिवस उजाडला.

फारच मोठं लग्न होतं ते. शहरातल्या सर्वांत मोठ्या आणि सर्वांत फॅशनेबल हॉटेलमध्ये सर्व मोठमोठ्या माणसांना आमंत्रित करण्यात आलं होतं. दुपारी बाराच्या आधी एक तासभर सर्वांनी यायचं होतं. आय-लानचे वडील तिथे नसल्याने आणि वृद्ध काका इतका वेळ उभं राहू शकत नसल्याने तिचा मोठा चुलतभाऊ त्यांच्या जागी उभा राहणार होता. तिच्या शेजारी तिची आई असणार होती. नाहीतरी गेले काही दिवस ती सतत तिच्या मुलीबरोबरच राहात होती.

हे लग्न नव्या पद्धतीनं होणार होतं. तिच्या आजोबांनी वांग लुंगनं ज्या साध्यासुध्या पद्धतीनं आपली लग्नं केली होती, त्यापेक्षा खूपच वेगळं! पूर्वजांनी ठरवून दिलेल्या ज्या औपचारिक पद्धतीनं वांग लुंगच्या मुलांची लग्नं झाली होती, त्यापेक्षाही हे लग्न वेगळं होतं. या दिवसांत शहरातली माणसं आपल्या मुला-मुलींची लग्नं खूप वेगवेगळ्या रीतीने करायला लागली होती. काही अधिक जुन्या पद्धतीनं आणि काही अगदी नव्या पद्धतीनं. अर्थात, आय-लान सर्वांत आधुनिक पद्धतीनंच लग्न करणार हेही उघड होतं. म्हणून मग त्या दिवसासाठी खास बोलावलेल्या वाद्यवृंदाचं परदेशी वाद्यांचं भरपूर संगीत होतं. सगळीकडे फुलांची सजावट होती; या सजावटीवरच कितीतरी पैसे खर्च झाले होते. सगळे पाहुणे त्यांच्या त्यांच्या पद्धतीचे कपडे घालून आले होते. याचं कारण असं होतं की, आय-लान आणि तिचा नवरा या सर्व लोकांना आपले मित्र मानत होते. हॉटेलमधल्या भल्या मोठ्या सभागृहामध्ये हे सर्व लोक जमले. बाहेरचे रस्ते त्यांच्या वाहनांनी फुलून गेले होते. गरीब आणि बेकार लोक गर्दीमध्ये घुसून दिसेल ते पाहण्याचा प्रयत्न करत होते. या गर्दीतून जे काही मिळवता येईल ते मिळवण्याचा प्रयत्न करत

होते-भीक मागत होते. गर्दीतल्या लोकांच्या खिशांमध्ये हळूच हात घालून जे मिळेल ते लांबवत होते. या सर्वांना मागे रोखण्यासाठी खास शिपाई नेमण्यात आले होते; पण त्यांनाही ही गर्दी आवरत नव्हती.

युआन, त्याची आई आणि आय-लान यांची मोटार या प्रचंड गर्दीतून वाट काढत होती. गाडीचा चालक सतत भोंगा वाजवून गर्दी दूर करण्याचा प्रयत्न करत होता. गाडीखाली कुणी येऊ नये हे बघत होता. शिपायांना त्यांची गाडी आणि गाडीत बसलेली नवरी मुलगी दिसल्यावर त्यांनी आरडाओरडा करत गाडीसाठी वाट काढायला सुरुवात केली.

या साऱ्या गडबडीत आय-लान मोठ्या अभिमानानं शांत बसली होती. तिच्या मस्तकावरील बुरख्याला दोन मोत्यांनी आणि चिमुकल्या रंगीत फुलांच्या लहानशा मुकुटानं सावरून धरलं होतं; पण त्याच्या वजनानं तिचं मस्तक थोडं झुकलं होतं. तिच्या हातांमध्ये पांढऱ्या लिलीच्या फुलांचा आणि पांढऱ्या गुलाबांचा भला मोठा सुगंधी गुच्छ होता.

आजवर कुणी पाहिली नसेल इतकी ती सुंदर दिसत होती. युआनसुद्धा तिच्या सौंदर्यानं थक्क होऊन गेला. तिच्या ओठांवर एक अगदी हलकं दिसेल न दिसेल असं स्मित होतं. खाली झुकलेल्या पापण्यांखालचे तिचे डोळे काळेभोर आणि पांढरेशुभ्र होते. स्वतःच्या रूपाची तिला संपूर्ण जाणीव होती. त्या सौंदर्याच्या प्रत्येक पैलूची तिला अंतर्बाह्य माहिती होती आणि तो पैलू जास्तीतजास्त उठावदार करण्यासाठी तिनं आवश्यक ते सर्व केलं होतं. तिनं मोटारीबाहेर पाऊल टाकलं, तेव्हा सगळी गर्दी एकदम गप्पच झाली. हजारो डोळे तिच्या सौंदर्यावर खिळून राहिले. सुरुवातीला शांत असलेल्या गर्दीतून आवाज यायला लागले, 'बघ तर तिच्याकडे-', 'किती गोरी आहे ती-', 'अशी सुंदर नवरी मुलगी आजवर नव्हती हं बघितली-' आय-लानला अर्थातच सगळं ऐकू येत असलं तरी ते न ऐकल्यासारखं करत ती पुढे जात राहिली.

संगीताची ठरलेली खूण झाल्यानंतर तिनं त्या प्रचंड सभागृहामध्ये प्रवेश केला, तेव्हा जमलेल्या सर्व मंडळींच्या माना तिच्याकडे वळल्या. तशाच आश्चर्यानं आणि कौतुकानं तिथे एकदम शांतता पसरली. युआन आधीच आत जाऊन नवऱ्या मुलाशेजारी उभा होता. पाहुण्यांच्या मधून अगदी सावकाश पावलं टाकत आय-लान येत होती. पांढरेशुभ्र कपडे घातलेली दोन लहान मुलं तिच्यासमोर गुलाब पाकळ्यांच्या पायघड्या घालत होती. तिच्याबरोबर असलेल्या तिच्या करवल्यासुद्धा रंगीबेरंगी रेशमी कपड्यांमध्ये सजलेल्या होत्या.

तिच्या सौंदर्यानं तोही दिपून गेल्यासारखा झाला आणि तरीही-अगदी त्या

क्षणीही त्याला मी-लिंग अगदी स्पष्ट दिसली, तीही आय-लानची एक करवली होती. अर्थात त्याला हे नंतर जाणवलं.

अखेरीस ते लग्न पार पडलं, नवरा-नवरीमधला करार वाचून दाखवण्यात आला. त्या दोन्ही कुटुंबांमधले जेवढे लोक उभे होते, त्या सर्वांना नवविवाहित जोडप्यानं लवून अभिवादन केलं. मग आलेल्या पाहुण्यांना आणि ज्या ज्या व्यक्तींना असं अभिवादन करणं आवश्यक होतं त्या सर्वांना त्या दोघांनी असंच अभिवादन केलं. त्यानंतर ती थाटाची मेजवानी उरकली. नवं जोडपं एकमेकांबरोबर काही वेळ घालवण्यासाठी म्हणून सुट्टीवर रवाना झालं. घरी परतल्यावर या सर्व गोष्टींची आठवण काढताना युआनला एकदम त्या मुलीची मी-लिंगची आठवण झाली आणि अशी आठवण झाल्याबद्दल त्याला स्वतःलाच खूप आश्चर्य वाटलं.

आय-लानच्या पुढे ती एकटीच चालत आली होती. आय-लानचं इतकं डोळे दिपवणारं सौंदर्यही तिला झाकोळून टाकू शकलं नव्हतं. आता युआनला नीट आठवलं की, तिनं हिरव्या सफरचंदाच्या रंगाच्या मऊ कापडाचा पायघोळ झगा घातला होता. त्याच्या बाह्या अगदी आखूड होत्या आणि कॉलर मात्र उंच होती. त्या कॉलरच्या वर तिचा फिकट निश्चयी चेहरा उठून दिसत होता. आय-लान आणि ती यांच्यामधला फरकच तिला स्वतःचं वेगळं अस्तित्व टिकवून धरायला मदत करत होता. मी-लिंगचं सौंदर्य तिच्या वर्णावर, तिच्या चेहऱ्यावरच्या बदलत्या भावांवर किंवा डोळ्यांतल्या चमकेवर अवलंबून नव्हतं. तिचं रूप तिच्या चेहऱ्याच्या रेखीवपणावर आणि त्यावरच्या तरुण त्वचेवर अवलंबून होतं. तिचं तारुण्य ओसरल्यावरही या रेषा अशाच राहातील, युआनच्या मनात आलं. तिच्या वयापेक्षा ती आत्ता मोठी दिसते खरी; पण वय वाढल्यावरही तिचं सरळ नाक, तिचे स्वच्छ लंबगोलाकार गाल आणि हनुवटी, रेखीव ओठ आणि डोक्यासरशी कापलेले तिचे सरळ केस यांमुळे ती पुन्हा एकदा तरुण दिसू लागेल. आयुष्य तिच्यामध्ये फारसा फरक घडवून आणू शकणार नाही. आत्ता या तरुण वयात जसं एक वयाचं गांभीर्य तिच्यामध्ये आहे तसंच तिच्या वाढत्या वयामध्ये ती तरुण राहील.

युआनला ते गांभीर्य आठवत होतं. त्या सगळ्या मेजवानीच्या पाहुण्यांमध्ये दोनच व्यक्ती गंभीर होत्या-आई आणि मी-लिंग. होय–मेजवानी सुरू झाल्यावर अनेक प्रकारची परदेशी मद्यं ओतली जात होती, काचपात्रं उंचावली जात होती. नवरा-नवरी पाहुण्यांच्या टेबलांजवळून जात असताना विनोद केले जात होते आणि ती दोघंही त्यात सामील होत होती, तेव्हाही त्याच्या टेबलाशी बसलेल्या या दोघी गंभीरच होत्या हे युआनच्या लक्षात आलं होतं. त्या दोघी एकमेकींशी हलक्या आवाजात बोलत होत्या, नोकरांना सूचना देत होत्या, हॉटेलच्या व्यवस्थापकाशी बोलत होत्या, त्याचा सल्ला घेत होत्या. या सगळ्या कामांच्या दडपणामुळे त्या

गंभीर आहेत असं युआनला वाटतं होतं. म्हणून मग त्यांच्याकडे फारसं लक्ष न देता युआन त्या सजवलेल्या, आनंदात असलेल्या सभागृहाकडे बघत राहिला.

पण ही सगळी गडबड संपल्यावर ती तिघंच बसली होती, घर शांत झालं होतं. आवराआवर करत असलेल्या नोकरांची तेवढी चाहूल होती, तेव्हा आई इतकी उदास आणि दुःखी दिसत होती की, काहीतरी बोलून तिची मनःस्थिती सुधारण्याचा प्रयत्न करायला हवा असं वाटून युआन म्हणाला, 'आय-लान किती सुंदर दिसत होती. इतकं सुंदर मी तिला कधीच पाहिलं नव्हतं-सर्वांत सुंदर मुलगी–'

आई उदासपणे उत्तरली, 'हो-ती सुंदर दिसत होती-गेली तीन वर्षं या शहरातल्या तरुण श्रीमंत मुलींमध्ये तिलाच सर्वांत सुंदर मानलं जातं आहे– प्रसिद्धच आहे ती तिच्या रूपाबद्दल–' मग थोडा वेळ गप्प बसून ती एकदम एका विलक्षण कडवटपणानं उद्गारली, 'हो– आणि तसं असायला नको होतं, असं मला फार वाटायचं- हा माझ्या आयुष्याचा शाप होता आणि माझ्या लेकीच्याही– हे सौंदर्य. तिला काही करायची गरजच वाटली नाही कधी- आपली बुद्धी, आपले हात वापरण्याची वेळच आली नाही तिला कधी- लोकांनी तिच्याकडे नुसतं बघितलं तरी स्तुतीचा ओघ सुरू व्हायचा– अशी स्तुती मिळवण्यासाठी इतर लोकांना खूप कष्ट घ्यावे लागतात - असं सौंदर्य झेपायला फार मोठं सामर्थ्य लागतं ते आय-लानजवळ नाही-'

हे बोलणं ऐकताच मी-लिंगनं हातातल्या शिवणावरून नजर उचलत हलक्या विनवणीच्या आवाजात म्हटलं, 'आई!'

पण आई पुढे बोलतच होती. तिच्या मनातला कडवटपणा आता तिला सहन होईनासा झाला होता. 'पोरी, खरं आहे तेच बोलतेय मी-या सौंदर्याविरुद्ध मी जन्मभर लढत आलेय-आणि हरलेय-युआन -तू मुलगा आहेस माझा-मी तुझ्याशी सगळं काही बोलू शकते-तुला आश्चर्य वाटतंय ना-मी या माणसाशी लग्न करायची परवानगी दिली तिला म्हणून? वाटणारच-मला तो माणूस अजिबात आवडत नाही आणि मला त्याचा भरवसाही वाटत नाही-पण ते करावंच लागलं- आय-लान आई होणार आहे त्याच्या मुलाची-'

हे भयंकर सत्य आई अगदी शांतपणे सांगत होती. आपलं हृदय क्षणभर थांबलं असं युआनला वाटलं. या गोष्टीनं कमालीचं अस्वस्थ होण्याइतका तो अजून लहान होता. –माझी स्वतःची बहीण... प्रचंड शरमेनं त्यानं मी-लिंगकडे एक चोरटा कटाक्ष टाकला. तिचं डोकं तिच्या हातातल्या शिवणावर झुकलेलं होतं. ती काहीच बोलली नाही. तिच्या चेहऱ्यावर कसलाच बदल नव्हता. फक्त थोडं अधिक गांभीर्य होतं तेवढंच!

पण आईला तो चोरटा कटाक्ष दिसला आणि त्याचा अर्थही उमजला. ती म्हणाली, 'त्याची काळजी करू नकोस- मी-लिंगला सगळं माहीत आहे. ती नसती

तर मी हे सगळं सहनच करू शकले नसते. काय करायचं हे ठरवायला आणि ते पार पाडायला तिनंच मला मदत केली-मला कुणीच नव्हतं, युआन-आणि माझ्या गरीब बिचाऱ्या सुंदर मूर्ख लेकीलाही ती अगदी बहिणीसारखीच होती. तीसुद्धा हिच्यावर अवलंबून होती. तिनं तर तुला बोलावणंही पाठवू दिलं नाही मला, युआन- -एकदा मला वाटायला लागलं होतं की, मुलगा हवा मला या सगळ्यात मदत करायला–मला काही कळत नाही रे हे अलीकडचं घटस्फोट वगैरे-तुझ्या थोरल्या चुलतभावाला तर काहीही सांगणं शक्यच नव्हतं-मलाही लाज वाटत होती ना-तुझे अभ्यासाचे दिवस फुकट जातील असं म्हणाली ती-'

तरीही युआनच्या तोंडून शब्द फुटत नव्हता. कमालीचा गोंधळून जाऊन, शरमून जाऊन आणि रागावूनसुद्धा तो तसाच बसून राहिला. त्याचे गाल लाल झाले. त्याची ही शरम, हा गोंधळ पाहून आई उदासपणे किंचितसं हसत म्हणाली, 'तुझ्या वडिलांना सांगण्याची माझी हिंमतच नव्हती. त्यांना एकच उपाय माहीत आहे ठार मारून टाकायचं-आणि असं नसतं तरी मी त्यांना हे सांगू शकले नसतेच. इतकी वर्षं मी आय-लानची जी काळजी घेतली ती हीच का -हेच शिकवलं का मी तिला, हेच स्वातंत्र्य तिला द्यायचं होतं का, असे प्रश्न पुढे आले असते-सगळं फुकट गेलं- हाच का नवा काळ? जुन्या काळी त्या दोघांना या पापाची शिक्षा म्हणून मृत्यू पत्करावा लागला असता-पण आता त्यांना काही होणार नाही-ती परत येतील, मजेत राहातील आय-लानचं मूल थोडं लवकरच जन्म घेईल-पण कुणीही हाताचा पंजा तोंडावर घेत मोठ्यानं त्याबद्दल बोलणार नाही. आजकाल खूप मुलं येतात की, अशी आधीच-नवा काळ आहे ना हा-'

आई खिन्नतेनं हसली खरी; पण तिच्या डोळ्यांत अश्रू होते. मी-लिंगनं हातातलं शिवण आवरलं आणि आई जवळ येत ती समजुतीच्या स्वरात म्हणाली, 'तू इतकी दमली आहेस की, तुलाच कळत नाही तू काय बोलतेस ते. आय- लानसाठी तुला जेवढं शक्य होतं तेवढं सगळं केलं आहेस तू आणि हे आय- लानलाही चांगलं माहीत आहे आणि आम्हालाही-चल, झोप आता-मी तुला काहीतरी गरम घेऊन येते प्यायला.'

त्या तरुण मुलीचं बोलणं मान्य करत आई उठली. जणू काही तिनं हे असं यापूर्वीही अनेक वेळा केलं असावं. तिच्या खांद्यावर भार देत कृतज्ञतेनं ती खोलीबाहेर गेली. त्या दोघी जात असताना युआन नुसता त्यांच्याकडे बघत होता. अजूनही नेमकं काय बोलावं ते त्याला कळत नव्हतं. जे काही ऐकलं होतं, त्यानं तो पुरता भांबावून गेला होता.

म्हणजे आय-लाननं, त्याच्या स्वतःच्या बहिणीनं इतकं उनाड कृत्य केलं होतं? तिला मिळालेल्या स्वातंत्र्याचा असा वापर केला होता तिनं-तिच्यामुळेच तर

त्याच्या आयुष्यात हा उनाडपणा दोन वेळा येऊन गेला होता; पण त्यानं स्वतःला वाचवलं होतं त्यापासून-सावकाश चालत तो स्वतःच्या खोलीकडे गेला. खूपच अस्वस्थ होता तो-पूर्वीसारखा दुहेरी अस्वस्थतेनं तो कमालीचा गोंधळून गेला होता. आपल्या आयुष्यात प्रेम किंवा दुःखही सरळ साध्या पद्धतीनं कधी येणारच नाही का असं त्याला वाटायला लागलं होतं. त्याचं अर्धं मन आय-लानच्या या बेजबाबदार वागण्यानं शरमिंदं झालं होतं– अशा गोष्टी त्याच्या बहिणीबाबत घडताच कामा नयेत- तिच्याविषयी त्याला फक्त अभिमानच वाटायला हवा- आणि दुसरं अर्धं मन अधिकच अस्वस्थ झालं होतं, कारण या बेजबाबदारपणामध्येही एक छुपा गोडवा आहे असं त्याला वाटत होतं- आपल्या आयुष्यातही असं काहीतरी घडावं असंही वाटत होतं- त्याच्या स्वतःच्या देशामध्ये त्याच्या मनात निर्माण झालेली ही पहिलीच द्विधा होती.

लग्न आटोपल्यावर आता रीतीप्रमाणे आपल्याला आपल्या वडिलांना भेटायला जाण्यात उशीर करणं बरं दिसणार नाही हे युआनच्या लक्षात येऊन चुकलं. शिवाय आता त्याला या दुःखी घरामधून बाहेर पडावंसंही वाटू लागलं होतं. पूर्वीही आई गप्प गप्प असायची; पण आता तर ती अधिकच मूक झाली होती. मी-लिंगनं स्वतःला तिच्या शाळेच्या कामात पूर्णपणे गुंतवून घेतलं होतं. जाण्याची तयारी करत असतानाच्या दोन दिवसांमध्ये युआनची आणि तिची जवळजवळ भेट झाली नाही, असं म्हटलं तरी चालेल. ती आपल्याला टाळते आहे असंही त्याला एक-दोनदा वाटलं. त्याच्या मनात आलं, 'आई आय-लानबद्दल जे काही बोलली; त्यामुळे मी-लिंग असं करत असावी. अशा गोष्टींबद्दल एखाद्या मुलीला लाज वाटणं साहजिकच आहे.' पण त्याला हे वागणं कुठेतरी आवडून गेलं आणि तरीही जेव्हा उत्तरेकडे जाणाऱ्या त्याच्या गाडीची वेळ झाली, त्याची घरातून बाहेर पडण्याची वेळ झाली; तेव्हा मात्र एक-दोन महिन्यांसाठी आपण बाहेरगावी जात असताना मी-लिंगचा निरोप घेतल्याशिवाय जाऊ नये असं त्याला फार वाटलं. ती शाळेतून परत येईपर्यंत थांबायचं ठरवून त्यानं रात्री उशिरा सुटणारी गाडी पकडायचं ठरवलं. रात्री आई आणि ती यांच्याबरोबर जेवण घेऊ, शांत बसून थोड्या गप्पा मारू आणि मग निघू असं त्यानं ठरवून टाकलं.

अशा गप्पा चालू असताना आपण या मुलीचं बोलणं लक्ष देऊन ऐकतोय असं त्याला जाणवलं. त्या वयाच्या इतर मुलींसारखी ती लाजतमुरकत नव्हती, उगाचच फिदीफिदी हसत नव्हती. तिचा आवाज अगदी स्पष्ट आणि मधुर होता. तिच्या हातात कायमच काहीतरी शिवण असायचं. एक-दोन वेळा एखादी दासी दुसऱ्या दिवसाच्या जेवणाविषयी किंवा अशाच एखाद्या कामाविषयी काही विचारायला

खोलीत आली तर ती आईऐवजी मी-लिंगला विचारतेय आणि हे नेहमीच करत असल्यासारखी मी-लिंगही अगदी ठामपणे त्या प्रश्नांना उत्तरं देतेय, काय करायचं ते सांगतेय हेही त्याच्या लक्षात आलं. या सांगण्यातही कोणत्याही प्रकारचा लाजाळूपणा नव्हता. त्या रात्री आई नेहमीपेक्षा खूपच जास्त गप्प होती, युआनही तसा गप्पगप्पच होता; पण मी-लिंग मात्र बोलत राहिली–आज आपण शाळेत काय केलं; डॉक्टर होण्याची तिची किती इच्छा आहे असं बोलत राहिली.

'या माझ्या दत्तक आईनं माझ्या मनात ही कल्पना पेरली हं-' एक चमकता कटाक्ष आईकडे टाकत मी-लिंग म्हणाली, 'आणि आता ती मला फारच आवडायला लागली-एकच आहे-या शिक्षणाला खूप वेळ लागणार आहे आणि पैसेही–हे सगळं ही माझी दत्तक आई माझ्यासाठी करते-मीदेखील कायम तिची काळजी घेईनच-जिथे मी असेन तिथे तिथे ती असेलच. एक दिवस एखाद्या शहरामध्ये मला माझं स्वतःचं रुग्णालय काढायची इच्छा आहे. -मुलं आणि स्त्रियांसाठी- मध्यभागी एक बाग आणि तिच्याभोवतीनं सगळ्या इमारती-फार मोठं नाही-मला झेपेल एवढंच; पण सगळं कसं अगदी स्वच्छ आणि छान!'

ती तरुण मुलगी तिच्या मनातल्या इच्छा-आकांक्षा मोठ्या उत्साहानं बोलून दाखवत होती, तिच्या हातातलं शिवण आता बाजूला पडलं होतं, तिचे डोळे चमकायला लागले होते आणि ओठ हसरे झाले होते. तिच्याकडे बघत असताना युआनच्या बोटांमधली सिगारेट तशीच राहिली. अचानक त्याला जाणवलं, 'अरे, चांगली गोरी आहे की ही.' तिच्याकडे बघताना तो तिचं बोलणं ऐकणं विसरूनच गेला. मग एकदमच त्याला जाणवलं की, तिच्या बोलण्यानं आपल्याला आनंद वाटत नाही आणि स्वतःच्या मनामध्ये त्याचं कारण शोधताना त्याला कळून चुकलं की, ही मुलगी जे काही ठरवतेय ते तिच्या एकटीच्या आयुष्यासाठी ठरवतेय. ती इतकी आत्मविश्वासपूर्ण आणि स्वयंपूर्ण असणं त्याला आवडत नव्हतं. तिला दुसऱ्या कुणाची गरजच नव्हती. स्त्रियांनी लग्नाचा विचारही न करता स्वतःच्या आयुष्याची अशी आखणी करणं त्याला फारसं पसंत पडलं नाही; पण हे विचार मनात घोळत असतानाच त्याचं लक्ष आईकडे गेलं. आय-लानच्या लग्नानंतर प्रथमच तिच्या चेहऱ्यावर आनंद, उत्साह दिसत होता. ती तरुण मुलगी जे सांगत होती ते सगळं ती अगदी लक्ष देऊन ऐकत होती. तीही अगदी उत्साहानं म्हणाली, 'मी जर एवढी म्हातारी झाली नसते ना तर मीसुद्धा तुझ्या रुग्णालयामध्ये काहीतरी काम केलं असतं. आजचा काळ माझ्या काळापेक्षा खूप चांगला आहे. मुलींना जबरदस्तीनं लग्न करायला लावत नाहीत हे किती चांगलं आहे.'

आईचं हे बोलणं युआननं ऐकलं, त्यावर त्याचा विश्वास बसला किंवा बसल्यासारखं त्यानं दाखवलं तरी हे सगळं त्याला थोडं चमत्कारिकच वाटत होतं.

सगळ्या स्त्रियांनी लग्न केलंच पाहिजे आणि यावर बोलून किंवा चर्चा करून काही होणार नाही हे त्याला पटलं होतं. दोन स्त्रियांशी एखाद्या पुरुषानं बोलावं अशी ही गोष्ट नव्हती. तरीही त्या दोघींची स्वातंत्र्याबद्दलची ही ओढ त्याला थोडंसं नाराजच करत राहिली; त्यामुळे त्यानं जेव्हा त्या दोघींचा निरोप घेतला, तेव्हा त्याला वाटलं होतं त्यापेक्षा थोडा परकेपणानंच घेतला गेला. आत कुठेतरी आपण दुखावले गेलो आहोत असं त्याला जाणवत होतं; पण या दुखावलेपणाचं त्याला नवल वाटत होतं आणि कारणही कळत नव्हतं.

आगगाडीतल्या अरुंद बाकावर आडवं पडल्यानंतर बराच वेळ तो याच गोष्टीचा विचार करत होता. त्याच्या देशातल्या नव्या स्त्रीचा, त्यांच्या वागण्या-बोलण्याचा, आय-लानच्या बेजबाबदार वागण्याचा-ज्यामुळे तिची आई दुःखी झाली होती आणि तरी तीच आई मी-लिंगच्या आयुष्याच्या आखणीमध्ये मात्र आनंद मिळवत होती. थोड्याशा कडवटपणानं युआनच्या मनात आलं, 'मला नाही वाटत ती इतक्या स्वतंत्रपणे एवढं करू शकेल असं -जेवढं ठरवतेय ते सगळं करणं जडच जाईल तिला. मग तिला नवऱ्याची गरज भासेल, मुलं व्हावीत असं वाटेल–सगळ्याच बायकांना वाटतं तसं यात काही शंका नाही.'

त्याच्या ओळखीच्या बायकांचीही त्याला आठवण झाली. कोणत्याही देशातल्या असल्या तरी कधीतरी त्या गुपचूपपणे का होईना पण एखाद्या पुरुषाकडे वळतातच; पण जेव्हा त्याला मी-लिंगचा चेहरा आठवला, तिचं बोलणं आठवलं; तेव्हा या अशा एखाद्या पुरुषाच्या शोधाची एकही खूण त्याला तिच्या चेहऱ्यावर किंवा आवाजात आढळली नाही हे त्याला कबूल करावं लागलं. तिच्या स्वप्नामध्ये एखादा तरुण आला असेल का असंही त्याला वाटून गेलं. तिच्या शाळेमध्येही अनेक तरुण मुलं आहेत हे त्याला आठवलं. अचानक उन्हाळ्यातील एखाद्या रात्री वाऱ्याचा झोत यावा तसा त्याला त्या अनोळखी तरुण मुलांचा मत्सर वाटू लागला. मी-लिंगच्या स्वप्नांविषयी आपण का एवढी काळजी करत बसायचं असा विचार त्याच्या मनात आलाच नाही एवढा हा मत्सर जोरदार होता. मी-लिंगला सांभाळण्याचा, तिला सर्व धोक्यांची सूचना देण्याचा सल्ला आईला कसा द्यायचा, याची आखणी करायला त्यानं अतिशय गंभीरपणे सुरुवात केली. आजवर कोणत्याही माणसाची त्याला कधी इतकी काळजी वाटली नव्हती; पण आजच ती का वाटते याचाही विचार त्याच्या मनाला शिवला नाही.

आगगाडीच्या हलण्या-डुलण्यामध्ये आणि करकर आवाजामध्ये अखेर त्याला अस्वस्थशी झोप लागली.

काही वेळापुरते का होईना; पण हे सगळे विचार युआनच्या मनातून जावे असं

बरंच काही नंतर घडलं. परदेशातून परत आल्यानंतर तो फक्त त्या किनारपट्टीवरच्या मोठ्या शहरातच राहिला होता. त्या शहरातले असंख्य प्रकारच्या वाहनांनी दिवस-रात्र भरलेले रुंद रस्ते, आनंदी, चांगले कपडे घातलेले, आपापल्या उद्योगामध्ये गुंतलेले लोक याशिवाय त्यानं दुसरं काहीच पाहिलं नव्हतं. अर्थात, तिथे गरीब लोक होते, घामेजलेले रिक्षावाले होते, लहानसहान दुकानदार होते हे खरं; पण या उन्हाळ्यात ते फारसे दिसत नव्हते. हिवाळ्यातले भिकारी नव्हते, पुरापासून किंवा दुष्काळापासून स्वतःला वाचवण्यासाठी शहरात कामधंदा शोधण्यासाठी आलेले गावाकडचे लोक नव्हते. उलट युआनला हे शहर फारच आनंदात, मजेत असलेलं दिसलं होतं. जगामध्ये कुठेही त्यानं पाहिलेल्या शहराला तोडीस तोड असंच हे शहर आहे असं त्याला वाटलं होतं. त्याच्या चुलतभावाची श्रीमंती, त्याचं नव्या पद्धतीचं भलं मोठं घर, आय-लानचं थाटामाटाचं लग्न, तिला आलेल्या चमचमत्या लग्नभेटी या सर्वांत एक श्रीमंतीच दिसत होती. तो घरातून बाहेर पडला, तेव्हा आईनं त्याच्या हातात एक जाडजूड लिफाफा कोंबला होता. उघडून न पाहताही युआनला कळून आलं होतं की, त्यामध्ये पैसे आहेत. हे पैसे आपल्या वडिलांनीच आपल्यासाठी पाठवलेले असणार या समजुतीनं त्यानंही तो लिफाफा अगदी खुशाल घेतला होता. जगात कुठेही गरीब माणसं आहेत हेच तो विसरायला लागला होता. इतकं त्याचं स्वतःचं घर संपन्न आणि खाऊनपिऊन सुखी होतं.

पण दुसऱ्या दिवशी आगगाडीत जेव्हा त्याला जाग आली आणि त्यानं खिडकीतून बाहेर पाहिलं, तेव्हा त्याला जो देश दिसला तो मात्र त्याला वाटला तसा नव्हता. एका प्रचंड नदीशेजारी आगगाडी थांबली होती. सर्व प्रवाशांनी आता खाली उतरून नावेतून नदी पार करायची होती. दुसऱ्या बाजूला उभ्या असलेल्या दुसऱ्या आगगाडीतून त्यांचा पुढचा प्रवास सुरू होणार होता. युआनही खाली उतरला आणि त्या नावेत चढला. रुंद बुडाची उघडी नाव होती ती. सगळ्या लोकांना सामावून घेईल एवढी मोठी नव्हती; त्यामुळे शेवटी आलेल्या युआनला नावेच्या बाहेरच्या बाजूला जवळजवळ पाण्याशीच उभं राहावं लागलं.

यापूर्वी तो दक्षिणेकडे जाताना हीच नदी ओलांडून गेला होता, हे त्याला आठवलं; पण आज त्याला जे दिसत होतं ते त्या वेळी दिसलं नव्हतं. आता त्याची नजर अनेक वेगवेगळी दृश्यं पाहायला शिकली होती. आता त्याला सगळ्या गोष्टी एका नव्या नजरेतून दिसत होत्या. त्याला नदीवर अगदी एकमेकांना अगदी लगटून असलेल्या छोट्या नावांचं शहर दिसलं. त्यामधून एक विलक्षण दुर्गंधी येत होती. त्या वासानं त्याला मळमळायला लागलं. वर्षाचा आठवा महिना होता. अजून पुरेशी पहाटही झाली नव्हती तरीही खूप उकडत होतं. सूर्याचा प्रकाश फारसा नव्हता, कारण आकाश भरून आलं होतं. ढग इतके खाली ओथंबले होते की, ते जमिनीवर

आणि पाण्यावर दबाव टाकताहेत असं वाटत होतं. कुठे किंचितही वाऱ्याची झुळूक नव्हती. त्या विचित्र उदास वातावरणात या मोठ्या नावेला वाट देण्यासाठी लहान नावा बाजूला होत होत्या. त्या लहान नावांमधून जवळजवळ विवस्त्र असलेली माणसं लहानशा झडपांमधून कशीबशी बाहेर येत होती. त्यांचे चेहरे कमालीचे सुकलेले आणि रात्रीच्या उष्म्यामध्ये झोप न लागल्यानं बावचळलेले दिसत होते. बायका रडणाऱ्या मुलांवर ओरडत होत्या. स्वतःचे गुंतलेले, विस्कटलेले केस खाजवत होत्या. ती उघडीनागडी, घाणेरडी, भुकेलेली मुलं मोठमोठ्यानं रडत ओरडत होती. गर्दीमधल्या त्या छोट्या नावांमध्ये पुरेपूर माणसं भरलेली होती. पुरुष-स्त्रिया आणि मुलं-ज्या पाण्यावर ती राहात होती, जगत होती त्याच पाण्यामध्ये स्वतःची सगळी घाणही टाकत होती.

त्या सकाळी युआनचे डोळे उघडले ते याच दृश्यावर. हे दृश्य जेमतेम एखादा क्षण टिकलं आणि नाहीसं झालं, कारण ती फेरीबोट या लहान नावांना बाजूला ढकलतच पुढे निघाली आणि नदीतल्या मध्यावरच्या स्वच्छ पाण्यामधून वाट काढायला लागली होती. मग युआनच्या डोळ्यांसमोरून ते घाणेरडे चेहरे एकदमच नाहीसे झाले. उरलं ते फक्त नदीचं वेगवान पिवळं पाणी. हा बदल त्याच्या लक्षात येण्याच्या आतच फेरीबोट उलटी फिरली. प्रवाहाच्या उलट दिशेनं सरकत जात ती एका प्रचंड पांढऱ्याशुभ्र बोटीशेजारून पुढे जाऊ लागली. राखाडी रंगाच्या आकाशाच्या पार्श्वभूमीवर हे एक शुभ्र शिखर असल्यासारखं दिसत होतं. फेरीबोटीवरची सगळी माणसं-युआनही मान वर करून ती परदेशी बोट न्याहाळू लागली. बोटीवरचा परदेशाचा निळा-लाल झेंडा स्पष्ट दिसत होता; पण जेव्हा फेरी या बोटीच्या दुसऱ्या बाजूने जायला लागली, तेव्हा तिच्यावरच्या परदेशी तोफांचे काळे ठिपकेही तेवढेच स्पष्ट दिसत होते.

मग युआनला त्या छोट्या छोट्या नावांचा आणि त्या दुर्गंधीचा विसर पडला.

तसाच पुढे पुढे जात असताना त्यानं त्या नदीवर तरंगणाऱ्या तशा तब्बल सात प्रचंड परदेशी युद्धनौका पाहिल्या. इथे त्याच्या देशाच्या अगदी मध्यभागी - त्या नौका मोजत असताना त्या क्षणी तो बाकीचं सगळं विसरूनच गेला. किनाऱ्यावर उतरल्यावरदेखील तो मागे वळून वळून त्या नौका बघत होता आणि त्या इथे का आहेत हा प्रश्न स्वतःच्या मनाला विचारत होता; पण त्या इथे होत्याच–पांढऱ्याशुभ्र, नीटनेटक्या आणि अजिंक्य. किनाऱ्यावर रोखलेल्या काळ्याभोर तोफांनी एकापेक्षा अधिक वेळा आग ओकली होती आणि या देशावर मृत्यूचं थैमान घातलं होतं. हे सारं युआनला चांगलंच आठवत होतं. त्या युद्धनौकांकडे बघताना तो बाकीचं सगळं विसरून गेला. त्याला फक्त एवढंच आठवत होतं-या तोफांमधून माझ्या लोकांवर आग फेकता येणार आहे. अतिशय कडवटपणे तो पुटपुटला, 'इथे असण्याचा

त्यांना काहीही हक्क नाही. आपल्या देशातून हाकलूनच दिलं पाहिजे त्यांना.' हे सगळं आठवत असतानाच हा कडवटपणा मनात ठेवूनच तो दुसऱ्या आगगाडीत बसला आणि आपल्या वडिलांकडे निघाला.

युआनला स्वतःमध्ये एक वेगळीच गोष्ट आढळून आली होती-जोपर्यंत त्याला त्याच्या देशावर परकीयांनी केलेले जुलूम आठवत होते-त्या पांढऱ्या युद्धनौका, त्यांनी माझ्या लोकांवर केलेली तोफगोळ्यांची बरसात, बाहेरच्या लोकांनी केलेले माझ्या लोकांवरचे अत्याचार, मोठमोठं सैन्य पाठवून जुन्या राजांना जबरदस्तीनं करायला लावलेले अन्याय्य करार–केलेली लुटालूट-हे सारं तो शाळेतही शिकलेला होताच आणि त्याच्या आयुष्यात त्यानं हे सारं स्वतःच्या डोळ्यांनी पाहिलंही होतं - त्या मोठ्या शहरामध्येही देशाचा जयजयकार केला म्हणून तरुण मुलांना गोळ्या घातलेल्या त्यानं पाहिल्या होत्या-जोपर्यंत त्याला हे सगळे अन्याय आठवत होते तोपर्यंत तो अगदी खुशीत होता-एक नवाच अंगार त्याच्या आत पेटला होता, उठता-बसता, खाता-पिता त्याच्या मनात सतत एकच विचार येत होता, 'माझ्या देशासाठी मी काहीतरी करायलाच हवं- मेंगचं बरोबर आहे-तो माझ्यापेक्षा अधिक देशभक्त आहे-माझ्यापेक्षा अधिक खरा आहे, कारण त्याचं एकच ध्येय आहे. मी फार कमजोर आहे. एक चांगले गुरुजी भेटले, एक हुशार बोलघेवडी मुलगी भेटली म्हणून मी ते सगळेच चांगले आहेत असं मानायला लागलो-मीही मेंगसारखंच वागायला पाहिजे-सर्व परक्या लोकांचा कमालीचा द्वेष केला पाहिजे-आणि त्या द्वेषाच्या ताकदीच्या बळावर माझ्या लोकांना मदत केली पाहिजे-आता द्वेषाची ताकदच आम्हाला उपयोगी पडेल-' त्या परदेशी नौकांची आठवण काढताना हे विचार त्याच्या मनात येत राहिले.

या द्वेषाच्या इच्छेला कितीही चिकटून राहायचं असं युआननं ठरवलं असलं तरी हळूहळू त्याचा राग थंड होत गेला. हा थंड होणारा राग अनेक लहानलहान गोष्टींमध्ये त्याला जाणवायला लागला. आगगाडीत एक खूप लठ्ठ माणूस त्याच्यासमोर बसला होता. इतका जवळ की, युआनला त्याच्या त्या भल्या मोठ्या शरीरावरून नजरच काढता येत नव्हती. दिवस चढत गेला, तसतसा उष्मा वाढत गेला. वाऱ्याचा टिपूसही नव्हता; पण ढग मात्र खाली आलेले होते. त्या ढगांमधून खाली येऊन सूर्यप्रकाश आगगाडीच्या लोखंडी छतामधून आत भयंकर उष्णता पसरवत होता. आतली हवाही कमालीची गरम झाली होती. त्या जाड्या माणसानं आतली एक लहानशी चड्डी ठेवून बाकीचे सगळे कपडे काढले आणि तो तसाच उघडा बसून राहिला. त्याच्या छाती-पोटावरच्या पिवळ्या तेलकट मांसाच्या वळ्या आणि थेट खांद्यांपर्यंत लोंबणारे त्याचे गाल असं ते दृश्य होतं. हे पुरेसं नसल्यासारखा एवढा उन्हाळा असूनही तो खोकत होता, खाकरे काढून काढून थुंकत होता. युआनच्या तर

तो इतक्या जवळ बसला होता की, दर वेळी हे थुंकणं चुकवणं युआनला शक्य होईना. मग त्याच्या देशावरच्या अन्यायाबद्दल त्याच्या मनात पेटलेल्या आगीमध्ये या माणसावरच्या - आपल्या देशबांधवांवरच्या रागाची भर पडली. अखेरीस युआनवर एक उदासीचं आवरण चढलं. या धडधडत्या आगगाडीमध्ये जगणं कठीण होतं. आता त्याला जे पाहायचं नव्हतं ते सगळं दिसायला लागलं. त्या गरमीमध्ये आणि त्यामुळे होणाऱ्या दमणुकीमुळे गाडीतले प्रवासी प्रवास संपण्याच्या क्षणापर्यंत जिवंत कसं राहाता येईल याशिवाय इतर कसलाही विचार करण्याच्या मनःस्थितीत नव्हते. पोरं आपल्या आयांच्या छातीला बिलगून आक्रोश करत होती. प्रत्येक स्टेशनवर डब्याच्या उघड्या खिडक्यांमधून माश्यांचे थवेच्या थवे आत शिरत होते. घामट शरीरांवर, जमिनीवर साठलेल्या थुंकीवर, खाण्याच्या पदार्थांवर आणि मुलांच्या चेहऱ्यांवर ठाण मांडत होते. लहानपणापासून युआनचं लक्ष कधीच या माश्यांकडे गेलं नव्हतं, कारण माश्या असायच्याच सगळीकडे-त्यांच्याकडे काय एवढं लक्ष द्यायचं; पण आता त्यानं दुसरं जग बघितलं होतं, माश्यांमुळे येणारं मरण त्याला कळून आलं होतं; त्यामुळे आता त्याला त्या माश्यांचा फार त्रास व्हायला लागला. त्याच्या चहाच्या कपावर किंवा ब्रेडच्या तुकड्यावर किंवा दुपारी त्यानं आगगाडीतल्या विक्रेत्याकडून विकत घेतलेल्या मासे आणि भाताच्या बशीवर एकही माशी बसलेली त्याला चालेनाशी झाली आणि तरी जेव्हा त्याला त्या विक्रेत्याचे मळके काळे हात दिसले, भात देण्याआधी त्यानं ज्या घाणेरड्या कळकट फडक्यानं बशी पुसली ते बघितल्यावर या माश्यांवर इतका राग काढण्यात काय अर्थ आहे असंही त्याच्या मनात आलं. तरीही तो त्या विक्रेत्यावर एकदम ओरडला, 'राहू दे-नको पुसू ती बशी-त्या घाणेरड्या फडक्यानं पुसण्यापेक्षा तशीच राहिलेली बरी.'

हे ऐकल्यावर तो माणूस त्याच्याकडे बघतच राहिला. मग थोडंसं हसत त्यानं त्याच फडक्यानं आपला घामानं भरलेला चेहरा पुसला आणि ते फडकं मानेभोवती टाकलं. आता तर युआनला त्या बशीमधला एक घासही खाववेना. हातातला चमचा बशीत टाकत युआन पुनःपुन्हा त्या माणसावर ओरडत राहिला. त्या माश्या, ती घाण या साऱ्यावरच तो रागावला होता. आता मात्र या अन्यायाने तो माणूस संतापला आणि आकाशाला साक्षी ठेवत उत्तरला, 'हा इथे मी एकटा माणूस काम करतोय–मला जमेल तेवढं करतोय, ही जमीन घाण आहे, ते काय माझं काम आहे का? माश्या मारायच्या हे काय माझं काम आहे? या उन्हाळ्यात माश्या मारायचं काम घेईल तरी का कुणी? मरेपर्यंत तेच करावं लागेल ना त्याला-खरं सांगतो या देशातल्या सगळ्या लोकांनी त्यांची आयुष्यं संपेपर्यंत जरी हे माश्या मारण्याचं काम केलं ना तरी माश्या संपायच्या नाहीत. आता माश्याच त्या-त्या असणारच की.' एवढ्यानं सगळा राग गेल्यावर मात्र त्याला हसू कोसळलं. रागावला असला तरी

सज्जन होता बिचारा-तसा पोट धरधरून हसतच तो निघून गेला. सगळे प्रवासी दमले होते, कंटाळले होते-काहीही बघायला, ऐकायला तयारच होते. त्यांनी हे सगळं मन लावून ऐकलं होतं. आता सर्वांनी युआनच्या विरुद्ध पक्षाची, त्या विक्रेत्याची बाजू घेतली. एकजण ओरडला, 'माश्या संपत नाहीत हे तर खरंच आहे. त्या कुठून येतात कुणालाच माहीत नाही; पण त्यांनाही आपलं आयुष्य जगायचा हक्क आहे ना-' एक म्हातारी बाई म्हणाली, 'हो तर-त्यांनाही हक्क आहेच की- माझं म्हणाल तर मी एका माशीलाही नाही मारू शकत बरं.' दुसरा तुच्छतेनं उद्गारला, 'हा नक्की परदेशामध्ये शिकायला जाणाऱ्या विद्यार्थ्यांपैकी असणार–ते परत येतात, तेव्हा असली काहीतरी परदेशी वेडं डोक्यात घेऊन येतात आणि आमच्यावर त्याचे प्रयोग करतात.'

युआनच्या शेजारचा तो लठ्ठ माणूस हे सारं ऐकतच होता. आत्तापर्यंत त्यानं भरपूर भात आणि अनेक मांसाचे पदार्थ खाऊन संपवले होते. आता तो अतिशय गंभीरपणे चहा पीत होता. अधूनमधून ढेकरही देत होता. तो एकदम म्हणाला, 'हां– असं आहे तर- इथे बसून मी दिवसभर विचार करतोय की, हा माणूस काय करत असेल-मला काही पत्ताच लागत नव्हता. 'मग मोठ्या खुशीनं त्यानं युआनला वरपासून खालपर्यंत न्याहाळलं. युआन कोण असेल हे कोडं उलगडल्यामुळे तो फारच आनंदला होता. चहा पीत, ढेकर देत तो युआनकडे टक लावून बघत राहिला. ते सगळं असह्य होऊन युआन खिडकीतून बाहेर दिसणाऱ्या सपाट हिरव्या प्रदेशाकडेच बघत राहिला.

या सगळ्या बोलण्याकडे दुर्लक्ष करण्याएवढा तो अभिमानी होता. काही खाणं त्याला शक्यच नव्हतं. तासामागून तास गेले तरी तो तसाच बाहेरच्या प्रदेशाकडे बघत बसून राहिला. ढगाळ उष्ण आकाशाखालचा प्रदेश अधिक अधिक दरिद्री, अधिक सपाट, पुराच्या पाण्यानं कंगाल झालेला दिसायला लागला. जसजशी आगगाडी झपाट्यानं उत्तरेकडे जात होती, तसतसे मधल्या स्टेशनवरील लोक युआनला अधिकच गरीब, अंगावर गळवं उठलेले, डोळे सुजलेले असे दिसायला लागले. सगळीकडे पाणीच पाणी होतं तरी ही माणसं काही स्वच्छ नव्हती. त्या जुन्या भयंकर पद्धतीनं पावलं बांधलेल्या अनेक बायकाही युआनला दिसल्या. त्याला वाटलं होतं, ही घाणेरडी पद्धत केव्हाच नष्ट झाली असेल. त्याला त्यांच्याकडे बघवत नव्हतं आणि ते सहनही करवत नव्हतं. अखेरीस तो अतिशय कडवटपणे स्वतःशीच म्हणाला, 'हे माझे लोक आहेत.' आणि तेव्हा तो त्या पांढऱ्याशुभ्र परदेशी युद्धनौका विसरूनच गेला.

पण त्याला अजून एक कडू घोट घ्यायचाच होता. डब्याच्या दुसऱ्या टोकाला एक गोरा माणूस बसला होता. युआनला तो आत्तापर्यंत दिसलाच नव्हता. एका

लहानशा मातीच्या घरांच्या गावात जाण्यासाठी गाडीतून उतरताना तो युआनजवळ थांबला. त्याला युआनचा तरुण दुःखी चेहरा दिसला. घोंगावणाऱ्या माश्यांवरच्या रागानं युआन कसा चिडून आरडाओरडा करत होता हेही त्याला आठवलं आणि तो त्याच्या भाषेमध्ये म्हणाला, 'मित्रा, असा निरुत्साही होऊ नकोस. मीही माश्यांविरुद्ध लढतोय आणि ते चालूच ठेवणार आहे.'

एक परदेशी आवाज आणि शब्द ऐकताच युआननं दचकून वर पाहिलं. एक लुकडासा, लहानसा गोरा माणूस त्याच्यासमोर उभा होता. त्यानं राखाडी रंगाचे सुती कपडे घातलेले होते. डोक्यावर एक पांढरी सनहॅट होती. चेहरा अगदी साधासुधा, थोडीशी दाढी वाढलेला असा होता; पण त्याचे फिकट निळे डोळे मात्र मायाळू होते. तो एक परदेशी धर्मोपदेशक आहे हे युआनला समजून आलं. त्याला काही उत्तर सुचेना. हा तर सर्वांत वाईट आघात होता. त्याला जे काही दिसलं होतं ते सगळं या परदेशी माणसानंही पाहिलं होतं आणि आज त्याला जे काही उमजलं होतं ते याला माहीत होतं. युआननं काही उत्तर न देता मान फिरवली; पण बसल्या जागेवरून त्याला दिसत होतं की, हा गोरा माणूस गाडीतून उतरून गर्दीतून वाट काढत त्या लहानशा, मातीच्या घरांच्या गावाकडे निघाला आहे. युआनला एकदम त्या दुसऱ्या गोऱ्या माणसानं काय म्हटलं होतं ते आठवलं. तो म्हणाला होता, 'मी राहातो तसा तू राहिला असतास तर...'

मग मात्र युआननं स्वतःलाच प्रश्न केला, 'हे सगळं मी आधी कसं नाही पाहिलं? आजपर्यंत मी काहीच बघितलं नव्हतं.'

ही तर नुसती सुरुवात होती. युआन जेव्हा त्याच्या वडिलांसमोर-टायगर वांगसमोर उभा राहिला, तेव्हा त्याला प्रथमच ते खरे जसे होते- पण त्याला माहीतच नव्हतं- तसे दिसले. आपल्या मुलाची वाट पाहत, दरवाजाच्या खांबाचा आधार घेऊन टायगर उभा होता. त्याची पूर्वीची सगळी शक्ती आता गेलेली होती, अगदी त्याचा चिडखोरपणाही नाहीसा झाला होता, आता तिथे फक्त एक फिकटलेला म्हातारा माणूस उभा होता. त्याचे लांबलचक विरळ पांढरे कल्ले पार त्याच्या हनुवटीपर्यंत आले होते. त्याचे डोळे वयामुळे आणि खूप वाइन प्यायल्यामुळे लाल आणि अंधूकही झालेले होते; त्यामुळे युआन अगदी त्याच्याजवळ येईपर्यंत त्यानं त्याला ओळखलंच नाही. तो युआनच्या आवाजाकडेच कान देऊन वाट बघत होता.

हवेलीत येतानाच युआनला बाहेरच्या अंगणामध्ये वाढलेलं तण दिसलं होतं, किती कमी सैनिक आहेत हेही दिसलं. तेही काही कुणी प्रशिक्षित सैनिक नसावेत– नुसते दांडगट दिसत होते. दरवाजावरच्या पहारेकऱ्यांकडे बंदुका नव्हत्या. काहीही न विचारता त्यांनी युआनला खुशाल आत येऊ दिलं होतं. आपल्या जनरलचा

मुलगा आहे म्हणून त्याला कोणती मानवंदनाही दिली गेली नाही. हे सगळं असलं तरी आपले वडील इतके खराब झालेले असतील याची युआनला कल्पनाच नव्हती. म्हाताऱ्या टायगरनं एक जुना राखाडी रंगाचा झगा घातला होता, त्याच्या कोपरांवर ठिगळं लावलेली होती. खुर्चीच्या हातांवर जिथे त्याची कोपरं टेकत होती, तिथला झग्याचा भाग फाटला होता, त्यावरही ठिगळं होती. त्याच्या पायात कापडी सपाता होत्या, त्यांच्याही टाचा दुमडल्या गेलेल्या होत्या. त्याची सुप्रसिद्ध तलवारही आता त्याच्या हातात नव्हती.

युआन मोठ्यानं उद्गारला, 'बाबा!' त्या वृद्ध वडिलांनी थरथरत विचारलं, 'तू खरंच आलास, मुला?' दोघेही एकमेकांचे हात घट्ट धरून, काही वेळ तसेच उभे राहिले. आपल्या वडिलांचा तो वृद्ध चेहरा बघताना युआनच्या डोळ्यांमध्ये अश्रू उभे राहिले. त्यांचं नाक, जिवणी आणि अंधूक नजरेचे डोळे हे सगळं त्या वृद्ध चेहऱ्यावर त्याला फार मोठं वाटत होतं. त्या चेहऱ्याकडे पाहता पाहता युआनला क्षणभर असं वाटलं की, हे माझे वडील असूच शकत नाहीत. यापूर्वी ज्या टायगरला तो भीत होता, ज्याच्या आठ्या आणि जुळलेल्या काळ्याभोर दाट भुवया त्याचा थरकाप उडवायला पुरेशा असायच्या, ज्याची तलवार त्याच्या हातापासून कधीच दूर नसायची-अगदी झोपतानाही-तो हा नव्हताच–पण नाही- हा तोच टायगर होता-त्यानं लगेच हाक मारली- 'वाइन आणा.'

एक हलकीशी हालचाल झाली आणि टायगरचा विश्वासू ओठफाटक्या पुढे आला. तोही आता म्हातारा झाला होता; पण होता त्याच्या जनरलचा खास माणूसच! त्यानं त्याच्या जनरलच्या मुलाला अभिवादन केलं, त्याचा वाकडातिकडा चेहरा आनंदानं उजळला होता. वडिलांनी मुलाचा हात धरून त्याला आत नेलं, ओठफाटक्यानं वाइन ओतली.

आता कुठे आणखी एकजण बाहेर आला, नंतर आणखी एक-त्याला युआननं यापूर्वी पाहिलेलं नव्हतं किंवा पाहिलं असलं तरी त्याला आठवत नव्हतं. दोन लहानसे, गंभीर, खाऊनपिऊन सुखी दिसणारे पुरुष-एक वयस्कर -एक तरुण- मोठा अगदी सुकलेला, आक्रसलेला होता. त्यानं जुन्या पद्धतीचा गडद राखाडी रंगाच्या रेशमी कापडाचा, बारीक नक्षीचा पायघोळ झगा घातला होता. वर पूर्ण बाह्यांचं काळ्या रंगाचं रेशमी जाकीट होतं आणि डोक्यावर एक लहानशी गोल टोपी होती. त्या टोपीवर एक पांढरं बटण शिवलेलं होतं. याचा अर्थ तो माणूस सुतकात होता. पायातल्या काळ्या मखमली बुटांवर त्याचा पायजमा पांढऱ्या सुती कापडानं बांधलेला होता. या गंभीर दुःखी कपड्यांवर त्याचा वयस्कर चेहरा तुळतुळीत दिसत होता-जणू त्याला अजून दाढीमिशा आल्याच नसाव्यात इतका तुळतुळीत. सुरकुत्या भरपूर. डोळे मात्र एखाद्या लहान प्राण्यासारखे चमकत होते.

तरुण माणूस त्याच्यासारखाच होता, फक्त त्याचा झगा निळसर रंगाचा होता. सुतक असल्याच्या त्याच्या कपड्यांवरच्या खुणा एखाद्या मुलानं आपल्या आईच्या मृत्यूनंतर लावाव्यात तशा होत्या. त्याचे डोळे तीक्ष्ण नव्हते. एखाद्या माणसाकडे बघताना माकडाचे डोळे जसे असतात-आपण याच्या किती जवळ आहोत; पण पुरेसे जवळ नाही असा काहीसा भाव माकडाच्या डोळ्यांमध्ये असतो तसा भाव याच्या डोळ्यांत होता. हा त्या दुसऱ्याचा मुलगा होता.

युआन त्या दोघांकडे अनोळखी नजरेनं पाहत असताना वयस्कर माणूस आपल्या उंच, किरकिऱ्या आवाजात म्हणाला, 'मी तुझा धाकटा काका आहे, युआन. तू अगदी लहान होतास-तेव्हा मी तुला पाहिलं. हा माझा थोरला मुलगा– तुझा चुलतभाऊ.'

हे ऐकल्यावर थोड्याशा आश्चर्यानंच युआननं त्या दोघांना अभिवादन केलं. त्यांच्या अगदी जुन्या पद्धतीच्या रंगारूपाचं, वागण्याचं त्याला खूपच नवल वाटत होतं. त्याला ते दोघे फारसे आवडलेही नाहीत; पण तरीही त्यानं मोठ्या अदबीनं त्यांना अभिवादन केलं. टायगरपेक्षा तर खूपच अधिक मान दिला होता त्यानं कारण टायगरनं तर त्या दोघांकडे लक्षच दिलं नव्हतं. आता तो आपल्या खुर्चीवर बसून मोठ्या हर्षानं युआनकडे बघत होता.

आपल्या परत येण्यानं आपल्या वडिलांना झालेला हा लहान मुलासारखा आनंद बघून युआन आत कुठेतरी हलून गेला. वृद्ध टायगरला त्याच्यावरून नजर काढताच येत नव्हती. थोडा वेळ युआनकडे असं टक लावून बघितल्यानंतर तो खुर्चीवरून उठला आणि युआनजवळ येत त्याचे दंड, रुंद खांदे चाचपून बघायला लागला. मग मोठ्यानं हसत तो पुटपुटला, 'मी त्याच्या वयाचा होतो, तेव्हा होतो तसाच हा मजबूत आहे-हो हो-मला आठवतं-माझेही दंड असेच होते-आठफुटी लोखंडी भाला सहज फेकायचो मी -आणि जडजड दगडही उचलायचो–दक्षिणेकडे आमच्या जनरलच्या हाताखाली होतो ना तेव्हा संध्याकाळी सहज इतरांच्या करमणुकीसाठी हे खेळ करून दाखवायचो मी-उभा राहा बघू–मला मांड्या बघू देत तुझ्या–'

आज्ञाधारकपणे आणि सोशिकपणे युआन उभा राहिला. त्याला गंमत वाटत होती. टायगर त्याच्या भावाकडे वळून म्हणाला, 'बघतो आहेस ना हा माझा मुलगा? याच्या तोडीचा एकसुद्धा तुझ्या चारांमध्येही निघणार नाही.'

व्यापारी वांगनं यावर काहीच उत्तर दिलं नाही. तो फक्त त्याचं ते लहानसं सहनशील हसू तेवढं हसला; पण त्याचा तरुण मुलगा शांतपणे शब्द तोलूनमापून वापरत म्हणाला, 'मला वाटतं, माझे दोघे धाकटे भाऊ याच्यासारखेच आहेत आणि माझ्यानंतरचा लगेचचा भाऊ तर माझ्याहून जास्त मजबूत आहे. –मी सगळ्यांमध्ये बारीक आहे– सगळ्यांत मोठा असलो तरी–' त्याचे उदास डोळे मिचकावतच तो

हे बोलला.

हे सगळं ऐकल्यावर युआननं उत्सुकतेनं विचारलं, 'हे माझे इतर भाऊ कुठे आहेत? काय करतात ते?'

व्यापारी वांगच्या मुलानं आपल्या वडिलांकडे एक नजर टाकली; पण ते स्वस्थ बसलेले होते. धीर करून त्यानं युआनला सांगितलं, 'मी एकटाच माझ्या वडिलांना मदत करतो-भांडी गोळा करणं, धान्याचं दुकान चालवणं वगैरेमध्ये. पूर्वी आम्ही सगळे या कामात होतो; पण आजकाल या भागात दिवस फार वाईट आलेत. भाडेकरू तर इतके माजले आहेत की, त्यांनी ते देणं लागत असलेली भाडीसुद्धा वेळेवर दिलेली नाहीत. पीकसुद्धा कमीच यायला लागलंय. माझा मोठा भाऊ तुझ्या वडिलांचा झाला आहे, कारण माझ्या वडिलांनी त्याला काकांना देऊन टाकलं. माझ्यानंतरचा भाऊ जग बघायला म्हणून गेला. आता तो दक्षिणेकडे एका दुकानात काम करतो. हिशेब सांभाळतो. त्याला अबॅकस चालवणं चांगलं जमतं ना म्हणून- त्याच्या हातात खूप पैसा खेळतो–चांगला श्रीमंत आहे तो-माझा तिसरा भाऊ आणि त्याचं कुटुंब इथेच आहे. सर्वांत लहान आहे तो शाळेत जातो. आपल्या गावात एक नव्या पद्धतीची शाळा उघडली आहे- सुतक संपलं की, त्याचं लग्न करायचं म्हणतो आहोत आम्ही–माझी आई काही महिन्यांपूर्वी वारली.'

युआनच्या वडिलांनी फक्त एकदाच त्याला त्याच्या या काकांच्या घरी नेलं होतं आणि ते युआनला आठवलं. तिथे त्यानं एक जाडजूड लाल-गोबऱ्या गालांची गावंढळ अशी बाई पाहिलेली त्याला आठवली. ती सतत हसत होती, तेही त्याला आठवलं आणि मग हा लहानसा माणूस- त्याचा काका जिवंत राहिलाय- आपलं रटाळ असं आयुष्य जगत राहिलाय आणि ती उत्साही बाई मात्र मरून गेली– आणि बाकी काहीही बदललं नाही या गोष्टीचं त्याला आश्चर्यही वाटलं. 'काय झालं?' त्यानं विचारलं.

मुलानं बापाकडे पाहिलं आणि दोघेही गप्प राहिले. काय प्रश्न विचारलाय ते कळल्यावर जणू काही उत्तर देणं हे आपलंच काम असल्यासारखा टायगर म्हणाला, 'कसं झालं? अरे, आपला -आपल्या कुटुंबाचा एक शत्रू आहे. आहे एक फालतू दरोडेखोर-आपल्या जुन्या गावाच्या आजूबाजूच्या टेकड्यांमध्ये राहातो–एकदा मी त्याच्याकडून एक शहर जिंकून घेतलं होतं–अगदी रीतसर हं-सरळसरळ वेढा घालून; पण तो ते विसरला नाही अजून-तो मुद्दामच आपल्या जमिनींच्या शेजारी राहायला आलाय याची मला खात्री आहे-आता तो माझ्या नातेवाइकांवर लक्ष ठेवून असतो हेही मला माहीत आहे-आता हा माझा भाऊ–चांगला हुशार आहे-स्वतःची नीट काळजी घेतो तो- त्याच्या कुळांकडून आणि भाडेकऱ्यांकडून जी काही वसुली करायची त्याला तो स्वतः कसा जाणार? म्हणून मग त्यानं आपल्या बायकोला

पाठवलं. बाईच ती- तिला काय फारशी किंमत नाही ना- हे काम आटोपून ती घरी परत येत होती, तेव्हा त्या चोरांनी तिला गाठलं. तिला लुटलं आणि तिचं डोकं कापून ते रस्त्यावर फेकून दिलं. मी सांगतोय माझ्या भावाला-थोडा थांब-मी माझी माणसं गोळा करतो आणि त्या दरोडेखोराला शोधून काढतो–काढेनच मी–काढेनच मी–' जसजसा राग कमी होत गेला तसतसा टायगरचा आवाजही हळू व्हायला लागला. आंधळ्यासारखा त्यानं हात पुढे केला. त्याबरोबर शेजारीच उभा असलेला त्याचा विश्वासू माणूस त्याच्या हातात वाइनचा पेला ठेवत सवयीनं उद्गारला, 'शांत व्हा, मालक; शांत व्हा-रागावू नका नाहीतर परत आजारी पडाल.' आपल्या म्हाताऱ्या थकल्या पायांवरचं स्वतःचं ओझं इकडून तिकडे हलवत त्यानं एक जांभई दिली आणि मोठ्या कौतुकानं तो पुन्हा युआनकडे पाहायला लागला.

ही सगळी कहाणी सांगण्यामध्ये व्यापारी वांग काहीच बोलला नव्हता. त्याच्याशी रीतीप्रमाणे काही सांत्वनाचे शब्द बोलावेत म्हणून युआननं त्याच्याकडे पाहिलं आणि त्याला आश्चर्याचा धक्काच बसला. काकांचे लहानसे चमकते डोळे आसवांनी भरलेले होते. त्यांनी प्रथम एका बाहीनं आणि मग दुसऱ्या बाहीनं आपले डोळे काळजीपूर्वक पुसले आणि मग त्यांच्या सवयीनं चोरट्यासारखा आपला शुष्क हात नाकावरून फिरवला. हा म्हातारा माणूस आसवं ढाळत असलेला बघून युआनला इतकं आश्चर्य वाटलं की, त्याला काही बोलताच येईना.

युआनच्या चुलतभावानंही हे पाहिलं आणि मग वडिलांवरची नजर तशीच ठेवून तो दुःखानं युआनला म्हणाला, 'तिच्याबरोबर जो नोकर होता, तो म्हणाला की, ती जर गप्प बसली असती, ते काय म्हणत होते ते तिनं ऐकलं असतं तर त्यांनी तिला इतक्या झटकन मारून टाकलं नसतं; पण तिची जीभ फार तिखट होती आणि रागही फार झटकन यायचा तिला-आयुष्यभर ती तिला हवं तेच बोलत आली होती- ते दरोडेखोर तिच्याजवळ आल्या आल्या ती ओरडली, 'हे माझे कष्टाचे पैसे मी तुमच्या हातात देईन असं वाटलं तरी कसं तुम्हाला- चोरट्या आयांची मुलं तुम्ही-' ती असं ओरडायला लागल्यावर तिच्याबरोबर असलेला आमचा नोकर मागच्या मागे पाय लावून पळत सुटला तिथून- मागे वळून बघितलं, तेव्हा तिचं मुंडकं उडवलं होतं त्यांनी-तिच्याजवळची सगळी वसुली घालवून बसलो ना आम्ही- त्यांनी सगळंच लुटलं.'

मुलगा त्याच्या संथ एकसुरी पद्धतीनं सांगत होता. हे शब्द अगदी संथपणे त्याच्या जिभेवरून बाहेर पडत होते. जणू काही त्याच्या आईचा वाचाळपणा आणि त्याच्या वडिलांचं शरीर असा तो बनला असावा; पण तो एक चांगला मुलगा होता. त्याच्या आईवर त्याचं प्रेम होतं; त्यामुळे बोलताना मध्येच त्याचा आवाज चिरकला. थोडं खोकून, थोडे डोळे पुसून, थोडं स्वतःला शांत करण्यासाठी तो लगबगीनं

अंगणाच्या बाहेर गेला.

युआनला काय करावं ते कळेनासं झालं. त्यानं उठून एका कपात थोडा चहा ओतला आणि तो काकांसमोर धरला. या खोलीमध्ये या रक्ताच्या नात्याच्या, अनोळखी लोकांबरोबर असं बसलं असताना त्याला हे एक स्वप्न आहे असं वाटायला लागलं. होय, त्यांना कल्पनाही करता येणार नाही असं आयुष्य तो जगला होता आणि त्यांची आयुष्यं त्याला मृत्यूइतकी संकुचित वाटत होती. अचानक-का कोण जाणे त्याला मेरीची आठवण आली. कित्येक दिवसांत त्याला तिची साधी आठवणही झाली नव्हती. मग आत्ताच एखादा दरवाजा उघडून ती समोर यावी इतकी स्वच्छ अशी तिची आठवण त्याला का व्हावी? समुद्रापलीकडच्या देशात वसंतातल्या एखाद्या दिवशी वाऱ्यानं उडणारे तिचे मऊ केस तिच्या चेहऱ्याभोवती पसरलेले, लाल झालेली गोरी त्वचा आणि डोळे संथ राखाडी– तशी दिसत असलेली– इथे तिला जागाच नव्हती. ही जागा तिला माहीत असणं शक्यच नव्हतं. त्याच्या देशाच्या चित्रांबद्दल ती बोलत असायची, तिनं स्वतःच्या कल्पनेनं, स्वतःच्या मनानं बनवलेली चित्रं- नुसती चित्रंच होती ती- बरंच झालं- स्वतःमध्ये बुडून गेलेले आपले वडील आणि ही बाकीची माणसं यांच्या पहिल्या भेटीचा धक्का ओसरल्यावर त्यांच्याकडे टक लावून बघताना युआनच्या मनात आलं- बरंच झालं- मी तिच्या प्रेमात पडलो नाही. त्यानं त्या जुन्या दालनाकडे बघितलं. सगळीकडे धूळ होती. जुन्या म्हाताऱ्या नोकरांच्या कामात कित्येक दिवस तशीच पडून असलेली-जमिनीवरच्या फरशीच्या भेगांमध्ये हिरवी बुरशी वाढलेली होती, फरशीवर सांडलेल्या वाइनचे डाग होते, कधीतरी कुणीतरी थुंकलेलं तसंच होतं, राख होती आणि अन्नही सांडल्याच्या खुणा होत्या. शिंपल्यांच्या मोडक्या चौकटींवर चिकटवलेल्या कागदांच्या झिरमिळ्या लोंबत होत्या. भर दिवसाही उंदीर वाशांवरून इकडून तिकडे धावत होते. गरम वाइन पोटात गेल्यावर आता म्हातारा टायगर अर्धवट झोपेत बसला होता. त्याचं म्हातारं अशक्त शरीर सैल पडलं होतं, जबडा लोंबत होता. त्याच्या खुर्चीच्या वर एका खिळ्यावर त्याची तलवार लटकत होती. युआननं आता पहिल्यांदाच ती तलवार पाहिली. वडिलांच्या भेटीच्या क्षणी त्याला तिचं चमकतं रूप दिसलं नव्हतं. म्यानामध्ये असली तरी ती सुंदर दिसत होती. म्यानावरच्या कोरीव कामामध्ये धूळ जमली होती. तिचे लाल गोंडे आता फिकट झाले होते, उंदरांनी चावून टाकले होते; तरीही ती तलवार सुंदर दिसत होती.

होय– त्याला बरंच वाटत होतं -त्या परदेशी मुलीवर त्याचं प्रेम बसलं नाही याचं त्याला बरंच वाटत होतं. त्याचा देश कसा आहे याची तिची स्वप्नं तिच्याजवळच राहू देत. खरं काय ते तिला कधीही न कळलेलंच बरं!

युआनचा घसा दाटून आला... जुनं सगळं गेलंच म्हणायचं का? म्हातारा

टायगर, कुजक्या चेहऱ्याचा त्याचा काका आणि त्याचा मुलगा-हे सारे अजून त्याचे होते. त्याच्या धमन्यांतलं रक्त आणि त्यांचं रक्त एकच होतं; त्यानंच त्याला त्यांच्याशी बांधून ठेवलं होतं. मनात आणलं असतं तरी ते रक्त त्याला सांडून टाकता आलं नसतं. या साऱ्यांपासून मोकळं व्हावं असं त्याला कितीही वाटलं तरी त्यांचं रक्त एकच होतं आणि तो जिवंत असेपर्यंत ते तसंच वाहात राहाणार होतं.

आपलं बालपण आता संपलं, आता आपण मोठ्या माणसासारखी जबाबदारी घेतली पाहिजे हे युआनला कळून चुकलं हेही बरंच झालं. त्या रात्री तो त्याच्या जुन्या खोलीमध्ये झोपला असताना त्याच्या वडिलांचा विश्वासू ओठफाटक्या हळूच आत आला. अगदी लहान असताना, आजूबाजूला त्याचे पहारेकरी असताना- मग युद्धशाळेतून पळून घरी आल्यावर रडूनरडून झोपी जाताना तो याच खोलीत राहिला होता. युआन नुकताच आडवा झाला होता, कारण तो घरी आल्याच्या आनंदाप्रीत्यर्थ त्याच्या वडिलांनी एक लहानशी मेजवानी दिली होती. त्यांच्या दोन्ही सहकाऱ्यांना त्यांनी बोलावलं होतं. सगळ्यांचं खाऊनपिऊन झाल्यानंतर मग युआननं आपल्या वडिलांना आधार देत त्यांच्या खोलीत नेऊन सोडलं होतं आणि मग तो आपल्या खोलीत आला होता.

झोप लागण्यापूर्वी काही वेळ तो नुसताच बिछान्यावर पडून होता; तेव्हा आजवर इथे या गावात कधीच न ऐकलेले रात्रीचे आवाज त्याच्या कानावर पडायला लागले. इतकी वर्षं त्याचे वडील आपली छावणी टाकून राहात होते ते हे लहानसं गाव-त्याच्या मनात आलं-मला जर कुणी विचारलं असतं तर मी सरळ सांगितलं असतं की, 'या गावात रात्रीच्या वेळी कसलाही आवाज नसतो.' आता तर इथे कितीतरी आवाज येत होते-रस्त्यावरच्या कुत्र्यांचं भुंकणं, कोणा मुलाचं रडणं, अजून झोपी न गेलेल्या लोकांची कुजबुज, मधूनच कुठल्याशा देवळातून येणारा घंटेचा आवाज आणि या सर्वांवर उठणारा एका दुःखी आईचा आक्रोश– आपल्या मरत्या बाळाच्या वाट चुकलेल्या आत्म्यासाठीची तिची विनवणी- यापैकी कोणताच आवाज खूप मोठा नव्हता, कारण युआन आणि हे आवाज यामध्ये अनेक अंगणं होती. तरीही या ओळखीच्या अनोळखी जागी, परक्या युआनला हे सगळे आवाज अगदी स्पष्टपणे वेगवेगळे असे ऐकू येत होते.

अचानक त्याच्या खोलीचं दार किरकिरलं, त्याच्या लाकडी बिजागऱ्या करकरल्या आणि एका मेणबत्तीचा प्रकाश खोलीत शिरला. दार उघडलं जातं आहे हे त्याला दिसलं. म्हातारा विश्वासू आत आला. हातातली मेणबत्ती त्यानं काळजीपूर्वक जमिनीवर ठेवली. अवघडलेल्या पाठीमुळे पुन्हा उठून उभं राहाताना त्याच्या तोंडातून बारीकसं कण्हणं उमटलं. उभं राहून त्यानं खोलीचं दार बंद करून घेतलं, आतली

कडीही लावली. आत्ता त्याला एवढं काय सांगायचं असेल या विचारानं युआनला आश्चर्य वाटायला लागलं.

आपल्या म्हाताऱ्या पावलांनी हळूहळू चालत तो युआनच्या बिछान्यापाशी आला. युआननं बिछान्याचे पडदे अजून बंद करून घेतलेले नाहीत हे बघून तो म्हणाला, 'तुम्ही झोपला नाहीत तर-धाकटे महाराज–मला तुमच्याशी काहीतरी बोलायचं आहे–बोलायलाच हवं असं काहीतरी–'

त्या वृद्ध माणसाचं गुडघ्यात वाकलेलं शरीर बघून युआनला त्याची दया आली. तो उद्गारला, 'बसून बोला ना मग–' पण त्या वृद्ध माणसाला त्याची जागा माहीत होती. थोडा वेळ त्यानं बसायला नकारच दिला; पण मग युआनच्या प्रेमळ आग्रहानं अखेर तो बिछान्याशेजारच्या लहानशा स्टुलावर बसला. त्यानं कुजबुजायला सुरुवात केली खरी; पण त्याच्या फाटक्या ओठातून सुस्कारेच बाहेर पडायला लागले. त्याचे डोळे मवाळ आणि प्रामाणिक असले तरी एकूण तो फार भयंकर दिसत होता एवढं खरं! त्यामुळे तो कितीही चांगला असला तरी युआनला त्याच्याकडे बघणं अशक्यच झालं.

पण लवकरच तो हे सगळं विसरून गेला, कारण त्या वृद्ध माणसानं सांगितलेलं सगळंच फार विलक्षण होतं. त्या लांबलचक, फाटे फुटत, अडखळत सावकाश पुढे सरकणाऱ्या कहाणीमधून हळूहळू युआनच्या नजरेसमोर काही गोष्टी स्पष्ट व्हायला लागल्या. अखेरीस त्या वृद्ध माणसानं आपल्या सुकलेल्या म्हाताऱ्या गुडघ्यांवर तेवढेच सुकलेले हात टेकवत काहीसं मोठ्यानं म्हटलं, 'अशा रीतीनं धाकटे महाराज, तुमचे वडील दरवर्षी तुमच्या काकांकडून मोठमोठ्या रकमा कर्जाऊ घेत आलेले आहेत. पहिल्यांदा त्यांनी तुम्हाला त्या तुरुंगातून बाहेर काढण्यासाठी एक मोठी रक्कम उचलली आणि मग त्या परदेशामध्ये तुम्हाला सुरक्षित ठेवता यावं म्हणून ते कर्ज घेत राहिले. ठीक आहे–नंतर त्यांनी त्यांच्या सैनिकांना रजा द्यायला सुरुवात केली. शेवटी त्यांच्याकडे शे-शंभरसुद्धा शिपाई राहिले नाहीत लढाईसाठी-आता त्यांना लढाईवर जाणं शक्यच नव्हतं-त्यांचे सगळे सैनिक दुसऱ्या सरदारांच्या पदरी राहिले होते–भाडोत्रीच होते साले सगळे–पगार मिळणं बंद झाल्यावर कुणी भाडोत्री नोकर राहातो का कधी-आता जे उरलेत ना दहा-बारा ते काही सैनिक नाहीत. चोरलुटारू आणि त्यांच्या सैन्यातले उरलेसुरले-जेवायला मिळतं म्हणून फक्त टिकलेत इथे- गावातले लोक तर त्यांचा रागराग करतात, कारण ते सगळे दारोदार फिरून पैशाची मागणी करत असतात-बंदुका जवळ असल्यावर लोक घाबरणारच ना त्यांना-तरीही ते फक्त सशस्त्र भिकारीच आहेत-एकदा मी सरदारसाहेबांना सांगितलंसुद्धा हे लोक काय करतात ते–सरदारसाहेब स्वतः किती शिस्तीचे होते-त्यांच्या लोकांना नेहमीच त्यांच्या त्यांच्या योग्यतेचा लुटीचा भाग मिळायचा-

शांततेच्या काळातही त्यांनी कधीच असं लोकांकडे काही मागू दिलं नव्हतं त्यांच्या लोकांना-तेव्हा मग ते बाहेर गेले-भुवया ताणून, मिशा पिळत ते त्या सगळ्यांना खूप ओरडले. मग त्या सर्वांनी घाबरले असल्याचं सोंग केलं आणि सरदारसाहेब आत आल्यावर ते सगळे त्यांना खूप हसले-मी बघितलं ना स्वतः -आणि त्यांचं ते दारोदार जाणं-पैशाची मागणी करणं चालूच राहिलं. आजही ते सगळे त्यांच्या मनाला येईल तसं वागताहेत-आता माझ्या जनरलना हे सांगण्यात काय अर्थ आहे? त्यांना शांतच राहायला हवं आता-शिवाय ते दर महिन्याला असं कर्ज घेत असतात-मला माहीत आहे, कारण तुमचे काका येतात ना नेहमी इथे-पैशाचं काम नसेल तर ते येणार नाहीत असे-कसे कुणास ठाऊक; पण तुमच्या वडिलांकडे पैसे येतात-त्यांच्याकडे असतात पैसे आणि आजकाल त्यांना कुणी फारसा करही देत नाही-त्यांच्या सैनिकांना पगार तर द्यायलाच हवा-नाहीतर ते जबरदस्ती करतील-तुमच्या काकांनी दिले नाहीत तर त्यांच्याकडे एवढे पैसे येणार कुठून?

सुरुवातीला युआनचा या सर्वांवर विश्वास बसलाच नाही. एकदम खचून जाऊन तो म्हणाला, 'पण माझ्या वडिलांनी-तुमच्या म्हणण्याप्रमाणे जर त्यांच्या बहुतेक सैनिकांना सुट्टी देऊन टाकली आहे-आणि आता ते उरलेल्या लोकांना फक्त जेवण देताहेत तर मग त्यांना इतके पैसे लागतातच कशाला? शिवाय त्यांच्या वडिलांनी त्यांना जमीन दिली आहे असं ऐकलंय मी-' खाली वाकून त्याच्या कानात त्वेषानं पुटपुटत तो वृद्ध माणूस म्हणाला, 'आता ती सगळी जमीन तुमच्या काकांची झाली आहे-शप्पथ सांगतो-किंवा झाल्यासारखीच आहे म्हणा-कारण तुमचे वडील हे झालेलं कर्ज कसं फेडणार? आणि धाकटे सरकार, परदेशी जायला तुम्हाला काहीच पैसे लागले नाहीत असं वाटतं का तुम्हाला? होय-त्यांनी तुमच्या सख्ख्या आईला थोडे पैसे द्यायला सुरुवात केली आहे-तुमच्या दोघी सख्ख्या बहिणींची लग्नं इथल्याच दोन व्यापाऱ्यांशी लावून दिली- पण दर महिन्याला तुमचे वडील तुमच्यासाठी दुसऱ्या बाईसाहेबांकडे पैसे पाठवायला कधी विसरले नाहीत.'

या क्षणी युआनला आजवर आपण किती बालिशपणे वागत होतो हे स्पष्ट कळून चुकलं. वर्षांमागून वर्षं तो आपल्या वडिलांनी आपल्यासाठी पैसे खर्च केलेच पाहिजेत असं निःशंकपणे समजत आला होता. त्यानं पैसे उडवले नव्हते, तो जुगार खेळला नव्हता, त्यानं परदेशी प्रकारचे नवेनवे कपडे शिवायचा ध्यास घेतला नव्हता, या जमान्यातल्या नव्या तरुणांसारखे त्यानं आई-वडिलांचे पैसे बेफिकिरीनं खर्च केले नव्हते. तरीही वर्षांमागून वर्षं त्याच्या गरजा पुरवण्यासाठी त्याच्या वडिलांना हजारो रुपये खर्च करावे लागले होते. आणि मग त्याला आय-लानचे रेशमी झगे आठवले-तिचं थाटामाटाचं लग्न आठवलं-होय-त्याच्या मानलेल्या आईचं घर आणि अनाथ मुलांसाठीचं कामही आठवलं. त्या आईच्या वडिलांनी

तिच्यासाठी-आपल्या एकुलत्या एका मुलीसाठी काही संपत्ती ठेवली होती आणि ती संपत्ती बऱ्यापैकी असणार हे युआनला माहीत होतं तरीही या सगळ्यासाठी ते पैसे पुरेसे होते का हा प्रश्न त्याला पडल्यावाचून राहिला नाही.

युआनच्या मनात आपल्या वृद्ध वडिलांविषयी एकदम प्रेम दाटून आलं. इतकी वर्षं कसलीही तक्रार न करता ते कर्ज काढून, काटकसर करून त्याला पैसे पाठवत राहिले होते. त्याला कसलीही उणीव भासू नये यासाठी प्रयत्नशील होते. नव्यानं जाणवलेल्या प्रौढपणाच्या गंभीर स्वरामध्ये युआन म्हणाला, 'हे सगळं मला सांगितल्याबद्दल मी तुमचे आभार मानतो.

उद्या मी माझे काका आणि चुलतभाऊ यांना भेटतो आणि सगळी परिस्थिती समजावून घेतो. माझ्या वडिलांवर त्यांचा कसला दबाव आहे ते जाणून घेतो.' आणि मग अचानक उलगडा झाल्यासारखा तो पुढे म्हणाला, 'आणि माझ्यावरही!'

रात्रभर युआनच्या मनात हा एकच विचार घोळत होता. पुनःपुन्हा त्याला जाग येत होती. आपण एकाच रक्ताचे आहोत-त्यामुळे हे काही खरखुरं कर्ज म्हणता येणार नाही अशी त्यानं स्वतःची कितीही समजूत घालण्याचा प्रयत्न केला, तरी त्या दोघांचा विचार मनात आला की, त्याला छाती दडपल्यासारखं व्हायला लागलं. होय, त्याला ते कितीही परके वाटले असले-तो दुसऱ्याच एखाद्या वंशाचा असावा असं वाटलं असलं तरी होते त्याच्याच रक्ताचे-रात्रीच्या काळ्याभोर एकान्तामध्ये त्याच्या लहानपणाच्या बिछान्यावर, त्याच्या वडिलांच्या घरामध्ये झोपलेला असतानाही त्याला खूप परकं वाटू लागलं-अगदी समुद्रापलीकडच्या देशामध्ये वाटायचं तसं. एकदम एक विलक्षण उदास विचार त्याच्या मनात आला, 'मला कुठेच घर नाही-असं कसं झालं?' आगगाडीत घालवलेले ते दिवस आणि तिथे बघितलेली सर्व दृश्यं त्याच्या मनात गोळा झाली. पुन्हा तीच किळस जागी झाली आणि शरीर आखडून घेत तो अचानक मोठ्यानं उद्गारला, 'मला घर नाहीच.'

या भयंकर विचारापासून त्यानं झटकन आपलं मन आवरलं, कारण त्या वेळी तरी हे समजावून घेण्याची शक्तीच त्याच्याकडे नव्हती.

दुसऱ्या दिवशी त्यानं स्वतःलाच अनेक वेळा बजावलं की, ही आपल्याच रक्ताची माणसं आहेत. परकी नाहीत आणि आपलं रक्त आपल्याला धोका देणार नाही. स्वतःच्या वडिलांनाही तो दोष देत नव्हता. वयामुळे आणि मुलावरच्या प्रेमामुळे त्यांना या कर्जाच्या विळख्यामध्ये सापडावं लागलं होतं हे त्याला समजत होतं आणि मग कर्ज घ्यायचंच तर मग ते स्वतःच्या भावाकडून घेणंच योग्य नाही का? अशा विचारांनी सकाळपर्यंत युआननं स्वतःची थोडी समजूत काढली. खूप छान दिवस होता तो याचंही त्याला बरं वाटलं. स्वच्छ प्रकाश, हेमंताची चाहूल

देणाऱ्या लहान लहान झुळकी, हवेलीच्या अंगणामध्ये स्वच्छ सूर्यप्रकाश असला आणि वाहत्या वाऱ्यानं खोल्यांमधली उष्णता बाहेर गेली की, त्याला खूप बरं वाटायचं.

दुसऱ्या दिवशी सकाळी त्यांची न्याहारी झाल्यावर टायगर त्याच्या सैनिकांना भेटण्यासाठी बाहेर गेला. युआनसमोर तो आपण खूप कामात असल्याचं दाखवत होता. त्यानं भिंतीवर टांगलेली आपली तलवार खाली काढून हातात घेतली आणि त्याच्या विश्वासूला ती पुसून लखलखीत करण्याचा हुकूम देऊन तिच्यावर इतकी धूळ कशी बसली याबद्दल त्याला ओरडत राहिला. काहीशा दुःखानंच युआन हे सगळं बघत होता; खरं काय ते समजून घेत होता.

पण वडील बाहेर गेलेले बघितल्यावर त्याच्या लक्षात आलं की, काकांशी आणि चुलतभावाशी खासगी बोलायला ही वेळ चांगली आहे. त्या दोघांनाही रीतसर अभिवादन केल्यानंतर त्यानं काकांना स्पष्टच विचारलं, 'काका, माझे वडील तुमचं देणं लागतात हे मला माहीत आहे. त्यांचं वय झाल्यामुळे आता त्यांच्यावर कसले आणि किती भार आहेत हे मी समजून घ्यायला हवं असं मला वाटतं-माझी जबाबदारी मी उचलायला हवी.'

बरंच कर्ज असेल याची कल्पना युआनला होती; पण खरा आकडा ऐकल्यावर मात्र त्याला धक्काच बसला. त्या दोन्ही व्यापारी माणसांनी एकमेकांकडे पाहिलं. मग तरुण मुलगा आत जाऊन एक हिशेबवही घेऊन आला. एखाद्या दुकानामध्ये असावी तशी ती वही होती. भली मोठी, कागदी आवरण असलेली अशी-दोन्ही हातांनी उचलून त्यानं ती वही आपल्या वडिलांच्या हाती ठेवली. ती उघडून धरत त्याच्या काकांनी आपल्या कोरड्या आवाजात रुक्ष हिशेब वाचायला सुरुवात केली. टायगरनं केव्हा केव्हा, कसे पैसे घेतले ते अगदी तपशीलवार लिहिलेलं होतं-वर्ष-महिना-दिवस-युआनच्या लक्षात आलं की, कर्ज घेण्याचं पहिलं वर्ष होतं तो दक्षिणेकडच्या शाळेत गेला ते. त्या वर्षापासून हा हिशेब सुरू झाला होता. तो आजवर चालूच होता. रक्कम वाढत होती, त्यावरचं व्याज युआननं कधीही न ऐकलेल्या दराचं होतं. अखेरीस काकानं म्हटलं, 'एकूण अकरा हजार पाचशे सतरा चांदीची नाणी.'

ही रक्कम ऐकून युआन दगडासारखा स्तब्ध झाला. व्यापाऱ्यानं हिशेबाची वही बंद करून पुन्हा आपल्या मुलाच्या हातात दिली. त्यानं ती तिथल्याच टेबलावर ठेवली आणि दोघे वाट बघत बसून राहिले. युआननं आता बारीक झालेल्या आवाजात विचारलं, 'माझ्या वडिलांनी तारण काय ठेवलं होतं?'

व्यापारी वांग त्याच्या सवयीप्रमाणे ओठ न हलवता काळजीपूर्वक रुक्षपणे उत्तरला, 'तो माझा भाऊ आहे हे मी विसरलो नाही-एखाद्या अनोळखी माणसाकडून मी जसं तारण घेईन, तसं मी त्याच्याकडे काही मागितलं नाही. शिवाय काही काळ

तुझ्या वडिलांचा दबदबा आणि सैनिक यांचा मलाही उपयोग होत होता-सुरक्षिततेसाठी; पण आता तसं काही राहिलेलं नाही- माझ्या मुलाची आई ज्या प्रकारानं मेली, त्यावरून माझ्या लक्षात आलं आहे की, आता मी सुरक्षित नाही-मी गावी जातो, तेव्हा मला कुणीही भीत नाही-तुझ्या वडिलांची ताकद आता पूर्वीसारखी राहिलेली नाही हे सर्वांना माहीत झालं आहे. खरं सांगायचं तर कोणत्याच सरदाराची ताकद आता पूर्वीसारखी राहिलेली नाही-दक्षिणेकडची ती नवी क्रांती आता इथे उत्तरेकडेही येऊ घातली आहे-दिवस फार वाईट आलेत. सगळीकडेच बंडखोरी आहे. आजपर्यंत कधी नव्हते एवढे कुळ-शेतकरी-भाडेकरू उर्मट झालेत. तरीही तुझे वडील माझा भाऊ आहे हे मी विसरलो नाही-मी त्याची जमीन तारण म्हणून घेतलेली नाही-खरं सांगायचं तर मी तुझ्या वडिलांना तुझ्यासाठी जेवढी चांदीची नाणी दिलीत ती त्याच्या जमिनीच्या किमतीपेक्षा खूप जास्त आहेत.'

'तुझ्यासाठी' हे काकांचे शेवटचे शब्द ऐकून युआननं काकांकडे बघितलं; पण तो काहीच बोलला नाही. काका पुढे काय म्हणताहेत त्याची वाट बघत राहिला. तो म्हातारा माणूस पुढे म्हणाला, 'मी माझा हा पैसा तुझ्यावर लावणं पसंत केलं- माझ्या पैशाचं तारण तूच आहेस-जसं तुला जमेल तसं- पुष्कळ गोष्टी अशा आहेत युआन, ज्या तू माझ्यासाठी आणि माझ्या मुलांसाठी करू शकशील. आम्ही तुझे नातेवाईकच आहोत ना-'

तो वृद्ध गृहस्थ हे बोलत होता ते रागानं नव्हतं. घरातल्या मोठ्या माणसानं धाकट्याशी बोलावं तसं काहीसं प्रेमाने पण योग्य तेच असं होतं; पण युआननं जेव्हा त्याच्या काकांच्या कोरड्या रुक्ष आवाजातले हे शब्द ऐकले, त्यांच्या सुकलेल्या चेहऱ्यावर नजर टाकली, तेव्हा तो पार खचून गेला. त्यानं विचारलं, 'मी काय करू शकतो काका, अजून मी चांगलीशी नोकरीही शोधू शकलेलो नाही.'

'ती तर तुला शोधावीच लागेल.' काका उत्तरले, 'आजकाल परदेशी जाऊन आलेल्या कोणत्याही तरुण माणसाला भरपूर पगाराची नोकरी सहज मिळते हे सर्वांना ठाऊक आहे. पूर्वीच्या काळात इथल्या प्रमुख सरकारी अधिकाऱ्याला जेवढा पगार मिळायचा तेवढ्या पगाराची-मी तुझ्यासाठी एवढी रक्कम देण्याच्या आधी माझ्या दुसऱ्या मुलाकडून ही माहिती करून घेतली होती. तो दक्षिणेमध्ये हिशेबनीसाचं काम करतो. त्यानं सांगितलं की, हे परदेशी शिक्षण म्हणजे एक व्यवसायच बनला आहे आणि जिथे पैशाची देवाणघेवाण होते अशा ठिकाणची नोकरी सर्वांत उत्तम- माझा मुलगा म्हणतो की, आजकाल या सर्व नव्या गोष्टी करण्यासाठी खूप कर आकारले जातात-आजवर असे कर कधीच आकारले जात नव्हते-नवं सरकार नव्या मोठ्या रस्त्यांच्या योजना बनवतंय, त्यांच्या नेत्यांसाठी मोठमोठी स्मृतिस्थळं बनवण्याचे आराखडे तयार होताहेत, नवी परदेशी पद्धतीची घरं आणि असंच बरंच काही. अशा

एखाद्या ठिकाणी जर तू नोकरी मिळवलीस तर ते तुझ्या फायद्याचं होईल आणि आम्हालाही त्याचा उपयोग होईल.'

त्या वृद्ध गृहस्थाच्या या बोलण्यावर युआनकडे काही उत्तर नव्हतं.

त्या स्वच्छ क्षणी त्याला काकांनी त्याच्या आयुष्याचा बनवलेला आराखडा स्पष्ट दिसला; पण तो काही बोलला नाही. त्याची नजर काकांवर खिळलेली होती; पण त्याला काका दिसत नव्हते तर ते संकुचित म्हातारं मन हे आराखडे बनवत असतानाचं दृश्य दिसत होतं. जुन्या कायद्यांनुसार त्याच्या काकांना हे आराखडे बनवण्याचा आणि त्याच्या आयुष्यावर अधिकार गाजवण्याचा हक्क होता, हे त्याला माहीत होतं. हे आठवल्यावर या जुन्या कायद्यांबद्दलचा आजवर कधीही वाटला नव्हता एवढा राग त्यांच्या मनात उफाळून आला. तरुणांना त्यांच्या मनाप्रमाणे धावता येऊ नये म्हणूनच जणू त्यांच्या पायांमध्ये या कायद्यांच्या बेड्या अडकवण्यात आलेल्या होत्या; पण तो हेही मोठ्याने बोलला नाही, कारण हा विचार मनामध्ये आल्याबरोबर त्याला त्याच्या वडिलांचीही आठवण झाली. केवळ हट्ट म्हणून नव्हे, तर आपल्या मुलाला त्याच्या मनासारखं करू देण्याचा हा एकच मार्ग आहे म्हणून टायगरनं आपल्याला असं बांधून घेतलं आहे हे त्याला जाणवलं. अशा अनिश्चिततेमध्ये युआन फक्त गप्प बसून मनातल्या मनात आपल्या काकांचा राग राग करू शकत होता...

त्या म्हाताऱ्या माणसाला युआनच्या मनातला हा तिरस्कार जाणवला नाही. तो तसाच आपल्या नीरस, रुक्ष आवाजामध्ये बोलत होता, 'इतरही काही अशा गोष्टी आहेत, ज्या तू करू शकशील. माझ्या धाकट्या दोन मुलांना उत्पन्नाचं काहीच साधन नाही. दिवस इतके वाईट आहेत की, माझा धंदाही आता पूर्वीसारखा चालत नाही. माझ्या थोरल्या भावाचा मुलगा एका बँकेमध्ये किती चांगल्या पदावर आहे हे ऐकल्यापासून माझ्या मनामध्ये आलं आहे की, माझ्या मुलांनीही हे का करू नये. म्हणून मग तुला चांगली नोकरी मिळाली की, मग तू माझ्या दोन्ही धाकट्या मुलांना घेऊन जाऊन त्यांच्यासाठी नोकऱ्या शोधायच्या आहेस. म्हणजे तुझ्या कर्जाचा काही भाग फिटेल. -असं मी मानेन. -अर्थात, ते त्यांना किती पगार मिळतो त्यावरही अवलंबून राहील.'

आता मात्र युआनला राहावलं नाही. तो कडवटपणे ओरडला, 'म्हणजे मलाच गहाण ठेवलं गेलंय तर- माझं आयुष्यच तुम्हाला देऊन टाकलंय.'

त्या म्हाताऱ्या माणसानं डोळे मोठे करत म्हटलं, 'तू हे काय बोलतोस ते मला कळतच नाही. आपल्या माणसांना जेवढी जमेल तेवढी मदत करणं आपलं कर्तव्यच नसतं का? मी तर माझ्या दोन्ही भावांसाठी खूप काही केलंय–आणि त्यातला एक भाऊ म्हणजे तुझे वडील-गेली कितीतरी वर्षं मी त्यांचा इथला दलाल म्हणून काम केलं आहे-आमच्या वडिलांनी जी भली मोठी हवेली ठेवली आमच्यासाठी

तीही मीच सांभाळतोय-त्याचे करही मीच भरलेत-आमच्या वडिलांनी जी जमीन आमच्यासाठी ठेवली होती, तिचं जे काही काम निघालं ते सगळं मीच केलं-पण ते माझं कर्तव्यच होतं-मी कधी 'नाही' नाही म्हटलं-माझ्यानंतर हा माझा थोरला मुलगा ते सगळं करेल; पण शेतीमध्ये आता पूर्वीसारखं काही राहिलं नाही-आमच्या वडिलांनी आमच्यासाठी खूप जमीन ठेवली, खूप कुळं होती म्हणून आम्हाला श्रीमंत म्हटलं जायचं-पण आमची मुलं श्रीमंत नाहीत-दिवस वाईट आलेत. कर फारच वाढलेत आणि कुळं इतकी उर्मट झाली आहेत की, ती कुणालाच जुमानत नाहीत-म्हणून माझ्या धाकट्या दोन मुलांना नोकरी शोधणं भाग आहे-माझ्या दुसऱ्या मुलानंही तेच केलं की-आता तुझ्या या चुलतभावांना मदत करणं हे तुझं कर्तव्य आहे-पुरातन काळापासून हेच चालत आलं आहे-जो सर्वांत ताकदवान असतो त्यानं कुटुंबातल्या इतरांना मदत करायची असते.'

युआनभोवती पुन्हा एकदा ती जुनी बंधनं आवळली गेली. त्याला काही उत्तर सुचेना. त्याला हे पक्कं माहीत होतं की, त्याच्या जागी दुसऱ्या एखाद्या तरुणानं स्पष्ट नकार दिला असता. तो सरळ इथून पळून गेला असता आणि त्याला हवं तसं जगला असता. कुटुंबाचे सगळे विचार मनातून त्यानं खुशाल काढून टाकले असते, कारण हा नवा काळ होता. आपल्यालाही तसं करता यावं असं युआनला फार तीव्रतेनं वाटत होतं. त्या धुळीनं भरलेल्या अंधाऱ्या खोलीत बसलेलं असताना, कुटुंबातल्या त्या दोन माणसांकडे बघतानाही त्याच्या मनात येत होतं-उठावं आणि ओरडून सांगावं-हे कर्ज माझं नाही—माझ्या स्वतःखेरीज मी दुसऱ्या कुणाचंही काही देणं लागत नाही.'

पण असं करता येणार नाही हे त्याला पक्कं माहीत होतं. मेंगनं असं केलं असतं त्याच्या ध्येयासाठी आणि शेंगनं तर हे सगळं हसत मान्य केलं असतं आणि मग तो ते विसरूनच गेला असता. त्याला हवं तसं जगत राहिला असता; पण युआन त्यांच्यापेक्षा वेगळा होता. त्याच्या वडिलांनी वेड्या प्रेमापोटी त्याला घातलेली ही बंधनं तो नाकारू शकत नव्हता. शिवाय अजूनही तो त्याच्या वडिलांना दोष देऊ शकत नव्हता ते वेगळं. या गोष्टीचा आणखी खोलवर विचार केल्यानंतरही आपल्या वडिलांना दुसरं काय करता आलं असतं हे त्याला उलगडलं नव्हतं.

उघड्या दारातून आत जमिनीवर पडलेल्या एका कवडशाकडे तो बघत राहिला. अंगणातल्या बांबूच्या झाडांवर चाललेली लहान पक्ष्यांची किलबिल त्याला ऐकू येत होती. अखेरीस तो उदासपणे म्हणाला, 'म्हणजे मी तुमची खरी गुंतवणूक आहे म्हणायची, काका. तुमच्या मुलांचा भविष्यकाळ आणि तुमचं म्हातारपण यांच्या सुरक्षिततेसाठी तुम्ही माझा वापर करू इच्छिता.'

हे ऐकल्यावर काकांनी थोडा विचार केला. शेजारच्या चहापात्रातून थोडा चहा

ओतून घेतला आणि त्याचा घोट घेत म्हणाले, 'प्रत्येक पिढी हेच करत आली आहे आणि तसंच करायला हवं. तुला मुलगे झाले की तूही असंच करशील.'

'नाही-मी तसं करणार नाही.' युआन झटकन उद्गारला. या क्षणापर्यंत त्यानं स्वतःचा मुलगा या कल्पनेचाही विचार केला नव्हता; पण आता या म्हाताऱ्या माणसाच्या शब्दांनी त्याला त्याचा भविष्यकाळ जिवंत समोर उभा असल्यासारखं वाटू लागलं. होय, त्याला मुलगे होतील. त्याच्यासाठी एक स्त्री असेल आणि ती दोघं मुलांना जन्म देतील; पण ते मुलगे-ते स्वतंत्र असायला हवेत-त्यानं-त्यांच्या वडिलांनी त्यांच्या आयुष्याला कसलाही आकार देत कामा नये. त्यांना सैनिक व्हावं लागता कामा नये किंवा दुसरंही काही–किंवा कुटुंबासाठी कोणत्याही कर्तव्याचं बंधनही त्यांच्यावर असता कामा नये.

अचानक त्याला त्याच्या सर्व कुटुंबीयांचा संताप आला. त्याचे सर्व काका, चुलतभाऊ–होय आणि त्याचे स्वतःचे वडीलही-कारण त्याच क्षणी टायगर आत आला. आपल्या सैनिकांशी बोलून तो दमला होता. आता त्याला आपला वाइनचा ग्लास घेऊन शांत बसायचं होतं. युआनकडे बघत -तो काय बोलतो आहे ते ऐकत; पण युआनला ते सहन झालं नाही. तो चटकन उठला आणि एक शब्दही न बोलता एकटं राहावं म्हणून तिथून निघून गेला.

आता त्याच्या जुन्या खोलीमध्ये युआन आपल्या बिछान्यावर पडून रडत होता, थरथर कापत होता, रडत होता, लहान असताना रडायचा अगदी तसाच; पण फार वेळ नाही, कारण तो निघून गेल्यावर म्हातारा टायगर तिथे फार वेळ थांबला नाही. काय झालं आहे, काय बिघडलंय ते दुसऱ्या दोघांकडून समजून घेतल्यावर तो युआनच्या पाठोपाठ आला. त्याच्या खोलीचं दार ढकलून त्याची म्हातारी पावलं जेवढ्या वेगानं त्याला नेऊ शकतील तेवढ्या वेगानं तो युआनच्या बिछान्याशी आला; पण युआननं काही वडिलांकडे तोंड केलं नाही. तो आपल्या बाहूंमध्ये तोंड लपवून तसाच पडून राहिला. म्हातारा टायगर त्याच्या शेजारी बसून त्याच्या डोक्यावरून, खांद्यावरून, पाठीवरून हात फिरवत बोलत राहिला- 'हे बघ, माझ्या मुला, तुला जे करावंसं वाटत नाही ते तुला अजिबात करावं लागणार नाही. तुला हवं तेच तू कर. मी काही अजून म्हातारा झालेलो नाही. आळशीपणा करत बसलोय एवढंच! पुन्हा एकदा माझी माणसं गोळा करतो आणि पुन्हा एकदा हा प्रदेश काबीज करतो. त्या डाकूनं माझे जेवढे कर गोळा केलेत ते सगळे त्याच्याकडून वसूल करतो. एकदा त्याला जिंकलंय मी-पुन्हाही जिंकू शकतो–तुला जे हवं ते सगळं देईन मी-इथे माझ्याजवळ राहायचंस आणि तुझ्या मनाला येईल तेच करायचंस तू-हो आणि लग्नही तुला हवं तसंच कर तू-माझं चुकलंच तेव्हा-पण मी आता पूर्वीसारखा

जुन्या मताचा राहिलेलो नाही, युआन-आजकालच्या तरुण मुलांना काय हवं असतं ते कळतं मला आता.'

युआनला त्याच्या निराशेमधून, रडण्यामधून स्वतःबद्दल वाटणाऱ्या करुणेतून बाहेर काढायला जे हवं होतं तेच आता टायगर बोलत होता.

तो कुशीवर वळला आणि रागानं ओरडून म्हणाला, 'आता मी तुम्हाला लढाई करू देणार नाही, बाबा. आणि मी–'

'मी लग्नही करणार नाही' असं तो पुढे म्हणणारच होता. त्यानं हे इतक्या वेळा म्हटलं होतं की, ते शब्द अगदी सहज असे त्याच्या जिभेवरून घरंगळत आले असते; पण एवढं सगळं दुःख असतानाही तो थबकला. अचानक एक प्रश्न त्याच्या मनात उभा राहिला. खरोखरच त्याला लग्न करण्याची इच्छा नाही का? पण एका तासाभरापूर्वी तर तो उद्गारला होता की, त्याच्या मुलांना पूर्ण स्वातंत्र्य असेल. अर्थात, तो कधीतरी लग्न करेलच. ओठावरचे शब्द त्यानं मागे परतवले आणि मग अधिक सावकाशपणे तो टायगरला म्हणाला, 'होय, एक दिवस मी लग्न करेनच-मला हव्या त्या मुलीशी.'

युआननं रडणं थांबवून त्याच्याकडे तोंड वळवलेलं पाहूनच म्हातारा टायगर इतका खूश झाला होता की, तो अगदी आनंदानं म्हणाला, 'होय होय- तुला हवं तसं-फक्त ती कोण आहे तेवढं मला सांग, पोरा म्हणजे मी मध्यस्थाला पाठवेन आणि सगळं ठरवून टाकेन. तुझ्या आईलाही सांगायला हवं-इथली कोणती खेडवळ मुलगी माझ्या मुलाला शोभणार तरी आहे का?'

आपल्या वडिलांकडे टक लावून बघत असतानाच युआनच्या मनात असलेली; पण आजवर त्याला कळूनही न आलेली एक गोष्ट स्पष्ट होऊ लागली. 'मला कुणा मध्यस्थाची गरज नाही.' तो म्हणाला खरा; पण त्याचं मन या शब्दांवर नव्हतं. त्याच्या डोळ्यांसमोर एक चेहरा आकाराला यायला लागला होता. –एका तरुण मुलीचा चेहरा- 'मीच हे बोलू शकतो. आजकाल आम्ही तरुण पुरुष स्वतःच या गोष्टी बोलतो...'

आता टक लावून बघण्याची पाळी टायगरची होती. तो कडक आवाजात म्हणाला, 'ही गोष्ट जिच्याशी बोलता येते अशी कोणती मुलगी खानदानी असेल रे? मी अशा बायकांबद्दल तुला पूर्वीच सांगितलं आहे ते विसरलास का? तू चांगली मुलगी निवडली आहेस ना, पोरा?'

युआन नुसता हसला. तो सगळी कर्जं, लढाया आणि आज समोर आलेले सगळे प्रश्न विसरून गेला. अचानकपणे द्विधा झालेलं त्याचं मन आत्तापर्यंत न सापडलेल्या एका स्पष्ट, स्वच्छ मार्गावर येऊन पोहोचलं. होय-एक व्यक्ती आहे जिच्याजवळ तो हे सर्व बोलू शकेल आणि जी त्याला काय करायला हवं हेही सांगू

शकेल. या वृद्ध माणसांना ना कधी त्याच्या गरजा समजल्या; ना कधी त्याचं मन समजलं. तो त्यांच्यातला राहिलेला नाही हे त्यांना कळतच नाही. नाही, नाही- परक्या माणसांना जेवढा तो कळत नव्हता, तेवढाच या आपल्या लोकांनाही कळत नाही; पण एक स्त्री- त्याच्याच जमान्यातली- त्याच्या माहितीची होती. त्याच्यासारखी जुन्या काळाशी जखडली गेली नव्हती आणि त्यामुळे सतत द्विधा मनःस्थितीमध्ये सापडलेलीही नव्हती. त्याला आपली मुळं या जुन्या जमिनीतून उखडून काढून नव्या जमिनीमध्ये लावायची शक्ती नव्हती. त्याला या नव्या काळामध्ये राहायचं होतं, जगायचं होतं. आजवरच्या आयुष्यात त्याला कोणताही चेहरा इतका स्पष्ट दिसला नव्हतां, इतका तिचा चेहरा त्याला स्पष्ट दिसायला लागला. त्या स्पष्टपणापुढे इतर सगळे चेहरे फिकट व्हायला लागले. अगदी त्याच्या नजरेसमोर असलेला त्याच्या वडिलांचा चेहराही धूसर व्हायला लागला. तीच एकटी त्याला स्वातंत्र्य देऊ शकणार होती– त्याच्या स्वतःपासूनही-फक्त मी-लिंगच त्याला स्वतंत्र करू शकणार होती. काय करायला हवं ते सांगू शकणार होती. ती– ज्याला स्पर्श करेल त्यामध्ये शिस्त आणणारी, तीच सांगेल त्याला काय करायचं ते- त्याचं हृदय हलकं व्हायला लागलं. तिच्याकडे जायलाच हवं. चटकन उठून बसत त्यानं जमिनीवर पावलं टेकली. तेवढ्यात त्याला आठवलं, त्याच्या वडिलांनी त्याला एक प्रश्न विचारला आहे. नव्यानं सापडलेल्या या हर्षामध्ये त्यानं उत्तर दिलं, 'चांगली मुलगी? होय- मी एक चांगली मुलगीच निवडली आहे, बाबा.'

आजवर तो कधी झाला नव्हता एवढा उतावीळ झाला. इथे कसलीही शंका नव्हती की नकार नव्हते. ताबडतोब जायचंच तिच्याकडे.

एवढा उतावीळ झाला तरी युआनला त्याच्या वडिलांजवळ एक महिना काढावा लागणारच होता. इथून जाण्यासाठी युआननं एखादं कारण शोधलं तरी टायगर इतका कष्टी व्हायचा की, युआनला तो बेत रद्द करावा लागायचा. तसंच निघून जायचं त्याच्या जिवावर यायचं आणि त्यानं पुढे केलेली कारणं तो स्वतःच मागे घ्यायचा. शिवाय त्यानं त्याच्या आईला न भेटता जाणंही योग्य नव्हतं. इतके दिवस ती गावाकडे तिच्या जुन्या मातीच्या घरामध्ये राहात होती. युआनला बोलावण्यासाठी तिथे गेल्यावर या स्त्रीच्या मनातलं लहानपणीचं साध्या, गावाकडच्या आयुष्याचं प्रेम उफाळून आलं होतं. तिच्या दोन्ही मुलींची लग्नंही पार पडली होती; त्यामुळे आता ती बऱ्याच वेळा तिच्या माहेरच्या गावी जाऊन राहायला लागली होती. तिच्या थोरल्या भावाकडे ती राहायची. तोही हे चालवून घेत होता, कारण ती एका मोठ्या सरदाराची पत्नी असल्याने मोठ्या डामडौलात राहायची, बराच खर्चही करायची.

तिच्या भावाच्या पत्नीलाही हे आवडत होतं, कारण या डामडौलाने तिचीही गावातली पत वाढलीच होती. जुन्या विश्वासू माणसानं तिच्याकडे युआन आल्याचा निरोप धाडला असला तरी तिनं इकडे येणं एक-दोन दिवस लांबणीवर टाकलं होतं.

युआनलाही त्याच्या आईला भेटायचंच होतं. एकदाचं तिला बजावायचं होतं की, तो स्वतःच्या पसंतीच्या मुलीशीच लग्न करणार आहे. त्यानं एक मुलगी निवडलीही आहे, तिला हे फक्त सांगायचं बाकी आहे.

या सर्व कारणांनी त्याला महिनाभर तिथे राहणं भागच होतं आणि तो तसा राहिलाही. अर्थात, हे राहाणं त्याला सोपं गेलं, कारण त्याचे काका आणि चुलतभाऊ लवकरच त्या मोठ्या हवेलीमध्ये परत गेले आणि युआन त्याच्या वडिलांबरोबर एकटाच राहिला.

मी-लिंगबद्दलच्या या नव्या भावनेमुळे युआनला आपल्या काकांशीही सभ्यतेनं वागणं सोपं झालं. मनातल्या मनात त्याला खोलवर सुटकेची भावना जाणवत होती, 'हे कर्ज फेडण्याचा एखादा मार्ग शोधायला ती मला निश्चित मदत करेल. मी आत्ता काहीच रागानं बोलणार नाही - नाही - तिच्याशी बोलण्याआधी तर नक्कीच नाही-'

त्याचे काका जायला निघाले तेव्हाही याच विचारानं तो शांतपणे त्यांना सांगू शकला, 'मी हे कर्ज विसरणार नाही याची खात्री बाळगा; पण काका, आता यापुढे आम्हाला आणखी कर्ज देऊ नका. हा महिना उलटला की, मी प्रथम माझ्यासाठी एक चांगली नोकरी शोधणार आहे. तुमच्या मुलांचं म्हणाल तर मला जमेल तेवढं मी त्यांच्यासाठी नक्की करेन.'

हे ऐकून टायगर जोरात म्हणाला, 'भाऊ, खात्री बाळग. तुझं सगळं काही तुला परत मिळेल. मी लढाईनं जे करू शकलो नाही, ते माझा मुलगा सरकारी नोकरी करून करेल. मला खात्री आहे. तो इतका शिकलाय की, त्याला एखादी उत्तम सरकारी नोकरी मिळेलच.'

'होय होय– त्यानं प्रयत्न केला तर...' व्यापारी भाऊ उद्गारला. घरी जायला निघण्यापूर्वी तो त्याच्या मुलाला म्हणाला, 'तू लिहिलेला कागद युआनच्या हातात दे.' मुलानं त्याच्या अंगरख्याच्या बाहीतून तो कागद काढला आणि युआनकडे देत तो त्याच्या आढ्यतेनं बोलण्याच्या पद्धतीनं म्हणाला, 'हा पूर्ण हिशेब आहे, दादा. माझ्या वडिलांना आणि मला वाटलं की, तुला असा तपशीलवार हिशेब हवा असेल.'

त्या दोन क्षुद्र माणसांचा युआनला रागही आला नाही. त्यानं मोठ्या गंभीरपणे मनातल्या मनात हसत तो कागद घेतला आणि त्या दोघांना वाटेला लावलं.

आता युआनला काहीच गोंधळाचं वाटत नव्हतं. त्या दोघांशी तो सभ्यपणे वागू

शकत होता. ते गेल्यानंतर तो आपल्या वडिलांशीही मोठ्या समजुतीनं वागू शकला. संध्याकाळी ते आपल्या लढाया आणि विजयांबद्दल खूप लंब्याचौड्या, गुंतागुंतीच्या कहाण्या सांगत होते; त्याही त्यानं ऐकून घेतल्या.

आपल्या मुलापुढे टायगर जणू आपलं आयुष्यच पुन्हा एकदा जगत होता आणि म्हणूनच सगळ्या गोष्टी चांगलं तिखट-मीठ लावून त्याला सांगत होता. बोलता बोलता त्यानं आपल्या जाड भुवया एकत्र काय आणल्या, विरळशा गलमिशा काय ओढल्या; पण त्याचे डोळे चमकत होते. आपल्या मुलाला हे सगळं सांगताना त्याला खरोखर वाटू लागलं की, आपण फार उत्तम, यशस्वी आयुष्य जगलो आहोत; पण युआन शांत बसून काहीसा हसत हे सगळं ऐकत होता. टायगरचं ते भुवया चढवणं, ओरडणं, आपण वाघाला कसं मारलं ते सांगताना तलवारीचा वार करून दाखवणं हे सगळं बघताना त्याला एकाच गोष्टीचं आश्चर्य वाटत होतं-आपण या माणसाला इतके का घाबरत होतो?

शेवटी तिथले दिवस तसे भराभरच गेले. मी-लिंगचा विचार युआनच्या मनात इतका अचानक आला होता की, त्याला तो विचार मनात नीट रुजवायला वेळ हवाच होता. कधीकधी तर त्याला या उशिराचं बरंच वाटत होतं. अगदी त्याच्या वडिलांच्या त्या कहाण्या ऐकत बसलेलं असतानाही. मनातून त्याला आपल्याच मूर्ख हृदयाचं नवल वाटत होतं की, इतके दिवस ही गोष्ट आपल्याला कशी जाणवली नाही. आय-लानच्या लग्नाच्या दिवशीसुद्धा लग्नाची मिरवणूक पाहत असताना आय-लानच्या सौंदर्यावर सर्वांची नजर खिळलेली असतानाही त्याला मी-लिंगचं रूप दिसलं होतं. ती आय-लानपेक्षा अधिक सुंदर भासली होती. त्या क्षणीच त्याला हेही कळायला हवं होतं आणि त्यानंतर तर शेकडो वेळा त्याला ही गोष्ट जाणवायला हवी होती. मी-लिंग इथे-तिथे, घरात वावरत असताना, घर नीटनेटकं करत असताना, नोकरांना सूचना देत असताना तो तिला पाहत होताच की; पण त्याला ते उमगलं नव्हतं एवढं खरं! एकटा - एकाकी खोलीत पडून रडत असताना त्याला ते जाणवलं होतं.

त्याच्या अशा या आनंदी स्वप्नरंजनामध्ये पुनःपुन्हा टायगरचा आनंदी वृद्ध आवाज मिसळून जायचा. युआन असा तासन्तास बसून टायगरचं बोलणं ऐकल्यासारखं करू शकत होता. हे त्यानं आजवर कधीच केलं नव्हतं आणि त्याच्या मनात हे प्रेम वाढीला लागलं नसतं तर आजही त्याला ते शक्य झालं नसतं. त्याचे वडील जे काही बोलत होते ते सगळं तो जणू स्वप्नामध्ये असल्यासारखा ऐकत होता. भूतकाळातल्या लढाया असोत किंवा त्याचे वडील योजत असलेल्या भविष्यकाळातल्या लढाया असोत, त्याला काही उलगडतच नव्हतं. वडील बडबडतच असायचे,

‘माझ्या थोरल्या भावानं जो मुलगा मला दिला ना त्याच्याकडून थोडाफार पैसा येतो मला अजूनही -पण तो काही लढाई करणारा सरदार नाही-खराखुरा सरदार नाहीच-माझा त्याच्यावर विश्वास नाही फारसा-त्याला हसायला, खिदळायला फार आवडतं-आळशी आहे तो-अगदी जातीचा विदूषक आहे बघ. -तो म्हणतो- मी तुमचा एक अधिकारी आहे असं पण पाठवतो फार थोडं- मी बघ तिकडे सहा वर्षांमध्ये गेलो नाही–या वसंतात जायलाच हवं- होय- या वसंतामध्ये मी माझ्या सगळ्या फेऱ्या पूर्ण करायलाच हव्यात. तो माझा पुतण्या म्हणायचा तो-कोणीही शत्रू समोर आला तर खुशाल माझी जहागिरी त्याच्या स्वाधीन करून टाकेल. –माझ्या विरुद्धही जाऊ शकेल हं तो–’

हे अर्धवट ऐकत असलेल्या युआनला त्या चुलतभावाबद्दल काहीसुद्धा वाटत नव्हतं. त्याला तो नीटसा आठवतसुद्धा नव्हता. त्याची मोठी काकू सारखं म्हणायची, ‘माझा मुलगा–उत्तरेत सैन्यामध्ये मोठा अधिकारी आहे तो...’ तेवढंच त्याला माहीत होतं.

तरीही असं अधूनमधून त्याच्या वडिलांचं बोलणं ऐकत बसणं आणि अधूनमधून त्यांना एखादं उत्तर देणं युआनला सुखाचं वाटत होतं. मनात विचार मात्र त्याचं प्रेम असलेल्या युवतीचे. या विचारांमधून त्याला अनेक प्रकारचा आराम मिळत होता. आता तिनं ही हवेली, हे चौक पाहिले तरी त्याला लाज वाटणार नव्हती, कारण त्याच्या भावना ती समजून घेणार होती. ती दोघं एकाच जातीची माणसं होती आणि हा त्यांचा देश होता. त्या देशातल्या ज्या काही लाजिरवाण्या गोष्टी असतील त्याही त्यांच्याच होत्या. त्याला तर तिला असंही सांगता आलं असतं की, ‘माझे वडील एक मूर्ख सरदार आहेत. इतक्या गोष्टी सांगत असतात की, त्यांपैकी खऱ्या कोणत्या आणि खोट्या कोणत्या हे त्यांनाही सांगता येणार नाही. ते स्वतःला एक महान शक्तिवान योद्धा समजतात–तसे ते कधीच नव्हते.’ होय, त्याला अशा गोष्टीही तिला सांगता आल्या असत्या आणि तिला त्या समजल्या असत्या याचीही त्याला खात्री होती. तिच्या त्या साध्यासुध्या स्वभावाचा विचार मनात आल्याबरोबर या सगळ्या लाजिरवाण्या गोष्टींमधली खोटी शरम गळून गेली. देवा-लवकर तिच्याकडे जाऊ दे-मी जसा आहे तसा मला वागू दे-आता कसलंही द्वैत नाही-त्या पूर्वीच्या दिवसांमध्ये त्या खेड्यात त्याच्या आजोबांच्या मातीच्या घरात राहून शेतात काम करत असताना तो जसा होता, तसा पुन्हा एकदा होऊ दे.’ तिच्याबरोबर असताना तो तसा साधासुधा, एकटा आणि स्वतंत्र असेल.

अखेरीस आपलं मन तिच्यासमोर मोकळं करण्याखेरीज त्याला दुसरं काही सुचेनासंच झालं. ती आपल्याला नक्की मदत करेल याची त्याला इतकी खात्री

वाटत होती की, जेव्हा त्याची आई एकदाची त्याला भेटायला आली, तेव्हा तिचं रीतसर स्वागत करणं, ही आपली आई आहे याची लाज न वाटता तिच्याकडे बघता येणं हे सगळं त्याला जमून गेलं; पण तिच्याशी बोलायला मात्र त्याच्याकडे काहीच नव्हतं. तिचं निरोगी रूप सुकलेल्या गुलाबासारखं झालं होतं, तरी ती होती एक खेडवळ साधी स्त्री. आजकाल तिला चालताना एका काठीची गरज लागायची, तिच्यावर रेलून वर त्याच्याकडे बघताना तिचे वृद्ध डोळे विचार करू लागले, 'या माझ्या मुलाचं हे काय झालं?'

आणि युआन उंचापुरा, परदेशी कपड्यांमधला, वेगळाच दिसणारा युआन तिच्याकडे खाली पाहात होता. त्याला दिसत होती जुन्या पद्धतीचे निळे सुती कपडे घातलेली एक स्त्री आणि त्याच्या मनात येत होतं, 'या वृद्ध स्त्रीच्या शरीरातून माझा जन्म झालाय? मला तर काहीही नातं जाणवत नाही.'

पण त्याला याचा त्रासही झाला नाही किंवा लाजही वाटली नाही. त्या गोऱ्या स्त्रीवर त्याचं प्रेम बसलं असतं तर आपल्या आईशी तिची ओळख करून देताना त्यानं मोठ्या शरमेनं म्हटलं असतं, 'ही माझी आई.' पण मी-लिंगला तो सहज सांगू शकणार होता, 'ही माझी आई.' आणि त्याच्यासारखे अनेक तरुण हिच्यासारख्या आईच्या पोटीच जन्माला आले आहेत हे माहीत असल्यानं तिनं ही गोष्ट अगदी सहजपणे स्वीकारली असती. तिला त्यात काही विचित्र वाटलं नसतं. हे आहे हे असं आहे एवढी गोष्ट तिला पुरेशी झाली असती...

आय-लानशी बोलतानाही त्याला कदाचित लाज वाटली असती; पण मी-लिंगशी बोलताना नाही. त्याच्या मनातलं सारं काही तो तिच्यापाशी उघड करू शकला असता आणि त्याला त्याची लाजही वाटली नसती. म्हणूनच त्याच्या सगळ्या उतावळेपणातही त्याला एक शांतता मिळत होती. एके दिवशी त्यानं त्याच्या आईला सांगून टाकलं, 'माझं लग्न ठरलंय–किंवा ठरलंय असं समज. मी निवडली आहे एक मुलगी.'

ती वृद्ध स्त्री सौम्यपणे उत्तरली, 'तुझ्या वडिलांनी सांगितलं मला ते. माझ्या माहितीच्या एक-दोन मुलींविषयी मी बोलले त्यांच्याशी; पण तुझ्या वडिलांनी नेहमीच तुला जे हवं ते करू दिलं. तू माझ्यापेक्षा अधिक त्यांचाच मुलगा आहेस. शिवाय त्यांचा राग इतका भयंकर होता की, मी कधीच त्यांच्या मनाविरुद्ध वागू शकले नाही. होय–ती शिकलेली बायको आहे त्यांची-ती इथून पळून जाऊ शकली; पण मी इथेच राहून त्यांना माझ्यावर सगळा राग काढू देत, सहन करत राहिले. ती चांगली मुलगी असेल. तिला नीटनेटका कोट शिवता येत असेल आणि मासाही नीट परतता येत असेल एवढीच माझी इच्छा आहे. मला माहीत आहे, आजकालचे

दिवस काही सांगावं असे नाहीत. तरुण मुलं आपल्या मनाप्रमाणे वागायला लागलीत - आजकालच्या सुनासुद्धा आपल्या सासूला भेटायला जातातच असं नाही–तरी कधीतरी माझी आणि तिची भेट व्हावी अशीही माझी इच्छा आहे.'

युआनच्या लग्नासाठी आपल्याला काही धावपळ करावी लागणार नाही, याचं तिला मनातून बरंच वाटलं असावं, असं युआनला वाटत राहिलं एवढं मात्र खरं. ती तशीच बसून राहिली; तिच्या सवयीप्रमाणे जबडा हलवत कुठेतरी बघताना ती त्याला विसरूनही गेली. मग हलकेच ती झोपी गेली किंवा झोपल्यासारखी वाटली. ती दोघं एका जगातली नव्हतीच. तो तिचा मुलगा आहे याला तिच्या दृष्टीनं काहीच अर्थ नव्हता. खरं सांगायचं तर त्याच्याही दृष्टीनं आता या कशालाच अर्थ नव्हता. त्या व्यक्तीच्या समोर जाणं एवढंच!

आपल्या आई-वडिलांचा रीतसर निरोप घेऊन झाला–त्यानं तो निरोपही अगदी सभ्यपणेच घेतला होता-जणू त्यांना सोडून जाताना त्याला दुःख होतं आहे असंही त्यानं भासवलं होतं–आणि तो दक्षिणेकडे जाणाऱ्या आगगाडीत चढला. या वेळी त्याला इतर प्रवाशांबद्दल किती कमी काही वाटत होतं हे एक आश्चर्यच होतं. ते नीट वागत होते की नाही-त्याला काही फरक पडत नव्हता. आता त्याला मी-लिंगशिवाय दुसरं काहीच दिसत नव्हतं. तिच्याविषयी त्याला जेवढं म्हणून माहीत होतं त्या साऱ्याविषयी तो विचार करत होता. तिचे हात अगदी अरुंद पण ताकदवान आहेत हे त्याला आठवत होतं. तळहात अरुंद, बोटं निमुळती आणि नाजूक-माणसाच्या शरीरातली एखादी वाईट वाढ कापून काढण्याइतकी त्या हातांमध्ये ताकद कशी काय असू शकते याचं त्याला आश्चर्य वाटू लागलं. तिच्या सर्व शरीरामध्येच सडपातळशी ताकद होती. त्या फिकट त्वचेखालची ती चांगली जुळलेली हाडं-प्रत्येक गोष्टीतच ती किती कुशल होती हे त्याला आठवलं. सगळे नोकर तिच्याकडे कसे आदरानं बघायचे. आपले नवे कपडे ठाकठीक आहेत ना हे मी-लिंगनंच बघायला हवं हा आय-लानचा आग्रह आणि आईला तर मी-लिंगच लागायची तिच्या सगळ्या कामांसाठी- युआनच्या मनात आलं, 'विसाव्या वर्षी तीस वर्षांच्या स्त्रीसारखी हुशार आहे ती-'

युआनच्या मनात ही मुलगी दुहेरी दृष्टीनं भरली होती. जुन्या काळातल्या पोक्त स्त्रियांसारखा गंभीरपणा, शांतपणा- त्याची मानलेली आई. त्याची काकू आणि जुन्या पद्धतीनं वाढवण्यात आलेल्या सगळ्या स्त्रिया-यांच्यासारखी वागणूक आणि त्याच वेळी नव्या मुलींसारखी स्पष्टवक्ती, पुरुषांसमोर उगीच न लाजणारी, सहजपणे वागणारी, आय-लानसारखीच; पण तिच्या खास पद्धतीनं वेगळी अशी!

आगगाडीच्या धडधडाटामध्ये बाहेरची शेतं, शहरं मागे पडत होती; पण युआनला काही दिसत नव्हतं. तो फक्त मी-लिंगची स्वप्नं पाहाण्यात रंगून गेला होता. मनात त्यानं तिचा प्रत्येक शब्द, तिची प्रत्येक हालचाल, प्रत्येक कटाक्ष एकत्र केला आणि त्या सर्वांचं मिळून एक सुंदरसं चित्र तयार केलं.

शक्य होतं तेवढं सगळं आठवून झाल्यावर तो तिची भेट झाल्यावर ती कशी दिसेल, आपण तिच्याशी काय बोलू, आपलं प्रेम तिच्याजवळ कसं व्यक्त करू या विचारांमध्ये गढून गेला. जणू काही तो तिच्यासमोर प्रत्यक्ष उभा असावा असा तिचा गंभीर, सुंदर चेहरा त्याच्या नजरेसमोर आला. तो बोलत असताना ती टक लावून त्याच्याकडे बघत राहील आणि मग– नाही ती अजून अगदी लहान आहे, आजच्या तरुणींसारखी धीट नाही; अतिशय सौम्य आणि लाजाळू आहे हे लक्षात घेऊनच त्याला तिच्याशी वागावं लागेल; तरी तो तिचा हात नक्कीच हातात घेऊ शकेल– तो निमुळता हात... तो निमुळता थंडसा दयाळू हात....

पण आपल्या मनासारखं भविष्य कोण घडवू शकतो? किंवा कोणत्या प्रेमी व्यक्तीला तो केव्हा, कोणत्या परिस्थितीमध्ये सापडेल हे सांगता येतं? आगगाडीमध्ये बसलेला असताना युआननं मारे तयारी केलेले सर्व शब्द प्रत्यक्षात ती वेळ आली, तेव्हा त्याला जणू सोडूनच गेले. तो घरामध्ये शिरला, तेव्हा सगळीकडे शांत होतं. एक नोकर तेवढा तिथे उभा होता. त्या शांततेनं युआनला एकदम हुडहुडी भरल्यासारखं झालं.

'कुठे आहे ती?' त्यानं ओरडूनच नोकराला विचारलं. मग थोडा शांत होत त्यानं हळू आवाजात विचारलं, 'माझी आई कुठे आहे?'

नोकर उत्तरला, 'त्या अनाथाश्रमात गेल्या आहेत. तिथे एक नवं बाळ आलं आहे, ते आजारी आहे. त्याला बघायला गेल्या आहेत. कदाचित उशीर होईल यायला असं सांगून गेल्या आहेत.'

आता युआनकडे त्यांची वाट बघत बसण्याखेरीज दुसरा मार्ग नव्हता. त्यानं इकडचा तिकडचा विचार करण्याचा खूप प्रयत्न केला; पण त्याच्या मनावर आज त्याचं काहीच नियंत्रण नव्हतं. ते स्वतःच्या मर्जीनं पुन्हा एकदा मनातल्या त्या प्रचंड आशेकडेच वळत होतं. रात्र झाली तरी त्या दोघी आल्या नाहीत. नोकरानं जेवण तयार असल्याची वर्दी दिल्यावर युआनला एकट्यालाच जेवणघरात जाऊन जेवायला बसावं लागलं; पण त्याच्या जिभेला कसलीच चव कळत नव्हती. ज्या लहान बाळामुळे हा असा उशीर होत होता; त्यामुळे त्याचा राग राग करण्याइतका तो अधीर झाला होता. इतके आठवडे ज्या क्षणाची त्यानं वाट बघितली होती, तो क्षण असा

दूर होत राहिला होता.

जेवण जाईना म्हणून तो उठणार एवढ्यात दरवाजा उघडला आणि आई आत आली. खूप दमलेली आणि खूप उदास अशी. मी-लिंगही तिच्याबरोबर होती. शांत आणि दुःखी अशी. तिचं हे रूप युआननं कधीच पाहिलं नव्हतं. तिनं युआनकडे बघितलं आणि ती हलक्या आवाजात कळवळून त्याला म्हणाली, 'ते बाळ गेलं हो. आम्ही शक्य तेवढं सगळं केलं; पण ती गेलीच.' ती युआनशी असं बोलत होती जणू काही तो इतके आठवडे कुठे दूर गेलाच नव्हता.

एक सुस्कारा सोडत आई खाली बसली. दुःखानं जड झालेल्या आवाजात ती उद्गारली, 'आलास, बाळा?... इतकं गोड तान्हं मूल मी आजपर्यंत कधीच बघितलं नव्हतं रे... युआन, तीन दिवसांपूर्वी आपल्या उंबरठ्यावर सोडून दिलेलं होतं... गरीब घरातली नव्हती ती–तिचा कोट रेशमी होता-सुरुवातीला आम्हाला वाटलं, चांगली तब्येत आहे तिची; पण आज सकाळीच तिला आचके यायला सुरुवात झाली. तान्ह्या बाळांना शापच असतो ना तो- अगदी प्राचीन काळापासूनच चालत आलंय ते- दहा दिवस उलटण्याच्या आतच तो शाप बाळांना घेऊन जातो. अगदी चांगली गुटगुटीत मुलंसुद्धा याला बळी पडलेली पाहिली आहेत मी. जणू काही एखादी दुष्ट वावटळ येते आणि मुलाला घेऊन जाते- कुणीच थांबवू शकत नाही तिला...'

हे सगळं ती मुलगी ऐकत होती. काही खातही नव्हती. तिचे निमुळते हात टेबलावर घट्ट मिटलेले होते. ती रागानं उद्गारली, 'मला माहीत आहे काय होतं ते. असं व्हायची काहीही गरज नाही.'

तिच्या रागावलेल्या चेहऱ्याकडे पाहाताना युआनला ती अधिकच आवडली. त्यानं तिला इतकं रागावलेलं कधीच पाहिलं नव्हतं. तिचे डोळे पाण्यानं भरले आहेत हेही त्याला दिसलं. तो राग आणि ते पाण्यानं भरलेले डोळे बघून त्याच्या अधीर, उत्सुक हृदयावर थंड पाण्याचा शिपकारा मारावा तसं झालं. त्याला कळून आलं की, या मुलीचं हृदय आज काही त्याच्यासाठी उघडलं जाणार नाही. होय, तो तिचा आणि फक्त तिचाच विचार करत होता हे खरं; पण या क्षणाला ती त्याचा विचार करूच शकत नव्हती. इतके दिवस तो दूर होता तरीही ती त्याचा विचार करत नव्हती. म्हणून मग तो गप्प बसून त्या दोघींचं बोलणं ऐकत राहिला. आईनं विचारलेल्या प्रश्नांची उत्तरं देत राहिला. मी-लिंग हे प्रश्न किंवा त्याची उत्तरं ऐकत नाही हे त्याच्या लक्षात आल्यावाचून राहिलं नाही. आपल्या मांडीवर हात गुंफून ती विलक्षण स्तब्ध बसली होती. त्या दोघांकडे बघत असली तरी एक शब्दही बोलत नव्हती. पुनःपुन्हा तिचे डोळे भरून येत होते. तिचं सारं लक्ष दुसरीकडेच होतं आणि

हे लक्षात आल्यावर त्या रात्री तरी युआन काहीच बोलू शकला नाही.

पण मनातलं बोलल्याशिवाय त्याला आराम तरी कसा मिळणार होता? रात्रभर त्याला अर्धवट, तुटक तुटक अशी प्रेमाची स्वप्नं पडत राहिली; पण प्रेम स्पष्ट होईल असं दिसत काही नव्हतं.

सकाळी तो उठला तो प्रचंड थकून जाऊनच. तो दिवसही राखाडी होता. वसंत संपत आल्याची अगदी स्पष्ट खूण असलेला. उठल्यावर युआननं खिडकीतून बाहेर पाहिलं, तेव्हा त्याला बाहेरचं सारं जगच राखाडी रंगानं माखल्यासारखं दिसलं. स्तब्ध राखाडी आकाश खालच्या राखाडी धुळकट शहरावर झुकलं होतं. त्याच राखाडी रस्त्यांवरून जाणारे छोटे छोटे लोकही आळसटल्यासारखे दिसत होते, सावकाश पावलं टाकत होते. या निर्जीव चित्रामुळे त्याचा उतावीळपणा हळूहळू कमी होऊ लागला. आपल्याला मी-लिंगचं स्वप्न तरी खरोखरच पडलं होतं का असं युआनला वाटायला लागलं.

याच मनःस्थितीत तो न्याहारीसाठी खाली उतरून आला. विमनस्क स्थितीतच त्यानं खायला सुरुवात केली; पण त्याला त्या अन्नाचीही चव लागत नव्हती. सगळं कसं अळणी, बेचव वाटत होतं. तेवढ्यात आई जेवणघरात आली. युआनशी काहीतरी बोलत खायला सुरुवात करेपर्यंत त्याचं काहीतरी बिनसलं आहे, हे तिच्या लक्षात आलंच. तिनं त्याला आडून आडून प्रश्न विचारायला सुरुवात केली. या नव्यानं सापडलेल्या प्रेमाविषयी तिच्याशी काही बोलणं त्याला शक्य नव्हतं. म्हणून त्यानं आपल्या काकांकडून आपल्या वडिलांनी कसे भरपूर पैसे कर्जाऊ घेतले आहेत हे सांगायला सुरुवात केली. ते ऐकल्यावर तिचा त्यावर विश्वासच बसेना. ती उद्गारली, 'त्याला एवढी पैशाची गरज आहे हे त्यानं मला का नाही सांगितलं? मी माझा खर्च कमी केला असता. मी-लिंगसाठी मी माझे स्वतःचे पैसे खर्च केले हे बरंच झालं. होय, त्यामध्ये माझा अभिमानही होताच थोडा-आणि माझ्या वडिलांना मुलगा नसल्याने त्यांनी मृत्यूपूर्वी त्यांचे सगळे पैसे मला देऊन टाकलेत. त्यांनी त्यांचे पैसे चांगल्या परदेशी बँकेमध्ये गुंतवलेत; त्यामुळे ते सगळे पैसे इतकी वर्षं तिथे अगदी सुरक्षित राहिलेत. त्यांचं माझ्यावर खूप प्रेम होतं. माझ्यासाठी त्यांनी त्यांच्या वडिलोपार्जित जमिनीही विकून टाकल्या आणि त्यांचे पैसे केले. मला माहीत असतं तर मी...'

पण युआन त्याच विमनस्क मनःस्थितीत उत्तरला, 'तू हे का करायचंस? नाही, मी एक चांगलीशी नोकरी शोधेन–जिथे माझ्या शिक्षणाचा उपयोग होईल अशी-मी पगारातून शक्य तेवढे पैसे वाचवेन आणि काकांना परत करेन.'

हे बोलत असतानाच त्याला जाणवलं की, हे असं करायचं असेल तर लग्न करून संसार थाटण्याइतके पैसे तो कसे साठवणार? तरुण माणसाच्या मनातल्या इच्छा तो कशा पूर्ण करू शकणार? जुन्या काळी मुलं आपल्या वडिलांबरोबरच राहायची. मग त्यांच्या बायका आणि मुलंही त्याच घरामध्ये राहायची. स्वयंपाकही एकच असायचा; पण नव्या काळातला युआन ही कल्पनाही करू शकत नव्हता. टायगर जिथे राहात होता, ती जुनी अनेक चौक असलेली हवेली, मी-लिंगची सासू बनणारी ती म्हातारी स्त्री यांचा विचार मनात येताक्षणी त्यानं शपथच घेतली की, मी-लिंगसह तो तिथे राहणारच नाही. ती दोघं कुठेतरी त्यांचं दोघांचं घर मांडतील. युआनला जसं घर फार आवडायचं तसं घर-भिंतींवर चित्रं असलेलं, आरामदायी खुर्च्यांचं आणि सगळीकडे अगदी कमालीची स्वच्छता असलेलं घर-आणि या अशा घरामध्ये ती दोघंच- त्यांना हवं तसं त्यांचं घर सजवायला. हे विचार मनात येत असताना तो इतका विव्हळ झाल्यासारखा दिसू लागला की, त्याच्या आईनं मायेनं त्याला विचारलं, 'मला सगळं सांगितलं नाहीस ना?

एकदम युआनच्या हृदयाचा बांध फुटला, त्याचा चेहरा लाल झाला. डोळे तापल्यासारखे झाले आणि तो कळवळून म्हणाला, 'होय–मला सांगायचं आहे आणखी काहीतरी-सांगायचंच आहे मला-मला कळून आलं की, माझं तिच्यावर प्रेम आहे आणि ती मला मिळाली नाही तर मरूनच जाईन मी–

'ती?' आईनं नवलानं, विचार करत विचारलं, 'ती कोण?'

युआन त्याच आवाजात म्हणाला, 'मी-लिंग-दुसरी कोण असणार?'

आईला कमालीचं आश्चर्य वाटलं. हे असं काही घडेल हे तिच्या स्वप्नातही कधी आलं नव्हतं. तिच्या दृष्टीनं मी-लिंग अजून लहान मुलगीच होती. हिवाळ्यातल्या एका दिवशी रस्त्यावरून स्वतःच्या घरात आणलेली एक लहान मुलगी. युआनकडे बघत ती क्षणभर गप्प राहिली आणि मग उद्गारली, 'ती लहान आहे रे अजून आणि तिच्या आशा-आकांक्षाही खूप आहेत.' थोड्या वेळानं ती पुढे म्हणाली, 'तिचे आई-वडील कोण आहेत हे आपल्याला माहीत नाही. तुझ्या वडिलांना हे चालेल की नाही -मला नाही सांगता यायचं.'

आता युआनचा उतावीळपणाही वाढला होता, 'या विषयात माझे वडील काहीही बोलणार नाहीत. मी त्यांच्या जुन्या रीतीभातींना जखडून राहाणार नाही. माझी पत्नी मीच निवडणार.'

आईनं त्याचा हा आरडाओरडा शांतपणे ऐकून घेतला. आय-लानही अशीच आरडाओरडा करायची, हेच बोलायची; त्यामुळे तिला या सगळ्या प्रकाराची सवय होतीच. शिवाय इतर पालकांशी बोलल्यामुळे तिला हेही कळून चुकलं होतं की,

आजकालची मुलं हे बोलताहेत आणि त्यांच्या वडीलधाऱ्यांना ते निमूटपणे सोसावं लागतं आहे. तिनं फक्त एवढंच विचारलं, 'तू बोललास का तिच्याशी?'

या प्रश्नासरशी युआनचा सगळा धीटपणा ओसरलाच. एखाद्या जुन्या काळातल्या प्रेमिकासारखा तो काहीसा लाजत म्हणाला, 'नाही आणि सुरुवात कशी करायची ते मला कळतंच नाही.' मग थोडा विचार करून तो म्हणाला, 'ती नेहमीच कसल्यातरी वेगळ्या विषयाचा विचार करण्यात गुंतलेली असते असं वाटतं. इतर मुली कशा नजरेनं किंवा अगदी एखाद्या स्पर्शानंही आपल्या मनातलं सांगतात- म्हणजे असं ऐकलंय मी-पण ती तसं काहीच करत नाही.'

'नाही' आई अभिमानानं उत्तरली, 'नाही, मी-लिंग तसं काहीच करत नाही.'

युआन निराश होऊन बसला असतानाच त्याच्या मनात आलं, आपण आईलाच याबद्दल तिच्याशी बोलायला सांगितलं तर–आणि लगेच त्याच्या मनानं या बेताला होकारही देऊन टाकला. होय, तेच चांगलं होईल. मी-लिंगचं आईवर इतकं प्रेम आहे, तिच्या मनात आईविषयी इतका आदर आहे की, ती निदान आई काय सांगतेय ते ऐकून तरी घेईल–शिवाय यात त्याचा फायदाच आहे.

आता आपण काही बोलायलाच नको–अगदी हा नवा काळ असला तरी- हे काहीसं नवं आणि काहीसं जुनं असं होईल आणि ती इतकी लहान असल्यानं तिलाही हेच बरं वाटेल. युआनच्या मनात विचार पूर्ण झाला आणि तो आईकडे वळून उत्सुकतेनं म्हणाला, 'आई, तू बोलशील तिच्याशी माझ्याबद्दल? ती खूप लहान आहे हे तर खरंच आहे. मी बोललो तर कदाचित ती घाबरून जाईल–'

हे ऐकून आई किंचितशी हसली. युआनकडे प्रेमानं बघत ती उत्तरली, 'ती जर तुझ्याशी लग्न करायला तयार असेल ना पोरा तर होऊ दे तसं. तुझ्या वडिलांची परवानगी मात्र लागेलच हं! पण मी तिला जबरदस्ती करणार नाही. ही एक गोष्ट अशी आहे की, मी ती कधीच करणार नाही-एखाद्या मुलीला लग्नाची जबरदस्ती करणं-आजच्या काळातली ही एकुलती एक चांगली गोष्ट आहे बघ. बायकांच्या दृष्टीनं-त्यांना कुणी जबरदस्ती करत नाही लग्नासाठी-'

'नाही–नाही-' युआन घाईनं उद्गारला.

अर्थात, त्या मुलीला लग्नासाठी जबरदस्ती करावी लागेल हे त्याच्या मनातही आलं नाही–सर्व मुलींना लग्न करावंच लागतं ना-एवढं बोलत त्यांची न्याहारी संपता संपता मी-लिंग खोलीत आली. शाळेला जाण्याचा गडद निळा रेशमी झगा तिनं घातला होता. ती अगदी स्वच्छ आणि ताजीतवानी दिसत होती. तिचे आखूड केस कानामागे नीट बसवलेले होते. तिच्या कानात किंवा बोटांमध्ये कोणताही दागिना नव्हता. आय-लान सतत असे दागिने घालूनच असायची. दागिने घातले नाहीत तर

आपल्या पोशाखात काहीतरी कमी आहे असं तिला वाटत राहायचं. तिचा चेहरा अगदी शांत होता, नजर स्थिर होती; रेखीव ओठ लालभडक रंगवलेले नव्हते.– आय-लानचे असायचे तसे-तिचे गालही फिकट आणि तुळतुळीत होते. मी-लिंगचा वर्ण कधीच तांबूस - लालसर नसला तरी तिची कोमल त्वचा नेहमी आरोग्यानं रसरशीत अशी सोनेरी दिसायची. आत आल्याबरोबर तिनं रीतसर अभिवादन केलं. रात्रीच्या झोपेमुळे तिचं कालचं दुःख काहीसं कमी झालं आहे हे युआनला जाणवलं. आज ती पुन्हा नेहमीसारखी शांत आणि आलेल्या दिवसाला सामोरी जायला तयार असलेली दिसत होती.

ती तिच्या जागेवर बसून खायला सुरुवात करते आहे हे युआन बघत होता. तेवढ्यात आईनं तिच्याशी बोलायला सुरुवात केली. तिच्या नजरेत आणि ओठांवर एक लहानसं स्मित होतं. युआनला जर त्या क्षणी तिला थांबवता आलं असतं किंवा दुसरी एखादी वेळ निवडता आली असती तर त्यानं तसं नक्कीच केलं असतं. हा क्षण लवकर संपून जावा असं त्याला वाटू लागलं. त्याच्या मनात कमालीची शरम दाटून आली आणि खाली मान घालून तो अस्वस्थ बसून राहिला. युआनची ही स्थिती पाहून आईच्या ओठांवरचं स्मित काहीसं रुंदावलं आणि ती बोलायला लागली, 'मुली, मला तुला काही विचारायचं आहे. हा जो तरुण माणूस इथे बसला आहे-हा युआन- स्वतःला मोठा आधुनिक समजतो, स्वतःची बायको स्वतःच निवडणार म्हणतो; पण शेवटच्या क्षणी बघ कसा ढेपाळलाय-आता जुन्या पद्धतीनं कुणी मध्यस्थ मिळतो का ते पाहातोय-तो मध्यस्थ म्हणजे मीच आहे -आणि तू ती मुलगी आहेस. करतेस का त्याच्याशी लग्न?'

आईनं इतक्या शुष्क स्वरात आणि कोरड्या शब्दांमध्ये हे सांगितलं की, युआनला तिचा रागच आला. याहून वाईट रीतीनं हे सांगता आलंच नसतं असं त्याला वाटू लागलं. आता ही मुलगी नक्की घाबरून जाणार.

आणि मी-लिंग खरोखरच घाबरली होती. तिनं हातातलं काचेचं पात्र सावकाश खाली ठेवलं. हातातल्या चॉपस्टिक्सही खाली ठेवल्या. प्रचंड घाबरलेल्या नजरेनं ती आईकडे बघत राहिली. थोड्या वेळानं अगदी हलक्या आवाजात तिनं विचारलं, 'करायलाच हवं का?'

'नाही, मुली.' आई गंभीरपणे उत्तरली, 'तुझ्या मनात नसेल तर नाही करायचं.'

'मग मी नाही करणार.' ती आनंदानं उद्गारली. सुटकेचा आनंद तिचा चेहरा उजळून टाकत होता. काही क्षणांनंतर ती म्हणाली, 'माझ्या शाळेतल्या काहीजणींना लग्नं करावीच लागणार आहेत. आई, शाळा सोडावी लागणार म्हणून त्या खूप रडत असतात. म्हणून मी घाबरले होते आई; पण मी तुझी आभारी आहे आई.' असं

म्हणत ही तरुण मुलगी मी-लिंग जी नेहमी शांत असायची, ती चटकन आपल्या जागेवरून उठली आणि आईसमोर जाऊन तिनं अगदी जुन्या पद्धतीनं तिला गुडघे टेकून कृतज्ञतेचा नमस्कार केला. आईनंही तिला चटकन उचललं आणि आपल्या कवेत घेतलं.

युआनकडे आईची नजर गेली, तेव्हा तो निःस्तब्धपणे बसला होता. त्याच्या चेहऱ्याचा रंग पार उडून गेला होता. थरथरणारे ओठ त्यानं दाताखाली दाबून धरले होते. काही झालं तरी तो रडणार नव्हता. आईला त्याची दया आली. तिनं पुन्हा मी-लिंगला विचारलं, 'पण तुला आवडतो ना आपला युआन?'

तिनं लगेच उत्तर दिलं, 'हो तर- तो भाऊच आहे माझा. मला तो आवडतो; पण लग्न करण्यासाठी नाही. मला लग्नच करायचं नाही, आई. मला शिक्षण पुरं करायचं आहे-डॉक्टर व्हायचं आहे. खूप खूप शिकायचं आहे मला- सगळ्याच बायका लग्न करतात; पण मला लग्न करून संसार - मुलंबाळं यात पडायचं नाही. मी ठरवूनच टाकलंय-डॉक्टर व्हायचं.'

मी-लिंगचे हे शब्द ऐकून आईनं युआनकडे बघितलं; त्यात थोडी विजयाची छटा होती. युआननं त्या दोघींकडे नजर टाकली, तेव्हा त्या दोघी आपल्याविरुद्ध एक झाल्यात असं त्याला जाणवलं. पुरुषाविरुद्ध स्त्रिया–त्याला ते सहनच झालं नाही. जुन्या पद्धतींमध्ये काही गोष्टी खरोखरच चांगल्या होत्या असं म्हणायला हवं- बायकांनी लग्न करायचं, मुलं जन्माला घालायची हेच योग्य होतं. मी-लिंगलासुद्धा लग्न करावंसं वाटायला हवं. ती नाही म्हणते म्हणजे यात काहीतरी विचित्र आहे. या बायकांविरुद्ध त्याचं पौरुष जागं झालं होतं, संतापून उठलं होतं. 'आजकाल बायका असं वागत असतील तर चमत्कारिकच आहे हे-वेळच्या वेळी लग्न न करणारी मुलगी पाहिली होती कुणी? तरुण मुलींनी लग्न करायचंच नाही असं ठरवलं तर देशाचं आणि पुढच्या पिढ्यांचं कठीणच आहे.' शहाण्या शहाण्या म्हणवणाऱ्या बायकाही किती मूर्ख असू शकतात अशा नजरेनं त्यानं त्या दोघींकडे पाहिलं. त्याची आणि मी-लिंगच्या शांत डोळ्यांची नजरानजर झाली. त्याला प्रथमच तिचे डोळे कठोर वाटले. इतकी खात्री असलेले, इतके थंड. त्यानं तिच्याकडे रागानं बघितलं; पण तिच्याऐवजी आईनंच उत्तर दिलं, 'तिची इच्छा असेल तेव्हाच ती लग्न करेल. तिला योग्य वाटेल तसं ती स्वतःचं आयुष्य घालवेल आणि तुला हे मान्य करायला हवं, युआन.'

आपल्या या नव्या स्वातंत्र्यात त्या दोघी थोड्या शत्रुत्वाच्या भावनेनंच त्याच्याकडे बघत होत्या. थोरलीनं धाकटीला आपल्या कवेत घेतलं होतं... होय, त्याला हे मान्य करणं भागच होतं.

त्या राखाडी दिवशी नंतर कधीतरी युआन खोलीतून बाहेर पडला. आत्तापर्यंत तो आपल्या बिछान्यावर पडूनच होता. शहरातल्या रस्त्यांवर तो नुसताच भटकत होता. पुन्हा एकदा त्याच्या मनात नुसता गोंधळ उडून गेला होता. सामोऱ्या आलेल्या कमालीच्या निराशेमध्ये तो खूप रडलाही होता. त्याच्या हृदयामध्ये खरोखरच दुखायला लागलं होतं. जणू काही ते खूप तापलं असावं आणि एकदम थंडगार झालं असावं.

आता काय करायचं? युआन स्वतःलाच विचारत होता. इथेतिथे रस्त्यांवरून धक्के खात आणि धक्के मारत तो नुसता फिरत होता. त्याला कुणीही दिसत नव्हतं. ठीक आहे–त्याचा आनंद संपला असला तरी कर्तव्य शिल्लक होतं अजून. डोक्यावर कर्ज होतं ते फेडायचं होतं. एकटाच राहिला तर निदान कर्ज तरी लवकर फिटेल. त्याच्या वृद्ध वडिलांचाही त्याला विचार करायला हवा होता. आता त्याच्या मनात नोकरी कुठे शोधावी, राहायला जागा कुठे बघावी असे विचार यायला लागले. कर्ज फेडण्यासाठी पगारातील बरीच रक्कम शिल्लक टाकायला लागणार होती. माझं कर्तव्य मी पार पाडेनच. त्यानं ठरवलं; पण आपल्यावर अन्याय झाल्याची भावना मात्र तशीच राहिली.

असा दिवस संपत आला. तो संपूर्ण शहरभर तो फिरला होता. त्या शहराचाही त्याला तिटकारा वाटू लागला. तिथला सगळा परदेशीपणा, रस्त्यांवरचे परदेशी चेहरे, त्याच्याच वंशाच्या लोकांनी चढवलेले परदेशी कपडेही त्याला डाचायला लागले. अगदी त्याच्या स्वतःच्या अंगावरचे कपडेही त्याला नकोसे झाले. या क्षणाला तरी त्याला आपल्या जुन्या रीतीभातीच चांगल्या होत्या असं खात्रीनं वाटत होतं. त्याच्या थंडगार पडलेल्या, मंदावलेल्या हृदयाला उद्देशून तो रागानं म्हणाला, 'या या परदेशी कल्पनांमुळे आमच्या बायका अशा हट्टी झाल्या आहेत. स्वातंत्र्याच्या गप्पा मारायला लागल्या आहेत. आता त्या निसर्गाचे सगळे नियम धाब्यावर बसवतील आणि जोगिणींसारख्या किंवा मग वेश्यांसारख्या राहायला लागतील.' परदेशातल्या त्याच्या घरमालकिणीची मुलगी-तिचा लघळपणा, चुंबनासाठी नेहमीच ओठ तयार असणारी मेरी- या सगळ्या त्याला आठवल्या आणि त्यांचाही त्याला कमालीचा राग आला. शेवटी शेवटी तर रस्त्यावरून जाणाऱ्या प्रत्येक परदेशी स्त्रीकडे तो इतक्या द्वेषानं पाहायला लागला की, ते त्यालाच सहन होईनासं झालं. 'काही झालं तरी मी या शहरातून बाहेर पडेनच. जिथे काही परदेशी नसेल, काही नवं नसेल अशा एखाद्या ठिकाणी जाईन आणि माझ्या स्वतःच्या देशात मला हवं तसं आयुष्य जगेन. खरंतर मी परदेशी जायलाच नको होतं. ते मातीचं घर सोडून

कुठेच जायला नको होतं.'

आणि मग अचानक त्याला जमीन खणायला शिकवणाऱ्या शेतकऱ्याची आठवण झाली. तिकडे जाऊन त्या माणसाला भेटायचं आणि आपलं कुणीतरी भेटल्याचा आनंद मिळवायचा. या परदेशी माणसांचा आणि त्यांच्या रीतीभातींचा वाराही लागलेला नाही अशी माणसं–

एकदम वळून त्यानं एक सार्वजनिक वाहन पकडलं आणि तो रस्त्याला लागला. त्या वाहनाचं शेवटचं ठिकाण आल्यावर तो खाली उतरला आणि चालू लागला. जिथं त्यानं काही पेरलं होतं, ज्या जमिनीची मशागत केली होती, जिथे तो शेतकरी आणि त्याचं घर होतं, ती जमीन त्याला सापडेनाशीच झाली. खूप खूप चालला तो; पण अगदी संध्याकाळ होईपर्यंत त्याला काही ती जमीन सापडली नाही. रस्ते बदलले होते, माणसं बदलली होती; जुन्या काहीच खुणा शिल्लक राहिल्या नव्हत्या. अखेरीस ओळख पटून तो एका जागी येऊन थांबला. अगदी थोड्याच वर्षांपूर्वी जिथे भरपूर पीक येत होतं, तो शेतकरी मोठ्या अभिमानानं सांगायचा की, शेकडो वर्षं त्याच्या कुटुंबानं इथे शेती केली आहे, तिथे आता काही पेरायला जमीनच नव्हती. तिथे आता एक रेशमी कापडाचा कारखाना उभा होता. एखाद्या खेड्याइतका तो कारखाना प्रचंड मोठा होता. त्याच्या विटा नव्या कोऱ्या होत्या, खिडक्या चमकत होत्या, कारखान्याच्या चिमण्यांमधून काळा धूर बाहेर पडत होता. युआन तसाच उभा राहून हे सर्व बघत होता, तेवढ्यात एक कर्णकर्कश शिटी वाजली. कारखान्याचे लोखंडी दरवाजे उघडले गेले आणि त्या प्रचंड कारखान्यातून बायका-पुरुष आणि मुलांचे थवे संथपणे बाहेर पडायला लागले. दिवसभराच्या कामानं दमून, थकून गेलेले आणि उद्या पुन्हा हेच करायचं आहे या विचारानं आजच गळून गेलेले उद्या - परवा - आणि त्याच्या पुढच्या दिवशीसुद्धा– त्यांचे कपडे घामानं भरलेले होते आणि त्यांच्या भोवताली मेलेल्या रेशमाच्या किड्यांचा आणि त्यांच्या कोशांचा दुर्गंध पसरला होता.

युआन त्या चेहऱ्यांकडे बघत उभा राहिला. त्याला आशा होती की, यांपैकी एखादा चेहरा त्या शेतकऱ्याचाही असू शकेल. त्याच्या जमिनीसारखंच त्यालाही या नव्या राक्षसानं गिळून टाकलं असेल; पण नाही, तो शेतकरी त्या लोकांमध्ये नव्हता. हे लोक फिकटलेले शहरी लोक होते. त्यांच्या खुराड्यांमधून सकाळी बाहेर पडणारे आणि संध्याकाळी तिथेच परतणारे.

तो शेतकरी नक्की दुसरीकडे कुठेतरी गेला असणार. तो, त्याची म्हातारी बायको आणि त्याचा म्हातारा बैल दुसरं शेत शोधून तिथे गेले असणार. अर्थात, त्यांनी असंच केलं असणार. युआननं स्वतःला समजावलं. कुठेतरी ते स्वतःचं

आयुष्य जगत असणार. पूर्वी जसे हिमतीनं जगत होते तसेच! त्यांचा विचार मनात आल्यावर त्याला थोडं हसू फुटलं. क्षणभर तो स्वतःचं दुःखही विसरून गेला. घरी परत जाताना तो विचारमग्नच होता. तोही असाच स्वतःचं आयुष्य दुसरीकडे कुठे तरी जागा शोधून घालवणार होता.

चार

दुसऱ्या दिवशी युआनच्या आयुष्याला वेगळं वळण देणाऱ्या दोन गोष्टी घडल्या. दुसऱ्या दिवशी अगदी सकाळीच आईनं युआनला सांगितलं, 'मुला, सध्या तरी तू या घरात राहाणं योग्य होणार नाही. तुझ्या मनात काय आहे हे कळल्यावर रोजच्या रोज तुझ्यासमोर येणं मी-लिंगला किती अवघड होईल याचा विचार कर.'

आदल्या दिवसाचा राग अजून त्याच्या मनात शिल्लक होताच. त्या रागाच्या भरात युआन उत्तरला, 'मला ते चांगलंच कळतंय, कारण माझीही तीच परिस्थिती आहे. जिथे मला ती रोज दिसणार नाही अशाच एखाद्या ठिकाणी राहावं असं मलाही वाटतं आहे. प्रत्येक वेळी तिचा आवाज ऐकला किंवा तिला पाहिलं की, तिनं मला नकार दिला आहे हे आठवत बसायचं नाही मला.'

बोलायला सुरुवात केली, तेव्हा युआन खरोखरच रागावलेला होता; पण त्याचं बोलणं संपेपर्यंत त्याचा आवाज थरथरायला लागला होता. त्यानं कितीही रागानं म्हटलं की, ती दिसणार नाही किंवा तिचा आवाजही ऐकू येणार नाही अशा जागी राहायला जायला त्याला आवडेल तरी मनातून मात्र त्याला वाटत होतं की, काहीही असलं तरी ती दिसेल, तिचं बोलणं ऐकू येईल अशा जागी राहिलो नाही तर आपण फार दुःखी होऊ; पण त्या सकाळी आई आपल्या पूर्वीच्या स्वभावासारखी सौम्य झाली होती. आता तिला मी-लिंगचा बचाव करण्याची किंवा स्त्री विरुद्ध पुरुष या लढ्यासंबंधी काही बोलण्याची गरजच राहिली नव्हती; त्यामुळे ती आता अगदी सौम्यपणे, समजूतदारपणे बोलू शकत होती. युआनच्या आवाजातली थरथर तिला जाणवली; बोलताना तो मध्येच कसा थांबला आणि घाईघाईनं खायला लागला हेही तिच्या लक्षात आलं, कारण जेवणाच्या टेबलावरच तर त्यांची भेट झालेली होती; पण मी-लिंग काही अजून आलेली नव्हती. त्याला समजावत ती म्हणाली, 'हे तुझं

पहिलंवहिलं प्रेम आहे, मुला. त्यामुळे तुला एवढा त्रास होतोय. तुझा स्वभाव मला चांगला माहीत आहे. अगदी तुझ्या वडिलांसारखा आहेस तू, त्यांची आई अशीच अगदी शांत आणि गंभीर होती असं ऐकलंय मी-तीही अशीच आपल्या प्रेमाच्या माणसांना घट्ट धरून ठेवायची. होय आणि आय-लान तुझ्या आजोबांसारखी आहे. तुझ्या काकांनी मला सांगितलं हे-त्यांची नजर सतत फिरती असायची म्हणे-जाऊ दे-मुला; असं काही मनाला लावून घ्यायला तू अजून फार लहान आहेस. जा, एखादी चांगली नोकरी शोध, राहायला चांगली जागा बघ आणि तुझ्या दुसऱ्या काकांचं कर्ज फेडण्यावर लक्ष केंद्रित कर. खूप तरुण मुलं-मुली तुझ्या ओळखीची होतील-एखाद्या वर्षभरात...' इथे ती क्षणभर थांबली आणि तिनं युआनकडे बघितलं. युआनही तिच्याकडे बघत ती पुढे काय म्हणते ते ऐकायला थांबला होता. 'काय सांगावं? कदाचित एखाद्या वर्षभरामध्ये मी-लिंग बदलेल.'

पण युआनला अशी काही आशा वाटत नव्हती. तो तसाच हट्टीपणानं उद्गारला, 'नाही, ती बदलणाऱ्यांपैकी नाही. आई, मी तिला अजिबात आवडत नाही, हे कळलं आहे मला. मला तीच हवी हेही मला एका क्षणात कळून आलं. मला परदेशी रीतीनं वागणारी मुलगी नको आहे. मला त्या मुली अजिबात आवडत नाहीत-पण ती मला अगदी योग्य आहे. मला तिच्यासारख्या मुलीच आवडतात. ती नवी आहे तशीच जुनीही आहे...'

एवढं बोलताना युआन मध्येच थांबला आणि त्यानं चटकन तोंडात एक मोठा घास घातला; पण तो त्याला गिळता येईना, कारण त्याचा घसा दाटून आला होता. अश्रू ढाळण्याची त्याला लाज वाटत होती. प्रेमासाठी अशी आसवं ढाळणं किती बालिशपणाचं होतं. शिवाय मला या गोष्टींनी काही फरक पडत नाही असंही त्याला दाखवायचं होतंच ना!

आईला हे सगळं अगदी नीट कळत होतं. तिनं मुद्दाम थोडा वेळ जाऊ दिला आणि मग ती म्हणाली, 'बरं ते जाऊ दे-आपण वाट बघू, लहान आहेस तू अजून, वाट बघायला काही हरकत नाही. शिवाय तुला कर्ज फेडायचं आहेच. तुझं मुलाचं कर्तव्य तुला विसरता येणार नाही. काही झालं तरी कर्तव्य ते कर्तव्य!'

युआनला त्याच्या निराशेतून बाहेर काढण्याच्या हेतूनंच आई हे बोलत होती आणि तिचा हेतू सफलही झाला, कारण एक-दोन वेळा आवंढा गिळत तो उद्गारला, 'होय, हे नेहमीच सगळेजण सांगत असतात; पण शपथ सांगतो, मला आता त्या सगळ्याचा कंटाळाच आलाय. मी नेहमीच माझ्या वडिलांविषयीचं माझं कर्तव्य करत आलोय आणि मला त्याचं काय बक्षीस दिलं त्यांनी? एका अशिक्षित खेडवळ मुलीशी लग्न लावून मला बांधून टाकलं असतं-माझं काय होईल हे त्यांना कळलंही नसतं. आता त्यांनी पुन्हा मला माझ्या काकांशी बांधून घातलंय-मीही मागे

केलं तेच आताही करेन–जातो आणि मेंगला सामील होतो-जुने लोक ज्याला कर्तव्य म्हणतात ना त्याच्या विरोधात माझं आयुष्यच पणाला लावतो. करेन मी परत तसंच-त्यांनी हे नकळता केलं ही काही सबब होऊ शकत नाही -इतकं नकळतं असणं आणि मला इतकं दुःख देणं हेही चूकच आहे.' हे जे काही आपण बोलतो आहोत ते अगदी अन्याय्य आहे हे युआनला कळत होतं. टायगरनं त्याला जबरदस्ती करण्याचा प्रयत्न केला होता हे जरी खरं असलं तरी इकडून तिकडून पैसे गोळा करून त्यानं त्याला तुरुंगातून सोडवलं होतं हेही तेवढंच खरं होतं; पण म्हणूनच त्यानं आपल्या रागाचा पारा चढताच ठेवला आणि आई या सगळ्या गोष्टींची आपल्याला आठवण करून देईल याची वाट पाहात राहिला; पण त्याला अपेक्षित होते त्या शब्दांऐवजी वेगळेच शब्द त्याच्या कानावर पडले. ती शांतपणे म्हणाली, 'तू खरंच मेंगकडे जाऊन राहा काही दिवस-नव्या राजधानीमध्ये-फार चांगली कल्पना आहे.' तिच्याकडून काहीच वाद उभा राहिला नाही याचं युआनला इतकं आश्चर्य वाटलं की, तो गप्पच राहिला आणि मग तो विषय तसाच राहिला.

त्याच दिवशी योगायोगाने युआनच्या नावे मेंगकडून एक पत्र आलं. पत्रामध्ये मेंगनं प्रथम युआननं आपल्या पत्राला उत्तर न पाठवल्याबद्दल रोष व्यक्त केला होता. नंतर मेंगनं उतावीळपणे लिहिलं होतं, 'मी मोठ्या प्रयत्नांनी तुझ्यासाठी ही नोकरी राखून ठेवली आहे, कारण अशा संधीवर आजकाल शेकडो माणसं टपून बसलेली असतात. अगदी आजच्या आजच नीघ. आजपासून तिसऱ्या दिवशी मोठी शाळा सुरू होते आहे. आता अशी पत्रं लिहायला आणि उत्तरं मागवायला वेळ नाही.'

मेंगनं मोठ्या उत्साहानं पुढे लिहिलं होतं, 'या नव्या राजधानीमध्ये काम करण्याची संधी प्रत्येकाला मिळत नाही. आजकाल इथे हजारो माणसं नोकरी शोधत फिरत असतात. हे सबंध शहरच नवं केलं जातं आहे. अगदी कोणत्याही मोठ्या शहरासारखं-जुने वळणावळणाचे रस्ते काढून टाकले आहेत. सगळं काही नवं आहे. इथे ये आणि कामाला लाग.'

हे धीर देणारे शब्द वाचून युआनचं हृदय नाचायला लागलं. पत्र टेबलावर टाकत तो उद्‍गारला, 'होय, जाईनच मी.' ताबडतोब त्यानं आपली पुस्तकं, नोंद वह्या, कपडे आवरायला, सामान बांधायला सुरुवात केली. आपल्या आयुष्याच्या पुढच्या प्रकरणाला सामोरं जायला आता तो तयार होता.

दुपारी आईला मेंगच्या पत्राविषयी सांगून तो म्हणाला, 'मी तिथे जाणंच उत्तम आहे. सगळं कसं मला हवं तसं आहे.' आईनंही याला होकार दिला आणि मग पुढे या विषयावर त्या दोघांचं काहीच बोलणं झालं नाही. आई मात्र तिच्या नेहमीच्या स्वभावासारखी वागायला लागली-प्रेमळ पण थोडी अलिप्तशी!

त्या रात्री युआन नेहमीप्रमाणे रात्रीच्या जेवणासाठी जेवणखोलीत आला, तेव्हा

मात्र ती त्याच्याशी खूप विषयांवर बोलत होती. आपल्या नवऱ्याबरोबर उत्तरेकडच्या जुन्या राजधानीमध्ये एक महिनाभरासाठी गेलेली आय-लान आता पंधरा दिवसांनी कशी परत येईल, तिच्या अनाथाश्रमात खोकल्याची साथच आली आहे, आठ मुलांना खोकला झाला आहे, असं काहीबाही. मग ती आपल्या शांत आवाजात म्हणाली, 'मी-लिंग दिवसभर तिथेच आहे. परदेशी लोक एक औषध एका सुईमधून रोग्याच्या रक्तामध्ये घालतात त्याचा उपयोग करून मुलांना बरं वाटतं का ते बघते आहे. मी तिला सांगितलं की, लवकरच युआन इथून जाणार आहे, आज रात्री तू घरी ये. म्हणजे आजची एक संध्याकाळ तरी आपण सगळे एकत्र घालवू.'

त्याच्या दिवसभराच्या सगळ्या गडबडीमध्ये आणि प्रवासाच्या तयारीमध्ये युआनच्या मनाच्या तळाशी हा विचार होताच. मी-लिंग पुन्हा आपल्याला दिसेल का हा विचार त्याच्या मनात सतत रेंगाळत होता आणि त्याचबरोबर ती दिसू नये असंही त्याला वाटत होतं; पण पुन्हा तोच विचार मनात आल्यावर त्याला फार आवेगानं ती एकदा तरी दिसावी–बोलली नाही तरी चालेल असं वाटायला लागलं. तिच्या नकळत तिला बघता यावं असं त्याला वाटायला लागलं. ती कशी दिसते, कशी चालते-बोलते हे एकदा नीट निरखून पाहावं अशी कमालीची इच्छा त्याच्या मनात निर्माण झाली. तिचा आवाज ऐकायला मिळाला नाही तरी चालेल; पण तिला बोलावून घ्यावं असं तो सुचवू शकत नव्हता. जर हे घडलं तर छानच! पण तिनं तिथे आश्रमामध्येच राहायचं असं ठरवलं आणि हे नाही घडलं तर त्याला ते सोसावंच लागेल.

त्याचं हे विफल प्रेम त्याच्या मनात एक प्रकारची खळबळ, एक प्रकारचा क्षोभ निर्माण करत होतं. त्याच्या खोलीमध्ये प्रवासाची तयारी करत असताना तो कितीतरी वेळा मध्येच थबकून विचार करत उभा राहात होता. कितीतरी वेळा त्यानं बिछान्यावर अंग टाकलं आणि एकटाच असल्यानं काही वेळा तर तो रडलादेखील. मधूनच तो असाच खिडकीशी जाऊन बाहेर दिसणाऱ्या शहराकडे बघत उभा राहात होता. उन्हात चमकणारं ते शहरही एखाद्या आनंदी स्त्रीप्रमाणे त्याच्याकडे दुर्लक्षच करत होतं. मधूनच त्याला आपल्या प्रेमाला प्रतिसाद न मिळाल्याचा रागही येत होता. आपल्यावर केवढा मोठा अन्याय झाला आहे या कल्पनेनं त्याच्या मनात कडवटपणा भरून येत होता. तेवढ्यात त्याला एका गोष्टीची आठवण झाली-दोन वेळा त्याला एका स्त्रीनं आपलं प्रेम देऊ केलं होतं आणि त्यानं ते नाकारलं होतं. ही गोष्ट मनात आल्यावर त्याच्या मनात एका नव्याच भीतीचा जन्म झाला. 'माझं त्या दोघींवर कधीच प्रेम नव्हतं. तसं हिच्या बाबतीत तर होणार नाही ना? ती कधीच माझ्यावर प्रेम करू शकणार नाही का? मला जसा त्यांच्या शरीरांचा तिटकारा वाटायचा तसा तिटकारा तर तिला माझ्या शरीराविषयी वाटत नसेल ना -म्हणजे मग माझ्याप्रमाणेच

तिचाही यावर काही इलाज चालणार नाही. ही भीती सहन करण्याच्या पलीकडची आहे हेही त्याच्या लक्षात आलं आणि त्यानं चटकन स्वतःची समजूत घालून घेतली, 'नाही-हे तसंच नाही-त्यांचं माझ्यावर खरं प्रेम नव्हतंच. -नाही-माझं तिच्यावर आहे तसं नाहीच-माझं जसं तिच्यावर प्रेम आहे तसं कुणाचंच असणार नाही.' काही वेळानं त्याच्या मनात काहीतरी आलं आणि तो अभिमानानं स्वतःशीच म्हणाला, 'माझं तिच्यावरचं प्रेम हे अतिशय उच्च पातळीवरचं आणि पवित्र प्रेम आहे. तिच्या हातालाही स्पर्श करण्याचा विचार माझ्या मनात आलेला नाही. आला असेल तर तो अगदी थोडा वेळच-आणि तोही तिचं माझ्यावर प्रेम असेल तरच.' त्याला असं वाटू लागलं की, हे तिला कळायलाच हवं–कळायलाच हवं-त्याचं तिच्यावरचं प्रेम किती महान आणि पवित्र आहे हे तिला कळायलाच हवं–म्हणजे आणखी एकदा तरी त्यानं तिला भेटायलाच हवं-तिनं नकार दिला असला तरी त्याचं प्रेम किती निश्चल आहे हे तिला दिसायलाच हवं.

असं असतानाही जेव्हा त्यानं आईचे हे शब्द ऐकले, तेव्हा त्याचा चेहरा लाल झाल्याचं त्याला जाणवलं. क्षणभर त्याला वाटलं तिनं येऊ नयेच -इथून जाण्यापूर्वी तिला एकदा भेटण्याची त्याला काहीच इच्छा नाही.

पण तिथून पळ काढण्याचा एखादा मार्ग तो शोधणार तेवढ्यात मी-लिंग नेहमीच्या शांतपणे खोलीत आली. प्रथम तो सरळ तिच्याकडे पाहूच शकला नाही. ती खाली बसेपर्यंत तो उठून उभा राहिला. तिनं गडद हिरव्या रंगाचा रेशमी पायघोळ झगा घातला आहे हे त्याला दिसलं. तिच्या निमुळत्या बोटांनी तिच्या हाताच्याच रंगाच्या हस्तिदंती चॉपस्टिक्स उचलल्या. त्याला काहीच बोलवेना. आईला हे कळलं आणि ती नेहमीच्या सहजतेनं मी-लिंगला म्हणाली, 'आश्रमातलं काम संपलं का गं सगळं?'

मी-लिंगनंही त्याच स्वरात उत्तर दिलं, 'होय, अगदी शेवटच्या मुलालाही बघितलं; पण काहींच्या बाबतीत थोडा उशीर झाला असं मला वाटतं आहे. ती मुलं खोकतच होती आधीपासून; पण थोडा फायदा होईलच.' थोडं हसून ती पुढे म्हणाली, 'ती सहा वर्षांची मुलगी माहीत आहे ना-सगळे तिला लहानगं बदक म्हणतात ती? तिनं माझ्या हातातली सुई बघितली आणि ती जी रडायला लागली-ओरडायला लागली- 'नको–ताई-नको ताई–होऊ दे ना खोकला मला–खोकेन मी हवीतर- बघ, मला आधीच खोकला झाला आहे.' आणि मोठ्यानं खोकूनही दाखवलं तिनं मला...'

त्या दोघीही हसल्या-त्यांच्याबरोबर युआनही त्या लहान मुलीच्या घाबरण्याला थोडा हसला. हसता हसता त्याच्या लक्षात आलं की, आपण नकळत मी-लिंगकडे टक लावून बघतोय. हे लक्षात आल्यावरही त्याला स्वतःची नजर तिच्यावरून

काढताच येईना आणि याची त्याला लाजही वाटू लागली. नाही त्याचे डोळे तिच्यावर खिळूनच राहिले होते. त्याच्या तोंडून शब्दही फुटत नव्हता, त्याचा श्वास जोरात चालला होता; पण नजर मात्र तिच्याकडेच लागलेली होती. तिचे फिकट गाल लाल व्हायला लागलेलेही त्याला दिसले; पण तिनं मात्र आपली नजर स्पष्टपणे त्याच्याकडे वळवली आणि काहीशा भरलेल्या स्वरात ती उत्तरली-जणू काही त्यानं तिला एखादा प्रश्नच विचारला असावा–कोणता प्रश्न हे त्यालाही कळलेलं नव्हतं- 'पण मी तुला पत्र नक्की लिहीन, युआन. तूही मला लिहिलंस तरी चालेल.' मग जणू काही त्याची आपल्यावर खिळलेली नजर सहन होत नसावी तशी ती एकदम संकोचली. तशाच लाल चेहऱ्यानं; पण ताठ मानेनं ती आईकडे वळून म्हणाली, 'चालेल ना, आई?'

आईनं एखाद्या नेहमीच्या बाबतीत उत्तर देत असावं तसं म्हटलं, 'का नाही चालणार, बाळा? ही तर बहीण-भावामधली पत्रं आहेत-आणि तशी ती नसती तरी आजकाल ते चालतंच ना...'

'होय,' ती मुलगी आनंदानं उद्गारली आणि तिनं तसंच चमकत्या चेहऱ्यानं युआनकडे पाहिलं. युआनही तिच्याकडे पाहून तसंच हसला. दिवसभर दुःखामध्ये बुडालेल्या त्याच्या हृदयाला एकदम एक पळवाट समोर आल्यासारखं झालं. त्याच्या मनात आलं, 'मी तिला सगळं सांगू शकतो.' त्याच्या साऱ्या आयुष्यात असं सगळं सांगता येईल असं कोणीही त्याला भेटलेलंच नव्हतं; त्यामुळे त्याचं हृदय एकदम आनंदाने भरून गेलं. तिच्यावरचं त्याचं प्रेम आणखी वाढलं.

त्या रात्री आगगाडीमध्ये बसला असताना तो विचार करत होता. मला वाटतं, ज्याच्याशी सगळं बोलता येईल असा एखादा मित्र मिळाला तर मला जन्मभर प्रेम नाही मिळालं तरी चालेल. आगगाडीतल्या अरुंद बाकावर आडवा झाला असताना त्याला आपलं मन पवित्र विचारांनी भरून गेलं आहे, आपल्यामध्ये प्रचंड धैर्य जागृत झालं आहे असं वाटायला लागलं. एवढा मोठा परिणाम तिच्या त्या चार साध्या शब्दांनी त्याच्यावर केला होता. आधी तो जेवढा निराश झाला होता, तेवढाच आता उत्साही झाला.

दुसऱ्या दिवशी पहाटे ती आगगाडी टेकड्यांच्या एका लहानशा समूहातून पुढे गेली. पहाटेच्या सूर्यप्रकाशामध्ये त्या टेकड्या हिरव्यागार दिसत होत्या. सुमारे मैलभरानंतर गाडी प्राचीन अशा तटभिंतीजवळून पुढे जाऊन, एका नव्या कोऱ्या इमारतीपाशी थांबली. ही इमारत राखाडी रंगाच्या सिमेंटनं आणि परदेशी पद्धतीनं बांधलेली होती.

खिडकीशी बसलेल्या युआनला त्या राखाडी रंगाच्या पार्श्वभूमीवर एक माणूस

अगदी स्पष्ट दिसला. हा मेंगच आहे हे त्यानं ताबडतोब ओळखलं.

मेंग तिथे उभा होता, सूर्यप्रकाश त्याच्या तलवारीवर, कमरेला असलेल्या पिस्तुलावर, त्याच्या गणवेशाच्या पितळी बटणांवर, त्याच्या पांढऱ्याशुभ्र हातमोज्यांवर आणि उंच गालांच्या चेहऱ्यावरही चमकत होता.

त्याच्या मागे सैनिकांची एक पलटण उभी होता. प्रत्येक सैनिकाचा हात त्याच्या कमरेच्या पिस्तुलावर होता. या क्षणापर्यंत युआन हा त्या आगगाडीमधला एक सामान्य प्रवासी होता; पण तो जेव्हा खाली उतरला, तेव्हा त्याचं स्वागत एक सैन्याधिकारी करतो आहे हे लोकांना दिसलं, तेव्हा आपोआपच गर्दी बाजूला झाली आणि युआनला पुढे जायला जागा करून दिली गेली. इतर प्रवाशांकडे त्यांचं सामान उचलण्यासाठी गयावया करणारे गरीब लोक त्यांना सोडून युआनकडे धावले आणि त्याचं सामान उचलण्याची धडपड करायला लागले. त्यांचा आरडाओरडा ऐकून मेंग एकदम ओरडला, 'निघा इथून, कुत्र्यांनो.' त्याच्या माणसांकडे वळत त्यानं हुकूम सोडला, 'माझ्या चुलतभावाच्या सामानाची व्यवस्था करा.' पुढे त्यांच्याशी एक शब्दही न बोलता त्यानं युआनचा हात धरला आणि आपल्या पूर्वीच्या उतावळेपणानं तो म्हणाला, 'तू येणारच नाहीस असं मला वाटायला लागलं होतं. माझ्या पत्राला उत्तर का नाही दिलंस? जाऊ दे आता आलास ना इथे-मी फार कामात होतो रे, नाहीतर तू आलास, तेव्हाच तुझं स्वागत करायला आलो असतो- युआन. तू फार चांगल्या वेळेला परत आला आहेस हं- तुझ्यासारख्या लोकांची फार गरज आहे आत्ता- देशामध्ये सगळीकडेच आपली गरज आहे- लोक तर गाय-बकरीसारखे अडाणी आहेत–'

इथे तो एका दुय्यम अधिकाऱ्यासमोर थांबला आणि ओरडला, 'माझे सैनिक माझ्या भावाचं सामान घेऊन येतील, तेव्हा त्यांना जाऊ दे इथून.'

हे ऐकून तो साधा सामान्य माणूस- नव्यानंच या जागी आलेला अधिकारी म्हणाला, 'साहेब, इथे येणारं सर्व सामान उघडून बघण्याचे हुकूम आहेत आम्हाला- अफू, हत्यारं किंवा क्रांतीच्या विरोधातली काही पुस्तकं वगैरे नाहीत ना ते तपासण्याचा हुकूम आहे साहेब-'

मेंग भयंकर चिडून ओरडला, 'मी कोण आहे माहीत आहे का तुला? माझा वरिष्ठ अधिकारी हा पक्षातला सर्वांत मोठा माणूस आहे आणि मी त्याचा पहिला सहकारी आहे. हा माझा चुलतभाऊ आहे. सामान्य लोकांसाठी केलेल्या या फालतू कायद्यांनी तू माझा अपमान करू पाहातोस का?' हे बोलत असताना मेंगचा पांढरा हातमोजा घातलेला हात त्याच्या कमरेच्या पिस्तुलावर होता. तो दुय्यम अधिकारी चटकन उत्तरला, 'मला माफ करा साहेब, तुम्ही कोण आहात हे माझ्या लक्षातच आलं नव्हतं.' तेवढ्यात युआनचं सामान घेऊन आलेल्या सैनिकांकडे जात त्यानं

युआनच्या पेटीवर आणि पिशवीवर त्याचं चिन्ह उमटवून टाकलं आणि त्यांना जाण्याची खूण केली. सगळी गर्दी उघड्या तोंडानं त्यांच्याकडे बघत अतिशय सोशिकपणे त्यांना पुढे जाऊ देण्यासाठी मागे हटली. अगदी तिथले भिकारीसुद्धा हे सगळे लोक पुढे जाईपर्यंत भीक मागायचे थांबले होते.

लांब लांब ढांगा टाकत मेंग त्या गर्दीतून पुढे गेला आणि एका मोटारीपाशी जाऊन थांबला. एक शिपाई धावतच मोटारीचं दार उघडण्यासाठी पुढे आला. मेंगनं युआनला आत बसण्याची खूण केली आणि त्याच्या मागोमाग तोही आत बसला. क्षणार्धात दार बंद झालं. शिपाई मोटारीच्या बाजूंवर चढले आणि प्रचंड वेगानं मोटार पुढे निघाली.

नुकतीच सकाळ होत असल्यानं रस्त्यांवर भरपूर गर्दी होती. अनेक शेतकरी त्यांच्या शेतांमधल्या भाज्या वगैरे विकण्यासाठी खांद्यावर मोठमोठ्या कावडी घेऊन शहरात आले होते. गाढवांचे तांडेच्या तांडे पाठीवर तांदळाची पोती घेऊन रस्त्यांवरून संथपणे जात होते. शहराजवळच्या नदीवरून पाणी भरून ते शहरातल्या लोकांना विकण्यासाठी आणणारे लोक त्यांच्या एकचाकी ढकलगाड्या घेऊन रस्त्यांवरून ये-जा करत होते. शिवाय अनेक स्त्रिया आणि पुरुष त्यांच्या कामासाठी बाहेर पडले होते. काही माणसं सकाळच्या न्याहारीसाठी चहागृहांमध्ये निघाली होती. सगळी माणसं काही ना काही कामात असल्यासारखी दिसत होती; पण मोटार चालवणारा शिपाई आपल्या कामामध्ये चांगलाच तरबेज होता. कशालाही घाबरणारा नव्हता. न थांबता तो मोटारीचा हॉर्न मोठ्याने वाजवत होता आणि मोटार त्या गर्दीत घुसवून पुढे काढत होता. रस्त्यावरचे लोक त्याला घाबरून रस्त्याच्या दोन्ही बाजूंना पळत होते-जणू एखाद्या प्रचंड वावटळीने त्यांना असं इकडेतिकडे फेकलं असावं- त्यांच्याबरोबरच त्यांच्या जनावरांना वाचवण्यासाठी ते त्यांनाही आपल्याबरोबर इकडेतिकडे ओढत होते. बायका आपल्या मुलांना जवळ खेचत होत्या. युआनलाही भीती वाटायला लागली. मेंग त्या चालकाला थोडं हळू चालवायला सांगेल, या सामान्य लोकांना घाबरवणं थांबवायला सांगेल या अपेक्षेनं त्यानं मेंगकडे पाहिलं; पण मेंगला या वेगाची सवय होती. तो समोर बघत ताठ बसलेला होता. बघण्यासारख्या गोष्टीही युआनला दाखवत होता.

'हा रस्ता बघतोस ना तू, युआन? वर्षभरापूर्वी जेमतेम तो फक्त चार फूट रुंदीचा होता. एक मोटारसुद्धा काही जाऊ शकायची नाही इथून-रिक्षा, पालख्या एवढंच जायचं बस. इथल्या सर्वांत उत्तम रस्त्यांवरूनसुद्धा एका घोड्यांची गाडी जाऊ शकायची फक्त आणि आता बघ -हा रस्ता.'

युआन उत्तरला, 'होय, बघतो ना मी.' मोटारीच्या बाहेरच्या बाजूला उभ्या असलेल्या शिपायांच्या मधून तो बघतच होता. तो प्रशस्त रुंद कठीण रस्ता -आणि

दोन्ही बाजूंना उद्‌ध्वस्त झालेली छोटी छोटी घरं-छोटीछोटी दुकानं-रस्ता बांधण्यासाठी नष्ट केली गेलेली-आणि तरीही त्याच उद्‌ध्वस्त वास्तूंच्या बाजूला नवी दुकानं आणि नवी घरं बांधायला सुरुवातही झाली होती. चटकन उभारता येणारी हलकीफुलकी घरं-आपले परदेशी आकार अभिमानानं मिरवणारी-चमकत्या रंगांची आणि भल्या मोठ्या काचांच्या खिडक्यांची- पण या प्रशस्त रस्त्यावर एकदम एक भली मोठी छाया पडली. ती छाया शहराच्या प्रचंड अशा जुन्या तटबंदीची होती हे युआनला दिसलं. हा इथे त्या तटबंदीचा दरवाजा होता. त्या उंच भिंतीच्या पायाशी आणि विशेषतः तिच्या वाकड्या सावलीमध्ये चटयांनी बांधलेला लहान लहान खोपटांचा एक समूहच युआनला दिसला. शहरातले अगदी गरीब लोक इथे राहात होते. आता सकाळच्या वेळी त्यांच्यामध्ये हालचाल सुरू झाली होती. बायकांनी विटांच्या चुलींमध्ये विस्तव घालून वर भांडी ठेवली होती. खराब पालेभाजीच्या ढिगांमधून वेचून आणलेले कोबीचे तुकडे घालून त्या काहीतरी खायला बनवण्याचा प्रयत्न करत होत्या. उघडीनागडी, घाणेरडी मुलं इकडेतिकडे धावत होती. कमालीचे दमलेले पुरुष पुन्हा एकदा रिक्षा ओढायला किंवा भली मोठी ओझी वाहायला अजूनही तयार होत होते.

युआनची नजर कुठे खिळली आहे हे मेंगनं बघितलं आणि काहीसा चिडून तो उद्‌गारला, 'पुढच्या वर्षी त्यांना परवानगी मिळणार नाही–या झोपड्यांना-आपल्या सर्वांना ही शरमेची बाब आहे-हे असे लोक इथे राहाणं म्हणजे-परदेशातल्या मोठमोठ्या माणसांनी इथे, आपल्या नव्या राजधानीत येणं गरजेचं आहे. अगदी राजे-रजवाडेही येतात इथे-अशी दृश्यं म्हणजे शरमेचीच बाब ना-'

युआननं आत्तापर्यंत हे सगळं बघितलं होतंच. त्यालाही मेंगचं म्हणणं पटत होतं. या झोपड्या इथे असायलाच नकोत. ही माणसं- बायका आणि पुरुष फारच खालच्या दर्जाचे होते हे उघडच होतं. त्यांना दृष्टिआड करायला काहीतरी करणं आवश्यकच होतं. काही वेळ विचार करून तो म्हणाला, 'मला वाटतं, त्यांना कामाला लावता येईल. त्यांच्या घरी पाठवून त्यांच्या शेतांमध्येच कामाला लावायचं-म्हणजे मग ते–'

एखादं जुनं दुःख उफाळून यावं तसा मेंगचा चेहरा बदलला. तो आवेगानं उद्‌गारला, 'अरे, याच लोकांमुळे तर आपला देश मागे पडतो आहे. या सगळ्या बकाल लोकांना हाकलून देऊन हा फक्त तरुणांचा देश राहील तर किती बरं होईल. मला तर हे सगळं शहरच फोडूनतोडून काढावंसं वाटतं. ही मूर्खासारखी तटबंदी-आता जेव्हा आपण बाणांऐवजी तोफांनी लढाई करतो, तेव्हा या भिंतीचा काय उपयोग आहे सांग बघू-विमानातून बॉम्ब टाकले गेले तर कोणती भिंत ते थांबवू शकणार आहे-पाडूनच टाकायला हवी ती–आणि तिच्या विटा कारखाने, शाळा,

तरुणांच्या कामाच्या जागा, शिक्षणाच्या जागा असं काहीतरी बांधायला वापरल्या गेल्या पाहिजेत; पण हे लोक-त्यांना काही कळतच नाही-ते नाही पाडू देणार ही तटबंदी-ते तर धमक्याच देत असतात–'

मेंगचं हे बोलणं ऐकून युआननं विचारलं, 'मला तर वाटायचं की, तुला या गरीब लोकांच्या परिस्थितीचं वाईट वाटायचं–मला आठवतं-गरिबांना दडपलं जातं आहे म्हणून तू किती रागवायचास-एखाद्या परदेशी माणसानं किंवा एखाद्या पोलीस अधिकाऱ्यानं एखाद्या गरीब माणसाला मारलं तर तू किती संतापायचास-'

'तसा राग मला अजूनही येतोच.' युआनकडे वळत मेंग चटकन म्हणाला, त्याची नजर पेटलेली होती. 'एखाद्या परदेशी माणसानं गरिबातल्या गरीब भिकाऱ्यावर हात उचललेला मला दिसला ना तर मला पूर्वीसारखाच भयंकर राग येईल. मला कोणत्याच परदेशी माणसाची भीती वाटत नाही-पिस्तूलच काढेन मी-पण आता मला पूर्वीपेक्षा अधिक कळायला लागलं आहे. मला आता हे कळतं की, जे काही कार्य आपण या गरीब माणसांसाठी करतो आहोत, त्यातला सर्वांत मोठा अडसर म्हणजे ही गरीब माणसंच आहेत. फार फार माणसं आहेत ही-काही आशाच नाही त्यांच्यासाठी. म्हणूनच मी म्हणतो एखादी साथ नाहीतर दुष्काळ येऊ दे-नाहीतर लढाई–आणि हे सगळे नाहीसे होऊ देत. त्यांची मुलं तेवढी वाचू देत-त्यांना आपण क्रांतीच्या मार्गानं वाढवू.'

मेंग त्याच्या मिजाशीत मोठ्यानं बोलत होता आणि युआन त्याच्या संथ पद्धतीनं ते ऐकत होता. मेंगच्या बोलण्यात काहीतरी तथ्य आहे असं त्याला वाटू लागलं. अचानक त्याला त्या उत्सुक जमावापुढे ती घाणेरडी छायाचित्रं दाखवणारा तो परदेशी धर्मोपदेशक आठवला. होय, या नव्या भव्य शहरामध्येसुद्धा, या रुंद प्रशस्त रस्त्यावरसुद्धा, त्या नव्या दुकानांमध्ये-घरांमध्येसुद्धा युआनला त्या छायाचित्रांमधली काही दृश्यं दिसतच होती. रोगानं डोळे जाऊन आंधळा झालेला एक भिकारी, ही लहान लहान खोपटी, त्यांच्या दरवाजांपाशी साचलेली सांडपाण्याची डबकी, त्या डबक्यांतील घाण पाण्याचा दुर्गंध या सकाळच्या स्वच्छ हवेतही जाणवत होता-त्या परदेशी धर्मोपदेशकाविषयीचा संताप आणि शरम युआनच्या मनात उफाळून आली. त्या रागामध्ये एक दुःखाची टोचणीही होती आणि मग मेंगइतक्याच आवेशानं युआन उद्गारला, 'खरं आहे, ही सगळी घाण आपण काढून टाकायलाच हवी.' त्यानं निश्चयपूर्वक ठरवलं, मेंगचं बरोबरच आहे. या नव्या काळामध्ये या अडाणी, गरिबांचं काय काम आहे? तो नेहमी फारच सौम्यपणे हे घेत होता. आता मेंगसारखं कठोर व्हायला शिकायलाच हवं. या गरिबांसाठी आपल्या भावना खर्च करण्यात काही अर्थ नाही.

अखेरीस ते मेंगच्या घरापाशी येऊन पोहोचले. युआन सैनिकांपैकी नसल्याने

तिथे राहू शकत नव्हता; पण मेंगने त्याच्यासाठी जवळच्याच एका खाणावळीमध्ये एक खोली राखून ठेवली होती. ती खोली अगदी लहानशी, अंधारी आणि अस्वच्छ असल्याने युआन थोडा विचारात पडलेला पाहून त्यानं त्याची माफीही मागितल्यासारखं केलं आणि तो म्हणाला, 'आजकाल इतकी गर्दी आहे ना शहरात-मला मिळेचना एकही खोली-घर बांधलं जात नाही लवकर लवकर-शिवाय शहर इतक्या वेगानं वाढतं आहे की, त्याच्याबरोबर राहाणं कठीण व्हायला लागलं आहे.' हे सारं मेंग मोठ्या अभिमानानं सांगत होता. मग तो गर्वानं पुढे म्हणाला, 'हे सगळं आपल्या ध्येयासाठी चाललंय, माझ्या भावा. ही नवी राजधानी बांधून तयार होईपर्यंत सगळं चालवून घ्यायला हवं आपल्याला.' मग युआननं सगळंच मान्य केलं. अगदी ही खोली चांगली आहे असंही म्हटलं.

आता तो याच खोलीत राहाणार होता. तिच्या एकुलत्या एक खिडकीजवळ टेबल ठेवलेलं होतं. त्या लहानशा टेबलाशी बसून त्यानं मी-लिंगला पहिलंवहिलं पत्र लिहायला घेतलं. पत्राची सुरुवात कशी करावी, मायना काय लिहावा या विचारात त्यानं खूप वेळ घालवला. एकदा त्याला वाटलं, जुन्या पद्धतीनं आदरपूर्वक असलेला मायना लिहावा; पण तो दिवस संपता संपता त्याच्या मनातही काहीतरी बेफिकीर असं निर्माण झालं होतं. ती मोडून पडलेली जुनी घरं, ती लहानशी दिमाखात उभी राहाणारी नवी दुकानं, जुन्या शहराच्या मध्यातून त्याला विभागत पुढे निघालेला तो प्रशस्तपणे तयार होणारा तरी अजून अर्धवट असलेला रस्ता-आणि मेंगचं ते आवेशानं, आवेगानं, रागानं निर्भयपणाचं बोलणं या साऱ्यामुळे तोही निर्भय आणि बेफिकीर बनला होता. एक क्षणभर विचार करून त्यानं टोकाच्या परदेशी पद्धतीनं लिहिलं, 'प्रिय मी-लिंग.' ही स्पष्ट काळीभोर अक्षरं कागदावर उतरली आणि तो पुन्हा विचारात पडला. पुढे काहीही लिहिण्याआधी या अक्षरांचा अर्थ तरी काय होतो? त्या अक्षरांकडे बघत आपल्या नजरेनं त्यानं ती अक्षरं मायेनं भरून टाकली. 'प्रिय' या शब्दाचा काय अर्थ होणार -आवडती, प्रिय याशिवाय? आणि मी-लिंग–म्हणजे तर ती स्वतःच-ती होतीच तिथे-मग त्यानं पुन्हा लेखणी उचलली आणि भराभर आजच्या दिवसात त्यानं काय काय पाहिलं ते सर्व लिहून काढलं.–एक नव्यानं उभं राहाणारं शहर-तरुणांचं नवं शहर–जणू या नव्या शहरानं युआनला स्वतःच्या आयुष्यामध्ये पुरतं सामावून घेतलं होतं.

आजवर तो कधीच इतका व्यग्र किंवा इतका आनंदी नव्हता. निदान त्याला असं वाटत होतं. जिथे पाहावं तिथे करण्यासारखं काम होतं. शिवाय इथे काम करण्यातला आनंदही होता. इथे केलेल्या कामाचा प्रत्येक तास पुढच्या पिढीला काहीतरी देऊन जाणार होता. मेंगनं त्याची जेवढ्या लोकांशी ओळख करून दिली

त्या साऱ्यांमध्ये युआनला कामाची हीच प्रचंड तातडी जाणवली. कामाची आणि आयुष्याचीही-देशाचं नव्यानं धडधडायला लागलेलं हृदय म्हणजे हे शहर होतं. या शहरात सगळीकडे पुरुष होते ते साधारणपणे युआनच्या वयाचेच होते, ते नवनवीन आराखडे तयार करत होते. आयुष्याचे नवे नवे मार्ग रेखत होते, ते काही त्यांच्या स्वतःसाठी नव्हते तर सामान्य लोकांसाठी होते. या शहराचा आराखडा बनवणाऱ्यांचा प्रमुख होता एक लहानसा तापट दक्षिणी माणूस. त्याचं बोलणं घाईचं होतं आणि त्याचे लहान मुलासारखे छोटे सुंदर हातही सतत हालचाल करत असायचे. तोही मेंगचा मित्र होता. मेंगनं युआनची त्याच्याशी ओळख करून देताना म्हटलं, 'हा माझा चुलतभाऊ' तेवढं त्याला पुरेसं होतं. त्यानं त्याच्या मनातल्या या शहराविषयीच्या सर्व योजना भडाभडा युआनला सांगायला सुरुवात केली. तो ही जुनी वेड्यासारखी बांधलेली तटबंदी कशी जमीनदोस्त करणार आहे, त्यामध्ये वापरल्या गेलेल्या, शेकडो वर्षांनंतरही तशाच सुंदर आणि अखंड राहिलेल्या, दगडासारख्या मजबूत पुरातन विटा–आता अशा विटा बनत नाहीत- तो कसा या नव्या सरकारच्या नव्या पद्धतींनी बांधण्यात येणाऱ्या नव्या इमारतींसाठी वापरणार आहे, हे सगळं सांगताना त्याचे बारीक डोळे प्रकाशाच्या ठिपक्यांसारखे चमकत होते. मग एक दिवस तो युआनला त्याच्या कचेरीत घेऊन गेला. ती कचेरी एका जुन्या मोडकळीस आलेल्या इमारतीमध्ये होती. सगळीकडे धूळ आणि कोळिष्टकं लागली होती. तो उद्‌गारला, 'या जुन्या खोल्यांचं काही करण्यात अर्थ नाही. नव्या खोल्या तयार होईपर्यंत त्या ठेवायच्या. मग या इमारतीही जमीनदोस्त केल्या जातील आणि या जमिनीवर नव्या इमारती उभारण्यात येतील.'

धुळीनं भरलेल्या त्या खोल्यांमध्ये खूप टेबलं होती आणि त्या टेबलांशी बसून अनेक तरुण कागदांवर नवे आराखडे बनवण्याचं काम करत होते.

काहीजण त्यांनी काढलेल्या इमारतींची छपरं आणि कोपरे-कंगोरे निरनिराळ्या रंगांनी रंगवत होते. त्या खोल्या जुन्या आणि मोडकळीला आलेल्या असल्या तरी या तरुण माणसांमुळे त्यांच्यामध्ये एक नवं आयुष्य खेळत होतं.

त्यांच्या प्रमुखानं हाक मारल्यावर एक तरुण धावतच त्याच्याजवळ आला. प्रमुखानं मोठ्या रुबाबात त्याला नव्या सरकारी इमारतीचे आराखडे आणायला फर्मावलं. ते आराखडे समोर आल्यानंतर त्यानं ते नकाशे युआनसमोर उघडले. त्या नकाशांमध्ये चितारण्यात आलेल्या इमारती खरोखरच उंच, प्रशस्त आणि रुबाबदार होत्या. जुन्याच विटांनी बांधण्यात आलेल्या त्या इमारती नव्या पद्धतीनं चितारलेल्या होत्या. प्रत्येक इमारतीवर नव्या सरकारचं निशाण फडकताना दाखवण्यात आलं होतं. त्या नकाशांमध्ये रस्तेही दाखवण्यात आले होते. त्या रस्त्यांच्या दोन्ही बाजूंना हिरवीगार झाडं काढलेली होती. रस्त्यांवरून चालणाऱ्या माणसांचे कपडे श्रीमंती

होते. पुरुष आणि स्त्रिया शेजारी शेजारी चालत होते.

त्या रस्त्यांवरून गाढवांचे कळप, रिक्षा किंवा ढकलगाड्याही जाताना दिसत नव्हत्या. फक्त निळ्या, लाल, हिरव्या रंगांनी नटलेल्या श्रीमंती मोटारी तेवढ्या त्या रस्त्यांवरून जाताना दाखवल्या होत्या. सगळीकडे श्रीमंत लोक होते. एकही भिकारी कुठे दिसत नव्हता.

त्या नकाशांकडे पाहाताना युआनला ते अर्थातच अप्रतिम वाटले. मंत्रमुग्ध झाल्यासारखं त्यानं विचारलं, 'हे तयार कधी होणार?'

त्या तरुण प्रमुखानं अगदी छातीठोकपणे उत्तर दिलं, 'पाच वर्षांत. आता सगळं वेगानं होतं आहे.'

पाच वर्षं! म्हणजे काहीच नाही. आपल्या अंधाऱ्या खोलीत परतल्यावर युआन विचार करत, अजून त्यानं बघितलेल्या त्या नकाशासारखी एकही इमारत नसलेल्या बाहेरच्या रस्त्याकडे बघत उभा होता. नाही-तिथे श्रीमंत लोकही नव्हते आणि झाडंही नव्हती. गरीब लोक अजून भांडाभांडी करत जगण्याची धडपड करत होते, तरीही त्याच्या मनात आलं, पाच वर्षं म्हणजे काहीच नाहीत. हे सगळं झाल्यासारखंच आहे. त्या रात्री त्यानं मी-लिंगला या सगळ्या योजना अगदी तपशीलवार लिहून कळवल्या. त्याला तर हे सगळं झालंच आहे असं वाटत होतं. सगळे आराखडे कसे अगदी नीटनेटके काढलेले होते, अगदी इमारतींच्या छपरांचे निळे रंगसुद्धा झळाळत होते. झाडं हिरव्यागार पानांनी भरलेली होती. त्याला आठवत होतं - क्रांती युद्धामधल्या एका वीराच्या पुतळ्यापाशी एक कारंजंही आखलेलं होतं. त्याच्या नकळतच तो हे सर्व जणू काही झालेलंच आहे अशा शब्दांमध्ये लिहीत होता. 'एक भलं मोठं प्रशस्त सभागृह आहे-तिथे एक भव्य दरवाजा आहे-त्या रुंद रस्त्याच्या बाजूंनी झाडं आहेत.-'

हे असंच इतरही अनेक गोष्टींमध्ये घडत होतं. परदेशांमध्ये जाऊन रोग्यांच्या शरीरामधले रोग कापून काढायला शिकून आलेले तरुण डॉक्टर्स जुन्या वडिलोपार्जित उपचारपद्धतींवर टीका करत होते आणि नवी मोठमोठी रुग्णालयं बांधण्याच्या योजना आखत होते. दुसरे काही तरुण मोठमोठ्या शाळा बांधण्याच्या तयारीत होते, जिथे देशातील खेड्यापाड्यांमधल्या सर्वच्या सर्व मुलांना शिक्षण देता येणार होतं.

मग देशामध्ये असं कुणीही निरक्षर राहिलं नसतं. काहीजण नवे कायदे करण्याच्या प्रयत्नात होते. हे कायदे अगदी सर्व तपशिलांसह लिहिले गेलेले होते. जे कुणी हे कायदे मोडतील त्यांच्यासाठी तुरुंगही बांधले जाणार होते. नव्या लेखनपद्धतीनुसार नवी पुस्तकंही लिहिली जात होती. स्त्री आणि पुरुषांमधलं मुक्त प्रेम हे तर सगळीकडेच होतं.

या सर्व तयारीमध्ये नवा सरसेनापतीही तयार होत होता. तो नवी सैन्यं तयार

करण्याच्या कल्पना राबवीत होता. नव्या युद्धनौका आणि युद्धाचे नवे प्रकार-एक दिवस तो एक नवं महायुद्ध घडवून आणणार होता आणि जगातल्या इतर सर्व देशांना दाखवून देणार होता की, आता इतर कोणत्याही देशासारखाच माझा देशही सर्वशक्तिमान झालेला आहे. हा नवा सरसेनापती म्हणजे युआनचा जुना शिक्षकच होता- नंतर त्याचा वरिष्ठ अधिकारी बनला होता. तोच आता मेंगचा वरिष्ठ जनरल झाला होता. युआनचा विश्वासघात करून त्याला तुरुंगात पाठवण्यात आलं होतं, तेव्हा मेंग पळून त्याच्याचकडे गेला होता.

मेंगचा जनरल म्हणजे आपलाच जुना शिक्षक आहे हे कळल्यावर युआन खूपच अस्वस्थ झाला. हा दुसरा कुणीतरी असता तर बरं झालं असतं असंही त्याच्या मनात आलं, कारण या जनरलला मागचं किती आणि काय आठवतं आहे हे त्याला माहीत नव्हतं, तरी त्यानं जेव्हा मेंगला त्याच्या चुलतभावाला घेऊन भेटायला येण्याचा आदेश दिला, तेव्हा त्याला नकार देण्याची काही युआनची छाती नव्हती.

एका ठरलेल्या दिवशी युआन मेंगबरोबर गेला. आपला चेहरा सरळ आणि शांत ठेवला असला तरी युआनच्या मनात धाकधूक होती.

स्वच्छ आणि अतिशय नेटके गणवेश घातलेल्या शिपायांची पलटण उभी असलेल्या एका मोठ्या दरवाजातून युआन आत गेला. त्यांच्या सावध हातांमध्ये बंदुका चमकत होत्या. आतली प्रांगणंही अगदी स्वच्छ आणि नीटनेटकी होती. युआन जेव्हा जनरलच्या खोलीत गेला, तेव्हा त्याला कळून चुकलं की, आपल्याला घाबरण्याचं काहीच कारण नाही. हा आपला जुना शिक्षक जुनी दुखणी उकरून काढणाऱ्यांपैकी नाही. युआननं त्याला अखेरचं पाहिलं होतं, त्यापेक्षा तो जास्त वयस्कर दिसत होता. आता तो सैन्यातला एक सुप्रसिद्ध आणि सर्वांना माहीत असलेला असा अधिकारी झाला होता. त्याचा चेहरा सौम्य, हसरा किंवा दयाळू नसला तरी तो रागीटही नव्हता. युआन खोलीत आला, तेव्हा तो उठून उभा रहिला नाही; पण त्यानं मानेनंच एका खुर्चीकडे इशारा करून युआनला बसायला सांगितलं. युआन अगदी खुर्चीच्या कडेवर बसला, कारण एके काळी तो या माणसाचा शिष्य होता. त्याच्या चांगलेच स्मरणात असलेले ते तीक्ष्ण डोळे परदेशी चश्म्यामधून त्याच्याकडे रोखून बघत होते. तो कठोर तरीही निर्दय नसलेला आवाजही त्याला आठवत होता. त्या आवाजानं त्याला विचारलं,

'मग? अखेर तू आम्हाला येऊन मिळालास तर?'

होकारार्थी मान हलवत युआननं अगदी लहानपणी तो जसं उत्तर द्यायचा तसंच साधं सरळ उत्तर दिलं, 'माझ्या वडिलांनी मला हे करणं भाग पाडलं.' आणि त्यानं त्याची सगळी कहाणी सांगितली.

जनरलनं पुन्हा विचारलं, 'म्हणजे तुला अजूनही सैन्यात काम करणं आवडत

नाही, असंच ना? मी एवढं सगळं तुला शिकवलं तरी तू अजून सैनिक नाही झालास?'

आपल्या जुन्या गोंधळात पडून युआन थोडा घुटमळला; पण मग धीटपणानं उत्तरला, 'मला अजून युद्धाचा तिटकाराच वाटतो; पण मी इतर अनेक मार्गांनी माझा वाटा उचलू शकतो.' या माणसाला आता घाबरायचं नाही असं त्यानं ठरवून टाकलं.

'कसा काय?' जनरलनं विचारलं. युआन उत्तरला, 'सध्या मी इथल्या मोठ्या शाळेत शिकवू शकतो, कारण मला पैशांची गरज आहे. त्यानंतर मग एकूण सगळं कसं काय आहे ते बघून मी ठरवेन काय करायचं ते.'

पण आता जनरल अस्वस्थ झाला होता. त्यानं टेबलावरच्या एका परदेशी घड्याळाकडे नजर टाकली, जणू काही युआनला सैन्यामध्ये येण्यात काही रस नसल्याचं कळल्यावर त्याला आता युआनमध्ये काही स्वारस्य उरलं नसावं तसा, तेव्हा युआन उठला. जनरलनं मेंगला विचारलं, 'नव्या छावणीचे नकाशे तयार झाले का? नव्या सैनिकी कायद्यानुसार प्रत्येक प्रांतामधून माणसांची भरती करायची आहे. आजपासून एका महिन्यामध्ये या नव्या पलटणी येतील.'

हे ऐकल्याबरोबर मेंगनं टाचा जुळवून एक सलाम ठोकला. त्याच्या जनरलच्या समोर तो खुर्चीत बसलेला नव्हता. मोठ्या प्रौढीनं खड्या आवाजात त्यानं उत्तर दिलं, 'नकाशे तयार आहेत, जनरलसाहेब, तुमच्या मंजुरीच्या सही-शिक्क्याची वाट पाहाताहेत. मग लगेच काम करून टाकलं जाईल.'

अशी ती लहानशी भेट संपली आणि कितीही जुन्या नकोशा आठवणी येत असल्या, सैन्याविषयी कितीही घृणा वाटत असली तरी प्रांगणामध्ये युद्धाचा सराव करणारे सैनिक पाहून युआनला हे मान्य करावंच लागलं की, हे लोक त्याच्या वडिलांच्या आळशी, कामचोर शिपायांपेक्षा वेगळे आहेत. हे सगळे सैनिक तरुण होते; इतके की, त्यांच्यापैकी अनेकांची वयं वीस वर्षांपेक्षाही कमीच असतील. आणि ते अजिबात हसत नव्हते. टायगरची माणसं कायम भांडत असायची किंवा गप्पा मारत हसत असायची. सरावानंतर जेव्हा ते घरी परत जायचे तेव्हाही ते एकमेकांना ढकलत असायचे, फालतू विनोद करून हसत असायचे, मोठमोठ्यानं बोलत असायचे; त्यामुळे हवेलीचं प्रांगण कायम गावंढळ वागण्यानं दुमदुमलेलं असायचं. त्या काळामध्ये जेवणाची वेळ झाली हे युआनला कळायचं ते बाहेरच्या चौकातून मोठमोठ्यानं हसणं, शिव्याशाप आणि बोलणं ऐकू यायचं त्यावरून. तो त्याच्या वडिलांबरोबर ज्या चौकामध्ये राहायचा त्याच्या बाहेरच टायगरच्या शिपायांचा मुक्काम असायचा; पण हे तरुण सैनिक काहीही न बोलता जात-येत होते. त्यांच्या पावलांचा आवाज इतका एकाच वेळी येत होता की, जणू एकच प्रचंड मोठं पाऊल पडत असावं. हसण्याचा आवाज तर अजिबात नव्हता. युआन त्यांच्या रांगांसमोरून जात होता. एकामागोमाग एका सैनिकाकडे बघत होता-त्याला त्यांचे चेहरे दिसत

होते. सगळे अगदी तरुण, सगळे अगदी साधे आणि सगळे अगदी गंभीर. हेच तर खरं नवं सैन्य होतं.

त्या रात्री त्यानं मी-लिंगला लिहिलं, 'ते इतके तरुण दिसत होते की, या वयात त्यांनी सैनिक व्हावं हे खटकेलच. शिवाय त्यांचे चेहरे म्हणजे खेड्यातल्या मुलांचे चेहरे होते.' मग ते चेहरे आठवत तो थोडा थांबला आणि मग पुन्हा पुढे त्यानं लिहिलं, 'आणि तरीही त्यांच्या चेहऱ्यावर एक सैनिकाचा भाव होताच. तुला ते कळणार नाही, कारण तू माझ्यासारखं ते आयुष्य जगली नाहीस. मला असं म्हणायचं आहे-त्यांचे चेहरे अगदी साध्या माणसासारखे होते-इतके साधे की, त्यांच्याकडे बघतानाच मला जाणवलं की, जेवण करावं इतक्या सहजतेनं ते दुसऱ्या माणसाला ठार मारू शकतील. मृत्यूइतका भयंकर साधेपणा आहे हा.'

या नव्या शहरामध्ये युआनला आता त्याचं आयुष्य आणि त्याचं काम सापडलं होतं. शेवटी एकदा त्यानं काही मांडण्या विकत आणल्या आणि आपल्या पुस्तकाच्या पेट्या उघडल्या. त्या परदेशामध्ये उगवलेलं काही परदेशी बियाणंही त्यानं बरोबर आणलं होतं. त्यानं थोड्या शंकास्पद नजरेनंच त्या बियाण्याकडे बघितलं. या अधिक काळ्या भारी जमिनीमध्ये ते पेरलं तर त्याचं पीक कसं येईल हे त्याला ठरवता येत नव्हतं. त्यानं बियाण्याचं एक पाकीट त्याचं सील फाडून उघडलं आणि त्यामधलं बियाणं स्वतःच्या तळहातावर ओतून घेतलं. मोठमोठे टपोरे, सोनेरी रंगाचे गव्हाचे दाणे- वाट बघत असलेले. आता यांचा वापर करण्यापुरती थोडी जमीन शोधायलाच हवी कुठेतरी!

आता तो भराभर फिरणाऱ्या दिवस-आठवडे-महिने यांच्या चक्रामध्ये पार गुंतून गेला होता. दिवसभर तो शाळेमध्ये असायचा. तो सकाळीच शाळेच्या इमारतींकडे जायचा-काही जुन्या काही नवीन. नव्या इमारती नव्या पद्धतीनं बांधलेल्या होत्या. मोठमोठी ओसाड दालनं, सिमेंट आणि बारीक लोखंडी सळ्यांनी भराभर बांधून काढलेली-एवढ्यातच त्यांच्या भिंतींचे पोपडे जायला लागलेले-पण युआनचा वर्ग एका जुन्या इमारतीमध्ये भरायचा. ती इमारत जुनी असल्यानं तिची एखादी फुटलेली काचही दुरुस्त करायला व्यवस्थापन राजी नसायचं. सोनेरी उबदार शरद ऋतू वाढत होता; त्यामुळे एखादं दार बिजागरीतून सुटून करकरत असलं, नीट बंद होत नसलं तरी युआन फारशी तक्रार करत नव्हता; पण जेव्हा हिवाळा सुरू झाला, तेव्हा वायव्येकडील वाळवंटांमधून अकराव्या महिन्यात येणाऱ्या जोरदार वाऱ्याच्या पंखांवर बसून त्या वाळवंटांतली बारीक पिवळी वाळू प्रत्येक फटीमधून आत घुसायला लागली. भला मोठा गरम कोट घालून युआन थंडीनं कापणाऱ्या त्याच्या विद्यार्थ्यांसमोर उभा राहू लागला. त्यांनी कसेही लिहिलेले निबंध तपासायला लागला. वाळूनं

भरलेला वारा त्याच्या केसांमधून फिरत असताना फळ्यावर कविता लिहिण्याविषयीचे नियम लिहायला लागला. या सर्वांचा काहीही उपयोग होत नव्हता, कारण त्या सगळ्यांचं लक्ष फक्त आपले आखूड, तोकडे कपडे स्वतःभोवती गुरफटून घेऊन थंडीपासून बचाव करण्याकडेच लागलेलं असायचं.

सुरुवातीला युआननं त्याच्या वरिष्ठाकडे याची लेखी तक्रार केली. हा वरिष्ठ सात आठवड्यांपैकी पाच आठवडे त्या किनारपट्टीवरच्या मोठ्या शहरामध्ये घालवायचा; पण त्या माणसानं या पत्राची काहीही दखल घेतली नाही. एकतर त्याच्याकडे खूपच मोठमोठ्या जबाबदाऱ्या होत्या आणि त्याचं सर्वांत महत्त्वाचं काम म्हणजे या सर्व जबाबदाऱ्यांबद्दल त्याला जे अनेक पगार मिळायचे ते गोळा करणं हेच होतं. मग मात्र युआनला राग आला आणि तो सरळ त्याच्या शाळेच्या प्रमुखाकडे गेला. तिथे त्यानं त्याच्या विद्यार्थ्यांची अवस्था सांगितली - खिडक्यांच्या काचा कशा फुटलेल्या आहेत, लाकडी जमिनीमध्ये किती भेगा पडलेल्या आहेत आणि त्यामुळे त्या भेगांमधून वारा वर येऊन विद्यार्थ्यांना त्याचा कसा त्रास होतो, हे सर्व त्यानं त्या प्रमुखाला सांगितलं.

परंतु प्रमुखाकडेही खूप जबाबदाऱ्या होत्याच. तो त्रासिकपणे उत्तरला, 'थोडे दिवस हे सहन करा. करा सहन-आपल्याकडे जेवढा पैसा आहे, तो सगळा नव्या इमारती बांधण्यासाठीच खर्च होणार आहे-जुन्या, निरुपयोगी इमारती दुरुस्त करण्यासाठी पैसा नाही.' शहरामध्ये जागोजागी हेच शब्द ऐकू यायला लागले होते.

युआनलाही ते पटलं आणि तो नव्या मोठ्या प्रशस्त खोल्यांची स्वप्नं पाहायला लागला. नव्या उबदार वर्गखोल्या, थंडी अजिबात आत येणार नाही अशा बांधलेल्या; पण हे पुढचं होतं, आज तर थंडी वाढायलाच लागली होती. हिवाळा वाढतच होता. युआनला जमलं असतं तर त्यानं स्वतःचा पगार खर्च करून एखादा सुतार कामाला लावला असता आणि त्याची वर्गखोली तरी निदान बंद करून घेतली असती, कारण इतक्या थोड्या दिवसांमध्येच त्याला आपलं काम आवडायला लागलं होतं आणि त्याच्या तरुण विद्यार्थ्यांविषयी प्रेमही निर्माण झालं होतं. त्यांच्यापैकी बहुतेकजण गरीबच होते, कारण श्रीमंत लोक त्यांच्या मुलांना खासगी शाळांमध्ये पाठवायचे. तिथे मुलांना शिकवायला परदेशी शिक्षक नेमलेले असत. विद्यार्थी आरामात असावेत म्हणून वर्गखोल्यांमध्ये शेकोट्या असत. शाळेत जे जेवण मिळायचं तेही उत्तम प्रतीचं असायचं. ही शाळा मात्र सार्वजनिक होती, नव्या सरकारनं सुरू केलेली होती. या शाळेत शिक्षण घेण्यासाठी विद्यार्थ्यांना कसलाही मोबदला द्यावा लागत नसे; त्यामुळेच या शाळेमधले विद्यार्थी लहान लहान व्यापारी, कमी पगारावर जुनं अभिजात साहित्य शिकवणारे शिक्षक अशांची मुलंच असायचे. काही बुद्धिमान मुलं आपली खेडी सोडून आपल्या शेतकरी वडिलांपेक्षा अधिक काहीतरी मिळवावं या

आशेनं आलेली असायची. ही सगळी मुलं तरुण होती, पुरेसे कपडे नसलेली होती, बरीचशी अर्धपोटीही असायची; पण युआनचं त्यांच्यावर प्रेम होतं, कारण ती सर्व मुलं शिकण्यासाठी उतावीळ झालेली होती. तो जे काही शिकवायचा ते समजून घेण्यासाठी धडपडणारी होती. खूप वेळा त्यांना ते समजायचं नाही-काहींना पुष्कळ कळत होतं आणि काहींना त्यांच्यापेक्षा कमी कळत होतं; पण एकुणात सगळ्यांना फारच थोडं कळत होतं. त्यांचे फिकट चेहरे आणि उत्सुक नजरा बघताना युआनला वाटायचं, निदान आपली वर्गखोली दुरुस्त करून घेण्याइतके पैसे आपल्याजवळ असायला हवे होते.

पण त्याच्याकडे इतके पैसे नव्हते. त्याचा पगारही त्याला नियमितपणे मिळत नव्हता, कारण त्याच्या वरिष्ठांना त्यांचे पगार आधी दिले जायचे. त्या महिन्यापुरते पैसे कमी पडले किंवा दुसऱ्या एखाद्या कारणासाठी वापरले गेले-सैन्यासाठी-एखाद्या अधिकाऱ्याच्या नव्या घरासाठी किंवा एखाद्या खासगी खिशामध्येच चिकटून राहिले तर-मग युआन आणि इतर शिक्षकांना त्यांच्या पगारासाठी थांबावं लागायचं. त्यांच्या सहनशीलतेची परीक्षाच असायची ती. युआन तर बिलकूलच सहनशील नव्हता, कारण त्याला लवकरात लवकर काकांच्या कर्जातून मोकळं व्हायचं होतं. त्यानं व्यापारी वांगला पत्र लिहून कळवलं होतं, 'तुमच्या मुलांचं म्हणाल तर मी त्यांच्यासाठी काहीच करू शकत नाही. इथे मला कोणताही अधिकार नाही; पण मला जो पगार मिळतो, त्यातला अर्धा हिस्सा मी तुम्हाला माझ्या वडिलांचं कर्ज फिटेपर्यंत पाठवेन. मात्र, मी तुमच्या मुलांची जबाबदारी घेऊ शकत नाही.' अशा रीतीनं या नव्या काळामध्ये त्यानं आपल्या जुन्या परंपरांचं, रक्ताच्या नात्यांच्या बंधनांचं थोडं तरी ओझं काढून फेकलंच.

साहजिकच त्याला स्वतःचे पैसे आपल्या विद्यार्थ्यांसाठी वापरता येत नव्हते. मी-लिंगला त्यानं हे पत्रानं कळवलं. आपली वर्गखोली दुरुस्त करण्याची आपली कशी इच्छा आहे, इथे हिवाळा किती भयंकर आहे; पण मला काय करावं ते कळतच नाही असं सगळंच! त्या वेळी अगदी लगेचच तिचं उत्तरही आलं. 'तू त्यांना त्या थंडगार निरुपयोगी इमारतीतून बाहेर काढून एखाद्या उबदार अशा ठिकाणी का नेत नाहीस? पाऊस पडत नसेल किंवा बर्फ पडलं नसेल तर त्यांना सरळ उन्हामध्ये घेऊन बसत जा.'

तिचं पत्र वाचताना युआनच्या मनात आलं-हे आपल्याला आधी का नाही सुचलं? कारण हिवाळा असला तरी कोरडा होता, बऱ्याच दिवसांत सूर्यप्रकाश असायचा. त्यानंतर त्यानं त्याच्या विद्यार्थ्यांना एका उबदार उन्हाच्या जागी नेऊन शिकवायला सुरुवात केली. येणारे-जाणारे कुणी त्याला हसलेच तर तो दुर्लक्ष करायचा, कारण सूर्यप्रकाश चांगला उबदार असायचा. मी-लिंगला इतक्या चटकन

ही इतकी साधी, सोपी गोष्ट सुचली म्हणून त्याचं तिच्यावरचं प्रेम दुणावलंच. मग या चटकन सुचण्यानं त्याला आणखीही काही शिकवलं. त्यानं तिला पत्रामधून उत्तर सुचत नसलेला एखादा प्रश्न विचारला की, तिचं लगेच उत्तर यायचं हे त्याला कळून आलं. मग तो शहाणा झाला आणि त्याला पडणारे सगळे प्रश्न तिला लिहून कळवायला लागला. त्यानं प्रेमासंबंधी लिहिलं तर ती उत्तरच द्यायची नाही; पण त्यानं अमुक एका गोष्टीमध्ये काय करावं तेच कळत नाही असं लिहिलं तर मात्र तिचं ताबडतोब उत्तर यायचं. पानगळ सुरू झाली की, वाऱ्यानं पानं जेवढ्या वेगानं उडत जातात, तेवढ्या वेगानं मग या दोघांचा पत्रव्यवहार सुरू झाला.

हिवाळ्यामध्ये गोठलेलं रक्त गरम करण्याचा आणखी एक उपाय युआनला सापडला. तो म्हणजे शेतामध्ये काम करणं-त्यानं आणलेलं परदेशी बियाणं जमिनीत पेरणं. या शाळेमध्ये त्याला अनेक विषय शिकवावे लागत होते, कारण शिक्षण घ्यायला उतावीळ झालेल्या सर्व तरुण माणसांना पुरेसे शिक्षकच नव्हते. सगळीकडे नवनवीन परदेशी शाळा उघडल्या जात होत्या. त्या शाळांमध्ये आजवर कधीच न शिकवले गेलेले परदेशी विषय शिकवले जात होते आणि तरुण माणसं हे विषय शिकण्यासाठी सर्व शाळांमध्ये गर्दी करत होती. या नव्या काळामध्ये हे नवे विषय शिकण्यासाठी उतावीळ झालेल्या विद्यार्थ्यांना शिकवायला पुरेसे शिक्षक मिळत नव्हते. म्हणून मग परदेशी जाऊन आलेल्या युआनला भरपूर मान देऊन त्याला जेवढं येत होतं तेवढं सर्व या विद्यार्थ्यांना शिकवण्याची गळ घालण्यात आली होती. यामध्येच तो बियाणं पेरण्याची आणि त्याची काळजी घेण्याची नवी पद्धतही शिकवायचा. शहराच्या तटबंदीच्या भिंतीबाहेर त्याला एक लहानसा जमिनीचा तुकडा देण्यात आला होता. जवळच एक लहानसं खेडंही होतं. तिथे तो त्याच्या विद्यार्थ्यांना घेऊन जायचा. चार-चारजणांच्या रांगा केलेलं ते लहानसं सैन्य तो स्वतः पुढे राहून शहराच्या रस्त्यांमधून घेऊन जायचा. फक्त त्यांच्या खांद्यावर बंदुकीच्या जागी कुदळ-फावडी आणि खुरपी असायची. हे सामान युआननंच त्यांच्यासाठी खरेदी केलेलं होतं. रस्त्यांवरून जाणारे-येणारे लोक त्यांच्याकडे बघतच राहायचे. अनेकजण हातातलं काम सोडून थांबायचे आणि आश्चर्यानं उद्गारायचे, 'आता हे काय नवीनच?' एक अगदी साधासुधा, प्रामाणिक असा दिसणारा रिक्षावाला तर युआनला ऐकू जाईल असं ओरडून म्हणाला, 'आजकाल मी तर या शहरामध्ये रोज काहीतरी नवीन बघतोय-पण हे काहीतरी वेगळंच आहे. कुदळ-फावडी घेऊन लढाईला जाणं म्हणजे...'

हे ऐकून युआन हसतच म्हणाला, 'हे क्रांतीचं सर्वांत नवं सैन्य आहे.'

हिवाळ्यातल्या सूर्यप्रकाशात शहराच्या रस्त्यावरून विद्यार्थ्यांसह चालत जातानाची

ही करमणूक त्यालाही मोठी गमतीची वाटत होती. हे खरोखर एक सैन्यच होतं. तो ज्याचं नेतृत्व करेल असं एकमेव सैन्य. जमिनीत बी पेरायला निघालेल्या तरुण माणसांचं सैन्य. चालत जाताना त्यानं त्याची पावलं लहानपणी ऐकलेल्या त्याच्या वडिलांच्या सैन्याच्या तालावर टाकायला सुरुवात केली. आपण हे करतो आहोत हे मात्र त्याच्या लक्षात आलं नाही. त्याची पावलं जोरात पडू लागली आणि मग त्याच्या मागोमाग येणाऱ्या मुलांची पावलंही हळूहळू त्याच्या गतीनं आणि तालात पडायला लागली. लवकरच त्यांच्या चालण्याचा तो ताल त्यांच्या रक्तामध्ये भिनायला लागला. शहराच्या जुन्या अंधाऱ्या तटभिंतीमधून बाहेर पडल्यावर ते सगळे बाहेरच्या मोकळ्या वातावरणात पोहोचले. पायाखालच्या शेवाळलेल्या विटा त्यांच्या पावलांचा प्रतिध्वनी द्यायला लागल्या, तेव्हा या तालावर युआनच्या मनामध्ये नवे शब्द तयार व्हायला लागले. कितीतरी दिवसांमध्ये ही गोष्ट घडली नव्हती. जणू काही तो इतके दिवस कसल्यातरी गोंधळलेल्या मनःस्थितीत होता आणि आता काम करायला लागल्यामुळे त्याचं मन स्वच्छ झालं होतं. त्याचा आत्माही स्वच्छ होऊन गीतामध्ये उतरू पाहात होता.

श्वास रोखून तो या शब्दांची वाट पाहायला लागला. त्या मातीच्या घरात राहात असतानाच्या लहानशा काळामध्ये अशा ओळी सुचल्या की, जो आनंद व्हायचा त्याची त्याला आठवण झाली आणि त्याच आनंदानं त्यानं हे शब्दही ओंजळीत घेतले आणि ते आलेच-तीन स्पष्ट जिवंत ओळी-पण त्याला चौथी ओळ काही सुचत नव्हती. रस्ता संपत आला होता. त्याला दिलेला शेताचा तुकडा समोर दिसू लागला होता म्हणून अचानक वाटणाऱ्या उतावळेपणानं त्यानं जबरदस्तीनं चौथी ओळ तयार करण्याचा प्रयत्न केला; मग तर ती अजिबातच येईना.

तेव्हा मात्र त्याला ते सगळंच मनाआड करावं लागलं, कारण आता त्याच्या मागून येणाऱ्या मुलांमधून थोडी कुरकुर, थोड्या तक्रारी ऐकू यायला लागल्या होत्या. धापा टाकत मुलं म्हणू लागली. 'तुम्ही किती वेगानं चालवता आम्हाला-आम्हाला नाही चालता येत इतकं वेगानं-आणि ही कुदळी-फावडीसुद्धा किती जड आहेत-सवय नाही आम्हाला या अशा कष्टांची–'

युआनला त्याची कविता विसरून जाणं भाग पडलं. त्यांना चुचकारत तो मोठ्या उत्साहानं म्हणाला, 'पोहोचलोच आहोत आपण तिथे-कामाला सुरुवात करण्यापूर्वी थोडी विश्रांती घेऊ या.'

सगळ्या तरुणांनी शेताच्या कडेला अंगं टाकली. त्यांच्या फिकट चेहऱ्यांवरून घामाच्या धारा वाहात होत्या आणि छाती धपापत होती हे मात्र खरं. त्यांच्यापैकी एक-दोघे जे खेड्यांमधून आले होते त्यांची अवस्था मात्र एवढी वाईट नव्हती.

ते विश्रांती घेत असताना युआननं त्याची परदेशी बियाण्याची पाकिटं उघडली.

प्रत्येक तरुणानं हातांची ओंजळ त्याच्यासमोर धरली आणि युआननं त्या ओंजळीमध्ये ते मौल्यवान भरदार सोनेरी बीज ओतायला सुरुवात केली. आता तर त्याला ते बियाणं फारच किमती वाटायला लागलं. दहा हजार मैलांवरच्या परक्या मातीत त्यानं ते बी पेरलं होतं, वाढवलं होतं हे त्याला आठवलं. तो पांढऱ्या केसांचा वृद्ध माणूसही त्याला आठवला आणि मग अर्थातच त्याच्या ओठांवर ओठ टेकवणारी ती परदेशी मुलगीही त्याला आठवली. हातातलं बियाणं काळजीपूर्वक आपल्या विद्यार्थ्यांच्या हातात देत असताना त्याला पुन्हा एकदा तो क्षण आठवला. ते आठवलं नसतं तर बरं झालं असतं असंही त्याच्या मनात आलं; पण अखेरीस त्या क्षणानंच तर त्याला वाचवलं होतं ना-त्या क्षणानंच त्याला तिथून निघून जायला लावलं होतं आणि मी-लिंग सापडेपर्यंत एकटंच चालायला लावलं होतं. त्यानं झटकन आपली कुदळ हातात घेतली आणि जमीन खणायला सुरुवात केली. त्याच्याकडे बघणाऱ्या त्याच्या विद्यार्थ्यांना उद्देशून तो म्हणाला, 'बघा, कुदळ अशी चालवायची- वर-खाली, वर-खाली-तसं केलं नाही तर उगाच कष्ट वाया जातात.'

त्या म्हाताऱ्या शेतकऱ्यानं त्याला शिकवलं होतं तशीच त्याची कुदळ सूर्यप्रकाशात चमकत वर-खाली जात होती. मग ते तरुण एकामागून एक उठले आणि युआनसारखे कुदळीचे घाव घालण्याचा प्रयत्न करायला लागले. सर्वांत शेवटी उठणारे आणि टाळाटाळ करणारे दोन्ही तरुण खेड्यांमधून आलेले होते. कुदळ कशी चालवायची हे त्यांना चांगलंच माहीत होतं तरी ते अगदी सावकाश आणि नाइलाजानंच काम करत होते. हे बघितल्यावर युआननं त्यांना कडक शब्दांत विचारलं, 'तुम्ही काम का करत नाही?'

सुरुवातीला त्या दोघांनी काहीच उत्तर दिलं नाही; पण एकजण मात्र कुरकुरत पुटपुटला, 'मी या शाळेत हे शिकायला आलो नाही-हे तर मी घरी जन्मभर करत आलो आहे. मला चांगलं काहीतरी शिकून पैसे मिळवायचेत.' हे ऐकल्यावर मात्र युआन चांगलाच रागावला. त्यानं ताबडतोब उत्तर दिलं, 'होय–आणि हेच काम अधिक चांगलं कसं करायचं हे माहीत असतं तर तुला घर सोडून इथे येण्याची वेळच आली नसती. अधिक चांगलं बियाणं आणि पेरणीच्या अधिक चांगल्या पद्धती तुला माहीत असत्या तर प्रचंड पीक काढून तू तुझं आयुष्य सुधारलं असतंस.'

आत्तापर्यंत युआन आणि त्याचे हे विद्यार्थी यांच्याभोवती त्या जवळच्या खेड्यातले काही मूठभर शेतकरी गोळा झाले होते. हे तरुण विद्यार्थी हातात कुदळी घेऊन शेतात काम करताहेत हे दृश्य ते मोठ्या आश्चर्यानं बघत उभे होते. सुरुवातीला ते घाबरलेले, गप्पसे उभे होते; पण थोड्याच वेळात हे तरुण विद्यार्थी कसं काम करताहेत ते बघून ते मोठ्याने हसायला लागले. युआनचे शब्द ऐकून त्यांना थोडा धीर आला आणि त्यांच्यापैकी एकानं ओरडून विचारलं, 'तुमचं चुकतंय–गुरुजी-

माणसानं कितीही कष्ट केले आणि कितीही उत्तम बियाणं पेरलं तरी शेवटी पीक येणं देवाच्याच हाती असतं.'

आपल्या विद्यार्थ्यांसमोर आपल्याला असा विरोध कुणी करावा हे काही युआनला आवडलं नाही. म्हणून त्यानं त्या अडाणी माणसाला काहीच उत्तर दिलं नाही. ते मूर्खासारखं बोलणं न ऐकल्यासारखं करत त्यानं आपल्या विद्यार्थ्यांना बियाणं सरळ रांगेमध्ये कसं पेरायचं, किती खोल ठेवायचं, त्यावर किती माती कशी दाबायची आणि प्रत्येक रांगेच्या शेवटी त्या बियाण्याच्या नावाची एक लहानशी पाटी कशी लावायची हे सांगायला सुरुवात केली. त्या पाटीवर हे बियाणं कधी पेरलं, कुणी पेरलं ही माहिती लिहायची हेही त्यानं सांगितलं.

जमलेले शेतकरी हे सगळं आ वासून बघत होते. इतकी काळजी घेण्याची टिंगलही करत होते. मोठमोठ्यानं हसत एकानं विचारलं, 'दादा, तुम्ही बियाही मोजून घेणार का?' तर दुसरा उद्गारला, 'प्रत्येक बीला नाव देता काहो तुम्ही? आणि तिचा रंगही लिहून ठेवणार का?' तिसरा म्हणाला, 'माझे आई-आम्ही जर प्रत्येक बीची अशी काळजी घ्यायला लागलो तर दहा वर्षांमध्ये फक्त एखादं पीक काढू शकू आम्ही.'

युआनचे विद्यार्थी मात्र या अडाणी बोलण्याकडे लक्ष देत नव्हते. खेड्यातून आलेले ते दोघे मात्र फार चिडले आणि ओरडून म्हणाले, 'हे परदेशातून आणलेलं बियाणं आहे. तुम्ही तुमच्या शेतांमध्ये पेरता तसलं फालतू नाही.' युआनच्या उत्तेजनानं आला नव्हता एवढा चेव त्यांना त्या शेतकऱ्यांच्या टिंगलीमुळे आला.

पण काही वेळातच त्या शेतकऱ्यांची चेष्टामस्करी थांबली. चेहरे गंभीर झाले आणि बोलणं अजिबातच थांबलं. एकामागून एकजण चुकून थुंकल्यासारखा तिथेच थुंकून निघून जायला लागला.

युआन मात्र फारच आनंदात होता. हाताला मातीचा स्पर्श होणं. बी जमिनीमध्ये पेरायला मिळणं हे खूपच छान होतं. ही माती भारी होती, जमीन सुपीक होती; तिच्या गडद रंगावर ते पिवळं परदेशी बियाणं खुलून दिसत होतं... शेवटी दिवसभराचं काम संपलं. छानसं दमलेलं युआनचं शरीर अगदी ताजंतवानं झालं होतं. त्यानं आपल्या विद्यार्थ्यांकडे एक नजर टाकली, तेव्हा त्याला दिसलं की, सर्वांत फिकट वर्णाच्या तरुणावरसुद्धा एक नवाच निरोगी रंग चढला होता. पश्चिमेकडून चांगलाच थंड वारा येत होता तरी सगळे छान उबेत होते.

त्यांच्याकडे पाहात युआन हसत म्हणाला, 'थंडी पळवण्याचा चांगला उपाय आहे की नाही हा? कोणत्याही शेकोटीपेक्षा चांगला!' युआन हा त्यांचा आवडता शिक्षक होता, त्याला बरं वाटावं म्हणून ते सगळे त्याच्याबरोबर हसले; पण ते खेड्यामधून आलेले तरुण चांगली ऊब आली असली तरी थोडे नाराजच होते.

त्या रात्री आपल्या खोलीमध्ये एकटाच बसून युआननं ही सगळी हकीकत मी-लिंगला कळवली. आजकाल जेवणं, झोपणं, खाणं-पिणं या गोष्टींइतकीच त्याला मी-लिंगला पत्र लिहून दिवसभरात काय काय झालं ते लिहून कळवण्याची गरज भासायला लागली होती. पत्र लिहून झाल्यावर तो उठून खिडकीपाशी जाऊन बाहेर दिसणाऱ्या शहराकडे बघत उभा राहिला. इथेतिथे जुन्या घरांच्या जथ्यामध्ये गडद रंगाची छपरं चंद्रप्रकाशात काळी दिसत होती; पण सगळीकडेच नव्या उंच इमारती घुसून वरवर चढत होत्या. लाल छपरं. चौकोनी - काटकोनी आणि परदेशी. त्यांच्या अनेक खिडक्या आतल्या प्रकाशानं चमचमत होत्या. शहरभर मोठमोठे रुंद रस्ते प्रकाशाच्या वाटांसारखे पसरले होते. त्यांच्या चमचमाटापुढे चंद्रप्रकाश जणू फिका पडत होता.

या बदलत्या शहराकडे बघताना युआनला ते दिसत होतं आणि दिसत नव्हतंही. त्याच्या नजरेसमोर फक्त मी-लिंगचा चेहरा होता. अगदी स्पष्ट आणि अगदी तरुण असा-ते शहर म्हणजे त्या चेहऱ्याची केवळ एक पार्श्वभूमी होती. आणि अचानक त्याच्या कवितेची चौथी ओळ त्याच्या मनात अवतरली—अगदी संपूर्ण अशी. इतकी पूर्ण की, जणू त्याला ती छापील अवस्थेमध्येच दिसली असावी. तो टेबलाकडे धावला आणि आत्ताच चिकटवलेला लिफाफा त्यानं फाडूनच उघडला. त्या पत्रामध्ये मग त्यानं लिहिलं, 'या चार ओळी मला आज सुचल्या. पहिल्या तीन मी शेतामध्ये काम करत असताना; पण चौथी काही सापडत नव्हती. मी शहरात परत आल्यावर तुझा विचार करत होतो, तेव्हा ही शेवटची ओळ अगदी अलगद अशी माझ्या मनात आली. जणू काही तूच मला ही ओळ सांगत असावीस.'

असा युआन त्या शहरामध्ये राहात होता. दिवस कामामध्ये जात होते आणि रात्री मी-लिंगला पत्रं लिहिण्यामध्ये. ती फारशी नियमितपणे त्याला पत्रं लिहीत नव्हती. जेव्हा तिची पत्रं येत, तेव्हा ती अतिशय गांभीर्यानं आणि अचूकपणे लिहिलेली असायची; पण ती कंटाळवाणी मात्र कधीच नसायची, कारण तिचे थोडेसेच शब्द अर्थानं पुरेपूर भरलेले असायचे. आय-लान एकदाची घरी आली हे तिनं कळवलं होतं, कारण एका महिन्यासाठी मजा करायला बाहेरगावी गेलेलं ते जोडपं कितीतरी महिने तिथेच मजा करत राहिलं होतं. मी-लिंगनं लिहिलं होतं, 'आय-लान पूर्वीपेक्षा अधिक सुंदर दिसायला लागली आहे; पण तिच्यातला गोडवा मात्र थोडा कमी झाल्यासारखा वाटतो. कदाचित तिचं बाळ हा गोडवा परत आणेल. आता महिनाभरात बाळ होईलच तिला. खूप वेळा ती घरी येते, कारण तिच्या जुन्या बिछान्यावर तिला चांगली झोप लागते असं तिचं म्हणणं आहे.' मी-लिंगनं पुढे लिहिलं होतं, 'आज मी माझी पहिली खरीखुरी शस्त्रक्रिया केली. एका बाईचं पाऊल कापून काढायचं होतं. लहानपणापासून बांधलेलं असल्यामुळे ते सडलं होतं. मला

भीती वाटली नाही.' पुढे तिनं लिहिलं होतं, 'अनाथाश्रमामध्ये जाऊन तिथल्या मुलांशी खेळायला मला खूपच आवडतं. मी त्यांच्यापैकीच एक आहे-आम्ही बहिणी-बहिणीच आहोत.' त्या मुलांशी खेळताना झालेल्या अनेक गमतीजमतीही तिनं लिहिल्या होत्या.

एकदा तिनं लिहिलं होतं, 'तुझे काका आणि त्यांचा थोरला मुलगा या दोघांनी शेंगला घरी परत येण्याचा हुकूम दिला आहे. तो खूपच खर्च करतो आहे असं त्यांचं म्हणणं आहे. आजकाल जुन्या जमिनींचं भाडं त्यांना मिळेनासं झालं आहे आणि थोरल्या मुलाची पत्नी त्याचा पगार शेंगसाठी परदेशी पाठवायला तयार नाही. दुसरीकडूनही कुठून पैसे मिळण्याची शक्यता तर नाहीच. म्हणून आता शेंगला परत येणं भाग आहे-त्याला पैसे पाठवले जाणार नाहीत.'

युआननं हे पत्र वाचलं आणि तो विचारात पडला. शेंगला त्यानं अखेरचं पाहिलं होतं, तेव्हा तो अतिशय झोकदार कपड्यांत होता. त्या परदेशी शहरातील सूर्यप्रकाशानं भरलेल्या एका रस्त्यानं चालताना त्याच्या हातात एक चमकदार छडी होती. तिला रुबाबात हेलकावे देत तो चालत होता. त्याच्या सौंदर्याची, रूपाची काळजी घेण्यात तो खूप पैसे खर्च करायचा हे तर खरंच होतं. आता त्याला घरी परत यावंच लागेल–त्याला घरी परत आणण्याचा हा एकच मार्ग आहे-शिवाय युआनला त्या लघळपणा करणाऱ्या स्त्रीची आठवण झाल्यावर त्याच्या मनात आलं-तो घरी येणंच योग्य आहे-आता तिला सोडून त्याला यावंच लागेल–मला याचा आनंद वाटतो; युआननं विचारलेल्या प्रत्येक प्रश्नाला मी-लिंग अगदी काळजीपूर्वक उत्तर लिहायची. हिवाळा जसजसा वाढू लागला तसतसं तिच्या पत्रात यायला लागलं-जाड कोट घाल, नीट जेव-भरपूर झोप घे-जास्त काम करू नकोस वगैरे. कितीतरी वेळा ती त्याला त्या जुन्या वर्गखोलीतल्या वाऱ्यापासून जपून राहाण्याचीही सूचना द्यायची; पण एका गोष्टीविषयी ती कधीही बोलायची नाही. युआन प्रत्येक पत्रात लिहायचा, 'माझा विचार बदललेला नाही. माझं तुझ्यावर प्रेम आहे-आणि मी तुझी वाट पाहीन.' याला मात्र ती कधीच उत्तर द्यायची नाही.

तरीही तिची पत्रं अगदी अचूक असतात असं युआनला वाटायचं. महिन्यातून चार वेळा- आज सकाळी सूर्य उगवणारच एवढ्या खात्रीनं त्याला माहीत असायचं की, आज तिचं पत्र आपल्या टेबलावर ठेवलेलं आपल्याला मिळणारच. आज काम संपवून जेव्हा आपण आपल्या खोलीत जाऊ, तेव्हा तिचं ते लांबट लिफाफ्यातलं आणि तिच्या स्वच्छ बारीकशा अक्षरांत त्याचं नाव लिहिलेलं पत्र आलेलं असणारच. प्रत्येक महिन्यातले हे चार दिवस त्याच्या दृष्टीनं सणासुदीचे असायचे. या खात्रीचा आनंद दुप्पट करण्याच्या हेतूनं त्यानं एक लहानशी दिनदर्शिका विकत घेतली आणि तिची पत्रं येण्याच्या दिवसांवर लालचुटुक खुणा करून ठेवल्या. नव्या वर्षापर्यंत

अशा एकूण बारा खुणा झाल्या. नव्या वर्षाची सुटी होती, तेव्हा तो कदाचित घरी जाऊ शकणार होता-तिला पाहू शकणार होता. त्या दिवसापलीकडे मात्र त्यानं एकही खूण केलेली नव्हती, कारण त्याच्या मनात एक छुपी आशा होती.

असा युआन सातव्या दिवसापासून सातव्या दिवसापर्यंत जगत होता. आपल्या कामाखेरीज इतरत्र कुठेही जाणं किंवा नवे मित्र मिळवणं याची त्याला गरजच भासत नव्हती, कारण त्याचं हृदय भरलेलं होतं.

कधीकधी मात्र मेंग यायचा आणि त्याला हट्टानं बाहेर घेऊन जायचा. मग युआन कुठल्यातरी चहागृहामध्ये मेंग आणि त्याच्या मित्रांच्या उतावळेपणाच्या गप्पा ऐकत एखादी संध्याकाळ घालवायचा, कारण मेंगला सुरुवातीला वाटलं होतं तेवढा तो यशस्वी झाला नव्हता. हे ऐकताना युआनच्या लक्षात यायचं की, मेंग अजूनही संतापलेलाच आहे. अजूनही तो काळाविरुद्ध- अगदी या नव्या काळाविरुद्धसुद्धा आपला राग व्यक्त करतोच आहे. अशाच एका संध्याकाळी एका नव्या रस्त्यावर नव्यानं सुरू झालेल्या चहागृहामध्ये युआन मेंग आणि त्याचे चार अधिकारी यांच्याबरोबर रात्रीचं जेवण घेत होता. ते पाचहीजण सतत कशा ना कशाबद्दल तक्रार करत होते-टेबलावरच्या दिव्याचा प्रकाश फारच मिणमिणीत होता-किंवा पुरेसा मोठा नव्हता-त्यांनी मागवलेलं जेवण यायला खूप वेळ लागला होता- त्यांना एक विशिष्ट परदेशी मद्य हवं होतं ते त्यांना मिळालं नव्हतं. मेंग आणि त्याचे चार सहकारी यांच्यामध्ये तिथल्या नोकराला मात्र घाम फुटला होता. चकोट केलेल्या आपल्या डोक्यावरचा घाम पुसत तो इकडून तिकडे धावत होता. हाताशी चमकती शस्त्रं असलेल्या या तरुण सैन्याधिकाऱ्यांना राग येईल याची त्याला भयंकर भीती वाटत होती. गाणाऱ्या मुली रंगमंचावर आल्यावर आणि नव्या परदेशी पद्धतीनुसार त्यांनी हातपाय इकडेतिकडे उडवत नाचायला सुरुवात केल्यानंतरसुद्धा त्या अधिकाऱ्यांचं समाधान होईना. ते मोठमोठ्याने त्या मुलींवर टीका करत होते- तिचे डोळे कसे डुकराच्या डोळ्यांसारखे मिचमिचे आहेत, हिचं नाक कांद्यासारखं फताडं दिसतंय- ही लठ्ठच आहे आणि ती लुकडीच आहे असं त्यांचं बोलणं चालू होतं. शेवटी त्या मुलींचे डोळे रागानं आणि आसवांनी भरून आले. युआनलाही त्या मुली काही सुंदर वाटल्या नव्हत्या तरी त्याला त्यांची दया आल्याशिवाय राहिली नाही. शेवटी तो उद्‌गारला, 'जाऊ दे ना- त्यांनाही पोट भरायचं आहे ना कसंतरी करून...'

यावर एक तरुण अधिकारी मोठ्यानं म्हणाला, 'यापेक्षा त्या भुकेल्या राहिल्या तरी बरं.' आणि मग मोठ्यानं त्यांचं कडवट हास्य करत आणि आपली शस्त्रं खणखणवत ते सगळे उठले.

पण त्या रात्री मेंग युआनबरोबर पायी त्याच्या खोलीपर्यंत गेला. रस्त्यांवरून

चालत जात असताना त्यानं त्याच्या मनातला असंतोष युआनसमोर उघड केला. ‘खरं सांगायचं तर आम्ही सगळेच संतापलेलो आहोत, कारण आमचे नेते आमच्याशी न्यायानं वागत नाहीत. क्रांतीचं तत्त्वच असं होतं की, आपण सगळे समान आहोत. सगळ्यांना समान संधी मिळणार आहे; पण आता आमचे नेतेच आमच्यावर जुलूम करताहेत. माझा तो महान जनरल-तुला माहीतच आहे तो-तू पाहिलं आहेस त्याला-तर तो तिथे एखाद्या सरदारासारखा बसून असतो-इथल्या सर्व सैन्याचा प्रमुख म्हणून चांगला भरपूर पगार मोजून घेतो दर महिन्याला-आणि आम्हा तरुण अधिकाऱ्यांना एकाच जागी दडपून ठेवतो. मी चटकन वर चढत कॅप्टन झालो-इतक्या चटकन की, मला वाटायला लागलं, आता आणखी खूप वर जाणार मी–आमच्या उत्तम आणि महान ध्येयासाठी काहीही करायला तयार होतो -पण मी कितीही काम केलं, कितीही कष्ट केले तरी बघ इथल्या इथेच आहे अजून-अजूनही कॅप्टनच-आम्ही कुणीच कॅप्टनच्या पदाच्या वर जाऊ शकत नाही, का माहीत आहे? कारण आमच्या जनरलला आमची भीती वाटते-त्याला वाटतं, एक दिवस आम्ही त्याच्याही वरच्या पदावर पोहोचू. आम्ही त्याच्यापेक्षा तरुण आहोत आणि अधिक योग्यही आहोत आणि म्हणून तो आम्हाला खाली दाबून ठेवतो. हे क्रांतीचं तत्त्व आहे का?’ मेंग रस्त्यावरच्या एका दिव्याखाली थांबला आणि त्यानं आपल्या मनातल्या या सर्व तापट भावना युआनपुढे उघड केल्या. युआनच्या मनात आलं, लहानपणी जसा मेंगचा चेहरा रागीट, चिडका दिसायचा तसाच तो आत्ताही दिसतो आहे. या वेळेपर्यंत रस्त्यावरून जाणारे-येणारे लोक त्या दोघांकडे कुतूहलानं पाहायला लागले होते. मेंगच्याही ते लक्षात आलं. त्यानं आपला चढलेला आवाज खाली आणत पुढे चालायला सुरुवात केली. अखेरीस तो उद्वेगानं म्हणाला, ‘युआन, ही काही खरी क्रांती नाही. खरी क्रांती दुसरी काहीतरी असली पाहिजे. हे काही आपले खरे नेते नव्हेत. हे तर जुन्या सरदारांसारखे स्वार्थी आहेत-युआन, आपण तरुण आहोत -आपण नव्यानं सुरुवात केली पाहिजे-सामान्य माणसं पूर्वी होती तशीच दडपली जाताहेत-त्यांच्यासाठी तरी आपण पुन्हा एकदा उठाव केला पाहिजे-आत्ताचे आपले नेते तर या सामान्य लोकांना पार विसरूनच गेले आहेत–’ हे बोलत असतानाच मेंग क्षणभर थबकला आणि पुढे टक लावून पाहायला लागला. समोर एका अतिशय प्रसिद्ध अशा विलासगृहाच्या दाराशीच एक भांडण सुरू होतं. त्या विलासगृहाचे लालभडक दिवे आपला रक्तासारखा चमकदार प्रकाश रस्त्यावर सांडत होते. त्या प्रकाशात त्यांना एक अतिशय घृणास्पद दृश्य दिसलं. या शहराजवळच्या महानदीमधून जाणाऱ्या अनेक प्रचंड नौका युआननं पाहिल्या होत्या. तशाच एका परदेशी नौकेवरचा एक परदेशी खलाशी त्याला आपल्या पायरिक्षामधून या विलासगृहापर्यंत आणणाऱ्या गरीब रिक्षावाल्याला दारूच्या नशेत मारहाण करत

होता. दारूच्या आणि स्वतःच्या मूर्खपणाच्या नशेत, डगमगणाऱ्या पायांवर झुलत तो मोठमोठ्यानं शिव्या देत होता, त्या गरीब माणसाला आपल्या भल्या थोरल्या मुठींनी मारत होता. हा गोरा माणूस त्या गरीब माणसाला कसा मारतो आहे हे बघितल्यावर मेंग धावतच पुढे निघाला. युआनही त्याच्यामागोमाग पळाला. जवळ गेल्याबरोबर त्यांच्या लक्षात आलं की, त्या गरीब माणसानं त्या गोऱ्या माणसाकडे जास्त पैसे मागितले होते आणि गोरा माणूस काही ते द्यायला तयार नव्हता. त्याच्या गुद्द्यांपुढे तो रिक्षावाला मान खाली घालून हातांनी आपला बचाव करण्याचा प्रयत्न करत होता; पण तो गोरा माणूस चांगला धिप्पाड होता आणि त्याचे नशेतले फटके चांगले जोरात बसत होते.

मेंग त्यांच्याजवळ पोहोचला आणि ओरडून म्हणाला, 'तुझी हिंमत कशी झाली - हिंमतच कशी झाली–' उडी मारून त्यानं त्या माणसाचे दोन्ही हात त्याच्या पाठीशी ओढून धरले; पण तो खलाशी काही इतका सहजासहजी हे मानणार नव्हता. मेंग सैन्यातला कॅप्टन आहे किंवा कुणी मोठा आहे याची त्याला काही फिकीर नव्हती. त्याच्या वंशाचे नसलेले सर्वच लोक त्याच्या दृष्टीनं सारखेच आणि तुच्छ होते. त्यानं आता मेंगकडे आपला मोर्चा वळवला. ते दोघे आता एकसमान द्वेषानं एकमेकांवर तुटून पडणार, तेवढ्यात युआन आणि तो रिक्षावाला दोघांच्या मध्ये आले आणि त्यांनी ती मारामारी थांबवली. युआन कमालीच्या अस्वस्थपणे म्हणाला, 'मेंग, हा सामान्य माणूस आहे- शिवाय दारू प्यायलेला आहे-स्वतःचा विचार कर-' तो हे बोलत असतानाच त्यानं घाईघाईनं त्या दारुड्या खलाशाला त्या विलासगृहाच्या दारातून आत ढकललं. भांडण विसरून तो आत निघूनही गेला.

युआननं खिशातून काही तांब्याची नाणी काढून रिक्षावाल्याच्या हातावर ठेवली. तो फाटका, कधीही पुरेसं अन्न न मिळालेला माणूस ती नाणी बघून खूश झाला. नको ते भांडण अशा रीतीनं मिटल्यानं त्याला बरंच वाटलं होतं. काहीसं हसतच तो युआनला म्हणाला, 'तुम्हाला सगळं माहीत आहे साहेब-लहान मूल, बाई किंवा दारूच्या नशेतला माणूस यांना काही सांगायला जाऊ नये म्हणतात ते खरंच आहे.'

हा सगळा वेळ मेंग तिथेच प्रचंड संतापानं धापा टाकत उभा होता. त्या परदेशी खलाशावर त्याला आपला सगळा राग काढता आला नव्हता, तो राग अजूनही त्याच्या मनात धुमसत होता. स्वतःवर ताबाच राहिला नव्हता त्याचा. तो साधा रिक्षावाला एवढा मार खाऊनही थोड्याशा तांब्याच्या नाण्यांवर समाधान मानतो आहे. हसतो आहे आणि वर ती जुनी म्हणही सांगतो आहे हे पाहून तर त्याचा राग अनावर झाला. आपल्या देशबांधवाशी असं वर्तन करणाऱ्या त्या परदेशी माणसाचा त्याला आलेला अगदी स्वच्छ असा राग कसा कोण जाणे पण नासूनच गेला. एक शब्दही न बोलता त्याचे पेटते डोळे त्या रिक्षावाल्यावर खिळले आणि पुढे होत त्यानं त्याच्या तोंडावरच एक

जोरदार फटका मारला. हे बघताच युआन ओरडला, 'मेंग, हे काय करतोस तू?' आणि घाईनं त्यानं आणखी एक नाणं रिक्षावाल्याच्या हातात ठेवलं.

पण त्या माणसानं ते नाणं घेतलं नाही. तो एकदम स्तब्ध झाला. तो फटका इतक्या झटकन आणि अनपेक्षितपणे आला होता की, तो आ वासून बघतच राहिला. त्याच्या ओठांच्या कोपऱ्यातून बारीकशी रक्ताची धार वाहू लागली. एकदम तो खाली वाकला, त्यानं आपल्या रिक्षाच्या दांड्या उचलल्या. तिथून निघून जाण्यापूर्वी तो युआनला एवढंच म्हणाला, 'त्या परदेशी माणसाच्या मारापेक्षा हा मार मला जास्त लागला आहे.'

पण हे ऐकायला मेंग तिथे थांबलाच नाही. फटका मारल्याबरोबर तो तिथून चालायलाच लागला होता. युआन त्याच्यामागे धावला. मेंगजवळ पोहोचून तो त्याला या फटक्याचं कारण विचारणार, तेवढ्यात त्याचं लक्ष मेंगच्या चेहऱ्याकडे गेलं आणि तो आश्चर्यानं गप्पच झाला. रस्त्यावरच्या दिव्यांच्या स्वच्छ प्रकाशात मेंगच्या गालांवरून वाहाणारे अश्रू चमकत होते.

त्या अश्रूंमधून मेंग सरळ समोर बघत होता. थोड्या वेळानं तो रागानं पुटपुटला, 'या अशा लोकांसाठी लढण्यात काय अर्थ आहे? त्यांच्यावर जुलूम करणाऱ्या लोकांचाही त्यांना द्वेष वाटत नाही-थोडे पैसे फेकले की, सगळं ठीक होऊन जातं.' आणि पुढे एक शब्दही न बोलता तो युआनला तिथेच सोडून शेजारच्या एका गल्लीत शिरून निघूनच गेला.

क्षणभर काय करावं ते न कळून युआन तसाच उभा राहिला. संतापाच्या भरात मेंग आणखी काही वेडेपणा करणार नाही ना, हे बघण्यासाठी त्याच्यामागोमाग जावं का असं त्याला वाटत होतं; पण त्यालाही स्वतःच्या खोलीकडे जाण्याची घाई होती. आज सातवा दिवस होता. त्याची वाट बघत असलेलं पत्र त्याला नजरेसमोर दिसत होतं. म्हणून मग पुन्हा एकदा त्यानं मेंगला त्याच्या वाटेनं जाऊ दिलं.

अखेर असे दिवस जाताजाता वर्षाचा शेवट आला. सुट्टी सुरू व्हायला आता मोजकेच दिवस राहिले होते. मी-लिंगला पुन्हा भेटायचे दिवस जवळ यायला लागले. त्या दिवसांमध्ये तो जे काही करत होता, ते फक्त मी-लिंगला भेटण्यासाठी. तो मोकळा होईल त्या दिवसाची वाट पाहातच ते करत होता, असं म्हणायला हरकत नाही. त्याला शक्य होतं तेवढं त्याचं काम तो उत्तम रीतीनं करतच होता; पण त्याच्या विद्यार्थ्यांबद्दलही त्याला फारशी काळजी वाटेनाशी झाली. ते चांगलं करताहेत की वाईट यामध्ये त्याला काही रस वाटत नव्हता. तो लवकर झोपायला जायचा रात्र लवकर संपावी म्हणून आणि लवकर उठायचा तो एकदाचा दिवस लवकर संपावा म्हणून! आणि तरीही घड्याळ बंद पडलेलं असावं तसे दिवस

सावकाश जात राहिले.

एकदा तो मेंगला भेटायला गेला. ज्या आगगाडीनं तो इथे आला होता, त्याच आगगाडीनं परतीचा प्रवासही करावा असा त्याचा बेत होता, कारण या वेळेला मेंगलाही सुट्टी होती. तो नेहमीच म्हणत असायचा, 'मी क्रांतिकारक आहे, मला पुन्हा माझं घर दिसलं नाही तरी काही फरक पडणार नाही.' पण आजकाल तो फार अस्वस्थ झाला होता. काहीतरी बदल घडावा असं त्याला वाटत होतं; पण तो बदल घडवणं त्याच्या हाती मात्र नव्हतं. शिवाय आत्ता सुट्टीत करण्यासारखं काहीच नव्हतं म्हणून तोही घरी जायला तयार झाला होता. त्या रिक्षावाल्याला फटका मारल्याच्या घटनेचा त्यानं पुन्हा कधीही उल्लेख केला नव्हता. जणू तो ते विसरूनच गेला असावा. आता त्याच्या मनात एक नवाच संताप धुमसत होता. हे सामान्य लोक इतके हट्टी होते की, नव्या सरकारनं निश्चित केलेल्या नव्या वर्षाच्या दिवशी ते सण साजरा करायला तयारच नव्हते. खरी गोष्ट अशी होती की, सगळे लोक चांद्रवर्षाच्या मोजणीप्रमाणे वर्ष मानत होते आणि या तरुण लोकांनी ठरवलेलं नवं वर्ष परदेशी लोकांच्या सौरवर्षाच्या मोजणीनुसार होतं. लोकांना यामध्ये शंका वाटत होती. रस्त्यांवर जिथे जिथे नव्या मोजणीनुसारच नवं वर्ष साजरं करण्याचे, मौजमजा करण्याचे हुकूम लिहिलेल्या पताका लावलेल्या होत्या, तिथे तिथे लोक जमत होते, ज्यांना वाचता येत होतं ते इतरांना वाचून दाखवत होते. सगळीकडे एकच गुणगुण होती, 'असं कसं मनात येईल तसं वर्ष बदलता येईल? जर स्वयंपाकघराच्या देवाला एक महिनाभर आधीच स्वर्गात पाठवलं तर स्वर्गाला काय वाटेल? स्वर्गाचे हिशेब काय परदेशी सूर्यावर चालतात का? शक्यच नाही.' म्हणून मग ते हट्टीपणाच करत राहिले- बायकांनीसुद्धा नव्या वर्षासाठीची पक्वान्नं नव्या दिवशी करायला साफ नकार दिला. दरवाजांवर लावण्याचे लाल कागद विकत घ्यायला पुरुषही नाखूषच होते.

या हट्टीपणामुळे हे नवं सरकार भयंकर संतापलं. त्यांनी स्वतःचे नवे कागद तयार केले. त्यावर मूर्खासारख्या जुन्या प्रार्थना नव्हत्या, तर क्रांतीची बोधवाक्यं होती. हे कागद घराघरांवर जबरदस्तीनं लावण्यासाठी त्यांनी स्वतःच्या भाडोत्री लोकांना पाठवलं.

युआन ज्या दिवशी मेंगला भेटायला गेला, त्या दिवशी तो फक्त हेच बोलत होता. हे सगळं सांगून झाल्यावर तो विजयानं म्हणाला, 'त्यांच्या मनामध्ये असो किंवा नसो, लोकांना हे शिकवलंच पाहिजे आणि जुन्या चालीरीतींमधून बाहेर काढलंच पाहिजे.'

युआननं यावर काहीच उत्तर दिलं नाही. खरंतर त्याला या गोष्टीच्या दोन्ही बाजू दिसत होत्या आणि म्हणूनच काय बोलावं हे कळत नव्हतं.

नंतरच्या उरलेल्या दोन दिवसांमध्ये युआननं मुद्दाम लक्ष देऊन पाहिलं, तेव्हा त्याला खरोखरच सर्व दारांवर त्या नव्या पताका लावल्या जात असलेल्या दिसल्या. त्याविरुद्ध एकही शब्द बोलला जात नव्हता. सगळीकडे बायका आणि पुरुष त्यांच्या दारांवर हे नवे लाल कागद लावले जाताना बघत होते; पण काहीही बोलत नव्हते. चुकून कुठेतरी एखादा माणूस मोठ्याने हसायचा किंवा खाली धुळीत थुंकायचा आणि आपल्या कामाला निघून जायचा. जणू त्याच्याकडे सांगण्यासारखं खूप काही आहे; पण तो सांगणार नाही. अर्थात, बायका आणि पुरुष आपापली कामं मात्र सगळीकडे तशीच पार पाडताना दिसत होते. जणू काही त्या वर्षभरात त्यांच्यासाठी एकही सणाचा दिवस येणार नाही. सगळे दरवाजे अगदी उत्सवी दिसत होते, लालभडक रंगानं रंगलेले दिसत होते; पण सामान्य माणसाला मात्र हे काहीही दिसत नव्हतं. तो आपला अगदी नेहमीसारखाच आपली नेहमीची कामं पार पाडत होता. हे सारं बघून युआनच्या चेहऱ्यावरही एक चोरटं हसू उमटलं, तरीही मेंगच्या रागाला कारण आहे हे त्याला कळत होतं. त्याला कुणी विचारलं असतं तर लोकांनी सरकारची आज्ञा पाळली पाहिजे असंच त्यानंही म्हटलं असतं.

नाहीतरी आजकाल युआन सहजसुद्धा हसायला लागला होता. अगदी एखादी लहानशी बाबही त्याला हसायला पुरत होती, कारण मी-लिंगमध्ये बदल होतो आहे, ती अधिक मोकळेपणानं पत्र लिहितेय असं त्याला वाटायला लागलं होतं. त्यानं लिहिलेल्या प्रेमाच्या शब्दांना तिनं अजूनही उत्तर दिलेलं नसलं तरी तिनं ते शब्द वाचलेले होते आणि ती ते विसरून जाईल हे त्याला पटणारं नव्हतं. त्याच्या दृष्टीनं तरी हे वर्ष त्याच्या आयुष्यातलं सर्वांत आनंदाचं असं वर्ष सुरू होणार होतं, कारण या वर्षाकडून त्याच्या खूपच अपेक्षा होत्या.

अशा अपेक्षांनी युआननं त्याची सुट्टी सुरू केली. अगदी मेंगचा रागही त्याच्यावर विरजण घालू शकत नव्हता. दिवसभराच्या त्या प्रवासामध्ये मेंगनं कितीतरी वेळा भांडण काढण्याचा प्रयत्न केला तरी युआननं त्याला अजिबात प्रतिसाद दिला नाही. खरी गोष्ट अशी होती की, मेंग कोणत्यातरी छुप्या असमाधानानं फारच अस्वस्थ झालेला होता. त्याला कोणतीच गोष्ट पसंत पडत नव्हती. आगगाडीत बसल्या बसल्या तो एका श्रीमंत माणसावर भडकला. त्या माणसानं आपला कातडी कोट पसरून त्याच्या नेमलेल्या जागेपेक्षा दुप्पट जागा बळकावली होती; त्यामुळे एका साध्या दिसणाऱ्या माणसाला उभं राहावं लागलं होतं आणि मग हे चालवून घेतलं म्हणून तो त्या साध्या माणसावरही चिडला होता. शेवटी युआनला हसू आवरेनासं झालं आणि तो मेंगला हलकंसं ढकलत म्हणाला, 'तुला काहीच आवडत नाही, मेंग. श्रीमंत आवडत नाहीत, कारण ते श्रीमंत आहेत आणि गरीब- कारण ते गरीब आहेत.'

मेंग मनातून खरोखरच फार चिडला होता. त्याला स्वतःची ही चेष्टा अजिबात आवडली नाही. तो रागानं युआनकडे वळून खालच्या आवाजात; पण प्रचंड संतापानं पुटपुटला, 'होय-आणि तूही तसाच आहेस-तूसुद्धा सगळं सहनच करत राहाशील. तुझ्याइतका कचखाऊ माणूस मी आजवर बघितलेला नाही–खरा क्रांतिकारक व्हायला अगदी नालायक आहेस तू–'

मेंगच्या या संतापामुळे मात्र युआन थोडा गंभीर झाला. तो बोलला मात्र काहीच नाही, कारण सगळे लोक मेंगकडे बघत होते. तो काय बोलतो आहे ते त्यांना ऐकू जाऊ नये म्हणून मेंगनं स्वतःचा आवाज हळू ठेवला असला तरी त्याचा चेहरा रागानं फुललेला होता, जाड काळ्याभोर भुवयांखालचे डोळे आग ओकत होते. लोकांना अशा माणसांची नेहमीच भीती वाटते. शिवाय त्याच्या कमरेला एक पिस्तूल असलं तर खूपच! म्हणून मग युआन गप्पच राहिला. तरी मेंगच्या बोलण्यात तथ्य आहे हे त्याला मान्य करावंच लागलं. मेंग कोणत्यातरी कारणानं रागावला आहे, त्याच्यावर रागावलेला नाही हे माहीत असूनही युआन थोडा दुखावला गेला. थोडा वेळ युआन तसाच गप्प बसून विचार करत राहिला. आगगाडी दऱ्या-खोऱ्यांमधून, शेतांमधून वाट काढत पुढे जातच होती. त्याच्या मनात येत राहिलं-आपण आहोत तरी कोण आणि आपल्याला हवंय तरी काय-तो काही फार मोठा क्रांतिकारक नव्हता हे तर खरंच होतं आणि कधी बनूही शकणार नव्हता, कारण तो आपला राग, द्वेष मेंगसारखा फार काळ फुलवत ठेवू शकायचा नाही. त्याला राग यायचा; पण तो क्षणभरच टिकायचा. त्याला खरोखर काय हवं असेल तर ती होती शांतता-आपलं आवडतं काम शांतपणे करत राहाण्याचं स्वातंत्र्य. तो जे आत्ता करत होता, तेच त्याचं आवडतं काम होतं. त्याच्या विद्यार्थ्यांना शिकवण्यामध्ये त्यानं घालवलेला वेळ हा त्याच्या आयुष्यातला सर्वांत चांगला काळ होता. अर्थात, मी-लिंगला पत्र लिहिण्याचा काळ सोडून... त्याच्या या स्वप्नरंजनामध्ये मेंगचा चिडका आवाज घुसला, 'कसला विचार करतोस, युआन? ध्यानीमनी नसताना एखाद्या लहान मुलाच्या तोंडात साखर घातली जावी तसा मूर्खासारखा हसत काय बसला आहेस?'

त्यावर मात्र युआन ओशाळून हसला, तापलेल्या चेहऱ्यावर चढलेला रंगही त्याला नकोसा झाला. त्याच्या मनातले विचार मेंगसारख्याला सांगण्यासारखे नक्कीच नव्हते.

कोणती भेट आपल्या अपेक्षेसारखी गोड होते? त्या संध्याकाळी युआन आपल्या घरी पोहोचला आणि धावतच पायऱ्या चढून आत गेला, तेव्हा पुन्हा एकदा सगळीकडे शांतता होती. काही वेळानंतर एक दासी आली. त्याचं स्वागत करून ती म्हणाली, 'मालकीणबाईंनी सांगितलंय, तुम्ही ताबडतोब तुमच्या थोरल्या चुलतभावाच्या

घरी जायचं आहे. परदेशी असलेले धाकटे साहेब आले म्हणून सगळं कुटुंब एकत्र जमलं आहे. मोठी मेजवानी आहे तिथं. त्या तिथेच तुमची वाट बघताहेत.'

शेंग परत आला आहे या बातमीमध्ये युआनला जेवढा रस होता त्यापेक्षा कितीतरी अधिक रस मी-लिंगसुद्धा तिथे गेली आहे का हे जाणून घेण्यात होता; पण हे समजून घेण्याची त्याला कितीही घाई झाली असली तरी तो हा प्रश्न नोकरमाणसाला विचारू शकत नव्हता. नोकरमाणसाचं मन एक स्त्री आणि एक पुरुष यांच्याबद्दल किती चटकन काहीतरी ठरवू शकतं हे त्याला माहीत होतं. काकांच्या घरी जाऊन मी-लिंग तिथे आहे का हे स्वतः बघेपर्यंत त्याला धीर धरणं भाग होतं.

या इतक्या दिवसांमध्ये युआननं मी-लिंगची आणि आपली पहिली भेट कशी होईल याची चित्रं रंगवली होती. त्या सर्वच चित्रांमध्ये ती नेहमीच एकटी असायची. तो घरात पाऊल टाकतो आणि ती दोघं भेटतात-एकटीच असतात हे एक नवलच असतं-कशी कोण जाणे पण ती असतेच तिथे; पण आत्ता ती नव्हती -त्याच्या चुलतभावाच्या घरी असली तरी तिला एकटीला भेटता येण्याची काहीच शक्यता नव्हती. त्याच्या कुटुंबाच्या समोर अगदी शांत आणि सभ्य पद्धतीनंच तिच्याशी बोलावं लागणार होतं.

आणि घडलंही तसंच. तो त्याच्या चुलतभावाच्या घरी अनेक परदेशी वस्तूंनी आणि खुर्च्यांनी भरलेल्या त्या प्रशस्त खोलीत गेला. तिथे सगळे जमलेले होते. मेंग युआनच्या आधीच तिथे पोहोचला होता. सगळे मेंगचं स्वागत करणं नुकतंच संपवत होते. तेवढ्यात युआन पोहोचल्यावर पुन्हा त्याचं स्वागत करणं सुरू झालं. म्हातारे काका आत्ता चांगले जागे झालेले होते. त्यांचे सगळे मुलगे-त्यांनी टायगरला दिलेला मुलगा आणि धर्मोपदेशक झालेला कुबडा मुलगा सोडून बाकीचे सगळे आज त्यांच्या आजूबाजूला असल्यानं ते फारच आनंदात होते; पण नाहीतरी ते किंवा काकू दोघांच्याही दृष्टीनं आता ते त्यांचे मुलगे राहिलेच नव्हते. हे म्हातारं जोडपं त्यांचे सर्वांत उत्तम कपडे घालून बसलं होतं. काकू आपल्या स्थानाबद्दल जागरूक होती. ती गंभीरपणे हुक्का ओढत होती. तिच्यामागेच एक दासी त्या हुक्क्यावर लक्ष ठेवत उभी होती. काकूच्या एका हातातल्या जपमाळेचे तपकिरी मणी तिच्या बोटांमधून झरझर फिरत होते. काकांच्या प्रत्येक विनोदावर ती जपमाळ स्वतःच्या शरीरावर फिरवून पापक्षालन करण्याचं काम तिनं अजून चालूच ठेवलं होतं. युआनच्या अभिवादनाला उत्तर दिल्यावर काका आपला ओघळलेला चेहरा त्यावरच्या सुरकुत्यांसह हलवत ओरडले, 'अरे युआन, बघ तरी-हा माझा सुंदर मुलगा आला की घरी - एकटाच-आपल्याला भीती वाटत होती, परदेशी सून येईल म्हणून- तसं काही झालं नाही-अजून लग्न झालं नाही त्याचं.'

यावर ती वृद्ध स्त्री शांतपणे उद्गारली, 'मालक, असं काही करू नये हे

कळण्याएवढा शेंग शहाणा आहे. आता तुमच्या या वयात तुम्ही वेड्यासारखं काहीतरी बोलू नये एवढीच माझी विनंती आहे.'

पण आज प्रथमच तो म्हातारा माणूस बायकोला घाबरला नाही. मी घराचा मालक आहे हे त्याला जाणवत होतं. या सगळ्या गुणी तरुण मुला-मुलींच्या श्रीमंत घराण्याचा तो प्रमुख होता. त्या सर्वांचा त्याला आधार वाटत होता आणि खूप बोलावंसंही वाटत होतं. 'माझ्या मुलाच्या लग्नाविषयी बोलण्यात काही चूक आहे असं मला वाटत नाही. करायचं ना शेंगचं लग्न?' यावर काकूनं राजेशाही थाटात उत्तर दिलं, 'या नव्या दिवसांमध्ये योग्य काय आहे हे मला चांगलं माहीत आहे. माझ्या आईनं माझ्या मनाविरुद्ध मला लग्न करण्याची जबरदस्ती केली असं माझ्या मुलाला कधीच म्हणू देणार नाही मी.'

त्या म्हाताऱ्या जोडप्याची ही बाचाबाची युआन किंचित हसतच ऐकत होता; तेवढ्यात त्याला एक चमत्कारिक दृश्य दिसलं. त्याला शेंगच्या चेहऱ्यावर एक उदास, भावनाशून्य असं लहानसं हसू दिसलं. तो उद्‌गारला, 'नाही आई, मी काही एवढा नव्या विचारांचा नाही. तुझ्या मनात असेल तसं माझं लग्न ठरव. -मला काही फरक पडत नाही-माझ्या दृष्टीनं सगळ्या बायका इथून तिथून सारख्याच असतात–निदान मला तरी असं वाटतं.'

हे ऐकून आय-लान मोठ्यानं हसत म्हणाली, 'तू अजून फार लहान आहेस म्हणून असं म्हणतोस–' तिच्या हसण्यात बाकीची मंडळीही सामील झाली आणि तो क्षण निघून गेला; पण शेंगच्या चेहऱ्यावरचा भाव युआनच्या मात्र चांगलाच लक्षात राहिला. इतर सर्व हसत असताना शेंगच्या चेहऱ्यावरचं ते हास्य तसंच कायम होतं; पण त्याच्या डोळ्यांतले भाव वेगळेच होते. ते भाव एखाद्या निराश झालेल्या माणसाचे होते–ज्याला आता कशातच रस उरलेला नाही–अगदी त्याचं लग्न कुणाशी व्हावं यातही नाही.

पण आजच्या या रात्री युआन शेंगबद्दल किती विचार करणार होता? वृद्ध काका-काकूंना अभिवादन करतानाही त्याची नजर मी-लिंगलाच शोधत होती. ती तिच्या मानलेल्या आईशेजारी अगदी निःस्तब्ध उभी होती. एक क्षणभर त्या दोघांची नजरानजर झाली; पण ती दोघं एकमेकांकडे बघून हसली नाहीत. पण ती होती तिथे. ही भेट युआनच्या कल्पनेप्रमाणे नसली तरी तो निराश झाला नाही. तिच्याशी एक शब्दही बोलता आला नाही तरी ती आत्ता या खोलीत आहे एवढंही त्याला पुरेसं होतं. मग त्याच्या मनात आलं -तो नाहीच बोलणार तिच्याशी- आत्ता-या लोकांनी भरलेल्या खोलीत-नाहीच-त्यांची खरीखुरी भेट नंतरच होऊ दे. -दुसऱ्या एखाद्या ठिकाणी-असं असलं तरी युआन पुनःपुन्हा तिच्याकडे बघत होता; पण त्या पहिल्या नजरानजरेनंतर पुन्हा त्यांची नजरभेट झालीच नाही. त्याच्या आईनं त्याचं प्रेमानं

स्वागत केलं. तो तिच्याजवळ गेला, तेव्हा तिनं त्याचा हात धरून थोडा थोपटला आणि मग खाली सोडला. युआन तिच्यापाशी थोडा वेळ थांबला. तो थांबला, तेव्हा मी-लिंग काहीतरी कारण काढून तिथून निघून गेली. मग तो इतर सर्वांमध्ये मिसळून गेला तरी तिच्या तिथे असण्याची ऊब त्याला सुखावत होती. जेव्हा जमेल तेव्हा तो नजरेनंच तिला शोधून काढत होता. कुणाला चहा दे तर कुणाला आणखी काही असं काम ती करत होती, तेव्हा त्याची नजर पुनःपुन्हा तिच्याकडे वळत होती.

त्या रात्रीचं सगळं बोलणं आणि स्वागत हे शेंगसाठी होतं. मेंग आणि युआन इतरांपैकी होऊन गेले. शेंग पूर्वीपेक्षाही सुंदर दिसत होता. त्याला सारं काही माहीत होतं आणि तो अगदी सहजपणे सगळ्यांशी बोलत होता. इतका की, युआनला त्याच्यापुढे अगदी आधीसारखंच कानकोंडं वाटू लागलं. या जगभर फिरून आलेल्या माणसासमोर आपण अगदीच कच्चे आहोत असं त्याला वाटायला लागलं. अर्थात, शेंग काही हे चालू देणार नव्हता. त्यानं पूर्वीसारखाच प्रेमानं युआनचा हात हातात घेऊन धरून ठेवला. शेंगचा हात अगदी मऊ आणि डौलदार असा होता-एखाद्या मुलीच्या हातासारखा-त्याचा स्पर्शही एकाच वेळी हवासा आणि नकोसा वाटावा असा होता. शेंगच्या नजरेतले आत्ताचे भावही तसेच होते-हवेसे आणि नकोसेही! त्याच्या चेहऱ्यावरच्या त्या सगळ्या अगदी स्पष्ट आणि ताज्यातवान्या भावांमागे काहीतरी वाईट आहे असं जाणवायला लागलं होतं. एखादं फूल पूर्ण उमललं-जास्तच उमललं की, त्याच्या सुगंधामध्ये सुगंधापेक्षा वेगळं आणि अधिक असं काहीतरी मिसळून जातं तसं; पण हे असं का झालं असावं हे काही युआनला उलगडत नव्हतं. मधूनच त्याला वाटत होतं की, ही आपली कल्पनाच आहे; पण लगेच तसं नाही हेही त्याला जाणवत होतं. शेंग खूप गोड आवाजात सर्वांशी बोलत होता-त्याचा आवाजही अगदी सुरेल होता-फार मोठा नाही आणि अगदी हळूही नाही-योग्य ठिकाणी तो हसत होता. कुटुंबाच्या सगळ्या गप्पा-गोष्टींमध्ये तो अगदी उत्साहानं सामीलही होत होता; पण युआनला मात्र सतत वाटत होतं की, हे सगळं खरं असलं तरी शेंग खरा तिथे नाहीच. कुठेतरी दूर आहे. शेंगला घरी परत यावं लागल्याचं दुःख तर झालं नसेल ना? एकदा संधी मिळताच त्यानं शेंगला विचारलं, 'शेंग, ते परदेशी शहर सोडताना तुला वाईट वाटलं का रे?'

उत्तराची आशेने तो शेंगच्या चेहऱ्याकडे निरखून बघत होता; पण तो सोनेरी तुळतुळीत चेहरा अगदी स्वच्छ होता, डोळे गुळगुळीत गडद जेडसारखे काहीही न बोलणारे होते. आपलं सुंदर हास्य करत शेंगनं उत्तर दिलं, 'नाही रे, मी घरी यायला तयारच होतो. मी कुठे आहे यानं मला काहीही फरक पडत नाही.'

युआननं पुन्हा विचारलं, 'आणखी काही कविता लिहिल्यास का?' यावर शेंग अगदी बेफिकिरीनं म्हणाला, 'हो, माझ्या कवितांचा आता एक लहानसा संग्रह प्रकाशित झाला आहे. त्यांपैकी काही तू पाहिल्यास-पण बहुतेक सगळ्या नव्याच

आहेत-तू गेल्यानंतर लिहिलेल्या. तुला हवी असेल तर एक प्रत देईन मी तुला तू जायच्या आधी.' युआन फक्त एवढंच म्हणाला, 'हो, मला हवी ती प्रत-' तेव्हाही तो नुसताच हसला. काही वेळानंतर युआननं पुन्हा विचारलं, 'तू आता इथे राहाणार आहेस की नव्या राजधानीला येणार आहेस?'

तेव्हा मात्र ही एक गोष्ट त्याला फार महत्त्वाची वाटत असावी तसं शेंगनं झटकन उत्तर दिलं, 'नाही-अर्थात मी इथेच राहाणार आहे-मी इतकी वर्षं दूर राहिलो की, मला आता आधुनिक आयुष्याची सवय झाली आहे. अर्थातच मी त्या अर्ध्याकच्च्या नव्या शहरात नाही राहू शकणार-मेंगनं मला सांगितलं आहे थोडंफार त्याबद्दल-तिथले नवे रस्ते आणि नव्या इमारतींबद्दल त्याला खूपच अभिमान वाटतो- तरी मी खोदून विचारल्यावर त्याला सांगावंच लागलं- तिथे माझ्यासारख्या माणसाला साधं स्नान करायला आधुनिक सोयीसुद्धा नाहीत- म्हणावी तशी मनोरंजनाची सोय नाही, नाव घ्यावं अशी नाट्यगृहं नाहीत- एखाद्या सुसंस्कृत माणसानं आनंदात राहावं असं काहीसुद्धा नाही तिथे.' मी मेंगला विचारलंसुद्धा, 'अरे बाळा मेंग, मग तिथे आहे काय ते तरी सांग ना मला–त्या शहरात ज्याचा तुला एवढा अभिमान वाटतो त्या शहरात?' मग तो त्याच्या नेहमीच्या चिडक्या पद्धतीनं गप्पच झाला. 'काहीच बदल झाला नाही त्याच्यात अजून, नाही?' हे सगळं शेंग परदेशी भाषेत बोलत होता. आता त्याला त्याच्या स्वतःच्या मातृभाषेपेक्षा ती भाषाच अधिक जवळची वाटायला लागली होती. ती भाषाच तो अधिक सहजतेनं आणि अस्खलितपणे बोलायला लागला होता.

पण त्याच्या थोरल्या भावाच्या बायकोच्या नजरेत मात्र शेंग अगदी परिपूर्ण होता. आय-लान आणि तिच्या नवऱ्याचंही तेच मत होतं. ही तिघं त्याच्याकडे सतत बघत राहिली होती. आय-लानच्या बाळंतपणाची वेळ आता अगदी जवळ आली होती. तरी ती तिच्या पूर्वीच्या पद्धतीनं अगदी मोकळेपणानं हसत - बोलत होती. आजकाल तिचं असं वागणं थोडं कमी झालं होतं. शेंगबरोबर ती अगदी मोकळेपणानं वागत होती. तिला खूप आनंद झालेला दिसत होता. शेंगही तिच्या हास्यविनोदाला उत्तरं देत होता, तिची स्तुती करत होता. आय-लान ती स्तुती अगदी सहजपणे स्वीकारत होती, कारण तिच्या त्या ओझ्यासह ती पूर्वीसारखीच सुंदर दिसत होती. जेव्हा इतर बायका लठ्ठ होतात, काळवंडतात आणि सुस्तही होतात, तेव्हा आय-लान मात्र सूर्यप्रकाशात पूर्ण उमललेल्या एखाद्या सुंदर फुलासारखी दिसत होती. युआन आला, तेव्हा तिनं 'माझा भाऊ आला' असं म्हणत त्याचं स्वागत केलं खरं; पण तिचं सगळं हसणं आणि गमतीचं बोलणं हे शेंगसाठीच होतं. तिचा देखणा नवरा हे सगळं अगदी आळसटून निष्काळजीपणाने बघत होता. त्याला कसलाही मत्सर वाटत नव्हता, कारण शेंग कितीही सुंदर असला तरी मीच त्याच्यापेक्षा

अधिक सुंदर आणि स्त्रियांमध्ये अधिक लोकप्रिय आहे अशी त्याला खात्रीच होती. शिवाय त्या सर्व स्त्रियांमधली जी सर्वांत सुंदर स्त्री होती, तिनं त्यालाच निवडलं होतं ना–असा मत्सर वगैरे वाटायला त्याचं स्वतःवर खूप जास्त प्रेम होतं.

अशा हास्यविनोदामध्ये मेजवानी सुरू झाली. सगळे आपापल्या जागी बसले. जुन्या रीतीप्रमाणे मोठे लोक एका बाजूला आणि तरुण लोक दुसऱ्या बाजूला असे नव्हे. आजकाल तशी विभागणी होणं बंदच झालं होतं. म्हातारे काका-काकू सर्वांत उच्च स्थानी बसले होते हे खरं; पण आय-लान व इतरांच्या हसण्यात आणि गप्पांमध्ये त्यांचा आवाज कुणाला फारसा ऐकूही येत नव्हता. अगदी मजेत वेळ जात होता सर्वांचा. हे सगळे सुंदर भारी कपडे घातलेले लोक माझे नातेवाईक आहेत, अत्यंत आधुनिक पद्धतीचे रंगीबेरंगी रेशमी झगे घातलेल्या या सर्व स्त्रिया माझ्या जवळच्या नात्यातल्या आहेत. वृद्ध काकांखेरीज बाकी सर्व पुरुषांनी परदेशी कपडे घातले आहेत. मेंग त्याच्या रुबाबदार, मिजासखोर गणवेशात आहे आणि ते माझे जवळचे नातेवाईक आहेत. इथली अगदी लहान मुलंसुद्धा भारी आणि परदेशी कपड्यांमध्ये आहेत–टेबलावरचे सगळे पदार्थ परदेशी आहेत, मद्यसुद्धा परदेशीच आहे– हे सगळे माझे लोक आहेत या सगळ्याचा युआनला खूप अभिमान वाटला नसता तरच नवल...!

मग युआनच्या मनात एक विचार आला. तो असा-हे सगळे लोक म्हणजे त्याचं सर्व कुटुंब नव्हे. समुद्रापासून अनेक मैलांवर टायगर-त्याचे वडील-पूर्वीसारखेच राहात होते -तिथे व्यापारी वांग आणि त्याची सगळी मुले होती. त्यांना एकही परदेशी भाषा येत नव्हती. ते कोणताही परदेशी पदार्थ खात नव्हते. त्यांचे पूर्वज जसे राहात, जगत होते तसेच तेही जगत होते. त्यांना जर या खोलीमध्ये आणण्यात आलं असतं तर त्या सगळ्यांची फार कुचंबणा झाली असती. हा विचार मनात आल्यावर युआनला जरा कसंसच झालं. वृद्ध टायगर लगेचच चिडला असता, कारण त्याला त्याच्या मनात येईल तसं आणि मनात येईल तिथे थुंकता आलं नसतं, कारण या खोलीतल्या जमिनीवर फुलांच्या नक्षीचा एक रेशमी गालिचा अंथरलेला होता. तोही काही गरीब माणूस नव्हता; पण त्याला सवय होती ती विटांच्या किंवा फारतर फरशीच्या जमिनीची. व्यापारी वांग तर चित्रं, रेशमानं मढवलेल्या आरामखुर्च्या, लहानलहान परदेशी खेळणी, स्त्रियांचे परदेशी दागदागिने या सर्वांवर केला गेलेला एवढा प्रचंड खर्च बघूनच कासावीस झाला असता.

आणि वांग लुंगच्या या अर्ध्या कुटुंबालाही टायगर वांगसारखं राहाणं झेपलं नसतं हेही तेवढंच खरं! किंबहुना व्यापारी वांगचं कुटुंब राहायचं ते आयुष्यसुद्धा या लोकांना झेपलं नसतं. ते घर तर वांग लुंगनं त्या जुन्या शहरात त्याच्या मुलांसाठीच ठेवलेलं होतं. ही नातवंडं आणि पतवंडं त्या हवेलीला अगदी तुच्छच समजतील.

हिवाळ्यात दक्षिणेकडून आलेला सूर्यप्रकाश ऊब देईपर्यंत हवेली थंडगार असायची. मात्र, नीटसं छप्पर आणि आधुनिकतेचा स्पर्शही नसलेली ती हवेली त्यांच्यासाठी योग्य ठरलीच नसती. ती मातीची झोपडी म्हणजे तर त्यांच्या दृष्टीनं एक खोपटंच होतं. ते सगळे ती झोपडी विसरूनही गेले होते; कधीच.

पण युआन विसरला नव्हता. स्मरणाच्या एका विलक्षण क्षणामध्ये-या इथे या मेजवानीमध्ये बसलेला असताना त्याला ती मातीची झोपडी आठवली. परदेशी पद्धतीने पांढऱ्याशुभ्र कापडाचं आवरण घातलेल्या टेबलाभोवती बसून सगळीकडे बघत असतानाच त्याला ती झोपडी आठवली आणि जाणवलं की, आजही ती झोपडी आपल्याला आवडते आहे. मग सावकाशपणे त्याच्या मनात आलं-मी पुरता यांच्यामधला नाहीच. आय-लान असो की शेंग-त्यांचं ते परदेशी दिसणं, वागणं-बोलणं बघून त्याला आपण आहोत, त्यापेक्षाही कमी परदेशी असायला हवं असं वाटू लागलं आणि मुळात तो फारसा परदेशी नव्हताच. असं असलं तरी त्यालाही आता त्या मातीच्या झोपडीत राहाता आलं नसतं हेही तेवढंच खरं नाही-त्या झोपडीमधलं काहीतरी त्याला अतिशय जवळचं वाटत होतं तरीही त्याचे आजोबा एके काळी जसे त्या झोपडीमध्ये हे आपलं घर अशा समाधानानं राहात होते तसं राहाणं त्याला शक्यच नव्हतं.

त्याची अवस्था त्रिशंकूसारखी झाली होती. तो मध्येच कुठेतरी होता-हे परदेशी घर आणि ती मातीची झोपडी या दोन्हींमध्ये कुठेतरी. त्याला खरंखुरं घर नव्हतंच. अगदी एकाकीच होता तो-ना पूर्णपणे इथे ना तिथे!

त्याची नजर क्षणभर शेंगवर स्थिरावली. त्याची सोनेरी त्वचा आणि बदामी डोळे सोडले तर शेंग पूर्णपणे परदेशीच वाटत होता. अगदी त्याच्या शरीराच्या हालचालीही आता परदेशी झाल्या होत्या आणि त्याचं बोलणंही एखाद्या पाश्चिमात्य माणसासारखं झालं होतं. होय-आणि आय-लानला ते फार आवडलं होतं तसंच त्याच्या थोरल्या चुलतभावाच्या बायकोलाही! चुलतभावाला स्वतःलाही शेंग अगदी नवा भासत होता-आधुनिक म्हणून तोही अगदी गप्प बसून, थोड्या संकोचानं आणि काहीशा हेव्यानं त्याच्याकडे बघत होता आणि एकीकडे स्वतःचं सांत्वन करण्यासाठी भरपूर खातही होता.

मग अगदी चटकन; पण चोरूनच युआननं मी-लिंगकडे पाहिलं. आय-लानच्या नजरेतली शेंगची स्तुती बघून मी-लिंगही अशीच इतर साऱ्या बायकांसारखी शेंगकडे कौतुकाच्या नजरेनं बघते की काय, त्याच्या बोलण्यावर हसते की काय ते त्याला बघायचं होतं. तिनं शेंगकडे शांतपणे बघून नजर दुसरीकडे वळवलेली त्याच्या नजरेला पडली. मग त्याला थोडं हायसं वाटलं. अरे, ती तर त्याच्यासारखीच होती. तीही मध्येच कुठेतरी होती. अगदी आधुनिक नाही; पण जुन्यापेक्षा वेगळी!

त्यानं पुन्हा एकदा तिच्याकडे पाहिलं–मनातल्या तप्त अभिलाषेनं–त्या एका नजरेनं मन भरून घेतलं आणि मग टेबलाभोवतीच्या हसण्या-बोलण्याच्या लाटा अंगावर येऊ दिल्या. ती त्याच्या आईशेजारी बसली होती. टेबलावरच्या एका पात्रामधून तिनं पांढऱ्या मांसाचा एक तुकडा आपल्या चॉपस्टिक्सनी हलकेच उचलला आणि तो आईकडे हसून बघत तिच्या बशीमध्ये ठेवला. युआन मनातच अतिशय आवेगानं उद्गारला, ही आय-लानपेक्षा किती वेगळी आहे. जबरदस्तीनं उमलायला लावलेल्या कॅमेलियामध्ये आणि बांबूच्या बनात आपोआप उगवलेल्या लिलीमध्ये जेवढा फरक असतो, तेवढा फरक या दोघींमध्ये आहे. होय–तीही अशी मध्येच कुठेतरी आहे– हे मनात आलं आणि त्याचं एकाकीपण संपूनच गेलं.

अचानक युआनचं मन इतकं भरून आलं, आपण आता तयार आहोत हे त्याला इतक्या आवेगानं जाणवलं की, मी-लिंग तयार नसेल हे त्याला खरंच वाटेना. या त्याच्या एकुलत्या एक प्रेमानं त्याचं हृदय भरून वाहू लागलं. त्याच्या अनेक भावभावना त्या एका भावनेच्या वेगवान प्रवाहामध्ये पार मिसळून गेल्या.

त्या रात्री तो बिछान्यावर पडला; पण त्याला झोप येत नव्हती. दुसऱ्या दिवशी मी-लिंगशी एकटीशी कसं बोलायचं आणि आता तिचं हृदयही त्याच्याजवळच आलं आहे हे कसं जाणून घ्यायचं हे तो ठरवत होता. आता त्याला खात्रीच वाटत होती की, आपण तिला इतकी पत्रं लिहिली आहेत की, त्यांचा काहीतरी परिणाम तिच्या मनावर झाला असलाच पाहिजे. ती दोघं कशी बसतील, एकमेकांशी कशी बोलतील हे सगळं तो मनात ठरवत होता. कदाचित त्याच्याबरोबर थोडं फिरायला येण्यासाठीही तो तिचं मन वळवू शकणार होता. आजकाल पुष्कळ मुली त्यांच्या ओळखीच्या आणि विश्वासाच्या तरुणाबरोबर एकट्या फिरायला जायला लागल्या होत्याच की. तिनं थोडे आढेवेढे घेतले तर तो असंही म्हणू शकला असता की, तो तर तिच्या भावासारखा आहे; पण त्यानं लगेचच ही कल्पना नाकारली. तो स्वतःशीच ठामपणे उद्गारला, 'नाही-मी तिचा भाऊ नाही. दुसरं काही नातं असो वा नसो, भाऊ नक्कीच नाही.' खूप वेळानंतर त्याला झोप लागली; पण तीदेखील अनेक अपूर्ण अशा स्वप्नांनी भरलेली.

अर्थात, आय-लान याच रात्री बाळाला जन्म देईल हे स्वप्न कुणी पाहिलं होतं? पण झालं खरं तसं. युआन सकाळी उठला, तेव्हा घरात नुसता गोंधळ चालू होता. नोकर इकडून तिकडे धावत होते. युआन उठून, सगळी आन्हिकं आटोपून न्याहारीसाठी खाली गेला, तेव्हा टेबलावरही अर्धवट पद्धतीनं काही पदार्थ मांडलेले होते. एक दासी अर्धवट झोपेतच मांडामांड करत होती. त्या खोलीत आय-लानचा नवरा होता. तो काल रात्रीच्या कपड्यांमध्येच होता. युआन आत आला तशी तो आनंदानं

उद्गारला, 'युआन कधीही बाप बनू नकोस-बायको नव्या विचारांची असेल तर-मलाच मूल झालं असावं इतका त्रास सोसावा लागला मला-झोप नाही अजिबात-आय-लान तर अशी विव्हळत होती, अशी किंचाळत होती की, मला तर वाटलं, हिचा शेवट आला की काय-पण त्या डॉक्टरनं आणि मी-लिंगनं मला पटवून दिलं की, तसं काही नाही-या आजकालच्या बायकांना हे सगळं फार जड जातं. मुलगा झाला हे उत्तम झालं, बघ. कारण आज सकाळीच मला तिच्या बिछान्याशी बोलावून आय-लाननं माझ्याकडून एक वचनच घेतलंय की, आता दुसरं मूल नको.' पुन्हा एकदा मोठ्यानं हसत त्यानं आपला गोंडस हात आपल्या हसऱ्या चेहऱ्यावरून फिरवला आणि मग तो समोरच्या पदार्थांवर तुटूनच पडला. अर्थात, त्याला या घटनेचं फारसं महत्त्व वाटणं शक्य नव्हतं, कारण या आधीही त्याला अनेक मुलं झाली होती.

अशा रीतीनं या घरामध्ये आय-लानचं मूल जन्माला आलं. सगळं घरदार त्याच्या सरबराईमध्ये गढून गेलं. युआनला मी-लिंग भेटणंच कठीण होऊन बसलं. येता-जाताना क्वचित नजरानजर व्हायची तेवढीच! डॉक्टर दिवसातून तीन वेळा यायचा. आय-लानला परदेशी डॉक्टरशिवाय दुसरा कुणी चालणं शक्यच नव्हतं. तेव्हा एक उंचापुरा, लाल केसांचा इंग्लिश डॉक्टर यायचा. तिला बघायचा, मी-लिंगशी आणि आईशी बोलायचा. आय-लाननं काय खायला हवं, किती दिवस विश्रांती घेतली पाहिजे, हे सांगायचा. तान्हं बाळही होतंच काळजी घ्यायला. आय-लाननं हट्टच धरला होता की, बाळाची काळजी मी-लिंगनंच घ्यायला हवी. मी-लिंग अर्थातच ते कामही करत होती. बाळ सतत रडत असायचं, कारण त्यांनी निवडलेल्या स्तनदा मातेचं दूध काही बाळाला पचत नव्हतं, तेव्हा मग नव्या नव्या स्तनदा माता शोधणं आणि त्यांची परीक्षा घेणं हेही एक काम होतंच.

कारण आजकालच्या अनेक मुलींसारखीच आय-लानही आपल्या बाळाला स्वतःचं दूध पाजायला तयार नव्हती. तसं केलं तर तिचे स्तन मोठे, भरगच्च होतील आणि मग तिच्या सडपातळ शरीरयष्टीला ते शोभेनासे होतील असं तिचं म्हणणं होतं. मी-लिंगचं आणि तिचं झालेलं एकुलतं एक मोठं भांडण हे यावरूनच होतं. मी-लिंग आय-लानकडे रागानं बघत म्हणाली, 'इतका गोड - छान मुलगा असण्याची तुझी लायकीच नाही-चांगला ताकदवान मुलगा जन्माला आला आहे. तुझी छाती भरून वाहाते आणि तो मात्र भुकेनं कळवळून रडतो आहे-तू पाजत नाहीस त्याला–लाज वाटायला पाहिजे तुला–लाज वाटायला पाहिजे-'

यावर आय-लानही रडत रडत; पण रागानं उत्तरली, 'तुला तरी काय कळतं गं त्यातलं-अजून लग्नही झालेलं नाही तुझं-कसं कळणार तुला–किती महिने मी एक मूल माझ्या शरीरात बाळगलं–माझे कपडे माझ्या अंगावर शोभेनासे झालेत-

मी कुरूप झाले-आणि आता एवढं सगळं दुःख सहन केल्यानंतर आणखी दोन-तीन वर्षं मी तशीच कुरूप राहू म्हणतेस? नाही, शक्यच नाही ते-असली घाणेरडी कामं दासींनाच करू देत–मी नाही करणार ते–नाही म्हणजे नाही-'

आय-लान रडत होती, तिचा सुंदर चेहरा लाल झाला होता; तरी मी-लिंग तिला सोडायला तयार नव्हतीच. म्हणूनच तर हे भांडण युआनच्या कानापर्यंत पोहोचलं. मी-लिंग हे भांडण घेऊन सरळ आय-लानच्या नवऱ्याकडे गेली. युआन त्या वेळी तिथेच होता. मी-लिंग एकदम खोलीत आली आणि म्हणाली, 'तुम्ही हे होऊ देणार आहात का? तुम्ही आय-लानला स्वतःच्या मुलाला तिच्या दुधाला पारखं करायची परवानगी देणार आहात का? बाळ भुकेलं आहे आणि ती त्याला पाजायला तयार नाही.' तिचा तो आवेश आणि कळकळ- युआन मंत्रमुग्ध होऊन बघतच राहिला. तो खोलीमध्ये असल्याचं तिला कळलंसुद्धा नव्हतं. मी-लिंग किती खरी आणि सुंदर दिसते आहे, हे आपल्याला आत्ताच प्रथम जाणवतं आहे असं त्याला वाटू लागलं.

पण तो माणूस खांदे उडवून नुसता हसत म्हणाला, 'आय-लानच्या मनात नसलेली गोष्ट आजवर तिला करायला कुणी भाग पाडू शकलं आहे का? निदान मी तरी नाही-म्हणजे मी प्रयत्नच केलेला नाही आणि माझी तेवढी हिंमतही नाही-आता तर नाहीच नाही. आय-लान नव्या जमान्यातली बाई आहे-'

हसतच त्यानं युआनकडे नजर टाकली; पण युआन मी-लिंगकडे बघत होता. त्या माणसाच्या हसऱ्या चेहऱ्याकडे बघता बघता तिचे शांत डोळे मोठे झाले. तिचा स्वच्छ फिकट चेहरा अधिकच फिकुटला. ती पुटपुटली, 'किती दुष्टपणा आहे हा-किती दुष्टपणा आहे-' आणि वळून ती खोलीतून निघूनच गेली.

ती गेल्यावर आय-लानचा नवरा अगदी गोड आवाजात म्हणजे आजूबाजूला बायका नसल्या, फक्त पुरुषच असले की, ते ज्या आवाजात एकमेकांशी बोलतात त्या आवाजात म्हणाला, 'मी तरी आय-लान ला दोष देत नाही-मुलाला दूध पाजायचं म्हणजे केवढी बंधनं येतात; दर तासा-दोन तासांनी घरी यावंच लागतं. तुझी सगळी मौजमजा सोडून दे असं मी तिला कसं सांगणार? आणि खरं सांगायचं तर मला तिचं सौंदर्य कायम राहायला हवं आहे. मूल काय एखाद्या स्तनदा मातेच्या दुधावरही वाढेलच ना-' पण हे ऐकल्यावर युआनला मी-लिंगच्या बाजूनं काहीतरी बोलावं असं वाटलं. ती जे काही म्हणत होती, करत होती ते योग्यच होतं. हा माणूस त्याला आवडत नव्हताच. तो एकदम उठला आणि खोलीबाहेर निघून गेला. जाता जाता तो एवढंच म्हणाला, 'माझं मत विचाराल तर स्त्री कधीकधी जरा जास्तच नव्या विचारांच्या अधीन होते असं मला वाटतं. इथे आय-लानचं चुकतं आहे. मला तरी असंच वाटतं.'

असे त्याच्या सुट्टीचे दिवस एकामागून एक जात होते आणि त्यांपैकी कोणत्याही दिवशी त्याला दहा मिनिटांपेक्षा जास्त वेळ मी-लिंगला भेटता आलं नव्हतं. एकटं तर नाहीच नाही. ती आणि आई सतत नव्या बाळाचं काहीतरी करण्यात गुंतलेल्या असायच्या. आई तर फारच आनंदात होती. मुलगा हवा ही तिची प्रबळ इच्छा अशी पूर्ण झाली होती. नव्या विचारांची आता तिला चांगलीच सवय झाली होती तरीही ती काही जुन्या चालीरीती पाळण्यात थोडं ओशाळत का होईना; पण आनंद मिळवतच होती. तिनं लाल रंगानं काही अंडी रंगवली, काही चांदीची बाळलेणी खरेदी करून ती एवढ्यातच त्याच्या महिन्याच्या वाढदिवसाच्या तयारीला लागली होती. प्रत्येक बेत निश्चित करताना तिला मी-लिंगचा सल्ला घ्यावाच लागायचा. आय-लान ही त्या बाळाची आई आहे हे ती जवळजवळ विसरूनच गेली असावी इतकी ती आपल्या मानलेल्या मुलीवर विसंबून होती.

पण हा वाढदिवस उजाडण्याच्या खूपच आधी युआनला नव्या राजधानीमध्ये परत जाऊन कामावर हजर होण्याचा दिवस येणार होता. दिवस जात होते; पण त्याच्या दृष्टीनं ते अगदीच निष्फळ होते. काही दिवसांनंतर त्याला फारच उदास वाटू लागलं. त्याच्या मनात आलं, मी-लिंगनं कामामध्ये इतकं गढून जाण्याचं काहीच कारण नाही. तिच्या मनात असेल तर ती आपल्यासाठी नक्कीच वेळ काढू शकेल. हा विचार एक-दोन दिवस मनात घर करून राहिल्यावर आणि त्याच्या जाण्याचा दिवस जवळ यायला लागल्यावर तर त्याची खात्रीच झाली की, मी-लिंग हे मुद्दाम जाणूनबुजून करते आहे; त्याला एकट्याला भेटण्याची तिला इच्छाच नाही. आपल्या नातवाच्या आनंदात आईही त्याला आणि मी-लिंगवरच्या त्याच्या प्रेमाला विसरूनच गेल्यासारखी वाटत होती.

त्याच्या जाण्याचा दिवस उजाडेपर्यंत हे असंच चालू राहिलं. त्या दिवशी शेंग मोठ्या आनंदात घरी आला आणि युआनला आणि आय-लानच्या नवऱ्याला म्हणाला, ‘मला एका खूप मजेदार कार्यक्रमाचं निमंत्रण आहे आज रात्री. त्यांना एक-दोन तरुणांची कमतरता भासते आहे. तुम्ही दोघं आजच्या दिवस स्वतःचं वय विसरून आपण पुन्हा तरुण झालो आहोत असं समजायला आणि काही सुंदर तरुणींना साथ द्यायला तयार आहात का?’

आय-लानचा नवरा तयारच होता. गेले चौदा दिवस तो आय-लानच्या बिछान्याशी जसा बांधला गेल्यासारखा झाला होता. त्याच्या मते तो मजा म्हणजे काय हेच विसरून गेला होता. युआन थोडा कचरत होता, कारण अनेक वर्षांमध्ये तो अशा मजा करण्याच्या कार्यक्रमाला गेलाच नव्हता. पूर्वी आय-लानबरोबर जायचा. त्यानंतर नाहीच. अनोळखी स्त्रियांचा विचार मनात आल्याबरोबर त्याचा तो जुना लाजरा स्वभाव उफाळून आला; पण शेंगनं त्याचं काही चालू दिलं नाही. त्या दोघांनीही

त्याला खूप आग्रह केला आणि एका क्षणी युआनच्या मनात आलं, 'का नाही जायचं आपण? घरात बसून त्या कधी न येणाऱ्या क्षणाची वाट बघायची हा मूर्खपणाच आहे. मी मजा करतो की नाही याची मी-लिंगला कुठे पर्वा आहे?' आणि मग तो मोठ्यानं म्हणाला, 'ठीक आहे, येतो मी.'

आता इतक्या दिवसांमध्ये मी-लिंगला युआन दिसला तरी होता की नाही कोण जाणे एवढी ती गुंतलेली होती; पण त्या रात्री तो संध्याकाळी घालण्याचे आपले पाश्चिमात्य कपडे घालून खोलीबाहेर येतो तोच मी-लिंग त्याला सामोरी आली. तिच्या हातात ते तान्हं गाढ झोपलेलं बाळ होतं. तिनं आश्चर्यानं विचारलं, 'तू कुठे चाललाहेस, युआन?' त्यानं उत्तर दिलं, 'मजा करायला-शेंग आणि आय-लानच्या नवऱ्याबरोबर...'

त्याचं उत्तर ऐकून मी-लिंगच्या चेहऱ्यावरचे भाव बदलले, असा त्याला भास झाला खरा; पण त्याला खात्री नव्हती. कदाचित आपली चूक झाली असेल असंही त्याला वाटलं, कारण हातातल्या बाळाला अधिकच घट्ट उराशी धरत ती संथपणे म्हणाली, 'ठीक आहे, तुम्हाला खूप मजा करायला मिळो अशी मी आशा करते.' आणि ती तिथून निघून गेली.

तिच्याविरुद्ध मन अधिकच कठोर करत युआन स्वतःशीच म्हणाला, 'होय, मजा तर करणारच मी-ही माझी शेवटची संध्याकाळ आहे आणि मी ती मजेतच घालवणार आहे.'

आणि त्यानं केलीच खूप मजा. आजपर्यंत कधीच न केलेली गोष्ट त्यानं त्या रात्री केली. तो खूप मद्य प्यायला. जो कुणी त्याला एखादा पेला घेण्यासाठी हाक मारेल त्याच्याबरोबर त्यानं भरपूर मद्य घेतलं. इतकं की, आपण ज्या कुणा तरुणीबरोबर नृत्य करतो आहोत तिचा चेहराही त्याला नीट दिसेनासा झाला. फक्त एक कुणीतरी तरुणी आपल्याबरोबर नाचते आहे एवढंच त्याला जाणवत होतं. इतकं परदेशी मद्य पिण्याची त्याला सवय नव्हती. फुलांनी सजवलेलं ते विलासगृह त्याला आपल्या नजरेसमोर प्रकाशाच्या एका प्रचंड लाटेवर तरंगतं आहे असं भासायला लागलं. एवढं सगळं असूनही त्याचं हे नशेत असणं मात्र त्यानं नीट लपवलं होतं; त्यामुळे तो खरा किती शुद्धीवर आहे हे कुणालाही कळलं नाही. शेंगही ओरडून म्हणाला, 'युआन, नशीबवान आहेस बाबा तू. आम्ही गरीब बिचारे लोक मद्य प्यालो की, लाल होतो; पण तू मात्र फिकट होत जातोस. तुझे डोळे तेवढे तुझी खरी स्थिती सांगतात हं-पेटलेल्या कोळशासारखे लाल झालेत ते.'

या रात्रीच्या पिण्यामध्येच त्याला पूर्वी कुठेतरी भेटलेली एक व्यक्ती भेटली. त्या स्त्रीला शेंगच त्याच्याजवळ घेऊन येत म्हणाला, 'युआन, ही माझी नवी मैत्रीण. एका नृत्यापुरती मी ती तुला उसनी देतो आणि तिच्यापेक्षा उत्तम नृत्य करणारी दुसरी

कुणी आहे का ते तू मला सांग.' ती सडपातळ तरुणी युआनच्या बाहूंमध्ये आली. तिनं पांढऱ्या चमकदार कापडाचा परदेशी पद्धतीचा झगा घातला होता. त्यानं जेव्हा तिच्याकडे पाहिलं, तेव्हा त्याला वाटलं की, आपण हिला कुठेतरी भेटलो आहोत, कारण तो चेहरा विसरता येण्यासारखा नव्हताच. गोलगरगरीत सावळासा चेहरा, ओठ जाड आणि विकारी. हा चेहरा सुंदर नक्कीच नव्हता; पण काहीसा विलक्षण- पुन्हा एकदा बघावासा वाटेल असा! तेवढ्यात ती स्वतःच काहीशा आश्चर्यानं पुटपुटली, 'अरे, मी ओळखते तुम्हाला-आपण एकाच बोटीवर होतो, आठवतं का?' युआननं त्याच्या तापलेल्या मेंदूला थोडे कष्ट दिले आणि आठवलं त्याला. तो थोडं हसत म्हणाला, 'मी कायमच स्वतंत्र असेन असं म्हणणारी मुलगी आहेस ना तू?'

हे ऐकल्यावर तिचे टपोरे काळेभोर डोळे अधिकच मोठे झाले, तिचे लालभडक रंगानं रंगवलेले जाड ओठ फुरंगटल्यासारखे बाहेर आले आणि ती उद्गारली, 'इथे स्वतंत्र असणं फारसं सोपं नाही. तसं पाहिलं तर मी तशी स्वतंत्र आहे पण –फार फार एकाकी–' अचानक तिनं नृत्य थांबवलं आणि युआनची बाही खेचत ती म्हणाली, 'चल, बसू या कुठेतरी-गप्पा मार माझ्याशी-तूही माझ्याइतकाच दुःखी आहेस का?... हे बघ, मी माझ्या आईचं सर्वांत धाकटं मूल आहे. आई वारली- माझे वडील या शहराच्या राज्यपालांच्या खालोखालच्या पदावर आहेत... त्यांच्या चार रखेल्या आहेत-अगदी सामान्य अशा उथळ मुली-काय आयुष्य असेल माझं- तू कल्पना करू शकतोस–मी तुझ्या बहिणीला ओळखते. खूप सुंदर आहे ती; पण आहे इतरांसारखीच-त्यांचं आयुष्य काय आहे माहीत आहे तुला? दिवसभर जुगार, गावगप्पा आणि रात्रभर नाचायचं. मला नाही जगता येणार तसं. मला काहीतरी करायचं आहे– तू काय करतोस?'

तिच्या त्या रंगवलेल्या ओठांतून उमटलेल्या या प्रामाणिक शब्दांनी युआन चमकलाच. युआननं तिला नव्या राजधानीबद्दल, तिथल्या त्याच्या कामाबद्दल, त्यानं स्वतःसाठी कशी एक लहानशी जागा शोधून काढली आहे आणि एक लहानसं कामही शोधलं आहे हे सांगायला सुरुवात केली, तेव्हा थोडा वेळ तिनं ते सगळं ऐकून घेतलं; पण तिचं त्याकडे फारसं लक्ष असावं असं दिसत नव्हतं. शेंगनं येऊन दुसऱ्या नृत्यासाठी तिचा हात धरला, तेव्हा तिनं त्याला दूर लोटत म्हटलं, 'नको रे! मला याच्याशी गंभीरपणे बोलायचं आहे.'

हे ऐकून शेंग मोठ्यानं हसत, तिला चिडवत म्हणाला, 'युआन, ती कोणत्याही गोष्टीबाबत गंभीर होऊ शकते असं मला वाटलं तर मला तुझा मत्सर वाटायला लागेल हं-'

पण ती मुलगी युआनकडे वळली होती आणि आपलं भावनावश झालेलं मन

त्याच्याजवळ मोकळं करायला तिनं सुरुवातही केली होती. तिचं सारं शरीरच जणू बोलत होतं-ते उघडे लहानसे गोल खांदे थरथरत होते, गोंडस हात फडफडत होते. 'मला ना या सगळ्याचा अगदी कंटाळा येतो-तुला नाही येत? मला पुन्हा परदेशीही जाता येत नाही-माझे वडील देणार नाहीत मला तेवढे पैसे-ते म्हणतात, आता आणखी पैसे तुझ्यावर नाही खर्च करणार मी-फुकटचे-त्यांच्या त्या साऱ्या बायका मात्र दिवस-रात्र जुगार खेळत असतात-मला वीट येतो इथल्या सगळ्याचाच-त्या सगळ्या रखेल्या माझ्याबद्दल वाईटसाईट बोलत असतात, कारण मी पुरुषांबरोबर बाहेर जाते ना -'

युआनला आता ती मुलगी अजिबातच आवडेनाशी झाली. आधीच त्याला तिची ती अर्धवट उघडी छाती, परदेशी कपडे आणि रंगवलेले लालभडक ओठ यांची किळस आली होती. तरीही त्याला तिचा उद्वेग जाणवला. तिची दया येऊन तो म्हणाला, 'तू शोधत का नाहीस काहीतरी करायला?'

'काय करू शकते मी?' तिनं विचारलं, 'मी महाविद्यालयामध्ये विशेष असा कोणता विषय शिकले, माहीत आहे? पाश्चिमात्य घरांच्या अंतर्भागाची सुंदर रचना -माझी खोली केली मी आता-एका मैत्रिणीचं घरही केलं; पण पैशासाठी नाही हं. मला जे येतं ते हवंय कुणाला इथे? मला इथे आपलं वाटायला हवं आहे, हा माझा देश आहे-मी फार काळ दूर राहिले बघ. आता मला जागाच नाही कुठे-देशही नाही.'

या वेळेपर्यंत आपण इथे मजा करायला आलो आहोत हे युआन विसरूनच गेला होता. त्या बिचाऱ्या मुलीच्या दुःखानं त्याचं मन हललं होतं. ती तिथे बसलेली होती-नवे चमकदार कपडे घातलेली, रंगवलेले डोळे आसवांनी भरलेले अशी त्याच्या कणवेच्या नजरेसमोर-तो तिचं सांत्वन करण्यासाठी काहीतरी बोलणार तेवढ्यात शेंग पुन्हा तिथे आला. आता तो तिचा नकार ऐकणार नव्हता. त्याला तिची आसवं दिसली नाहीत. त्यानं तिच्या कमरेभोवती हात घातला आणि हसत हसत तिला त्या बेहोश करणाऱ्या संगीतामध्ये नेलं. युआन एकटा राहिला.

आता त्याला नृत्य करावंसंही वाटत नव्हतं. त्या गडबड-गोंधळाच्या दालनामधून सगळी मजा निघून गेली होती. नृत्य करताना शेंगच्या बाहूंमध्ये असलेली ती मुलगी एकदा युआनजवळून गेली; पण आता तिचा चेहरा वर शेंगकडे उचललेला होता आणि पुन्हा एकदा चमकदार आणि रिकामा झाला होता. जणू काही ती युआनकडे ते शब्द बोललीच नसावी. थोडा विचार करत तो तसाच बसून राहिला. एक नोकर येऊन त्याचं काचपात्र पुनःपुन्हा मद्यानं भरत होता; पण त्यालाही त्यानं नको म्हटलं नाही. तसाच एकटा बसून राहिला.

ती मौजमजेची रात्र संपून ते घरी गेले, तेव्हाही युआनच्या शरीरात ते मद्य

त्याला जाळत होतं तरी तो अजून शुद्धीत होता. आय-लानचा नवरा त्याच्यावर रेलत होता. त्याला सांभाळण्याइतकी ताकद त्याच्यामध्ये शिल्लक होती. आय-लानच्या नवऱ्याला आता उभंही राहावत नव्हतं. त्याचा सबंध चेहरा लालबुंद झाला होता आणि एखाद्या लहान मुलासारखा तो असंबद्ध बडबडत होता.

घरात जाण्यासाठी युआननं दार वाजवलं, तेव्हा ते अचानक उघडलं गेलं. दार उघडणाऱ्या नोकराशेजारी मी-लिंग उभी होती. त्या नशेतल्या माणसानं तिला पाहिलं आणि त्याला काय वाटलं कुणास ठाऊक-तो बरळला, 'तू यायला हवं होतंस... तिथे–तिथे एक सुंदर मुलगी होती हं–तुला आव्हान देणारी... सोडायलाच तयार नव्हती–युआनला–धोक्याचं आहे–की नाही हे?' आणि तो मूर्खासारखा हसतच सुटला.

मी-लिंगनं काहीच उत्तर दिलं नाही. त्या दोघांकडे बघत तिनं नोकराला फर्मावलं, 'माझ्या बहिणीच्या मालकांना त्यांच्या बिछान्यावर नेऊन झोपव. फार प्यायलेत ते.'

पण तो गेल्यानंतर तिनं अचानकपणे आपली प्रचंड रागावलेली नजर युआनवर रोखली. आता ती दोघं एकटी होती खरी; पण ती अशा रीतीनं. युआनला तिची ती संतापाची नजर जाणवली, तेव्हा तोंडावर थंडगार वाऱ्याचा सपकारा बसावा तशी एकदम त्याची होती नव्हती ती नशा उतरून गेली. त्याच्या आतली उष्णता एकदम थंडावली. ती इतकी उंच, ताठ आणि रागावलेली दिसत होती की, क्षणभर त्याला तिची भीतीही वाटली. त्याच्या तोंडून शब्दच फुटेनासा झाला.

पण तिला काय बोलावं ते नीट सुचत होतं ना. नाही, इतक्या दिवसांमध्ये ती क्वचितच युआनशी बोलली होती; पण आता मात्र तिचे शब्द भराभर बाहेर पडायला लागले. 'तूसुद्धा इतरांसारखाच आहेस, युआन; हे बाकीचे सगळे मूर्ख वांग आहेत त्यांच्यासारखाच. मीच मूर्ख आहे. मला वाटलं होतं, युआन वेगळा आहे. अर्धवट परदेशी बनलेला नखरेबाज माणूस नाही. आयुष्याची चांगली वर्षं दारू पीत आणि नाच-गाणी करत फुकट घालवणारा नाही; पण तू–तूही तसाच आहेस–बघ, बघ एकदा स्वतःकडे -मूर्खासारखे हे परदेशी कपडे घातलेस-दारूचा दुर्गंध येतोय-नशेतही आहेस तू...'

हे ऐकल्यावर युआनही रागावला. लहान मुलासारखा चिडचिड करत तो पुटपुटला, 'तू मला काहीच सांगत नव्हतीस-तुला माहीत आहे, मी किती वाट बघत होतो तुझी - तू फक्त सबबी सांगत राहिलीस– एकामागून एक - नुसत्या सबबी...'

'मी असं काहीही केलं नाही.' असं ओरडून म्हणत ती थोडी पुढे वाकली आणि तिनं युआनच्या चेहऱ्यावर एक सणसणीत थप्पड लगावली. 'मी किती कामात

होते, तू बघितलं आहेस-कोण होती ती बाई–तो म्हणत होता ती? आणि ही तुझी शेवटची संध्याकाळ आहे... मी किती, काय काय ठरवलं होतं–शी–तिरस्कार वाटतो मला तुझा...'

तिनं एकदम रडायलाच सुरुवात केली आणि ती तिथून निघूनच गेली. युआन काही न कळता तसाच तिथे सुन्न उभा राहिला. त्याला फक्त एवढंच कळलं होतं, 'तिरस्कार वाटतो मला तुझा.' अशा रीतीनं त्याची सुट्टी संपली.

दुसऱ्या दिवशी युआन त्याच्या कामावर परतला-एकटाच. मेंगची सुट्टी कमी दिवसांची होती; त्यामुळे तो आधीच परतला होता. हिवाळा संपतासंपताच्या आगगाड्या सुरू झाल्या होत्या. झाकोळलेल्या दिवसामध्ये गाडीचा प्रवास चालू होता. खिडक्यांच्या तावदानांवरून पाण्याचे ओघळ वाहात होते; त्यामुळे त्याला बाहेरची ओलीकच्च शेतंही दिसत नव्हती. प्रत्येक शहरातले रस्ते वाहत्या घाणीनं भरलेले होते. थंडीनं कुडकुडणारे, कामावर यावंच लागलेले काही लोक सोडले तर आगगाडीची स्थानकं रिकामी होती. निघताना मी-लिंगची भेट झाली नव्हती, कारण युआन खूपच सकाळी निघाला होता, तेव्हा त्याचा निरोप घेण्यासाठी ती बाहेर आलेली नव्हती. या सगळ्यामुळे युआनला वाटत होतं की, हा त्याच्या आयुष्यातला सर्वांत वाईट दिवस आहे.

शेवटी पावसाकडे बघत राहाण्याचा कंटाळा येऊन त्यानं शेंगनं दिलेला त्याचा कवितासंग्रह बाहेर काढला. युआननं अजून तो वाचला नव्हता. संग्रहाची जाड पिवळट पानं उलटायला त्यानं सुरुवात केली. प्रत्येक पानावर नीटनेटक्या अक्षरांमध्ये काळ्या शाईनं छापलेल्या काही ओळी होत्या. कधी नुसतेच काही शब्द होते. सुंदर रीतीनं गुंफलेल्या काही ओळी होत्या. वरवर पाहाता अतिशय सुंदर वाटाव्यात अशाच होत्या त्या; पण मग युआनला कुतूहल वाटू लागलं आणि त्यानं त्या ओळी अधिक लक्षपूर्वक वाचायला सुरुवात केली. वाचता वाचता तो आपलं दुःख जवळजवळ विसरूनच गेला आणि मग त्याच्या लक्षात आलं की, या चिमुकल्या कविता म्हणजे नुसतेच गोड, सुंदर असे शब्द आहेत. या कविता म्हणजे केवळ अतिशय प्रमाणबद्ध आणि देखण्या आकारांमध्ये गुंफलेले पोकळ शब्द आहेत. त्यांचं सौंदर्य इतकं अप्रतिम होतं की, क्षणभर युआन वाचता वाचता त्यांचं निरर्थकपणही विसरून गेला; पण त्यांचे आकार आवाक्यात आल्यानंतर मात्र त्यांच्या आतमध्ये काहीही नाही हे त्याच्या लक्षात आलं.

तो चंदेरी आवरणातला किमती कवितासंग्रह त्यानं बंद केला आणि खाली ठेवला... बाहेर काळोखी खेडी पावसात भिजत भराभर मागे जात होती. घरांच्या दरवाजांमध्ये पुरुषमाणसं खिन्नपणानं त्या पावसाकडे बघत उभी होती. त्यांच्या

माथ्यावरच्या गवती छपरांवर पाऊस कोसळत होता. सूर्यप्रकाशामध्ये हे लोक उघड्यावर राहू शकत होते–त्यांच्या पाळलेल्या जनावरांसारखेच-आणि मजेत जगू शकत होते; पण पावसात त्यांना त्यांच्या खोपटांमध्येच राहावं लागत होतं. खूप दिवस असा पाऊस पडत राहिला की, घरात होणाऱ्या भांडणांमुळे आणि थंड हवेच्या त्रासानं ती माणसं वेडी व्हायच्या मार्गावरच जायची. आताही ती सगळी माणसं असा पाऊस त्यांच्याकडे पाठवणाऱ्या आकाशाकडे रागानं बघत उभी होती.

...त्या कविता म्हणजे मधुर पक्वान्नं होती... एका मृत स्त्रीच्या सोनेरी केसांवर पसरलेला चंद्रप्रकाश... बगीचामधलं थिजलेलं कारंजं... शांत, हिरव्या समुद्रावरचं एक स्वप्नातल्यासारखं बेट... फिकट वाळूमधली अरुंद जागा... युआनला ते उदास पशुवत चेहरे दिसत होते. खूप अस्वस्थ होऊन त्याच्या मनात आलं, 'माझं म्हणावं तर मी काहीच लिहू शकत नाही. शेंग लिहितोय तसं मी लिहायला लागलो तर... त्या कविता सुंदर आहेत हे तर खरंच; पण मग मला हे उदास चेहरे आठवतील, ही खोपटी आठवतील आणि हे सगळं खोलवर लपलेलं आयुष्य दिसेल–हे त्याला काहीच माहिती नाही-माहिती होणारही नाही... आणि तरी मीही या आयुष्याबद्दल नाही लिहू शकणार–इतका मी मुका का झालोय–का इतका अस्वस्थ झालोय?'

मग तर तो त्याच्या अशा विचारांमध्ये पारच बुडून गेला. कोणीही माणूस तो संपूर्णपणे त्याच जगामध्ये राहू शकेल असं जग का निर्माण करू शकत नाही? त्याला तो सणाचा दिवस आठवला. त्याला त्या दिवशी आपण जुनं आणि नवं यांच्या मध्येच कुठेतरी आहोत असं वाटलं होतं ते आठवलं. त्या वेळी त्यानं अशा विचारांचे आपण एकटेच नाही आहोत अशी स्वतःची समजूत काढली होती हेही आठवलं आणि मग तो खिन्नपणे हसत पुटपुटला, 'नाही, मी एकटाच आहे.' तो एकटाच होता.

अगदी त्याचा प्रवास संपेपर्यंत पाऊस पडतच राहिला. तो आगगाडीतून उतरला तोही अंधारात आणि पावसातच! ती जुनी तटबंदीची भिंत काळीभोर, उंच आणि गंभीर दिसत होती. त्यानं एक रिक्षा बोलावली आणि तो थंडीनं कुडकुडत आत चढून बसला. रिक्षावाला त्या ओल्याचिप्प, निसरड्या रस्त्यावरून रिक्षा ओढत धावायला लागला. एक-दोनदा तो घसरलासुद्धा! पण लगेच त्यानं रिक्षा थांबवली. थोडा श्वास घेतला, चेहऱ्यावरचं पाणी पुसलं. युआननं बाहेर पाहिलं, तेव्हा त्याला तटबंदीच्या भिंतीशी लगटलेली ती खोपटी दिसली. त्या खोपटांमध्ये राहाणारे उदास, दुःखी लोक दिसले. पावसानं त्यांना पार बुडवलं होतं. ते सारेजण आकाशाची मर्जी बदलण्याची वाट पाहात होते.

युआनचं नवं वर्ष असं सुरू झालं. त्याला वाटलं होतं, हे वर्ष आपल्याला खूपच आनंदाचं आणि सर्वांत चांगलं असं जाईल; पण हे तर अगदी वाईट रीतीनं

सुरू झालं होतं. तो असह्य पाऊस खूप दिवस येतच राहिला; त्यामुळे वसंत लांबणीवर पडला. निरनिराळ्या देवालयांमध्ये धर्मगुरू अनेक प्रकारच्या प्रार्थना करत होते, नैवेद्य दाखवत होते; पण त्यातून काहीच निघालं नाही. जे निघालं ते आणखी वाईट होतं, कारण या अंधश्रद्धांमुळे तरुण मंडळी संतापली. त्यांना त्यांच्या स्वतःच्या आदर्श व्यक्तींशिवाय दुसरा कोणताच देव मान्य नव्हता. त्यांनी त्यांच्या त्यांच्या भागांमधली देवालयं बंद करायला लावली. त्यांनी निर्दयपणे आपल्या शिपायांना त्या देवालयांमध्ये राहायला पाठवलं आणि धर्मगुरूंना पळवून लावून लहानशा गैरसोयीच्या खोल्यांमध्ये राहायला भाग पाडलं. या गोष्टीमुळे शेतकरी समाज खवळून उठला. हेच धर्मगुरू काहीतरी मागायला त्यांच्याकडे यायचे, तेव्हा त्यांनाही या ना त्या कारणानं त्यांचा संताप येतच होता; पण आता त्यांना वाटू लागलं, देवाच्या माणसांना असं वागवलं आणि देव पुन्हा चिडले तर काय करायचं? मग त्यांना असंही वाटू लागलं की, ही सारी संकटं या नव्या राज्यकर्त्यांमुळेच येताहेत आणि मग ते कधी नव्हे ते या नव्या लोकांविरुद्ध धर्मगुरूंना सामील झाले.

महिनाभर पाऊस कोसळतच होता आणि मग पुढेही पडतच राहिला. महानदीचं पाणी वाढू लागलं. ते पाणी शेजारच्या लहान लहान नद्यांमध्ये, कालव्यांमध्ये शिरू लागलं. लोकांना क्षणोक्षणी, जागोजागी त्या प्राचीन पुराची आठवण व्हायला लागली आणि पूर आला तर नंतर दुष्काळ पडणार हेही नक्कीच! अलीकडे लोकांना असं वाटायला लागलं होतं की, कसं का होईना, हा नवा काळ आपल्याला नवं आकाश आणि नवी धरती देईल; पण तसं घडत नाही, आकाश पूर्वीइतकंच बेफिकीर दिसतं आहे आणि पूर असो वा दुष्काळ, धरतीही द्यायचं तेवढंच पीक देते आहे. हे पाहिल्यावर त्यांची ओरड सुरू झाली की, हे नवे राज्यकर्ते खोटे आहेत, पूर्वीच्या राज्यकर्त्यांपेक्षा काही वेगळे नाहीत आणि मग या नव्या राज्याच्या आश्वासनांमुळे काही वेळ गप्प असलेली ती पूर्वीची चिडचिड, असमाधान पुन्हा उफाळून वर आलं.

युआनला पुन्हा एकदा द्विधा वाटू लागलं. याचं कारण मेंग होता. मेंगला या पावसामुळे त्याच्या लहानशा खोलीमध्येच बसून राहावं लागत होतं. त्याच्या तरुण शरीराची रग त्याच्या कवायतींनी आणि व्यायामानं जिरत असे ती आता तुंबून राहिल्यासारखी झाली; त्यामुळे तो बरेच वेळा युआनच्या खोलीवर यायचा. युआन जे काही म्हणेल त्याच्या विरोधी बाजू घेऊन त्याच्याशी भांडण उकरून काढायचा. सतत पडणाऱ्या पावसाला शिव्या द्यायचा-त्याचा जनरल, त्याचे वरिष्ठ, नवे राज्यकर्ते सर्वांनाच शिव्या द्यायचा. हे नवे नेते कसे दिवसेंदिवस लोकांच्या हिताकडे दुर्लक्ष करत अधिकाधिक स्वार्थी व्हायला लागले आहेत हे सांगायचा. कधीकधी तर तो इतकं अन्याय्य बोलायचा की, एक दिवस न राहावून पण सौम्यपणे युआन उद्गारला, 'पण या पावसाचा दोष आपण त्यांना नाही देऊ शकत ना-अगदी पूर

आला तरी तो त्यांचा दोष असणार नाही.'

पण मेंग क्रूरपणे ओरडला, 'तरीही मी त्यांनाच दोष देईन-कारण ते खरे क्रांतिकारक नाहीत.' मग आवाज थोडा खाली आणत तो अस्वस्थपणे म्हणाला, 'युआन, कुणालाच माहीत नाही असं काहीतरी मी सांगणार आहे तुला. तुला सांगतो, कारण तू इतका बिनकण्याचा आहेस की, तू कोणत्याच चळवळीत सामील होऊ शकत नाहीस; पण तू तुझ्या तुझ्या पद्धतीनं चांगला आहेस, प्रामाणिक आहेस आणि नेहमीच तसा राहिला आहेस. ऐकून घे–एक दिवस मी निघून जाईन, तेव्हा आश्चर्य वाटून घेऊ नकोस -माझ्या आई-वडिलांना सांग-घाबरू नका. खरी गोष्ट अशी आहे की, या क्रांतीच्या पोटामध्ये एक नवी क्रांती जन्म घेते आहे. ती क्रांती या क्रांतीपेक्षा अधिक चांगली, अधिक खरी आहे. युआन, नवी क्रांती-मी आणि माझे चार सहकारी-आम्ही या क्रांतीमध्ये सामील व्हायचं नक्की ठरवलं आहे. आम्ही आमच्या विश्वासू लोकांना घेऊन पश्चिमेकडे जाऊ. ही क्रांती तिथेच जन्म घेते आहे. आत्तापर्यंत हजारो उत्साही तरुण त्या क्रांतीमध्ये सामील झालेतदेखील. या म्हाताऱ्या जनरलनं मला आजवर खालीच दाबून ठेवलं आहे- त्याच्याशी लढण्याचीही संधी मिळेल मला कदाचित.' क्षणभर मेंग तसाच पेटत्या डोळ्यांनी उभा राहिला; पण मग त्याचा चेहरा बदलला. त्याचा काळसर चेहरा जेवढा उजळणं शक्य होतं तेवढा उजळला. काहीशा शांतपणे आणि विचारपूर्वक तो म्हणाला, 'ती खरी क्रांती, युआन. ही खरोखरच लोकांच्या कल्याणासाठी आहे. आम्ही देश ताब्यात घेऊ आणि सामान्य लोकांच्या वतीने राज्य करू. तिथे कुणी श्रीमंत नसेल आणि कुणी गरीब...'

मेंग बोलतच राहिला. युआनही खिन्न मनानं गप्प राहून, त्याला बोलू देत होता. त्याच्या मनात आलं, हे शब्द तर आपण आयुष्यभर कुठे ना कुठे ऐकत आलो आहोत आणि तरीही गरीब आहेतच... आणि शब्दही तेच आहेत. त्या श्रीमंत परदेशामध्येही त्यानं गरीब लोक पाहिले होते, त्यांची त्याला आठवण झाली. होय, जगभर गरीब लोक राहाणारच होते. तो मेंगला बोलू देत राहिला. अखेरीस तो निघून गेल्यावर युआन खोलीच्या खिडकीशी जाऊन पावसाने ओल्याकच्च झालेल्या रस्त्यावरून कसेबसे जाणाऱ्या लोकांकडे बघत उभा राहिला. मेंग त्याच्या इमारतीमधून बाहेर पडला आणि लांब लांब ढांगा टाकत, ताठ मानेनं जाताना त्याला दिसला; पण असा ताठ मानेनं चालणारा तो एकटाच होता. रस्त्यावरचे बहुतेक लोक रिक्षा ओढणारे होते. निसरड्या रस्त्यांवरून आपला तोल सांभाळण्याचा प्रयत्न करत जाणारे. मग त्याला पुन्हा एक कधीही न विसरता येण्याजोगी गोष्ट आठवली... मी-लिंगनं त्याला एकही पत्र पाठवलं नव्हतं. त्यानंही तिला लिहिलं नव्हतं... त्याच्या मनात आलं होतं, 'तिला एवढा माझा तिटकारा वाटत असेल तर मग पत्र लिहिण्यात काय अर्थ आहे?' आणि या दुःखी विचारानं तर त्याच्या सगळ्याच

दुःखी दिवसावर शिक्कामोर्तब केलं.

आता त्याला फक्त त्याचं काम तेवढं उरलं. त्यामध्ये त्यानं आपली सगळी शक्ती ओतली असती; पण इथेही परिस्थितीनं त्याच्यावर मात केली. त्या काळातल्या वाढत्या असमाधानानं शाळांमध्येही प्रभाव टाकला होता. विद्यार्थी त्यांच्यासाठी तयार केलेल्या कायद्यांच्या विरोधात उभे राहायला लागले. त्यांच्या तारुण्यानं त्यांना दिलेले सारे अधिकार, हक्क त्यांना हवे होते. ते त्यांच्या शिक्षकांशी भांडत होते, त्यांच्या राज्यकर्त्यांशी भांडत होते, वर्गामध्ये हजर राहण्याचं नाकारत होते; त्यामुळे बऱ्याच वेळा त्याच्या त्या मोडक्या दारांच्या वर्गात गेल्यावर युआनला वर्ग रिकामा आहे असं आढळून यायला लागलं. शिकवायलाच कुणी नसल्यानं त्याला घरी जाऊन खोलीमध्ये बसून राहायला लागायचं. जुनीच पुस्तकं वाचायला लागायची, कारण नवी पुस्तकं घेण्यासाठी पैसे खर्च करण्याची त्याला भीतीच वाटू लागली होती. त्याचं कर्ज फेडण्यासाठी तो अगदी नेमानं आपला अर्धा पगार आपल्या काकाला पाठवत होता. त्या लांबलचक अंधाऱ्या रात्रींमध्ये तर त्याला आपलं कर्ज फिटण्याचा दिवस दिसायचाच नाही. मी-लिंगविषयीच्या त्याच्या स्वप्नासारखंच हे स्वप्नही त्याला अशक्य वाटत होतं.

एकदा तर सतत सात दिवस तो वर्गात गेला होता आणि त्याला वर्ग रिकामा आढळला होता. या स्वतःच्या रिकामपणानं फार निराश होऊन तो एक दिवस त्या चिखलातून आणि कोसळणाऱ्या पावसातून चालत त्याच्या त्या लहानशा शेताच्या तुकड्याकडे गेला. तिथे त्यानं ते परदेशी बियाणं पेरलं होतं; पण इथेही हाती काहीच पडणार नव्हतं. त्या परदेशी बियाण्याला एवढ्या पावसाची किंवा त्या काळ्याभोर भारी मातीची सवयच नव्हती किंवा काय चुकलं होतं तेही कळत नव्हतं. ते परदेशी बियाणं तिथे त्या चिखलात कुजून पडलं होतं एवढं मात्र खरं. उगवलं तेव्हा ती रोपं ताठ आणि उंच झाली होती, प्रत्येक कणीस छान भरलं होतं; पण ही माती आणि हे आकाश त्याच्या ओळखीचं नव्हतं हेच खरं. त्यामुळे त्या बियाण्यानं खरंखुरं मूळ धरलंच नव्हतं आणि आता ते असं कुजून पडलं होतं.

ही आशाही अशी नष्ट झालेली पाहात युआन तिथे उभा होता. तेवढ्यात त्याला बघून एक शेतकरी धावतच तेवढ्या पावसातही तिथे आला. थोड्याशा खवचटपणे तो उद्गारला, 'समजलं ना–ते परदेशी गव्हाचं बियाणं काही चांगलं नव्हतं. उगवलं चांगलं–उंच आणि भरलेलं; पण टिकून राहायची ताकद नाही त्याच्यात-मी त्याच वेळी सांगितलं होतं की नाही-हे एवढं मोठं आणि फिकट बियाणं काही नैसर्गिक नाही. माझा गहू बघा बरं–पार ओला झाला आहे खरा; पण मरणार नक्की नाही...'

काही न बोलता युआननं त्याच्या शेताकडे बघितलं. खरं होतं-त्या चिखलभरल्या

शेतामध्ये गव्हाची लहान लहान रोपं ताठपणे उभी होती- होती विरळच आणि बुटकी पण जिवंत होती-मरणार नव्हती... त्याच्याकडे याला उत्तर नव्हतं. त्या अडाणी माणसाचं ते खुशीचं मूर्ख हसू, सामान्य चेहरा त्याला सहनच होईना. एका क्षणात त्याला मेंगनं त्या रिक्षावाल्याला का मारलं ते कळून आलं होतं; पण युआन असं कुणालाही मारू शकत नव्हता. काही न बोलताच तो मागे फिरला आणि आपल्या वाटेनं चालू लागला.

या अतिशय उदास अशा वसंतामध्ये त्याच्या वाट्याला आलेल्या या निराशेचा शेवट कुठे होणार आहे हे युआनलाही माहीत नव्हतं. त्या रात्री आपल्या बिछान्यावर पडल्या पडल्या तो ढसाढसा रडला, इतका तो निराश झाला होता. दिवस इतके वाईट होते, गरीब अजून गरीबच होते, नवी राजधानी अजून पूर्ण झाली नव्हती, या कोसळणाऱ्या पावसात ते शहर अधिकच सामान्य दिसत होतं, गहू कुजला होता, क्रांती कमजोर पडत चालली होती, नव्या लढाया जोर धरत होत्या, विद्यार्थ्यांच्या चळवळीमुळे त्याचं काम मागे पडत होतं. त्या रात्री युआनच्या आयुष्यामध्ये काहीही नीट नव्हतं; पण सर्वांत वाईट, निराशाजनक गोष्ट ही होती की, चाळीस दिवस उलटले तरी मी-लिंगचं काहीही पत्र नव्हतं. तिचे शेवटचे शब्द त्याच्या मनात अजूनही आत्ताच ऐकल्यासारखे स्पष्ट उमटत होते, 'मला तुझा तिरस्कार वाटतो.' आणि त्यानंतर त्यानं तिला बघितलंही नव्हतं.

एकदा आईचं पत्र आलं होतं, खरं आहे-युआननं मोठ्या आतुरतेनं ते पत्र उघडलं होतं. मी-लिंगबद्दल त्यात काहीतरी लिहिलेलं असेल अशी त्याला आशा वाटत होती; पण तसं काहीच नव्हतं. आता आई फक्त आय-लानच्या लहान बाळाबद्दलच बोलायला लागली होती. आय-लान आता आपल्या नवऱ्याकडे परत गेली असली तरी तिनं आपला मुलगा आपल्या आईकडेच सांभाळायला ठेवला आहे याचा तिला किती आनंद झाला आहे, हेच तिनं लिहिलं होतं. तिनं पुढे असंही लिहिलं होतं, 'आय-लानला स्वतःचं स्वातंत्र्य आणि मौजमजा इतकी प्रिय आहे याबद्दल कृतज्ञताच वाटावी इतकी मी हळुवार झाले आहे, कारण त्यामुळेच तिचं बाळ माझ्याजवळ राहातंय. तिचं हे वागणं चुकीचं आहे हे मला कळतंय पण... मी तर दिवसभर त्याला मांडीवर घेऊनच बसलेली असते.'

आपल्या एकाकी खोलीत अंधारात बिछान्यावर पडल्या पडल्या तो याच पत्राचा विचार करत होता. त्या पत्रामुळे त्याच्या साऱ्या उदास आयुष्यामध्ये आणखी एका लहानशा दुःखाची भर पडली होती. त्या लहानग्यानं आईच्या हृदयाचा इतका ताबा घेतला होता की, आता तिलाही युआनची काही गरज उरली नव्हती. त्याच्या मनात स्वतःबद्दल एक प्रचंड करुणा दाटून आली.

'माझी कुणालाच गरज उरलेली नाही आता-असं दिसतं आहे.' रडता रडताच

मग कधीतरी त्याला झोप लागली.

त्या काळातलं असमाधान, नाराजी हळूहळू सगळीकडे पसरली. युआनला वाटत होतं त्यापेक्षा खूपच अधिक विस्तारली. त्या नव्या शहरातल्या त्याच्या एकाकी जीवनामुळे त्याला या सर्वदूर पसरत चाललेल्या असमाधानाची फारशी कल्पना आली नव्हती. दर महिन्याला अगदी आज्ञाधारकपणे तो आपल्या वडिलांना पत्र लिहायचा हे खरं; दर महिन्याला टायगर त्याला उत्तरही लिहायचा; पण त्याला भेटायला युआन परत गेला नव्हता. त्याचं एक कारण असं होतं की, युआनला त्याच्या कामामध्ये कसलाही खंड पडावा असं वाटत नव्हतं-आजकाल सातत्यानं चालणाऱ्या अशा शिल्लक तरी किती गोष्टी राहिल्या होत्या-आणि दुसरं कारण म्हणजे त्या लहानशा सुट्टीमध्ये त्याला मी-लिंगला भेटायचंच होतं.

टायगरच्या पत्रांवरूनही त्याला या बदलत्या परिस्थितीची जाणीव होणं शक्य नव्हतं, कारण तो वृद्ध माणूस नकळत तीच तीच गोष्ट पुनःपुन्हा लिहीत राहायचा. येत्या वसंतामध्ये तो कसा सैन्य गोळा करून नव्या मोहिमेवर जाणार आहे, त्या भागातल्या त्या डाकूवर तो कसा हल्ला करणार आहे-तो डाकू कसा माजायला लागला आहे; पण टायगर त्याच्या विश्वासू माणसांच्या साथीने लवकरच त्याला त्याची जागा दाखवून देणार आहे आणि या भागातल्या सज्जन माणसांना कसा दिलासा मिळवून देणार आहे, हेच त्या पत्रांमध्ये लिहिलेलं असायचं.

आजकाल युआन हे शब्द वाचायचा खरा; पण त्यांची फारशी दखल घ्यायचा नाही. त्याला वडिलांच्या या बढाईखोर शब्दांचा राग येणंही बंद झालं होतं. फार तर त्याला किंचितसं उदासवाणं हसू तेवढं फुटायचं, कारण या अशाच शब्दांची एकेकाळी त्याला भीती वाटायची याची त्याला आठवण व्हायची. हे नुसते पोकळ शब्द आहेत हे आता त्याला कळून चुकलं होतं. कधीकधी त्याच्या मनात यायचं, 'माझे वडील खरोखरच म्हातारे झालेत. या उन्हाळयात त्यांच्याकडे जाऊन त्यांना भेटायला हवं.'

एकदा तर त्याच्या मनात असंही येऊन गेलं, 'याच सुट्टीत गेलो असतो तरी चाललं असतं. काय फायदा झाला आईकडे जाऊन?' एक निःश्वास टाकत तो किती कर्ज फिटलं आहे, याच प्रमाणात फेडत राहिलो तर या उन्हाळयापर्यंत किती फिटेल याचा हिशेब करू लागला. या सगळ्या गोंधळामध्ये आपला पगार दिला जाईल ना याचीही काळजी होतीच, कारण या गडबड-गोंधळाच्या ना धड नवा, ना धड जुना अशा काळामध्ये सगळंच अनिश्चित होतं.

म्हणजेच युआनवर येऊ घातलेल्या संकटाविषयी टायगरच्या पत्रांमधून काहीही कळायला मार्ग नव्हता.

एक दिवस युआन नुकताच उठून अर्धवट आन्हिकं उरकून खोलीतल्या लहानशा

शेगडीजवळ उभा होता. रोज सकाळी तो स्वतःच ही शेगडी पेटवायचा आणि ती थंडगार खोली थोडीतरी उबदार करण्याचा प्रयत्न करायचा. तेवढ्यात त्याच्या दारावर कुणीतरी ठोठावलं. ते ठोठावणं आग्रही होतं, तेवढंच बुजरंही होतं. 'आत या.' तो ओरडला. आत आलेल्या माणसाला बघून तो थक्कच झाला. हा माणूस कधीकाळी इथे येईल अशी त्यानं कधी कल्पनाच केली नव्हती. त्याचा चुलतभाऊ, व्यापारी वांगचा थोरला मुलगा दारात उभा होता.

काळजीनं व्यापलेल्या या लहानशा माणसावर काहीतरी संकट कोसळलेलं आहे हे युआनच्या लगेच लक्षात आलं. त्याच्या पिवळट लुकड्याशा गळ्यावर काळ्या-निळ्या खुणा उमटलेल्या होत्या. सुकलेल्या चेहऱ्यावर रक्ताच्या खोल रेषा उमटलेल्या होत्या. त्याच्या उजव्या हाताचं एक बोटही तुटलं होतं आणि त्याच्याभोवती एक घाणेरडं फडकं गुंडाळलेलं होतं.

हे सगळं बघून युआनच्या तोंडातून शब्दच फुटेना. त्याला काही सुचेनासं झालं. युआनला बघितल्याबरोबर या माणसानं हुंदके द्यायला सुरुवात केली होती; पण ते हुंदके त्यानं ओठाबाहेर पडू दिले नाहीत. काहीतरी भयानक कहाणी तो सांगणार आहे हे युआनच्या लक्षात आलं. त्यानं चटकन कपडे चढवले, चुलतभावाला बसायला सांगितलं आणि उकळलेल्या पाण्यामध्ये चहाची काही पानं टाकली. मग तो म्हणाला, 'थोडा दम घे आणि मग सांग, काय झालं ते. काहीतरी भयानक घडलंय हे दिसतंच आहे मला.'

त्या माणसानं श्वास घेतला आणि सांगायला सुरुवात केली तीही अगदी हळू आवाजात -खोलीच्या बंद दाराकडे पुनःपुन्हा नजर टाकत- 'नऊ दिवसांपूर्वी एका रात्री डाकूंची ती टोळी आपल्या शहरात आली. तुझ्या वडिलांचीच चूक होती ती. ते माझ्या वडिलांच्या घरी काही दिवस राहायला म्हणून आले होते. जुनं चांद्रवर्ष संपण्याची वाट बघत होते; पण म्हाताऱ्या माणसानं शांत, गप्प बसावं तसे ते बसायचे नाहीत. आम्ही पुनःपुन्हा त्यांना विनवलं की, गप्प बसा, पण ते सगळीकडे बढाया मारत फिरत होते की, ते कसे नवं सैन्य उभारणार आहेत आणि वसंत येताक्षणीच ते कसे या डाकू सरदारावर चाल करून जाणार आहेत आणि पूर्वी एकदा त्यांनी कसं त्याला हरवलं होतं, तसंच आताही ते कसे हरवणार आहेत वगैरे. आधीच जमिनीच्या बाबतीत आम्हाला खूप शत्रू आहेत, कारण कोणती कुळं त्यांच्या मालकांची शत्रू नसतात? तर त्या लोकांनी त्या डाकू सरदाराच्या माणसांना उचकवलं. तो डाकू सरदार संतापला. त्यानं सगळीकडे माणसं पाठवली आणि लोकांना सांगायला सुरुवात केली की, हा दात पडलेला टायगर आहे याची मला कसलीही भीती वाटत नाही. तो वसंताची वाट बघत बसणार नाही -तो सरळ या टायगरवर चाल करून येणार आहे-टायगरवर आणि त्याच्या साऱ्या खानदानावर-

...एवढं झालं तरी आम्ही त्याला थोपवू शकलो असतो, भाऊ. कारण हे ऐकल्यावर मी आणि माझे वडील दोघांनीही घाईघाईनं त्याच्याकडे भरपूर पैसे पाठवून दिले. पैसे, वीस बैलजोड्या आणि पन्नास बकऱ्या–त्याच्या माणसांच्या खाण्या-पिण्यासाठी– तुझ्या वडिलांनी त्याचा जो अपमान केला होता, त्याची पुरेपूर भरपाई केली आम्ही- आणि म्हाताऱ्या माणसाच्या बोलण्याकडे लक्ष देऊ नका अशी विनंतीही केली. फारसा त्रास न होता हे सगळं मिटलंही असतं असं वाटतं मला...'

इथे त्या माणसानं थोडी विश्रांती घेतली; पण त्याचं शरीर थरथरतच होतं. युआननं त्याला शांत करत म्हटलं, 'सावकाश सांग, घाई करू नकोस... थोडा गरम गरम चहा घे बरं- अजिबात घाबरू नकोस... मला शक्य आहे ते सगळं करीन मी- तुला बरं वाटलं की, मग पुढे सांग.'

अखेरीस त्याचं थरथरणं थोडं कमी झालं आणि तो माणूस पुन्हा बोलायला लागला. अजूनही त्याचा आवाज अगदी हळू आणि पुटपुटल्यासारखाच होता, 'या नव्या काळातली संकटं काही मला समजतच नाहीत; पण आपल्या शहरात एक नवीन क्रांतिकारकांची संघटना उभी राहिली. सगळे तरुण तिथे जातात, गाणी म्हणतात आणि कोणत्यातरी नव्याच देवाचं चित्र भिंतीवर टांगलेलं असतं त्याला ते नमस्कार करतात. सगळ्या जुन्या देवांचा त्यांना तिरस्कार वाटतो. हे सगळंही चाललं असतं; पण त्यांनी आपल्या दुसऱ्या चुलतभावालाही त्यांच्यात ओढून घेतलं आहे-तोच कुबडा-ज्यानं संन्यासाची दीक्षा घेतली होती तोच-तू त्याला पाहिलंही नसशील कदाचित - हो ना?' आपल्या या प्रश्नाच्या उत्तरासाठी तो क्षणभर थांबला, तेव्हा युआननं गंभीरपणे उत्तर दिलं, 'फार दिवसांपूर्वी बघितलं आहे मी त्याला एकदा.' त्याला तो कुबडा मुलगा आठवत होता. त्याच्या वडिलांनी एकदा त्याच्याबद्दल काढलेले उद्गारही त्याला चांगले आठवत होते. टायगर म्हणाला होता की, 'या मुलाचं हृदय सैनिकाचं आहे.' त्याचं कारण असं होतं की, एकदा टायगर त्या मातीच्या घराजवळून जात असताना हा मुलगा त्याला भेटला होता. त्यानं टायगरची बंदूक हातात घेऊन नीट न्याहाळली होती. जणू ती स्वतःची असावी इतक्या प्रेमानं तो ती बंदूक हाताळत होता. त्यामुळेच टायगर नेहमीच म्हणत आला होता, 'त्याला ते कुबड नसतं ना तर मी माझ्या भावाकडून त्याला मागून घेतलं असतं.' होय, युआनला तो चांगलाच आठवत होता. मान हलवत तो म्हणाला, 'हो, पुढे सांग...'

तो लहानसा माणूस पुढे बोलू लागला, 'या आपल्या संन्यासी भावालाही तेच वेड लागलं आहे. तो अगदी बेचैन झाला आहे. गेली दोन-तीन वर्षं त्याची मानलेली आई वारल्यापासून तो पूर्वीसारखा वागत नाही असं आम्ही ऐकलं होतं. तीही संन्यासिनीच होती. खूप दिवस खोकला होता तिला- त्यानंच वारली ती-जिवंत होती तोवर त्याचे कपडे शिवायची, त्याच्यासाठी गोडधोड करून आणायची. तेव्हा तो

अगदी शांत होता; पण ती वारल्यानंतर मात्र तो एकदम बंडखोरच झाला. देवळात नीट वागेनासा झाला आणि एक दिवस तिथून पळून जाऊन एका नव्याच पलटणीत सामील झाला. ती पलटण काय आहे हे काही मला समजत नाही-मला एवढंच माहीत आहे की, ते शेतकऱ्यांना जमीन ताब्यात घ्यायला शिकवत असतात. मग ही पलटण त्या डाकूला सामील झाली. आपलं सगळं शहर, आजूबाजूची खेडी सगळीकडे नुसता गोंधळ उडवून दिला या लोकांनी. असा गोंधळ यापूर्वी आम्ही कधीच पाहिला नव्हता. इतकं वाईट-साईट बोलायचे ते–मी सांगू शकणार नाही तुला-एवढंच सांगतो-ते म्हणायचे आम्हाला आमच्या आई-वडिलांचा, भावांचा तिरस्कार वाटतो-आम्ही मारायला सुरुवात केली की, प्रथम आमच्या या नातेवाइकांनाच ठार करू. आणि मग पाऊस सुरू झाला. लोकांना कळून चुकलं की, आता पूर येणार आणि मग दुष्काळ नक्कीच-नव्या काळाच्या दुर्बलतेमुळे लोक अधिकच उद्दाम झाले. सगळी लाजलज्जा सोडली त्यांनी-' तो माणूस फारच लांबड लावायला लागला होता; पण त्याचं थरथर कापणं पुन्हा सुरू झालं. आता युआनला ते सहन होईनासं झालं. तो ओरडून म्हणाला, 'होय, होय-ते सगळं मला माहीत आहे- इकडेसुद्धा तसाच पाऊस पडतोय- पुढे काय झालं ते सांग...'

तेव्हा तो माणूस गंभीरपणे म्हणाला, 'हेच–ते सगळे एक झाले-डाकू–नवे जुने सगळे आणि शेतकरीही-आणि त्यांनी सगळं शहर धुवून काढलं-मग माझे वडील, भाऊ आणि आमची बायका-मुलं आम्ही सगळे हाताला लागेल तेवढं फक्त घेऊन तिथून निसटलो आणि गेलो ते माझ्या सर्वांत थोरल्या भावाच्या घरी-तो तुझ्या वडिलांच्या शहरामध्ये राज्यपालासारख्या पदावर आहे-पण तुझे वडील काही पळून यायला तयार होईनात-नाही. ते अजूनही मूर्खासारखे बढाया मारत होते-त्या मातीच्या घरात जायला तेवढे ते तयार झाले–तेच ते, आपल्या आजोबांचं घर होतं तेच-'

त्या माणसाचं थरथर कापणं आता खूपच वाढलं. धाप लागल्यासारख्या आवाजात तो म्हणाला, 'पण ते लवकरच तिथे पोहोचले-तो डाकू सरदार आणि त्याची माणसं-त्यांनी तुझ्या वडिलांना पकडलं आणि हाताचे अंगठे बांधून त्यांना मधल्या खोलीच्या वाशांना लटकवलं. त्याच खोलीत बसले होते ते-त्यांनी त्यांचे सगळे पैसे वगैरे घेतले-मुख्य म्हणजे त्यांनी त्यांची अतिशय आवडती तलवार घेतली-त्यांचा एकही सैनिक सोडला नाही त्यांनी –फक्त त्यांचा तो फाटक्या ओठांचा विश्वासू माणूस तेवढा राहिला. एका विहिरीत लपून बसला होता म्हणून वाचला-मला हे कळल्याबरोबर मी गुपचूप त्यांच्या मदतीला गेलो; पण ते त्यांना कळलं, ते आले आणि त्यांनी माझं बोट तोडलं-मी कोण आहे हे त्यांना सांगितलंच नाही–नाहीतर मला ठारच मारलं असतं त्यांनी-त्यांना वाटलं, मी एखादा नोकरच असेन. त्यांनी मला सांगितलं, 'जा आणि त्याच्या मुलाला सांग, त्याचा बाप इथे

टांगलाय.' म्हणून आलो आहे मी इथे.'

आता मात्र तो माणूस फारच रडायला लागला. त्यानं घाईघाईनं बोटाचं फडकं सोडलं आणि युआनला ती रक्ताळलेली जखम दाखवली. फडकं सोडल्याबरोबर त्यातून पुन्हा रक्त वाहायला लागलं.

युआनला काय करावं हे सुचेनासंच झालं. दोन्ही हातांमध्ये डोकं धरून तो खाली बसला. आधी त्याच्या वडिलांकडे जायला हवं हे तर उघडच होतं; पण तोवर त्याचे वडील मरण पावलेले असतील तर–पण नाही–तो विश्वासू माणूस तिथे असेल तर आशेला जागा होती- 'ते डाकू गेले का आता?' एकदम डोकं वर उचलत त्यानं विचारलं.

'होय, सगळी लुटालूट झाल्यावर ते निघून गेले.' त्या माणसानं उत्तर दिलं. पुन्हा रडायला सुरुवात करत तो म्हणाला, 'पण ती हवेली-ती भली मोठी हवेली-साफ जळून खाक झाली-काही राहिलं नाही तिथे आता... भाडेकरूंनी केलं हे-त्यांनी डाकूंना मदत केली लुटालुटीला–ज्यांनी त्यांना विरोध करायला हवा, तेच त्यांना सामील झाले-सगळं घेतलं त्यांनी आपल्याकडून-आपल्या आजोबांनी आपल्यासाठी ठेवलेलं ते भलं मोठं घर–ते म्हणत होते, आपली सगळी जमीनही घेणार - आणि मग त्यांच्यामध्ये वाटून घेणार- मी स्वतः ऐकलं ते बोलताना-पण खरं काय आहे ते प्रत्यक्ष जाऊन बघण्याची कुणाची हिंमत आहे?'

हे ऐकल्यावर मात्र युआनला इतका त्रास झाला की, तेवढा त्याच्या वडिलांच्या छळाविषयी ऐकूनही झाला नव्हता. त्यांची- त्यांच्या घराण्याची जमीन गेली तर मात्र ते खरोखरच लुटले जाणार होते. पुढे काय घडणार आहे या कल्पनेनंच त्याची पावलं जडावली. कसाबसा उठून उभा राहात तो म्हणाला, 'मी आजच्या आजच निघतो वडिलांकडे जायला.' आणि मग आणखी काहीतरी सुचल्याप्रमाणे तो पुढे म्हणाला, 'तुझं म्हणशील तर तू आता किनाऱ्यावरच्या त्या शहरामध्ये जायचं आहेस. मी पत्ता लिहून देतो त्या घरी जायचं आणि माझ्या वडिलांच्या पत्नीला हे सगळं सांगून पुढे सांगायचं की, मी पुढे गेलो आहे. तिला हवं तर ती तिच्या मालकांकडे येऊ शकते.'

हा निर्णय झाला. त्या माणसाचं खाणं-पिणं झालं, तो निघून गेला आणि युआनही त्याच दिवशी आपल्या वडिलांकडे जायला निघाला.

आगगाडीमधले ते दोन दिवस आणि दोन रात्री त्याला वाटत राहिलं की, ही पुराणातली काहीतरी कपोलकल्पित कथाच असावी. युआन पुनःपुन्हा स्वतःलाच सांगत राहिला–या नव्या काळात असं होणं-ही अशी प्राचीन काळातल्यासारखी दुष्ट घटना घडणं शक्यच नाही. शेंग जिथे आरामात ख्याली-खुशालीचं आयुष्य जगत

होता, त्या किनारपट्टीवरच्या शहराची त्याला आठवण झाली. आय-लान तिथे सुरक्षित जीवन जगत होती - निष्काळजीपणे-आपलं गोड हसू हसत–आणि काहीही माहिती नसलेली अशी-होय–अशा घटनांची तिला काहीही माहिती असणं शक्यच नव्हतं.

दहा हजार मैलांवरच्या त्या गोऱ्या स्त्रीला तरी कुठे काही माहिती होतं? एक जड निःश्वास टाकत खिडकीबाहेर बघत तो बसून राहिला.

नव्या राजधानीमधून निघण्याआधी तो मेंगला भेटायला गेला होता. एका चहागृहाच्या कोपऱ्यामध्ये बसून त्यानं मेंगला घडलेली हकिकत सांगितली. त्याला एक अंधूकशी आशा वाटत होती की, आपल्या कुटुंबावर आलेल्या या संकटामुळे मेंगला राग येईल आणि तोही आपल्याबरोबर आपल्याला मदत करायला म्हणून यायला निघेल.

पण मेंगनं तसं काहीच केलं नाही. त्यानं सगळं ऐकून घेतलं. मग आपल्या काळ्याभोर जाड भुवया उंचावत तो म्हणाला, 'मला वाटतं, खरी गोष्ट अशी आहे की, माझ्या सर्वच काकांनी लोकांवर जुलूम केलेत. मग त्यांना हे भोगावं लागणारच. मी त्यांच्या पापांमध्ये भाग घेतला नाही आणि म्हणून त्यांच्या भोगण्यामध्येही घेणार नाही.' पुढे तो असंही म्हणाला, 'मला तर वाटतं, तू मूर्खपणा करतो आहेस. एका म्हाताऱ्या माणसासाठी–जो कदाचित आत्तापर्यंत मेलाही असेल-त्याच्यासाठी तू स्वतःचा जीव का धोक्यात घालावास? काय केलं तुझ्या वडिलांनी तुझ्यासाठी आजपर्यंत? मला तर त्या कुणाबद्दलच काही वाटत नाही.' थोडा वेळ अगदी गप्प बसलेल्या आणि या नव्या संकटामुळे हतबल झालेल्या युआनकडे बघत राहून त्याच्या हातावर आपला हात ठेवत तो हलक्या आवाजात म्हणाला, 'माझ्याबरोबर चल, युआन. मागेही तू एकदा आला होतास; पण तेव्हा तुझं मन नव्हतं त्यात. आता आमच्यात ये- मनापासून ये–या वेळची ही क्रांती खरोखरच चांगली आहे-खरी आहे.' मेंग मनानं तितकासा कठोर नव्हता.

आपला हात तसाच राहू देत युआननं मान हलवली. त्याबरोबर आपला हात काढून घेत मेंग ताडकन उठला आणि म्हणाला, 'ठीक आहे, मग हा निरोपच समज. तू परत येशील, तेव्हा मी गेलेला असेन-पुन्हा कधी भेटू, न भेटू-सांगता येत नाही...' आगगाडीत बसल्या बसल्या युआनला हे सगळं आठवत होतं-त्याच्या त्या सैनिकाच्या गणवेशामध्ये मेंग कसा दिसत होता-किती उंचापुरा, शूर, किती उतावीळ आणि किती चटकन ते शब्द बोलून तो निघूनही गेला होता-

दुपारभर आगगाडी हेलकावे घेत जातच होती. एक सुस्कारा टाकत युआननं आजूबाजूला बघितलं. कोणत्याही आगगाडीमध्ये तेच असावेत असे वाटणारे अनेक प्रवासी गाडीत होते. रेशमी आणि उबदार कपडे घातलेले लठ्ठ व्यापारी, सैनिक,

विद्यार्थी, रडणाऱ्या-ओरडणाऱ्या पोरांना घेऊन जाणाऱ्या आया; पण मधल्या जागेच्या पलीकडे दोन तरुण बसले होते-भाऊ भाऊ असावेत-नुकतेच परदेशातून परत आले असावेत हे सहज ओळखता येत होतं. त्यांचे कपडे नवे होते, नव्या परदेशी पद्धतीनं शिवलेले होते-सैलसर आखूड पाटलोणी, रंगीबेरंगी उंच पायमोजे आणि पिवळे कातडी जोडे. वर जाड लोकरीचे विणलेले सदरे. त्या सदऱ्यांच्या खिशांवर काही परदेशी अक्षरं विणलेली होती. त्यांच्या नव्या कातडी बॅगाही चमकत होत्या. ते अगदी सहजपणे हसत होते, परदेशी भाषेमध्ये अगदी सवयीनं बोलत होते. एकाच्या हातात एक परदेशी वाद्य होतं; ते तो अधूनमधून वाजवत होता. मधूनच ते दोघे एखादं परदेशी गाणंही म्हणायचे आणि मग गाडीमधले लोक या अनोळखी सुरांकडे चकित होऊन पाहात राहायचे. ते काय म्हणत होते ते युआनला अगदी नीट कळत होतं; पण हे त्यानं त्या मुलांना दिसू दिलं नाही. कसल्याही गप्पा माराव्या असं त्याला वाटतच नव्हतं इतका तो दमला होता. एकदा गाडी थांबली असताना त्या दोघांपैकी एक दुसऱ्याला सांगत होता ते त्यानं ऐकलं-'जेवढ्या लवकर आपण कारखाने सुरू करू तेवढं चांगलं-मग या जनावरांना आपण सरळ करू शकू-नीट काम करायला शिकवू शकू-' एकदा त्यांच्यातला एकजण गाडीत खायचे पदार्थ आणून देणाऱ्यावर, त्याच्या गळ्यातल्या घाणेरड्या फडक्याबद्दल ओरडलेलाही त्यानं ऐकलं. युआनच्या शेजारी बसलेला व्यापारी खोकला आणि जमिनीवरच थुंकला, तेव्हा त्याच्याकडेही त्यांनी रागानं बघितलेलं युआनला दिसलं.

हे सगळं युआन बघत होता आणि त्याला ते कळतही होतं. त्यानंही एकदा हे असं केलं होतंच की; पण आत्ता त्यानं त्या लठ्ठ व्यापाऱ्याला खोकताना आणि तिथेच थुंकताना पाहिलं तरी तो गप्प बसला होता. होय, हे असं वागणं त्याला स्वतःला जमणार नव्हतं तरी इतर तसे वागले तर ते चालवून घ्यायला मात्र तो आता शिकला होता. त्या माणसाचं घाणेरडं फडकं त्यालाही दिसलं होतं; पण तो त्याबद्दल काहीही बोलला नव्हता. स्टेशनवरच्या विक्रेत्यांचा गलिच्छपणा तो मुकाट्यानं सहन करू शकत होता. तो सुन्न झाला होता खरा; पण आपण असे का झालो आहोत हे त्याला कळेनासं झालं होतं. त्याला एवढंच कळत होतं की, या असंख्य लोकांना बदलण्याचा प्रयत्न करणं केवळ अशक्य आहे.

आणि तरीही तो शेंगसारखं आपलं आयुष्य मौजमजेमध्ये घालवू शकत नव्हता किंवा मेंगसारखं आपल्या वडिलांच्या प्रति असलेलं आपलं कर्तव्य विसरूनही जाऊ शकत नव्हता. त्याला जमलं असतं तर या अगदी नव्या लोकांसारखं जगणंच त्याच्या फायद्याचं ठरलं असतं–बिनधास्त-फक्त स्वतःसाठीच जगायचं, जे आवडत नाही तिकडे दुर्लक्षच करायचं. जे बंधन काचतंय असं वाटेल ते सरळ तोडूनच टाकायचं; पण तो जसा होता तसा होता. त्याचे वडील अजूनही त्याचे वडील होते.

जे काही जुनं होतं ते त्याच्याही भूतकाळातलंच होतं, त्याच्या आयुष्याचा एक भाग होतं; त्यामुळेच त्याचं कर्तव्य तो असं सहजासहजी बाजूला करून टाकू शकत नव्हता आणि म्हणून तो अतिशय सहनशीलपणे आपल्या प्रवासाच्या शेवटाकडे निघाला होता.

अखेरीस ती आगगाडी एकदाची थांबली. त्या मातीच्या घराजवळच्या स्टेशनावरच थांबली. युआन खाली उतरला आणि भराभर चालत शहर ओलांडून निघाला. त्यानं मुद्दाम काहीही बघितलं नसलं तरी हे शहर नुकतंच डाकूंनी लुटलेलं आहे, हे निश्चितच कळत होतं. शहरातले लोक गप्पगप्प होते. घाबरलेले होते. इथेतिथे जाळलेली घरं होती. आत्ता कुठे त्या घरांच्या मालकांची परत येण्याची आणि आपलं किती नुकसान झालं आहे हे बघण्याची हिंमत झालेली दिसत होता; पण युआन सरळ मुख्य रस्त्यानं जात राहिला. हवेलीपाशी अजिबात न थांबता तो शहराच्या दुसऱ्या दरवाजानं बाहेर पडला आणि शेतांमधून चालत त्या खेड्याकडे निघाला आणि पुन्हा एकदा त्या मातीच्या घरापाशी येऊन पोहोचला.

पुन्हा एकदा तो वाकून त्या मधल्या खोलीमध्ये शिरला. त्या खोलीच्या भिंतींवर अजूनही त्यानं लिहिलेल्या कवितेच्या ओळी तशाच होत्या. त्या ओळी आता त्याला कशा वाटताहेत हे पाहायला तो थांबला नाही. त्यानं हाक मारली, तेव्हा दोन माणसं बाहेर आली. त्यांच्यापैकी एक तो म्हातारा भाडेकरू होता. एकटा, अगदी मरणाच्या जवळ पोहोचलेला, सुकून सुकून गेलेला असा. त्याची बायको केव्हाच मरून गेली होती. दुसरा माणूस होता टायगरचा ओठफाटक्या विश्वासू. आता म्हातारा झालेला. युआनला पाहिल्याबरोबर ते दोघेही चकितच झाले. ओठफाटक्यानं काहीही न बोलता युआनचा हात धरला आणि त्याला आतल्या खोलीत नेलं. आपले धाकटे सरदार आले, त्यांना अभिवादन करण्याइतकाही त्याला वेळ नव्हता. युआन पूर्वी याच खोलीत झोपत होता. तिथे त्या बिछान्यावर टायगर पडलेला होता. हात-पाय ताठ, शरीर सरळ आणि कडक; पण तो मेलेला नव्हता. त्याचे डोळे एका जागी स्थिरावले होते. तो स्वतःशी सतत काहीतरी पुटपुटत होता. युआनला पाहून त्याला अजिबात आश्चर्य वाटलेलं दिसलं नाही. एखाद्या रडक्या मुलासारखे त्यानं दोन्ही हात वर उचलले आणि तो एवढंच म्हणाला, 'माझे हात बघ.' त्या म्हाताऱ्या जखमी हातांकडे बघून युआन थरथरला आणि मोठ्या दुःखानं विव्हळला, 'अरे देवा–बिचारे माझे बाबा.' तेव्हा कुठे प्रथमच त्या यातनांची जाणीव झाल्यासारखी त्या वृद्ध माणसाच्या अस्पष्ट नजरेत आसवं जमली. थोडं कण्हत तो उद्‌गारला, 'मला दुखतं आहे...' युआन त्याची समजूत काढत, त्याच्या सुजलेल्या अंगठ्यांना हळूच स्पर्श करत पुनःपुन्हा म्हणत राहिला, 'होय बाबा, दुखतं आहे खरं. माहीत आहे मला–

दुखतं आहे खरं...'

त्याच्या डोळ्यांतून मूक अश्रू वाहायला लागले तसेच त्या वृद्ध माणसाच्या डोळ्यांतूनही आणि ते दोघे बाप-लेक एकमेकांसोबत रडत राहिले.

शिवाय रडण्याखेरीज युआन दुसरं तरी काय करू शकणार होता? टायगर मरणाच्या अगदी जवळ पोहोचला आहे हे त्याला दिसत होतं. त्याच्या शरीरावर एक भयंकर अशी पिवळीजर्द छटा उमटली होती. रडतानाही त्याचा श्वास इतका उथळ येत होता की, युआनला भीतीच वाटायला लागली. त्यानं कसंबसं टायगरला शांत केलं आणि स्वतःचं रडणंही कसंबसं आवरलं; पण टायगरला आणखी काहीतरी सांगायचं होतं. तो पुन्हा एकदा युआनला म्हणाला, 'त्यांनी माझी तलवार घेतली...' पुन्हा त्याचे ओठ थरथरायला लागले. त्याच्या जुन्या सवयीप्रमाणे त्यानं ओठांवर हात ठेवले असते; पण हात नुसते हलवले तरी त्याला प्रचंड वेदना होत होत्या म्हणून त्यानं आपले हात तसेच ठेवत युआनकडे पाहिलं. स्वतःच्या वडिलांबद्दल युआनला आजवरच्या आयुष्यात कधीच इतकी माया वाटली नव्हती. तो गेलेली सर्व वर्षं विसरला. या अशा लहान मुलासारख्या हृदयाचा टायगरच त्याच्या डोळ्यांसमोर शिल्लक राहिला. टायगरची समजूत घालत तो त्याला पुनःपुन्हा सांगत राहिला, 'मी आणीन हं ती परत... बाबा, काहीतरी करीन आणि आणीन ती परत... मी पैसे देऊन ती विकत घेईन परत...'

हे आपल्याला करता येणं शक्य नाही हे युआनला चांगलंच माहीत होतं; पण हा वृद्ध माणूस त्याच्या तलवारीची आठवण काढायला उद्या असेल की नाही याबद्दल त्याला शंकाच होती म्हणून त्याचं सांत्वन करण्यासाठी तो त्याला काहीही कबूल करत राहिला.

शिवाय सांत्वन करण्याखेरीज त्याच्या हाती दुसरं काहीच नव्हतं. तो वृद्ध माणूस थोडा शांत होऊन अखेर झोपी गेला. युआन त्याच्या शेजारी बसून होता. ओठफाटक्या विश्वासूनं त्याच्यासाठी थोडं काहीतरी खायला आणलं. तो आवाज न करता खोलीच्या आतबाहेर करत होता. आपल्या आजारी मालकाची झोपमोड होऊ नये म्हणून काही बोलतही नव्हता; युआनही गप्पसा बसून होता. त्याचे वृद्ध वडील झोपल्यावरही तो तसाच बसून होता. शेवटी त्यानंही टेबलावर डोकं टेकवलं आणि तोही थोडा वेळ झोपी गेला.

पण जसजशी रात्र होऊ लागली, तसा तो जागा झाला. त्याचं सारं अंग ठणकत होतं; पण उठणं भागच होतं, तेव्हा तो तसाच उठला आणि आवाज न करता शेजारच्या खोलीत गेला. तिथे तो विश्वासू म्हातारा बसला होता. त्यानं रडत रडत युआनला माहिती असलेली कहाणी पुन्हा सांगितली. तो पुढे म्हणाला, 'आपल्याला हे मातीचं घर सोडून जायला हवं. इथल्या आजूबाजूच्या शेतकऱ्यांच्या

मनात आपल्याबद्दल प्रचंड राग आहे. माझे मालक किती असहाय झाले आहेत हेही त्यांना माहीत आहे. धाकटे मालक, तुम्ही आला नसतात तर त्यांनी नक्कीच आमच्यावर हल्ला केला असता. तुमच्यासारखा तरुण, ताकदवान मुलगा आलेला पाहून ते थोडे दिवस तरी थांबतील...'

तो म्हातारा भाडेकरूही हेच म्हणाला. थोड्या शंकेनं तो युआनकडे बघत म्हणाला, 'तुमचे कपडे परदेशी नसते तर बरं झालं असतं, असं मला वाटतं. धाकटे मालक- अलीकडे इथल्या खेडवळ लोकांना या नव्या तरुण लोकांचा इतका राग येतो की, काही विचारू नका. त्यांनी इतकी खात्री दिली होती की, नव्या राज्यामध्ये सगळं चांगलंच होईल-तरीही हा पाऊस कोसळतोच आहे आणि पूरही आलेच ना! तुमचे हे त्यांच्यासारखेच परदेशी कपडे त्यांनी पाहिले तर...' क्षणभर थांबून तो आत गेला आणि स्वतःचा सर्वांत उत्तम झगा घेऊन बाहेर आला. निळ्या सुती कापडाच्या त्या झग्याला एक-दोन ठिकाणीच ठिगळं होती. त्यानं युआनची मनधरणी करत म्हटलं, 'आम्हाला वाचवण्यासाठी तरी हे कपडे घाला, मालक. काही जोडेही आहेत माझ्याकडे–म्हणजे मग तुम्हाला कुणी पाहिलं तरी...'

युआननं ताबडतोब तो झगा घातला. सुरक्षितता मिळत असेल तर तो हे करायला आनंदानं तयार होता. त्याला कळून चुकलं होतं की, जखमी टायगरला इथून कुठेही हलवता येणार नाही. जिथे पडला आहे तिथेच तो मरणार आहे; पण त्यानं हे बोलून दाखवलं नाही. विश्वासू म्हातारा 'मरण' हा शब्द कधीच ऐकून घेणार नाही हेही त्याला चांगलंच माहीत होतं.

दोन दिवस युआन आपल्या वडिलांच्या मृत्युशय्येशी वाट बघत बसून होता. टायगर आता अगदी निश्चल असा पडून होता. त्याला काही खाण्याची किंवा हालचाल करण्याची जबरदस्ती केली तरच तो थोडासा हलत होता. त्याचा चेहरा आता चांगलाच काळवंडला होता. त्याच्या कुजायला लागलेल्या मरत्या शरीरामधून खोलीमध्ये एक प्रकारची दुर्गंधी पसरायला लागली होती. काहीसा लवकरच आलेला वसंत बाहेरचं जग उजळत होता; पण युआन एकदाही आकाश किंवा जमीन बघायला म्हणून बाहेर गेला नाही. त्या म्हाताऱ्या माणसांनी जे सांगितलं होतं, ते त्याच्या चांगलंच लक्षात होतं. इथल्या लोकांना त्याचा द्वेष वाटत होता आणि राग चाळवण्यासारखं तो काहीही करणार नव्हता. टायगरला या जुन्या घरात निदान मरण तरी शांततेत यावं अशी त्याची इच्छा होती.

वडिलांच्या बिछान्याशेजारी बसून तो अनेक गोष्टींचा विचार करत होता. सर्वांत महत्त्वाचा विचार म्हणजे आपलं आयुष्य किती चमत्कारिक बनलं आहे, किती गोंधळाचं बनलं आहे; आपल्यासमोर आशेला जागा आहे असं दर्शवणारी एकही

गोष्ट नाही हाच होता. ही वृद्ध माणसं - त्यांच्या त्यांच्या काळामध्ये स्वच्छ विचार करणारी होती-पैसा, लढाई, सुख या गोष्टी चांगल्या होत्या. त्या मिळवण्यासाठी आयुष्य खर्ची घालणंही योग्यच ठरत होतं. काहीजण आपलं सर्वस्व देवाला अर्पण करत होते. -त्याच्या वृद्ध काकूसारखं-किंवा समुद्रापलीकडच्या त्या वृद्ध परदेशी जोडप्यासारखं -म्हातारी माणसं सगळीकडे सारखीच असतात- लहान मुलांसारखी साधीभोळी-अजाण; पण तरुण-त्याच्यासारखे तरुण किती गोंधळलेले-जुन्या देवादिकांबद्दल किती असमाधानी-क्षणभर त्याला मेरी नावाच्या त्या स्त्रीची आठवण झाली. आता तिचं आयुष्य कसं असेल? त्याच्या मनात आलं. कदाचित त्याच्यासारखंच-डोळ्यांसमोर कोणतंच निश्चित असं महान ध्येय नसलेलं-त्याच्या ओळखीच्या सर्व माणसांमध्ये मी-लिंग ही एकटीच अशी होती, जिला स्वतःला काय करायचं आहे हे नक्की ठाऊक होतं आणि ते करायला तिनं सुरुवातही केली होती.

त्याचं जर मी-लिंगशी लग्न झालं असतं तर...

या निरुपयोगी विचारांच्या पलीकडून एक आवाज त्याच्या कानावर पडला. तो आवाज त्याच्या मानलेल्या आईचा होता. आई आली. चटकन उठून तो बाहेर आला. तिचा आवाज ऐकून त्याला फार बरं वाटलं होतं. ती यावी असं त्याला किती तीव्रतेनं वाटत होतं याची नीटशी जाणीव त्याला स्वतःलाही नव्हती. ती तिथे उभी होती-आणि तिच्या शेजारी-तिच्याबरोबर-मी-लिंग.

असं काही घडेल याची युआननं स्वप्नांतही कल्पना किंवा आशा केली नव्हती. मी-लिंगला बघून तर तो कमालीचा आश्चर्यचकित झाला. तिच्याकडे बघत तो अडखळतच म्हणाला, 'आणि मग बाळाजवळ कोण आहे?'

मी-लिंगनं तिच्या शांत पद्धतीनं उत्तर दिलं, 'मी आय-लानला सांगितलं की, एकदा तरी तिनं येऊन बाळाला बघितलं पाहिजे. नशिबानंच साथ दिली म्हणायला हवं, कारण तिचं आणि तिच्या नवऱ्याचं मोठं भांडण झालं-तो एका स्त्रीकडे पुनःपुन्हा बघतो असं तिचं म्हणणं होतं. म्हणून मग ती काही दिवसांसाठी म्हणून घरी आली. तुझे वडील कुठे आहेत?'

'लगेचच जाऊ त्यांच्याकडे' आई म्हणाली, 'युआन, मी मी-लिंगला मुद्दाम बरोबर आणलं आहे-तिच्या कौशल्याचा काही उपयोग होतो का ते पाहू.'

मग अजिबात उशीर न करता युआननं त्या दोघींना आत नेलं. तिघंही टायगरच्या बिछान्यापाशी उभी राहिली.

बोलण्याचा आवाज ऐकून किंवा त्याला ऐकण्याची सवय नसलेला बायकांचा आवाज ऐकून-किंवा आणखी काही कारणानं-कोण जाणे पण टायगर क्षणभरासाठी शुद्धीवर आला. त्याचे जड डोळे उघडलेले बघून आई सौम्यपणे म्हणाली, 'मालक. मला ओळखलंत का?' वृद्ध टायगर पुटपुटला, 'होय-ओळखलं-' आणि पुन्हा

बेशुद्ध झाला; त्यामुळे तो खरं सांगत होता की नाही ते कळायला काही मार्ग नव्हता; पण थोड्याच वेळात त्यानं पुन्हा डोळे उघडले. मी-लिंगकडे रोखून पाहात तो पुटपुटला, 'माझी पोरगी.'

युआननं इथे त्याला काहीतरी सांगायचा प्रयत्न केला असता; पण मी-लिंगनं त्याला थांबवत म्हटलं, 'म्हणू दे ना त्यांना मला-माझी मुलगी. त्यांचा शेवटचा श्वासच आलाय आता. त्यांना नको त्रास द्यायला...'

युआन गप्प राहिला. त्याच्या वडिलांची नजर इथेतिथे भिरभिरत होती. आपण काय बोलतो आहोत हे टायगरला नीटसं कळत नाही याची युआनला जाणीव होती; पण मी-लिंगला त्यांनी मुलगी म्हणून हाक मारणं त्याला फार गोड वाटलं. ती तिघंही एकत्रितपणे तिथे उभी राहिली; पण थोड्याच वेळात टायगरला आणखी गाढ झोप लागली.

त्या रात्री युआननं आई आणि मी-लिंगच्या सल्ल्यानं पुढे काय करायचं ते ठरवण्याचा प्रयत्न केला. मी-लिंग गंभीरपणे म्हणाली, 'मला जसं दिसतंय त्यावरून असं वाटतंय की, ते आजची रात्र काही काढणार नाहीत. हे तीन दिवस तरी ते कसे राहिले हेच नवल आहे. त्यांचं हृदय चांगलं मजबूत आहे; पण एवढं सगळं सहन करूनही तग धरण्याएवढं मजबूत नाही. शिवाय त्यांच्या जखमी हातांचं विष त्यांच्या रक्तामध्ये भिनलं आहे. त्यांचे हात धुवून मी मलमपट्टी केली, तेव्हाच हे माझ्या लक्षात आलं होतं.'

टायगर त्याच्या त्या अर्धमृत झोपेमध्ये असतानाच मी-लिंगनं कौशल्यानं त्यांचे ते फाटलेले मोडलेले हात स्वच्छ करून त्यावर मलमपट्टी केली होती.

युआन तिथे नुसताच असहायपणे बघत उभा होता; पण असं तिच्याकडे बघत असताना त्याच्या मनात सतत येत होतं की, ही सौम्य दिसणारी-वागणारी मुलगी खरी की, 'मला तुझा तिरस्कार वाटतो.' असं रागानं ओरडणारी ती मुलगी खरी? त्या अगदी सामान्य अशा जुन्या मातीच्या घरामध्ये ती अगदी सहजपणे वावरत होती, जणू काही ती तिथेच राहाणारी असावी. त्या घरातल्या दारिद्र्यामधूनही तिला हव्या त्या आवश्यक गोष्टी शोधून काढता येत होत्या. त्या गोष्टी कशासाठीही वापरता येतील असं युआनला स्वप्नातही कधी वाटलं नसतं. तिनं गवताची एक गादी बनवली आणि त्या वृद्ध माणसाच्या अंगाखाली सरकवली; त्यामुळे त्याला थोडा आराम मिळाला. घराबाहेरच्या लहानशा सुकलेल्या तलावाच्या किनाऱ्यावरून तिनं एक वीट उचकटून आणली आणि घरातल्या मातीच्या चुलीच्या गरम राखेमध्ये ती तापवून टायगरच्या थंड पडत चाललेल्या पावलांशी ठेवली. तिनं नाचणीच्या पिठाची लापशी बनवून ती टायगरला हळूहळू भरवली. तो काहीही बोलला नसला तरी त्याचं कण्हणं मात्र नक्कीच कमी झालं. हे

सगळं आपल्याला आधी का सुचलं नाही याबद्दल स्वतःला दोष देतानाही युआनला कळत होतं की, हे त्याच्याकडून झालंच नसतं. तिचे ताकदवान निमुळते हात अगदी हळुवारपणे काम करू शकत होते. टायगरच्या त्या भल्या मोठ्या शरीराला हातही न लावता ती त्याला नीट आरामात झोपवू शकत होती.

आता ती जे काही सांगेल ते तो ऐकत होता. ती जे सांगेल त्यावर विश्वास ठेवत होता. म्हाताऱ्या विश्वासूनं सांगितलं की, टायगर गेल्यावर लगेचच इथून जायला हवं, कारण आजूबाजूच्या लोकांमध्ये दिवसेंदिवस राग वाढत चालला आहे, तेव्हा आईनंही ते ऐकून घेतलं. त्यानुसार त्यांनी सगळे बेतही आखले. म्हातारा भाडेकरू कुजबुजत्या आवाजात म्हणाला, 'हे खरं आहे, आजच मी थोडा बाहेर गेलो होतो, तेव्हा सगळीकडे कुजबुज चालली असं ऐकलं. धाकटे मालक जमीन पुन्हा ताब्यात घ्यायलाच आलेत असं म्हणताहेत लोक. तुम्ही इथून निघून जाणंच योग्य होईल. हा वाईट काळ संपेपर्यंत लांबच राहा. मी आणि हा म्हातारा ओठफाटक्या इथेच राहातो, त्यांना सामील आहोत असं नाटक करतो; पण मनातून आम्ही तुमच्याबरोबरच असू. मालक-लोकांच्याविरुद्ध जाणं चांगलं नाही. आम्ही असे बेकायदेशीर रीतीनं वागलो तर देव आम्हाला माफ करणार नाही. देव जमिनीतच राहातात, त्यांना माहीत असतं- खरा मालक कोण आहे ते–'

असं सगळं ठरलं. म्हातारा भाडेकरू गावात गेला आणि त्यानं एक साधीशी शवपेटी विकत घेतली. रात्री गावातले लोक झोपले असताना त्यानं लपूनछपून ती शवपेटी घरी आणवली. म्हाताऱ्या विश्वासूनं ती साधीसुधी, सामान्य माणसालाच योग्य अशी शवपेटी पाहिली, तेव्हा आपल्या मालकाला अशा शवपेटीत झोपावं लागणार या कल्पनेनं त्याच्या डोळ्यांत पाणी आलं. युआनचा हात पकडून त्यानं त्याला विनवलं, 'एक दिवस तुम्ही परत याल आणि मालकांची कबर खोदून त्यांना दुसरी चांगली दुहेरी शवपेटी घेऊन पुन्हा पुराल असं मला वचन द्या. मला माहीत असलेला सर्वांत शूर आणि दयाळू माणूस आहे हा...'

हे कधी शक्य होईल की नाही याची काही कल्पना नसतानाही युआननं त्याला तसं वचन देऊन टाकलं. पुढे काय होणार आहे हे कोण सांगू शकणार होतं? त्या काळात कसलीच खात्री देता येत नव्हती. टायगर त्याच्या वडिलांच्या शेजारी अगदी त्यांच्याच जमिनीत जाणार होता, त्या जमिनीचीही खात्री देता येत नव्हती.

त्याच क्षणी त्यांना एक आवाज ऐकू आला. टायगरचा आवाज होता तो. युआन धावतच आत गेला. मी-लिंगही त्याच्यामागोमाग आत धावली. वृद्ध टायगरनं विलक्षण नजरेनं त्यांच्याकडे बघितलं. तो टक्क जागा होता. अगदी स्पष्ट आवाजात तो म्हणाला, 'माझी तलवार कुठे आहे?' पण उत्तरासाठी मात्र तो थांबला नाही. युआन पुन्हा आपलं वचन उच्चारेपर्यंत तो डोळे मिटून झोपी गेला होता.

रात्री कधीतरी युआन आपल्या खुर्चीवरून उठला. त्याला फार अस्वस्थ वाटत होतं. त्यानं प्रथम जाऊन वडिलांच्या गळ्यावर हात ठेवला. हे तो पुनःपुन्हा करतच होता. अजूनही टायगरचा श्वास अगदी हलकासा; पण चालू होता. खरोखरच ते जुनं हृदय चांगलं ताकदवान होतं. सगळे आत्मे केव्हाच निघून गेले होते; पण हृदय मात्र अजून धडधडत होतं. आणखी कितीही तास ते तसंच धडधडत राहिलं असतं.

युआनला इतकं अस्वस्थ वाटू लागलं की, थोडा वेळ बाहेर जायलाच हवं असं त्याला वाटलं. गेले तीन दिवस तो त्या मातीच्या घरात कोंडून पडल्यासारखा राहिला होता. जावंच बाहेर–गुपचूप मधल्या धान्याच्या खोलीतून बाहेर जावं आणि थोडा वेळ थंड हवेत मोकळा श्वास घ्यावा.

त्यानं तसंच केलं. एवढे सगळे त्रास त्याच्या डोक्यावर असूनही त्या थंड हवेनं त्याला खूपच बरं वाटलं. त्यानं आजूबाजूच्या शेतांकडे पाहिलं. ही सर्वांत जवळची शेतं कायद्यानं त्याची होती. त्याचे वडील वारल्यानंतर हे घरही त्याचं होणार होतं, कारण जुन्या काळी त्याचे आजोबा वारल्यानंतर तसंच झालं होतं. म्हाताऱ्या भाडेकरूनं जे सांगितलं होतं तो विचार त्याच्या मनात आला. इथले लोक किती आक्रमक झाले आहेत, ते त्याला आठवलं.

पूर्वी तो इथे राहायला आला होता, तेव्हाही इथले लोक त्याच्याशी थोडे शत्रुत्वानंच वागत होते. त्याला परदेशीच समजत होते; पण त्या वेळी त्याला ते इतकं जाणवलं नव्हतं. त्याला भीती वाटायला लागली. या नव्या काळात त्याचं स्वतःचं असं काय आहे हे कोण सांगू शकणार होतं? त्याचे दोन हात, त्याची बुद्धी, त्याचं प्रेमानं भरलेलं हृदय एवढंच फक्त त्याचं स्वतःचं होतं; पण त्याचं ज्या व्यक्तीवर प्रेम होतं तिला मात्र तो आपली म्हणू शकत नव्हता.

असे विचार करत असतानाच त्याला कुणीतरी हलकेच हाक मारलेली ऐकू आली. मागे वळून बघतो तर मी-लिंग दरवाजात उभी होती. तिनं विचारलं, 'तब्येत आणखी बिघडली का?'

'प्रत्येक वेळी मी त्यांची नाडी बघतो तर ती अधिकच अशक्त झालेली असते. पहाट होईल की नाही कोण जाणे?' तो उत्तरला.

'मीही झोपत नाही आता.' ती म्हणाली, 'आपण दोघंही बसू त्यांच्याजवळ.'

तिचं हे बोलणं ऐकून युआनचं हृदय एक-दोन वेळा जोरात धडधडलं. आपण दोघं हा शब्द त्यानं आजवर कधीच इतक्या गोड आवाजात ऐकला नव्हता असं त्याला वाटलं; पण त्याला यावर एकही शब्द सुचला नाही. तो फक्त मातीच्या भिंतीवर रेलून उभा राहिला आणि मी-लिंग दरवाजात. दोघंही चांदण्यात दिसणाऱ्या शेतांकडे बघत गप्प उभी राहिली. महिन्याचा मध्य आला होता. चंद्र अगदी

गोलगरगरीत आणि स्पष्ट दिसत होता. दोघांभोवती शांतता जमत राहिली, वाढतही राहिली. शेवटी ती दोघांनाही असह्य झाली. अखेरीस युआनला त्याचं उतावळं हृदय आवरता येईनासं झालं. या स्त्रीकडे ते ओढ घ्यायला लागलं. काहीतरी बोलायला हवं आणि त्यावर तिचं उत्तरही ऐकायला हवं अशी त्याला ओढ वाटू लागली. काहीतरी नेहमीचं साधंसुधंच बोलावं आणि तिचा आवाज ऐकावा, नाहीतर तो मूर्खासारखा हात पुढे करून तिला स्पर्श करण्याचा प्रयत्न करेल. ती तर त्याचा तिटकाराच करते. म्हणून मग तो अडखळत म्हणाला, 'तू आलीस याचा मला खूप आनंद झाला. माझ्या वृद्ध वडिलांना खूप आराम दिलास तू.' यावर ती शांतपणे उत्तरली, 'मदत करायला आवडतं मला. मला यायचंच होतं.' आणि ती पूर्वीसारखीच गप्प झाली. आता पुन्हा युआनला काहीतरी बोलणं भागच होतं. रात्रीच्या शांततेचा भंग होणार नाही अशा बेतानं अगदी हलक्या आवाजात त्यानं विचारलं, 'तुला–या अशा एकाकी जागेत राहायची भीती वाटेल का? मला वाटायचं-मला आवडेल अशा ठिकाणी राहायला-लहान होतो मी तेव्हा-आता–मला माहीत नाही–'

तिनं आजूबाजूच्या चमकत्या शेतांकडे, त्या खेड्यातल्या घरांच्या चमकत्या छपरांकडे पाहिलं. मग विचार करत ती म्हणाली, 'मला वाटतं-मी कुठेही राहू शकेन-पण आपल्यासारख्या लोकांनी नव्या राजधानीमध्येच राहायला हवं असं मला वाटतं. माझ्या मनात सतत त्या शहराचाच विचार असतो. मला बघायचं आहे ते शहर. तिथे काम करायचं आहे. कदाचित पुढेमागे मी तिथे रुग्णालयही उभं करू शकेन. माझं आयुष्य त्या नव्या आयुष्यामध्ये मिसळून देऊ शकेन. आपण तिथेच चांगले-आपण नवे लोक-आपण-'

आपल्या बोलण्यातली गुंतागुंत लक्षात येताच ती थांबली आणि मग एकदम हसली. तिचं हसणं ऐकून युआननं तिच्याकडे बघितलं. त्या एका नजरेत ती दोघं आपण कुठे आहोत हे विसरूनच गेली. आतल्या खोलीतल्या त्या मृत्युशय्येवरच्या माणसाला विसरली. आता जमिनीचीही काही खात्री नव्हती. ती दोघं एकमेकांकडे बघताना बाकी सर्व विसरूनच गेली. तिच्या नजरेत नजर खिळलेली ठेवत युआन कुजबुजला, 'पण तू म्हणाली होतीस की, तुला माझा तिरस्कार वाटतो.'

ती मोठा श्वास घेत उत्तरली, 'मला तुझा खरोखरच तिरस्कार वाटत होता, युआन-पण फक्त त्या क्षणापुरता...' त्याच्याकडे बघताना तिचे ओठ विलग झाले. अजूनही त्यांची नजर एकमेकांच्या नजरेत बुडालेलीच होती. युआनला काहीही हालचाल करता येईनाशी झाली; पण तेवढ्यात तिची लहानशी जीभ नाजूकपणे बाहेर येऊन तिच्या विलगलेल्या ओठांना स्पर्श करताना त्याला दिसली आणि त्याची नजर त्या ओठांवर गेली. अचानक त्याला स्वतःचे ओठ जळताहेत असं जाणवलं. एकदा एका स्त्रीच्या ओठांनी त्याच्या ओठांना स्पर्श केला होता आणि त्याला त्या

स्पर्शाची किळस आली होती... पण या स्त्रीच्या ओठांचा स्पर्श त्याला हवाच होता. त्याला एकदम स्पष्टपणे जाणवलं की, आजवर या गोष्टीहून अधिक अशी कोणतीच गोष्ट त्याला हवीशी वाटली नव्हती. त्याला या गोष्टीवाचून दुसरं काहीही सुचेनासं झालं. चटकन पुढे वाकत त्यानं तिच्या ओठांवर ओठ टेकवले.

तशीच सरळ स्तब्ध उभी राहून तिनं त्याला आपले ओठ चाखू दिले. हे शरीर त्याचं होतं... त्याच्या वंशाचं होतं... अखेरीस दूर होत त्यानं तिच्याकडे बघितलं. तिनंही किंचितसं हसत त्याच्याकडे बघितलं; पण चंद्रप्रकाशातही तिचे गाल लाल झालेत आणि डोळे चमकताहेत हे त्याला स्पष्ट दिसलं.

मग नेहमीसारखं बोलण्याचा प्रयत्न करत ती म्हणाली, 'तू वेगळाच दिसतोस या सुती पायघोळ झग्यात. मला सवय नाही तुला असं पाहाण्याची.'

एक क्षणभर त्याला काय बोलावं तेच सुचेना. तो तसा स्पर्श झाल्यानंतरसुद्धा ती इतक्या सहजपणे कशी बोलू शकते, इतक्या सहजतेनं कशी वागू शकते याचं त्याला आश्चर्य वाटत होतं. तिचे हात अजूनही तसेच मागे बांधलेले होते. तो चाचरत म्हणाला, 'तुला आवडत नाही का? मी एखाद्या शेतकऱ्यासारखा दिसतो...'

'मला आवडलं.' ती एवढंच बोलली. मग विचारपूर्वक त्याच्याकडे बघत ती म्हणाली, 'तुला शोभतात ते... त्या परदेशी कपड्यांपेक्षा जास्त चांगले दिसतात.'

'तुला आवडणार असेल तर...' तो उत्साहानं म्हणाला, 'मी कायम असेच कपडे घालेन.'

किंचितसं हसत तिनं मान हलवली. 'कायम नको-कधी हे तर कधी ते-जसं निमित्त असेल तसं-असं कायम एकाच प्रकारचं असतं का कुणी?'

ती दोघं एकमेकांकडे बघत तशीच निःशब्द उभी राहिली. आता ती मरण साफ विसरूनच गेली होती. त्यांच्यासमोर आता मरण नव्हतंच; पण आता त्याला बोलणं भागच होतं नाहीतर तो हे असं दोघांनी एकमेकांकडे बघत राहाणं सहनच करू शकला नसता.

'हे–ते -जे मी आत्ता केलं –ही परदेशी पद्धत आहे–तुला आवडलं नसेल तर...' तो तिच्याकडे टक लावून बघत म्हणाला. तिला ते आवडलं नसतं तर तो सरळ तिची क्षमा मागायलाही तयार होता; पण मग त्याला झटकन जाणवलं-तो त्या चुंबनाविषयी बोलतो आहे हे तिला कळलं असेल ना? तरी तो शब्द उच्चारणं त्याला कठीणच जात होतं. तो एकदम थांबला.

मग अगदी हलकेच ती उद्गारली, 'सगळ्याच परदेशी गोष्टी वाईट नसतात.' आणि तिनं चटकन नजर फिरवली. खाली मान घालून ती जमिनीकडे बघायला लागली. आता ती एखाद्या जुन्या काळातल्या तरुणीसारखी लाजरी दिसत होती. तिच्या गालांवर तिच्या पापण्या फडफडलेल्या त्याला दिसल्या. क्षणभर त्याला

वाटलं की, ती आता त्याला एकट्याला इथे सोडून, मागे वळून आत निघून जाणार.

पण ती नाही गेली. मोठ्या धैर्यानं खांदे ताठ करून, कणा सरळ ठेवत ती तिथेच उभी राहिली. मान वर करून त्याच्याकडे स्थिर नजरेनं बघत किंचितसं हसत ती त्याची वाट बघत राहिली. युआनला ती अशीच दिसली.

त्याचं हृदय धडधडू लागलं. धडधडताना ते इतकं फुलून आलं की, साऱ्या शरीरभर ती धडधड भिनून गेली. त्या रात्री त्याला हसू फुटलं. मग त्याला भीती तरी कसली वाटत होती आजवर?

'आपण दोघं... तो उद्गारला, आपण दोघं... आपल्याला कशालाच घाबरण्याची गरज नाही.'

Printed in the USA
CPSIA information can be obtained
at www.ICGtesting.com
LVHW010254151123
763986LV00087B/2685

9 789392 482694